Kỷ Yếu

Triển Lãm và Hội Thảo

Petrus Trương Vĩnh Ký

Kỷ Yếu
Triển Lãm và Hội Thảo về Petrus Trương Vĩnh Ký
Ban Tổ Chức Hội Thảo xuất bản. Tháng Tám 2019.
ISBN: 978-1-62988-504-9

TRIỂN LÃM VÀ HỘI THẢO
VỀ
PETRUS TRƯƠNG VĨNH KÝ

Ngày Thứ Bảy 8 tháng 12 năm 2018
tại nhật báo Người Việt, Little Saigon, Nam California

HÌNH ẢNH: **Vương Huê, Phạm Lệ Hương**, anh chị **Nguyễn Trường Khoan, báo Người Việt**. Tài liệu từ **Gia tộc Trương Vĩnh Ký**.
TRÌNH BÀY BÌA VÀ DÀN TRANG TRONG: **Lê Giang Trần**
BIÊN TẬP: **Phạm Phú Minh**

Mục Lục

Phần I
CÁC BÀI ĐÃ TRÌNH BÀY TRONG HỘI THẢO

Phần II
CÁC BÀI KHÔNG TRÌNH BÀY TRONG HỘI THẢO

Phần III
THƯ TỊCH TRƯƠNG VĨNH KÝ

Lời Nói Đầu

Phạm Phú Minh

Cuốn Kỷ yếu này là đúc kết những nội dung đã được trình bày trong cuộc *Triển Lãm và Hội Thảo về Trương Vĩnh Ký* tổ chức tại báo Người Việt, miền Nam California vào ngày 8 tháng 12, 2018. Ngoài ra, để bổ túc cho sự tìm hiểu rộng hơn về nhà bác học ngôn ngữ này, chúng tôi cũng in vào sách một số bài viết và tài liệu khác về Trương Vĩnh Ký mà chúng tôi nhận được từ các tác giả hoặc sưu tầm được. Cuốn sách sẽ gồm những phần như sau:

1. Các bài đã được trình bày trong cuộc hội thảo, gồm diễn văn khai mạc của ban tổ chức, các bài thuyết trình của các diễn giả được mời, và phần đúc kết cuộc hội thảo.
   Song song với các bài viết là các hình ảnh diễn tiến của cuộc hội thảo; các tư liệu của hoặc liên quan đến Trương Vĩnh Ký đã được sưu tầm và triển lãm.
2. Một số thư từ bằng tiếng Pháp hoặc tiếng Latinh của Trương Vĩnh Ký viết cho các giới chức hoặc bạn bè, với đầy đủ thủ bút của chính tác giả và bản dịch kèm theo. Một số công trình học thuật của Trương Vĩnh Ký đã hoặc chưa được xuất bản.
3. Một số bài vở nghiên cứu về sự nghiệp của Trương Vĩnh Ký. Và đặc biệt, cũng trong phần này chúng tôi đăng lại toàn bộ công trình của chuyên gia thư viện Phạm Lệ Hương, người đã lập nên một Thư Tịch đầy đủ nhất về Trương Vĩnh Ký từ trước đến nay. Với Thư Tịch này hy vọng các nhà nghiên cứu sẽ dễ dàng hơn trong việc tìm tòi tài liệu.

Do hoàn cảnh đặc biệt trong thời đại của mình, Trương Vĩnh Ký đã bị người đời sau đánh giá khác nhau về việc ông cộng tác với người Pháp. Có người nghĩ một cách đơn giản chỉ cần cộng tác với Pháp là đương nhiên là Việt gian bán nước. Nhưng với một cách nhìn khác, với sự đào sâu tìm hiểu sự nghiệp văn hóa của ông, phần đông người Việt Nam đều cho ông là người có công lớn đối với đất nước khi lợi dụng làn gió mới mẻ từ Tây phương để mở ra một hướng khác cho văn hóa Việt Nam, hầu nước nhà có thể thoát ra khỏi ảnh hưởng bế tắc của Trung Hoa để theo kịp nền văn minh mới của năm châu bốn biển.

Cuốn Kỷ yếu này chỉ mong góp một phần nhỏ để mở những cánh cửa cho những ai quan tâm đến lộ trình đổi mới ấy, bắt đầu từ Trương Vĩnh Ký với tư cách là một người Việt Nam đầu tiên đã:

- theo nghề làm báo tiếng Việt, tự mình đứng ra thành lập một tờ tạp chí tiếng Việt đầu tiên
- viết văn xuôi bằng chữ quốc ngữ,
- viết lại bằng chữ quốc ngữ những tác phẩm cổ điển chữ nôm rồi in ra và phổ biến
- viết lại bằng chữ quốc ngữ một phần kho tàng văn chương bình dân của dân tộc Việt Nam và xuất bản
- viết và giải thích bằng chữ quốc ngữ các lý thuyết của đạo Khổng Mạnh đã thấm nhuần trong văn hóa và giáo dục Việt Nam từ hàng nghìn năm

  …

Các công lao đồ sộ ấy, bắt đầu từ giữa thế kỷ 19, đã mở đường và gây cảm hứng cho nhiều cây bút khác tiếp tục phát huy chữ quốc ngữ bằng báo chí, bằng sáng tác văn học và phong trào dịch tiểu thuyết Tàu từ Nam Kỳ tràn ra cả nước. Các cuộc vận động về chính trị và văn hóa như Đông Kinh Nghĩa Thục, Phong Trào Duy Tân của Phan Châu Trinh, các tờ báo Đông Dương Tạp Chí của Nguyễn Văn Vĩnh, Nam Phong của Phạm Quỳnh … đều là các cố gắng tiếp nối tinh thần Trương Vĩnh Ký ngay từ đầu thế kỷ 20, dùng công cụ mới mẻ là chữ quốc ngữ thay cho chữ Hán để làm chuyển ngữ chính thức cho đất nước hầu xây dựng nên một nền quốc học mới, tuyên truyền một văn hóa mới.

Nếu không có các bước khởi đầu ấy của Trương Vĩnh Ký, và nước ta vẫn dùng chữ nho, vốn là một ngoại ngữ, như là văn tự chính thức thì chỉ một bộ phận ít ỏi người trong nước có thể học được, và việc học chữ nôm lại còn khó khăn hơn nữa, liệu nước Việt Nam có thể có một bộ mặt văn hóa như hiện nay hay không? Chỉ với chữ quốc ngữ --là "chữ nước ta" như Tản Đà đã khẳng định-- thì toàn dân Việt Nam mới có thể đều biết đọc biết viết chữ của nước mình được. Khi một dân tộc không có chữ viết riêng biểu đạt tiếng nói của chính mình thì không khi nào có thể đạt đến một trình độ văn hóa rộng khắp có trình độ cao được.

Một cuộc triển lãm và hội thảo về cụ Trương Vĩnh Ký, rồi một cuốn Kỷ yếu ghi lại công trình ấy dĩ nhiên không thể đáp ứng đầy đủ những hiểu biết về con người văn hóa lớn lao này. Nhưng ít ra công việc này cũng góp phần cho một cái nhìn đúng về một nhân vật có công lao lớn đối với văn hóa đất nước, và nhất là cũng là dịp để tỏ lòng biết ơn đối với cụ, vì người Việt Nam là một dân tộc luôn luôn nhắc nhở nhau đừng quên câu: *Uống nước nhớ nguồn.*

Ban Biên Tập chân thành cảm ơn các tác giả và các nhà sưu tầm đã đóng góp bài vở và tài liệu để cuốn Kỷ Yếu này được hoàn thành. Chúng tôi cũng xin cám ơn Bác Sĩ Sean Son Nguyễn (một cựu học sinh trường Trung Học Petrus Trương Vĩnh Ký), và nhiều vị mạnh thường quân khác, đã nhiệt tình ủng hộ tài chánh cho việc in ấn cuốn Kỷ Yếu. Những công sức khó nhọc và những tấm lòng ấy chứng tỏ tinh thần thiết tha với văn hóa nước nhà của người Việt Nam chúng ta, dù đang sinh sống bất cứ nơi nào trên mặt địa cầu này.

Little Saigon, ngày 7 tháng Năm, 2019

Thay mặt Ban Biên Tập sách Kỷ yếu Trương Vĩnh Ký

Phạm Phú Minh

Một Số Hình Ảnh
TRIỂN LÃM & HỘI THẢO

HÌNH ẢNH TRONG CUỘC ĐỜI
PETRUS **TRƯƠNG VĨNH KÝ**
1837-1898

NHÀ Ở và NƠI AN NGHỈ CUỐI CÙNG

LYCÉE và TRƯỜNG TRUNG HỌC PETRUS TRƯƠNG VĨNH KÝ 1927-1975

Toàn cảnh khu vực Lycée Petrus Trương Vĩnh Ký thời gian đang xây dựng 1920-1929

Khi mới xây xong, rất mới

Những khóa học đầu tiên (khoảng 1930)

Trường còn mới và trò cũng mới

Thầy (người Pháp và người Việt) và trò một lớp của Lycée Petrus Trương Vĩnh Ký ngày xưa

Sân trước của trường

Một cảnh tại Lycée Petrus Trương Vĩnh Ký thời Pháp thuộc

Từ Lycée trường đã chuyển qua chương trình Việt Nam với tên Trường Trung Học Petrus Ký. Từ năm 1954 chương trình Việt được dạy ở lớp Đệ Thất, rồi mỗi năm lên một lớp cho đến lớp Đệ Nhất là xong công cuộc Việt hóa.

Một Số Hình Ảnh
Các Niên Học Chương Trình Việt
TRUONG TRUNG HOC PETRUS KY
Bài Hát Chính Thức
của Lycée Petrus Trương Vĩnh Ký
Nhạc Lưu Hữu Phước
Lời của Le Jeannic, hiệu trưởng Lycée Petrus Ký từ 1938 đến 1944
LPK
CHANT
DU
LYCEE
PETRUS TRUONG.VINH.KY
CHANT
DU
LYCÉE PÉTRUS TRU'O'NG-VINH-KÝ
(Introduction)
COUPLET II
(Au refrain)

Tranh Minh Họa
Cuộc Đời TRƯƠNG VĨNH KÝ

*Một câu truyện bằng tranh, nhan đề **"Nhà Bác Học Trương Vĩnh Ký 1837-1898"** có nguồn gốc từ kho tư liệu của ông Charles Trương Vĩnh Tống, đã được đăng trong luận án Cao học ngành Thư viện học* "Petrus J. B. Truong Vinh Ky (1837-1898) and the Dissemination of Quoc Ngu: an Annotated bibliography of works by and about a Vietnamese scholar." *New York: Queens College, City University of NY, 1995 của **Nguyễn Christine**, một hậu duệ của cụ Trương Vĩnh Ký. Chúng tôi xin cám ơn tác giả của luận án đã cho phép chúng tôi sử dụng tác phẩm hội họa này.*

NHÀ BÁC-HỌC TRƯƠNG-VĨNH-KÝ (1837-1898)

1/ — Ông Trương-vĩnh-Ký, sinh-trưởng trong một gia-đình nhà quan, tại Cái-mơn, làng Vĩnh-thành, tỉnh Vĩnh-long (1). Khi lên 5 tuổi, bắt đầu học chữ nho ở nhà thầy-đồ Học, đã được khen-ngợi là một trò nhỏ có thiên-tư khác thường.

2/ — Cậu Ký đến 9 tuổi thì mồ côi cha. Vì trước cậu có theo học chữ quốc-ngữ ở nhà thờ đạo, nên được linh-mục Long yêu mến như con. Bà mẹ vui lòng gửi cậu cho các cố trông-nom dạy dỗ.

3/ — Dưới triều vua Tự-Đức, sự giết đạo càng ghê-gớm. Linh-mục Long bèn quyết-định gửi cậu Ký, lúc đó 14 tuổi, sang học tại trường-tu ở cù-lao Pénang, bên Mã-lai. Ở trường này, trò Ký gặp những bạn học người Tàu, Diến-điện, Xiêm, Nhật, nên lại càng giỏi về các thứ tiếng ngoại-quốc.

4/ — Mười năm sau, ông Trương-vĩnh-Ký đã nổi danh là một nhà bác-học quân-tử, được Chánh-phủ Nam-kỳ trọng-dụng cử làm đốc-học trường Thông-ngôn, ở Saigon. Nhờ về tính-tình cao-thượng, nên ông được cả người Pháp và người Nam quí chuộng vô cùng.

5/ — 1863 — Vua Tự-Đức cử một sứ-bộ sang Pháp-đình cầu hoà. Lần đó có các quan Phan-thanh-Giản, Phạm-phú-Thứ, còn ông Trương-vĩnh-Ký thì lĩnh chức thông-ngôn. Sứ-bộ được Hoàng-đế Napoléon III tiếp tại điện Tuileries.

6/ — Khi trở về, ông nhân dịp đi du-lịch khảo-sát nhiều nước bên Âu-châu cho hiểu rõ về văn-minh mới. Khi tới thành La-mã, ông vào triều-kiến đức Giáo-hoàng Pie IX để tỏ lòng biết ơn về công-cuộc giáo-hóa mở-mang của các cố-đạo sang bên ta.

7/ — Đến năm 50 tuổi, thì ông Trương-vĩnh-Ký được vua Đồng-Khánh tri-ngộ, triệu vô Kinh lãnh chức Ngự-diên giảng-quan và dạy tiếng Pháp. Nhưng tuổi già sức yếu, lại lắm bịnh hoạn, nên mấy tháng sau, ông phải cáo-từ trở về Nam. Vua hết sức mến tiếc, ngự-tứ một bài thơ để khen-ngợi đức tính của người quân-tử.

8/ — Ông Trương-vĩnh-Ký là một người bạn thân của nước Pháp mà cũng là một nhà chí-sĩ yêu nước. Từ khi ở Huế về, ông đem tuổi già chuyên về viết và dịch sách, để giúp ích cho quốc-dân hiểu thấu văn-hóa Đại-Pháp. Ông thường nói : « Tôi chỉ cố làm cho hai dân-tộc Pháp Việt hiểu nhau và yêu nhau, nên tôi chuyên tâm dịch quốc-văn ra Pháp-văn, Pháp-văn ra quốc-văn, vì tôi tin rằng có hiểu tiếng, hiểu chữ thì mới hiểu đến tư-tưởng, và chẳng bao lâu, người Nam sẽ hấp-thụ văn-minh tốt đẹp của Đại-Pháp ».

(1) Hiện thời thuộc tỉnh Bến-tre.

"Nhà bac-hoc Truong-vinh-Ky (1837-1898)", bande dessinée retraçant la vie de Pétrus Ky, sans date, Archives de Charles Truong-vinh-Tong.

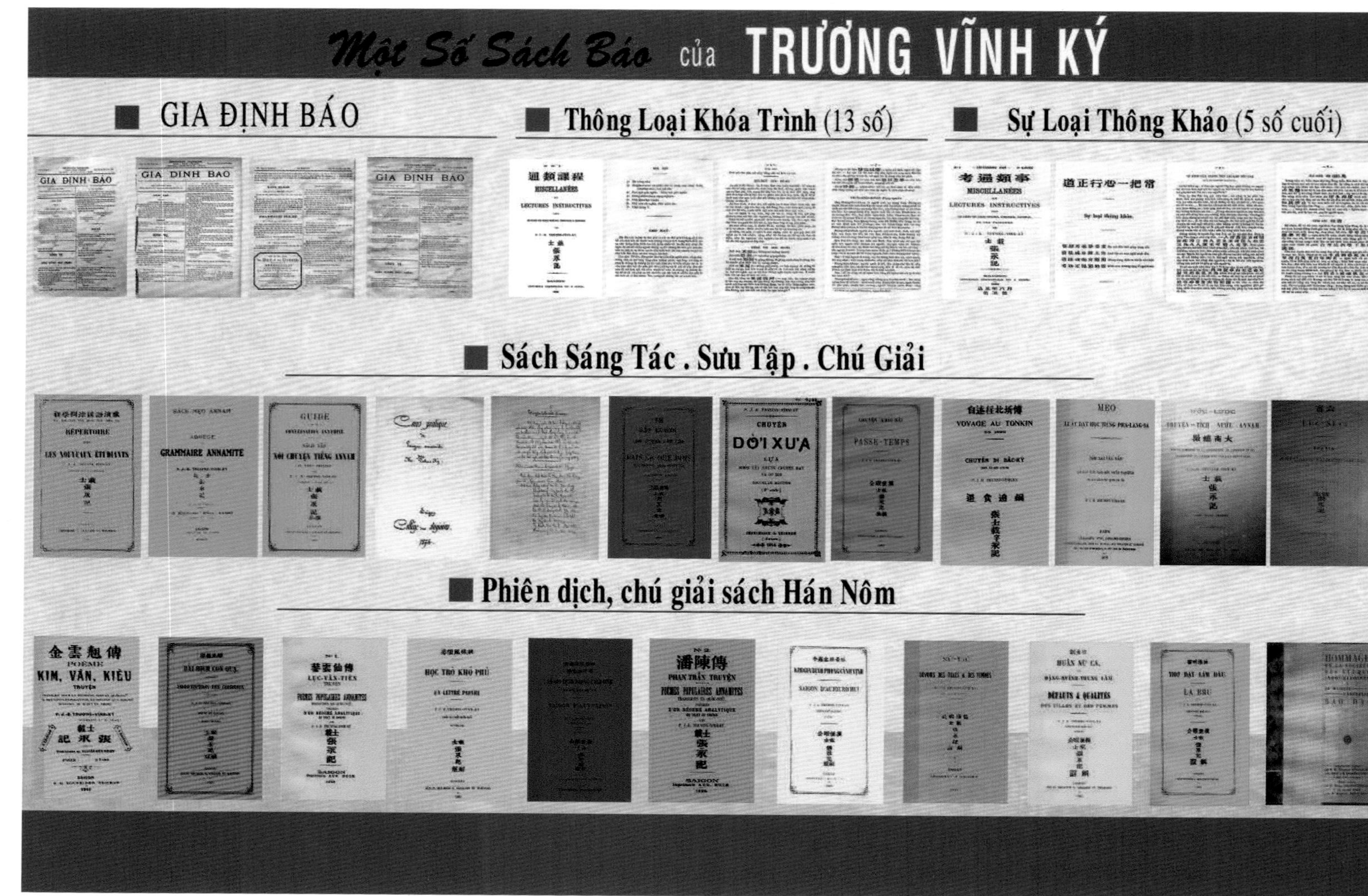
Một Số Sách Báo của TRƯƠNG VĨNH KÝ
GIA ĐỊNH BÁO
Thông Loại Khóa Trình (13 số)
Sự Loại Thông Khảo (5 số cuối)
Sách Sáng Tác . Sưu Tập . Chú Giải
Phiên dịch, chú giải sách Hán Nôm

Chương trình Hội Thảo bắt đầu trong Hội trường nhật báo Người Việt, ngày 8 tháng 12, 2018. Sau nghi thức, các diễn giả sẽ tuần tự được mời lên trình bày những chủ đề về Petrtus Trương Vĩnh Ký.

Quang cảnh thính phòng buổi Hội Thảo về Petrus Trương Vĩnh Ký.

Các giáo sư, nhà nghiên cứu, nhà văn, từ trái: Trần Huy Bích, Trần Công Hàm, Nguyễn Văn Sâm, Nguyễn Duy Chính, Lê Xuân Khoa, Trần Phong Vũ, Nguyễn Trường Khoan.

Ban tổ chức và thân hữu

Một số thân hữu tham dự hội thảo

Phần I

Các Bài Đã Trình Bày Trong Hội Thảo

Diễn Văn Khai Mạc

Gs Nguyễn Trung Quân

Giáo sư Nguyễn Trung Quân

Kính thưa Các Bậc Tôn Trưởng,
Kính thưa Liệt Quý Vị và Các Bạn,

Trước hết, thay mặt Ban Tổ chức, chúng tôi xin kính chào và chân thành cảm tạ Chư Quý Vị đã dành một ngày đẹp trời đến đây tham dự Triển Lãm và Hội Thảo nhân kỷ niệm 120 năm lìa trần của một nhà bác ngữ học độc đáo của Việt Nam trong thế kỷ thứ XIX: Petrus Trương Vĩnh Ký.

Khi nhắc đến một nhân vật lịch sử, chúng ta cần biết, ít nhất là đại cương về thời đại mà danh nhân đó đã sống qua.

Kính thưa Liệt Quý Vị và Các Bạn,

Vào thế kỷ thứ XIX, các nước Âu châu, nhờ óc thực tế và tinh thần khoa học, đã có những phát kiến khoa học và kỹ thuật cao. Tây phương dòm ngó các nước chưa phát triển, nhất là ở Á châu với ý đồ chiếm đóng làm thuộc địa, để mở rộng thế lực và khai thác tài nguyên. Nước Việt Nam nằm vào một vị trí chiến lược quan trọng của vùng Đông Nam Á châu nên không tránh khỏi tham vọng xâm lược của họ.

Người Pháp đã có chủ trương chiếm đóng Việt Nam từ trước, bằng nhiều phương tiện. Tháng 9 năm 1858 chiến thuyền Pháp bắn đại pháo tấn công vào Đà Nẵng. Sau đó họ quyết định chuyển hướng vào miền Nam đánh chiếm

Sài Gòn vào ngày 18 tháng 2 năm 1859 với mưu đồ khống chế sáu tỉnh Miền Nam: Biên Hòa, Gia Định, Định Tường,Vĩnh Long, An Giang, Hà Tiên làm thuộc địa, trước khi tấn chiếm và đô hộ toàn nước Việt Nam.

Trong giai đoạn biến động lớn của đất nước đó, miền Nam Việt Nam có ba nhân vật được dân chúng kính trọng, sống đồng thời là Phan Thanh Giản (1796 - 1867), Nguyễn Đình Chiểu (1822 - 1888) và Petrus Trương Vĩnh Ký (1837 - 1898). Tên của ba vị danh nhân nầy đã được dùng đặt danh hiệu cho ba trường Trung học lâu đời nhất và được xem là quan trọng nhất của Miền Nam Việt Nam. Đó là Trung học Nguyễn Đình Chiểu Mỹ Tho thành lập năm 1879, Trung học Phan Thanh Giản Cần Thơ thành lập năm 1917 và Trung học Petrus Trương Vĩnh Ký Sài Gòn thành lập năm 1928. Riêng trường Petrus Ký, ngay từ lúc khởi đầu đã là một trường Trung học Đệ Nhị Cấp (Lycée Petrus Trương Vĩnh Ký).

Sau ngày 30 tháng 4 năm 1975 chỉ có ngôi trường mang tên Cụ Đồ Nho Nguyễn Đình Chiểu, vì cụ mù loà không tham gia quan trường, giữ phong độ của một nhà Nho đạo đức: "*Chở bao nhiêu đạo thuyền không khẳm, Đâm mấy thằng gian bút chẳng tà*" nên người không bị kết tội, trường không bị xoá tên.

Hai ngôi trường kia thì bảng tên trường Trung học Phan Thanh Giản ở Cần Thơ bị hạ xuống ngay, tượng Cụ Phan dựng ở giữa sân trường bị đập bỏ. Trung học Petrus Trương Vĩnh Ký cũng bị thay tên sau đó, và tượng đồng bán thân của Cụ Petrus Ký giữa sân trường cũng bị dẹp mất.

Nhờ sự tranh đấu tận tình của giới trí thức và cựu học sinh Trung học Phan Thanh Giản trong ngoài nước nên năm 2008 Viện Sử Học và Cục Bảo Vệ Di Sản Văn Hóa Hà Nội mới ra văn thư xác nhận Cụ Phan Thanh Giản là nhân vật lịch sử yêu nước và chỉ thị cho các nơi giữ gìn những di sản văn hóa về Cụ Phan. Nhưng mãi đến nay tên Trung học Phan Thanh Giản vẫn chưa được phục hồi.

Với nhân vật lịch sử Petrus Trương Vĩnh Ký thì tên người vẫn bị vùi dập, tên trường vẫn bị thay bằng tên của một cựu Tổng Bí thư của đảng Cộng sản.

Gần đây nhất, vào đầu năm 2017, năm thứ 180 kể từ Trương Vĩnh Ký chào đời, nhà nghiên cứu Nguyễn Đình Đầu định giới thiệu phát hành tác phẩm ***Petrus Ký Nỗi Oan Thế Kỷ*** vốn đã được cho phép ấn hành lại bị lệnh miệng cấm tổ chức giới thiệu, sách đã in bị thu hồi.

Đã hơn 43 năm qua, dưới một chế độ toàn trị vốn chỉ xem duy vật sử quan là lối duy nhất để đánh giá nhân vật lịch sử thì rất nhiều danh nhân Việt Nam, có nhiều vị sinh và mất trước khi chủ thuyết cộng sản ra đời đã bị kết án, vùi dập nặng nề. Thế hệ trẻ Việt Nam nhất là tuổi trẻ trong nước bị che lấp, bị dạy sai lầm về những sự kiện lịch sử đích thực. Việc nầy sẽ gây tác hại lâu dài cho đất nước và con người Việt Nam.

Nay nhân nhớ đến 120 năm danh nhân Petrus Trương Vĩnh Ký mất, chúng tôi một số nhà văn, nhà báo, cựu giáo chức Việt Nam ở hải ngoại cùng nhau tổ chức **"Ngày Triển Lãm và Hội Thảo Tưởng Niệm Petrus Trương Vĩnh Ký".** Nhóm chủ trương gồm có nhà báo cựu Giáo sư Đỗ Quý Toàn quê quán ở Bắc Ninh còn gọi là Kinh Bắc, nhà văn cựu Giáo sư Phạm Phú Minh, người Quảng Nam, đất của Ngũ Phụng Tề Phi, và tôi Nguyễn Trung Quân sanh trưởng ở Cần Thơ, giữa vùng đồng bằng sông Cửu Long, nơi được gọi là Tây Đô. Những vị diễn giả được mời cùng những vị tham gia thực hiện cuộc triển lãm và tìm tài liệu về Petrus Trương Vĩnh Ký là những vị có nguồn gốc khắp nơi của mọi miền trong đất nước Việt Nam. Chúng tôi muốn nhấn mạnh rằng đây là một cuộc triển lãm và hội thảo của người Việt Nam Hải Ngoại, chớ không phải của một vùng miền riêng lẻ nào. Nhà báo Đỗ Quý Toàn đã được phân công đọc diễn văn khai mạc nhưng có việc khẩn phải đi Canada nên tôi được cử thay thế ông.

Chúng tôi nghĩ rằng lịch sử của một dân tộc, một giai đoạn thăng trầm nào đó của đất nước hay của một danh nhân không thể được viết ra theo ý đồ hay chủ trương của người cầm quyền mà phải là sự thật truyền lưu bằng tâm cảm chân thành của dân chúng và được ghi lại chân xác bởi những sử gia chân chính. Chúng tôi tin rằng một triều đại, một chế độ chánh trị chỉ là một diễn biến đoản kỳ trong hành trình dài của lịch sử, dân tộc và đất nước – Ý nghĩ muôn năm trường trị của một chế độ chánh trị chỉ là ảo tưởng của những nhân vật trong tiểu thuyết kiếm hiệp của Kim Dung.

Không phải vì nghi án Thị Lộ với án lệnh tru di tam tộc mà Nguyễn Trãi không được lịch sử ghi công là vị anh hùng cứu nước, là vị quân sư góp trí tuệ và tài năng vào việc đánh đuổi quân Minh ra khỏi bờ cõi Đại Việt vào năm Mậu Thân 1428, giành lại độc lập cho nước nhà.

Cũng không phải vì bị vua Gia Long ra lệnh đào mồ để làm nhục mà vua Quang Trung Nguyễn Huệ không được sử sách ca ngợi, vinh danh như một anh hùng dân tộc, một nhà quân sự thiên tài với chiến thắng thần tốc mùa Tết năm Kỷ Dậu 1789, đánh 20 vạn quân Thanh chạy lui về Bắc.

Petrus Trương Vĩnh Ký không cần ai phải biện hộ cho mình. Với nhân cách của một nhà bác ngữ học lỗi lạc trong thời đại của ông, sinh ra và lớn lên trong một giai đoạn nhiễu nhương Việt Nam lọt vào vòng đô hộ của Pháp, lại là người Việt Nam duy nhất thời kỳ đó thủ đắc hai nền văn hóa Đông, Tây, chắc chắn ông biết phải làm gì, làm thế nào để hoàn thành sứ mạng và vai trò của một người trí thức trong cõi nhân sinh.

Tổ chức ***Triển Lãm và Hội Thảo Tưởng Niệm Petrus Trương Vĩnh Ký*** hôm nay, chúng tôi ước mong được những học giả, những nhà nghiên cứu, những thức giả trình bày sự thực với bằng chứng hiển nhiên tìm được từ Petrus Ký, để quảng đại quần chúng tự nhận định, phán đoán về nhân vật lịch sử nầy.

Một lần nữa chúng tôi xin cảm tạ tất cả mọi người đã đến đây đông chật hội trường Nhật Báo Người Việt hôm nay.

Trong thời gian chuẩn bị chúng tôi đã nhận được sự hỗ trợ của nhiều người, nhiều giới trong cộng đồng Việt Nam ở Hải Ngoại, có vị âm thầm yểm trợ phương tiện, chúng tôi xin thâm tạ.

Đặc biệt trong quá trình sưu tầm tài liệu để triển lãm, Ban Tổ Chức xin ca ngợi và cảm ơn các vị: Giáo sư Phạm Lệ Hương thuộc Viện Việt Học, nhà thơ Thành Tôn và bạn trẻ Nguyễn Vũ đã để ra rất nhiều thì giờ và công sức sưu tập các số *Gia Định Báo, Thông Loại Khóa Trình* và rất nhiều ấn bản đầu tiên sách của Petrus Ký để in lại, dành riêng cho cuộc Triển Lãm hôm nay.

Xin một lần nữa trân trọng kính chào - Cám ơn Liệt Quý Vị và xin tuyên bố khai mạc cuộc ***Triển Lãm và Hội Thảo Tưởng Niệm Petrus Trương Vĩnh Ký*** hôm nay.

Trương Vĩnh Ký (1837-1898): Con Người Đặc Biệt Của Thời Người Pháp Mới Tiến Chiếm Việt Nam

Nguyễn Văn Sâm

Có bạn nào từng viếng ngôi nhà có dựng cái bia lưu niệm nơi sinh của Trương Vĩnh Ký tiên sinh ở Cái Mơn không?

Pétrus Trương Vĩnh Ký

Gần 20 năm trước tôi đã đến đó. Bia viết một phần bằng chữ La tinh, một phần bằng chữ Hán được dựng nhân dịp kỷ niệm 100 sinh của một bậc hiền triết Miền Nam mà vua Đồng Khánh gọi một cách rất kính trọng là *Nam Trung Ẩn Sĩ Trương Sĩ Tải Tiên Sinh.*

Vậy nhờ đâu ông được nhà vua kính trọng, tại sao ông lại được hai chánh quyền Việt Nam và Pháp cộng tác với nhau trong việc thực hiện vụ dựng bia và dựng tượng dầu đã khuất núi gần bốn mươi năm trước?

Mồ côi cha từ khi 5 tuổi. Ông được mẹ cố gắng nuôi cho học chữ Nho với một thầy chữ Nho trong vùng, tới năm 9 tuổi thì ông đã thông thuộc nhiều sách Nho. Một người nhớ tới ơn xưa của cha ông phát tâm giúp đỡ và xin cho ông vào đạo. Ông được giới thiệu và giúp việc giảng đạo với cha Long, một linh mục người Pháp (Charles Emile Bouillevaux, 1823-1913) đang giảng đạo chui trong vùng. Sự đời đưa đẩy ông gặp Cố Hòa, cũng là một linh mục người Pháp (Borelle). Năm 12 tuổi ông được LM Hòa giúp cho đi học trường đạo *Pin ha lu* ở Cao Miên, cũng là để trốn tránh việc bắt đạo lúc nầy đang ráo riết. Sau đó vì học giỏi ông được cho đi Penang (Mã Lai) học tiếp về triết lý Thiên Chúa giáo. Tại đây ông học và tự học

Monsieur Petruski and his pupils. (The Royal Commonwealth Society, London.)
'The photograph represents him [M. Petruski] surrounded by a group of his French and Annamese pupils, instructing them in the varied intonations of monosyllabic words, which forms one of the most difficult features in the spoken language of the Annamese. For their further guidance, he has published an Annamite Grammar' [*The China Magazine*, 1868]. [Also refer pp. 177–8, *The Straits of Malacca*....]

Trương Vĩnh Ký trong một lớp dạy về ngôn ngữ cho một số người Pháp và người Việt

để thông thạo nói cũng như viết được 21 ngôn ngữ Á Châu và Âu Châu.

Năm 1863, lúc mới 26 tuổi, ông được sung vào làm thông ngôn cho phái đoàn Phan Thanh Giản trong chuyến đi sứ sang Pháp để điều đình chuộc lại ba tỉnh Miền Tây. Trong dịp nầy ông giao thiệp và kết bạn với nhiều nhà khoa học và nhà văn lúc bấy giờ như: Emile Littré, Victor Duruy, Ernest Renan, Victor Hugo, Paul Bert…

Về sau lúc Paul Bert qua làm Toàn Quyền Đông Dương có cử ông ra dạy vua Đồng Khánh về tiếng Pháp, cũng là cái gạch nối để triều đình Huế và người Pháp hiểu nhau. Trong thời gian nầy ông có đề nghị vua Đồng Khánh nhiều điều cải cách, những điều mà ông biết và thấy tận mắt khi ở nước ngoài. Tuy nhiên với hoàn cảnh đặc biệt của nước nhà trong thời thuộc địa và với một đoàn quan lại cổ hủ, hà lạm những đề nghị nầy không được coi trọng mà lại còn bị dị nghị.

Khi Paul Bert mất, ông Petrus Ký thấy rằng đã đến lúc mình phải từ giã triều đình Huế, không nên dính dáng đến hậu trường chánh trị nữa, lui về Nam. Vua Đồng Khánh lưu ông không được mới ban tặng tám món quà để tỏ lòng tôn trọng… Thời gian ông làm việc với vua Đồng Khánh là thời gian mà người đời dị nghị nhiều nhứt vì nghi ngờ ông là người thân tín của Pháp do Paul Bert gởi vô triều đình để dòm ngó Nam triều.

Từ khi về Nam, ông thuần túy giữ vai trò của *một nhà văn, nhà giáo, nhà văn hóa, nhà báo* trong chức vụ giáo sư, người điều hành trường thông ngôn, người sáng lập tờ *Gia Định báo*, người chủ trương tờ *Thông Loại Khóa Trình* (sau đổi lại là *Sự Loại Thông Khảo*). Ông sống một cuộc đời cặm cụi viết và in sách trong hoàn cảnh khó khăn về tài chánh cho đến khi mất 1898, thọ 61 tuổi, để lại một số tác phẩm mà có người kể không thôi những cái tựa đề cũng phải mất 30 trang…

Trong vài lời phát biểu ngắn ở Cái Mơn hôm đặt bia kỷ niệm 100 năm sinh của ông, ông Pierre André Michel Pagès, Thống Đốc Nam Kỳ có nói: *Lúc sanh tiền ông Petrus Ký chẳng được người ta hiểu mình, nhưng chẳng qua chỉ là số phận chung của những người lỗi lạc. Mãi đến ngày hôm nay (6 Dec, 1937) đen trắng mới rõ ràng…*

Một người mà khi chết đã lâu còn được số đông dân chúng và chánh quyền trọng kính ắt có công nghiệp và đạo đức tốt lành. Sách viết về ông rất nhiều, cuốn bằng tiếng Việt đầu tiên là của Đặng Thúc Liêng, một nhà văn viết bằng chữ quốc ngữ cuối thế kỷ 19 đầu thế kỷ 20: *Trương Vĩnh Ký Hành Trạng*. Sách bằng tiếng Pháp có cuốn của Jean Bouchot, coi ông như một nhà bác học, một bậc ái quốc của Miền Nam (*Petrus J.-B. Trương Vĩnh Ký (1837-1898): Un savant et un patriot Cochinchinois,* 1927).

Học giả Nguyễn Văn Tố trong một bài tiểu sử Trương Vĩnh Ký dài viết bằng chữ Pháp có nhiều chi tiết đáng quí và những nhận định chính xác: **Petrus Ký (1837-1898)** (chữ Petrus không có dấu và chữ Ký có dấu đàng hoàng) khi kết luận cho rằng Cuộc đời của Petrus Ký tóm lại bằng ba chữ: *Khoa học* (science), *lương tâm* (conscience) và *khiêm cung* (modestie). Tôi cho

(Người viết, NVS, cầm nón, trước bia ghi năm sinh của Petrus Ký, tại Cái Mơn, năm 1998.)

Nơi an nghỉ của Trương Vĩnh Ký tại Sài Gòn

rằng *người khoa học*, *người có lương tâm* đều dễ kiếm dễ thấy, người *khiêm cung* cũng dễ gặp ở đời, nhưng một người **gồm đủ ba đức tánh này** không dễ gì tìm, nhứt là khi người đó được người đương thời trọng vọng, chỉ cần gật đầu một cái thì giàu sang, quyền thế.

Về các công trình của Petrus Ký, ta có thể xác quyết bằng một nhận định tổng quát rằng **tất cả đều có giá trị văn hóa, giáo dục**, góp phần vào sự thúc đẩy việc đi lên của dân tộc Việt, khiến người đồng thời cũng như người hậu bối của ông biết được giá trị của chữ quốc ngữ, giá trị của những sáng tác bằng chữ Nôm trước đó, cũng như ảnh hưởng của báo chí.

Việc viết lách của Petrus Ký không phải là tầm chương trích cú hay theo đường lối xưa mà là công việc của người biết ứng dụng sự phân tích và tổng hợp để nhận định sự kiện. Ông Renan từ năm 1880, đã đánh giá công-trình sử-học của Trương Vĩnh Ký:

"Trương Vĩnh Ký trình bày cho chúng ta biết một cách tường tận những ý tưởng của người Việt Nam về lịch sử của họ. Người ta phải ngạc nhiên khi thấy trong cuốn sách Giáo trình Lịch sử Annam của ông một tinh thần sáng suốt và một sự vô tư khách quan ít thấy ở những công trình có tính cách Á Đông. Nhiều nước ở Châu Âu không có được cho trường học của họ một cuốn sách lược khảo có giá trị như cuốn sách của Trương Vĩnh Ký." (trích từ cuốn *Trương Vĩnh Ký: Tinh Hoa Nước Việt,* của Nguyễn Vy Khanh, tr. 218).

Cuối bài tiểu sử ngắn nầy chúng tôi xin hiến quí vị câu chuyện về sự khiêm tốn và nhẫn nhịn của ông, do một người học trò là Jacques Lê Văn Đức kể lại nhân buổi lễ 100 năm ngày sinh của ông ở Chợ Quán trước rất nhiều quan quyền Pháp và Việt. Chuyện nầy có ghi lại trong bản in ngày Thứ Tư 6 Décembre 1937 trên báo *Công Luận* do ký giả Công Minh viết. (Ông lỡ đạp đồng xu của đứa trẻ đánh đáo tường và bị nó chưởi, ông bỏ đi vẫn bị nó chưởi theo. Ông Đức tức giận vì thầy mình bị xúc phạm đã bạt tai đứa nhỏ và bị thầy rầy: *"Đi theo thầy phải học theo cách xử sự của thầy ngoài sự học văn chương. Mình đạp đồng xu nó thì phải chịu trách nhiệm. Nó chưởi mình thì cũng được thôi."* Cũng nên nói thêm là ông Jacques Lê Văn Đức nói thầy mình ăn mặc sơ sài quốc phục nên ra đường bị đứa trẻ kia tưởng là người nhà quê ngu dốt nên cà xốc, hỗn hào...)

Cũng nên nhắc lại hai câu liễn ở cổng trường Petrus Ký: *Khổng Mạnh cương thường tu khắc cốt. Âu tây khoa học yếu minh tâm* mà vị Giáo sư Hán văn kỳ cựu của trường đề nghị biểu lộ được tinh thần của ông Trương Vĩnh Ký. ***Tu khắc cốt*** là phải ghi nhớ trong xương, ***yếu minh tâm*** là nên khắc ghi vào dạ. Chúng ta đã tâm niệm mình nên đứng trên hai cột trụ quan trọng ***Khổng Mạnh cương thường*** và ***Âu Tây khoa học*** chưa? Hay chỉ là sống lềnh bềnh suốt đời cho có mặt?

Nguyễn Văn Sâm

Trương Vĩnh Ký, Người Yêu Nước

Nguyễn Văn Sâm

Giáo sư Nguyễn Văn Sâm

Xin kể hai chuyện văn chương sau đây như phần dẫn truyện cho buổi diễn thuyết.

1. Một truyện trong cuốn sách Truyện Khôi Hài 1882 của Trương Vĩnh Ký:

Lão kia hay chữ mà cà xốc, thấy con kia đề đạm nhủm nha có duyên có sắc thì hát chọc rằng:

Thấy em cũng muốn làm quen / Lại sợ em có chữ thiên trồi đầu.

Con kia đáp lại:

Anh ơi chớ nói thêm rầu, chữ thiên trồi đầu lại có phết vai.

Ông TRƯƠNG VĨNH KÝ bàn rằng: Chữ ***thiên*** 天 trồi đầu là chữ ***phu*** 夫 (chồng), còn chữ thiên trồi đầu lại lại có phết vai là chữ ***thất*** 失, nghĩa là mất, tức là muốn nói có chồng nhưng **chồng** đã **chết**.

Tôi, NVS bàn rằng: Chữ *thất* đó lấy âm mà thôi đi với chữ *phu* của lão kia thành *thất phu* 匹夫, ý nghĩa của cả câu là **xỏ ngọt** ông nọ, cho rằng ông kia là người thất phu, vô hạnh.

Thế mới **tạo** được **tiếng cười** trong câu chuyện.

2. Một kiểng hai quê, câu chuyện của người bình dân.

Một ông thầy thuốc kia hai vợ, người ta có

con bịnh ở nhà, đến tiệm thuốc của bà lớn thì ông đương ăn cơm với vợ. Hai giờ đồng hồ sau con bịnh trở nặng, họ phải chạy sang tiệm của bà nhỏ thì cũng thấy ông ngồi cố nuốt cơm mà coi bộ bí xị vì đã no mà phải cố chèn. Ông nói:

Tôi thiệt khổ sở vì chuyện một *kiểng hai quê* chạy qua chạy lại cũng mệt.

Bà vợ hí háy:

Chớ không phải ông ham hai huê, huê nào cũng muốn nhổ, nhổ cả cụm bông hoa của vườn mới vừa ý.

Kể hai chuyện nầy làm nhập đề tôi muốn nhắc rằng một bản văn hay một câu chuyện người ta có thể hiểu theo nhiều lối khác nhau tùy theo lối suy nghĩ của mình. Chuyện hiểu theo nhiều lối có thể làm cho bài văn mất bớt ý nghĩa, nhưng cũng có khi **làm sáng tỏ vấn đề** hơn.

Cũng vậy, những bài văn mà ông Trương Vĩnh Ký phiên âm từ bản Nôm – mà ông gọi là chép ra chữ quốc ngữ – nhiều khi ông nhấn mạnh *không biết là ai cho chắc*, tôi (NVS), thấy có điều gì đó ông **giấu mép** cái lòng yêu nước, chống Tây mà ông mang mển trong lòng. Có thể quí bạn không được thuyết phục vì chẳng thấy rõ ràng chuyện Trương Vĩnh Ký **xác nhận bằng văn bản** rằng mình yêu nước, rằng mình chống Tây. Trong một xã hội kềm kẹp thì sự phát biểu rõ ràng trên giấy trắng mực đen ai cũng biết rằng là một sự việc khó thể có. Liên tưởng đến tình trạng người dân VN ở trong nước hiện nay thì hiểu rõ tại sao chúng ta không tìm được giấy tờ gì xác nhận lòng yêu nước của ông Trương Vĩnh Ký, nếu có thì rất xa gần thôi, không thể rõ ràng và chúng ta phải trải qua nhiều suy luận mà chưa chắc đã thuyết phục được số đông.

Trong chiều hướng đó, tôi đi tìm lòng yêu nước của ông Trương vĩnh Ký qua những gì gọi là gián tiếp. Gián tiếp nhưng phần nào thể hiện.

1. Những bài phiên âm hay những bài ông cho đăng trên báo mình chứa đựng những từ ngữ, tư tưởng có thể coi là chống đối người Pháp.

A. *Bài Hịch Con Quạ,* tác giả nói về những cái xấu của con quạ, như mổ lưng trâu ghẻ, ăn thịt rắn lột da, phá trái hoa cây lá, cắn lôi chim cu con mới ra ràng, bắt xớt gà con xa mẹ. Hành vi của loài quạ, vạc đồng cũng sợ, còng cọc cũng e… Đó là nói về thú vật thiên nhiên, ngay đến sinh

排檄昆鴉

BÀI HỊCH CON QUẠ.

PROSCRIPTION DES CORBEAUX

P. J. B. TRƯƠNG-VĨNH-KÝ.

CHÉP RA CHỮ QUỐC-NGỮ

DẪN-GIẢI CẮT-NGHĨA

士載
張
永
記
註解

SAIGON

BAN-IN NHÀ-HÀNG C. GUILLAND ET MARTINON

1883

hoạt của con người, loài quạ cũng không tha: Lục nồi cơm trã cá của dân quê, cướp đồ ăn con nít đương cầm, bắt cá của người nôm đôm, mổ ghè tương của sãi, giọc nước phơi nắng cho ấm để dành cho con trẻ tắm…

Sau khi kể xấu con quạ rồi thì bài văn đi đến ước mong thiệt là tha thiết và hùng dũng:

Phải chi:
Ấn ***dầu***[1] *ban, gươm dầu phú, chém đầu ngươi răn thói gian tà.*
Cung dầu ***nấy****, tên dầu trao*[2]*, bắn quách gã, buông oai giáo hóa*

Những câu nầy như lời ước ao có được Chiếu Cần Vương hay lịnh vua ban cho mình làm chuyện giết quạ giúp dân.

Ước ao như vậy để chi?
Như vậy thì:
Dân đen nhuần nhã, nơi nơi con đỏ thảnh thơi.
Tánh quỉ biết chừa, tượng bởi[3] *bút thần linh tả.*

Giết được quạ rồi thì dân chúng sống đời thanh bình, khỏi bị bách hại, được thảnh thơi. Và những con quạ khác thấy hình ảnh đó mà chừa, không còn theo thói.

Sao chỉ là chuyện con quạ thôi mà tác giả dùng lời quan trọng: *ấn ban, gươm phú, tên nấy, cung trao* như là tướng nhận lịnh trực tiếp từ tay nhà vua? Quạ, một con vật nhỏ bé, lớn bằng con gà là cùng, phá phách cũng chẳng nhiều nhỏi gì, phải chi một đàn diều, một lũ kên kên thì nghe còn có lý.

Có thể ai đó giải thích trường hợp nầy là *sự nói quá*, là *cách viết phóng đại* của văn chương.

Tôi không thấy sự giải thích như vậy là thỏa đáng.

Tôi nghĩ đến bài ***Hịch Đánh Trịnh*** trước đó, bài *Hịch Con Chuột* mà Trương Vĩnh Ký cũng có nhắc tới, những tác giả thiệt sự của hai bài hịch trên khi phóng bút ra chắc chắn là đã có dụng ý bởi vì người ta làm hịch để kêu gọi gọi dân chúng đi theo để làm điều gì đó, thông thường là một cuộc nổi dậy, một đại binh biến.

Tôi đi tìm nơi nào đó có bản văn chữ Nôm, bản khắc hay bản viết tay. Tôi đi tìm một lời nhắc đến bài *Hịch Con Quạ* của ai đó sống xấp xỉ thời của Trương Vĩnh Ký. Tất cả đều là một sự đi tìm vô vọng, chỉ là một im lặng trường kỳ. Nghĩa là không ai thấy/biết **bản Nôm** *Hịch Con Quạ*, ngoài chuyện Trương Vĩnh Ký cho biết gián tiếp bằng mấy chữ '*chép ra quốc ngữ*' và '*bài văn người-ta, không biết là ai cho chắc, làm ra mượn để mà răn ta…*'

Và tôi đi đến giả thuyết gồm hai phần:

- Bài ***Hịch Con Quạ*** là do Trương Vĩnh Ký viết ra, ông ẩn danh vì sự an nguy của mình.
- Con quạ là Tây thực dân lúc đó mà tác giả buộc lòng phải nói gần xa bóng gió.

Giả thuyết đặt ra công luận tùy nghi phẩm luận. Xin cám ơn trước.

B. Bài ***Phú con Muỗi*** cũng vậy, rất giống ở mặt xa gần chống Pháp như bài ***Hịch Con quạ***.

C. Bài Thơ ***Năm Canh Điểm Mục*** (*Thông Loại Khóa Trình* số 4, 1889):

Bài thơ quan trọng nầy cũng không do Trương Vĩnh Ký viết, nhưng ông đã cho đăng lên trên tờ báo do ông chủ trương. Vậy thì cũng như ông viết mà thôi về mặt quan điểm. Bài

1. *Dầu*: Nếu mà. *Nấy*: Đưa cho.
2. *Ban, phú, nấy, trao*: Các chữ nầy đều có nghĩa là đưa cho, trao cho. Các chữ nầy mang nghĩa trang trọng hơn từ *đưa*.
3. *Tượng bởi*: Vì bởi.

thơ nói sự khổ của dân chúng phải lo việc canh phòng, đêm không được ngủ nhà. Đặc biệt tác giả nói thẳng thừng huych tẹt ra bằng mấy chữ nặng nề, **giặc Lang Sa**. Từ ngày họ đến nước nầy mới có chuyện cuộc sống người dân đảo điên. Sự chống Tây, hay nói khác hơn, là tình tự yêu nước Việt thấy rõ ràng trong bài Thơ ***Năm Canh Điểm Mục*** nầy. Xin trích đoạn quan trọng:

Ngồi buồn lấy bút cùng nghiên,
Đọc thơ nằm dõ người hiền xem qua.
Kể từ có giặc Lang Sa,
Muôn dân thiên hạ nhà nhà đảo điên.
Dân tình ai nấy ưu phiền,
Sưu cao thuế nặng quan truyền vô đây.
Ngày thì hối lộ đông tây[4]*,*
Tối thì ra dõ roi dây hẳn hòi[5]*.*
Vợ ơi: Nhà cửa mầy coi,
Đặng tao ra dõ làng đòi làm chi.
Vai mang chiếu gối ra đi,
Người trong thủy thổ luận gì lao đao.
Xảy nghe có lịnh thầy rao,
Canh thì nghiêm nhặt kẻo tao đánh đòn,
Canh thì phải giữ vuông tròn,
Thằng nào ngủ gục thì đòn trên lưng,
Canh ba thì phải đi tuần,
Đường quanh nẻo tắt canh chừng cho manh
….
Quản bao hai chữ cứng mềm,
chừng nào tới chết mới êm thân nầy,
thôi thôi còn sống lại đây,
Ắt là ta dõ ngày rày bá niên.

4. Nói chuyện các viên chức Pháp hay làm việc cho Pháp ăn hối lộ.
5. Thường đối xử tàn tệ đối với người dân, như đánh, trói, bỏ tù... khi có dịp.

D. Bài *Tự thuật phú*… Trong cuốn ***Cours de langue française*, bản in thạch bản từ chữ viết tay của tác giả, Saigon, 1874, Collège Stagiaires**[6] ông nói rõ ràng, ông, hay ít nhứt ông đồng tình với tác giả rằng mình, chỉ biết chúa/vua mà thôi vì mình là con dân mình nhờ ơn vua để sống, còn theo người Pháp thì chẳng tiền bạc gì.

Sanh đất Việt Nam; Nhờ ơn Nguyễn Chúa.
Dòng Quan Tây vốn chẳng nhiều tiền;
Nhà Đình Úy vốn còn cao ngõ.
Sang hèn bởi phận, Biếng xem văn Hàn Dũ tống cùng. Giàu khó ở trời, Lo đọc sách Đào Châu trí phú.

6. Sưu tập của Nguyễn Văn Sâm.

E. Thơ ngụ ý xa xôi: Có thể thấy trong bài *Thơ Nước Lụt (*TLKT số 3 năm 2)

Ý tứ như là trách móc người không xứng đáng ở vào vị thế cao trọng, và dân chúng nghèo khó ở vào những chỗ khó khăn nguy hiểm.

Mây từ trận, gió từ hồi,
thế giái bao nhiêu nước khỏa rồi,
Lũ kiến bất tài đòi chỗ tấp,
gốc rêu vô dụng một bè trôi.
Lao xao cụm rợp nghe chim dắng,
Lẩm xổm giường cao thấy chó ngồi.
Nỡ để dân đen trên vạc yếu,
chớ nào Hạ Võ ở đâu ai.

Trách ai? Vua quan của triều đình bù nhìn Việt Nam vì bị khóa tay bóp miệng chăng? Người Pháp đương làm chủ đất nước đau khổ nầy chăng? Người viết bài *Thơ Nước Lụt* nầy mong mỏi ai xuất hiện để cứu dân? Những người quyết tâm chống Pháp như Phan Đình Phùng, như Thủ Khoa Huân, Nguyễn Trung Trực, Nguyễn Duy Dương…? Không ai biết! Không ai có chứng cớ bằng tư liệu viết. Chúng ta ở trong trạng thái **muốn tin** nhưng cũng ngài ngại **những điều mình muốn tin chưa chắc là đúng**. Một ẩn dụ, đồng thời là một ẩn số.

2. Sáng tác những gì có ích lợi cho người dân trong cách sống:

a. ***Sách Phong Hóa Điều Hành***. Sách nầy dạy những điều tốt đẹp cho người dân như cách ăn ở đối xử với nhau lấy các thí thụ trong lịch sử của người Tây phương.

b. ***Cờ Bạc Nha Phiến***. Sách nầy khuyên người ta không dính dáng tới những trò chơi có hại như cờ bạc, hút sách (á phiện). Để ý thời của Trương Vĩnh Ký người Pháp không cấm cờ bạc và còn coi việc sản xuất rượu và tiêu thụ nha phiến là phương tiện tăng ngân quỹ mà không chú ý gì đến mặt tiêu cực do tác dụng của những thứ độc hại nầy đối với đời sống và sức khỏe của dân chúng Việt Nam. Cuốn *Cờ Bạc Nha Phiến* như một phản đối thẳng thừng đối với chủ trương ngu dân của người Tây phương, hay nói khác hơn là phản đối người Pháp.

Nhìn chung, tất cả các bài viết của Trương Vĩnh Ký đều có tính cách dạy điều tốt, điều hay lẽ phải cho người bình dân. Đưa những bài thơ dạy hiếu đễ, tam cương, ngũ thường, dạy đàn bà ăn ở hết lòng với chồng, đàn ông thương vợ, bạn bè đối xử trung nghĩa với nhau... *Đó là công việc của một nhà văn hóa có lòng với xã hội. Nói chung là một người yêu nước thương dân.*

c. Ý nghĩa trong cách viết cuốn ***Cours D'histoire Annamite.***

Theo Nguyễn Vy-Khanh, "*các sử gia biên niên xưa nhằm xu nịnh vua chúa, đã đặt ra những huyền thoại để khẳng định thiên mệnh của nhà vua. Còn dân gian thì trong các chuyện truyền khẩu, đã biết ngược dòng thời gian xa xôi trong cái thời điểm mà lịch sử không còn dấu vết, có chăng chỉ còn dấu tích trong các ngọn nguồn thâm sâu huyền hoặc của thần thoại. Người ta không thể coi thường những chuyện kể ở những thời xa xưa, bởi vì mặc dù chúng có khó hiểu, thậm xưng, hoặc không chặt chẽ nhưng người ta vẫn có thể rút ra, từ sự tưởng tượng và cả những nhận thức sai lầm trong đó, những kiến thức về những cái có thể có thực, hoặc ít ra là một phương hướng một dấu vết khả dĩ dùng được để tìm ra sự thực*".

Trương Vĩnh Ký đã luận công tội các triều đại xưa và vinh danh các anh hùng dân tộc. Ngòi bút trở nên đanh thép khi viết về Hai Bà Trưng: "*Suốt 149 năm (111 trước CN đến 38 CN) nước An Nam đã phải chịu đựng cái ách của các viên quan cai trị Trung quốc. Nhưng cuộc đô hộ rồi cũng phải bị tiêu diệt, như tất cả những gì bắt nguồn từ những quá độ của bạo lực: ách đô hộ đã bị bẻ gãy bởi bàn tay của một người phụ nữ*". Hay khi xét mặt trái chuyện Sĩ Vương: "*Sĩ Vương đã du nhập sang ta nền văn học Trung quốc, cũng như đạo lý Khổng Tử, ép buộc nhân dân An-nam phải tiếp nhận làm của mình, và cấm dùng thứ chữ viết phiên âm đặc biệt riêng của người An-nam. Vì biện pháp nghiệt ngã ấy mà người An-nam đã hoàn toàn mất đi thứ chữ viết riêng của mình.*"

Hoặc phê phán nhà Nguyễn: "*Gia Long có công thống nhất đất nước nhưng ông làm vua một đất nước đã tan hoang. Đất nước này có tiềm năng giàu có vì tài nguyên phong phú nếu có một chính quyền sáng suốt biết lo cho dân. Nhưng đáng tiếc là các vua nhà Nguyễn mù quáng, cố chấp nên đã làm mất Nam-kỳ (Basse-Cochinchine), còn nền hành chánh lủng củng của họ đã làm mất lòng dân Đàng Ngoài (Tonkin), còn Đàng Trong (Cochinchine) thì tai biến, khủng bố và các quan chức thì tham nhũng, tàn ác ai cũng đều đã biết. Nếu ở Huế người ta mong đợi nước Nam (Annam) có được sinh hoạt chính-trị hữu ích của một dân-tộc, và nếu triều đình Huế muốn kéo dài, thì họ phải tìm cho ra con đường và theo đuổi nó đến cùng.*

Phần chúng tôi, những người viết sử trung thực và có ý thức, chúng tôi vẫn luôn tôn trọng quá-khứ, biết xưng tụng và công bằng; chúng tôi chẳng thể quên rằng người Việt dân của Pháp (ý chỉ Nam-kỳ), hoặc người Việt ở Đàng Trong hay Đàng Ngoài, chúng tôi đều có chung nguồn-gốc. Dù bị chia cách bởi những phần số chính-trị, chúng tôi đều cùng chống lại nền hành chánh sai lạc ấy, thứ chính-trị phản động, khiến người dân thành súc vật cho vua; thứ guồng máy bóc lột vụng về và hại người cả một dân-tộc, của đám quan chức tham lam và đầy tham vọng..."

Xét chuyện xưa đưa đến phê phán nặng nề chuyện nay: "*Dù người An-nam là công dân của nước Pháp hay của Bắc, Trung kỳ đều có chung một nguồn gốc. Dù bị ngăn chia (với phần còn lại nước Việt) vì vận mạng chính trị, chúng tôi vẫn phải phản đối mạnh mẽ cái chế độ cai trị lầm lạc đã biến dân chúng thành bầy thú của vua, và là một sự bóc lột trầm trọng, có tội với xứ sở*". Ông liền ghi-chú xin lỗi:"*Nhưng xin người đọc đừng giận tôi vì trong tôi tràn ngập một nỗi buồn cay đắng khi thấy đất nước phải ra nông nỗi này, chuyện đáng ra không đáng phải xảy ra*". Đây là lần hiếm hoi ông lộ rõ bất bình đối với vua quan Tống-nho nhà Nguyễn.

Dù là người đạo Thiên-Chúa, ông đã nhận xét sắc bén trong mục ***"Đạo Thiên Chúa dưới thời Lê Hiển Tông":***

"Giáo hội mới hình thành ở Đàng Ngoài cũng như Đàng Trong đã gặp nhiều cấm cản thời Lê Hiển Tông. Trịnh Đinh cấm tôn giáo làm mất đoàn-kết đất nước chứ không phải do lòng căm thù một tôn giáo nào, nhưng vì muốn duy trì sự hợp-nhất tôn-giáo, hợp nhất chính-trị khiến cho các chính quyền trở nên nghiêm khắc về tôn giáo. Mục đích của vua An-Nam cũng không khác mục đích của biết bao vua chúa các nước văn minh khác đã cố gắng theo đuổi sự thống nhất tôn giáo trong vương quốc mình, và chắc chắn rằng Charles IX, Louis XIV của nước Pháp, hai vị này cũng đã làm nhiều điều xấu để duy trì thống nhất tôn giáo hơn là tất cả các vua An-Nam cộng lại. Vả lại, ngoại trừ một số trường hợp ngoại lệ, việc cấm đạo ở An-Nam không bao giờ đưa tới những vụ thiêu sống như từng thấy rải rác trong lịch sử các dân tộc khác."

Khi viết về việc cấm đạo mà ông và gia đình ông đã là nạn nhân, ông vẫn tỏ ra công bằng lịch-sử: "*Lòng căm ghét của vua Minh-Mạng với người Âu-châu, các giáo-sĩ và Kitô hữu không phải đã có từ trước. Tất cả chỉ bắt đầu sau cuộc nổi-loạn của Lê Văn Khôi khi đã lộ tính cách khả nghi...”*

Nhắc lại là sau cuộc nổi dậy của Lê Văn Khôi bị dẹp tan thì quân chánh quyền bắt được một vài LM người Pháp trong số người theo quân của Khôi ở trong thành.

d. Quyển *Dư Đồ Thuyết Lược* dầu viết về địa lý cũng cho thấy những yếu tố tích cực góp phần cho ta kết luận rằng Trương Vĩnh Ký là người yêu nước.

3. Mở những con đường mới cho văn học:

Viết văn với chữ dùng thiệt bình thường bằng cách sử dụng từ ngữ của người dân hằng ngày. Làm báo cho người Pháp nhưng lèo lái để có những bài viết có ích lợi cho Việt Nam. Làm tự điển Pháp Việt, có thể nói Trương Vĩnh Ký là người dân thường Việt Nam – không phải linh mục, không phải người Pháp mà làm tự điển loại nầy, ông là Người Việt Nam đầu tiên làm tự điển Pháp-Việt, nghĩa là làm một công việc có ích lợi cho việc học hành của dân tộc.

Đặc biệt nhứt là ông mở đầu việc ***viết truyện ngắn*** bằng quốc ngữ – người đầu tiên viết truyện ngắn với hai truyện: *Kiếp Phong Trần* và *Bất Cượng Chớ Cượng Làm Chi*.

Truyện có mô tả hoàn cảnh của nhân vật, có nhân vật đối thoại, và có cảm tưởng của nhân vật. Truyện ở trong hình thức phôi thai điều tưởng tượng để mua vui để kể chuyện bị lu mờ trước ý hướng giảng dạy luân lý, nhân nghĩa của người thế kỷ 19.

Những việc viết lách của Trương Vĩnh Ký ta đừng **nhìn ở mặt công lao** mà **nhìn theo mặt động cơ** đã thôi thúc ông làm những điều nầy. Ta hãy nhìn cái tấm lòng chơn thật của ông với công việc, nhứt là điều gì khiến ông tìm tòi những con đường độc đáo đó để thực hiện mục tiêu của mình, để tiêu pha cuộc đời mình. Đó là con đường phải đi của **một trí nhân** sống trong thời đại đặc biệt, cố tìm ra những yếu tố gì để giúp nước: ***Con đường phổ biến văn hóa mới.***

4. Hành động ngoài đời:

Không mặc Âu phục, không vô quốc tịch Pháp để được hưởng những ưu đãi đến nỗi nhà nghèo, không đủ tiền tiếp tục in tạp chí *Thông Loại Khóa Trình* cho đến nỗi phải đóng cửa tờ báo và… khi chết thì chôn trong miếng đất của bà suôi hiến cho.

Kết luận về Trương Vĩnh Ký:

Nói Trương Vĩnh Ký phản quốc đầu Tây, người theo phái nầy là dựa theo sự bắt buộc chánh trị giai đoạn đương thời của nhóm họ.

Nói Trương Vĩnh Ký yêu nước: là suy luận gián tiếp theo những điều đã trình bày ở trên.

Cả hai phe đều dựa trên những bằng chứng **bên ngoài**, không ai thấy được rõ ràng một văn bản nào chứng tỏ luận cứ mình là đúng.

Đọc Trương Vĩnh Ký ta phải thấy cái tâm sự của ông, ông nói ít, nhưng ta phải hiểu nhiều. Chẳng hạn mấy câu sau đây trong bài tựa sách *Trung Dung* mà ông đã dịch và cắt nghĩa:

Làm gương cho kẻ hậu tri,
Làm người không học có chi quí mình.
Việc chi ta cũng làm thinh,
Chỉ điều văn học gia tình phương Nam.
Bấy nay ý nghĩ tay làm,
Cang thường nhân nghĩa là đàng thủy chung,
Muốn ai đồng chí cũng cùng,
Nên theo quốc ngữ dùng chung mọi người[7].

(Trung Dong, trang 3).

---

7. *Trung Dong*, bản dịch của Trương Vĩnh Ký, trang 3.

Xin đọc lại từ từ đoạn văn nho nhỏ nầy:

1. *Việc chi ta cũng làm thinh.* Tại sao? Những tiếng chê khen, những lời bắt khoan bắt nhặt làm ông bực mình, gợn một chút buồn trong lòng nhưng rồi sẽ qua vì ông còn biết bao nhiêu chuyện phải làm.

2. *Chỉ điều văn học gia tình phương Nam.* Làm thinh để lo cho văn học, cái văn học nói thêm được cái tình cảm của người Việt ở phương Nam (chơn chất, không lễ mễ cầu kỳ), làm cho người Nam gần gũi với nhau.

3. *Cang thường nhân nghĩa là đàng thủy chung.* Trong việc viết lách đó luôn luôn đưa ra con đường của người ăn ở phải đạo, theo cang thường, tôn trọng và thực hành nhân nghĩa..

4. *Muốn ai đồng chí cũng cùng / Nên theo quốc ngữ dùng chung mọi người.* Ông đã tìm được nhiều người đồng chí hướng, đó là Huỳnh Tịnh Của, Trương Minh Ký, Nguyễn Khắc Huề… và một loạt những người viết văn và làm văn hóa cuối thế kỷ 19 sang đầu thế kỷ 20 ở Miền Nam.

Cổ động cho quốc ngữ là yếu tố đặc biệt và quan trọng nhứt của lòng yêu nước trong giai đoạn phôi thai của chữ Quốc ngữ. Cổ động bằng cách cắm cúi làm những việc gì để phát triển nó và làm cho nó đi sâu vào quần chúng bằng cách viết sao cho người ta dễ hiểu, công bố những bài văn đã được viết bằng một thứ chữ khó đọc và gia công cắt nghĩa với những chú giải tường tận… Trong tiêu chí nầy thì những nhà văn đồng thời với Trương Vĩnh Ký như Huỳnh Tịnh Của, Trương Minh Ký là những người yêu nước, những nhà văn viết quốc ngữ đầu tiên đều có giá trị đó, một giá trị nhân cách tuyệt vời nếu họ không có tì vết tham nhũng, dựa hơi Pháp hay giết hại những người chống Pháp…

Cuối bài nói chuyện, xin kể chuyện ông thầy thuốc trị bịnh theo sách.

> Có người bị bịnh đau bụng lâu ngày đến nhờ thầy thuốc nọ cho toa hốt thuốc. Ông lật sách thấy mấy chữ: *Phúc thống phục đinh hoàng.*
>
> Ông đắc ý cho con bịnh thang thuốc đinh hoàng. Con bịnh chết, người nhà đến bắt đền. Ông ta nói tôi cho thuốc đúng theo sách vở ông bà để lại, không thể sai được. Người bịnh chết là vì tới số không phải tại tôi. Rồi ông mở sách ra chứng minh. Ai dè trang sau tiếp theo là hai chữ *tắc tử* nghĩa là *phải chết*. Ông thầy thuốc vô tình giết con bịnh vì tin tưởng ở sách mà không đọc sách kỹ lưỡng.
>
> Tin sách mà không đọc kỹ thì rất hại.

Tôi hi vọng rằng mình không đọc cẩu thả, không cắt nghĩa cẩu thả theo ý mình để làm hại một sự kiện văn hóa… không đã cố tình biện hộ cho một người bán nước thành người yêu nước.

Xin đa tạ quí vị đã tốn thời giờ cho tôi để có mặt ở đây.

Xin cám ơn ban tổ chức cuộc hội thảo đã cho tôi cái hân hạnh góp phần bằng buổi nói chuyện mặc dầu trong lòng vẫn áy náy vì lập luận trên **những cứ liệu suy đoán hơn là tài liệu giấy** của chính ông Trương Vĩnh Ký. Mong sự góp phần nầy không làm quý vị thất vọng.

Nguyễn Văn Sâm

(Bài nói chuyện ngày Thứ Bảy 8 tháng 12 năm 2018 tại hội trường nhật báo Người Việt, CA, USA)

GIA ĐỊNH BÁO

TRẦN VĂN CHI

Giáo sư Trần Văn Chi

1. Mở

Từ khi Ngô Quyền giành độc lập (939), người Việt mượn chữ Hán (chữ Nho) dùng trong hành chánh, học thuật, nhưng vẫn nói tiếng Việt.

Chữ Nôm được ghi nhận chính thức xuất hiện vào thế kỷ 13 dưới triều Trần Nhân Tông (1278-1293). Đến thế kỷ 17 trở đi, một thứ chữ mới xuất hiện trở nên phổ thông và ngày đó người Việt gọi là chữ Quốc ngữ.

Do hoàn cảnh lịch sử đưa chữ Quốc ngữ vốn là một phương tiện để học tiếng Việt cho người nước ngoài, trở thành phương tiện giao tiếp của các linh mục người Việt và người nước ngoài. (*Chữ quốc ngữ thời Hội thừa sai* – Phạm Thị Kiều Ly, Nghiên cứu sinh Tiến sĩ – Đại học Sorbonne).

Việc các nhà truyền giáo Âu châu đến Việt Nam đã tạo ra bộ mẫu tự La tinh cho tiếng Việt không có gì quá độc đáo, vì đã xảy ra sau Nhật và Trung Hoa khá lâu.

Bấy giờ:

Đại Nam ký Hòa ước Nhâm Tuất ngày 5 tháng 6 năm 1862 tại Sài Gòn giữa đại diện triều Nguyễn là chính sứ Phan Thanh Giản với đại diện của Pháp là thiếu tướng Louis Adolphe Bonard và đại diện của Tây Ban Nha là đại tá Don Carlos Palanca Guttiere.

Người dân sống trên dải đất Nam Kỳ tuy mới thành lập, nhưng họ cũng đã chịu nhiều ảnh hưởng của đạo Phật, Khổng, Lão, lại có cá tánh hào hùng, nghĩa khí, có tinh thần yêu nước, kể cả người bình dân... họ chống lại việc học chữ Quốc ngữ, được ghi lại trong Ca dao:

Anh về học lấy chữ Nhu [Nho],
Chín trăng em đợi, mười thu em chờ.

Phải chăng sự phổ biến chữ Quốc ngữ ban đầu không hề có sự tự nguyện nào, mà phần lớn là sự cưỡng bức (?).

2. Gia Định Báo với Ernest Potteaux (1865-1869)

2.1. Ý tưởng ban đầu Pháp muốn xóa tiếng Việt

Trước khi *Gia Định Báo* (GĐB) ra đời, Pháp *đã* cho ra ba tờ báo bằng tiếng Pháp là *Le Bulletin Officiel de l'Expedition de la Cochinchine* (Nam Kỳ viễn chinh công báo), *Le Bulletin des Communes* (Xã thôn công báo) và *Le Courrier de Saigon* (Sài Gòn thư tín).

Nhưng tiếng Pháp vẫn còn là một cách biệt lớn giữa chính quyền thực dân và dân chúng, vì vậy mà tờ báo tiếng Việt ra đời. Nó vừa là công cụ để chính quyền phổ biến thông tin, vừa là tài liệu để các viên thông ngôn, học trò trong các trường dùng để thực tập chữ Quốc ngữ.

(Tuổi Trẻ Online, Trần Nhật Vy , "Bếp núc" tờ Gia Định báo.)

Vậy ý tưởng ban đầu Pháp muốn xóa toàn bộ tiếng Việt và áp dụng tiếng Pháp cho toàn Đông Dương như Paris đã làm ở châu Phi, nhưng họ đã thất bại sau khi ra báo tiếng Pháp.

2.2. Báo tiếng Pháp, tiếng Hoa thất bại

Trong thời kỳ đầu tiên của chế độ thuộc địa Pháp tại Nam kỳ, một trong những công cụ được sử dụng sớm nhất là báo chí. Đầu năm 1862, khi hòa ước Nhâm Tuất (5.6.1862) công nhận quyền thống trị của Pháp tại Sài Gòn và ba tỉnh miền Đông Nam kỳ chưa ra đời, họ đã phát hành tờ công báo bằng tiếng Pháp đầu tiên có tên *Bulletin officiel de l'expédition de Cochinchine* (Nam Kỳ Viễn Chinh Công Báo: BOEC). Trang đầu của tờ báo nêu rõ: *"Tờ **Nam Kỳ Viễn Chinh Công Báo** đăng những văn kiện chính của ông Tổng tư lệnh sẽ phát hành mỗi tuần một lần; nó bao gồm các nghị định, quyết định và thông cáo có liên quan đến các giới chức dân sự và quân sự và cư dân nước ngoài thuộc lục địa châu Á sống tại Nam kỳ, trong những tỉnh đặt dưới thẩm quyền của nước Pháp.Các quảng cáo và lời rao thương mại được đăng ở một trang riêng kèm theo tờ công báo…."*

Cuối trang, chính quyền thực dân cũng thông báo cả việc phát hành song hành một tờ *Bulletin des Communes* (Tập San Hàng Xã) in bằng chữ Hoa, cũng với những mục đích tương tự.

Tờ báo tồn tại một năm rưởi. Đầu tháng 7.1863, nó được thay thế bằng tờ *Bulletin of ciel de la Cochinchine française* (Công Báo Nam Pháp: BOCF), với nội dung và hình thức hầu như không có gì thay đổi.

Ngày 1.1.1864, Pháp lại cho ra đời tờ *Courier de Saigon* (Tây Cống Nhật Báo). Báo ra nửa tháng một kỳ, nội dung gần gũi với báo chí đời thường hơn, vì ngoài phần công vụ, còn có các mục nghị luận, khảo cứu, quảng cáo…

Cũng trong năm 1864, một cơ quan quan trọng được thành lập có tên là Direction de l'Intérieur (Nha Nội vụ), ngôn ngữ thời đó gọi là Dinh Thượng Thơ hay Dinh Hiệp Lý. Viên chức đứng đầu cơ quan này (Directeur de l"intérieur: Giám Đốc Nội Vụ) thường được người dân thời đó gọi là quan Lại Bộ Thượng Thơ, có quyền hạn bao trùm bộ máy cai trị đương thời. Ngày 7.12.1865, Thống đốc Pierre Paul de La Grandière ký nghị định cho ra đời tờ *Buletin de la Direction de l'Intérieur* (Tập San Nha Nội Vụ - BDI), cũng có chức năng như tờ BOCF, nhưng trong một tầm mức hạn hẹp hơn, chủ yếu đăng những quyết định, thông báo của Giám Đốc Nha Nội vụ nhằm phổ biến cho bộ máy hành chánh trong phạm vi thẩm quyền để thi hành.

Như trên để thấy rằng chỉ trong chưa đầy 5 năm nắm quyền thống trị phân nửa lãnh thổ Nam kỳ, sau khi cho ra đời đủ loại báo bằng cả tiếng Pháp lẫn tiếng Hoa, việc Pháp phát hành một tờ báo bằng chữ quốc ngữ là một biện pháp tất yếu nhằm kiện toàn bộ máy cai trị của họ. Và *Gia Định Báo* đã góp mặt vào sinh hoạt báo chí những năm đầu Pháp thuộc trong bối cảnh như thế. (Tạp chí *Văn Hóa Nghệ An*, Lê Nguyễn, *"Gia Định Báo* – Tờ báo Việt ngữ đầu tiên*"*)

Năm 1865, Trương Vĩnh Ký xin lập một tờ báo quốc ngữ mang tên là *Gia Định Báo*. Lời yêu cầu của ông được chấp thuận và Nghị định cho phép xuất bản được ký ngày 1 tháng 4 năm 1865, nhưng không phải ký cho ông mà lại ký cho một người Pháp tên là Ernest Potteaux, một viên thông ngôn làm việc tại Soái phủ Nam Kỳ.

*Tên gọi **chữ quốc ngữ** lần đầu tiên vào năm 1867 trên Gia Định Báo.*

*Tiền thân của tên gọi này là **chữ Tây quốc ngữ**. Về sau từ Tây bị lược bỏ khỏi tên gọi để chỉ còn là **chữ quốc ngữ**, có nghĩa là văn tự tiếng Việt.*

3. Gia Định Báo với Trương Vĩnh Ký (1869-1872 hay 1873)

Năm 21 tuổi (1858), theo các sách về PK thì ông Trương Vĩnh Ký chưa học xong ở Pinang thì mẹ ông chết, nên ông phải bỏ học về chịu tang mẹ... Lúc Pétrus Ký trở về quê hương Cái Mơn, cũng là lúc thực dân Pháp đem quân sang xâm chiếm Việt Nam (Đà Nẵng bị tấn công ngày 1 tháng 9 năm 1858). Vì thế, việc cấm đạo Công giáo cũng diễn ra gay gắt hơn. (Vũ Ngực Chiêu, sưu tầm. Văn khố Hải quân Pháp, Paris. SUM, Vincennes)

3.1. *"Chữ quốc ngữ phải trở thành chữ viết của nước nhà"*

"Trương Vĩnh Ký luôn chủ trương người Việt phải dùng chữ Việt. Người Việt Nam phải dùng tiếng Việt để nói tiếng Việt; và muốn được sâu sát nữa về phương diện triết học, sử học và di sản văn hóa dân tộc thì phải biết chữ Hán nữa." (Nguyễn Đình Đầu, *Petrus Ký, Nỗi oan thế kỷ*, 2017, bị thu hồi.)

Sau khi Trương Vĩnh Ký (TVK) trở về nước vào năm 1865, Phó Đô Đốc Pierre-Gustave Roze, khi ấy đang tạm quyền Thống đốc Nam Kỳ, đã mời ông ra làm quan. Petrus Ký từ chối và xin lập một tờ báo quốc ngữ mang tên là *Gia Định Báo*. Lời yêu cầu của ông được chấp thuận và Nghị định cho phép xuất bản được ký ngày 1 tháng 4 năm 1865, nhưng không phải ký cho ông mà lại ký cho một người Pháp tên là Ernest Potteaux, một viên thông ngôn làm việc tại Soái phủ Nam Kỳ. Và phải đến ngày

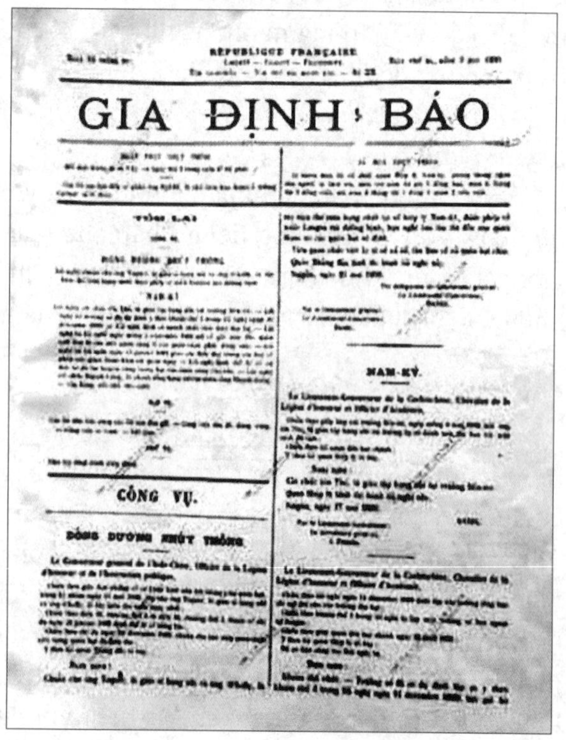
RÉPUBLIQUE FRANÇAISE

GIA ĐỊNH BÁO

NAM-KỲ.

CÔNG VỤ.

16 tháng 9 năm 1869 mới có Nghị định của Phó Đô Đốc Marie Gustave Hector Ohier ký giao Gia Định Báo cho Trương Vĩnh Ký làm "chánh tổng tài" (tiếng Pháp: rédacteur en chef), nay gọi là giám đốc; Huỳnh Tịnh Của làm chủ bút.

Từ khi được bổ nhiệm làm Chánh Tổng Tài tờ Gia Định Báo (16/09/1869), Trương Vĩnh Ký có cơ hội để phát triển dịch thuật và viết văn bằng chữ quốc ngữ. Đây cũng là vị trí và phương tiện giúp ông phổ biến rộng rãi hơn chữ quốc ngữ. Thái độ ủng hộ việc truyền bá học thuật bằng ký tự La tinh này đã được ông thể hiện với Richard Cortembert ngay từ chuyến công du sang Pháp.

Sau này, lợi ích và vai trò của quốc ngữ còn được ông nhấn mạnh trong cuốn *Manuel des écoles primaires* (Giáo trình cho các trường tiểu học, 1876) như sau:

"Chữ quốc ngữ phải trở thành chữ viết của nước nhà. Cần phải nắm vững nó cho điều tốt đẹp và cho sự tiến bộ. Vì thế, chúng ta phải tìm mọi cách để phổ biến chữ viết này."

Vì theo Ông loại chữ viết đơn giản, dễ học này sẽ là phương tiện hiệu quả để tiếp thu những kiến thức mới vì ba lý do:

Thứ nhứt, do nạn mù chữ trong dân, hai là chữ Hán sẽ không còn có ích một khi người Pháp cai trị Nam Kỳ và cuối cùng, chỉ cần ba tháng là có thể biết đọc và viết chữ quốc ngữ. Và, theo ông, đây là công cụ duy nhất để có thể đạt tới trình độ "Học thuật Châu Âu."

3.2. Gia Định Báo dùng loại bỏ văn hóa Trung Hoa

Về phần chính phủ Pháp, họ tận dụng thời cơ phổ biến chữ quốc ngữ để tách rời dân Nam Kỳ khỏi ảnh hưởng của văn hóa Trung Hoa.

Đến khi chữ quốc ngữ trở thành văn tự chính thức tại Nam Kỳ vào năm 1882, ông Trương Vĩnh Ký chuyển ngữ ngay nền văn chương truyền khẩu bình dân, gồm những áng văn vần và chuyện dân gian rất được ưa chuộng, như: *Phép lịch sự Annam* (1881), *Thơ dạy làm dâu* (1882), *Thơ mẹ dạy con* (1882), *Nữ tắc* (1882), *Thạnh suy bỉ thới phú* (1883), *Cờ bạc nha phiến* (1884), *Ngư tiều trường điệu* (1884)…

Trong cuốn *Nhà Văn Hiện Đại*, Vũ Ngọc Phan đã nhận định: *"Hồi đó, ông (Trương Vĩnh Ký) cần phải xuất bản như thế, cốt dùng những chuyện phổ thông làm cái lợi khí cho chữ quốc ngữ được lan rộng trong nhân gian..."*

3.3. Gia Định Báo dạy viết nhựt trình

Ngày 16.9.1869, Thống Đốc Nam Kỳ Pierre Gustave Ohier đã ký quyết định số 189 bổ nhiệm Trương Vĩnh Ký phụ trách biên tập tờ Gia Định Báo.

Toàn văn văn kiện này được tạm dịch như sau:

Quyết định:

Kể từ hôm nay, việc biên tập tờ Gia Định Báo được giao phó cho ông Pétrus Trương Vĩnh Ký, người với tư cách là chánh tổng tài của tờ này, sẽ được lãnh một khoản lương hàng năm là 3000 đồng quan Pháp.

Tờ báo tiếp tục ra mỗi tuần.

Nó sẽ được chia ra làm hai phần: một phần chính thức gồm các văn kiện, quyết định của ông Thống Đốc và nhà cầm quyền với tài liệu bằng tiếng Pháp do Nha Nội vụ cung cấp và được ông Trương Vĩnh Ký dịch ra chữ quốc ngữ; phần khác, không chính thức, sẽ gồm có những bài viết bổ ích và vui về những đề tài lịch sử, những sự kiện về luân lý, thời sự v.v. để có thể đọc được trong các trường học bản xứ và khiến cho công chúng Việt Nam quan tâm đến.

Gia Định Báo số 11 phát hành ngày 8.4.1870 có đăng lời kêu gọi của Chánh tổng tài Trương Vĩnh Ký như sau:

"Lời cùng các thầy thông ngôn, ký lục, giáo tập vân vân đặng hay:

Nay việc làm Gia Định Báo tại Sài Gòn, ở một chỗ, nên không có lẽ mà biết các việc mới lạ các nơi trong 6 tỉnh mà làm cho thiên hạ coi; nên xin các thầy cứ mỗi tuần hay nửa tháng phải viết những chuyện mình biết tại chỗ, tại xứ mình ở, như:

Ăn cướp, ăn trộm,

Bệnh hoạn, tai nạn.

Sự rủi ro, hùm tha, sấu bắt.

Cháy chợ, cháy nhà; mùa màng thể nào.

Tại sở nghề nào thạnh hơn vân vân

Nói tắt một lời là những chuyện mới lạ, đem vô nhựt trình cho người ta biết, viết rồi thì phải đề mà gởi về cho Gia Định Báo Chánh Tổng Tài ở Chợ Quán…"

Và Trương Vĩnh Ký với sự cộng tác của Tôn Thọ Tường, Paulus Huỳnh Tịnh Của, Trương Minh Ký, nội dung tờ báo thêm phần phong phú: có bài khảo cứu, nghị luận, có mục sưu tầm tục ngữ ca dao, thi ca và cổ tích.

Đây là một tờ tuần báo, nhưng ngày ra không nhất định - khi thì thứ Ba, khi thì thứ Tư hoặc thứ Bảy. Số trang cũng không ổn định - từ 4 đến 12 trang. Báo có khuôn khổ 32 x 25 (cm), giá bán mỗi số là 0,17 đồng (nếu đặt mua cả năm 6,67 đồng).

Ban đầu nội dung bao gồm 2 phần: công vụ và tạp vụ, về sau có thêm phần mở rộng (phần khảo cứu, nghị luận).

Phần mở rộng có giá trị và sức lôi cuốn nhất. Đây là phần khảo cứu, nghị luận về văn hóa, đạo đức, phong tục, lễ nghi, tư tưởng, lịch sử, thơ văn v.v.

Ngoài những phần trên, Gia Định Báo còn có mục quảng cáo gồm những lời cáo dưới dạng thông báo, nhắn tin, bố cáo, cáo phó v.v. và những lời rao vặt như trên các báo Pháp thời đó.

3.4. Gia Định Báo dùng làm sách giáo khoa

Từ khi mới tổ chức nền giáo dục ở Nam kỳ (1861) lúc đó chưa có sách giáo khoa nên đã phải cho học sinh dùng tờ Gia Định báo làm sách tập đọc.

Một thời gian sau Pháp lại mang sách từ Pháp sang nhưng vì không hợp với năng lực của giáo viên và trình độ của học sinh nên kết quả rất hạn chế. Cho đến những năm 80 của thế kỷ XIX, Trương Vĩnh Ký và một số giáo viên người Việt và người Pháp ở cơ quan học chính Nam Kỳ đã biên soạn hoặc dịch một số sách giáo khoa tiếng Pháp để dạy trong các trường tiểu học. Những sách này dần dần được bổ sung thêm một số quyển khác và đã thành những sách dạy trong các trường tiểu học lúc đó.

3.5. Gia Định Báo đào tạo công chức

Trong thư văn đề ngày 15/01/1866 gởi cho thống đốc Sài Gòn, Giám Đốc Nội Vụ Paulin Vial có viết: *"Từ những ngày đầu người ta (Pháp) đã hiểu rằng chữ Hán còn là một ngăn trở giữa chúng ta và người bản xứ; sự giáo dục bằng thứ chữ tượng hình khó hiểu làm chúng ta rơi tuột hoàn toàn; lối viết này khó cho việc truyền đạt đến dân chúng những điều tạp sự cần thiết có liên quan tới khung cảnh của nền cai trị mới cũng như cho việc thương mại... Chúng ta bắt buộc phải theo truyền thống nền giáo dục riêng của chúng ta; đó là cách duy nhất khiến chúng ta có thể gần gũi người An Nam thuộc địa hơn, ghi vào tâm não họ những manh mối của nền văn minh Âu châu đồng thời cô lập họ khỏi ảnh hưởng đối nghịch của các lân quốc của chúng ta."*

Tuy nhiên, các đô đốc Pháp nhanh chóng hiểu rằng rất khó thay đổi được một đất nước chịu ảnh hưởng của Khổng giáo và lòng trung thành sâu sắc của người dân đối với triều đình. Họ chú ý tăng cường ảnh hưởng của Pháp tới đời sống và phong tục của người Nam Kỳ.

Để thực hiện thành công chính sách cai trị, các "quan" Pháp được khuyến khích học chữ hán, chữ quốc ngữ, nghiên cứu phong tục tập quán, ngôn ngữ và lịch sử của Việt Nam. Chính vì thế, rất nhiều tài liệu bằng tiếng Pháp và tiếng Việt mang tính chuyên môn cao được các "học giả" quân sự dịch và soạn thảo trong giai đoạn này.

Ngay từ năm 1864, các trường tiểu học quốc ngữ được thành lập tại các trung tâm quan trọng nhất và các làng công giáo. Mục đích chính là nhằm đào tạo một thế hệ công chức tương lai tận tâm với nước Pháp, đồng thời cắt đứt ảnh hưởng của Nho giáo.

Đến năm 1882, chữ quốc ngữ được dùng là văn tự chính thức trong giao dịch, giấy tờ hành chính, tư pháp và thương mại của nhà cầm quyền thuộc địa. Các quan địa phương phải học chữ quốc ngữ và chỉ được thăng chức hay giảm thuế nếu biết đọc, biết viết loại văn tự này.

3.6. Gia Định Báo dạy viết văn xuôi

Thông qua những bản dịch, lần đầu tiên một loại hình văn học mới được đưa vào An Nam. Đó là văn xuôi, với nhiều thể loại khác nhau, như tiểu luận, ký sự hay tiểu thuyết. Tại thời kỳ đó, thể loại này còn chưa được ưa chuộng và không được coi là "văn học", vì người ta cho rằng văn xuôi viết bằng chữ quốc ngữ ngang như lời nói.

Bài văn xuôi đầu tiên do Trương Vĩnh Ký biên soạn, dài khoảng 7 trang, dưới tựa đề *Ghi về vương quốc Khơ Me (1863).*

Phải tới khi Trương Vĩnh Ký viết một tập bút ký khác, *Chuyến đi Bắc Kỳ năm Ất Hợi* (1876), công phu hơn và trau chuốt hơn được in năm 1881. Tuy nhiên, ông phải mượn rất nhiều từ Hán để có thể miêu tả tỉ mỉ chuyến đi này. Không bàn tới mục đích của chuyến công du Bắc Kỳ của Trương Vĩnh Ký, ở đây chúng ta chỉ quan tâm sau chuyến đi này, ông viết một bản hồi ký ghi lại những kỷ niệm, những điều "mắt thấy tai nghe," vị trí địa lý, lịch sử, những phong tục tập quán của những địa phương nơi ông đi qua.

Một nhà nghiên cứu nhận xét đây là *"một trong vài tác phẩm viết bằng chữ quốc ngữ sớm nhất của thế kỷ XIX, Chuyến đi Bắc kỳ năm Ất Hợi để lại nhiều dấu ấn ngôn ngữ với những phương ngữ, tiếng Việt cổ có giá trị về mặt ngôn ngữ. Câu văn khúc chiết, sinh động chứng tỏ năng lực viết văn xuôi quốc ngữ của tác giả trong buổi sơ khai của loại chữ mới mẻ này"*.

Tới năm 1918, quốc ngữ trở thành chữ viết bắt buộc tại Bắc Kỳ. Từ giai đoạn này trở đi, các nhà trí thức trẻ không ngừng trau dồi, phát triển và phổ biến nền văn học hiện đại Việt Nam. Năm 1954, quốc ngữ trở thành chữ chính thức của các cơ quan hành chính Việt Nam. Điều này đã khẳng định tiên đoán cũng như mong muốn của Trương Vĩnh Ký vào năm

Trương Vĩnh Ký dạy quan Tây, quan Ta tại nhà.

1876: *"Chữ quốc ngữ phải trở thành chữ viết của nước nhà."*

Văn phong Trương Vĩnh Ký lúc đầu chưa phân biệt rõ nói và viết nên tính chất nôm na, khẩu ngữ khá đậm nét, hình thức mỹ thuật chưa đẹp v.v... nhưng với nội dung giữ gìn bản sắc văn hóa dân tộc, phổ biến, cổ vũ chữ quốc ngữ, cung cấp những kiến thức, thông tin mọi mặt cho dân chúng.

Gia Định Báo đã hoàn thành sứ mạng lịch sử của mình, xứng đáng là tờ báo tổng hợp có giá trị cao và tạo tiền đề cho báo chí Việt Nam phát triển.

Chữ Quốc Ngữ phát triển sớm nhất tại Nam Kỳ vì tại Nam Kỳ, Nho học được bãi bỏ sớm nhất, quốc ngữ được sử dụng sớm nhất và ngành in ấn phát triển sớm nhất.

Cũng tại Nam Kỳ, tiểu thuyết đầu tiên xuất hiện năm 1887 là *Truyện Thầy Lazaro Phiền* của P.J.B. Nguyễn Trọng Quản do nhà xuất bản J. Linage ấn hành năm 1887 tại Sài Gòn, trong khi ở Hà Nội, truyện *Tố Tâm* của Song An Hoàng Ngọc Phách được ấn hành năm 1925.

4. Gia Định Báo, những điều cần sáng tỏ

4.1. Văn kiện cho ra đời GĐB

"Quyết định về việc tờ Gia Định Báo sẽ ra mỗi ngày thứ hai, và ông Potteaux, người biên tập của tờ báo này sẽ nhận được một khoản phụ cấp là 1.200 đồng quan Pháp mỗi năm".

Điều 1 quyết định nêu rõ tờ *Gia Định Báo* sẽ phát hành vào mỗi ngày thứ hai hàng tuần kể từ ngày 1.4.1869. Căn cứ vào đó, có thể xác định hai điều:

Một là từ tháng 4.1869, *Gia Định Báo* đã là một tờ tuần báo. Chi tiết này cho thấy sự nhầm lẫn của một số tư liệu nghiên cứu khi xác định vào thời điểm trên, Gia Định Báo ra hai hoặc ba kỳ mỗi tháng.

Hai, là cho đến lúc này chưa ai tìm thấy một văn kiện chính thức nào qui định việc phát hành Gia Định Báo vào năm 1865. Nếu có thì theo thông lệ hành chánh, các văn kiện ban hành về

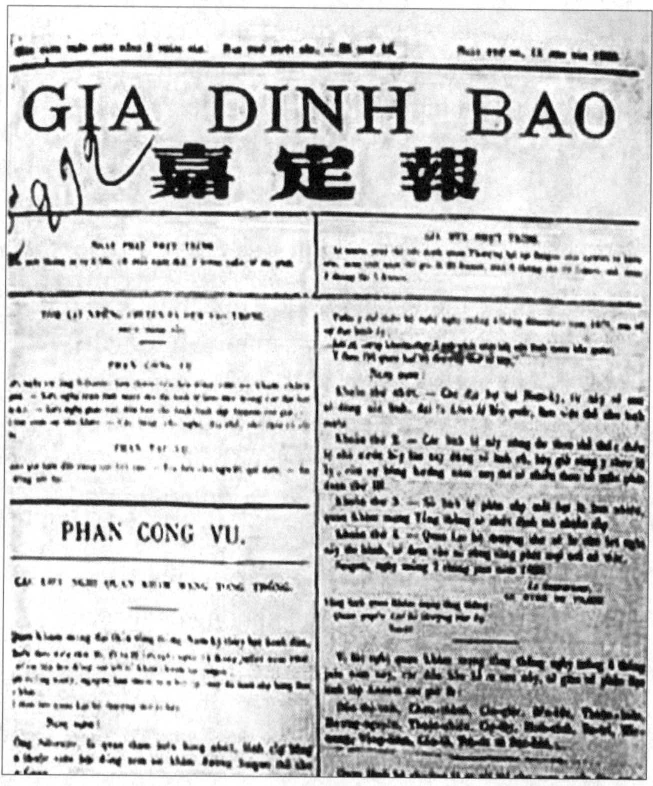

GIA DINH BAO
嘉定報

PHAN CONG VU.

sau liên quan đến nhân sự hay điều hành tờ báo đều phải tham chiếu hay viện dẫn văn kiện căn bản cho ra đời tờ báo.

Về ngày phát hành số báo đầu tiên.

Tác giả Huỳnh Văn Tòng cũng tìm thấy tờ Gia Định Báo số 4 phát hành ngày 15.7.1865 tại Trường Sinh ngữ Đông phương, Paris (Pháp); điều này đã phủ nhận thời điểm do học giả Đào Trinh Nhất đưa ra (1867). (Huỳnh Văn Tòng – *Báo chí Việt Nam từ khởi thủy đến 1945* – NXB Thành phố HCM).

4.2. Gia Định Báo tồn tại bao lâu

Trong các tài liệu nghiên cứu phổ biến trước năm 1974, chi tiết này hoặc dựa vào sự suy đoán hoặc không được đề cập đến. Căn cứ vào những số báo còn lưu trữ tại Thư viện và năm mất của học giả Trương Vĩnh Ký, một vài tác giả, trong đó có nhà báo Nguyễn Ngu Í trên tạp chí *Bách Khoa* số 217 phát hành vào tháng 1.1966, đã suy đoán là tờ báo đình bản vào năm 1897.

Tập *"Mục lục báo chí Việt ngữ trong 100 năm (1865-1965)"* của Lê Ngọc Trụ cũng ghi thời gian tồn tại của *Gia Định Báo* là 1865-1897.

Đến thập niên 1970, các số Gia Định Báo phát hành năm 1909 do tiến sĩ Huỳnh Văn Tòng tìm được tại Pháp đã gián tiếp phủ nhận những suy đoán sai lạc trên.

Tháng 10.1974, trên giai phẩm *Bách Khoa* số 416, một công chức đang làm việc tại Tòa Hành chánh tỉnh Bình Dương có dịp công bố chi tiết tìm thấy trong một văn kiện in trên tờ *Tập San Hành Chánh Nam Kỳ* năm 1909, trang 34, 64. Đó là nghị định ngày 21.9.1909 của Thống Đốc Nam kỳ Gourbeil ấn định ngày chính thức đình bản tờ Gia Định Báo là 1.1.1910.

Như vậy, có thể xác định thời gian tồn tại của Gia Định Báo là trên 44 năm (15.4.1865 – 31.12.1909) và dữ liệu này không còn gì phải tranh cãi nữa.

4.3. Gia Định Báo các đời quản lý

- Từ 4.1865 đến 9.1869: Ernest Potteaux
- Từ 9.1869 đến 1872 (hay 1873): Trương Vĩnh Ký
- Từ 1872 (hay 1873) đến 1881: J. Bonet
- Từ 1881 đến 1897: Trương Minh Ký
- Từ 1897 đến 1908: Nguyễn Văn Giàu
- Từ 1908 đến 1909: Diệp Văn Cương

5. Kết

Gia Định Báo chủ yếu là phương tiện thông tin của thực dân Pháp ở Đông Dương với tư cách là một tờ công báo chuyên đăng các công văn, nghị định, đạo dụ, thông tư của chính quyền.

Sau này, khi Trương Vĩnh Ký chính thức làm giám đốc, tờ báo mới được phát triển mục biên khảo, thơ văn, lịch sử... Từ đó, báo không chỉ làm một tờ công báo đơn thuần nữa. Gia Định Báo cũng góp phần cổ động việc học chữ Quốc ngữ và lối học mới, mở đường cho các thể loại văn xuôi Việt Nam in bằng chữ Quốc ngữ, đặt nền móng cho sự hình thành báo chí Việt Nam (Theo Wikipedia tiếng Việt).

5.1.Tương đồng giữa sự ra đời Chữ Quốc Ngữ và vai trò của Gia Định Báo trong đời sống dân tộc

Nhìn qua quá trình lịch sử những thế kỷ 17, 18, 19, có thể nhận thấy trên một khía cạnh nào đó, có sự tương đồng giữa sự ra đời của chữ Quốc ngữ và vai trò của Gia Định Báo trong đời sống dân tộc.

Lúc khởi thủy, chữ Việt la tinh hóa chỉ được các giáo sĩ phương Tây sử dụng như một công cụ truyền giáo của họ, nhưng sau hàng trăm năm, những biến chuyển lịch sử đã biến nó thành chữ của người Việt.

Gia Định Báo cũng thế. Xét về bản chất, nó chỉ là một công cụ truyền thông được thực dân Pháp sử dụng trong mục tiêu kiện toàn bộ máy cai trị của họ, song nhờ vào tinh thần Dân Tộc của những người Việt Nam tuy cộng tác với Pháp nhưng vẫn có tấm lòng hướng về dân tộc mà nó trở thành gần gũi với đời sống tinh thần của người Việt bấy giờ.

Việc phiên dịch các văn kiện hành chánh của Trương Vĩnh Ký và Huỳnh Tịnh Của đã đành là một công tác thuộc phạm vi trách nhiệm do Pháp giao, song không thể nói là không có tác dụng hữu ích về mặt khách quan đối với đời sống dân Nam kỳ lúc bấy giờ.

Với một kiến thức ít người sánh kịp, hai học giả đã làm phong phú vốn ngôn ngữ Việt còn ở trong thời kỳ phôi thai, tạo được sinh khí cho việc học chữ Quốc ngữ qua nội dung hấp dẫn của những câu chuyện ngụ ngôn do Trương Minh Ký biên dịch, những bài viết về khoa học thường thức mới mẻ do Ernest Potteaux biên soạn trên từng số báo.

Nhờ Gia Định Báo, người dân biết thế nào là "điển khí", núi lửa, động đất ra sao, được hướng dẫn "ở ăn cho được mạnh khỏe" thế nào, thấm nhuần tính nhân bản trong các truyện dân gian *Nhị thập tứ hiếu, Lục súc tranh công*, …

Có thể nói sự ra đời của những tờ báo sau GĐB do người Việt đứng ra thành lập hoặc giữ vai trò chủ nhiệm, chủ bút như *Thông Loại Khóa Trình* (1888-1889), *Phan Yên Báo* (1898 -1899), *Nông Cổ Mín Đàm* (1901-1924), *Lục Tỉnh Tân Văn* (1907-1943)… không thể không có ảnh hưởng của *Gia Định Báo*.

Đáng nói hơn nữa là trong khi những tờ báo ra đời mấy mươi năm sau GĐB còn đầy rẫy lỗi chính tả, thì ở *Gia Định Báo*, họa hoằn mới tìm ra một lỗi. Bởi do công của Huỳnh Tịnh Của, là tác giả bộ từ điển Quốc ngữ đầu tiên của Việt Nam có tên *"Đại Nam quấc âm tự vị"* xuất bản năm 1896.

Công lao của Trương Vĩnh Ký và Huỳnh Tịnh Của đã được giới nghiên cứu nói đến nhiều, song dường như công luận chưa có sự quan tâm đúng mức đối với Trương Minh Ký, người đã có những đóng góp to lớn cho Gia Định Báo cho đến ngày qua đời (1900).

Và cũng không thể bỏ qua công lao của Ernest Potteaux, người quản nhiệm đầu tiên của Gia Định Báo, là tác giả của rất nhiều bài viết khoa học có tác dụng nâng cao trình độ hiểu biết của người dân thuộc địa, giúp họ giũ bỏ được phần nào những thói tục mê tín dị đoan còn hằn sâu trong xã hội.

Nghiên cứu Gia Định Báo và chữ Quốc ngữ không nên có sự phân biệt chủng tộc, nguồn gốc xuất thân, làm việc hay tôn giáo... chúng ta chứng tỏ rằng người Việt Nam là một dân tộc biết trọng đạo nghĩa, không quay lưng lại với những ai đã làm điều tốt đẹp cho dân tộc.

Gia Định báo góp phần cổ động việc học chữ Quốc ngữ, mở đường cho các thể loại văn

Học sinh trường Pétrus Ký thời Pháp thuộc. (Ảnh tư liệu.)

xuôi bằng chữ quốc ngữ, và đặt nền móng cho sự hình thành báo chí Việt Nam.

5.2. Trương Vĩnh Ký có một căn cơ về v ăn hóa dân tộc.

Tuy được đào tạo rất hệ thống của giáo hội Cơ Đốc giáo từ nhỏ trong nền văn hóa phương Tây, song Trương Vĩnh Ký vẫn có một căn cơ khá bền vững về văn hóa dân tộc, đặc biệt là truyền thống văn hóa ở Nam Kỳ.

Là nhà trí thức nổi tiếng thông minh và uyên bác, trong quá trình phục vụ cho chính sách của "tân trào" cũng đã tạo ra nhiều công trình học thuật và văn hóa theo tinh thần "tân học", về nhiều mặt có phần tân tiến và cập thời hơn các nhà trí thức "cựu học".

Rõ rệt nhất là vai trò của ông trong việc sử dụng và phổ biến chữ quốc ngữ, lúc ban đầu là công cụ của thực dân song về sau trở thành công cụ của nền văn hóa hiện đại Việt Nam.

Hai mặt của con người Trương Vĩnh Ký rất rõ ràng. Tuy nhiên không vì thế mà mặt trước che mờ mặt sau, mặt ngoài che lấp mặt trong (!).

Sau *Gia Định Báo*, khi hai tạp chí Đông Dương tạp chí (1913) và *Nam Phong tạp chí* (1917) ra đời, thì vai trò truyền bá, phổ biến và hoàn thiện chữ Quốc ngữ của Trương Vĩnh Ký mới thực sự nở rộ.

Hai tờ tạp chí nầy đều được xuất bản ở Bắc kỳ nên cách viết, cách sử dụng từ, sử dụng câu và cách phát âm có phần chuẩn hơn Gia Định Báo ở miền đất mới Nam Kỳ.

Từ đó cách viết quốc ngữ tương đối thống nhất và hoàn chỉnh, dùng từ ngữ dễ hiểu, loại bỏ nhiều phương ngữ, góp phần vào quá trình hoàn thiện chữ Quốc ngữ của Trương Vĩnh Ký./.

THAM KHẢO

1. Vương Hồng Sển. (1991). *Sài Gòn Năm Xưa.* TP Hồ Chí Minh. Nxb TP. HCM
2. Nhiều tác giả. (1987). *Địa Chí Văn Hóa Thành Phố Hồ Chí Minh.* TP Hồ Chí Minh. Nxb Tổng hợp TP.HCM.
3. Nam Sơn Trần Văn Chi. (2008). *Nhân Vật Miền Nam.* Gardena, CA, Nxb Văn Mới.
4. Huỳnh Minh. (2001). *Kiến Hòa xưa.* Hà Nội, Nxb Thanh Niên.
5. Sơn Nam. (1997). *Cá tính miền Nam.* T.P. Hồ Chí Minh, Nxb Trẻ.
6. Vũ Ngọc Phan (1942), *Nhà văn hiện đại.* Hà Nội, Nxb Tân Dân. (Hà Nội, Nxb Văn học, tái bản năm 1994.
7. Nguyễn Đình Đầu (2017). *Petrus Ký, nỗi oan thế kỷ.* Hà Nội, Nhã Nam; Nxb Trí Thức. (bị thu hồi).
8. Phạm Long Điền và Nguyễn Sinh Duy, (1974). *Cuốn sổ bình sanh của TrươngVĩnh Ký.* Saigon, Nxb Nam Sơn.
9. Nguyễn Văn Trung. (1993). *Trương Vĩnh Ký nhà văn hóa.* Hà Nội, Nxb Hội nhà văn.
10. Wikipedia tiếng Việt.

Trần Văn Chi

- Tốt nghiệp ĐHSP Sài Gòn, ban Sử Địa 1964-1968
- Tổng Thư Ký Hội Liên Trường trước 1975 (Gồm Chasseloup Laubat, Pétrus Ký, Nguyễn Đình Chiểu và Phan Thanh Giản)
- Giảng viên, Tổng Thư Ký Viện Đại Học Hòa Hảo, trước 1975
- Hiện định cư tại Quận Cam, Hoa Kỳ
- Nhà biên khảo Văn hóa, Phong tục (có 8 đầu sách đã in)
- Nhà bình luận chánh trị trên truyền hình Quận Cam, Hoa Kỳ
- Cộng tác viên nhật báo Người Việt, Quận Cam, Hoa Kỳ

Đọc Kiều của Trương Vĩnh Ký, Nghĩ Về Ngôn Ngữ Việt & Một Vài Khía Cạnh Biến Đổi Ngữ Âm, Ngữ Nghĩa Trong Tiếng Việt (*)

Bùi Vĩnh Phúc

Giáo sư Bùi Vĩnh Phúc thuyết trình về ngôn ngữ Việt qua bản Kiều phiên chuyển qua chữ Quốc ngữ của Trương Vĩnh Ký.

.1.

Mục đích của bài này là trình bày một số tìm tòi, suy nghĩ của người viết về một vài nét đặc thù và thú vị trong ngôn ngữ Việt, cùng với việc tìm hiểu về một số biến đổi cả trên mặt ngữ âm và ngữ nghĩa của một số từ ngữ trong tiếng Việt, kể từ giai đoạn phôi thai của nó đến bây giờ. Trong sự tìm hiểu ấy, ở một đôi chỗ, tác giả bài viết cũng dùng phương pháp của *ngôn ngữ học tỷ giảo* (comparative linguistics) và, phần nào, *văn hóa học tỷ giảo* (comparative cultural studies) để soi sáng một vài khía cạnh trong sự trình bày và lập luận.

Sự tìm hiểu và suy nghĩ ấy được thực hiện, khởi đầu, qua việc đọc quyển *Kim, Vân, Kiều Truyện*, bản phiên âm đầu tiên *Truyện Kiều* của Nguyễn Du, từ chữ Nôm qua chữ Quốc ngữ, của Trương Vĩnh Ký. Truyện Kiều của Nguyễn Du là một nguồn sáng, về mặt ngôn ngữ văn học, của người Việt. Chúng ta hãnh diện vì *Truyện Kiều*, không hẳn vì những khía cạnh triết lý, đạo đức hay xã hội, v.v., trong truyện mà người đời sau đã tìm ra hoặc gán cho nó. Chúng ta hãnh diện vì đã có một nhà thơ Việt, dùng chữ nghĩa của dân tộc, một cách hết sức tuyệt vời và điêu luyện, với những chiều sâu trong ý nghĩa và sự lóng lánh của chữ, để diễn tả câu chuyện.

Câu chuyện ấy, khởi đầu, được viết bằng chữ Nôm, là một thứ chữ có thể cũng được xem là Quốc ngữ của người Việt, trong giai đoạn chuyển tiếp từ chữ Hán.[1] Đó là một đóng góp quý báu, trong giai đoạn ấy, của nhiều nhà nho tài giỏi và có lòng với đất nước. Chỉ tiếc rằng, vì những hoàn cảnh lịch sử và xã hội, chữ Nôm đã không được quảng đại quần chúng biết đến, ngay từ thời nó còn đang được sử dụng. Việc phiên âm một số văn bản văn học, được viết bằng chữ Nôm, sang chữ Quốc ngữ, là thứ chữ, sau đó, và cho đến bây giờ, được toàn dân sử dụng, là một nỗ lực đáng quý. Và cần thiết.

Trương Vĩnh Ký là một người đi tiên phong trong việc làm đẹp đẽ và cần thiết đó.

Ông là một nhà bác ngữ học đầy tài năng, thông thạo nhiều thứ tiếng. Uyên thâm Hán học, giỏi tiếng Latinh và tiếng Pháp, lại cũng giỏi nhiều ngôn ngữ ở Viễn Đông như chữ Lào, chữ Chàm, chữ Miến, chữ Cao Miên, chữ Xiêm La, v.v., ông đã dịch bộ *Minh Tâm Bửu Giám* và *Tứ Thư* ra chữ Quốc Ngữ. Ông lại phiên âm ra chữ Quốc Ngữ, chú thích nghĩa lý, và dịch ra tiếng Pháp bộ sách *Sơ Học Vấn Tân* để giúp học sinh học chữ Hán. Trương Vĩnh Ký cũng đã viết một quyển sử nước Nam để người đọc tiếng Pháp biết về lịch sử người Việt (Cours d'Histoire Annamite). Ngoài ra, tài liệu cũng cho ta thấy ông cũng đã viết nhiều sách bằng tiếng Pháp về văn phạm và ngôn ngữ Việt Nam để dạy cho cả người trong nước và người nước ngoài (Cours de Langue Annamite aux Européens - Phraséologie, Thèmes, Versions; Cours d'Annamite aux Élèves Européens; Grammaire de la Langue Annamite; Explication du Lục Vân Tiên; Prosodie et Versification Annamite - Cours d'Annamite aux Élèves Annamites, v.v...). Trương Vĩnh Ký lại bỏ công làm các bộ từ điển Việt-Pháp và Pháp-Việt để giúp cho người học.

Trương Vĩnh Ký đã bỏ cả đời mình để phụng vụ cho lý tưởng mà ông đã chọn: đóng góp phần tốt đẹp nhất của mình để làm lợi cho dân tộc, giúp ích cho người dân. Ông là một người có tài, có tâm, và có tầm. Là một người yêu nước, và cũng là một nhà ngoại giao, ông chống đối việc Pháp đưa quân xâm chiếm Việt Nam. Ông từ chối vào quốc tịch Pháp dù được giáo dục theo đường lối, cách thức làm việc, phương pháp khoa học của Âu Tây, được trọng vọng và trao tặng Bắc Đẩu Bội Tinh của Pháp. Trương Vĩnh Ký muốn là một con người dân tộc, với mặt mày, bộ quần áo và tâm hồn dân tộc. Tâm hồn và tư cách Việt Nam.

Trương Vĩnh Ký là một người thông minh và có tinh thần cải cách. Giống như Nguyễn Trường Tộ, ông có cái nhìn xa, muốn cho dân và nước đi lên, tiến bộ cùng thế giới. Trong chí hướng ấy, và trong hoàn cảnh lịch sử thời ông sống, ông đã đóng góp nhiều công sức, làm được bao nhiêu điều tốt đẹp, nhưng ông cũng bị ngộ nhận và chịu những đắng cay.

Bài viết này, dù sao, không chủ vào việc trình bày hay khai triển những khúc mắc lịch sử hay xã hội liên quan đến cuộc đời Trương Vĩnh Ký. Nó nhắm vào một chủ đề khác. Tác giả bài viết quan tâm, nhiều hơn, đến những đóng góp của nhà bác ngữ học và con người dân tộc của Trương Vĩnh Ký. Là một người đã đóng góp nhiều mặt trong việc phổ biến, phát triển tiếng Việt, đã dịch nhiều tác phẩm chữ Nôm ra chữ Quốc ngữ, như *Truyện Kiều, Lục Vân Tiên, Phan Trần truyện, v.v.*, Trương Vĩnh Ký đã tạo cho chúng ta một cái nền để tìm hiểu về ngôn ngữ, chữ nghĩa Việt.

Chữ Quốc ngữ trong giai đoạn đó vẫn còn khá phôi thai. Các bản dịch của ông, đặc biệt bản phiên âm *Truyện Kiều* của Nguyễn Du, có thể vẫn còn những chỗ chưa hoàn chỉnh, chưa thật đúng, nhưng, như cụ Nguyễn Văn Tố viết trong lời tựa cho sách viết về Trương Vĩnh Ký của Lê Thanh, chữ Nôm là loại chữ không có từ/tự điển, ở vào giai đoạn đó; mỗi người viết một cách, không thể nào đọc cho đúng ngay được, nên việc làm của Trương Vĩnh Ký vẫn rất quý. Và, để lặp lại một lần nữa, nó cho chúng ta cái nền để tìm hiểu chữ nghĩa Việt.

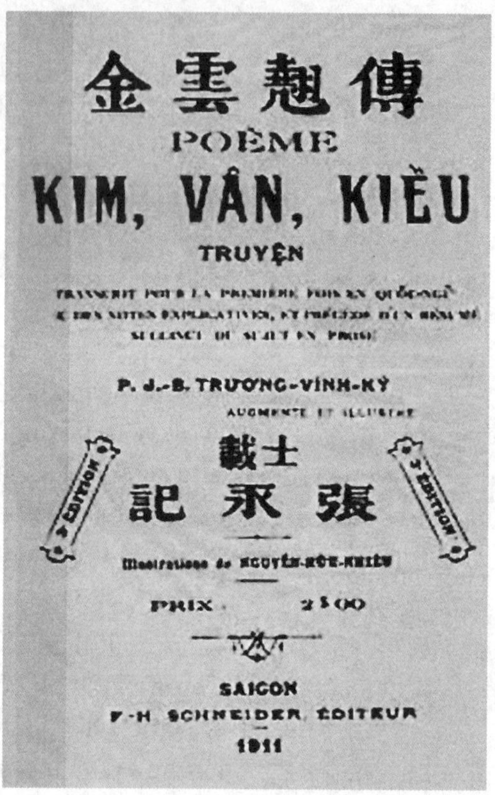

Trong việc viết sách, dịch sách, phiên âm các tác phẩm văn học từ chữ Nôm sang chữ Quốc ngữ, làm tờ Gia Định báo, và sau đó là tờ Thông Loại Khóa Trình (mà ông tự bỏ tiền ra để thực hiện), mục tiêu chính của Trương Vĩnh Ký là ghi lại một thứ "tiếng An Nam ròng", "nói sao viết vậy", cốt sao để người Việt đọc và học tiếng Quốc ngữ có thể nắm bắt ngay cái lối nói, chữ viết, ý tưởng của người dân trong suy nghĩ và giao tiếp xã hội. Ngôn ngữ, theo Heidegger, là "ngôi nhà của hữu thể". Việc chúng ta ăn nói, viết lách, dùng từ, ngữ như thế nào sẽ tạo nên thế giới của chúng ta. Chúng ta tạo tác thế giới qua chính lời nói, chữ viết, và ngôn ngữ của mình.

Ngôn ngữ của người Việt, qua bản phiên âm và chú giải Kiều của Trương Vĩnh Ký, là chữ Quốc ngữ của thời đó. Nó là ngôn ngữ của dân tộc, nói chung. Nhưng người khảo sát cũng có thể thấy nó mang khá đậm tính phương ngữ và cách diễn ý của Đàng Trong, của miền Nam, một miền Nam của thế kỷ XIX. Một xã hội rất khác với xã hội hiện tại trong đó chúng ta đang sống. Tìm hiểu ngôn ngữ, lời ăn tiếng nói, cách phát âm, cách ghi âm, lối dùng chữ, cách diễn đạt của người dân trong một khung xã hội nào đó, sẽ cho ta biết khá rõ về con người và lối sống của thời đại ấy.

Bài viết này không thể khảo sát tất cả các từ, ngữ, chữ nghĩa được dùng của *Truyện Kiều*, đặc biệt của bản Kiều do Trương Vĩnh Ký phiên âm và chú giải. Người viết chỉ có thể khảo sát, tìm hiểu một số từ ngữ, một số phong cách ngôn ngữ, một số biến đổi phản ánh trên mặt ngữ âm và ngữ nghĩa của một số từ ngữ để, qua đó, tìm hiểu về ngôn ngữ, chữ nghĩa Việt. Qua những từ, ngữ, lối diễn tả được trình bày để khảo sát trong bài, tác giả xin phép được xem nó như là một "mẫu dân số", giống như "mẫu dân số" trong phương pháp khảo sát của xã hội học, để, từ đó, có những chỗ so chiếu với ngôn ngữ hiện đại, tìm hiểu về lối nói và lối suy nghĩ, cũng như phong cách của người dân Việt, từ xưa cho đến nay.

.2.

Ngoài vấn đề ngữ nghĩa, bài viết, như đã nói, cũng khảo sát một số hiện tượng biến đổi về mặt ngữ âm (có thể xét đến cả lý do phiên âm khác nhau). Ngữ âm là cái vỏ âm thanh của ngôn ngữ. Và vấn đề biến âm là một chuyện xảy ra trong bất kỳ một ngôn ngữ nào.

Chẳng hạn như trong tiếng Anh: từ "Oten", thường được phát âm là "**oFFen**" (/ˈôfən/ mất âm /t/); nhưng có người/vùng đọc là **(ofTen)** (/ɒftən/ vẫn giữ lại âm /t/). Về việc bỏ âm /t/, lý luận giản dị được đưa ra là giống việc phát âm từ "*listen*" chẳng hạn, người ta không phát âm âm /t/. Người Mỹ và người Anh phát âm "listen" gần như nhau, đều bỏ âm /t/: [ˈlɪsn] và [ˈlɪs(ə)n].

Hay từ "**Mountain**". Có người, có vùng phát âm vẫn giữ âm /t/; có những người/vùng khác bỏ âm /t/ đi, chỉ còn "mount" và "ain". Như vậy, *Mountain* thành *Mow'un*. Các nghiên cứu, lúc đầu, thường nghĩ dân Utah, đặc biệt là phụ nữ ở lứa tuổi trên dưới 20, thường phát âm theo lối bỏ /t/. Và điều này bị xem là một thứ "stigma", một "dấu ấn xấu", và bị cười chê. Nhưng nhiều nghiên cứu ngôn ngữ về sau cho thấy rằng hiện tượng bỏ âm /t/ này phổ biến ở nhiều nơi, nhiều vùng, chứ không phải chỉ ở riêng Utah, nơi ảnh hưởng từ di dân gốc Anh hay vùng phía Nam của nước Mỹ trở nên rõ rệt. Hiện tượng "có vẻ" bỏ âm /t/ này, lúc đầu, thường được nghĩ là bắt nguồn từ việc không phải âm /t/ bị loại bỏ, nhưng, thay vào đó, nó bắt đầu sau một tắc âm hầu (/ʔ/, *glottal stop*), từ đó không khí tạo, dồn đẩy và phát ra đường mũi. Nhưng một nghiên cứu sau đó của các nhà ngôn ngữ thuộc đại học BYU cho thấy là người dân Utah, khi phát âm từ này, thường đẩy không khí qua đường miệng (*oral release*). Họ cũng phát âm những từ như *kitten, cotton*, hay *beaten* như vậy. Hiện tượng "loại bỏ" /t/ như thế được phổ biến ở nhiều nơi, nhiều vùng trên nước Mỹ.[2]

Cách giải thích chung là, đối với những người phát âm bỏ /t/, theo kiểu "*My bu'on fell off my jacket while I was hiking the mow'un*" [My *button* (cúc áo của tôi) bung ra khỏi áo khóac khi tôi leo núi (hiking the *mountain*)], từ "mountain" được phiên theo kiểu IPA thành [ˈmaʊntn], phát âm theo lối Mỹ. Nhưng phân tích ra, nó là [ˈmaʊn tən]. Một trường hợp *t-schwa-n* ([tən]). Âm *schwa*, ký âm [ə], là một nguyên âm dòng giữa, ở trung tâm (mid central vowel sound). Nó được phát ra rất ngắn, gần như luôn xuất hiện trong những âm tiết không được nhấn mạnh (unstressed syllables). Trong tiếng Mỹ, ở một số người hay địa phương, âm /t/ sẽ không được phát ra khi nó đi sau âm /n/, sau một âm tiết được nhấn mạnh (stressed

Minh họa Kiều (tranh Mai Thứ)

syllables), như trong “center”; nhưng nó được phát ra rõ ràng trong từ “mount”. Trong trường hợp “mountain”, với kết hợp *t-schwa-n* [tən] , âm /t/ ở đây được gọi là một *stopped-T sound,* một âm /t/ tắc, bị ngừng, bị chặn lại, khiến “mountain” trở thành như “mountn”. Âm “ai” trong “mountain” là một nguyên âm đôi (còn gọi là nhị trùng âm), thường được phát ra là “ay”; nhưng trong từ “mountain”, âm “ay” này là một *schwa*, khiến âm lượng của nó bị giảm thiểu tối đa đến nỗi gần như người ta không còn nghe ra nó nữa. Như thế, trong “mountain”, âm /t/ bị chặn lại, không phát ra được; âm *schwa* [ə] cũng không còn nghe thấy. Do đó, *Mountain* thành *Mow'un.*

Cũng về vấn đề biến đổi ngữ âm, trong tiếng Pháp, người ta xét thấy có bốn âm mũi:

/ɛ̃/ như trong gain, vin, pain, impatient
/œ̃/ như trong l'un, parfum, chacun, quelqu'un
/õ/ như trong long, monde, pont
/ɑ̃/ như trong enfant, dans, l'an, chambre

Với phát biểu sau đây, ta có thể phát âm bốn âm mũi đó: *un bon vin blanc* [một (ly/ chai) rượu vang trắng ngon]. Giọng tiêu chuẩn của dân Paris vẫn giữ bốn âm mũi này; nhưng giọng Paris “sành điệu” bây giờ thì chỉ còn ba âm mũi. Người ta phát âm *un, chacun*, chẳng hạn, với âm /ɛ̃/ (giống như trong *vin, pain*) chứ không với âm /œ̃/ nữa. Ngay từ hơn nửa thế kỷ trước, khoảng giữa thập niên 1960, khi tôi theo học tại Centre Culturel Français/ Alliance Française ở Saigon, các thày cô giáo dạy tôi đều là người Pháp mà cách phát âm của họ với mấy chữ un, chacun, quelqu'un… này cũng khác nhau. Có người phát âm là /œ̃/, có người lại phát âm là /ɛ̃/. Cách phát âm là /œ̃/ (gần giống như âm “oong” trong chữ “xoong (chảo)” của Việt Nam) được thể hiện rõ trong những câu nói của người Việt, như “Không có ‘oong đơ’ (un deux/một hai) gì nữa. Mời anh lên xe ngay cho!”. Hiện nay, không có mấy phát thanh viên/ xướng ngôn viên tại Paris còn dùng đủ cả bốn âm mũi này. Âm /œ̃/ đang có khuynh hướng bị đẩy lùi và áp đảo bởi âm /ɛ̃/.

Có nhiều lý do cho việc biến đổi ngữ âm của mọi dân tộc. Nhưng nhìn chung, nó xảy ra từ những nguyên nhân trong và ngoài ngôn ngữ. Từ cấu tạo của cơ quan phát âm, sự ảnh hưởng qua lại của các âm trong một âm tuyến, một chuỗi lời nói (đưa đến các hiệu ứng như tăng âm, giảm âm, nối âm, hợp âm, đồng hóa, dị hóa, nhược hóa, và nhiều dạng biến đổi âm khác liên quan đến phụ âm đầu, vần, thanh điệu) đến những nguyên nhân bên ngoài như điều kiện xã hội, thái độ ngôn ngữ, truyền thống văn hóa, khí hậu, địa lý, v.v. Tất cả đều có thể khiến cho sự biến đổi xảy ra. [3]

.3.

Sau đây, chúng ta thử đi vào ngôn ngữ Truyện Kiều của Trương Vĩnh Ký.

Tóm tắt truyện trước khi đi vào phần phiên âm và chú giải, Trương Vĩnh Ký có phần lời nói đầu (*Avant-Propos*) viết bằng tiếng Pháp để giới thiệu cuốn sách. Tôi tạm dịch:

> *“Thơ mà chúng tôi in ra bằng quốc ngữ ở đây là thơ mà tất cả người An Nam đều thuộc nằm lòng trên đầu môi chót lưỡi, đàn ông cũng như là đàn bà, con trai cũng như con gái. Thơ này được tất cả mọi người đều yêu thích và thưởng thức, đối với người biết chữ cũng như với người không biết, kể cả phụ nữ, vì thơ này mang một nền tảng đạo đức được định nghĩa rất khéo, được diễn tả trong mọi liên hệ, thích hợp với mọi hoàn cảnh trong cuộc sống con người. Khi buồn đau, thơ đem lại những niềm an ủi; khi gặp*

Trên: Bìa sách truyện KIM, VÂN, KIỀU của Trương Vĩnh Ký

điều may lành, đúng ước nguyện, ta thấy trong thơ hình ảnh hạnh phúc của ta được diễn tả bằng những mầu sắc tươi tắn...

Có nhiều những câu thành ngữ, ngạn ngữ, những lời hay ý đẹp, những nguyên tắc mang tính phổ quát hay đặc thù trong cuộc sống xã hội được trình bày rất rõ ràng, mạch lạc trong thơ. Người ta thấy trong thơ một bức họa tuyệt vời của cuộc bể dâu, thăng trầm thế sự, những uẩn khúc quanh co như một mê đồ của kiếp nhân sinh. (...)" [4]

Trong phần trình bày về tích truyện, Trương Vĩnh Ký dùng tiếng "An Nam ròng", là lời ăn tiếng nói của con người Nam bộ trong cuộc sống lúc ấy. Chẳng hạn như:

"Đời Gia tĩnh nhà Minh, có họ Vương làm quan viên ngoại, sinh được ba đứa con, con út trai là Vương quan, con đầu lòng **hai đứa gái** *là Túy kiều* **vuối** *Túy vân,* **hai gã** *nhan sắc đẹp đẽ xinh tốt quá chừng, lại thêm học hành thông minh, lịch sự đủ* **đều**, *cầm, kì, thi, họa chẳng thua ai.*

Lúc ấy nhằm tiết tháng ba, người ta hay đi tảo mộ. Ba chị em mới rủ nhau đi chơi xuân, đi qua khỏi suối, Túy kiều ***thấy cái mồ con*** **Đạm tiên**, *không ai giẫy cỏ, không ai viếng thăm, thì nghĩ lại cái điều hồng nhan bạc phận mà khóc, hồn* Đạm tiên *về hòa thơ* ***vuối*** Túy kiều. *Vừa chiều tối, ba chị em* ***dắc*** *nhau ra về, gặp* Kim trọng *là bạn học với* Vương quan, *chào hỏi chuyện văn, hai chị em lạ khép nép giấu mặt.*

Về nhà Túy kiều đêm nằm trằn trọc, chiêm bao thấy Đạm tiên về nói chuyện về nỗi đoạn trường đến sau. Túy kiều vùng khóc lên, mẹ nghe được hỏi làm sao vậy, thì nó nói chuyện chiêm bao lại cho ***mẹ nó*** *nghe. Thì mẹ nó la* ***biểu nó đừng có tin*** *chiêm bao mộng mị, có thật vào đâu. (...)*

Bữa ấy Túy kiều ra dạo vườn hoa chơi dưới gốc cây đào, ***anh ta nghe hơi có nó ra, thì chạy ra, trèo vách dòm vô. Con kia nghe động đã tuốt vô đóng cửa lại rồi.*** *Ngó quanh ngó quất thấy cây trâm giắt nơi nhánh đào, liền với tay lấy trâm cầm về. Sáng ngày ra Túy kiều dậy* ***chải-gở*** *biết mất trâm mới ra mới kiếm. (...)*

Cách ít bữa tới ngày ăn lễ sanh nhựt ông ngoại Túy kiều, cả hai ông bà và hai em Túy kiều đều đi, để ***chị va*** *ở nhà coi nhà.* ***Chị ta ở nhà một mình thong thả, đeo đồ vào đánh áo đánh quần, đóng cửa, ra phía sau, tuốt qua nhà Kim trọng.*** *Leo qua gặp Kim trọng* ***dắc*** *vào nhà, ở đó trò* *chuyện, làm thơ, làm phú, đánh đờn đánh địch,* ***thề nguyền với nhau cho một ngày một đêm; khuya lại Kim trọng muốn xáp việc, mà va không cho.*** *Sáng ra từ giã trở về, Kim trọng được thơ nói chú chết, nên lo về chịu tang. (…) " (Phần in đậm do tôi nhấn mạnh- BVP)*

Trước khi phân tích một vài lối dùng từ cổ, cũng như cách diễn tả theo lối "An Nam ròng", phản ánh lời ăn tiếng nói của người dân thời ấy, mà Trương Vĩnh Ký đã ghi lại, ta hãy xét cách chuyển tên của Thúy Kiều và Thúy Vân của TVK ở đây.

Đầu lòng hai ả Tố-nga
Túy-kiều là chị, em là Túy-vân

Tại sao lại là "Túy" mà không phải là "Thúy"?

Trước khi xét phần ngữ âm, ta thử xét phần ngữ nghĩa. Nếu xét "Thúy Kiều", "Thúy Vân" như một tên riêng, ta có thể quan tâm hoặc không quan tâm đến ý nghĩa của chúng. Nếu quan tâm, nhiều tên của người trong ngôn ngữ Việt có những ý nghĩa rất hay. Tôi có những người học trò/sinh viên có tên rất hay và ý nghĩa. Chẳng hạn như "Tường Vân" (Mây lành), hay "Cát Nguyện" (Lời ước nguyện tốt lành), "Vân Dung" (có thể nghĩ là "dung nhan của mây", một hình ảnh đẹp và lạ; thật ra, tên được lấy từ câu thơ "*Vân tưởng y thường, hoa tưởng dung*" của Lý Bạch, kết hợp chữ đầu và chữ cuối của câu thơ, theo lời kể của người học trò mà tôi biết bố mẹ ông bà là những người tài giỏi về văn học nghệ thuật và âm nhạc). Miền Nam trước 1975 có một nhà biên khảo, lấy bút hiệu là Thạch Trung Giả ("giả" theo nghĩa là "người", như "học giả", "biện giả", v.v.). Vậy tên ấy có nghĩa là "Người ở trong đá". Nó làm ta nghĩ đến cụm từ "Ngọc trong đá" ("thạch trung ngọc"). Một viên ngọc còn được ẩn kín, giấu kín trong đá; nghĩa bóng chỉ cái vỏ xù xì, xấu xí, góc cạnh ở bên ngoài che giấu một vật quý giá bên trong. (Thạch Trung Ngọc cũng là tên một nhân vật, anh em với Thạch Phá Thiên, trong truyện "Hiệp Khách Hành" của Kim Dung). Có thể nhà biên khảo có ý xem như mình vẫn đang "ở ẩn" trong một tảng đá còn thô, góc cạnh và xù xì, chưa được người đời biết đến (?) Trở lại chữ "Vân", Phật Giáo hay dùng từ "vân tập" 雲集 , rất hay và đầy ý nghĩa. Nó mang ý "nhóm lại, tụ lại, đông như mây", như trong câu "Kính mời quý Phật Tử, quý đạo hữu, và quý đồng hương hoan hỉ vân tập về chùa". Tôi cũng thích từ "vân hà" 雲霞, nghĩa là "mây trắng và ráng đỏ" (Từ điển Đào

"Chàng Vương quen mặt ra chào
Hai Kiều e mặt nép vào dưới hoa"
Minh họa Kiều (tranh Lê Phổ)

Duy Anh), hay "mây có màu sắc đỏ đẹp" (Từ điển Nguyễn Quốc Hùng).

Vậy thì, nếu xét về mặt ý nghĩa, Thúy Kiều 翠翹, theo Hán-Việt Từ Điển của Đào Duy Anh, ngoài nghĩa là tên nhân vật chính trong truyện Kim Vân Kiều, còn có nghĩa là món đồ trang sức trên đầu người phụ nữ Tàu xưa. Từ đó, tôi nghĩ, "Thúy Kiều", với biện pháp hoán dụ, có thể có nghĩa là một người nữ đẹp. Và, thật sự, chữ "Kiều" 翹, trong văn cảnh mà chúng ta đang khảo sát, ngoài việc để chỉ cô Kiều trong truyện, cũng có nghĩa là một người con gái đẹp. Chữ "Thúy" 翠, ngoài việc chỉ tên hai nàng Thúy trong truyện Kiều, có nghĩa chính là màu biếc (như trong từ "Thúy lục"). "Thúy Vân" có thể là một áng mây xanh, đẹp; suy rộng ra, chỉ sự thướt tha, xinh đẹp, dịu dàng. Ngoài ra, còn có từ "Thúy vân thảo" là một thứ cây rêu, lá như vẩy cá, được người ta trồng làm cảnh.

Còn "Túy Kiều", "Túy Vân", nếu giả dụ "Túy" được viết là 粹, với bộ mễ 米, thì nó có nghĩa là nàng Kiều, nàng Vân, trong trắng (vì "Túy" ở đây có nghĩa là "nguyên chất", như

Minh họa Kiều (tranh Vũ Cao Đàm)

trong "Túy bạch"/trắng phau; hay "nguyên không pha", như trong "Túy nhi bất nhiễm"; là phần tốt nhất, như trong "tinh Túy"). Còn nếu "Túy" được viết là 醉, với bộ dậu 酉, nó sẽ liên hệ đến "say". Như "lạn Túy" là say khướt, "Túy quỷ" hay "Túy hán" là bợm nhậu, "Túy tâm" là say sưa với công việc (Lm Anthony Trần Văn Kiệm). Vũ Khắc Khoan có tập sách "Mơ Hương Cảng" mà ông gọi là "Túy bút" (tức là "viết trong cơn say", hay "viết một cách say sưa"?). "Túy nguyệt" là ngồi đối trăng mà uống rượu cho say (Đào Duy Anh). Như thế, "Túy Kiều", "Túy Vân" có thể có nghĩa là nàng Kiều (hay nàng Vân) làm cho say lòng người.

Từ nãy đến giờ, ta đã thử bàn đến ý nghĩa có thể có của tên hai nàng Kiều và Vân, với các phiên âm "Thúy" và "Túy". Nhưng, thật sự, Nguyễn Du trong bản Nôm truyện Kiều của mình, đã lấy nguyên chữ Hán để viết tên hai nàng. Là 翠翹 và 翠雲. Tại xã Vinh Hiền, huyện Phú Lộc, cách kinh thành Huế khoảng 40m về phía Đông, có *Túy Vân Sơn*, hình dáng tựa như một con chim phượng hoàng đang cất cánh bay, theo như mô tả mang tính địa lý-lịch sử về địa danh này. Ở đây có chùa Túy Vân, đặt theo tên của ngọn núi. Thật sự tên nó được viết theo chữ Hán là "Thúy Vân", nhưng dân chúng ở đây vẫn hay gọi là *chùa Túy Vân* và *núi Túy Vân*. Họ gọi đó là Chùa Mây Say và Núi Mây Say. Có lẽ nên hiểu là người từ dưới nhìn lên, thấy mây bay đẹp quá làm cho chếnh choáng, say sưa, nên đã gọi là *Túy Vân*. Mây bay đầy trời, lồng lộng trên núi, làm cho say đắm kẻ ngắm nhìn. Như định nghĩa của "Túy nguyệt" là ngồi đối trăng mà uống rượu cho say, như đã nói.

Nhưng, trong chèo cổ, ta còn có một vở chèo nổi tiếng là chèo *Kim Nham*, với nhân vật nữ chính là Xúy Vân (có khi được viết là Súy Vân) [từ sự biến âm s > x (như trong chữ Hán "sơ" 初 > chữ Nôm "xưa" 𣈜)] . Nhân vật nữ chính nổi tiếng quá trong cảnh giả dại, nên vở chèo này còn được gọi tên là chèo Xúy/Súy Vân. Ta sẽ còn có dịp nói về sự biến âm này ở một đoạn sau. Ta có từ "cổ xúy". Trong từ này thì "cổ" là cái trống (danh từ) hay đánh trống (động từ), còn "xúy" (từ chữ "xuy") có nghĩa là thổi (như thổi sáo, thổi tiêu, thổi địch). Như thế, "cổ xúy", tiếng Hán Việt, có nghĩa là "đánh trống và thổi sáo" (nghĩa bóng là vận động, hô hào cho một việc gì). Chèo *Xúy Vân* mà có trống với sáo như thế thì có lẽ cũng thích hợp?

Nhưng, cũng có thể hỏi: Xúy/Súy Vân[5] có phải từ Thúy Vân mà ra hay không?

Tất cả những đoạn bàn về ý nghĩa của Thúy Kiều, Thúy Vân ở trên chỉ là để thử tìm hiểu những ý nghĩa có thể có về tên nhân vật, nếu thật sự chúng ta muốn tìm hiểu ý nghĩa của những tên riêng ấy. Dù sao, tôi nghĩ, tất cả Thúy Kiều, Túy Kiều, hay Thúy Vân, Túy Vân, rồi Xúy/Súy Vân đều chỉ là do vấn đề biến âm mà ra.

Trong hệ thống ngữ âm Việt thế kỷ XVII, ta có những tổ phụ âm đầu mà chữ Việt hiện đại không còn dùng, như *bl-, pl-, ml-, tl-* , v.v… Đây là những phụ âm kép được ghi nhận rõ ràng trong *Từ điển Annam-Lusitan-Latinh* (Dictionarium Annamiticum Lusitanum et Latinum), còn gọi là Từ điển *Việt-Bồ-La*, do giáo sĩ Alexandre de Rhodes soạn, góp phần định chế chữ Quốc ngữ. Những tổ hợp phụ âm đầu này, qua dòng lịch sử, đã biến đổi để cho ta những phụ âm đơn như chúng ta hiện có trong tiếng Việt. Chúng đã trải qua một quá trình biến đổi ngữ âm.

Trong tiếng Việt, ta có một tập hợp các loạt từ sau đây, mang ý nghĩa gần gũi, hoặc rõ ràng là có liên hệ về mặt ý nghĩa với nhau, cho dù chúng có thể mang những sắc thái có thể được biện biệt, phân tích trong những ngữ cảnh khác biệt. Chúng có liên hệ với nhau về ngữ nghĩa và về mặt ngữ âm lịch sử. Ta hãy xét tập hợp này: *lòi, tòi, thòi, tròi, thòi lòi*. Và tập hợp này: *thụt, tụt, sụt, trụt, rụt*. Ngoài ra, ta còn có cặp đôi *thiến / xén*. Những loạt từ, hay những cặp đôi như thế, cho ta thấy chắc chắn có một sự biến đổi về mặt ngữ âm.

Về loạt *thụt, tụt, sụt, trụt, rụt,* nhà nghiên cứu Vũ Đức Nghiệu giải thích: "Trong *Từ điển Annam-Lusitan-Latinh* không ghi nhận hình thái * tlụt, nhưng các hình thái *trụt, rụt, sụt, tụt, thụt* gợi ý cho chúng ta khôi phục hình thái gốc * tlụt và hình dung sự biến đổi ngữ âm dẫn đến hình thành nên chúng như sau: * tl- của * tlụt biến đổi thành / ʈ / cho ta *trụt*. * tl- cũng có thể rụng l- cho ta hình thái *tụt*. Âm đầu t- ở *tụt* có thể bật hơi hóa thành / t' / và cho ta *thụt*. Âm đầu / ʈ / của *trụt* có thể biến chuyển sang / ʂ / theo kiểu của *(gà) trống - (gà) sống, (con) tráo - (con) sáo, (cái) trẹo - (cái) sẹo, trượt - sượt* … cho ta hình thái *sụt*. Đến lượt mình, / ʂ / của *sụt* có thể biến chuyển sang / r / theo kiểu của *sờ - rờ, sầu - rầu* … và cho ta hình thái *rụt*." (*Biến đổi ngữ âm lịch sử với việc tạo từ tiếng Việt*, VĐN, 2016).

Ngoài ra, ngữ liệu văn học thời sơ khai của chữ Quốc ngữ cho biết là vào ngày 13 tháng 7, 1626, trong một lá thư của linh mục Francesco Buzomi gửi cho linh mục Mutio Vitelleschi, cách ghi âm bằng Quốc ngữ của từ "*Thượng Đế*" là "*Xán tí'*. Ngoài ra, từ "Thiên chúa" (hay "Thiên chủ) được ghi là "Thiên chu". Như thế, có nghĩa là, vào thời đó, có thể thấy là hệ thống ngữ âm tiếng Việt vẫn đang trên đường biến đổi. Ở đây, ta thấy, có chỗ phụ âm kép th- được ký âm x- (Thượng Đế / Xán tí); nhưng lại có chỗ nó được ký âm là th- (Thiên chu / Thiên chũ = Thiên chúa). Ngoài ra, trong cặp đôi *thiến / xén* đã nói tới ở trên, ta cũng có một sự biến âm từ th- sang x- .

Qua những phân tích và ngữ liệu vừa trình bày, ta có thể thấy từ "Thúy Kiều" có thể được ký âm đúng như thế, với âm th- cho "Thúy". Do việc biến âm, nó cũng có thể được ký âm là t- , để thành "Túy". Một bản Kiều bằng Quốc ngữ khác, do Phạm Kim Chi, cũng là một dịch giả người miền Nam, phiên âm và chú giải, được đặt tựa đề là *"Kim Túy Tình Từ"*. Chuyện tình của Kim Trọng và Túy Kiều. Ở đây, như trong cách phiên âm của Trương Vĩnh Ký, "Thúy" cũng được chuyển thành "Túy". Sự biến âm lại có thể đưa đến việc ký âm x- / s- cho "Thúy" để thành "Xúy/Súy". Hoặc, có khi, mọi thứ đi theo chiều ngược lại. Đầu tiên, "Thúy" được đọc là "Xúy" (theo cách Xán-tí = Thượng Đế); sau đó, âm /s/ (⟨x⟩) của "Xúy"được chuyển thành /t/ , "Xúy" thành "Túy"; rồi âm /t/ bật hơi để thành / t' / , "Túy" thành "Thúy". Thật sự, từ "Túy", là "say", viết với bộ dậu, theo từ điển chữ Nôm của Trần Văn Kiệm, ngoài âm "Túy", còn được phát âm là "Súy".

Đó là con đường ngoắt ngoéo của biến đổi ngữ âm. Chỉ qua một tiến trình phục dựng âm, hoặc phân tích con đường đi của âm, người ta mới có thể tìm ra và xây dựng được những quy tắc biến đổi ngữ âm. Sự biến đổi đó mang tính lịch sử.

Xin được trở lại với những đoạn giới thiệu truyện Kiều của Trương Vĩnh Ký.

❖ Trong đoạn đầu, "Đời *Gia tĩnh* nhà Minh, có họ *Vương* làm quan viên ngoại, sinh được ba đứa con, con út trai là *Vương quan*, con đầu lòng **hai đứa gái** là *Túy kiều* vuối *Túy vân*, **hai gã** nhan sắc đẹp đẽ xinh tốt quá chừng, lại thêm học hành thông minh, **lịch sự** đủ đều, cầm, kì, thi, họa chẳng thua ai. (…)", ta thấy TVK gọi Kiều và Vân là "hai gã". Chúng ta chắc cảm thấy lạ. Nhưng, trong chữ Nôm, chữ 妸 , với bộ "nữ", được dùng để phiên âm cho cả hai chữ "ả" ("cô ả") và "gã". Nó có dị thể là 婀. Câu 15 của Truyện Kiều: "*Đầu lòng hai ả tố nga*", có bản chữ Nôm viết là " 頭弄𠄩 婀素娥". Chữ "ả", ở đây, viết theo lối dị thể, 婀. (Chữ "lòng" 弄 của bản phiên âm này so với chữ "lòng" 𢚸 của những bản khác có thể tạo nên một vấn đề thảo luận, nhưng ta không cần bàn đến ở đây). Còn bản phiên âm của Nguyễn Quảng Tuân viết là "頭𢚸 𠄩妸素娥" , tức theo lối bình thường, 妸 . Câu 805, "*Chẳng là gã Mã Giám Sinh*", theo phiên âm cũng của Nguyễn Quảng Tuân, viết là: "拯罗妸馬監生". Ta thấy, chữ "gã", 妸 , được viết giống như chữ "ả".

Như vậy là, theo cách diễn đạt của Trương Vĩnh Ký, ngày xưa, trong tiếng Nôm, **"gã"** có thể được dùng để chỉ cả nữ và nam. Sau này, "gã" mới được dùng để chỉ một người đàn ông nào đó với ý coi thường. Trong VNQATV, Huình Tịnh Của cũng giải thích chữ "Gã" là "người ấy, nhà ngươi"; "gã kia" là "người kia", "gã nọ" là "người nọ"; "gã cò" là "con cò"; và "nhà gã" là "nhà ngươi, người ấy". Như thế, Trương Vĩnh Ký, khi gọi Kiều và Vân là "hai gã", đã dùng chữ nghĩa một cách thích hợp theo chu cảnh văn hóa, xã hội thời đó. Tôi nghĩ, trường hợp này có lẽ cũng giống như trường hợp của từ "*mỹ nhân*". Đầu tiên, nó được dùng để chỉ một người đẹp, dù là nữ hay nam; sau này, nó mới được dùng để chỉ riêng cho phái nữ. Để chỉ định rõ hơn, người ta dùng từ "mỹ nữ" cho nữ giới và "mỹ nam" cho nam giới. Cũng thế, từ "*thanh niên*", lúc đầu chỉ có nghĩa gốc là "tuổi xanh", chỉ chung những người tuổi trẻ, bất luận là nam hay nữ. Sau này, nó mới có khuynh hướng được dùng để chỉ riêng cho phái nam. Và, cũng để phân biệt, có những chỗ người ta dùng rõ ràng là "thanh nam" và "thanh nữ" để xác định.

Trong tiếng Anh cũng vậy. Xưa, người ta dùng ***"man"***, ***"men"*** để chỉ chung con người. Trong bản Tuyên Ngôn Độc Lập của Hoa Kỳ (Declaration of Independence), Thomas Jefferson viết là: "We hold these truths to be self-evident, that ***all men are created equal***, that they are endowed by their Creator with certain unalienable Rights, that among these are Life, Liberty and the pursuit of Happiness" ("Chúng tôi khẳng định một chân lý hiển nhiên rằng *mọi người sinh ra đều bình đẳng*, rằng Tạo Hóa đã ban cho họ những Quyền tất yếu và bất khả xâm phạm, trong đó có quyền được Sống, quyền được Tự Do và mưu cầu Hạnh Phúc"). Không phải khi viết "all men are created equal", Jefferson (và các tổ phụ đầu tiên của nước Mỹ) chỉ nói đến nam giới mà bỏ qua nữ giới. Không, một cách chung, họ bao gồm tất cả những con người trong cuộc sống. [6] "Man" hay "men" chỉ là một lối dùng ngày xưa để chỉ con người. Bây giờ, tiếng Mỹ phân biệt rõ hơn. Ta có *man (men)* và *woman (women).* Nhưng ngày xưa khác. Trong cụm động từ/động ngữ "*to man something*" trong tiếng Mỹ, "man" ở đây là một *transitive verb*, một tha động từ (còn gọi là "ngoại động từ"), đòi hỏi một túc từ trực tiếp theo sau. Nó có nghĩa là "to work at a place or be in charge of a place or a machine; to supply people to work somewhere" ("làm ở một nơi nào hay có trách nhiệm tại một một nơi/một chỗ nào đó,

Phải: Nguyệt Ước (tranh sơn mài của Nguyễn Tư Nghiêm, 1987)
[Trái: Họa bản ở thời gian khác, không ghi năm]

hay giữ việc điều hành một cái máy; hoặc đưa người đến làm việc ở đâu đó"). Như trong "We need someone to man the switchboard", hoặc "Soldiers manned barricades around the city", hoặc "The telephones are manned 24 hours a day by volunteers."

Hiện tại, người Mỹ vẫn còn dùng cụm động từ này, cho dù điều ấy làm một số người có sự "nhậy cảm" về ngôn ngữ không vui lắm. Thay vào đó, như thế, những người này sẽ dùng những động từ khác như *operate, activate, actuate, staff, crew*, v.v… Người Mỹ còn có một cụm động từ (*phrasal verb*) khác có chữ "man" là "*man up*", có nghĩa là "to start being brave or strong in order to deal with a difficult situation" (bắt đầu trở nên can đảm hay mạnh mẽ để đối phó với một tình huống khó khăn). Chẳng hạn như: "He should man up and tell his boss what he really thinks.", hay "Lina actually melts if she tries to man up against them.", hay "Today, though, she couldn't decide whether she wanted to pretend the kiss hadn't happened and go about business as usual, or if she should man up, seek him out and have the conversation so they could acknowledge it and move on.", hay "Sarah Palin needs to 'man up' if she's going to run" (tựa đề một bài báo của tờ The Washington Post).

Với tiếng Pháp, "***homme/hommes***", giống như "man/men" của tiếng Anh, trong nghĩa gốc của nó, cũng để chỉ chung con người. Tác phẩm nổi tiếng của Antoine de Saint-Exupéry là "***Terre des Hommes***" được Bùi Giáng dịch là "Cõi Người Ta", và được Nguyễn Thành Long dịch là "Xứ Con Người" (cả hai bản dịch đều tuyệt vời), chứ không phải dịch là "Trái Đất của Đàn Ông" (!!!). Còn phim "From Here to Eternity" ("Từ đây đến thiên thu", 1953, 8 giải Oscar, với Burt Lancaster, Montgomery Clift, Deborah Kerr, Frank Sinatra và Donna Reed), một tập hợp những bi kịch con người (a collection of human dramas), diễn ra tại một căn cứ quân sự của Mỹ ở Hawaii trong bối cảnh dẫn đến cuộc chiến ở Pearl Harbor, có bản tiếng Pháp với nhan đề "***Tant qu'il y aura des hommes***". Tên phim ấy được một vị dịch tựa phim ở Việt Nam, trước 1975, chuyển khá hay và gọn thành "Thói Đời", diễn được một ý nghĩa của phim (mặc dù dịch như thế có vẻ phản ánh mặt tiêu cực của câu truyện nhiều hơn). Còn nếu muốn dịch cho sát và đủ nghĩa hơn thì, có lẽ, người ta nên hiểu nó là, chẳng hạn, "Chừng nào còn con người", "Chừng nào còn nhân loại", chứ không nên hiểu là "Chừng nào còn đàn ông" (bởi lẽ những khía cạnh bất công, buồn đau, cay đắng, sự nỗ lực vươn lên, sự lừa dối, lòng thủy chung, sự phản bội, lòng hãnh diện, tình yêu thương, sự hèn hạ, tinh thần mã thượng, tình bằng hữu, v.v., là những biểu hiện, những "đường nét" của con người nói chung, ở trong phim cũng như ở ngoài đời, cho cả nam lẫn nữ). Theo nghĩa ấy thì "từ đây đến thiên thu", nghĩa là "chừng nào còn con người", thì những biểu hiện, những "đường nét" ấy vẫn còn tiếp tục gắn bó với cuộc sống nhân loại.

Về phương diện triết lý, đào sâu vào bản thể luận, J.P. Sartre có một câu nói nổi tiếng (cũng nổi tiếng như một câu nói khác của ông là "L'Enfer, c'est les autres"/ "Địa ngục là Kẻ khác"): ***L'Homme est une passion inutile*** ("Man is a useless passion" / "Con người là một đam mê vô ích"). "Con người" nói chung (cả đàn ông lẫn đàn bà, cả nam và nữ), chứ không phải chỉ có "đàn ông" mới là một đam mê vô ích! (Còn tại sao "Con người" lại là "một đam mê vô ích" thì không phải là chỗ để bàn ở đây!).

Trở lại với cách viết "An Nam ròng" của cụ Trương Vĩnh Ký. Vậy thì "gã" có thể được chỉ cho cả trai và gái, cả nam và nữ. Từ cách gọi này, ta cũng có thể để ý đến các từ như *hắn, cậu, va, y,* v.v… Hiện nay, người Huế vẫn dùng chữ "hắn" để nói về một người nữ. Còn con gái Bắc, trong những câu chuyện thân tình, vẫn có thể gọi nhau là "cậu". Chữ "va" (một từ thuần Nôm) ta sẽ nói ở dưới. Chữ "y", một từ Hán, có nghĩa là "ấy, người ấy" (Hán-Việt TĐ, Đào Duy Anh), mang nét trung tính, gần như chữ "bỉ" (kia, người kia; "bỉ thử": cái kia, cái này, hay người kia, người này). Đôi khi, ta thấy người ta dùng "y ta" để chỉ cho cả nam lẫn nữ. Nếu muốn kỹ, nhấn mạnh là nữ, người ta dùng "y thị."

❖ Bây giờ, ta nói về mấy chữ **"va", "chị va".** Ta hãy xem lại đoạn văn tóm tắt chuyện của Trương Vĩnh Ký:

"Cách ít bữa tới ngày ăn lễ sanh nhựt ông ngoại *Túy kiều*, cả hai ông bà và hai em *Túy kiều* đều đi, để **chị va** ở nhà coi nhà. **Chị ta ở nhà một mình thong thả, đeo đồ vào đánh áo đánh quần, đóng cửa, ra phía sau, tuốt qua nhà *Kim trọng*.** Leo qua gặp *Kim trọng* dắc vào nhà, ở đó trò chuyện, làm thơ, làm phú, đánh đờn đánh địch, **thề nguyền với nhau cho một ngày một đêm; khuya lại *Kim trọng* muốn xáp việc, mà va không cho**…" (*Chú ý: Tôi giữ nguyên phần chính tả và lối viết xưa của TVK*)

Từ [7] "va", trong Việt Nam Quấc Âm Tự Vị của Huình Tịnh Của, định nghĩa là "người ấy, nó" (ngoài nghĩa là "đụng vào"); và "chàng va" là "chàng ta, gã ấy, người ấy", "chú va" là "chú ta, chú nghỉ", "nhà va" là "nhà ta, nhà gã, gã ấy", và "chị va" là "chị ta, chị ấy". Như thế, vào thời Trương Vĩnh Ký và Huình Tịnh Của, từ "va" được dùng chung, trung tính, và là một đại danh từ ngôi thứ ba, số ít. Khi xác định rõ hơn, như trong "chị va" mà TVK đã dùng thay đổi với "chị ta" ở đoạn trích văn trên, nó xác định rõ cho phái nữ. Nhưng "va" không thì có thể dùng chung cho cả hai phái.

❖ Về từ **"lịch sự"** mà TVK dùng để chỉ hai chị em Kiều và Vân, ĐNQATV giải thích "Lịch" là chữ Hán, có nghĩa "trải qua, tầng trải"; còn "lịch sự" là "trải việc, đẹp đẻ (sic), xinh tốt". Từ này hiện nay chúng ta sử dụng, dù vẫn còn mang dấu vết, ý nghĩa cũ, nhưng cách dùng và sắc thái của từ phần nào đã khác đi. Chúng ta không dùng từ "lịch sự" để khen một người con gái xinh đẹp, tươi thắm nữa. Giờ đây, tiếng Việt có nhiều từ khác. Nhất là đối với giới trẻ. Một thí dụ: hai chàng trai trẻ thời nay nói với nhau về một cô gái đẹp, đáng yêu, thắm tươi, hấp dẫn, hoặc là một chàng trai nào đó nói ngay với cô gái đẹp và đáng yêu mà mình thích: "Ôi! Trông em *long lanh* quá!".

❖ Trong câu "[K]huya lại *Kim trọng* muốn **xáp việc,** mà **va** không cho…", thì "va" ở đây chỉ Thúy Kiều. Kiều đã nghiêm nghị mà từ chối thái độ, hay lời "đề nghị khiếm nhã" ("Indecent Proposal", tên một cuốn phim nổi tiếng của Mỹ đầu thập niên '90, với Robert Redford và Demi Moore) của chàng Kim.

"Xáp việc". Chữ nghĩa đến là hay! Có phải là động ngữ này được dùng để viết tắt cho nguyên cụm "xáp (đến mà làm) việc"? Mà "làm việc" gì?

❖ Trong đoạn từ câu 497 đến câu 504: *Hoa hương càng tỏ thức hồng, Đầu mày cuối mặt càng nồng tấm yêu. Sóng tình dường đã xiêu xiêu, Xem trong âu yếm có* **chìu** *lả lơi. Thưa rằng đừng lấy làm chơi,* **Giẽ** *cho thưa hết một lời đã nao.* **Vĩ chi** *một đoá yêu đào, Vườn hồng chi dám ngăn rào chim xanh.* (Các dị bản của những từ in đứng: Chiều, Rẽ, Vẻ chi).

Đây chính là đoạn mà cụ Trương nhắc đến chuyện Kim Trọng muốn "xáp việc". Nguyễn Du không xác định chủ từ của những đoạn thơ này, nhưng người đọc theo dõi mạch chuyện thì hiểu ngay. Nguyễn Lượng, trong một bản Kiều Nôm, nói về chuyện "lả lơi" này, đã bình: "*Đăng hạ mỹ nhân, cầm thanh liêu loạn. Tình tự tương hà dĩ kham! Tình cảnh nhược hiện.*" (Người đẹp dưới đèn, tiếng đàn khêu gợi. Sao cầm lòng cho được! Tình cảnh như hiện ra sống động.)

❖ Trương Vĩnh Ký chú "giẽ" là (hượm), khoan đã, thủng thẳng. Còn dị bản "rẽ" cũng có thể nói là "rỉ", có nghĩa là "xin", "hãy". "Rẽ cho" có nghĩa là "xin cho", "hãy cho", nói một cách dịu dàng. Trong cụm **"Giẽ cho"/"Rẽ cho"**, ta thấy có sự biến âm gi > r (chuyển từ bl- , như trong blải > giải/rải, trải (tổ hợp phụ âm đầu này (bl-) được ghi nhận trong Từ điển Việt-Bồ-La của Alexandre de Rhodes). Một bản Kiều khác chú thích "Rẽ cho": rẽ ra cho, xê ra cho. Có bậc thức giả cho rằng cả truyện Kiều xây dựng và đứng vững trên một chữ "rẽ". Giả sử lúc đó Kiều không nói được như thế, không giữ được thái độ nghiêm trang, và chiều theo ý Kim Trọng, thì đời Kiều đến đấy là xong. Nguyễn Du không còn xây dựng được gì thêm về tính cách và con người đáng quý của Kiều nữa. Vậy thì khi nói đến chuyện chàng Kim đòi "xáp việc" ở đây, ta phải nhớ đến cụm "Giẽ cho"/ "Rẽ cho" của Kiều. Chính cụm từ này, cho thấy thái độ của Thúy Kiều, mới làm cho Kiều và Truyện Kiều sống mãi!

❖ Chữ **"chìu"**, trong *"Xem trong âu yếm có* chìu *lả lơi"*, là biến âm /i/ > /iê/ của chữ "chiều". Xin xem phân tích về sự biến âm này ở một đoạn dưới.

❖ Về từ "**Vĩ chi**" Theo Từ điển của Huình Tịnh Của, "vĩ chi" có nghĩa là "sá chi", "quản chi". Theo nhà ngôn ngữ học Nguyễn Tài Cẩn, thì cách nói "Vẻ chi" tuy đã cổ nhưng vẫn quen thuộc; trước kia nữa, nó có dạng "vĩ chi" (xem Huình Tịnh Của).

❖ Trong câu "*Lạ* chi *bỉ sắc tư phong, Trời xanh quen* với *má hồng đánh ghen*" (Dị bản: Lạ gì, thói), thành ngữ *Bỉ sắc tư phong* được TVK chú bằng cụm **Kia rít ấy chời**. Được cái kia ít, thì cái ấy nhiều, không cân nhau bao giờ. Thành ngữ này liên hệ đến thuyết "Tài Mệnh tương đố" trong Truyện Kiều của Nguyễn Du. (Dù sao, có tác giả đã cho rằng Tố Như "đã dùng chữ "Nghiệp" của nhà Phật mà giải thích chữ "Mệnh" của Nho Giáo.[8]). VNQATV giải thích: "Chời" là có nhiều, dư ra (chính là chữ "đa" nói theo tiếng Triều Châu). "Chời tiền": có nhiều tiền. Về chữ "rít", ta được giải thích: Rít chịt, rít chẳng, rít rịt: Rít quá, nhám nhúa; hà tiện quá. Suy ra: "rít" là ít; "chời" là nhiều. "Rít rịt", sau, còn được nói là "ít rịt". Cụm "bỉ sắc tư phong" đáng lẽ phải là "bỉ sắc thử phong". Dùng "tư" thay cho "thử" để hợp bằng trắc. Từ thành ngữ "Phong vu tài nhi sắc vu ngộ", nhiều tài năng thì ít gặp thời cơ. Từ "bỉ thử" cũng được dùng để chỉ sự so sánh bên này và bên kia, ta và người. Sau đó, nó được dùng như sự so sánh với ý xem thường người khác.

❖ Câu Nguyễn Du tả Thúy Vân: *Vân xem trang trọng tót vời, Khuôn* lưng *đầy đặn nét* người *nở nang* (So với các dị bản: Khuôn *trăng* đầy đặn nét *ngài* nở nang.)

Tác phẩm Truyện Kiều bằng chữ Nôm ở Khu tưởng niệm Nguyễn Du tại Nghi Xuân, Hà Tĩnh (ảnh: Q.Đ)

Trương Vĩnh Ký phiên âm là " khuôn lưng" và "nét người". Các bản Kiều khác phiên là "khuôn trăng" và "nét ngài". Đây là vấn đề phiên âm, và là một đề tài đã được bàn cãi rất nhiều từ nhiều góc cạnh. Tôi sẽ không trình bày lại ở đây. Chỉ ghi nhận rằng, trong một giải thuyết, hai chữ *lưng* và *trăng* đều phát xuất từ chữ Nôm 𦝄. Có vị giải thích nếu đọc là "lưng" thì phải biết bộ 月 nằm phía trái là bộ nhục (thịt). Còn nếu đọc là trăng thì bộ 月 nằm phía trái lại là bộ nguyệt (trăng). Tùy theo ngữ cảnh mà người đọc phải biết đó là "lưng" hay "trăng". Nhưng câu thơ này chính là vấn đề, vì đọc cách nào cũng có cái lý của nó.

Trong tìm hiểu của mình, tôi thấy Từ điển Trần Văn Kiệm ghi 𦝄 là trăng [cữ, giăng, lưng, răng], có nghĩa là mặt trăng, đi với bộ Nhục 宍, còn có dị thể là 肉. Còn trăng đi với bộ "nguyệt" 月 sẽ viết khác. Là 𣎃 (theo Từ điển Viện Hán Nôm). Như thế, theo Từ điển

Trần Văn Kiệm, ta có thể suy ra là 𦝄 có thể đọc cả hai cách. Là "trăng" hay là "lưng". (Việc xét một chữ Hán thuộc bộ nào cũng là một vấn đề phức tạp, vì trong một chữ Hán có thể chứa nhiều hơn một bộ; và bộ chủ của chữ không nhất thiết phải luôn luôn đứng bên trái—cho dù trên nguyên tắc là thế—, mà nó tùy thuộc vào vẻ thẩm mỹ của chữ). Và vấn đề, như vậy, vẫn dậm chân tại chỗ, vì nó cho thấy chuyện ấy tùy vào người phiên âm muốn nhìn chữ 𦝄 như thế nào. Nó chứa bộ "nhục", theo Từ điển Trần Văn Kiệm, và có thể được đọc là "lưng" hay là "trăng". (Thật ra, theo Từ điển phổ thông, chữ Hán 肉, cũng là bộ 肉, đọc là nhục [nhụ, nậu], còn có những dị thể của nó; và một trong những dị thể đó là 月. Từ điển Nguyễn Quốc Hùng cũng giải thích: "chữ 肉 là "thịt". Td: Ngưu nhục (thịt bò) — Xác thịt. Thân xác. Td: Nhục dục —Tên một bộ chữ Trung Hoa, tức bộ Nhục, khi viết thành bộ thì viết là 月." Bộ "Nhục" 月 này, như ta đã biết, lại có khi được nhìn như bộ "Nguyệt", như trong chữ Hán 明 Minh, là sáng (bộ "Nhật", đi kèm với "nguyệt"), hay trong chữ Nôm 𪩮 Trăng (bộ "Nguyệt"). Vì thế, "nhục" và "nguyệt", "lưng" và "trăng" cứ lẫn vào nhau).

Còn hai chữ "ngài" và "người" cũng được viết với những bộ khác nhau. Chữ "Ngài" 𧋟 viết với bộ "trùng" 虫 liên hệ đến "nga mi" (蛾眉), nghĩa là râu của con ngài, chỉ lông mày của người con gái đẹp, có nét cong vút và dài như râu con ngài. Chữ "ngài" này, dầu sao, cũng có những trường hợp dùng để chỉ cả lông mày đàn ông. Cụ thể là lông mày của Từ Hải, được xem là "ngọa tàm mi" 臥蠶眉, nghĩa là lông mày giống hình như con sâu tằm ngủ, cũng được xem là một loại lông mày đẹp. Còn chữ "Người" 得 viết với bộ "nhân đứng" 亻/人 chỉ người.

Trong các bản Kiều Nôm thì ngoại trừ bản Kinh đời Tự Đức 1870 viết là "nét người", các bản còn lại viết là "nét ngài". Nhưng cũng có ý kiến cho rằng "người" và "ngài" là hai chữ có thể thay đổi cho nhau, để chỉ người, vì chữ "ngài" là cách phát âm cổ của chữ "người" [biến âm a > ươ, như trong Tràng An > Trường An; nhà Thang > nhà Thương (bên Tàu); Tràng Tiền > Trường Tiền; tràng giang > trường giang (nhưng người ta dùng cụm từ "(nói) tràng giang đại hải", chứ ít dùng "(nói) trường giang đại hải"); đang (làm việc) > đương (làm việc); cang thường > cương thường; nhà tràng > nhà trường; lên đàng > lên đường ("Nào anh em ta cùng nhau xông pha *lên đàng* / Kiếm nguồn tươi sáng…- "Lên Đàng", bài hát của Huỳnh Văn Tiếng & Lưu Hữu Phước"); nàng >< nường ("Chiều ơi! Mái nhà sàn thở khói âm u / Cô *nường/nàng* về để suối tương tư, ới chiều… - "Nương Chiều" của Phạm Duy"); v.v.]. Từ điển Hán-Việt của Trần Văn Kiệm ghi: 得Người [ngài], bộ nhân, là "người ta". Như vậy, "người" còn có thể được đọc là "ngài". Và, trong ngữ cảnh nói về Thúy Vân, đó là vấn đề. Nguyễn Du tả thân hình nàng Vân hay khuôn mặt của nàng?

Phiên âm như của cụ Trương (chắc hẳn theo bản Kiều Nôm đời Tự Đức) là nhắm đến việc miêu tả vóc dáng, thân hình của Thúy Vân. Còn phiên âm theo các bản Kiều khác là chỉ nhắm đến khuôn mặt của Vân. Nhạc sĩ Phạm Duy, khi phổ thơ Kiều, có lẽ thích "khuôn mặt" hơn "khuôn lưng", và thích "nét người" hơn là "nét ngài" của nàng Vân, nên đã chọn trung dung là "Khuôn trăng đầy đặn, nét người nở nang". Quan niệm thẩm mỹ của thời Nguyễn Du, và của chính cụ Tiên Điền, về nét đẹp của người phụ nữ không chắc có giống như chúng ta ngày nay. Nàng Mona Lisa trong bức tranh cùng tên (hoặc mang tên La Gioconda, hay

La Joconde) của Leonardo da Vinci trong thời Phục Hưng Ý biểu hiện cho một nét thẩm mỹ về phụ nữ khác với những gì con người cho là đẹp thời hiện đại. Vậy thì "Lưng" hay "trăng", và "người" hay "ngài"? Có lẽ ta phải để lửng câu hỏi đó ở đây.

❖ Câu *"Gương thu thủy, **vít** xuân sơn"*. Trương Vĩnh Ký giải thích câu này là từ thành ngữ "Nhãn hoành thu thủy, mi tợ viễn sơn": Con mắt trong như nước mùa thu, chang-mày như hình núi coi xa. "Chang mày" là "lông mày". Trong câu này có cụm "vít xuân sơn". Từ điển cho biết: Vít tích = dấu tích (từ "Đại Nam Quấc Âm Tự Vị" của Huình Tịnh Của). Vậy, "vít" bây giờ là "vết", "dấu", "nét". Biến âm i > ê. Các dị bản khác phiên thành "*"Làn thu thủy, nét xuân sơn"*. Trong Kiều của TVK, ta cũng có câu "*Vít* giày từng bước in rêu rành rành". Vậy "Vít giày" là "Dấu/Vết giày".

❖ Câu "*Dập* dều *tài tử giai nhơn"* (dị bản: Dập dìu) có biến âm ngược lại: ê > i. Còn biến âm â > ơ thì ta thấy thường xuyên trong phương ngữ Nam bộ, như "nhân" > "nhơn", "chân" (cẳng) > "chơn" (cẳng), "chân" (thật) > "chơn" (thật). Nhưng (mấy) "lần" thì thường được chuyển thành (mấy) "bận", chứ không phải *(mấy) "lờn". Gần gũi với biến âm này, còn có uy > ơ, như trong "đi quyền" > "đi quờn", hoặc ă > ơ, như trong "căn cớ"/"căn cứ" > "cơn cớ". Đặc biệt, người miền Nam có thể nói và viết "nhơn dân", chứ ít khi viết là "nhơn dơn", mặc dù điều này không phải không có.

❖ Câu "*Cung thương làu bậc năm âm*" (dị bản ghi "ngũ âm"). TVK giải thích năm âm là cung, thương, *giác*, *trỉ*, *võ* (dị bản: cung, thương, *giốc, chủy, vũ*).

Biến âm qua lại tr > < ch, từ *trỉ* sang *chuỷ*, do tr > ch, từ Hán sang Nôm: (trĩ 豸 > chạy 趍), hoặc do ch > tr (chư 諸 > trưa 𣇊). Trong chữ Quốc ngữ, ta cũng có cặp *trệch* > < *chệch*. Biến âm a > ô, từ *giác* sang *giốc* (nguyên âm giữa thành nguyên âm sau). Trong tiếng Việt, ta cũng thấy có biến âm o > u (nguyên âm sau, mở > nguyên âm sau, đóng), do khác biệt phương ngữ Đàng Trong và Đàng Ngoài, hoặc do sự kỵ húy: (họ) Võ > (họ) Vũ; hoặc oa > uy, như trong (họ) Hoàng > (họ) Huỳnh.

❖ Câu *"Ym niềm* (hay là *iêm-liềm*) *trướng xủ màn che"* (dị bản*:* Êm đềm trướng rủ màn che). Ở đây, ta có Y/iê > < ê (như trong điều > < đều / *Trải qua một cuộc bể dâu, Những* đều *trông thấy đã đau-đớn lòng* - TVK).

Về "ym niềm", hay "iêm liềm" (so với "êm đềm"), trong đó có hai sự biến âm Y/iê > < ê và l > đ. Có thể đây chỉ đơn giản là cách phát âm thời đó, hoặc phần nào mang tính phương ngữ. Ta có thể so sánh, ở một mức độ nào đó, biến âm l > d, hay d > l, này giống như trong cách phát âm của khá nhiều người Hoa, đặc biệt đối với ⟨r⟩ (và, nhiều khi, cả với ⟨đ⟩). Âm "rờ" (và nhiều khi cả âm "đờ") thường có khuynh hướng biến thành âm "lờ": Họ nói "*li* chợ Tết", thay vì "*đi* chợ Tết"; hay thay vì nói "fried rice" (cơm chiên"), lại nói thành "fly lice" ("con ruồi con rận"). Chỉ vì trong tiếng Hoa không có âm "rờ".

Ta cũng nhận thấy có biến âm x, s > r ở đây, như trong sờ (soạng) > rờ (rẫm), sầu (đời) – rầu (đời), đưa đến *trướng xủ = trướng rủ.*

❖ Để giới thiệu các câu từ 39 đến 50, Trương Vĩnh Ký đề tiểu tựa: "Ba chị em đi *ăn* thanh minh". Trong Truyện Kiều, ta được cho biết về dịp lễ này: "*Lễ là tảo mộ, hội là đạp thanh*", người người đi viếng mộ ngay vào ban sớm, dẫm lướt trên cỏ xanh. Dù TVK giới thiệu là "Ba chị em đi *ăn* thanh minh", ta không thấy Nguyễn Du tả chị em Kiều "ăn uống" gì. Chắc chắn là cũng phải "ăn uống" đôi chút, nhưng cụ Tiên Điền không để ý đến chuyện ấy.

Trương Vĩnh Ký trình bày câu truyện có lớp lang, từng cảnh, từng đoạn, dùng ngôn ngữ bình thường của xã hội, như của một người kể chuyện, dẫn chuyện, mục đích là để giới thiệu một câu truyện hay, qua đó, giúp cho người dân học tiếng, học chữ Quốc ngữ. Lời ăn, tiếng nói, cách đưa dẫn, như lối nói, lối kể truyện thân mật. Cách dùng chữ "ăn" này, đặc biệt, của người dân miền Nam, có thể phần nào phản ánh sự phong phú, màu mỡ của đất đai xứ Đàng Trong, và đời sống dư dật của người dân xứ này. Nhưng, nếu xét rộng ra, ngôn ngữ Việt có rất nhiều từ ngữ đi với chữ "ăn", và những từ ngữ này có nguồn gốc và được sử dụng khắp đất nước, không chỉ riêng ở miền Nam. (Tác giả bài này, rất nhiều năm trước, cũng có dịp viết một khảo luận mang tên "*Tết Nhất, nói chuyện Ăn*", 1983). Có người lại cho rằng điều này cho thấy người Việt bị "ám ảnh" bởi chuyện "ăn uống". Ở đây, có lẽ cần phải có thêm những nghiên cứu sâu về mặt tâm lý và xã hội để xác định vấn đề.

❖ Các câu "*Ngày xanh mòn mỏi má hồng phui pha*" (dị bản: phôi pha), và ("Ông tơ ghét bỏ chi nhau?) *Chưa vui sum-hiệp đã sầu chia-phui*" (dị bản: chia phôi).

Ở đây, chúng ta có biến âm ui > ôi. Thay vì phát âm và viết là "tôi", có những người miền Nam phát âm và viết là "tui". Hoặc "thúi" và "thối" có thể dùng thay đổi cho nhau (nghĩa liên hệ đến khứu giác); nhưng "tấn thối" và "thối lui" thì có thể biến thành "tấn thoái" và "thoái lui", chứ hầu như không biến thành *tấn thúi, cho dù đôi khi ta có thể có "thúi lui". Hoặc, từ "côi cút" viết theo lối cổ trong Nam là "cui cút".

❖ Trong câu, "*Kiều rằng những **đứng** tài hoa* (Thác là **thấy phách** còn là tinh anh)" (dị bản: đấng), ta có biến âm ư > â.

Biến âm này có thể thấy được rõ hơn nữa trong những ngữ liệu sau:

"*Khi ấy có mấy vị sư đương ngồi ở trai đường với nhau, bỗng thấy Trí Thâm ở đâu lập cập bước vào,* mặt đỏ bằng bằng *như nước tượng sơn son, thì ai nấy…*" (Truyện Thủy Hử, hồi 3). Có thể so sánh: đỏ bừng bừng / đỏ bằng bằng; nhà ba từng/ba tầng, v.v.

Một câu khác trong Kiều của TVK: "*Vưng lời khuyến giải thấp cao*" (dị bản: vâng, khuyên). Ta cũng có nét biến âm ư > â. Cũng thế là hai câu 351 và 352: "Đã lòng quân tử đa mang. Một lời *vưng* tạc đá vàng thủy chung". Hoặc: "Hiên sau treo sẵn cầm trăng, Vội vàng Sanh đã tay *nưng* ngang mày"

Một câu khác, kể về việc việc cha mẹ và hai em Kiều đi ăn mừng sinh nhật của Vương viên ngoại, để Kiều ở nhà một mình:

"*Ngày vừa sanh-nhật ngoại gia, Trên hai đường, dưới nữa là hai em.* Tâng-bằng *sắm-sửa áo xiêm…*" (dị bản: Tưng bừng). Ở đây, có biến âm ngược lại: â > ư.

Hoặc "Chén *mầng* xin đợi ngày nầy năm sau" (dị bản: mừng).

Từ những ngữ liệu trên, ta có thể thấy có sự biến âm qua lại ư > â và â > ư (ư > < â).

❖ Về cụm từ "**thấy phách**" trong câu "*Thác là* thấy *phách còn là tinh anh*", có những bản Kiều ghi là "thể phách". "Thể phách", xét chung, là thân xác. "Phách" còn được gọi là "vía". Theo niềm tin dân gian, sau khi con người chết, thân xác bị hủy diệt, thì phách (vía) dần dần tan rã. "Hồn", là cái tinh anh, sẽ còn lại. Về cách phiên âm của mình, trong phần chú thích, Trương Vĩnh Ký ghi thành ngữ Hán-Việt "Tử kiến tinh phách" và giải là "Thấy vía người mất". Ta hiểu rằng từ "thấy" của ông có lý do của nó.

❖ Về chữ "**Quấc**", trong câu *"Người* quấc *sắc, kẻ thiên tài*" (dị bản: quốc sắc). Ở đây, ta có â > ô, sau phụ âm đầu qu-, ký âm /kw/ (giống như trong cách viết của Huình Tịnh Của: *Đại Nam* Quấc *Âm Tự Vị*).

Phụ âm "cờ" [k] có hai chữ cái trong tiếng Việt để ghi âm. Đó là /c/ và /k/. "C" có thể đi trước các nguyên âm/nguyên âm đôi dòng giữa và dòng sau, như ⟨a⟩ (cá), ⟨ă⟩ (cắm sào), ⟨â⟩ (cấm đoán), ⟨ơ⟩ (lấy cớ), ⟨ư⟩ (căn cứ); ⟨u⟩ (con chim cu); ⟨ô⟩ (lồm cồm); ⟨o⟩ (nhảy lò cò); hay trước các nguyên âm đôi dòng giữa, như ⟨ưa~ươ⟩ (cứa, cười, sợi cước), hoặc ⟨ua~uô⟩ (con cua, cái đuôi, cái cuốc). Nhưng con chữ "c" không thể đứng trước các nguyên âm/ nguyên âm đôi dòng trước như ⟨i, y⟩, ⟨ê⟩, ⟨e⟩ và ⟨ia~iê⟩. Con chữ "k", ngược lại, có thể đứng trước các nguyên âm dòng trước, dù nguyên âm đó là đóng ⟨i, y⟩ (sử ký/kí), nửa mở ⟨ê⟩ (kể chuyện), và mở ⟨e⟩ (xem ké). Nó cũng có thể đứng trước nguyên âm đôi dòng giữa ⟨ia~iê⟩ (đàng kia, con kiến).

Đối với **âm "quờ", ⟨qu⟩, ký âm /kw/,** có một số nhà ngôn ngữ quan niệm rằng, trên nguyên tắc, nó không thể đứng trước các nguyên âm đôi giữa, dòng sau (hẹp, vừa), trong đó có ⟨ua~uô⟩. Không có *quua hay *quuô. Và như thế, sẽ không thể có "quốc" (như trong "tổ quốc", "kiến quốc", v.v…).[9] Dù sao, "Qu" vẫn có thể đứng trước các nguyên âm hạt nhân như ⟨a⟩ (qua), ⟨ă⟩ (dao quắm), ⟨â⟩ (quấn quít), ⟨ơ⟩ (quơ tay), ⟨i,y⟩ (qui, quy), ⟨e⟩ (cái que), ⟨ê⟩ (nhà quê). Bởi thế, cách viết "Đại Nam *Quấc* Âm Tự Vị" của Paulus Huình Tịnh Của là hợp lý. Và, cũng thế, cách viết "Người *quấc* sắc, kẻ thiên tài" của Trương Vĩnh Ký cũng có cái lý như thế. Dù sao, từ "quốc" hiện nay đã được tiêu chuẩn hóa, để khu biệt nó với từ "cuốc".

Về hai từ "chim bao"/"chiêm bao", trong lời dẫn của TVK: "*Đạm Tiên hiện* chim *bao cho Túy Kiều biết Túy Kiều cũng mắc số đoạn trường.*" Ta lại có biến âm i > iê , như trong câu "*Xem trong âu yếm có* chìu *lả lơi*", và trong câu 348: "Chìu (/ chiều) *xuân dễ khiến nét thu ngại ngùng."*

Tuy nhiên, về từ "chim bao", trong Kiều của TVK, cũng có chỗ thấy ông viết là "chiêm bao": ("*Gió đâu* trịch *bức mành mành* / sịch.) *Tỉnh ra mới biết rằng mình chiêm bao*". Vậy là ông sử dụng cả hai từ, qua lại lẫn nhau.

Nhận xét: Biến âm tr > s (giữa "trịch" và "sịch"). Như trong (gà) trống / (gà) sống; và các từ mang tính phái sinh, chia sẻ về mặt ngữ nghĩa, như trượt / sượt, trụt / sụt, v.v.

❖ Trong hai câu *"Nguồn đào lạc lối đâu mà đến đây? Thưa rằng:* thinh-*khí xưa nay", ta có **Thinh**/***Thanh khí*** (i > a và a > i). Đây là một biến âm ta thấy rất thường giữa "trong Nam" và "ngoài Bắc".

Hai cặp chữ hay được thấy nhất là sanh/ sinh và tánh/tính (nhưng người ta có thể nói *tánh tình* mà không thể nói **tánh tành*. Cũng như hai nguyên âm giữa đóng ⟨ơ⟩ và nguyên âm giữa nửa mở ⟨â⟩, ở một số từ, có thể dùng thay đổi cho nhau, đặc biệt trong hai phương ngữ Nam và Bắc, như "nhơn dân" và "nhân dân" (hoặc "nhơn dơn", như đã nói, mặc dù hiếm thấy).

Trở lại với biến âm i > a và a > i, ta để ý từ "Sanh" được dùng nhiều trong văn thơ Nôm cổ. Trong Kiều chẳng hạn: "*Tan sương đã thấy bóng người. Quanh tường ra ý tìm tòi ngẩn ngơ.* Sanh *đà có ý đợi chờ. Cách tường lên tiếng xa đưa ướm lòng.*". Ở đây, ta biết "Sanh" là "Sinh", từ dùng để chỉ một chàng trai có học, ở đây chỉ Kim Trọng. Sanh/Sinh, a > i . Ngoài ra, cũng có dạng biến âm ngược lại, i > a, như trong "thinh khí"/ "thanh khí" đã nói ở trên. Như thế, trong các trường hợp khảo sát, ta có thể viết là i >< a.

Người ta nói và viết "thanh khí", "học sinh" và "hy sinh" nhiều và thường hơn là "thinh khí", "học sanh", và "hy sanh". "Thinh khí" mang một âm hưởng quá "cổ" và cũ. "Tiên sanh" và "môn sanh" cũng thế. Thậm chí, trong thời hiện đại, nếu dùng những từ "học sanh", hay "hy sanh", người ta cũng dễ có cảm giác "cổ". Chưa kể là trong một vài trường hợp, nó còn được sử dụng phần nào có tính "đùa nghịch". Như trong những câu hát của Ban AVT, trước 1975, ở miền Nam: "Báo đăng cô *nữ học sanh*. Cha mẹ nghiêm khắc cấm mình "phi-dê". Giận đời vì thấy mình "quê". Mua chai thuốc chuột đem về uống chơi…" . Hay trong câu "ca dao thời đại": "Nếu không gọi chú bằng anh, Chắc là chú phải *hy sanh* cuộc đời". Đời sống thì có thể có những đùa vui như vậy, nhưng, thật ra, ngôn ngữ là một quy ước, và nó cũng bắt nguồn từ tiếng nói, trong đó có tiếng nói của địa phương mà ta gọi là phương ngữ. Nó không có gì sai trong lời ăn tiếng nói của người dân. Về mặt chữ viết, đối với những từ, những âm cùng được chấp nhận là hợp chính tả/chánh tả, người ta có thể dùng thay đổi. Vấn đề là thói quen của từng thời kỳ, thời đại. Hay thói quen của vùng miền, thậm chí thói quen của từng người. Hoặc vì chính sách quy chuẩn hóa của chính phủ về mặt ghi âm, về cách viết trong các từ điển, sách vở.

Minh họa Kiều (tranh Nguyễn Thị Hợp)

❖ Ngoài những từ có sanh/sinh như vừa nói, ta còn có "ngày sanh" / "ngày sinh", "sanh nhật" / "sinh nhật", "bình sanh"/ "bình sinh", "sanh tiền"/ "sinh tiền", "sanh thời" / "sinh thời", v.v… Và, đặc biệt, từ "sinh thì" (không có *sanh thì). "Thì" là "thời", bởi thế, thoạt nhìn, ta có thể nghĩ "sinh thì" là "sinh thời" hay "sanh thời". Thật ra, không phải như thế.

"Sinh thì" là một từ có một nghĩa đặc biệt đối với người theo đạo Công Giáo tại Việt Nam. Nó là một từ thường được chỉ lúc Chúa chết, trong các kinh nguyện và ngắm;

mở rộng nghĩa ra, để chỉ khi một người có đạo qua đời. Gần như tất cả các từ điển tiếng Việt, trong đó có Từ Điển Hán Việt của Đào Duy Anh, Việt Nam Tự Điển của hội Khai Trí Tiến Đức, Việt Nam Tự Điển của Lê Văn Đức & Lê Ngọc Trụ, Đại Từ Điển Tiếng Việt do Nguyễn Như Ý chủ biên (của nhà xuất bản Văn Hóa Thông Tin, in năm 1999), đều không có từ *"Sinh thì"*, chỉ có từ *Sinh thời, Sanh thời, Sinh tiền,* hay, có khi, *Sênh tiền*. Tất cả những từ vừa nói đều chỉ về giai đoạn còn sống của một người nay đã không còn nữa. Tuy nhiên, các từ điển do người Công Giáo viết như Từ Điển Việt-Bồ-La của Alexandre de Rhodes, Đại Nam Quấc Âm Tự Vị của Huình Tịnh Paulus Của, Tự Điển của Pigneau de Béhaine cuối thế kỷ XVIII, Từ điển của Génibrel cuối thế kỷ XIX, Dictionarium Anamitico-Latinum của Đức Giám Mục Taberd xuất bản năm 1838, và trong nhiều văn bản Công giáo khác như *Thánh Giáo Yếu Lý, Kinh Cầu Bảo Đàng Cho Kẻ Rình Sinh Thì, Ngắm 15 Sự Thương Khó Đức Chúa Giêsu,* v.v., đều có từ "Sinh Thì". Và từ này được hiểu là "chết".

Ta có thể nói nhiều và kỹ hơn về vấn đề ngữ nguyên của từ này, để hiểu tại sao lại có sự dùng từ "sinh thì" một cách đặc biệt như thế. Và ta có thể dựa trên các tài liệu ngôn ngữ đã có để trình bày vấn đề. Tuy nhiên, ở đây, tôi chỉ xin nói gọn. Chẳng hạn, Alexandre de Rhodes, trong Từ điển Việt-Bồ-La, giải thích: "*sinh ascendo (lên), sinh thì ascensus hora (giờ lên) - đã sinh thì iam mortuus est (đã chết)... Chúng tôi mượn cách nói nơi người Lương dân, để chỉ ý nghĩa sự chết của người Ki-tô hữu như đi lên với Thiên Chúa"*. "Sinh", như thế, được hiểu là "lên", là "chết". Các phân tích ngôn ngữ cho biết người Tàu phát âm chữ "sinh" 生, theo nghĩa "sinh đẻ" hay "sống", là *shēng* (giống giọng Bắc Kinh hiện tại). Và họ cũng phát âm chữ "thăng" 升, theo nghĩa là "(bay) lên", y hệt như thế. Chính sự phát âm giống nhau như thế đã đưa đến một sự lộn nghĩa, hay trộn nghĩa. Nhưng cách sử dụng và giải thích từ "sinh thì" của Alexandre de Rhodes cho thấy ý hướng về một niềm tin tôn giáo. "Sinh thì" có nghĩa là "lúc chết", là "thăng thì", là "giờ lên", "lúc (bay) lên (với Thiên Chúa)".

Ta cũng có thể xem đó là một lối dùng "uyển ngữ", nếu không xét đến niềm tin kia. Dù sao, tôi nghĩ, nếu nhìn theo hướng thần học Công Giáo, thì đối với người tín hữu, chết tức là giây phút sống thật. Là lúc được trở về nhà Cha, trở về với Thiên Chúa. Câu chúc "Felix Dies Natalis!" bằng tiếng Latinh, có nghĩa như "Happy Birthday!" trong tiếng Anh. Trong ý thức về ý nghĩa của sự chết, giáo hội Công Giáo kính lễ các thánh, đặc biệt các thánh tử đạo, vào ngày họ mất, và ngày đó được gọi là "*Dies Natalis*", **ngày sinh**. Ngày các vị được sinh vào Nước Trời, hay ngày các vị được trở về "quê thật", về "cõi hằng sống". Tinh thần này cũng được biểu hiện trong dụ ngôn Chúa Jesus rao giảng: Nếu một hạt lúa được gieo vào lòng đất mà không chết đi, nó sẽ trơ trọi một mình mà thôi; nhưng nếu nó mục rã và chết đi, nó sẽ sinh ra nhiều bông hạt khác. Đây là một ẩn dụ, có thể bàn sâu xa hơn. "Chết", ở đây, tạm thời nói gọn, nên được hiểu là chết đi cái tôi trần thế, cái tôi hẹp hòi, ích kỷ và ham muốn thế gian; chết cho những gì cao quý, tốt đẹp. Chết cho anh em, bạn bè, cho người khác. Chết cho chân lý, trong tinh thần được Phúc Âm rao giảng. Sự chết, như thế, trong tinh thần và tín lý Công giáo, chính là sự sống đời đời. [10]

❖ "*Thoắt đâu thấy một tiểu kiều. Có* chìu *phong-vận, có* chìu *thanh-tân"* (dị bản: có chiều). Trương Vĩnh Ký giải thích từ

"**Phong-vận**" là xinh tốt , còn "**Thanh-tân**" là sạch sẽ. Trong quyển "Truyện Kiều" do Trần Nho Thìn chủ biên & Nguyễn Tuấn Cường khảo dị, chú thích, bình luận, ta thấy ghi: *Phong vận*: yểu điệu, đoan trang; *Thanh tân*: còn trong trắng, còn son, chưa có chồng con.

Ta thấy cách giải thích gọn ghẽ và giản dị, không chải chuốt, có phần mộc mạc của TVK, là để nhắm vào mục đích sao cho người dân hiểu được ngay những từ Hán-Việt có vẻ cao sang. Ông không dùng những từ Hán-Việt khác, như chúng ta sau này, khi trình độ Việt ngữ của người Việt đã được nâng cao, để giải thích một từ gốc Hán-Việt. Ông tìm những từ giản dị, dễ hiểu, thậm chí là mộc mạc, dân dã để giải thích. Bởi thế, ta không nên nói, như cách phê bình của Phạm Quỳnh sau này, là sách của TVK là để viết cho trẻ con đọc. Phạm Quỳnh là một người rất giỏi, và cũng đã đóng góp được nhiều điều tốt đẹp cho văn học Việt Nam, đặc biệt qua công sức của ông khi đứng vai vừa chủ nhiệm vừa chủ bút cho tờ Nam Phong tạp chí. Ông cũng là một người rất yêu Truyện Kiều. Nhưng khi phát biểu câu nói trên, Phạm Quỳnh không để ý đến mục tiêu và đối tượng của Trương Vĩnh Ký. Phạm Quỳnh sống sau TVK khoảng trên dưới 60 năm. Là người cũng có công quảng bá và phát triển tiếng Việt, Phạm Quỳnh là một nhà văn hóa, một nhà văn và một nhà báo, người đã đi tiên phong trong việc dùng chữ Quốc ngữ (thay cho chữ Nho hay chữ Pháp) để viết nghiên cứu, lý luận. Thời của hai vị ấy khác nhau, và mục tiêu nhắm đến của hai người cũng khác. Ta nên để ý điều ấy.

❖ "*Nỗi riêng* dập dập *sóng dồi. Nghĩ đòi cơn lại sụt sùi đòi cơn*" (dị bản: lớp lớp).

Từ điển Việt-Bồ-La có ghi mục từ "bloc". Sơn *bloc* ra". Ta thấy, chỗ này, bl- của *bloc* đã có sự biến đổi. Nó để rụng âm lỏng l- (âm tố thứ nhì trong tổ hợp phụ âm bl-), cho ta từ *bóc* (như, "Sơn bị bóc ra"); hay nó để rụng âm tố đầu b-, cho ta từ *lóc* (như trong *tường vôi bị lóc từng mảng*). Ngoài ra, bl- cũng biến đổi thành /j/ theo quy luật chung (giống như *blăng > giăng, blanh > gianh, blầu > giầu …*).[11] Như thế, bl- có thể chuyển thành l-, rồi l- có thể chuyển thành gi- hay tr-, như trong (Đức Chúa) Blời > Lời > Giời/Trời. (Từ "giời" này, trong "Đức Chúa *Giời*", "Ối *Giời* ơi!", hay trong "Ngoài *giời* mưa bụi bay" của nhà thơ Vũ Đình Liên trong bài "Ông Đồ", được xem là phương ngữ của miền Bắc.)

Trong sự cấu tạo chữ Nôm, người ta cũng thấy có sự chuyển từ âm Hán l- qua âm Nôm tr- (như trong: lai 來 > trai 𤳆, luận 論 > trọn 論). Sự chuyển đổi này cũng thuộc mô hình bl, tl, kl > l > tr , giống như trong chữ Quốc ngữ. Người miền Bắc xưa có thể nói "lọn nghĩa" thay cho "trọn nghĩa". Sở dĩ như thế là vì hai tổ phụ âm cổ /bl- / và /tl- / có thể biến đổi ra hai hướng, là /l- / và /tr- / (blọn, tlọn > lọn/trọn; hay blúc blác > lúc lắc/trúc trắc); và cũng có khi nó biến ra l-, rồi ra tr- . Tl- (cùng với bl-) thường biến âm thành tr- (như trong tlích / blích > (cá) trích; nhưng cũng có khi tl- chỉ rụng âm tố thứ nhì, là l-, để giữ lại âm tố đầu là t-. Bởi vậy nên mới có cách phát âm "Con trâu trắng buộc bụi tre" thành "Con tâu tắng buộc bụi te" của người vùng Thái Bình, Nam Định. Nghĩ kỹ, điều ấy cũng không hẳn là sai! Chỉ là tl- thường biến thành tr- (ít nhất các ngữ liệu cho thấy như thế), chứ tl- không thường biến thành t-, mặc dù không phải không có, như trong các cặp đôi "lật ra" / "trật ra", "lồi" / "trồi", "lệch" / "trệch" ("chệch"), v.v…

Và ngoài các dạng *tròi* ra, *lòi* ra (chưa kể *thòi* ra), ta còn có *tòi* ra; và, như đã nói, ngoài *trụt*, (chưa kể *thụt, sụt*), ta còn có *tụt*.

Theo ngành nghiên cứu về biến đổi ngữ âm, người ta cũng thấy tổ phụ âm bl- có thể biến đổi thành /j/, như *blái* [trái, quả] > *giái* (như trong *giái núi/trái núi,* hay *giái găng/trái găng,* v.v.), và /j/ (⟨gi⟩), kết hợp với /ʈ / (⟨tr⟩), (do hiệu ứng chuyển biến từ phụ âm kép /tl/) trên phạm vi chung toàn đất nước (chẳng hạn, *giăng > trăng, giồng > trồng, giầu > trầu, giời > trời*…), đưa đến việc *giái* đã biến đổi hoàn toàn thành *trái*. Ngoài ra, trong một số trường hợp, /j/ cũng có thể biến thành /z/ (⟨d>), (như trong *dái tai, dái mít* …).[11]

Như thế, âm /z/, mà Trương Vĩnh Ký dùng trong "Nỗi riêng *dập dập* sóng dồi" có nhiều phần là từ tổ hợp phụ âm cổ /bl- / đã nói ở trên mà ra. Nhưng ta đã thấy là /bl- / cũng có thể biến thành /j/ (như trong *blăng > giăng).* Mà /bl- /, như đã nói, còn có thể biến thành /l- / (như trong *bloc > lóc*). Bởi thế, ta có thể suy đoán là cách phiên âm câu "Nỗi riêng *dập dập* sóng dồi" của Trương Vĩnh Ký, khi sang các bản phiên âm Kiều khác, trở thành "Nỗi riêng *lớp lớp* sóng dồi", theo *hướng biến đổi* /j/ hay /z/ ("d", như trong "Gió dập sóng dồi" hay "Dập liễu vùi hoa"; hay "gi" trong "Đánh rắn phải đánh giập đầu", hay "Nhai chưa giập miếng trầu") *ngược lại* thành /l/. Từ đó, "dập dập" thành "lớp lớp".

Còn "đòi": từ cổ, có nghĩa là "nhiều". "Cơn": lần, lượt, phen. Cả câu : "*Nghĩ đòi cơn lại sụt sùi đòi cơn"* có nghĩa là cứ nghĩ rồi lại khóc, nghĩ rồi lại khóc nhiều lần.

❖ *Dạy rằng mộng huyển* (sic) *cứ đâu. Bỗng không mua não,* chác *sầu* nghĩ nao / mộng triệu, chuốc sầu.

"Chác": từ cổ, có nghĩa là "mua"; như trong từ kép "bán chác", nghĩa là "mua bán". "Nghĩ nao": nghĩ lại mà xem, nghĩ lại xem nào.

❖ *Phòng văn hơi giá như đồng.* Trước *se ngón thỏ, tơ dùn* phiếm *loan* (So sánh các dị bản: Trúc *se ngón* thỏ, tơ chùng phím loan; hoặc Trúc *si ngón* thỏ, tơ chùng phím loan; hoặc Trúc *se ngọn* thỏ, tơ chùng phím loan.) [Ngón thỏ, phím loan: cây sáo làm bằng trúc và dây đàn làm bằng sợi tơ, "thỏ" và "loan" chỉ để nói cho văn vẻ thêm. Còn "Trúc *se ngón* thỏ": ý nói ngón tay không để vào ống sáo; sáo trúc không thổi thì buồn bã, không có hứng thú. Đến "Trúc *si* ngón thỏ" thì cụm "si ngón thỏ" muốn nói là làm ngây dại ngón tay thổi sáo; "Tơ chùng phím loan": nghĩa là để đàn giãn dây vì bỏ không, lâu không gẩy. Còn "Trúc *se ngọn* thỏ" có nghĩa quản bút bằng trúc, ngọn bút làm bằng sợi lông thỏ; ý là bút để se ngọn lại vì lâu không dùng, không viết. (*Truyện Kiều*, TNT & NTC). Trong bản Kiều chuyển sang chữ quốc ngữ của mình, Trương Vĩnh Ký giải thích "Trước" trong "Trước se ngón thỏ tơ dùn *phiếm* loan" là "quyển sáo" và "Tơ" là "đờn".]

Phiếm / Phím (iê > i). Có thể thấy (như ở trên: Chìu/chiều và Chim/Chiêm), âm /i/ có thể biến thành âm /iê/, và âm /iê/ có thể biến thành âm /i/.

❖ *Lấy điều du học hỏi thuê. Túi* đờn *cặp sách đề huề dọn sang* (Dị bản: đàn). Từ "đề huề" có nghĩa là mang và dắt; "cặp sách" là cái hộp gỗ ngày xưa dùng để đựng sách vở.

Trong câu này, ta có biến âm ơ > a (gần giống biến âm ô > a). "Đờn > "Đàn"; giống như trong *sớm mơi / sớm mai; đơn cử / đan cử; khơi thông / khai thông; Trư Bát Giới / Trư Bát Giái*. Cũng như *phôi màu / phai màu; mộ / mả.*

Trong các sách chú giải Truyện Kiều, "du học" được giải thích là "đi trọ học ở nơi khác". Ở đây, ta thấy Kim Trọng, chắc là con nhà khá giả, nên thời đó cũng có thể thoải mái đi "du học", thuê hẳn một căn/ngôi nhà, là nhà của "Ngô Việt thương gia" (tức là nhà buôn nay đi nước Ngô, mai sang nước Việt, đi buôn bán nay đây mai đó, thường không về nhà). Việc đi "du học" chắc chắn mỗi thời mỗi khác, sự dễ dàng hay khó khăn cũng thế. Thời kỳ trước 1975, ở Việt Nam, việc "du học" khó khăn hơn bây giờ, vì nhiều lý do. Còn bây giờ, việc "du học" tương đối dễ dàng hơn. Sinh viên dễ "đề huề cặp sách" từ trong nước "dọn sang" ở tại một nước khác hơn. Dù sao, Kim Trọng, khi đi "du học" như thế, còn có "túi đờn" (đi chung với "cặp sách"); sinh viên du học bây giờ, ngoài con cái các gia đình có của ra, thường là phải "tối mày tối mặt" làm việc thêm để sống còn và để có tiền ăn học, không phải đi du học để "đờn địch", và không phải ai cũng có thể có được một cái gì tương đương về mặt giá trị với "túi đờn" như thế.

❖ *Lơ thơ tơ liễu buông mành. Con oanh học nói trên nhành mỉa mai. Mấy lần cửa đóng then gài, Dẫy thềm hoa rụng biết người ở đâu?* Chần ngần *đứng* trót *giờ lâu, (...)* (Dị bản: tần ngần, suốt.) "Chần ngần": Âm cũ, giờ vẫn còn dùng trong một số bản văn. "Chần ngần" có thể có liên hệ với "Chần chừ" (đắn đo, do dự, chưa có quyết tâm làm việc gì).

❖ Về cách diễn ý: Trương Vĩnh Ký đưa ra lời dẫn cho đoạn thơ từ câu 287 đến câu 368: "*Kim Trọng gặp Túy Kiều tỏ thiệt tình mình ra, xin Túy Kiều* **có đành không** *thì cho biết: rồi trâm quạt đưa cho nhau làm của tin*". Cụm từ "có đành không", trong văn cảnh này, có thể có nghĩa là "có yêu mình không", "có được không", "có đặng không", "tôi làm vậy/tôi yêu cô như vậy, cô có cho phép không?", v.v... "Có đành không", ở đây, nghe rất chất phác, nét giọng đặc miền Nam.

❖ *Cách tường phải buổi im trời. Dưới đào dường thấy bóng người* thít tha (Dị bản: thướt tha). Biến âm i > ươ. Nhiều phần có thể chỉ là cách phát âm, không phải quy luật biến âm.

❖ *Lần theo tường gấm dạo quanh. Trên nhành liếc thấy một nhành* kim-xoa. (Dị bản: kim thoa). Biến âm x > th. Có những địa phương phát âm âm /th/ thành âm /s/, chẳng hạn, như đã nói ở trên. Bởi thế, thay vì nói "Em thương anh lắm!" thì phát âm thành "Em sương/xương anh lắm!". Xin nhớ lại cách nói và ký âm "Thượng Đế" xưa: "Xán Tí". Điều này có thể có gốc rễ, gốc gác từ sự biến âm từ s-, hay x- , sang th- (hay ngược lại) như "kim xoa" từ thời Trương Vĩnh Ký sang "kim thoa" sau này. Người phát âm chữ "sương", "xương" (thay vì "thương") như thế có thể sinh sống tại một vùng mà người dân vẫn còn lưu giữ lại dấu vết của những âm cổ trong lời ăn tiếng nói của mình. Trong những vùng như thế, việc phát âm theo một lối nào đó đã được chuyển từ thế hệ trước sang thế hệ sau.

Dù sao, ở đây, ta cũng có thể ghi nhận thêm về hai âm /th/ và /s/ (xem lại chú thích số 5). Chúng có thể biến đổi, hoặc thay đổi qua lại với nhau, như trong "thẫm" và "sẫm", "thụt" (hạng) và "sụt" (hạng), v.v.... Đặc biệt, chúng ta có thể nhớ lại những cách gọi Thúy Vân, Túy Vân và Súy (Xúy) Vân mà ta đã bàn ở trên.[12]

❖ *Được lời như* cổi *tấm lòng. Dở kim*-huờn *với khăn hồng trao tay* (Dị bản: cởi, kim hoàn). Cụ Trương chú: "Kim-huờn" là

Minh họa Kiều (tranh Ngọc Mai)

Minh hoạ Kiều (tranh Vũ Cao Đàm)

"chiếc neo, xuyến". Biến âm ô > ơ (*cổi* > *cởi*), chuyển từ âm hơi tối (tức hẹp hơn, trầm hơn) sang âm hơi sáng (nửa như âm /a/). Tuy nhiên, sự chuyển đổi cổi / cởi có thể chỉ là do vấn đề phương ngữ. Còn sự chuyển đổi ơ > a thì mang nét quy luật hơn: như trong *bạch đới / bạch đái* (bệnh khí hư của phụ nữ), *ngày mơi / ngày mai* (và nhiều cặp đôi khác như đã nói ở trên).

Về sự chuyển đổi uơ > oa (*kim huờn* > *kim hoàn*). Hiện tại, một đôi khi, thay vì nói "một hoàn/viên thuốc", có người (nhất là người cao tuổi, già lão, và đặc biệt là người già miền Nam) còn dùng theo lối cổ "một huờn thuốc". "Hoàn" còn có nghĩa, theo VNQATV, là "về", hay "trả", như trong hoàn sinh/huờn sinh, hoàn nguyên/huờn nguyên, hay có một từ lạ là "huờn khiêm" (VNQATV giải thích từ này là "trả tiền còn mắc, còn thiếu kẻ khác"). Cũng thế, người miền Nam phát âm (và viết) "hoãn" (như trong "trì hoãn", "hoà hoãn", và "hoãn binh (chi kế)") thành "huỡn", hay "huởn" (như cách viết của VNQATV). Như "trì huởn", "hoà huởn", và "huởn binh"). Huình Tịnh Của giải thích "Hoản/Huởn" [đúng chính tả là "Hoãn/Huỡn"] là "giãn ra, nới ra, thủng thỉnh vậy". Nói chung, theo cách dùng bây giờ, có thể nói từ này có nghĩa là "rảnh rang, không bận bịu" hay "ở không"; chẳng hạn, ta có thể nghe nói "Đi chỗ khác "quậy" đi cha, tui hổng có "huởn" mà "khuấy" dzới ông.". Rồi "huỡn" biến thành "quỡn", rồi thành "quởn", rồi thành "quởng" (chữ cuối này nghe nói, chứ không/ít thấy viết).

❖ *Rằng trăm năm cũng từ đây. Của tin gọi một chút này làm ghi. Sẵn tay* bả *quạt hoa quỳ. Với nhành* xoa *ấy tức thì đổi trao*. (Dị bản: *Sẵn tay* khăn gấm quạt quỳ). TVK chú thích: "bả" là "cầm".

Chữ "xoa" thì ta đã có dịp nói. Còn chữ "bả", theo nghiên cứu của Trần Nho Thìn & Nguyễn Tuấn Cường, có ba cách hiểu: 1/ "bả" là lượng từ trong tiếng Hán (nghĩa là "chiếc", "cái") dùng chỉ những đồ vật cầm tay nhỏ và dài, như dao, quạt; 2/ "bả" là giới từ trong hình thức ngữ pháp *xử trí* của tiếng Hán trung đại (và hiện đại), có thể hiểu là "đem... để đổi trao"; 3/ Nhà nghiên cứu Đào Thái Tôn thì nghĩ: "chúng tôi ngờ rằng chữ "bả" này có thể khắc lầm từ chữ "cầm", hoặc đọc theo nghĩa chữ Hán (bả - cầm). Vậy theo bản Kiều của Trương Vĩnh Ký thì "*Sẵn tay bả quạt hoa quỳ*" có nghĩa là Kiều đang cầm sẵn ở tay chiếc quạt đẹp có thêu hình hoa quỳ, nên, cùng với chiếc kim thoa, trao tặng cho Kim Trọng, để lấy trở lại những món quà đổi trao của chàng Kim. Có bản Kiều khác chép là "*Sẵn tay khăn gấm quạt quỳ*", thì "khăn gấm quạt quỳ" có nghĩa là "chiếc khăn bằng gấm, chiếc quạt gấp đẹp, có vẽ hoa quỳ". Kiều đưa các thứ ấy cùng với chiếc kim thoa tặng cho Kim Trọng, và nhận "xuyến vàng đôi chiếc, khăn là một vuông" của chàng Kim trao.

❖ *Vén mây nhón bước ngọn tường. Phải người hôm nọ rõ-ràng* chăng nhe? (Dị bản: *Bậc* mây rón bước ngọn tường. Phải người hôm nọ rõ-ràng *chẳng nhe*?). TVK chú "Chăng nhe" là "Phải không hé?". "Chẳng nhe": chẳng phải thế hay sao, theo nghĩa khẳng định. Theo tôi tìm hiểu, "Nhe", tiếng Nghệ, có nghĩa là nhắm (bắn), ngắm nhìn, ngắm nghía, cân nhắc, suy xét cẩn thận, như trong "Không cần *nhắm* với *nhe* gì nữa cả. Như thế là tốt lắm rồi!". Trong câu Kiều này, nó có nghĩa là Kim Trọng không cần phải suy xét, nghĩ ngợi gì nữa; chàng ta nhìn một cái là biết ngay người con gái ấy là Kiều rồi.

❖ *Tú-bà tốc thẳng đến nơi.* Ầm ầm *áp điệu một hơi lại nhà* (Dị bản: Hầm hầm). Về từ "điệu". Nó vẫn còn được sử dụng, nhưng đang trở thành một từ khá cổ, chỉ người Bắc, người Nghệ, còn dùng, có nghĩa là (dùng sức) lôi kéo một người nào đó theo ý mình, trong khi kẻ bị kéo tìm cách giằng co, trì níu lại. Như, thay vì nói "Lôi (cổ) hắn ra đây!", có thể nói "Điệu hắn ra đây!".

❖ Từ câu 455 đến câu 458, tả cảnh Kiều và Kim gặp nhau và cùng thề nguyền ("Tóc mây một món dao vàng chia hai", và "Đinh ninh hai miệng một lời song song", để "Trăm năm tạc một chữ đồng đến xương"). Sau đó, dùng chén màu đỏ như ráng trời chiều ("bôi sắc như vân hà"), cả hai cùng uống "quỳnh tương".

Trong cảnh ấy, chàng Kim hỏi ướm: *Sanh rằng gió mát trăng trong, Bấy lâu nay một chút lòng chửa cam.* Giọt *sương chửa* nặng *cầu lam, Sợ lần khân quá ra sàm sỡ chăng.* (Dị bản: Chày, nện). [Bản "Kiều Truyện dẫn giải" của Hồ-đắc-Hàm (Tư-Nghiệp Quốc-Tử-Giám), 1929 Edition, của Thư Viện Quốc Gia Việt Nam, in là *"Sợ lần-đân quá ra sờm-sở* (sic) *chăng"*, và chú nghĩa "Câu này nói sợ ép nài lắm thành ra sổ (sic) sàng khó coi"]. Kiều nghe vậy thì mới trả lời, như Tố Như tả: "*Nàng rằng hồng-diệp xích-thằng, Một lời cũng đã tiếng rằng tương tri. Đừng đều* (sic) *nguyệt nọ hoa kia, Ngoài ra ai lại tiếc gì với ai.*"

Ở đây, có hai từ mà chúng ta nên để ý. Đó là "lần khân" và "sàm sỡ". Từ sau, "sàm sỡ", sẽ đưa đến một từ mà ta nên quan tâm. Từ này tôi sẽ bàn ở đoạn dưới.

Từ điển Lê Văn Đức cho "**lần khân**" là một trạng từ, và định nghĩa nó là "khinh lờn; lờn mặt".

Từ điển Khai Trí Tiến Đức định nghĩa nó là "Nhờn; hỗn; bảo không được".

Đại Từ Điển Tiếng Việt của Nguyễn Như Ý coi nó là một động từ, và định nghĩa là "dây dưa; cố tình kéo dài thời gian để trì hoãn"; và một nghĩa thứ hai là "đòi hỏi nhiều với vẻ thống thiết và có phần quá đáng".

Đại Nam Quấc Âm Từ Vị của HTC thì không có từ "lần khân", nhưng lại có một từ khác mà TVK dùng để định nghĩa từ này.

Trương Vĩnh Ký chú: ***"Lần khân"*** **là lầy-đày; *"sàm sỡ"* là lần-đân, bốc-mạt.** (Ta thấy TVK ghi âm kh- (khân) và đ- (đân) thay đổi qua lại. Xem lại bản của Hồ-đắc-Hàm nói ở trên, cũng dùng "lần-đân" mà không dùng "lần khân"). Như thế, tổng kết, trong văn cảnh này, ta có thể nói "*lần khân*" là đòi hỏi nhiều; khinh lờn; lờn mặt; trây mặt, vô sỉ, không biết xấu hổ; sàm sỡ, suồng sã [13]. Nó còn một nghĩa khác, không trong ngữ cảnh này, như ta thấy, là "chần chờ", "dùng dằng", "kéo dài, không giải quyết ngay", "dây dưa, cố tình kéo dài thời gian để trì hoãn". [Trong từ "*lầy-đày*" ở trên, do cụ TVK dùng để thích nghĩa từ "lần khân", ta thấy từ "***lầy***". Theo tự vị của Huình Tịnh Của, thì "*lầy*" có một nghĩa là "lỳ lợm, không biết mất (sic) cỡ". "*Lầy đây*"/"*Lầy đày*" là "áp lại gần, không kiêng nể, làm lười, lờn dể". "*Nói lầy*" là "Nói đỡ mất (sic) cỡ, nói dần lân, không biết hổ ngươi. Thí dụ: *Người ta đuổi mà hãy còn ngồi mà nói lầy đây*". Và "*Chơi lầy đây*" là "Chơi *dần lân*, khuấy dai không biết kiêng nể (nói về trẻ nít)".] Vậy, theo lối dùng chữ cổ thời cụ Trương (và cụ Huình) thì ***lần khân*** = ***lầy đày = lần đân = dần lân = lầy đây.***

Từ "lần khân" này cũng thấy có mặt trong Bích Câu Kỳ Ngộ: *Mùi tình bén giọng quỳnh tương, Giả say Sinh cũng toan đường lần khân.*

Trong từ điển "Tiếng Nói Nôm Na" của Lê Gia, từ "*lần khân*" được giải thích là "do từ "*lân khan*", có nghĩa là bánh xe quay từ từ, chậm rãi. Chữ "khan" là "giảm bớt" (hàng khan), "keo kiệt", "ít ỏi", "chậm chạp". Cũng nói là "lươn khươn", như trong câu "*Thằng chả có tính lươn khươn, công nợ chẳng chịu trả một lần cho người ta đâu.*" Sau này, từ "lần khân" biến ra thành từ "lừng khừng", mang nghĩa nửa muốn thế này, nửa muốn thế kia; không dứt khoát."

❖ Về từ "***bốc mạt***" mà Trương Vĩnh Ký dùng để giải thích từ "sàm sỡ", tác giả bài viết này vẫn chưa tìm ra thật rõ nguồn gốc nó ở đâu. Chỉ biết là nó cùng nghĩa với "lần đân" ("lần khân", và, dĩ nhiên, với "sàm sỡ"), theo cách giải thích của cụ TVK. "*Sàm sỡ*", còn được phát âm là "*sờm sỡ*", được định nghĩa là "bông đùa quá trớn đối với phụ nữ" ["Use too familiar a language (with a woman) / Từ điển Lạc-Việt].[14] Ta thấy ở đây có biến âm qua lại giữa *ơ* và *a* (ơ > < a), giữa "sờm" và "sàm". **Tôi ngờ rằng "*bốc mạt*" đồng nghĩa với, hoặc là một cách phát âm của, từ "*bốc hốt*". Như vậy, nhiều phần nó là một biến âm của từ này.**

Đại Nam Quấc Âm Tự Vị của HTC giải thích **"*bốc hốt*"** như sau: "Bốc và hốt. Bốc: dùng một tay; hốt: dùng hai tay mà lấy. **[Nghĩa bóng là] "ra tuồng ham hố, cướp giành".** Từ "bốc hốt" này, ngày nay, vẫn còn rất thông dụng. Thay vì nói, "Cha nội ấy tính hay sàm sỡ", người ta có thể nói hơi vống lên "Thằng chả tính hay bốc hốt".

Nếu "*mạt*" (trong "bốc mạt") biến thành "*hốt*" (trong "bốc hốt")[15], rất có khả năng là

Minh họa Kiều (tranh sơn mài của Lê Phổ)

có một sự biến âm từ m > h. Có một sự tương tự trên phương diện ngữ âm trong cách phát âm và ghép vần của chữ Nôm và chữ Quốc ngữ giai đoạn đầu. Điều này có thể được kiểm chứng qua các văn bản Nôm và Quốc ngữ thời cổ. Tôi không biết ngữ liệu trong các văn bản Quốc ngữ thời sơ khai, và các văn bản Nôm trước thế kỷ XVII (mà chúng ta chưa chắc đã có khả năng khảo sát, nghiên cứu hết), có phụ âm kép mh- hay không. Nếu có, sự hiện diện của nó chắc chắn rất mờ nhạt (có lẽ còn mờ nhạt hơn so với các phụ âm kép kr-, kl- khi so với các tổ phụ âm khác). Tuy nhiên, xét ngôn ngữ Jrai/Gia-Rai ở Việt Nam (một ngôn ngữ thuộc ngữ hệ Nam Đảo, giống như tiếng của người Champa [16]), trong quyết định ngày 28 tháng 10, 1981, ban hành bởi Ủy ban Nhân dân tỉnh Gia Lai- Kon Tum, "*Về việc công bố bộ chữ cái biên soạn chữ các dân tộc*", ta thấy tổ phụ âm đầu /mh- / này có mặt trong bảng 28 phụ âm ghép đôi của người thiểu số, trong đó có người Gia-Rai sống ở Gia Lai - Kontum (Xem "*Lựa Chọn Bộ Chữ Viết Phục Vụ Giáo Dục Tiếng Mẹ Đẻ Cho Người Gia-Rai Hiện Nay*" của PGS, TS Viện Ngôn Ngữ Học Đoàn Văn Phúc).[17] Tiếng Gia Rai, cho dù thuộc hệ Nam Đảo (Malayo-Polynesia, thống thuộc ngữ hệ Austronesia), trên căn bản, cũng là tiếng do các cố đạo chế tác. Và nó được người Gia Rai nói/sử dụng tại 47/63 tỉnh, thành Việt Nam mà tập trung nhất là tại tỉnh Gia Lai theo thống kê điều tra dân số năm 2009.

Giống như trong tiếng Việt, nó cũng có các nguyên âm đi chung với các dấu phụ (diacritic marks) như ă, â, ô, ơ, ư. Tổ phụ âm /pl- / , như "plơi" (nghĩa là "làng") trong tiếng Gia Rai, vẫn còn được giữ nguyên, trong khi tổ phụ âm này ở tiếng Việt đã biến mất và chuyển thành bl- , rồi thành l- (như blui > lùi; blóc > lóc/tróc; blúc blắc/blốc blác > lúc lắc/trúc trắc; v.v.).[18]

Nếu tiếng Việt cổ trước đây, trong một giai đoạn nào đó, đã có phụ âm kép này, thì với việc phục nguyên ngữ âm cổ qua quá trình biến đổi ngữ âm[19], và giả định là "bốc" trong "bốc mạt" và "bốc hốt" vẫn giữ nguyên, /*mh- / có thể để rụng âm tố thứ nhì, /h- /, và ta có thể có "mạt", từ *mhạt. Nếu tổ hợp phụ âm này để rụng âm tố đầu, ta sẽ có "hạt". (Hoặc "mạt", như một từ gốc, qua quá trình biến đổi ngữ âm từ /m/ sang /h/, cũng cho ta "hạt"). Nếu "mạt" biến thành "hốt", ta còn thấy ngoài nét biến đổi phụ âm đầu m > h, còn có sự biến đổi nguyên âm, a > ô. Và các ngữ liệu nghiên cứu đã cho ta thấy có biến âm a > ô (như trong "hạt" > "hột", "ngạt" (thở) > "ngột" (thở), hay như trong "giác" sang "giốc" đã nói ở một phần trên). Đó là chưa kể cũng có sự biến đổi thanh điệu từ trầm khứ (dấu nặng) sang phù khứ (dấu sắc). Ta cũng đã thấy có sự chuyển thanh trong quá trình biến âm như trong hai từ "khân" và "đàn" (từ phù bình qua trầm bình) của "lần khân" và "lầy đàn", hay giữa "viễn" và "viển" (từ phù thượng qua trầm thượng, và, đặc biệt, từ Hán Việt qua thuần Việt) của "viễn vọng" và "viển vông"[20].

Có một số từ mang nét đồng nguyên, qua ngữ liệu hiện có trong tiếng Việt, có liên quan gần gũi về cả hai mặt ngữ âm và ngữ nghĩa, ghi nhận **sự biến đổi qua lại giữa hai âm /m/ và /h/**, mà tôi xin thử liệt kê nơi đây: mở > < hở; mút > < hút (động tác miệng); (xa) mút (mắt) > < (xa) hút (mắt) (chỉ khoảng cách, không gian); (tịt) mít > < (tịt) hít; mô (đất) > < (răng) hô (chỉ sự nhô lên, nhô ra); (đẹp) mây mẩy > < (đẹp) hây hẩy (chỉ sự tươi tốt, đẹp đẽ, khoẻ mạnh); mắc (xương) > < hóc (xương), v.v…

Về nguồn gốc của từ *"bốc mạt"* này, như đã nói, ngoài sự giải thích của Trương Vĩnh Ký ra, trong quá trình tìm hiểu, tôi đã cố gắng tra cứu nó ở rất nhiều chỗ, nhiều nguồn, mà không thấy nơi nào, từ điển nào, hay bài báo nào, chú nghĩa hoặc sử dụng nó để cho ta một sự hiểu biết rõ ràng hơn, qua văn cảnh, về nghĩa của từ. Dù sao, trong VNQATV của Huỳnh Tịnh Của, cho dù không có từ *"bốc mạt",* nhưng có từ *"bốc hốt"* như đã viết, mang ý chung là "ra tuồng ham hố, cướp giành".

Sau cùng, sau nhiều tìm tòi, may mắn, tôi lục được mấy trang báo của tờ Lục Tỉnh Tân Văn, số 562, ra ngày 6 Octobre 1918 (tức là đúng 100 năm trước), có bài *"Bổn phận nhơn dân đối với nước nhà"* (ghi chú thêm tiếng Pháp là *"Devoir du citoyen envers son Gouvernement"*), trong đó có đoạn nói về thói xấu hay tin dị đoan của người dân, và thói nói mà không biết giữ lời của họ. Đoạn sau đây nói về thói nói mà không biết giữ lời, trong đó có từ "bốc mạt" nằm trong một ngữ cảnh được xác định: " (…) *Trong nhà có họa, chạy đến quan làng, xin cứu khổ, nếu xong việc xin dâng hết nhà. Quan làng cứu cho khỏi tù rạc, lẽ phải biết ơn, nhớ cái lời hứa trước, ai dè kẽ* (sic) *mang ơn đến tay không lạy dài, xin làm phước vì hồi đó kinh hoàng* ***hứa bốc mạt****, nên việc xong rồi mà trong nhà chả có 1* (sic) *điếu con.* (…)". (Tôi in đậm để nhấn mạnh) [21].

Như vậy, có nhiều lý do cho thấy "*bốc mạt*" là "*bốc hốt*" như tôi đã thử suy luận trước đó (như "nói/làm/hứa bốc mạt" và "nói/làm/hứa bốc hốt"). Và, xét theo chú thích của Trương Vĩnh Ký về từ "sàm sỡ", cũng như căn cứ trên ngữ liệu từ tờ Lục Tỉnh Tân Văn, như vừa dẫn, thì, giống như từ "lần khân", từ "bốc mạt" cũng có ít nhất là hai nghĩa: 1/ mang ý "(làm) lấy được, không kỹ càng; (làm) lấy rồi; hay "(nói) lấy được, (nói) cho xong, không suy nghĩ thấu đáo, cẩn trọng; (nói) lấy rồi"; 2/ mang ý "áp lại gần, không kiêng nể, lờn dể", có thể đưa đến nghĩa mở rộng là "ra tuồng ham hố, cướp giành", như TVK đã chú về nghĩa từ "sàm sỡ", và Huỳnh Tịnh Của đã chú về từ "lầy đây" ("lầy đày"/"lần khân"), mà ngôn ngữ bây giờ có thể mang ý thông tục là "chụp giựt", "bốc hốt" theo nghĩa đen, trong quan hệ nam nữ.

Dù sao, trong bài này, tôi trình bày những suy luận của mình dựa trên các phân tích về ngôn ngữ, như đã thử làm, và trên các nguồn ngữ liệu, như đã dẫn, chỉ với một mục đích là truy tìm nghĩa của một từ ít nhất đã được sử dụng trên dưới một thế kỷ rưỡi nay, ít nhất từ năm 1875, là năm TVK, người đầu tiên, phiên âm ra Quốc ngữ và chú thích truyện Kiều của Nguyễn Du. Hiện tại, ta không còn thấy từ này được dùng trên sách báo nữa. Có thể /m/ và /h/ (của "*bốc mạt*" và "*bốc hốt*") đã phát xuất từ một từ gốc cổ có phụ âm kép /*mh- / , dẫn đến hai vỏ ngữ âm khác nhau của những từ

Lục Tỉnh Tân Văn

六省新聞

561 562

BÁN LẺ MỖI SỐ: 0$05

F.-H. SCHNEIDER, 162, Rue Pellerin, Saigon

PHÁ ... ỐC TOÀN THẮNG

khắp cả mặt trận

Muôn man khải hoàn

hãy xuất tiến phòng trái

Cha mẹ vợ con đau nặng bén trước thầy đội dàng đội cuộc, đến lúc mạnh rồi lại không nhớ lời, ấy cũng vì gọt quỉ thần quen rồi, nên mới dám lường người thế. Trong nhà có họa, chạy đến quan làng, xin cứu khổ, nếu xong việc xin dâng hết nhà. Quan làng cứu cho khỏi tù rạc, lẽ phải biết ơn, nhớ cái lời hứa trước, ai dè kẻ mang ơn đến tay không lạy dài, xin làm phước vì hồi đó kinh hoàng hứa bốc mạt, nên việc xong rồi mà trong nhà chả có 1 điếu con.

Các việc còn như vậy cũng tại thiếu học mà ra.

Phóng bản đoạn văn có từ "bốc mạt" từ báo Lục Tỉnh Tân Văn, số 562, ra ngày mồng 6 tháng Mười, 1918 (đúng 100 năm trước)

có ý nghĩa tương tự, như: mở > < hở; mút > < hút (động tác miệng); (xa) mút (mắt) > < (xa) hút (mắt) (chỉ khoảng cách, không gian); (tịt) mít > < (tịt) hít; mô (đất) > < (răng) hô (chỉ sự nhô lên, nhô ra); (đẹp) mây mẩy > < (đẹp) hây hẩy (chỉ sự tươi tốt, đẹp đẽ, khoẻ mạnh); mắc (xương) > < hóc (xương), v.v..., như đã dẫn ở trên. Những song thức này hẳn phải có liên hệ lịch sử về mặt ngữ âm và ngữ nghĩa.

Ngay cả khi ta không thể tìm thấy tổ phụ âm /*mh- / trong hệ thống ngữ âm tiếng Việt cổ, hiện dạng của một số từ trong ngữ liệu mà ta đã trình bày, với những âm /m/ và /h/ chuyển đổi qua lại với nhau, với những liên hệ ngữ âm, ngữ nghĩa của các từ mang cặp đôi đó, đã cho ta thấy có một mối quan hệ giữa hai âm này. Ngoài ra, với cách giải thích của TVK và một vài nguồn khác như đã trình bày, ta có thể có: **lần khân = sàm sỡ = sờm sỡ = suồng sã = sã suồng = bốc mạt = lần đân = dần lân = lầy đày = lầy đây**. Mà "lầy đây", theo VNQATV, có nghĩa là "áp lại gần, không kiêng nể, làm lười, lờn dể". **Như vậy, "bốc mạt", trong dãy phân tích này, có thể nói chính là "bốc hốt".**

Ngoài nghĩa chính của từ "*bốc hốt*" như đã nói, VNQATV còn giải thích cụm từ *"Làm bốc hốt"*, nghĩa là "làm lấy được, không *kỷ cang* (sic); làm lấy rồi". *"Nói bốc"*, hay *"nói bốc hốt"* là "nói lấy được". Và *"Nói hốt mớ"* là "nói cho nhiều, nói vãi chài, nói lấy được". Trong quá trình tìm hiểu hai từ "bốc mạt" và "bốc hốt", cuối cùng, tôi lại tìm được một đoạn văn sử dụng từ "bốc hốt" theo nét nghĩa mà VNQATV vừa diễn giải. Đoạn văn này là đoạn văn duy nhất, cho đến lúc này, mà tôi tìm được, đã dùng từ "bốc hốt" theo nghĩa vừa nói:

" (...) Dưới tác động của một thứ lên đồng tập thể, thể loại văn chương thậm xưng đã được sử dụng vô tội vạ. Có một

*ông **trong một phút bốc hốt** đã mượn dã sử Tầu để vật hóa bà trưởng ban tổ chức thành một "bát cơm phiếu mẫu", tức nôm na là bát cơm của một bà mẹ giặt giũ quần áo, nhưng ở đây phải được hiểu không là bùa hộ mạng của nghề giặt mà là biểu tượng của một công ơn trời biển người thọ ơn phải ghi lòng tạc dạ và đền đáp suốt đời. Một ông khác trong một phút sảng ngôn đã đẩy sự cung kính lên tới mức siêu hình tôn giáo bằng ảo hóa bà ta thành một "bà tiên nhiệm mầu chan chứa lòng bác ái!!??"* (Tôi, BVP, **in đậm để nhấn mạnh**). *[22]*

Trong "Từ Điển Ngữ Vựng Việt Nam" ở trên mạng, tôi cũng thấy giải thích "bốc hốt" là lấy vội vàng, làm vội vàng. Và trong Việt Nam Từ Điển của Lê Văn Đức và Lê Ngọc Trụ thì "bốc hốt", ngoài nghĩa đen, là động từ, có nghĩa là vừa bốc (một tay) vừa hốt (hai tay) cho mau, nó còn được giải thích nghĩa bóng, như một trạng từ, là: 1/ vội-vàng, cẩu-thả, 2/ làm hỗn, ve-vãn đàn-bà cách vô-lễ, trắng-trợn.

Như thế, "bốc hốt", ngoài nghĩa thông dụng mà đến nay người Việt vẫn còn dùng, chỉ sự "chụp giựt", suồng sã", "sàm sỡ" trong quan hệ nam nữ, hay chỉ sự đè nén, bóc lột, "bốc hốt", "cướp giữa ban ngày", của kẻ giàu, kẻ mạnh, kẻ có quyền thế đối với người nghèo khổ, thế cô, sức yếu, nó còn mang một nghĩa, khi đi với "nói", là nói bừa phứa, nói "vãi chài", nói vống lên (khi "bốc"), nói cho xong, cho sướng. Nói trong lúc cao hứng bất chợt, không suy nghĩ thấu đáo, cẩn thận. Chữ "hốt" trong "bốc hốt", theo nghĩa này, như thế, có thể còn mang trong nó dấu vết của chữ "hốt" 忽, thuộc bộ tâm 心, là "thình lình, bất chợt", trong những từ Hán-Việt như "hốt nhiên" 忽然 (chợt vậy), hay "thúc hốt" 倏忽 (chợt thóang, nói sự nhanh chóng, xuất ư bất ý), chẳng hạn.

Tóm lại, ở đây, tôi thử đưa ra một suy đoán, một cách dè dặt, qua kết quả cuộc tìm kiếm của riêng mình, với các chứng liệu ngôn ngữ có được, về ngữ nguyên và ngữ nghĩa, cũng như sự phái sinh (hoặc chuyển đổi qua lại) của hai từ "*bốc mạt*" và "*bốc hốt*". **Về từ "bốc hốt"**, nó có hai nghĩa như ta đã thử phân tích ở trên. **Về từ "bốc mạt"**, tôi nghĩ rằng một nghĩa của "bốc mạt" là, như đã nói, "(làm) lấy được, không kỹ càng; (làm) lấy rồi; hay "(nói) lấy được, (nói) cho xong, không suy nghĩ thấu đáo, cẩn trọng; (nói) lấy rồi". Và, nghĩ xa hơn, có thể bây giờ, "bốc mạt", trong nghĩa thứ nhất này, đã biến thành "bạt mạng", "bốc phét" [trong "hứa bạt mạng" (hứa cho qua, cho xong, không có căn cứ gì cả); "(nói) bốc phét" (nói vống lên, cho qua, "ba hoa" để lấy tiếng)], Nó gần với từ/cụm từ "bốc đồng", "bốc lên", hay, đi xa hơn nữa, theo ngôn ngữ hiện đại, là "chém gió", như trong cụm "*ngồi ăn nhậu và chém gió*".]. Còn nghĩa thứ hai của từ "bốc mạt" thì có những gắn bó, liên hệ với "sàm sỡ", "suồng sã", "xáp tới", "chụp giựt", "ra tuồng ham hố, cướp giành", "bốc hốt", v.v… Ngoài sự giải thích của TVK, cho biết "sàm sỡ" là "bốc mạt", cho đến lúc này, tôi chưa tìm thấy "bốc mạt" nằm trong một đoạn văn nào cụ thể để xác định trường nghĩa thứ hai này. Nhưng, căn cứ trên những cứ liệu có được, **hai nghĩa của "bốc mạt" cũng là hai nghĩa mà ta đã phân tích về "bốc hốt". Coi như hai từ đồng nghĩa.** Và cả hai đều chia sẻ một nghĩa với từ "lần khân". Đó là "đòi hỏi nhiều; khinh lờn; lờn mặt; trây mặt, vô sỉ, không biết xấu hổ; sàm sỡ, suồng sã".

Chắc chắn có một sự biến đổi qua lại giữa hai âm /m/ và /h/ như hiện dạng của các ngữ liệu đã cho thấy. Còn việc có hay không, trong quá khứ mịt mờ của tiếng Việt, cả trong chữ Quốc ngữ cũng như trong chữ Nôm, một phụ âm kép /*mh- /, hoặc có hay không một sự chia sẻ, vay mượn tổ phụ âm này từ một ngôn ngữ gần cận nào khác, có lẽ phải có thêm những tìm hiểu, nghiên cứu sâu xa hơn nữa. Tôi xin được ghi lại câu hỏi này ở đây, như một tồn nghi.

.4.

Phần trình bày trên chỉ là sự tìm hiểu và suy nghĩ của tôi về một số từ ngữ, lối dùng chữ, lối phiên âm và cách diễn đạt của Trương Vĩnh Ký qua quyển truyện Kiều, phiên âm ra Quốc ngữ của ông. Để nhắc lại, đây là bản phiên âm Truyện Kiều của thi hào Nguyễn Du, lần đầu tiên được phiên chuyển sang chữ Quốc ngữ. Và vào giai đoạn ấy, chữ Quốc ngữ tương đối vẫn còn khá mới đối với người dân Việt, nói chung. Nhận thấy rõ việc phổ biến thứ chữ mới này sẽ tạo điều kiện thuận lợi để con người và xã hội Việt Nam phát triển, đưa tầm mức dân trí lên cao, tạo niềm hãnh diện cho người Việt và giúp người dân Việt có một phương tiện hữu hiệu và tốt đẹp để mở mang hiểu biết và thuận lợi cho việc giao tiếp, Trương Vĩnh Ký đã không chỉ làm báo để phục vụ cho hướng nhìn và lý tưởng này của mình, ông còn cố gắng dịch những truyện Nôm nổi tiếng và có giá trị sang chữ Quốc ngữ để giới thiệu cái hay, cái đẹp, và những tư tưởng nhân nghĩa, đạo đức, nghệ thuật và thẩm mỹ trong những tác phẩm ấy đến mọi người dân trong nước.

Thúy Kiều (tranh Nguyễn Thị Hợp)

Trương Vĩnh Ký đã đặt một cái nền tốt đẹp cho sự mở mang và phát triển tiếng Việt, qua chữ Quốc ngữ, để từ đó, với sự góp sức sau này của nhiều tài năng và nhiều nhà văn, nhà báo đầy năng lực khác, khắp các miền Nam Trung Bắc, đẩy mạnh công cuộc tiến hóa của người Việt trên khắp mọi mặt.

Ngôn ngữ học lịch sử, trong đó có việc tìm hiểu những từ cổ, ý nghĩa và cách thức chúng được sử dụng trong dân gian qua những thời kỳ, những biến động lịch sử, những biến đổi về mặt ngữ âm và ngữ nghĩa, về nội hàm của từ ngữ, v.v., có thể cho ta thấy được phần nào sự thay đổi về thái độ, phong cách, lối suy nghĩ và ăn nói của người Việt, từ một giai đoạn hoặc thời kỳ này sang một giai đoạn hoặc thời kỳ khác.

Nếu tiếng nói là cái vỏ ngữ âm của ngôn ngữ, của tư tưởng, thì tất cả những gì được diễn tả qua "lời ăn tiếng nói" của con người chính là ngôi nhà trong đó chúng ta cư ngụ. Nó tạo nên thế giới của chúng ta. Nó cho thấy cách chúng ta nhìn đời và quan niệm về cuộc sống, rộng hơn, quan niệm về thế giới, về vũ trụ. Với tiếng "An Nam ròng" của một miền Nam đầy sức sống, Trương Vĩnh Ký, qua những nỗ lực về mọi mặt của ông trong việc phát triển chữ Quốc ngữ, và, đặc biệt, qua việc giới thiệu, phiên âm, chú thích và giải nghĩa quyển Truyện Kiều của Nguyễn Du, đã giúp người dân Việt nhìn thấy cái hay, cái đẹp, cái lóng lánh và uẩn súc của tác phẩm lớn này của nhà thơ thiên tài của dân tộc. Trương Vĩnh Ký đã thật sự góp nhiều công sức của ông để phổ biến và phát huy tiếng Việt.

Những gì Trương Vĩnh Ký đã để lại, về mặt ngôn ngữ, qua việc phiên âm, chú giải Truyện Kiều, nói riêng, và qua bao nhiêu công trình mà ông đã thực hiện để phổ biến và phát huy tiếng Việt, chữ Quốc ngữ, nói chung, là một vùng quặng mỏ lớn mà chúng ta, những kẻ đi sau còn có thể tiếp tục khám phá. Đó là một thứ "khảo cổ học" về ngôn ngữ. Ngôn ngữ học lịch sử (Historical linguistics) là một trong những dụng cụ giúp ta làm việc ấy.

Con người sẽ không có thể tiến bộ nếu nó không biết nhìn về quá khứ. Nếu nó không biết học hỏi và rút tỉa những điều hay đẹp mà quá khứ đã để lại.

Đọc và biết ơn, vinh danh những đóng góp của Nguyễn Du, Trương Vĩnh Ký, và những con người văn hóa khác của dân tộc, là, một lần nữa, tự hào về di sản mà cha ông đã để lại. Đồng thời, ý thức và hãnh diện về cái căn cước văn hóa của mình trong dòng sống của thế giới.

Hãy luôn ý thức và hãnh diện về điều ấy trong lúc tiếp tục học hỏi và đi lên trong dòng tiến hóa của dân tộc và của con người.

Bùi Vĩnh Phúc

Tustin Ranch, Calif. 4 tháng XII, 2018

Chú thích:

(*) Vì thời lượng không cho phép, và cũng vì dành thời gian cho những câu hỏi và thảo luận, bài này được thu gọn lại trong buổi Triển lãm và Hội thảo Trương Vĩnh Ký. Đây là toàn văn bài thuyết trình.

[1] Từ năm 939, Việt Nam giành được độc lập, thoát khỏi ách thống trị của người Hán. Theo Nguyễn Thiện Giáp, trong bài "Chính sách ngôn ngữ tại Việt Nam qua những thời kỳ lịch sử", thì: "Nhà Trần và các triều đại tiếp theo vẫn tiếp tục sự nghiệp của nhà Lí, cũng tổ chức học hành thi cử bằng chữ Hán, cũng sáng tác bằng chữ Hán.

Thực tiễn lịch sử chứng tỏ rằng định hướng ngôn ngữ văn tự của các triều đại Việt Nam đã khiến cho sự tiếp xúc văn hóa-ngôn ngữ Việt-Hán phát triển. Hệ quả là:

– Việt Nam đã sáng tạo ra chữ Nôm để ghi lại tiếng nói của mình.

– Tiếng Việt đã tiếp thu các yếu tố Hán Việt và các yếu tố Hán Việt Việt hóa làm phong phú kho từ vựng của mình.

– Hình thành cách đọc Hán Việt, một cách đọc chữ Hán riêng của người Việt Nam.", và, dẫn theo bài của Nguyễn Thiện Giáp, Nguyễn Tài Cẩn cũng cho rằng: ""Tri thức Hán học của người Việt ở giai đoạn Ngô, Đinh, Lê là một sản phẩm còn lưu lại của chế độ Bắc thuộc, còn tri thức Hán học của người Việt từ đời Lí trở về sau lại là sản phẩm của một sự định hướng có ý thức của một triều đình nước Việt độc lập. Sự định hướng này làm cho Việt Nam đi hẳn vào khu vực văn hóa Hán, đứng bên cạnh Trung Quốc, Triều Tiên, Nhật Bản. Về mặt ngôn ngữ, sự định hướng này làm cho tiếng Việt đi xa dần các ngôn ngữ bà con vốn cùng gốc Mon Khmer như mình: Mường, Poọng, Chứt, Cơtu, Bana, Môn, v.v."""

(*"Ảnh hưởng Hán văn Lí Trần qua thơ và ngôn ngữ thơ Nguyễn Trung Ngạn"*. Nxb Giáo dục, H., 1998.). Như thế, chữ Nôm đã xuất hiện trong tiến trình phát triển ngôn ngữ dân tộc của người Việt.

[2] Có thể xem "Utahns who drop the T in words like 'mountain' not so unusual, BYU study says" của Mandy Morgan. https://www.deseretnews.com/article/865570211/Utahns-who-drop-the-T-in-words-like-mountain-not-so-unusual-Y-study-says.html

[3] Có thể xem thêm "*Biến Đổi Ngữ Âm: Những Vấn Đề Lý Luận*" của TS. Nguyễn Đình Hiền, trường Đại Học Ngoại Ngữ, Đại Học Quốc Gia Hà Nội. http://repository.ulis.vnu.edu.vn/handle/ULIS_123456789/914

[4] Xem phần *Avant-Propos* của Trương Vĩnh Ký ở đầu quyển sách. Xin ghi lại đoạn đầu: *"Le poème que nous publions en quốc ngữ, est celui qui est dans la bouche de tous les Annamites, hommes comme femmes, garçons comme filles. Il est le plus estimé, le plus* goûté *des lettrés, des illettrés et même des femmes, à cause de la morale qu'il renferme, si bien expliquée, si heureusement présentée sous tous les rapports, si justement appropriée à toutes les circonstances de la vie humaine. (...)"*

[5] Âm x, ký âm là / s / được gọi là âm xát Xúyt chân răng, vô thanh, và âm s, ký âm / ʂ /,

được gọi là âm xát quặt lưỡi, vô thanh. Theo Nguyễn Tài Cẩn (*"Giáo trình lịch sử ngữ âm tiếng Việt (sơ thảo)"*. Nhà xuất bản Giáo dục, 1995), "trong phương ngữ miền Bắc *s-* đồng âm với *x-*, cả hai đều được phát âm là /s/." Âm /ʂ/ đang dần biến mất khỏi phương ngữ miền Nam. Ngày càng có nhiều người nói phương ngữ miền Nam phát âm *s* và *x* giống nhau, cả hai đều được phát âm là /s/ giống như phương ngữ miền Bắc.

[6] Về Thomas Jefferson và bản Tuyên Ngôn Độc Lập của Nước Mỹ, có lẽ ta nên nói thêm chút ít ở đây: Jefferson đã đưa ra những ý/lý tưởng đẹp và quan trọng ("tất cả mọi người sinh ra đều bình đẳng", "những quyền tất yếu và bất khả xâm phạm", "quyền được Sống, được Tự Do và mưu cầu Hạnh Phúc") từ ảnh hưởng của John Locke, một triết gia Anh, với bản *Second Treatise of Government* của Locke được viết vào năm 1689 vào thời điểm cuộc Cách Mạng Vinh Quang (Glorious Revolution) của Anh quốc, lật đổ triều đại của James II. Các đại biểu Mỹ lúc ấy đã sửa đổi chút ít bản nháp Tuyên Ngôn của Jefferson, nhưng cũng cắt bỏ khoảng 25 phần trăm phần cuối, ở đó Jefferson đã đề nghị bãi bỏ chế độ nô lệ và việc buôn nô lệ (slave trade), đồng thời lên án vua Anh vì tiếp tục cho phép việc buôn nô lệ. Sau này, Jefferson đã than thở là văn bản Tuyên Ngôn Độc Lập do ông soạn bị các đại biểu "ngoạm" và "cắn xé tả tơi".

Ngay từ thời tuổi trẻ, Jefferson đã cho rằng chế độ nô lệ là không đúng. Và ông đã được đánh giá tốt cho việc tìm cách lên án chế độ nô lệ, hay ít nhất là việc buôn nô lệ, trong bản Tuyên Ngôn mà ông soạn. Ông tin, như triết gia Tô-cách-lan Francis Hutcheson, rằng tất cả mọi người sinh ra đều *bình đẳng về mặt đạo đức* (morally equal), và rằng Tạo hóa không sinh ra "chủ" hay "nô". Vấn đề khó giải thích được là ông vẫn giữ lại đa số nô lệ của mình cho đến hết đời. Có vẻ là Jefferson chống đối chế độ nô lệ trên mặt nguyên tắc, nhưng ông không thấy một cách nào rõ rệt để chấm dứt nó một cách ổn thoả một khi nó đã được thiết định. Nếu chế độ nô lệ được xoá bỏ toàn bộ ngay lập tức, ông sợ là thành kiến của người da trắng và nỗi cay đắng của người da đen sẽ đẩy quốc gia vào một trận chiến mang tính tàn sát, huỷ diệt, mà, rốt cục, người da trắng sẽ thắng. Ông sợ rằng nếu người da đen được giải phóng, họ sẽ không có chỗ nào để đi và không có phương tiện gì để có thể tự tồn tại, sống còn. Chưa kể là chính Jefferson và các chủ đồn điền miền Nam cũng vẫn còn dựa vào sức người nô lệ về mặt kinh tế. Câu "All men are created equal", thật sự, chỉ là một ước vọng, một khát vọng, một hướng về, hướng tới. Nhiều phần chính khát vọng đó đã đưa đến cuộc Nội Chiến Nam-Mỹ, xoá bỏ chế độ nô lệ, và sau đó cho đến bây giờ, tiếp tục kích thích người da đen (và cả người phụ nữ Mỹ cũng như những người gốc thiểu số) tranh đấu cho những quyền mà họ thấy cần phải có cho họ.

Tóm lại, tôi nghĩ, trong bản Tuyên Ngôn Độc Lập của Mỹ, chữ "mọi người" ("all men") trong câu "mọi người sinh ra đều bình đẳng", một cách lý tưởng, được hiểu là bao gồm tất cả nam và nữ, da đen cũng như da trắng, v.v., trong khát vọng, mong ước, và hướng tới của nó, của xã hội, đất nước Mỹ. [Chữ **"man"/"men"** này có gốc Proto-Indo-European (PIE) là **man*, sang Proto-Germanic là **mannaz* hay **manwaz*, sang Old English là "*mann*", "*man*", để chỉ chung con người, nam cũng như nữ. Chữ **"homme"/"hommes"** hiện tại của Pháp cũng vậy. Từ PIE **ǵʰmṓ* , sang Proto-Italic **hemō,* sang Old Latin *hemō,* sang Latin *homō, hominem,* sang Old French *home, hom, hume, homme,* sang Middle French *homme ,* đều chỉ chung con người, bất luận nam nữ]. Bản Tuyên Ngôn, dù sao, không phải là một phần của một văn kiện căn bản mang tính pháp lý của nước Mỹ, như bản Hiến Pháp (the Constitution) hay bản Tuyên Ngôn Nhân Quyền (the Bill of Rights). Chữ nghĩa của nó, dù sao, phản ánh những lý tưởng của nước Mỹ. Và, thật sự, giữa "hiện thực thô nhám" và ước mơ, khát vọng, luôn có một khoảng cách để con người nỗ lực hướng tới.

Ngôn ngữ được phát biểu trong những chu cảnh văn hóa và xã hội, và trong những nỗ lực riêng của con người. Từ đó, nó có thể có những chỗ vênh khi so với thực tại, hoặc khi được xét trong những hệ quy chiếu khác nhau về không gian hay thời gian. Điều đó, một mặt, là do "hoàn cảnh sống của con người" ("human conditions"); mặt khác, nó cũng thúc đẩy con người tiếp tục điều chỉnh hướng sống, điều kiện sống của mình để mỗi ngày mỗi sống xứng đáng hơn, "thật" hơn, "đúng" hơn, trong khát vọng của con người nói chung.

[7] Có khi tôi dùng ***chữ*** "va", có khi tôi dùng ***từ*** "va", vì, như một trong những viên gạch khái niệm xây dựng ngành ngôn ngữ học hiện đại, "từ" (word) là một đơn vị cao hơn cấp bậc "hình vị" (morpheme) (vốn có khi được gọi là "tiếng", "tiếng một", hay "chữ", trong tiếng Việt). Một từ có thể là một chữ, như *đầu, mắt, cười, nói, khinh, trọng,* v.v., là những từ đơn; nhưng nó cũng có thể bao gồm nhiều chữ, nhiều hình vị, như trong trường hợp của từ kép, từ láy, chẳng hạn như *thanh niên, tiềm thuỷ đĩnh, sạch sành sanh, lấp lánh, nhỏ nhắn*, v.v. Một thí dụ giản dị trong tiếng Anh: *boy* (một từ, một hình vị); *boyish* (boy+ish, một từ, hai hình vị); và *boyishness* (boy+ish+ness, một từ, ba hình vị).

Quan niệm của ngành ngôn ngữ học truyền thống của Âu châu cũng xem từ (word), chứ không phải "hình vị" (morpheme), là đơn vị cơ bản của ngôn ngữ. Ngành ngôn ngữ học miêu tả (descriptive linguistics) của Mỹ, sau thời hoàng kim, đã bị phê bình vì xem hình vị là đơn vị cơ bản của ngôn ngữ. Vì làm như vậy khiến cho ranh giới giữa hình thái học và cú pháp học không còn nữa, là không chú ý đến sự khác biệt giữa cái bộ phận và cái toàn thể. Nhà ngôn ngữ V.Z. Panfilov cho rằng "Hiểu lời nói là một chuỗi liên tục của các chiết đoạn hình vị, hình vị là "vật liệu" để xây dựng nên phát ngôn, là làm sai lệch bức tranh chân thực của quá trình giao tiếp bằng lời nói. Làm như vậy là bỏ đi tất cả những gì liên quan đến từ với tư cách "vật chứa" các ý nghĩa sự vật mà qua đó hình thành nên hệ thống ý nghĩa ngôn ngữ-xã hội.", và nhà ngôn ngữ V.M. Solncev đã chứng minh "từ là một đơn vị bắt buộc phải có của mọi ngôn ngữ, còn hình vị chỉ là một loại đơn vị bất thường, có khi chúng mất đi, có khi chúng lại xuất hiện ở trong lịch sử ngôn ngữ. Từ là một đơn vị vĩnh hằng, bao giờ nó cũng có mặt trong suốt quá trình tồn tại của ngôn ngữ." (dẫn theo "*Những khác biệt trong hệ thống ngữ pháp tiếng Việt của Nguyễn Tài Cẩn*" của GS. TS. Nguyễn Thiện Giáp).

Tiếng trong tiếng Việt thường được hiểu là ***âm tiết***, về phương diện là một đơn vị có nghĩa. Trên chữ viết, mỗi tiếng được ghi thành một ***chữ***. ***Hình vị*** có hình thức cấu tạo của một âm tiết, tức là mỗi hình vị trùng với một âm tiết. Nó có vai trò như ***từ*** nhưng nó không phải là từ, vì từ có thể bao gồm một hay nhiều hình vị (một hay nhiều chữ). Âm tiết, hình vị và từ là đơn vị của ngôn ngữ. Tiếng là đơn vị của lời nói.

Như thế, "va" có thể là một chữ, hay là một từ (thuộc dạng từ đơn, một từ một chữ). Còn

những từ như "thiếu nữ", "so sánh", "nhanh nhẹn" (một từ có hai chữ), hay "tất tần tật", "sạch sành sanh" (một từ ba chữ), "hớt hơ hớt hải", "lóng nga lóng ngóng" (một từ bốn chữ), v.v., thì tất cả đều được quan niệm là một từ chứ không phải một chữ. Còn các chữ cái như *a, b, c, d*, v.v., thì có khi được gọi là "chữ cái", có khi được gọi là "con chữ".

[8] Xem "*Tư tưởng Tài Mệnh trong Truyện Kiều*" của Thanh Tâm, https://thuvienhoasen.org/a8361/tu-tuong-tai-menh-trong-truyen-kieu

[9] Về vấn đề chữ "quốc", có thể xem thêm Murray Barnson Emeneau trong *Studies in Vietnamese (Annamese) Grammar*, V.8., Berkeley and Los Angeles: University of California Press (1951), bản điện tử, và Hoàng Dũng trong *Chữ Quốc – thực tiễn phát âm và lịch sử chữ viết,* diễn đàn Văn Việt (12/17/2018). Tài liệu sau, trình bày rõ về mặt ngữ âm lịch sử và phân tích các khía cạnh cấu âm của chữ "quốc", được cập nhật thêm sau khi bài viết của chúng tôi đã được phổ biến.

[10] Xem Phúc Âm thánh Gio-An (John 12:24-25). Bài thánh ca "*Hạt giống tình yêu*" của linh mục Phương Anh được lấy ý từ lời rao giảng này. Lời kinh cầu nguyện của thánh Phanxicô thành Assisi (sinh năm 1182), trong đoạn cuối, cũng thể hiện tinh thần của cái chết, theo ý nghĩa "dies natalis", như đã nói:

"(...) O divine master grant that / I may not so much seek to be consoled as to console / to be understood as to understand / To be loved as to love / For it is in giving that we receive / it is in pardoning that we are pardoned / And *it's in dying that we are born to eternal life*."

Lời dịch của linh mục Kim Long, qua bài thánh ca "*Kinh Hoà Bình*", không thật sát mà mang tính uyển chuyển và mở rộng, là:

"(...) Lạy Chúa xin hãy dạy con: / Tìm an ủi người hơn được người ủi an / Tìm hiểu biết người hơn được người hiểu biết / Tìm yêu mến người hơn được người mến yêu. / Vì chính khi hiến thân là khi được nhận lãnh / Chính lúc quên mình là lúc gặp lại bản thân / Vì chính khi thứ tha là khi được tha thứ / *Chính lúc chết đi là khi vui sống muôn đời...*"

André Gide, nhà văn nổi tiếng Pháp, nhận giải Nobel văn chương năm 1947, có cuốn tự truyện mang tính "tự thú" với tựa đề là "*Si le grain ne meurt*" (Nếu hạt lúa không chết đi). Tên của tự truyện này cũng lấy từ ẩn dụ của lời dạy trong Phúc Âm.

[11] Dẫn trích theo Vũ Đức Nghiệu, "*Biến đổi ngữ âm lịch sử với việc tạo từ tiếng Việt*", 2016, http://www.vanhoanghean.com.vn/chuyen-muc-goc-nhin-van-hoa/nhung-goc-nhin-van-hoa/bien-doi-ngu-am-lich-su-voi-viec-tao-tu-tieng-viet .

Riêng về từ *trái*, vấn đề có những khía cạnh phức tạp. Con đường đi của âm và sự tạo từ trong tiếng Việt liên hệ đến *giái/trái* và *trái/quả* được soi sáng trong bài của Hoàng Dũng (1997), "Quả với lại trái, tại sao?". *Ngôn ngữ và đời sống*, số 12, Hà Nội. Theo Hoàng Dũng, từ điển A. de Rhodes (1651) ghi *trái tim* là *blái tim*. Ta biết trong tiếng Việt hiện đại có một sự tương ứng ngữ âm (phonetic correspondence) giữa gi- (Bắc) và tr- (Trung và Nam) như *giai - trai*, *giả - trả*, *giời - trời*, ... và nếu truy ngược lên từ điển A. de Rhodes thì đều thấy ghi là bl- (*blai*, *blả*, *blời*). Như vậy, theo đúng quy luật, thì *blái* của tiếng Việt thế kỷ XVII cho ta *trái* của tiếng Việt Trung và Nam, còn tiếng Việt Bắc thì phải là *giái*. Tuy nhiên, tiếng Việt Bắc hiện nay không thấy hình thức *giái*, mà lại là *quả*, một từ mượn Hán. Tại sao?

Thực ra, tiếng Việt Bắc đã từng dùng *giái* để chỉ *trái*: *Sách sổ sang chép các việc* (1822) của Philiphê Bỉnh năm lần dùng *giái* (*giái núi*, *giái đồi*, *giái găng*). Thế thì vì sao nay *giái* gần như tuyệt tích? Cho đến thời Philiphê Bỉnh, gi- ([z] hay [j]) vẫn còn phát âm khác với d- (/ð/) (điều đó giải thích vì sao các vị chế tác chữ Quốc ngữ ghi bằng hai cách khác nhau). Nhưng về sau hai âm này nhập một thành /z/ (Bắc [z], Trung và Nam [j]); cho nên *giái* (bưởi) và (hòn) *dái* thành đồng âm, khiến cho *giái* ("trái"), một từ rất phổ biến không khỏi gây cho người nghe cái cảm giác thô tục. Điều đó khiến người Việt từ bỏ *giái*, mà sử dụng *quả*, cấp cho *quả* cương vị của từ (*quả* vốn du nhập vào tiếng Việt từ lâu, nhưng chỉ ở dạng hình vị ràng buộc [bound morpheme], tức chỉ xuất hiện với tư cách một thành phần của từ). Tất nhiên, ở Trung và Nam, hình thức *trái* được giữ nguyên vì không liên quan gì đến chuyện này.

Nói *giái* ("trái") gần như tuyệt tích, là vì thực ra vẫn còn tìm thấy như một hình thức cặn ngôn ngữ (linguistic residue) trong *giái tai* (nay thường viết là *dái tai*), có lẽ vì bộ phận này ở vị trí gần đầu, khó lòng gợi cho người nghe một sự liên tưởng thô tục nào. Còn *dái mít* có lẽ là một trường hợp khác: *dái mít* (phân biệt với *trái mít*), chỉ là phát hoa đực của cây mít, hình dáng khá giống với (hòn) dái. (giải thuyết của Hoàng Dũng).

Những đóng góp của các nhà nghiên cứu ngôn ngữ, như một thứ "khảo cổ học" về chữ nghĩa, về đường đi, về sự biến đổi của âm, của từ, giúp cho ta có một cái nhìn rõ ràng hơn về ngôn ngữ của dân tộc.

[12] Theo "*Lịch Sử Chữ Quốc Ngữ 1620-1659*" in năm 1972 của Đỗ Quang Chính, trong các tài liệu viết tay của người nước ngoài vào thế kỷ XVII, trước năm 1632, phụ âm x- thường được viết thành s-. Thí dụ: sinuua, sinua, sinuâ, sinoá = Xứ Hóa.

[13] "Lần khân" 吝巾 được giải thích là "suồng sã, nhờn" trong bài "Khảo Sát Từ Việt Cổ Trong Văn Bản Truyện Thơ Nôm Nhị Độ Mai Diễn Ca", của ThS. Nguyễn Thị Hải Vân. Còn Việt Nam Từ Điển của Hội Khai Trí Tiến Đức thì giải thích "Sờm-sỡ" là "sã-suồng, không còn e lệ gì. *Sợ lần khân quá, ra sờm sỡ chăng* (K).

[14] Thật ra, "Sàm sỡ" được xem là có cùng nghĩa với "lần đân"/"lần khân", theo cách giải thích của TVK. Như thế, nó cũng có nghĩa là "suồng sã", như cách hiểu của tác giả trong chú thích trên chẳng hạn. Và "sàm sỡ" cũng như "suồng sã" không phải chỉ là "bông đùa quá trớn đối với phụ nữ" ["Use too familiar a language (with a woman) / Từ điển Lạc-Việt]. Nó còn có thể chỉ thái độ, phong cách, cử chỉ của một người (đàn ông), trong quan hệ đối với một người nữ.

[15] Những lối phát âm do cách ghép vần trong chữ Quốc ngữ vào thế kỷ XVII và XVIII đều có cách ghép vần tương tự nơi chữ Nôm. Trong sự cấu tạo chữ Nôm, dù là qua việc dựa trên một chữ Hán hay dựa trên một chữ thuần Nôm khác, ta đều có thể ghi nhận sự biến thanh điệu Nặng > Sắc, chẳng hạn: Nhược 若 > Nước 渃 (đi với Thuỷ 氵, biểu ý, theo lối thuần Nôm), Lật 栗 > Rất 栗 (theo lối giả tá), hay Lược 畧 > Trước 𪠞 (đi với Tiền 前, biểu ý, theo lối thuần Nôm). Sự biến thanh điệu trong chữ Quốc ngữ thời sơ khai, thậm chí cả đến sau này, cũng có những nét tương đương như trong chữ Nôm.

[16] Về nguồn gốc tiếng Việt, có nhiều thuyết . Trong đó có thuyết cho rằng tiếng Việt (có quan hệ gần gũi với tiếng Mường), thuộc ngữ hệ Nam Á, thường gọi là Môn-Khmer (khi không bao gồm nhóm Munda). Có thuyết cho là từ tiếng Thái. Lại có thuyết cho rằng tiếng Việt phát xuất từ ngữ hệ Nam Đảo (Austronesia). Nếu tiếng Việt có gốc Nam Đảo, nó có thể chia sẻ một ít khía cạnh ngữ âm, ngữ nghĩa với tiếng của người Champa (Chàm, Chăm) và người Gia Rai. Ngôn ngữ của người Gia Rai thuộc phân nhóm ngôn ngữ Champa của ngữ tộc Malayo-Polynesia trong ngữ hệ Nam Đảo. Chưa kể là, dù nếu không cùng ngữ hệ, tiếng Việt có thể có một sự hoà đồng, ở một mức độ nào đó, về ngữ âm (chưa nói đến chuyện ngữ nghĩa) với tiếng Chàm, vì người Việt và người Chàm đã có những quan hệ "giao lưu", "đụng chạm" ít nhất từ cuối thế kỷ thứ X trở đi (khi, vào năm 982, vua Lê Hoàn của Đại Cồ Việt mở cuộc nam chinh đầu tiên, và quân Đại Việt đã đánh chiếm và tàn phá kinh đô Indrapura, giết vua Parameshvaravarman, và mang về nước rất nhiều nhạc công và vũ công Chàm), và, sau đó, trong suốt quá trình Nam tiến của người Việt.

[17] Trong số các bộ chữ, theo hệ Latin, của dân tộc Gia Rai thì bộ chữ này, do các cố đạo Pháp và các trí thức người Gia Rai chế tác, được phổ dụng hơn cả và đã được cải tiến nhiều lần.

[18] Phụ âm kép /pl- / của tiếng Gia Rai, thể hiện trong chữ *Plơi* hay *Plây*, hay *Plei* (có nghĩa là *làng*). Địa danh Pleiku ở miền Bắc Tây Nguyên, từ tiếng Gia Rai, có nghĩa là "làng có cái đuôi". Theo Henri Maspéro (1912) và N.K. Sokolovskaya (1978), tổ hợp phụ âm đầu /pl- / cũng có trong ngôn ngữ Việt vào thời cổ, cũng như trong các ngữ liệu có liên quan trong cách ghi âm đọc chữ Nôm. Đến thế kỷ XVII , phụ âm kép này vẫn còn, mặc dù khá mờ nhạt so với các tổ phụ âm đầu khác. Ngoài ra, trong ngữ tộc Malayo-Polynesia (trong đó có người Gia Rai, Ê đê), chữ "bôn" cũng dùng để chỉ một đơn vị cư trú giống như chữ "làng" của người Việt. Từ "*bôn*" được người Việt đọc là "*buôn*" (làng); và "*buôn làng*" đã trở nên một từ được xem như nằm trong tiếng Việt. Địa danh Buôn Ma Thuột có nghĩa là "cái *buôn/làng* của cha cậu Thuột" (cách diễn đạt như thế cũng giống như trong tiếng Việt: một người có con tên Bình, được một người quen đến nhà chơi chào hỏi bằng câu: "Bố thằng Bình ơi, có tôi đến chơi với ông đây!").

[19] Theo Henri Maspéro (1912), về quá trình biến đổi của các tổ hợp phụ âm cổ có âm lỏng *r*, *l* (như: bl -, pl -, kl -, kr -, ml -, tl - ...), trong lịch sử tiếng Việt, các khả năng biến đổi của chúng có thể là:

- Rụng yếu tố trước, giữ yếu tố sau: Từ điển Annam-Lusitan-Latinh (Việt-Bồ-La) có ghi 4 cặp song song tl- // l- : *tlíu tlo- líu lo; tlúc tlác - lúc lác; tlo - lo; tlộn tlạo - lộn lạo.*

- Rụng yếu tố sau giữ yếu tố trước: Từ điển Annam-Lusitan-Latinh có ghi *bơi tlẻi - bơi tải*; và *tlẽn (tlàng)*. Từ *tlẽn (tlàng)* này, người ở một số nơi trong trong phương ngữ Bắc phát âm *tẽn / trẽn.* Hàng loạt từ có âm đầu *tr-* hiện nay, vốn phát sinh từ *tl-* được phát âm với *t-* ở nhiều vùng ven biển Thái Bình, Nam Định như: *bên tái* (bên trái), *một tăm* (một trăm), *con tâu* (con trâu), *bụi te* (bụi tre), *cái tống* (cái trống), *tên giời* (trên trời) ...

- "Hoà đúc" thành một âm khác (bl → / j /, tl → / ʈ /, ml → / ɲ /): Ví dụ: *blang → giăng, blai → giai ... tlăm → trăm, tlần → trần, tláng → trắng ... mlời → nhời, mlầm → nhầm …*

- Âm tiết hóa, mỗi âm tiết giữ một yếu tố: Trường hợp này nếu dẫn ngữ liệu từ từ điển thì rất hiếm. Có thể tạm đưa ra đây từ *tlủng* (tlũng) được ghi trong Từ điển Annam-Lusitan-Latinh. Từ này tương ứng với từ *thung lũng* ngày nay.

- Hai, ba tổ hợp có thể trùng nhập vào với nhau; nói cách khác, chúng biến đổi và đồng quy với nhau.

Thực ra, các hướng biến đổi nêu trên đây không phải chỉ đơn giản và luôn luôn có tính chất "đơn tuyến" như vậy. Mỗi tổ hợp có thể có những kết qủa biến đổi riêng, hình thành theo đường hướng riêng, nhưng cũng có khi, kết quả biến đổi của chúng trùng nhập vào với nhau. Ví dụ: bl- biến đổi cho ta / j / (blái [quả] → *giái*), nhưng / j / này đã trùng nhập với / ʈ / (kết quả biến đổi từ / tl /) trên phạm vi toàn quốc (ví dụ: *trăng - giăng, trầu -giầu, trồng - giồng* …) , nên *giái* đã biến đổi hoàn toàn thành *trái*; ở một vài từ còn giữ lưu tích thì / j / đã biến chuyển thành / z / (*dái tai, dái mít* …).

(Dẫn trích theo Vũ Đức Nghiệu, trong "*Biến đổi ngữ âm lịch sử với việc tạo từ tiếng Việt*", 2016. VHNA).

[20] Từ "***viển vông***" này hiện nay được xem là một từ láy. Tôi nghĩ có thể xem "viển vông" (với "viển" được viết bằng dấu hỏi) là một từ láy phụ âm đầu, theo dạng cấu tạo từ láy được kết hợp bởi hai chữ đều không có nghĩa [như *nhi nhô, sớn sác* (láy phụ âm đầu) *lơ thơ, lóng ngóng, bơ vơ, lác đác* (bốn từ này láy vần), *v.v.*]. Dù sao, có lẽ ta nên ghi chú về mặt từ nguyên (etymology) là nó có gốc từ từ Hán-Việt "viễn vọng", để nhận ra sự biến âm trên khía cạnh ngôn ngữ học lịch sử. "Viễn vọng" là trông xa (theo Từ điển Đào Duy Anh). Theo Từ điển Nguyễn Quốc Hùng, "viễn vọng" 遠望 là nhìn xa, trông ngóng điều cao xa; còn "vọng viễn" 望遠 là nhìn xa, thí dụ: vọng viễn kính (ống nhòm, cũng còn gọi là "viễn vọng kính"). Theo Từ điển Việt-Hán của Đinh Gia Khánh thì: "Viễn vọng": 1. 遠望 nhìn xa; kính viễn vọng 遠望鏡 (viễn vọng kính); 2. 幻想 ảo tưởng".

Việt Nam Từ Điển của Hội Khai Trí Tiến Đức cũng cho "viễn vọng" là "trông xa", còn nghĩa bóng là "mong mỏi chuyện xa xôi". Còn đối với từ "viển vông", đa số từ điển chú nghĩa là "xa rời thực tế, không thiết thực". Như thế, nó có nghĩa như "ảo tưởng" của từ "viễn vọng" theo giải thích của Đinh Gia Khánh, và như "trông ngóng điều cao xa", cũng của từ "viễn vọng", theo giải thích của Nguyễn

Quốc Hùng. Về thanh điệu, từ láy thường ghép các thanh ngang-sắc-hỏi, và huyền-nặng-ngã với nhau. Vì thế, ta có "viển vông" thay cho "viễn vông", dù rằng nếu viết "viễn vông" thì sẽ đúng với nghĩa gốc hơn. (Có những tác giả xem dấu ngã là "trầm thượng" và dấu hỏi là "phù thượng"; nhưng theo Dương Quảng Hàm thì ngược lại).

[21] Xem Luc Tinh Tan Van_ So 562_ 6 Thang Muoi 1918.pdf - ndc-lnh-mytho

[22] Xem bài "Vấn đề tù chính trị và sự cần thiết lột trần âm mưu đánh tráo ngôn ngữ của bọn nguỵ danh chủ nghĩa" của Cung Trầm Tưởng [người đã làm hai bài thơ "*Mùa thu Paris*" và "*Chưa bao giờ buồn thế*" vào thập niên '50 thế kỷ trước, và, sau đó, được Phạm Duy phổ nhạc], trong trachnhiemonline.com.

*** Các hình ảnh trong bài được lấy từ Internet. Xin trân trọng cám ơn các tác giả. (BVP) ***

Tài Liệu Tham Khảo Chính

1. Đào Duy Anh. 1996. *Hán-Việt Từ Điển*. Nhà xuất bản tp HCM.
2. Đỗ Quang Chính. 1972. *Lịch Sử Chữ Quốc Ngữ 1620-1659.* Saigon: Tủ Sách Ra Khơi.
3. J.F.M Génibrel. 1898. *Dictionnaire Annamite – Français,* deuxième edition. Saigon: Tân Định. (nguồn sách phổ biến từ books.google.com)
4. Hội Khai Trí Tiến Đức. 1931. *Việt Nam Từ Điển*. Hà Nội: Hà Nội Imprimerie Trung Bắc Tân Văn.
5. Huình Tịnh Paulus Của. 1895-1896. *Đại Nam Quấc Âm Tự Vị*. Saigon: Saigon Imprimerie.
6. Lê Văn Đức & Lê Ngọc Trụ. 1970. *Việt Nam Từ Điển*. Saigon: Nxb Khai Trí.
7. Nguyễn Khắc Kham. 1974. *Chữ Nôm or the Former Vietnamese Script and Its Past Contributions to Vietnamese Literature.* Bản điện tử của Nguyễn Quang Trung và Lê Văn Đặng, 2001. Tokyo: Tokyo University of Foreign Studies.
8. Nguyễn Ngọc San. 2003. *Tìm hiểu tiếng Việt lịch sử.* Hà Nội: Nxb ĐHSP.
9. Nguyễn Như Ý. 1999. *Đại Từ Điển Tiếng Việt*. Hà Nội: Nxb VHTT.
10. Nguyễn Quốc Hùng. *1975. Hán Việt tân từ điển*. Saigon: Nxb Khai Trí.
11. Nguyễn Tài Cẩn. 1995. *Giáo trình lịch sử ngữ âm tiếng Việt*. Hà Nội: Nxb Giáo Dục.
12. Nguyễn Thạch Giang & Trương Chính. 2000. *Nguyễn Du, Tác phẩm và Lịch*

sử Văn bản. Tp HCM: Nhà xuất bản tp HCM.

13. Nguyễn Thiện Giáp (chủ biên). 1998. *Dẫn luận ngôn ngữ học*. Hà Nội: Nxb Giáo dục.

14. Rhodes, Alexandre de. 1991. *Từ Điển Annam-Lusitan-Latinh* (thường gọi *Từ điển Việt-Bồ-La*). Thanh Lãng, Hoàng Xuân Việt, Đỗ Quang Chính phiên dịch. Hà Nội: Nhà xuất bản KHXH.

15. Shimizu Masaaki. 2006. Sự Ảnh Hưởng Của Cấu Trúc Âm Tiết Từ Hán-Việt Đến Sự biến Đổi Các Tổ Hợp Phụ Âm Đầu Trong Tiếng Việt (The Influence of Sino-Vietnamese Phonotactics on the Evolution of Consonantal Clusters in Vietnamese). *Khoa Ngôn ngữ học, Đại học Xã hội & Nhân văn, Đại học Quốc gia Hà Nội.*

16. Shimizu Masaaki. 2008. Một Số Nhận Xét Về Cách Phiên Âm Từ Việt Bằng Chữ HánTrong An Nam Quốc Dịch Ngữ Trong Tứ Di Quảng Ký – Qua Việc So Sánh Với An Nam Dịch Ngữ. *Hội thảo Quốc tế Việt Nam Học lần III.*

17. J.L.Taberd. 2004. *Dictionarium Annamitico – Latinum*. Hà Nội: Nhà xuất bản Văn Học (tái bản theo bản in năm 1838).

18. Thiều Chửu. *2009. Hán Việt tự điển*. Hà Nội: Nxb Văn Hóa Thông Tin (bổ sung theo bản in của nhà in Đuốc Tuệ, 1942).

19. Trần Nho Thìn (chủ biên) & Nguyễn Tuấn Cường (khảo dị, chú thích, bình luận). 2007. *Truyện Kiều / Nguyễn Du (Khảo-Chú-Bình)*. Hà Nội: Nhà xuất bản Giáo Dục.

20. Lm. An-tôn Trần Văn Kiệm. 2004. *Giúp Đọc Nôm và Hán-Việt*. Đà Nẵng: Nxb Đà Nẵng.

21. Trần Uyên Thi. 2005. *Thử Tìm Hiểu Luật Biến Âm Qua Hai Bản Nôm*. Bản điện tử.

22. Trần Uyên Thi & Nguyễn Hữu Vinh. 2007. Ai Vẽ Được, Ai Xóa Được / Dấu Vết Âm Việt Cổ: Từ Song Tiết và Phụ Âm Kép. *Hội nghị Quốc tế về tiếng Việt (Hội Việt Học, Calif.)*. Bản điện tử.

23. Trần Văn Chánh. 1999. *Từ điển Hán Việt*. Tp HCM: NXB Trẻ.

24. P. J-B. Trương Vĩnh Ký. 1911. *Poème Kim-Vân-Kiều Truyện*. Saigon: F. H. Schneider Editeur.

25. Vũ Đức Nghiệu. 2016. Biến đổi ngữ âm lịch sử với việc tạo từ tiếng Việt. *Văn Hóa Nghệ An*.

- *Về **tác giả**, có thể xem thêm trang **E.E. – Emprunt Empreinte – Mượn Dấu Thời Gian**,* http://phannguyenartist.blogspot.com/2017/09/bui-vinh-phuc.html

❖ Trang bên là 4 bức tranh minh họa của Nguyễn Hữu Nhiêu trong quyển *Poème Kim, Vân, Kiều Truyện*, bản phiên âm chữ Nôm đầu tiên của Trương Vĩnh Ký, từ bản in lần thứ 3 vào năm 1911, tại nhà in F.H. Schneider ở Sài Gòn. Có lẽ Nguyễn Hữu Nhiêu là họa sĩ đầu tiên vẽ tranh minh họa cho một tác phẩm văn học. Những bức vẽ, như phần dịch và chú giải của Trương Vĩnh Ký, cũng mang nét rất dân dã, mộc mạc và đầy chất Việt Nam, vào giai đoạn ấy.

Tranh Minh Họa Kiều của Nguyễn Hữu Nhiêu

Rút trâm sẵn giắt mái đầu
Vạch da cây, vịnh bốn câu ba vần

Chàng Vương quen mặt ra chào
Hai Kiều e mặt nép vào dưới hoa

Một khi gió táp mưa sa
Khoảng trên dừng bút thảo và bốn câu

Râu hùm, hàm én, mày ngài
Vai năm vừng rộng, thân mười thước cao

Những Sai Lầm Thường Gặp Về Petrus Trương Vĩnh Ký

Winston Phan Đào Nguyên

Luật sư Phan Đào Nguyên

PHẦN 1
GIỚI THIỆU

Xin tự giới thiệu tôi là một cựu học sinh trường Petrus Ký. Tôi thi đậu vô trường này năm 1974, và chỉ học được một năm thì trường bị đổi tên thành Lê Hồng Phong.

Có lẽ cũng như phần lớn các bạn cùng khóa, tôi thi vô trường Petrus Ký vì đó là trường giỏi nhất và gần nhà nhất, chứ thật tình thì tôi không biết gì nhiều về ông Petrus Ký. Có thể nói rằng trước năm 2017 thì tôi chỉ "nghe tiếng" ông Petrus Ký, còn thật sự thì tôi chưa được đọc những gì Petrus Ký viết. Và có lẽ cũng như nhiều người trong cử tọa ngày hôm nay, tác phẩm duy nhất của Petrus Ký mà tôi đã đọc là chuyện cười về bài "Thơ Con Cóc", với tựa đề "Ba Anh Dốt Làm Thơ" trong cuốn "Chuyện Đời Xưa".

Đầu năm 2017, khi có sự kiện cuốn sách "Petrus Ký - Nỗi Oan Thế Kỷ" của Nguyễn Đình Đầu bị cấm lưu hành ở Việt Nam thì tôi mới hiếu kỳ tìm mua cuốn sách đó và bắt đầu đọc những tác phẩm của Petrus Ký cũng như về Petrus Ký. Sau khi đọc những tác phẩm này, tôi nhận thấy có quá nhiều sự hiểu lầm hay đúng hơn là hiểu sai về nhân vật này.

Do đó, trong buổi hội thảo hôm nay, tôi xin phép được trình bày với quí vị những **sự sai lầm thường gặp về Petrus Ký hiện nay,** theo cái nhìn của tôi, một người mới bắt đầu nghiên cứu về Petrus Ký. Để cho dễ hiểu và dễ nhớ, tôi xin chia những sai lầm thường gặp về Petrus Ký ra làm hai loại.

Loại thứ nhất là loại sai lầm **không cố ý (unintentional)**. Loại sai lầm không cố ý này lại có thể được chia ra thành hai nhóm nhỏ là: 1) do **thói quen** hay 2) do **bất cẩn**.

Loại thứ hai là loại sai lầm do **có cố ý (intentional).** Loại sai lầm cố ý này lại cũng có thể được chia ra thành hai nhóm nhỏ là: 1) do **cố ý muốn biện hộ** cho ông Petrus Ký, nhưng lại bằng **định kiến** của mình, và 2) do **cố ý muốn kết tội** ông Petrus Ký, bằng cách **sửa đổi tài liệu** để gán cho ông làm những việc mà ông không hề làm.

Theo đó, trong buổi thuyết trình hôm nay, tôi xin trình bày 4 trường hợp tiêu biểu cho 4 sự sai lầm thường gặp về Petrus Ký hiện nay. Để dễ theo dõi, tôi sẽ trình bày mỗi trường hợp sai lầm nói trên theo thứ tự như sau:

1) xuất xứ của sự sai lầm (where);
2) sự sai lầm đó sai như thế nào (how);
3) tại sao lại có sự sai lầm đó (why);
4) thật sự ông Petrus Ký nghĩ gì so với sự sai lầm đó (what).

PHẦN 2
THẢO LUẬN

I. LOẠI SAI LẦM KHÔNG CỐ Ý

A. Do Thói Quen: Pétrus Thay Vì Petrus

1. Xuất Xứ

Thí dụ đầu tiên về loại sai lầm không cố ý, và chính xác hơn, bởi **thói quen**, là sự kiện **viết và nói** tên ông Petrus Ký **với dấu sắc (l'accent aigu) trên chữ e,** thành ra **Pétrus** Ký. Sự sai lầm này xuất hiện khắp nơi hiện nay, và với tất cả người Việt, dù ở hải ngoại hay ở Việt Nam. Theo phỏng đoán của tôi, có lẽ tên ông Petrus Ký bị viết sai thành Pétrus đến 50% trong mọi trường hợp. Còn việc phát âm sai thì gần như 100%, và đương nhiên trong số đó có cả tôi.

2. Sai Như Thế Nào

Nhưng cách viết hay gọi với dấu sắc đó là sai. Vì cái tên Petrus của ông Trương Vĩnh Ký là **một chữ Latin**. Đó là tên của thánh Phê-rô trong tiếng Việt (do gọi theo tiếng Bồ Đào Nha và Tây Ban Nha là Pedro) hay Peter trong tiếng Anh, Pierre trong tiếng Pháp. Chữ Petrus tiếng Latin này **không có dấu sắc**, và theo cách phát âm của tiếng Latin thì nó gần như cách phát âm bằng tiếng Việt, là **Petrus**, với "e" và "u", chứ không phải Pétrus, với "ê" và "uy" như trong cách phát âm bằng tiếng Pháp.

3. Tại Sao Lại Có Sai Lầm Này

Nhưng ngày nay, chúng ta thường phát âm và viết sai như vậy là vì đã quá **quen với cách phát âm và viết sai theo người Pháp**, là **Pétrus**. Người Pháp, vì lý do nào đó, đã sửa chữ Petrus trong tiếng Latin ra thành Pétrus, và phát âm theo kiểu Pháp. Người Pháp cũng đã luôn luôn viết và gọi ông Petrus Ký là "Pétrus Ky", thậm chí ngay từ khi họ bắt đầu chiếm miền Nam. Rồi mãi sau này, khi đặt tên cho ngôi trường mới xây vào năm 1927-1928, họ cũng đã cố tình gọi là **Pétrus Ky**, chứ không bao giờ chịu viết cho đúng tên ông là Petrus Ký.

Vì lý do đó, tất cả mọi người Việt đều trở thành quá quen thuộc với chữ Pétrus có dấu sắc. Ngay cả sau năm 1954, khi trường được chính thức đổi tên thành "Petrus Trương Vĩnh Ký", không có dấu sắc, thì do sự quen thuộc đó, rất nhiều người cho đến hiện nay vẫn còn **viết** là trường Pétrus Ký với dấu sắc (l'accent aigu). Và như đã nói, hầu như tất cả mọi người đều **phát âm** theo giọng Pháp.

4. Nhưng Thật Sự Petrus Ký Nghĩ Gì

Trong khi đó, ông Petrus Ký, mặc dù làm việc với người Pháp, nhưng trong suốt đời ông, khi viết trong thư từ, hay in trong sách vở, ông đều để tên ông rất rõ ràng là **Petrus** - không có dấu sắc. Cộng với sự kiện Petrus Ký đã nhiều lần từ chối không vào dân Pháp và luôn luôn mặc quần áo Việt, có thể thấy rằng **ý ông không muốn làm một người Pháp** với cái tên "Pháp".

Do đó, nếu vì thói quen gọi theo tên trường Pétrus Ký từ thời Pháp thuộc mà ngày nay ta hay gọi ông là Pétrus Ký, điều này có lẽ chấp nhận được. Nhưng khi viết thì phải viết cho đúng là Petrus, thay vì Pétrus theo tiếng Pháp.

Đó là một thí dụ tiêu biểu cho loại **sai lầm không cố ý, bởi thói quen** lâu năm.

B. Do Bất Cẩn: "Bất" Khả Vô Danh Vị Và "Chun" Vô Phòng

1. Xuất Xứ

Thí dụ thứ hai của loại sai lầm không cố ý, mà chính xác hơn, do **bất cẩn**, là trường hợp **không đọc được hay không hiểu được** những gì ông Petrus Ký viết. Điển hình là một lá thư ông Petrus Ký viết cho con cháu vào năm 1872 để dạy dỗ họ về cách sống trên đời. Lá thư này đã được wikipedia chép lại như sau:

"Người đời sanh ký tử quy, đàng đi nước bước vắn vỏi lắm. Nhưng ai cũng có phận nấy, hể nhập thế cuộc **BẤT** khả vô danh vị, cũng phải làm vai tuồng mình cho xong đã, mới **CHUN** vô phòng được..."

2. Sai Như Thế Nào

Đoạn văn trên đây sai vì không có ý nghĩa. Trước nhất, tại sao hễ nhập thế cuộc thì **"bất khả**

vô danh vị", tức là không thể không có chức phận? Kế đến, tại sao ông Petrus Ký đang dạy con cháu với những câu chữ nho, lại thình lình chuyển qua **"chun vô phòng"** một cách rất là kì cục?

Tóm lại, đọc theo kiểu viết như trên, thì câu văn này hoàn toàn không có ý nghĩa.

3. Tại Sao Lại Có Sai Lầm Này

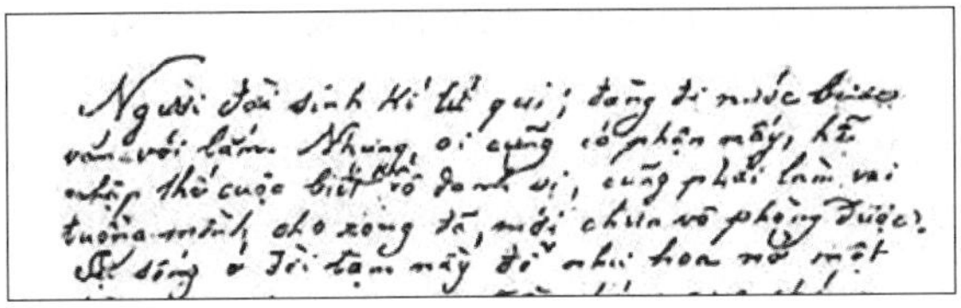

Nhưng nếu chỉ cần nhìn kỹ, ta có thể thấy ngay rằng sự sai lầm này là do bất cẩn vì không đọc kỹ mà ra. Trước hết, chữ mà wikipedia đọc ra là "bất" trong "bất khả vô danh vị" đó chính nó là chữ **"biết".** Kế đến, chữ mà wikipedia viết ra "chun" đó, chính nó là chữ **"chưn"**, đã được viết theo giọng người Nam của ông Petrus Ký cho chữ **"chân"**, có nghĩa là thật, như trong "chân thật".

4. Nhưng Thật Sự Petrus Ký Nghĩ Gì

Như vậy, nếu đọc kỹ, câu văn trên của Petrus Ký đúng ra phải là:

"Người đời sinh kí tử quy; đàng đi nước bước vắn-vỏi lắm. Nhưng ai cũng có phận nấy, hễ nhập thế cuộc **BIẾT** khả vô danh vị, cũng phải làm vai tuồng mình cho xong đã, mới **CHƯN** vô phòng được..."

Và như vậy thì câu này mới có nghĩa, là: cuộc đời con người ta rất ngắn ngủi, sống gởi chết về, nhưng nếu đã dấn thân vào thế cuộc, dù biết rằng có thể sẽ không có chức phận chi, thì cũng phải làm phận sự của mình cho xong đã, rồi mới thật sự "vô phòng" được, tức là không phải phòng ngừa, lo ngại gì nữa.

Chứ còn câu này không thể nào có nghĩa như wikipedia đã chép, là khi nhập thế cuộc thì không thể không có danh vị, và một khi làm xong vai tuồng của mình rồi, thì được quyền chun vô phòng!

Đó là thí dụ tiêu biểu cho sự sai lầm không cố ý, nhưng do **bất cẩn** mà ra. Sự sai lầm này cùng với sai lầm do **thói quen** nói trên là hai thí dụ tiêu biểu cho loại sai lầm không cố ý.

Trong khi đó, loại sai lầm thứ hai là loại sai lầm **cố ý**, hoặc do **muốn biện hộ,** hoặc do **muốn kết tội** ông Petrus Ký.

II. LOẠI SAI LẦM CỐ Ý

A. Muốn Biện Hộ Cho Petrus Ký: *"Ở Với Họ Mà Không Theo Họ"*

1. Xuất Xứ

Thí dụ điển hình nhất cho loại sai lầm cố ý do muốn biện hộ cho Petrus Ký, nhưng lại theo định kiến của mình, là một "câu" (tạm gọi là câu vì thật sự nó chỉ là một nhóm chữ) đã được gắn liền với cái tên Petrus Ký trong gần sáu mươi năm qua, câu **"Ở với họ mà không theo họ"**.

Câu "Ở với họ mà không theo họ" này xuất hiện lần đầu vào năm 1958 trong tác phẩm "Trương Vĩnh Ký, 1837-1898" của Khổng Xuân Thu. Khổng Xuân Thu đã dịch câu này từ một lá thư bằng tiếng Latin mà ông Petrus Ký gửi cho một người bạn của ông ở Pháp là bác sĩ **Alexis Chavanne,** vào năm 1887. Ông Chavanne là một trong số nhiều người bạn trong giới trí thức Pháp mà Petrus Ký đã làm quen khi đi theo phái đoàn Phan Thanh Giản qua Pháp năm 1863. Trong chuyến đi này, chỉ trong một thời gian ngắn ngủi có vài tháng, Petrus Ký đã tạo nên mối giao tình thân mật với những nhà trí thức hàng đầu ở Pháp, và đã giữ mối liên lạc với họ qua thư từ bằng tiếng Latin đến mấy chục năm sau. Chính trong những lá thư đó, ông Petrus Ký đã đem tâm sự ra thố lộ.

Trong lá thư tháng 10 năm 1887, ông đã viết cho bác sĩ Chavanne như sau:

"... Unum et unicum quaero, esse scilicet posse utilem, quamvis dicendum sit: ***Sic vos non vobis*** *... Haec est mea sors et consolatio."*

Và tác giả Khổng Xuân Thu đã dịch ra như vầy:

"Điều duy nhất và đơn độc (về chính trị) mà tôi tìm kiếm, là có ích đúng như câu châm ngôn La tinh: ***Sic vos non vobis (Ở với họ mà không theo họ).*** *Đó là định mệnh của tôi và điều tự nhủ chính bản thân tôi."*

Như đã nói, câu dịch này được gắn liền với Petrus Ký trong suốt 60 năm nay. Hoàn toàn không có ai nêu lên câu hỏi hay thắc mắc gì với nó. Hơn thế nữa, những người ủng hộ ông Petrus Ký luôn luôn đem câu này ra để biện minh cho sự hợp tác với chính phủ Pháp của ông.

2. Sai Như Thế Nào

Nhưng tác giả Khổng Xuân Thu đã hoàn toàn sai khi dịch "sic vos non vobis" thành ra "Ở với họ mà không theo họ", từ **nghĩa đen đến nghĩa bóng** của câu văn nói trên.

Trong một bài viết về Petrus Ký vào tháng 4 năm 2017 với tựa đề ***Minh Oan Cho Petrus Trương Vĩnh Ký Về Câu "Ở Với Họ Mà Không Theo Họ,"***[1] tôi đã giải thích rất cặn kẽ về vấn đề này. Câu

1. http://www.viet-studies.net/PhanDaoNguyen_PetrusKy.htm , hoặc https://nghiencuulichsu.com/2017/04/13/minh-hoa-cho-petrus-truong-vinh-ky-ve-cau-o-voi-ho-ma-khong-theo-ho/

"sic vos non vobis" thật ra có nguồn gốc từ những **vần thơ** của thi hào Virgil. Nếu hiểu theo **nghĩa đen** thì "sic" có nghĩa là "như vậy", "vos" là các anh, "non" là không, "vobis" là "cho các anh". Toàn thể câu văn, do đó, có nghĩa đen là **"như vậy, các anh, không phải cho các anh** ...."

Còn nghĩa bóng hay nghĩa thông dụng ngày nay của câu này là **"nhưng không phải cho tôi"**, hay **"nhưng không phải cho mình"**. Cách dùng nghĩa bóng này là cách dùng phổ biến nhất, tới nỗi The Bank of England đã dùng nó như là phương châm phục vụ cho khách hàng của họ, như có thể thấy trong hình sau đây.

Do đó, toàn thể câu văn mà Petrus Ký viết trong lá thư cho Chavanne đúng ra phải được dịch như vầy:

"Điều duy nhất mà tôi theo đuổi là làm sao thành có ích, tuy phải nói thêm rằng: (ích lợi đó) không phải cho tôi. Đó là số phần và là niềm an ủi của tôi."

Chứ câu *sic vos non vobis* này hoàn toàn không có chút gì có thể gọi là dính líu đến câu dịch ra tiếng Việt "ở với họ mà không theo họ" hồi 60 năm trước của tác giả Khổng Xuân Thu. Vì nó không có "họ", không có "ở", mà cũng chẳng có "theo", và nhất là nó chẳng có gì dính líu tới chính trị, như Khổng Xuân Thu đã thêm vào câu văn.

3. Tại Sao Lại Có Sai Lầm Này

Nhưng tại sao lại có thể có một sự hiểu lầm hay hiểu sai khác xa với nghĩa thật của nó như vậy, và tại sao câu dịch đó lại được phổ biến với mức độ như vậy? Theo tôi, đó là vì từ người dịch là Khổng Xuân Thu, cho đến những người dùng câu dịch này, tất cả đều **cố ý muốn biện hộ** cho Petrus Ký về việc ông đã cộng tác với người Pháp. Nhưng họ lại biện hộ bằng **định kiến** của họ.

Và cái định kiến này là sự **đồng hóa** Petrus Ký với Tôn Thọ Tường, hay sự suy nghĩ rằng Petrus Ký và Tôn Thọ Tường có cùng hoàn cảnh và tâm trạng của một người theo Pháp. Do đó, nếu Tôn Thọ Tường đã có một lời **tự bào chữa rất hay** cho mình, thì Petrus Ký cũng phải **có một lời bào chữa** giống như vậy.

a. Vì Cho Rằng Petrus Ký Cùng Hoàn Cảnh Với Tôn Thọ Tường

Tôn Thọ Tường là một nhà nho thuộc dòng dõi danh gia vọng tộc ở đất Nam Kỳ thời nhà Nguyễn. Ông nội của ông đã từng theo vua Gia Long qua Bangkok, và được liệt vào những người thuộc hàng đệ nhất công thần. Tôn Thọ Tường cũng là một thi sĩ tài hoa bậc nhất ở Nam Kỳ. Thế nhưng con đường công danh của ông không được suôn sẻ lắm. Và khi Pháp đánh chiếm miền Nam thì ông là một trong những nho sĩ đầu tiên của triều Nguyễn nhận lời ra hợp tác với Pháp.

Rất nhiều người đã cho rằng Petrus Ký có hoàn cảnh giống như Tôn Thọ Tường. Vì Tôn Thọ Tường và Petrus Ký là hai người cùng thời ở Nam Kỳ, cùng ra làm việc cho Pháp sau khi Pháp chiếm ba tỉnh miền Đông, cùng theo phái đoàn Phan Thanh Giản sang Pháp năm 1863, và cùng làm tờ Gia Định Báo. Do đó, những người cố ý muốn biện hộ cho Petrus Ký đã **đồng hóa** tâm trạng của hai nhân vật này.

b. Câu Tự Bào Chữa Của Tôn Thọ Tường Hay Nỗi Lòng Từ Thứ

Vì làm việc cho Pháp, ông Tôn Thọ Tường đã bị những bạn thân ngày xưa chê cười. Và ông đã làm nhiều bài thơ Đường Luật để biện minh cho sự hợp tác với Pháp của mình. Trong số đó, có một bài nổi bật nhất là bài "Từ Thứ Qui Tào". Qua bài thơ này, Tôn Thọ Tường đã diễn tả **nỗi lòng của Từ Thứ**, mà cũng chính là lời bào chữa cho sự theo Tây của mình, như sau:

Hiếu đâu dám sánh kẻ cày voi
Muối xát lòng ai nấy mặn mòi
Ở Hán đã đành trang cội cả
Về Tào chi sá một cây còi
Chạnh lòng nhớ mẹ khôn nâng chén
Tấc dạ thương vua biếng dỡ roi
Chẳng đặng khôn Lưu đành dại Ngụy
Thân này xin gác ngoại vòng thoi

Thời Tam Quốc bên Tàu, Từ Thứ là một mưu sĩ rất có tài của Lưu Bị. Biết ông là người giỏi, để ép ông về với mình, Tào Tháo đã bắt mẹ ông. Vì hiếu thảo, Từ Thứ phải chấp nhận về với Tào Tháo. Nhưng ông lại hứa với chủ cũ Lưu Bị (Hán) là mặc dù bị ép buộc phải về Tào Tháo (Ngụy) như vậy, ông sẽ không lập mưu hiến kế gì để giúp cho Tào Tháo. Và câu hứa đó, cũng là **nỗi lòng của Từ Thứ**, đã được Tôn Thọ Tường diễn tả rất tài tình, rất điêu luyện trong hai câu cuối của bài thơ:

Chẳng đặng khôn Lưu đành dại Ngụy
Thân này xin gác ngoại vòng thoi

Bài thơ này là một bài thơ rất nổi tiếng, vì nhiều lý do. Trước nhất, đó là một bài thơ rất hay. Thứ hai, đây là một bài thơ với những vần thuộc loại "tử vận", là vần "voi, mòi, còi, roi, thoi". Bộ vần này cực kỳ khó khăn cho những người muốn họa lại. Đến nỗi các thi sĩ thời đó đã đặt luôn cho năm chữ này là bộ "vần Từ Thứ". Thứ ba, vì bài thơ này nói đến một điển tích trong truyện Tam Quốc Chí mà người Việt thời đó ai cũng biết và yêu thích. Cuối cùng, bài thơ này rất nổi tiếng vì nó đã nói lên tâm trạng của những người đã từng có liên quan với triều Nguyễn, mà bây giờ phải chấp nhận làm việc cho Pháp. Hay nói cách khác, đó chính là cái **tâm trạng**, cái nỗi lòng mà Tôn Thọ Tường đã nói lên cho hầu hết những nho sĩ đã từng làm việc cho triều Nguyễn mà sau này phải làm việc với Pháp.

Vì những lý do trên, đối với nhiều người, đó là một **câu bào chữa hay nhất**, khéo léo nhất. Nó đã tạo nên sự thông cảm, sự thương xót cho Tôn Thọ Tường bởi rất nhiều người, trong hơn trăm năm qua.

c. Tạo Ra Câu Tự Bào Chữa Của Petrus Ký Dựa Theo Nỗi Lòng Từ Thứ Của Tôn Thọ Tường

Rồi từ sự suy nghĩ rằng Petrus Ký là người có cùng hoàn cảnh và tâm trạng với Tôn Thọ Tường; và vì thán phục câu bào chữa khéo léo của Tôn Thọ Tường, những người muốn biện hộ cho

Petrus Ký đều tin tưởng rằng Petrus Ký cũng đã diễn tả tâm tình của mình y như Tôn Thọ Tường vậy – bằng câu "Ở với họ mà không theo họ", một câu đồng nghĩa với câu "Thân này xin gác ngoại vòng thoi" của Tôn Thọ Tường.

Bởi hai câu này có ý nghĩa giống y như nhau. Nếu như Tôn Thọ Tường có "Lưu" và "Ngụy" thì Petrus Ký có "ta" và "họ". Nếu Tôn Thọ Tường "ở" với Ngụy thì Petrus Ký "ở" với họ, và nếu Tôn hứa là "dại Ngụy" hay "ngoại vòng thoi", thì Petrus Ký phải nói là … "không theo họ".

4. Nhưng Thật Sự Petrus Ký Nghĩ Gì

a. Không Phải Lời Bào Chữa Mà Là Lời Tâm Sự: Hoàn Cảnh Khác Tôn Thọ Tường

Thế nhưng, như tôi có chứng minh trong bài viết *Minh Oan Cho Petrus Trương Vĩnh Ký*, thì chẳng những Petrus Ký không hề có ý đó, mà những gì ông nói, những gì ông tin tưởng vào, **hoàn toàn trái ngược** lại với cái "nỗi lòng Từ Thứ" hay cái "mặc cảm Tôn Thọ Tường" mà tôi vừa nói trên.

Đó là vì Petrus Ký có **một quá khứ, một hoàn cảnh, và một tâm trạng hoàn toàn khác hẳn** với Tôn Thọ Tường. Ông là một đứa trẻ mồ côi cha được nuôi dạy bởi những trường dòng đạo Thiên Chúa từ nhỏ tới lớn. Ông rời Việt Nam từ lúc 9, 10 tuổi và chỉ trở lại khi ông 21 tuổi. Tức là ông chưa bao giờ được hưởng **ân huệ** của nhà Nguyễn như Tôn Thọ Tường, để có cái **mặc cảm phản bội**. Ngược lại, suốt tuổi trẻ của ông, ông đã là một loại tội phạm trên đất nước của ông, vì lý do tôn giáo.

Do đó, Petrus Ký không hề có cái mặc cảm phản bội của Tôn Thọ Tường và của Từ Thứ, nên không cần bào chữa. Nếu Tôn cần phải **tự bào chữa** cho việc theo Tây của mình với các bạn cũ, thì Petrus Ký qua câu *sic vos non vobis* chỉ là đang **tâm sự** với một người bạn về một vấn đề khác.

b. Rộng Hơn Về Cấu Trúc Xã Hội: Xã Hội Và Phần Tử Chứ Không Phải Họ Và Ta.

Và những gì Petrus Ký viết - khi tâm sự với những người bạn Pháp của ông bằng tiếng Latin - cho ta thấy cái nhìn về **cấu trúc xã hội** của Petrus Ký **rộng hơn** của Tôn Thọ Tường và Khổng Xuân Thu rất nhiều.

Như ông đã nói qua câu "sic vos non vobis" và trong các lá thư khác, với Petrus Ký, không có họ, không có ta, mà chỉ có "xã hội" và "phần tử". Xã hội đó là **một xã hội chung của cả nhân loại** (societatem humanam universalem), và xã hội đó gồm có **những phần tử** (societati cujus membra sunt) trong đó tạo thành.

c. Khác Hơn Về Quan Hệ Xã Hội: Bình Đẳng Và Vai Trò Chứ Không Phải Ở Và Phải Theo Vua (Trung Quân)

Cái nhìn về mối quan hệ xã hội của Petrus Ký cũng rất khác với cái nhìn về quan hệ xã hội của Tôn Thọ Tường và Khổng Xuân Thu. Trong xã hội của Petrus Ký, có người sang, có kẻ hèn, nhưng ai cũng có một **vai trò** riêng trong xã hội đó. Ngược lại, mối quan hệ xã hội của Tôn Thọ

Tường là sự trung quân, là một mối quan hệ theo chiều dọc. Do đó, nếu quan hệ xã hội theo cách nhìn của Petrus Ký là bình đẳng hơn – theo tây phương – thì quan hệ xã hội của Tôn là sự trung thành theo đạo thần tử vua tôi – của đông phương.

d. Cao Hơn Về Trách Nhiệm Xã Hội: Làm Tròn Vai Trò, Làm Điều Ích Lợi Cho Người Khác Chứ Không Phải Không Theo Họ

Sau cùng, về trách nhiệm xã hội, theo Petrus Ký thì dù cho sang hèn (danh vị – vô danh vị), mỗi người đều phải **làm tròn** vai trò của mình trong xã hội. Và cái vai trò mà ông đã tự chọn, là làm ích lợi cho người khác, chứ không phải cho ông (sic vos non vobis).

Trong khi đó, Tôn Thọ Tường đã hành động ngược lại với cái trách nhiệm trung quân của một nho sĩ, bằng cách "dại Ngụy" hay "ngoại vòng thoi", còn Khổng Xuân Thu thì **"không theo họ"**.

Cho nên có thể nói rằng tinh thần **trách nhiệm xã hội** của Petrus Ký **cao hơn** câu "Ở với họ mà không theo họ" rất nhiều.

Và tóm lại, qua câu "sic vos non vobis", tâm trạng của Petrus Ký là tâm trạng của một người tự coi mình chỉ là một phần tử trong xã hội, và có một vai trò phải làm tròn – đó là tạo cho xã hội tốt đẹp hơn, chứ không phải để tạo lợi ích cho bản thân mình.

Cái tư tưởng này rộng hơn, khác hơn, và cao hơn cái tư tưởng tự bào chữa "Ở với họ mà không theo họ", rất nhiều.

B. Muốn Kết Tội Petrus Ký - Lá Thư Petrus Key

Bây giờ tôi xin nói đến loại sai lầm sau cùng. Đó là loại sai lầm do **cố ý muốn kết tội** Petrus Ký, và bằng cách **sửa đổi tài liệu** để đạt được mục đích nói trên.

Tiêu biểu cho loại sai lầm này là một lá thư **được cho là** viết bởi Petrus Ký vào năm 1859 nhằm kêu gọi quân Pháp hãy tiến đánh Việt Nam để giải thoát cho các tín đồ Thiên Chúa Giáo người Việt đang bị giam cầm. Vì lá thư được ký tên là "Petrus Key", nên tôi xin gọi nó là **"lá thư Petrus Key"**.[2]

Trước khi đi vào nội dung lá thư Petrus Key, tôi xin được giải thích về bối cảnh lịch sử của Việt Nam trong thời gian của lá thư này, để quí vị dễ dàng theo dõi.

1. Xuất Xứ

a. Bối Cảnh Lịch Sử

Tháng 9 năm 1858, liên quân Pháp-Tây Ban Nha tấn công Đà Nẵng. Tháng 2 năm 1859, họ

---

2 Tôi có viết một bài viết khá dài về lá thư này với tựa đề: "Petrus Key và Petrus Ký- Chuyện một lá thư mạo danh Trương Vĩnh Ký vào thế kỷ 19". Có thể đọc bài viết này tại đây:http://www.viet-studies.net/PhanDaoNguyen_ThuMaoDanhPetrusKy.pdf, hay: https://petruskyaus.net/petrus-key-va-petrus-ky-chuyen-mot-la-thu-mao-danh-winston-phan-dao-nguyen/

chuyển hướng vào Nam và chiếm Sài Gòn vào ngày 18 tháng 2 năm 1859. Trong thời gian giữa hai cuộc tấn công này, nhà Nguyễn đã ráo riết lùng bắt những giáo sĩ và giáo dân người Việt, vì sợ rằng họ sẽ làm nội ứng cho quân Pháp.

Trong khoảng thời gian đó, ông Petrus Ký trở về Việt Nam vào năm 1858, sau nhiều năm học làm linh mục ở Đại Chủng Viện Penang tại Mã Lai. Rồi trong khi đang dạy học tại Cái Nhum thì Petrus Ký may mắn chạy thoát khỏi một cuộc lùng bắt giáo dân của nhà Nguyễn vào ngày 9 tháng 12 năm 1858. Ngay sau đó, ông phải chạy trốn lên Sài Gòn tị nạn.

Về phần quân Pháp, sau khi chiếm được Sài Gòn thì người chỉ huy là Phó Đô Đốc Rigault de Genouilly cho đốt thành Gia Định và rút đại quân về mặt trận Đà Nẵng, để lại một số quân vài trăm người ở Sài Gòn dưới sự chỉ huy của Hải Quân Trung Tá Jean Bernard **Jauréguiberry**. Ông này làm chỉ huy quân Pháp tại Sài Gòn trong thời gian một năm, từ tháng 4 năm 1858 cho đến tháng 4 năm 1859.

Và sử gia tiến sĩ Vũ Ngự Chiêu tức nhà văn Nguyên Vũ đã tìm ra "lá thư Petrus Key" trong thùng hồ sơ về Jauréguiberry trong thời gian này, tại Văn Khố Bộ Hải Quân Pháp ở Paris, vào năm 1996.

b. Quá Trình Công Bố Lá Thư Petrus Key Của Nguyên Vũ - Cố Tình Không Công Bố Nguyên Văn

Sau đó, trong suốt hai mươi năm, qua nhiều bài viết trong sách báo, bắt đầu từ cuốn ***"Paris, Xuân 1996"*** cho đến bài viết sau cùng là bài ***"Vài Khám Phá Mới Về Petrus Key"*** trên trang báo mạng Hợp Lưu năm 2011, ông Nguyên Vũ đã dùng lá thư Petrus Key để kết tội Petrus Ký là đã kêu gọi quân Pháp đánh Việt Nam, đã tự tiến thân với Pháp qua lá thư, và do đó, đã "góp phần cho cuộc xâm lăng của Pháp" vào Việt Nam.

Thế nhưng, mặc dù tự nhận là người đã tìm ra lá thư, và qua đó, **khẳng định rằng Petrus Ký chính là tác giả**, ông Nguyên Vũ lại **cố tình không công bố** nguyên bản lá thư Petrus Key.

Thay vào đó, cái mà ông cung cấp, theo cách ông gọi, là một **"phóng ảnh"** của **"phần nào"** lá thư Petrus Key, như sau:

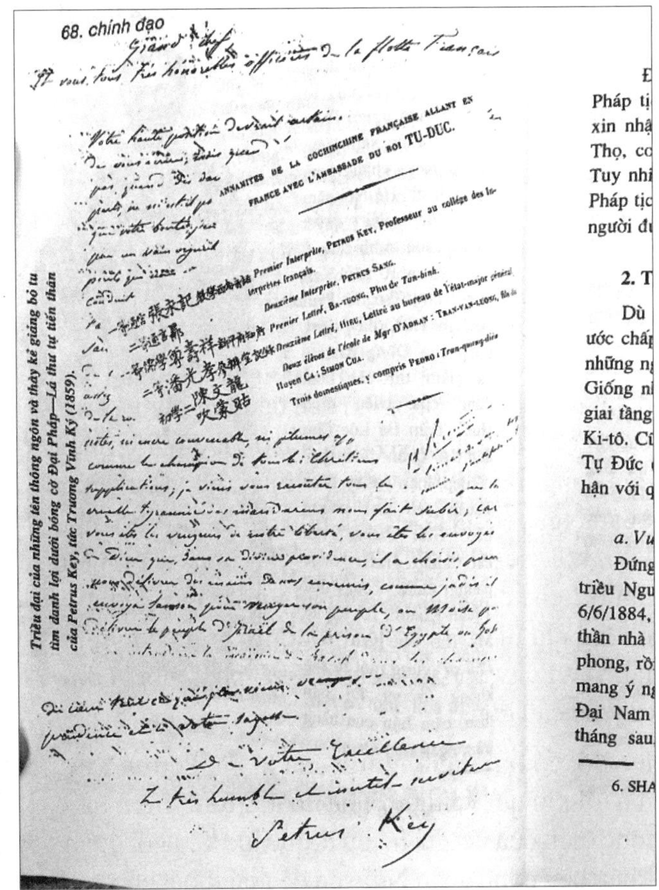

Như có thể thấy, cái mà ông Nguyên Vũ gọi là "phóng ảnh" của "phần nào" lá thư đó, chỉ là một bản photocopy của vài dòng chữ bị chụp chồng lên bởi một tài liệu khác, và cuối cùng là chữ ký Petrus Key. Không ai đọc nổi những dòng chữ trong cái "phóng ảnh" này.

Rồi sau đó, vào năm 2011, ông Nguyên Vũ mới cung cấp một **bản dịch** của toàn bộ lá thư Petrus Key trong tờ Hợp Lưu, như đã nói trên.

Chứ ông không bao giờ đưa ra một bản sao hay ảnh chụp của lá thư Petrus Key. Khi được hỏi tại sao, thì ông giải thích rằng cái "phóng ảnh" là đủ rồi, vì ông là một nhà nghiên cứu có rất nhiều tài liệu, nên không thể nào công bố **"tất cả các tài liệu"** được.

Còn khi có người viết thư riêng để xin ông một copy của lá thư Petrus Key thì ông từ chối, với lý do ông là một sử gia, và do đó có cái ***"moral obligations"*** không thể tiết lộ tài liệu này ra cho những người không phải trong nghề được.

Cuối cùng, ông cho rằng nếu một người "trí thức lương thiện" nào đó muốn kiểm chứng thì hãy nhờ người quen qua Paris mà chụp ảnh lá thư. Rất may mắn cho tôi, một người cháu của ông Petrus Ký là ông Gilbert Trương Vĩnh Tống đã làm giùm điều đó. Dưới đây là trang đầu và trang cuối của lá thư.

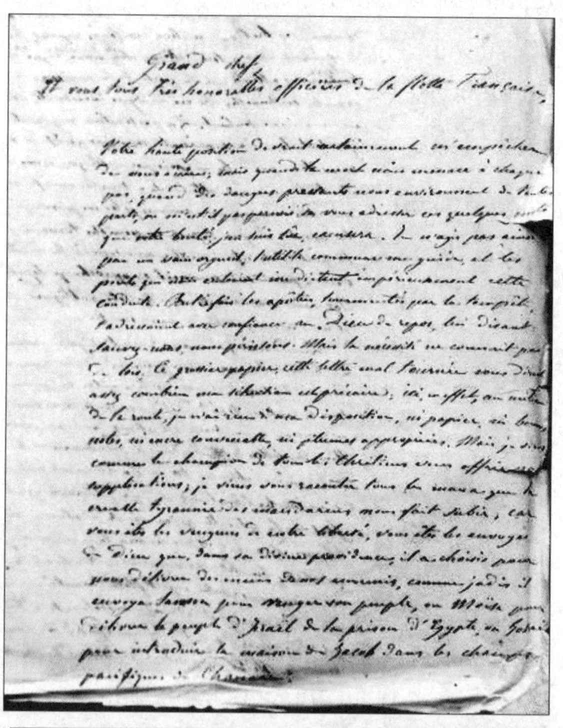

Grand chef

De Votre Excellence

Petrus Key

2. Sai Như Thế Nào

Sau khi có được lá thư Petrus Key, tôi đã đọc đi đọc lại rất kỹ và có dịch lại nguyên văn lá thư. Đây là một lá thư dài 4 trang, do một người ký tên Petrus Key và tự xưng là một người đại diện cho các giáo dân người An Nam, kêu gọi vị chỉ huy quân Pháp hãy tiến đánh quan quân nhà Nguyễn để giải thoát cho các giáo dân đang bị giam cầm. Lá thư diễn tả những nỗi khổ sở mà những giáo dân đang trải qua, cũng như tình trạng yếu ớt của quân Nguyễn. Quan trọng hơn cả, lá thư cho biết là người viết thư đã dùng "nhiều ngựa và nhiều người" cho cuộc hành trình để tìm đến vị chỉ huy, nhưng chỉ đi được ¾ đoạn đường thì phải ngừng lại, và vì vậy ông ta (Petrus Key) phải viết lá thư này để cầu cứu.

Do đó, có **hai điểm chính** của lá thư Petrus Key mà tôi xin quí vị lưu ý: Thứ nhất, **quan điểm** hay mục đích của tác giả lá thư là cực lực kêu gọi quân Pháp hãy đánh quân Nguyễn để giải thoát cho các giáo dân. Thứ hai, tác giả mô tả những sự gian khổ trong cuộc **hành trình** bằng đường bộ của mình khi trốn thoát quan quân nhà Nguyễn để tìm đến người chỉ huy quân Pháp.

Nếu như điểm thứ nhất của lá thư là hợp lý vì quả tình trong thời gian đó nhà Nguyễn đang giam cầm và giết hại rất nhiều giáo dân Việt, thì **điểm thứ hai của nội dung lá thư, về cuộc hành trình trốn thoát, lại hoàn toàn vô lý**, vì những điều sau đây:

Trước hết, khi diễn tả lại cuộc hành trình đi tìm vị chỉ huy tức Grand Chef, Petrus Key nói rằng ông ta đã phải dùng **nhiều ngựa và nhiều người**, trong khi ta biết rằng phương tiện di chuyển duy nhất lúc đó mà Petrus Ký có thể dùng là bằng ghe thuyền, trên sông rạch miền Nam.

Kế đến, Petrus Key đã dùng những **hình ảnh** hoàn toàn **Tây Phương** trong thư, như thung lũng, núi non, đàn sói, bầy cừu, ghềnh đá, vực thẳm … để diễn tả xứ Nam Kỳ. Mà chúng ta chắc ai cũng biết rằng những thứ đó không có ở Nam Kỳ, nhất là không thể nào có trên đường từ Cái Nhum lên Sài Gòn.

Sau cùng, tác giả Petrus Key nói rằng những giáo dân đang bị giam trong một tòa thành, hay **"citadelle"** ở gần cầu Tham Lương (chữ Luong không bỏ dấu). Trong khi đó, như ta biết, thì ở cả xứ Sài Gòn thời gian này không có tòa thành nào, bởi thành Gia Định đã bị Pháp đốt vào ngày 8 tháng 3 năm 1859.

Do đó, qua **những điều vô lý nói trên** trong cách tác giả lá thư Petrus Ký diễn tả về cuộc hành trình trốn thoát, ta có thể thấy ngay rằng tác giả lá thư nhất quyết không phải là một người Việt, và chắc chắn không phải là một người Việt ở miền Tây xứ Nam Kỳ như ông Petrus Ký. Và do đó, có thể thấy rằng việc khẳng định Petrus Ký là tác giả lá thư Petrus Key là một sự sai lầm.

3. Tại Sao Lại Có Sai Lầm Này

Nhưng tại sao ta lại có sự sai lầm mang tên lá thư Petrus Key? Câu trả lời ngắn gọn là do công sức sáng tạo của nhà văn Nguyên Vũ tức sử gia tiến sĩ Vũ Ngự Chiêu, qua hai việc: **thứ nhất là ông ta đã cố tình dịch sai** lá thư Petrus Key; và **thứ hai là ông ta đã cố tình tạo ra những chi tiết** không có trong lá thư. Hai việc này cho thấy rõ ràng sự cố ý muốn kết tội Petrus Ký của nhà văn Nguyên Vũ.

a. Cố Ý Dịch Sai

i. Dịch Sai Những Chi Tiết Về Hành Trình Của Petrus Key

Trước nhất, vì thấy ra những điều rất vô lý trong lá thư Petrus Key về cuộc **hành trình** trốn thoát ở Nam Kỳ, mà một người như Petrus Ký chắc chắn không thể nào mắc phải, nên ông Nguyên Vũ đã **cố ý dịch sai những chi tiết về hành trình của Petrus Key**, để phù hợp với kết luận của ông, rằng Petrus Ký chính là tác giả lá thư Petrus Key.

Điển hình là theo nguyên văn trong thư bằng tiếng Pháp thì tác giả Petrus Key viết là trên con đường tìm đến Grand Chef, ông ta đã phải vượt qua "những khu rừng, những cách đồng, những ngọn núi, những thung lũng" (les forêts, les champs, les montagnes, les vallées). Thế nhưng ông Nguyên Vũ đã dịch *"les montagnes"* thành ra ***"đồi núi"*** và *"les vallées"* thành ra ***"bình nguyên"***. Đó là vì, như quí vị cũng biết, miền Nam, nhất là miền Tây Nam Kỳ, không làm gì có những ngọn núi và những thung lũng như tác giả Petrus Key viết. Và chắc chắn là ông Nguyên Vũ cũng biết vậy, nên ông ta đã dịch "les montagnes" thành "đồi núi", bởi đồi thì thấp hơn núi, và "les vallées" ra thành "bình nguyên", cho hợp với địa lý Nam Kỳ.

ii. Dịch Sai Để Sửa Đổi Quan Điểm Của Petrus Key Về Cuộc Xâm Lăng Của Pháp

Nhưng quan trọng hơn nữa là việc ông Nguyên Vũ đã **cố tình dịch sai để sửa đổi quan điểm của Petrus Key.** Nếu như trong nguyên văn lá thư, tác giả Petrus Key chỉ lấy danh nghĩa là một người đại diện cho các giáo dân Việt kêu cứu với quân Pháp hãy giải phóng họ mà thôi, thì ông Nguyên Vũ lại cố tình dịch sai lá thư, để cho thấy rằng Petrus Ký, tức Petrus Key (theo ông Nguyên Vũ), đã **tự nhận mình là người cùng phe** với quân xâm lược Pháp.

Và việc dịch sai một cách cố ý đó đã được ông Nguyên Vũ làm đến ba lần, khi dịch lá thư Petrus Key.

Trong thư, tác giả Petrus Key đã viết với vị trí của một người đại diện cho các giáo dân An Nam ở một bên để nói chuyện với viên chỉ huy và các sĩ quan Pháp ở phía bên kia, tức là **hai bên** rõ rệt.

Trước nhất, trong đoạn văn dưới đây ở đầu thư, Petrus Key đã viết rất rõ là ông ta yêu cầu quân Pháp hay "các ngài" (vous) hãy đánh đuổi "kẻ thù của chúng tôi" ***(nos ennemis)*** như sau:

> *"Nhưng tôi đến như là người biện hộ cho những giáo dân Thiên Chúa Giáo để đưa đến các ngài những lời thỉnh cầu của chúng tôi; tôi đến để kể cho các ngài nghe về những tai ương mà chúng tôi phải trải qua dưới bạo quyền chuyên chế của các quan lại, bởi vì các ngài là những người trả thù cho sự tự do của chúng tôi, các ngài là những sứ thần của Chúa mà, trong ý định thiêng liêng của Người, đã chọn, để mang chúng tôi ra khỏi bàn tay của những kẻ thù của chúng tôi **(của chúng ta - theo Nguyên Vũ).**"*

Nhưng qua ngòi bút dịch thuật của ông Nguyên Vũ thì ở câu chót, *"kẻ thù của chúng tôi"* lại được dịch thành ***"kẻ thù của chúng ta"***. Và phải đọc bằng nguyên văn cả đoạn văn trên, thì mới thấy được sự sửa đổi gượng ép này.

Lần thứ hai, sự sửa đổi gượng ép cũng rất rõ ràng, vì trong cả đoạn văn toàn nói về "chúng tôi", chỉ có kẻ thù là bị đổi thành "chúng ta", như sau:

> *"Chúng tôi đang bị đe dọa với cái chết, nếu các ngài không sớm đuổi sạch những kẻ thù **của chúng tôi (của chúng ta – theo Nguyên Vũ).** Đó là cuộc đời hiểm nghèo mà chúng tôi đang sống; tinh thần của chúng tôi trôi nổi vô định, sự sợ hãi và lo lắng làm phân hủy và tan rã chúng tôi."*

Nếu như trong hai lần trên, khi dịch "kẻ thù của chúng tôi" thành "kẻ thù của chúng ta", tuy là hoàn toàn sai với ý nghĩa trong câu, nhưng ít ra ông Nguyên Vũ còn dựa theo chữ "nos" tức là "our".

Còn ở lần thứ ba, trong khi tác giả lá thư Petrus Key viết rõ ràng là "kẻ thù của các ngài" (vos ennemis), thì ông Nguyên Vũ cũng lại biến nó luôn thành"kẻ thù của chúng ta" như hai lần trên:

*"Một quân đội rất đông đang bao vây các ngài, điều đó là thật; nhưng các ngài sẽ làm cho chúng bỏ chạy không khó khăn; bởi sự sợ hãi đã chiếm ngự những kẻ thù **của các ngài (của chúng ta - theo Nguyên Vũ)** và đè chúng xuống dưới ách nặng của nó."*

b. Cố Ý Tạo Ra Những Chi Tiết Quanh Lá Thư

Hình như cảm thấy sửa đổi nội dung lá thư Petrus Key để kết tội Petrus Ký là chưa đủ, ông Nguyên Vũ còn cố ý tạo ra những chi tiết **hoàn toàn không có trong lá thư Petrus Key** như sau:

i. Petrus Key Là Tên Đầu Tiên Của Petrus Ký

Trước nhất, vì không thể chứng minh được rằng Petrus Ký đã có lúc nào trong đời tự xưng là Petrus Key, nên ông Nguyên Vũ bèn chứng minh ngược lại - bằng cách cho rằng cái **tên đầu tiên** khi lọt lòng mẹ của Petrus Ký thật ra chính là Petrus Key, rồi sau này ông ta mới tự Việt hóa cái tên mình bằng cách sửa ra thành "Ký", và cộng thêm Trương Vĩnh vào!

ii. Lá Thư Petrus Key Được Viết Vào Tháng 3 Năm 1859

Kế đến, ông Nguyên Vũ tuyên bố là lá thư Petrus Key được **"đề ngày cuối tháng 3 năm 1859"**, mặc dù đây là một lá thư không có ngày tháng.

iii. Petrus Ký Đã Dùng Lá Thư Petrus Key Để Tự Tiến Thân

Quan trọng hơn cả, cho dù biết rằng lá thư chỉ có nội dung kêu gọi quân Pháp hãy tiến đánh quân Nguyễn để giải thoát cho các giáo dân người Việt đang bị giam cầm, ông Nguyên Vũ lại khẳng định rằng đây là lá thư mà ông Petrus Ký đã dùng để **"tự tiến thân"** với Pháp, và kết quả là nhờ lá thư này mà "từ ngày đó" ông đã được sung vào ban thông ngôn Việt của người Pháp.

Tóm lại, qua việc ông Nguyên Vũ đã **cố tình không tiết lộ nguyên văn** lá thư Petrus Key; **cố tình dịch sai lá thư** Petrus Key; và **cố tình tạo ra những chi tiết** chung quanh lá thư Petrus Key, ta có thể thấy mục đích của ông rất rõ ràng. Đó là **cố ý kết tội** Petrus Ký đã xin theo Pháp hay đã tự coi mình là cùng phe với Pháp, ngay từ khi họ mới bắt đầu xâm lăng Việt Nam, và do đó, đã "góp phần cho cuộc xâm lăng của Pháp". Và đó chính là lý do tại sao ta có sự sai lầm về lá thư Petrus Key trong suốt hai mươi năm qua.

4. Nhưng Thật Sự Petrus Ký Nghĩ Gì

Như đã trình bày vừa rồi, nếu không có ba sự cố tình nói trên của ông Nguyên Vũ, chắc không có ai nghĩ rằng Petrus Ký là tác giả lá thư Petrus Key, bởi những điều vô lý đầy trong đó.

Thế nhưng, điều thú vị là ngay trong thời gian này, tức trong năm 1859, ông Petrus Ký lại có viết một lá thư bằng tiếng Latin. Trong lá thư đó, những gì ông viết hoàn toàn trái ngược với nội dung của lá thư Petrus Key. Chính từ lá thư này, ta có thể thấy được **thật sự ông Petrus Ký đã nói gì** và nghĩ gì, thay vì những sai lầm đã thấy trong lá thư Petrus Key.

A. M. D. G. Cochinchine Occid.

Omnibus fratribus meis in collegio 130

Generali missionum ad exteros apud Pulo-Pinang.

Parate estote, et accipite ... mei fratres.

Ex Nam kì lục tỉnh seu Ex Cocinchina occidentali.

A. M. D. G. M.

1859.

Vester frater Pet. Key

A. M. D. G. J. M. J. A. M. D. G. M.

Carissimi mei in Christo fratres.

1859

Pet. Key

Trương Vĩnh Ký

Petrus Key

a. Xuất Xứ Và Hai Điểm Chính Của Lá Thư Penang

Đó là một lá thư dài 13 trang viết bằng tiếng Latin của Petrus Ký gửi cho các bạn học của ông ở Đại Chủng Viện Penang vào ngày 4 tháng 2 năm 1859, tức là vào ngay khoảng thời gian của lá thư Petrus Key. Xin gọi nó là **"lá thư Penang"**.

Đây là trang bìa, trang đầu và trang cuối của lá thư:

Nếu chỉ cần so sánh hình thức của hai lá thư (Penang và Petrus Key) qua chữ viết và chữ ký mà thôi, ta cũng có thể thấy rõ ràng là lá thư Petrus Key không phải do Petrus Ký viết.

Qua nghiên cứu của tôi, hai lá thư này có những liên hệ đặc biệt, và tác giả lá thư Petrus Key đã mạo danh Petrus Ký để viết lá thư Petrus Key. Nhưng vì nội dung bài nói chuyện này là phân loại và giải thích những sai lầm về Petrus Ký, nên tôi xin không đi vào phần đi tìm tác giả lá thư Petrus Key. Nếu quí vị thấy thích, xin đọc bài viết của tôi về hai lá thư này (đã dẫn ở trên).

Về **nội dung**, phần lớn của lá thư Penang là kể cho các bạn của Petrus Ký ở Penang biết về cuộc bắt giam và tra tấn các nữ tu ở Cái Mơn của nhà Nguyễn ra sao.

Nhưng có một phần khác trong lá thư Penang nói đến hai điểm mà ta có thể dùng **để đối chiếu với hai điểm chính** của lá thư Petrus Key. Đó là **quan điểm** của Petrus Ký trước cuộc xâm lăng Việt Nam của quân Pháp, và cuộc **hành trình** trốn thoát của Petrus Ký lên Sài Gòn.

Lá thư Penang cho thấy rất rõ ràng là cả hai điểm trong thư **hoàn toàn trái ngược** với hai điểm đó trong lá thư Petrus Key.

b. So Sánh Nội Dung Lá Thư Penang Và Lá Thư Petrus Key Về Hành Trình Của Petrus Ký Từ Cái Nhum Lên Sài Gòn

Khác hẳn với lá thư Petrus Key – mà theo đó tác giả cho biết đã phải dùng nhiều người và nhiều ngựa trên **đường bộ** để tìm gặp Grand Chef ở Sài Gòn – trong lá thư Penang, Petrus Ký cho biết một cách gián tiếp là sau khi trốn thoát khỏi cuộc săn bắt của nhà Nguyễn tại Cái Nhum vào ngày 9 tháng 12 năm 1859, ông đã dùng **đường thủy** theo lộ trình từ Cái Nhum/Cái Mơn ở Vĩnh Long, đi ngang qua Ba Giồng ở Định Tường, và đến Chợ Quán ở Sài Gòn.

Vì trong lá thư Penang, ông Petrus Ký viết rằng: ***"tôi đã thấy những cuốn sách trôi trên mặt nước bởi bất cẩn và sợ hãi từ Chợ Quán đến Ba Giồng"***.

Do đó, khi **đối chiếu** nội dung lá thư Penang với lá thư Petrus Key về cuộc **hành trình** trốn thoát của Petrus Ký, ta có thể thấy ngay rằng hai lá thư hoàn toàn trái ngược nhau. Hành trình của Petrus Ký rõ ràng là một hành trình có thật và hợp lý bằng ghe thuyền trên sông rạch miền Tây Nam Kỳ, thay vì cuộc hành trình không rõ ràng trên đường bộ bằng "nhiều người và nhiều ngựa" của Petrus Key.

c. So Sánh Nội Dung Lá Thư Penang Và Lá Thư Petrus Key Về Quan Điểm Của Petrus Ký Đối Với Sự Xâm Lăng Của Pháp Và Việc Bắt Đạo Của Nhà Nguyễn

i. Phản Đối Sự Can Thiệp Bằng Vũ Lực Của Pháp

Nhưng quan trọng hơn nữa, là **quan điểm** của Petrus Ký đối với sự xâm lăng của Pháp và việc bắt đạo của nhà Nguyễn. Nó hoàn toàn trái ngược lại với quan điểm của lá thư Petrus Key.

Trong khi lá thư Petrus Key kêu gọi quân Pháp hãy tiến đánh Việt Nam để giải phóng cho các giáo dân, thì Petrus Ký phản đối sự can thiệp bằng vũ lực này của Pháp. Trong lá thư Penang, ông đã viết rất rõ ràng quan điểm này như sau:

> ***"Từ ngày đoàn chiến thuyền Pháp tới Tourane (Đà Nẵng), đối với các giáo dân Thiên Chúa Giáo mà sự cứu giúp là cần thiết, thì thứ thuốc chữa này còn tệ hơn là chứng bệnh!"***

ii. Chấp Nhận Việc Bắt Đạo Là Ý Chúa, Lẽ Tuần Hoàn Và Chủ Trương Bất Bạo Động

Kế đến, quan điểm của Petrus Ký về việc bắt đạo như được diễn tả trong lá thư Penang cũng hoàn toàn **trái ngược** lại với thái độ của Petrus Key. Trong khi lá thư Petrus Key kể lể những sự khổ sở mà các giáo dân phải chịu dưới sự áp bức của nhà Nguyễn, và do đó Petrus Key phải đại diện họ mà kêu cứu với quân Pháp, thì Petrus Ký có một thái độ khác hẳn, nếu không muốn nói là đối nghịch.

Đối với Petrus Ký, đó là một sự **thử thách của Thiên Chúa** đã dành cho ông, và vì vậy ông sẵn sàng **chấp nhận** sự thử thách này. Đối với ông, ý muốn của Chúa mạnh hơn tất cả các thứ vũ khí trên đời, và do đó, ông không sợ hãi gì với sự bắt đạo của nhà Nguyễn. Ông cũng cho rằng mọi vật trên đời đều tuân theo **lẽ tuần hoàn**, sau những sự khó khăn sẽ là những gì tươi đẹp hơn. Đó là những gì ông viết trong lá thư Penang:

> *"Nhưng sau những đám mây là mặt trời, sau trận bão là sự tĩnh lặng, như những điều đối nghịch mà liên quan. Điều này không thể hiện hữu, nếu không có điều kia đi trước. Có lẽ Thiên Chúa muốn đặt chúng tôi trong hoàn cảnh này, để sự mong muốn quí giá đến với chúng tôi và để đánh tan sự hợm hĩnh của những kẻ tin vào vũ khí hơn là Thiên Chúa. Quả là họ nghĩ rằng vũ khí mạnh hơn ý của chúa toàn năng! (cả hai điều này đang đến với chúng tôi). Về phần tôi, tôi chờ đợi trong im lặng và không chắc chắn về kết quả của các sự kiện. Tôi biết rằng không ai có thể chống lại ý Chúa. Nếu ngài ra tay, có ai thay đổi được? ... Tôi đặt tất cả vào ý Chúa và ngủ với cả hai mắt. Nếu ngài muốn cho chúng tôi sự bình yên ngày hôm nay, tôi sẽ đi vào khu vực bình yên đó và cám ơn ngài. Nếu ngài muốn trắc nghiệm chúng tôi qua những thử thách, tôi sẽ tự an ủi rằng chúng ta cần những thử thách đó trước khi lên được thiên đàng."*

Do đó, khi so sánh nội dung của hai lá thư Petrus Key và Penang về **quan điểm đối với cuộc xâm lăng của Pháp**, ta có thể thấy rõ ràng sự khác biệt hay đúng hơn là sự đối nghịch về tư tưởng của hai tác giả.

Nhưng xin quí vị lưu ý là ngoài hai quan điểm này, ta còn có thêm một quan điểm được sáng tạo bởi ông Nguyên Vũ. Do đó, có tới **ba (3)** quan điểm về cuộc xâm lăng của Pháp mà ta đã xem xét:

- Petrus Ký phản đối cuộc xâm lăng của Pháp, theo lá thư Penang.
- Petrus Key yêu cầu quân Pháp hãy tiến đánh để giải phóng cho ông ta, theo lá thư Petrus Key.
- Ông Nguyên Vũ sáng tạo **thêm một bậc nữa,** bằng cách sửa đổi ý tứ của lá thư Petrus Key, để cho thấy là Petrus Ký đã **tự nhận mình là người cùng phe với Pháp**.

Và đó chính là thí dụ điển hình nhất về loại sai lầm do cố ý muốn kết tội ông Petrus Ký – bằng cách dịch sai và sửa đổi chi tiết của tài liệu.

PHẦN 3
KẾT LUẬN

Tóm lại, những sự sai lầm về Petrus Ký có thể chia ra thành hai loại lớn: **không cố ý (unintentional)** và **cố ý (intentional)**. Loại không cố ý lại có thể được chia ra thành hai nhóm nhỏ là do **thói quen** và do **bất cẩn**. Trong khi đó, loại cố ý có thể được chia làm hai nhóm nhỏ là do **muốn biện hộ** cho Petrus Ký bằng định kiến của mình và do **muốn kết tội** Petrus Ký bằng cách sửa đổi tài liệu.

Và mặc dù nhiều như vậy (đến có thể chia ra làm hai loại lớn và bốn loại nhỏ), theo thiển ý của tôi, tất cả những sai lầm về Petrus Ký thật sự đều do một lý do chính: đó là vì ông đã **đi trước thời đại** hàng chục năm hay hàng trăm năm, làm cho những người hậu sinh vẫn không hiểu nổi ông.

Như ta thấy, ông Petrus Ký đã chỉ bộc lộ sự suy nghĩ của ông bằng tiếng Latin, vì ông đã học ngôn ngữ này từ nhỏ, và cũng có thể vì ở thời của ông, tiếng Việt hay tiếng Hán không đủ chữ để diễn tả những gì ông muốn nói. Mấy mươi năm trước, việc hiểu được tiếng Latin không phải dễ dàng, và do đó đã có những sai lầm về ông. Nhưng hiện giờ là năm 2018. Với những tiến bộ về khoa học kỹ thuật, với các tác phẩm và tài liệu của Petrus Ký có thể dễ dàng tìm thấy trên mạng, và với sự trợ giúp phiên dịch trên mạng, đã đến lúc ta cần tìm hiểu chính xác hơn về nhân vật có một không hai trong lịch sử Việt Nam này.

Xin cám ơn quí vị.

Winston Phan Đào Nguyên

Người Mở Đường Cho Văn Chương Quốc Ngữ

Phạm Phú Minh

Nhà báo Phạm Phú Minh

Cụ Trương Vĩnh Ký được coi như là người viết văn xuôi đầu tiên bằng chữ quốc ngữ. Đáng kể nhất, có thể coi là tiêu biểu, là hai quyển Chuyến đi Bắc Kỳ năm Ất Hợi và Chuyện Đời Xưa.

Cuốn Chuyến đi Bắc kỳ là một du ký, ghi chép mọi chuyện trong chuyến đi, với một lối văn khá bình thường, không quá địa phương khiến người vùng khác hoặc người đời sau phải có chỗ khó hiểu. Có thể nói với du ký này, Trương Vĩnh Ký đã đạt đến lối viết tiêu chuẩn của tiếng Việt, không mấy khác với cách viết của thời nay.

Nhưng cuốn *Chuyện Đời Xưa* thì khác hẳn. Cụ viết theo lối kể chuyện và tạo nên một văn phong riêng, với cách dùng từ ngữ riêng. Giáo sư Phạm Thế Ngữ đã nhận xét về cuốn này: *"Về hình thức có thể coi đây là bước đầu lối truyện ngắn, nhất là bước đầu của văn xuôi quốc ngữ. Ý tác giả muốn viết như người ta nói (...) ông muốn viết câu nói annam ròng, diễn câu nói trơn tuột ở cửa miệng bình dân."* Điều này đúng, chuyện đời xưa là để kể, và lời kể dù viết xuống thành chữ cũng nên giữ phong cách kể chuyện và dùng những từ ngữ rất bình dân rất phổ biến của địa phương mình. Và TVK đã giữ được điều đó. Gs Phạm Thế Ngữ nhận xét đó là *"lối văn lủng củng, khi cộc lốc nhát gừng, khi lôi thôi lòng thòng"*, nhưng đối với riêng tôi TVK đã thể hiện đúng cách nói của người kể chuyện theo giọng Nam Kỳ. TVK đã đem vào văn viết kỹ thuật của người kể chuyện bằng lời, với một số người ngồi quanh lắng nghe. Qua lối viết này, tôi có cảm tưởng TVK là người có tài kể chuyện, biết ngắt câu để tạo sự hồi hộp, biết cách viết câu kết ngắn gọn rất duyên dáng để tạo một cảm giác kết thúc thấm thía nơi người nghe.

Và cũng từ các cố gắng của Trương Vĩnh Ký cùng với nhóm những người cộng tác với cụ, mà đã phát sinh một nền văn xuôi bằng quốc ngữ đầu tiên tại miền Nam, làm tiền đề cho cả nền văn học mới của toàn cõi Việt Nam trong thế kỷ 20. Muốn hiểu hiện tượng này, ta phải hình dung tình hình Việt Nam thời ấy.

Từ đầu thế kỷ 17 (1600), cuộc phân tranh Bắc Nam giữa chúa Trịnh (miền Bắc) và chúa Nguyễn (miền Nam) chính thức nổ ra, miền Nam coi như độc lập với miền Bắc. Một chính quyền mới do chúa Nguyễn lập nên để cai quản từ sông Gianh trở vào Nam, gọi là Đàng Trong. Các chúa Nguyễn một mặt kháng cự với chúa Trịnh, và về sau với cả nhà Tây Sơn nữa, một mặt liên tục mở mang bờ cõi vào phía Nam. Sau suốt hai thế kỷ 17 và 18 nội chiến liên miên, ở phía Nam dân Việt Nam đã chiếm hết Thủy Chân Lạp của nước Cao Miên lập nên vùng Lục Tỉnh trên châu thổ của hai con sông Tiền và sông Hậu là hai nhánh của sông Mekong. Từ nhiều thế hệ, công việc của đám dân tiên phong này là luôn luôn phải lo chiếm đất, canh tác, kiếm sống để tạo nên một đời sống vật chất ổn định trên đất mới, có thể là êm đềm với sông nước và đồng ruộng mênh mông nhưng cũng đầy bất trắc hiểm nguy "hùm tha sấu bắt". Cuộc sống trên đất mới là một cuộc phấn đấu không ngừng, phải vận dụng cả sức mạnh của tâm trí lẫn của bản năng để tồn tại và ổn định. Và cuối cùng Gia Long đã thống nhất đất nước và lên ngôi năm 1802, mở ra triều đại nhà Nguyễn cho đến năm 1945.

Như vậy, sau hai thế kỷ chia rẽ bởi phân tranh và nội chiến, chúng ta có thể thấy với đám lưu dân định cư tại miền Nam, ảnh hưởng về mặt văn hóa từ miền Bắc hầu như không có gì, vì đã bị cắt đứt từ lâu. Ký ức về gốc gác của họ có khi trở nên rất mù mờ, đến nỗi trong dân gian miền Nam vào giữa thế kỷ 20 vẫn còn nghe câu nói này: "Người ngoài Huế không giống như *người mình.*" Người mình đây là dân Nam Kỳ, mới chỉ Huế mà họ đã coi là một nước khác rất xa xôi, nói gì đến Thăng Long, Hà Nội! Lịch sử nội chiến đã biến những lưu dân miền Nam thành một tập thể độc lập, từ đó họ có tập quán riêng, nếp sống riêng, và nhất là ngôn ngữ riêng dù vẫn nói tiếng Việt. Và chính từ thứ tiếng Việt riêng của dân Nam Kỳ mà đã thành hình các câu văn xuôi đầu tiên bằng chữ quốc ngữ, họ viết ra một cách tự nhiên như họ nói, chưa có và cũng không biết đến cái gọi là văn chương văn vẻ. Nhưng người miền Nam chính là những người Việt Nam đầu tiên sáng tác văn học bằng văn xuôi, hoàn toàn không bị ảnh hưởng của ngôn ngữ miền Bắc hay miền Trung, các cuốn tiểu thuyết đầu tiên đó có dấu ấn duy nhất là ngôn ngữ miền Nam, từ cuối thế kỷ 19 đến ngày nay dấu ấn ấy vẫn không phai mờ.

Chúng ta hãy đọc một đoạn văn của Hồ Biểu Chánh trong truyện *Con Nhà Nghèo*, để thấy cái đặc trưng trong ngôn ngữ miền Nam:

> *"Xóm Đập Ông Canh nằm dựa bên Gò Công qua Mỹ Tho, ngang qua ngã ba tẻ vô Ụ Giữa, bây giờ nhà chen rất đông đảo, cây đua mọc sum suê. Cái nhà việc cũ sùm sụp của làng hồi trước đã đổ bao giờ mà cất lại*

*một toà nhà mới, **nền cao khoảng khoát, nóc phơi đỏ lòm. Vài cái nhà lá tum hùm, cửa xịt xạc, vách tả tơi,** hồi trước ở rải rác chung quanh đó cũng điêu tàn bao giờ mà nhường chỗ lại cho hơn chục cái nhà khác, **tuy cũng lợp bằng lá dừa, song cột kê táng, vách đóng be, coi rất đẹp đẽ thơ thới**".*

Nº I.

通類課程

MISCELLANÉES

OU

LECTURES INSTRUCTIVES

POUR

LES ÉLÈVES DES ÉCOLES PRIMAIRES, COMMUNALES & CANTONALES

PAR

P. J.-B. TRƯƠNG-VĨNH-KÝ.

士載

張永記

SAIGON

IMPRIMERIE COMMERCIALE REY & CURIOL

1888

(Người viết bài này nhấn mạnh bằng ***chữ đậm***)

Chúng ta có thể đi ngược thời gian tìm lại Trương Vĩnh Ký để thấy sự độc lập về ngôn ngữ ấy đã bắt đầu như thế nào. Tờ *Thông Loại Khóa Trình* là tờ báo đầu tiên do một người Việt Nam là Trương Vĩnh Ký lập nên và trách nhiệm về bài vở, ta sẽ ngạc nhiên khám phá nhiều từ ngữ rất lạ so với báo chí ngày nay.

Ở số 1, xuất bản tháng Năm 1888, trang đầu tiên là bài có nhan đề BẢO, chỉ một chữ đó thôi. Đọc nội dung thì đó là lời ngỏ, nói về mục đích mà tờ báo nhắm tới. Một chữ "Bảo" ngắn gọn, mà về sau này người ta dùng "Lời phi lộ" hoặc "Thư tòa soạn" để nhắn gửi cùng mục đích. Mà "bảo" là gì? Là lời của người này nói với người kia, như câu: "Tôi bảo cho mà biết". Nhưng ông chủ báo rất kiệm lời, dùng chỉ một chữ Bảo mà thôi. Đến số 6 thì dùng chữ "Cho hay" để đưa ra một thông báo của Tòa soạn tới độc giả. Đến số 11 thì có dài dòng hơn: "Cho ai nấy đặng hay".

Sau đây là mấy dòng mở đầu của bài BẢO:

"Coi sách dạy lắm, nó cũng nhàm; nên phải có cái chi vui pha vào một hai khi, nó mới thú. Vậy ta tính làm ra một tháng đôi ba kỳ, một tập mỏng mỏng nói chuyện sang đàng, chuyện tam hoàng cuốc chí, pha phách

道正行心一把常

BẢO

Coi sách dạy làm, nó cũng nhàm; nên phải có cái chi vui pha vào một hai khi, nó mới thú. Vậy ta tính làm ra một tháng đôi ba kì, một tập mòng-mỏng nói chuyện sang-đàng, chuyện tam hoàng cuốc chí, pha-phách lộn-lạo xào-bần để cho học-trò coi chơi cho vui. Mà chẳng phải là chơi không vô-ích đâu: cũng là những chuyện con người-ta ở đời nên biết cả. Có ý, có chí thì lâu nó cũng thấm, nhứt là trí con trẻ còn đang sáng-láng sạch-sẽ, tinh-thần còn minh-mẫn, tươi-tốt, như tờ giấy bạch, như sáp mềm, vẽ-vời, uốn-sửa sao nào thể nào cũng còn đặng: tre còn măng dễ uốn, con còn nhỏ dễ dạy.

Phép học là trước học *lễ* sau học *văn*; được cả hai ấy mới ra con nhà gia-giáo, biết phép-tắc, lễ-nghi, cang-thường, luân-lý, biết chữ-nghĩa văn-chương, kinh sử truyện-tích cổ kim ấy là đáng-đợt con người tử-tế: ở đời dẫu sao sao cũng chẳng nao chẳng mếch: vì hễ người 道心人 *đạo tâm nhơn*, người 孝心人 *hiếu tâm nhơn*, người 好心人 *hảo tâm nhơn*, và người 善心人 *thiện tâm nhơn* thì 皇天不負. hoàng-thiên bất phụ. Lấy đó làm mực mà ở thì nên, vì *trời đất không lầm* 天地不錯 *thiên địa bất thác*. Hãy cứ *thường nắm một lòng làm đạo chính* thì sẽ qua truông đời xông-xông bình-an vô-sự.

P. TRƯƠNG-VĨNH-KÝ.

lộn lạo xào bần để cho học trò coi chơi cho vui. Mà chẳng phải là chơi không vô ích đâu: cũng là những chuyện con người ta ở đời nên biết cả…"

Lời giới thiệu của một tờ tạp chí về văn học, văn hóa Việt Nam, mà xem ra chỉ là những câu nói rất bình thường của người dân Nam Kỳ chưa có vẻ gì là văn chương cả. Nhưng tất cả đường lối của tờ Thông Loại Khóa Trình lại nằm cả trong câu nói giống như một câu vui đùa: *chuyện sang đàng, chuyện tam hoàng cuốc chí, pha phách lộn lạo xào bần*. Đó là lời tuyên bố cho một lối làm báo đa dạng, đề tài phong phú mà sau này chúng ta gọi là **tạp chí** vậy.

Trong báo Thông Loại Khóa Trình số 8, tháng 12 năm 1888 có đăng bài *Hịch Con Muỗi*, không ghi tên tác giả, với những câu mở đầu như sau:

Tượng mắng:

Thật loài rất mọn
Quả giống nhỏ nhoi
Ngày thì ở bụi ở bờ
Tối lại dạo làng dạo xóm…

Đa số chúng ta bây giờ không hiểu hai chữ "tượng mắng" là gì. Xem lại bài hịch *Bình Ngô Đại Cáo* của Nguyễn Trãi do Bùi Kỷ dịch khoảng thập niên 20 của thế kỷ trước thì thấy mở đầu bằng hai chữ *Tượng Mảng* có nghĩa là *Từng Nghe*. Sau khi tìm hiểu thêm, chúng tôi mới biết chữ Mắng là một tiếng thường dùng của dân Nam Kỳ thời ấy, cũng có nghĩa là Nghe, ngoài nghĩa cố hữu là la rầy. Thì ra đó là một tiếng khá phổ thông của Nam Kỳ vào thế kỷ 19, một số tác giả miền Nam thời ấy đã dùng:

***Tượng mắng** non sông tác chẳng tà*
Cớ sao Gành Móm lại do ra?
…………

(Huỳnh Mẫn Đạt — *Gành Móm*)

***Tượng mắng** lẽ trời sanh*
Vật ấy nhiều loài;
Nhớ câu thuận tánh làm lành
Thấy chữ nghịch thường mà sợ
………………..

(Nguyễn Đình Chiểu — *Hịch Chuột*. Đã đăng trên tạp chí Bách Khoa số 73 xuất bản tại Sài Gòn ngày 15/01/1960).

Ngoài ra, từ số 3, tháng 7 năm 1888, mở tờ *Thông Loại Khóa Trình* ra chúng ta gặp ngay hai chữ Mục Lục rồi bên dưới liệt kê các bài trong số báo ấy. Mục Lục là một chữ Hán đã được dùng trong một trang liệt kê bài vở trong sách xưa của Tàu cũng như ta, và chắc chắn Trương Vĩnh Ký là người đầu tiên dùng cho báo chí quốc ngữ mà cho đến ngày nay sách và báo tiếng Việt vẫn tiếp tục dùng.

Cụ Trương Vĩnh Ký là dân Nam Kỳ, dù là một bậc học vấn uyên thâm và biết nhiều ngoại ngữ, cụ vẫn nói và viết theo ngôn ngữ của đồng bào quanh mình. Với tư cách là người làm báo đầu tiên và viết văn xuôi đầu tiên bằng chữ quốc ngữ, ảnh hưởng của cụ trên đồng bào Nam Kỳ bấy giờ, nhất là trong giới có học thức và viết lách hẳn là rộng lớn và sâu đậm cho đến những thập niên tiền bán thế kỷ 20.

Bức thư của ông Nguyễn Háo Vĩnh, một người Nam, gửi cho báo Nam Phong, và được ông Phạm Quỳnh đăng trên báo này là một ví dụ. Nội dung chính của bức thư, trước hết là kịch liệt phản đối việc báo Nam Phong dùng quá nhiều từ ngữ Hán Việt, và thứ hai là khuyến cáo dùng tiếng thuần Việt, nếu thiếu chữ thì chế ra mà dùng chứ không nên mượn từ chữ Hán. Ông Nguyễn Háo Vĩnh viết:

"... Các bài quốc ngữ, chủ bút Nam Phong và các người phụ bút dùng nhiều chữ Hán quá, nên coi khó hiểu lắm – có chỗ chẳng hiểu các ngài nói cái chi chi! Coi mà chẳng hiểu thì ích lợi gì đâu – lần lần người ta ngã lòng trông cậy, chẳng còn muốn coi nữa!"

Một đoạn khác ông viết:

"Khi nhà nước Langsa qua giao thông với nước ta thì trong cõi Nam Kỳ nổi lên một người là ông Trương Vĩnh Ký mượn cái xác Latin mà dựng cái hồn của tiếng Annam còn sót lại. Cái xác Latin ấy là chữ quốc ngữ bây chừ."

Dù ông Phạm Quỳnh chủ bút Nam Phong có ý chế nhạo bức thư của ông Nguyễn Háo Vĩnh, nhưng sự việc ông đăng nguyên văn bức thư ấy lên Nam Phong đã chứng tỏ trong lòng ông cũng có chỗ phục sự hữu lý của tác giả bức thư. Và Nam Phong cũng tiếp tục đăng một số bức thư khác thảo luận về ý kiến của ông Nguyễn Háo Vĩnh, với lời lẽ khen lẫn chê, tờ Nam Phong có lẽ là tờ báo đầu tiên của Việt Nam tạo nên một diễn đàn công bằng để độc giả tham gia bàn luận về các vấn đề văn hóa của nước nhà.

Và kết quả là gì? Là chúng ta thấy, người Nam Kỳ cho mãi đến ngày nay, quả ít dùng chữ Hán Việt, và có sáng tạo ra chữ mới mà dùng, theo nguyên tắc đơn giản đặt tên cho sự vật theo quan sát trực tiếp của mình. Ví dụ cái thứ mà người Bắc gọi là "mì chính", người Trung gọi là "vị tinh" thì người Nam gọi là "bột ngọt". Cái vật dụng mà người Bắc và người Trung gọi là "phi-ji-đe / frigidaire" thì người Nam gọi là cái "tủ lạnh". Cách đặt tên này hoàn toàn dựa trên sự quan sát trực tiếp sự vật, cái thứ bột bỏ vào nồi canh thì canh trở ngọt nước, thì cứ đơn giản gọi là "bột ngọt"; cái tủ sản xuất ra hơi lạnh thì cứ gọi "tủ lạnh", việc gì phải "mì chính" hay "phi-ji-đe" cho rắc rối?

Ta hãy quan sát chiếc xe đạp, một loại xe do người Pháp du nhập vào nước ta được bắt đầu dùng rộng rãi khắp nước Việt Nam từ nửa đầu thế kỷ 20, xem mỗi vùng trên nước ta gọi các bộ phận của nó ra sao. Ta sẽ thấy miền Bắc và miền Trung phiên âm hầu như tất cả tên tiếng Pháp từng bộ phận của xe đạp, trong khi dân miền Nam lại đặt cho chúng những tên mới, hoàn toàn bằng tiếng Việt. Cái mà người Bắc và Trung gọi là "ghi đông" (guidon) thì người Nam nói là cái "tay cầm"; dây "sên" (chaine) thì Nam Kỳ gọi là "dây xích"; cái "phanh" (freine) thì người Nam gọi là "cái thắng"; cái gạc-đờ-bu (garde boue) thì là "cái chắn bùn"; rayons thì gọi là "căm"; moyeux là cái "đùm"; roue libre là "con cóc"; cái jante là "cái vành"; pédale là "bàn đạp"... Khi tôi từ Quảng Nam vào học ở trường Petrus Ký vào năm 1957 tôi vẫn đem theo một mớ tên gọi tiếng Pháp các bộ phận của chiếc xe đạp, nhưng các ông thợ sửa xe ven đường của thành phố Sài Gòn đã dần dần dạy cho tôi các bộ phận ấy đã được Việt hóa như thế nào. Tôi rất khâm phục sự sáng tạo ngôn ngữ của người dân ở đây, càng ngày càng thấy khả năng sáng tạo đó là vô bờ. Thứ nước giải khát đóng chai mình vẫn quen gọi là limonade thì dân ở đây gọi đơn giản là "nước ngọt"; rạp xi-nê thì người Nam gọi là "rạp hát bóng"; đi xem ciné thì nói "đi coi hát bóng" (đi coi hát mà thật sự chỉ coi cái bóng chiếu lên màn ảnh, từ đó đặt được chữ "hát bóng" thì quả là thấy sao nói vậy một cách chính xác); chiếc xe chở xăng mà người Bắc gọi là xe xi-téc, người Trung gọi là xe xi-tẹt từ chữ Pháp *citerne* thì người Nam gọi là "xe bồn", tài tình một cách đáng kinh ngạc.

Từ nếp sống và tiếng nói hồn hậu của mình không ngờ người Miền Nam lại đã gây ảnh hưởng ra miền Bắc, miền Trung, những nơi có tiếng Việt có lẽ tinh tế hơn, cầu kỳ hơn và có vẻ vay mượn từ bên ngoài nhiều hơn. Những tiếng như *tủ lạnh, máy lạnh, bột ngọt, xe bồn*... tôi nghĩ đã được miền ngoài chấp nhận vì sự đơn giản, hợp lý và thuần Việt của nó.

Đây cũng là điều đáng cho chúng ta suy nghĩ. Đất Nam Kỳ là đất mới của Việt Nam, người dân Việt *"từ thuở mang gươm đi mở nước"* đến thời kỳ hiện đại chưa xa lắm. Và trên vùng đất mới người mình ngay lập tức phải có sự chung đụng với người bản xứ là dân Cao Miên và tập thể di dân Trung Hoa. Trong xã hội mới thành hình ấy ngôn ngữ dĩ nhiên có sự vay mượn qua lại một cách tự nhiên giữa tiếng Việt tiếng Miên và một số thổ ngữ Trung Hoa. Đến giữa thế kỷ 19, lãnh thổ, chính quyền do triều đình Việt Nam cai quản đã ổn định trên đất Nam Kỳ thì lại tới cái họa Tây dương, người Pháp đến dòm ngó và quyết chiếm lấy làm thuộc địa. Trong thế yếu, triều đình Việt Nam đã phải thuận Nam Kỳ là nhượng địa cho Pháp, nghĩa là Pháp toàn quyền trên phần đất này, với ngôn ngữ hành chánh và giáo dục là tiếng Pháp, cộng thêm chữ Việt theo vần *la tinh* mà sau gọi là quốc ngữ.

Trong một bối cảnh như thế mà tiếng Việt ở Nam Kỳ vẫn không bị mất đi, không những thế nó lại được bảo vệ, một cách có ý thức hoặc vô thức, trong ngôn ngữ hàng ngày lẫn trong ngôn ngữ viết. Trong tiếng Việt Nam Kỳ, một số từ có gốc Miên, gốc Tàu do sự giao tiếp hàng ngày của người dân đem lại, điều ấy tự nhiên. Dưới sự cai trị của người Pháp, ảnh hưởng của tiếng Pháp dĩ nhiên rất lớn trong xã hội, giới "thượng lưu" người Việt thường dùng tiếng Pháp, thậm chí vào quốc tịch Pháp, chuyện này khá thường. Nhưng khuynh hướng dùng chữ thuần Việt lại rất mạnh trong quần chúng, chứng tỏ có một sự phản kháng những yếu tố ngoại nhập trong ngôn ngữ bằng cách Việt hóa những chữ Pháp thông dụng. Khuynh hướng này tỏ ra rất yếu ở miền Bắc và miền Trung, nhưng lại rất mạnh ở miền Nam, nơi không còn chính quyền của Việt Nam nữa. Trong khi miền Bắc và miền Trung sẵn sàng dùng tiếng Pháp để chỉ toàn bộ các bộ phận của chiếc xe đạp thì người miền Nam đặt ra toàn bộ tiếng nôm na để gọi các bộ phận ấy. Bộ phận nào trong tiếng Việt sẵn có tiếng gọi tương đương thì dùng ngay thư cái *thắng* để chỉ frein, *tay cầm* tạm dùng để chỉ cái guidon, dây *xích* để thay cho chaine, *bàn đạp* để chỉ cái pédale... Không có tiếng tương đương có sẵn thì tạo ra tiếng mới, dựa trên hình dáng hoặc công dụng của nó, như *vè chắn bùn* cho *garde de boue*, *vành* cho *jante*, *căm* cho *rayons*, đùm cho *moyeux*... Chúng ta có thể thấy ở đây một công cuộc chuyển ngữ rất hồn nhiên, dựa trên nguyên tắc có gì xài nấy, không có thì đặt ra mà xài. Nhưng nhìn kỹ cũng thấy sự thông minh, linh hoạt và tinh thần phản kháng của một tập thể không muốn dùng tiếng tây là thứ tiếng của kẻ đi xâm lược nước mình.

Dĩ nhiên cụ Trương Vĩnh Ký, một người con của Nam Kỳ, không phải là cha đẻ ra tinh thần ấy hoặc là người lập thuyết cho các công trình chuyển ngữ ấy. Nhưng tinh thần và các công trình của cụ về ngôn ngữ bao trùm tất cả những hiện tượng mà chúng ta thấy trong xã hội Nam Kỳ sau thời của cụ. Cụ là một nhà ngôn ngữ học thượng thặng, ai cũng biết điều ấy, nhưng giữa thời điểm Pháp xâm chiếm nước ta, những công trình về ngôn ngữ của cụ là một mặt trận bảo vệ tiếng nói cho dân tộc. Có được chữ quốc ngữ là một phương tiện tuyệt vời, cụ ứng dụng ngay cho một chương trình có thể nói là khẩn cấp của thời ấy: chính cụ Trương Vĩnh Ký, lần đầu tiên trong lịch sử Việt Nam, viết lại bằng chữ quốc ngữ các tác phẩm cổ điển của Việt Nam như *Truyện Kiều, Nhị Độ Mai. Lục Vân Tiên, Lục Súc Tranh Công, Huấn Nữ Ca*...; chính cụ đã lần đầu tiên viết lại chuyện đời xưa, chuyện khôi hài thuộc về mảng văn học dân gian của dân tộc; chính cụ đã ra công giải thích bằng chữ quốc ngữ những tinh túy của học thuyết Trung Hoa từng đóng vai trò quan trọng cho tư tưởng và đạo đức của dân tộc Việt Nam nhiều thế kỷ qua; chuyển ngữ những trang lịch sử Việt Nam vốn viết bằng chữ nho sang chữ quốc ngữ để ai nấy đều có thể hiểu biết rõ hơn về lịch sử của đất nước mình – trước quyển *Việt Nam Sử Lược* của Trần Trọng Kim khoảng nửa thế kỷ; dùng báo chí như một phương tiện để chuyển tải mảng văn hóa truyền thống Việt Nam...

Cụ Trương Vĩnh Ký là người duy nhất vào thời điểm ấy làm cả một khối công việc nặng nề cho một quốc gia, cốt để xoay chuyển nền học thuật và văn hóa từ Hán Nôm sang chữ quốc ngữ là một phương tiện mà với con mắt của một nhà ngữ học tầm cỡ thế giới thời ấy, cụ đã thấy là cái xu thế tất yếu phải theo. Ngày nay dù xu hướng chính trị như thế nào, người Việt Nam phải nhìn nhận sự thật lịch sử đó. Đó là sự thật rõ rệt, chính đáng, được chứng nghiệm trong từng giây phút sống của dân tộc này, không một kiểu cố tình bóp méo, ngang ngược nào có thể phủ nhận nó.

Thiết nghĩ tất cả hiện tượng đó đều bắt nguồn từ một đầu óc và tâm hồn vĩ đại của một người, đã tạo nên một cuộc cách mạng cho ngôn ngữ viết và ngôn ngữ nói của Việt Nam từ giữa thế kỷ 19, với chủ trương cách dùng từ ngữ trong sáng gần gũi với đại đa số quần chúng: đó là học giả Trương Vĩnh Ký.

Hôm nay chúng ta hiện diện nơi đây trong cuộc hội thảo này như là một cách cùng nhau nhìn lại công lao đóng góp to lớn của cụ Trương Vĩnh Ký đã xây dựng ngôn ngữ viết cho đất nước Việt Nam. Chúng ta hãy cùng nhau tưởng niệm và biết ơn vị học giả đã mở được một con đường mới với biết bao thuận tiện cho văn hóa Việt Nam được phát triển và thăng hoa tốt đẹp cho đến ngày hôm nay.

Little Saigon 8 tháng 12, 2018

Phạm Phú Minh

Đúc Kết Ngày Triển Lãm Và Hội Thảo Về Petrus Trương Vĩnh Ký

Gs Nguyễn Trung Quân

Giáo sư Nguyễn Trung Quân đúc kết cuộc hội thảo lúc 6 giờ chiều ngày 8 tháng 12, 2018

Kính thưa Liệt Quý Vị và Các Bạn,

Tôi hân hạnh được Ban Tổ Chức và Ban Điều Hợp Hội Thảo giao cho công việc đúc kết ngày Tưởng Niệm Cụ Trương Vĩnh Ký hôm nay. Hiện giờ là 5 giờ 30 phút chiều ngày 8 tháng 12 năm 2018, tại Hội trường Nhật báo Người Việt miền Nam California. Ngày Triển lãm và Hội thảo bắt đầu từ 10 giờ sáng, như vậy cho đến giờ phút này, chúng ta đã trải qua 7 giờ 30 phút, trong đó có một giờ nghỉ giải lao và dùng bữa trưa tại Hội trường từ 1 đến 2 giờ chiều. Chúng tôi sẽ cố gắng đúng chương trình dự định là cuộc hội thảo sẽ bế mạc vào lúc 6 giờ chiều.

Quý khán thính giả đã được xem cuộc triển lãm những tài liệu, hình ảnh, sách báo quý hiếm liên quan đến Petrus Trương Vĩnh Ký và được nghe năm diễn giả thuyết trình về nhiều khía cạnh liên hệ đến nhà bác ngữ học đặc biệt của Việt Nam, sống trong thế kỷ XIX, mất cách đây 120 năm.

Cuộc Hội thảo với buổi sáng có hai đề tài và buổi chiều với ba đề tài theo thứ tự mà Quý Vị đã nghe thấy trong ngày:

- Giáo Sư Nguyễn Văn Sâm trình bày tiểu sử Petrus Trương Vĩnh Ký và thuyết trình đề tài "Petrus Ký Một Người Yêu Nước Việt Nam".
- Giáo Sư Trần Văn Chi nói về Gia Định Báo, tờ báo đầu tiên của Việt Nam mà có

lúc Petrus Trương Vĩnh Ký làm Chánh Tổng Tài, tương đương với Chủ Nhiệm kiêm Chủ Bút hoặc Tổng Biên Tập ngày nay.

- Giáo Sư Bùi Vĩnh Phúc đã "Đọc Kiều của Trương Vĩnh Ký: Nghĩ Về Ngôn Ngữ Việt và một vài khía cạnh biến đổi ngữ âm, ngữ nghĩa trong tiếng Việt".
- Luật Sư Winston Phan Đào Nguyên minh giải về "Những Sai Lầm Thường Gặp Về Petrus Ký Hiện Nay".
- Nhà văn Phạm Xuân Đài nói về cách viết văn theo lối "Annam Ròng" của Cụ Trương Vĩnh Ký và ảnh hưởng của lối viết này trong ngôn ngữ nói và viết của người miền Nam.

Cũng cần nhắc đến hai tiết mục trình diễn âm nhạc đặc biệt. Buổi sáng, sau bài thuyết trình về Gia Định Báo, nhạc sĩ Nghiêm Phú Phát một cựu học sinh Petrus Ký đã trình diễn bài hành khúc đầu tiên bằng tiếng Pháp "Chant Du Lycée Petrus Trương Vĩnh Ký" do cựu học sinh Lưu Hữu Phước viết nhạc vào năm 1939, với lời ca tiếng Pháp của vị Hiệu Trưởng đương nhiệm là ông Le Jeannic. Buổi chiều, giữa hai bài thuyết trình của GS Bùi Vĩnh Phúc và Luật Sư Winston Phan Đào Nguyên có phần hòa tấu cổ nhạc, bài *Lý Cái Mơn* (Cái Mơn là sinh quán của cụ Petrus Ký) do nhà văn, nhạc sĩ đàn tranh Cao Thanh Phương Nghi và nhạc sĩ độc huyền cầm Tiến Hùng trình diễn. Bản hòa tấu xuất sắc đã gây xúc động cho mọi người.

Chúng tôi vô cùng cảm kích trước nhiệt tâm cùng sự lưu ý của các Bậc Trưởng Thượng và đồng hương Việt Nam về cuộc triển lãm và hội thảo nầy. Mới sau 9 giờ sáng đã có nhiều vị dẫn con em vào xem triển lãm. Khi khai mạc vào lúc 10 giờ sáng thì đã có hơn 200 vị ngồi chật hội trường cùng với Thuyết Trình đoàn, chưa kể Ban Tổ chức và rất đông giới truyền thông, báo chí.

Số khán giả tiếp tục tham dự vào buổi chiều tuy ít hơn buổi sáng, vì một số vị cao niên rời hội trường sau giờ giải lao buổi trưa, nhưng lúc nào hội trường cũng có trên dưới một trăm thính giả là yếu tố quan trọng thúc đẩy niềm hứng khởi, lạc quan cho cuộc hội thảo.

Khi tôi đang phát biểu phần đúc kết nầy, trên các hàng ghế vẫn còn gần một trăm vị lắng nghe. Các vị diễn giả, giới truyền thông và Ban Tổ chức vẫn còn đủ mặt. Lại thấy một số Quý vị đang đứng dọc hành lang hội trường "Dùng dằng nửa ở nửa về" lưu giữ cái không khí hào hứng nhưng trang trọng của phần thảo luận vừa qua.

Có sáu vị thính giả phát biểu ý kiến, hoặc đặt câu hỏi trực tiếp với các diễn giả và Ban Tổ chức. Có vị ca ngợi ngày Hội thảo và khuyến khích nên tổ chức thường xuyên, nhất là cho giới trẻ. Chúng tôi thành thật cáo lỗi vì không có thì giờ đủ nên một số quý vị muốn phát biểu hoặc góp ý đã không có cơ hội. Có vị muốn nêu một câu hỏi cho mỗi diễn giả nhưng chỉ được đặt một câu hỏi cho tất cả năm diễn giả. Nhưng tôi nghĩ mọi người đều hân hoan vì các câu hỏi, các thắc mắc, các vấn đề của khán giả đặt ra đều được trả lời đầy đủ, nghiêm cẩn và mọi đối thoại đều được diễn ra rất lịch sự, tương kính.

Thiển nghĩ với cuộc triển lãm và phần hội thảo với năm đề tài thuyết trình và thảo luận hôm nay chưa đủ để đi sâu vào mọi khía cạnh hành trạng trong 61 năm sống với nhân gian, trong đó có gần 40 năm thực sự dấn thân vào cuộc đời của Petrus Trương Vĩnh Ký.

Một Số Quan Khách Phát Biểu Ý Kiến Trong Cuộc Hội Thảo

Cô Trần Thị Vĩnh Tường

Một cựu học sinh trường Petrus Ký

Cô Nguyễn Thu Thủy

Nhà báo Lý Kiến Trúc

BS Quách Nhất Trí

Giáo Sư Trần Đức Châu

Quan khách chăm chú theo dõi buổi Hội Thảo Tưởng Niệm Petrus Trương Vĩnh Ký.

Nhưng ước vọng khiêm nhường của Ban Tổ chức là thông qua triển lãm và hội thảo hôm nay, với cách nhìn soi chiếu chuyên sâu của các diễn giả, dựa vào sự thật lịch sử về những công trình độc đáo của Petrus Ký như văn hóa giáo dục, báo chí, chữ quốc ngữ và hằng trăm tác phẩm của ông để lại cho đời sẽ giúp cho nhiều người hiểu biết rõ ràng và đúng đắn hơn về Petrus Trương Vĩnh Ký.

Nhà nghiên cứu Winston Phan Đào Nguyên không nói về công lao của Petrus Ký. Ông phân tách sâu sắc *"Những Sai Lầm Thường Gặp Về Petrus Ký Hiện Nay"*. Với luận cứ sắc bén, với những tài liệu sưu tập công phu cùng những chứng cớ hiển nhiên, ông đã nêu bật lên được những sai lầm cố ý, muốn kết tội hầu làm xấu đi chân dung đích thực của Petrus Ký. Hy vọng đây là tiếng chuông cảnh giác cho những người viết về lịch sử Việt Nam.

Trong phần thảo luận với nhà báo Lý Kiến Trúc, LS Winston Phan Đào Nguyên có nhắc đến một bài thơ trong tập hồ sơ lưu trữ của Petrus Ký. Tôi muốn nói thêm đó là một bài Thất ngôn bát cú Đường luật đã được tác giả *Việt Nam Văn Học Sử Giản Ước Tân Biên*, GS Phạm Thế Ngũ ghi lại trong phần nói về Petrus Trương Vĩnh Ký, cho đó là một bài thơ Tuyệt mạng:

Quanh quanh quẩn quẩn lối đường quai,
Xô đẩy người vô giữa cuộc đời.
Học thức gởi tên con mọt sách,
Công danh rút cuộc cái quan tài.
Dạo hòn lũ kiến men chân bước,
Bò xối con sùng chắc lưỡi hoài.
Cuốn sổ bình sanh công với tội,
Tìm nơi thẩm phán để thưa khai.

Bài thơ ẩn tàng tâm trạng trầm buồn, không toại nguyện của một nhà trí thức vào lúc cuối đời.

Xin chú ý hai câu kết và nhớ rằng Petrus Ký là một người theo đạo Thiên Chúa. Một trong những tín lý quan trọng của đạo nầy là ngày phán xét cuối cùng trước Thiên Chúa. Nhà trí thức Thiên Chúa giáo Petrus Trương Vĩnh Ký chắc chắn phải biết rõ rằng không có điều xấu, tốt nào có thể che giấu được tất cả mọi người, đừng nói chi là trước Thiên Chúa. Vì thế, có thể nói rằng trong suốt cuộc bình sinh, Petrus Ký đã quyết tâm làm một người lương hảo để chuẩn bị "Tuân lịnh mà khai sự thật".

Là một nhân tài đặc biệt, nắm vững hai nền văn hóa Đông, Tây ở thế kỷ thứ XIX, Petrus Ký đi trước đồng bào ông nhiều chục năm, nếu không muốn nói là hằng thế kỷ. Ông đã dùng kiến thức và tài năng để phục vụ xã hội, để đóng trọn vai tuồng của mình như ông thường nói.

Với nhân cách đó, Petrus Ký đã được đồng bào ông và một số không ít trí thức Pháp thương yêu, kính trọng. Họ đã góp công của, dựng tượng đồng của ông vào cuối năm 1927 giữa trung tâm Sài Gòn, nhân 30 năm ông rời cõi thế.

Sắp tới đây, ngày 5 tháng 1 năm 2019 nhóm Thiện Chí Cựu học sinh Petrus Ký Hải Ngoại sẽ làm lễ khánh thành Tượng Đài Petrus Trương Vĩnh Ký tại San Jose Miền Bắc California. Nhóm đã nhờ chúng tôi chuyển Thiệp Mời đến Liệt Quý Vị.

Petrus Trương Vĩnh Ký đã có một thời giữ chức Giám Đốc Trường Thông Ngôn (Ecole des Interprètes). Ông cũng là giáo sư Trường Hậu Bổ (Ecole des Stagiaires) và có lúc dạy tiếng Pháp cho Vua Đồng Khánh. Với các chức vụ nầy, trong các hình ảnh được lưu lại khi ông dạy học, thoáng thấy bóng dáng một nhà Nho theo truyền thống giáo dục Việt Nam hòa hợp với hình ảnh của một nhà trí thức bậc Thầy theo phong cách Tây Phương.

Phải: Gs Nguyễn Văn Sâm đang thuyết trình. Trái: Nhà báo Phạm Phú Minh trong vai trò điều hợp.
Hình dưới: Một số diễn giả cùng quan khách trước giờ khai mạc buổi Hội Thảo Tưởng Niệm.

Dường như trong cách tư duy và sinh hoạt giữa cuộc đời, điều Petrus Ký vừa lòng nhất là làm trọn vai trò của một người thầy, theo cách đánh giá cao quý của cả người Pháp và người Việt Nam.

Với sự dè dặt nhưng trong lòng thật sự hân hoan trong suốt tiến trình hơn bảy tiếng đồng hồ của ngày Triển lãm và Hội thảo hôm nay, tôi xin mạo muội đánh giá rằng đây là một cuộc Triển Lãm và Hội Thảo thành công.

Ban Tổ Chức chúng tôi sẽ khởi sự thu thập tài liệu, hình ảnh để hoàn thành tập "Kỷ Yếu Triển Lãm và Hội Thảo Tưởng Niệm Petrus Trương Vĩnh Ký". Chúng tôi cần sự hỗ trợ về chi phí ấn hành tập kỷ yếu. Xin Quý Vị có nhã ý giúp đỡ liên lạc với ban Tổ Chức.

Chúng tôi hết sức tri ân các Bậc Tôn trưởng, các Vị Diễn giả, Giới Truyền thông báo chí và toàn thể các vị đã góp tay trong các công tác, nhứt là Liệt quý vị đã ở lại Hội trường để lắng nghe, thảo luận và giúp đỡ đến giờ phút cuối.

Xin trân trọng kính chào và xin tuyên bố bế mạc *Ngày Tưởng Niệm Petrus Trương Vĩnh Ký* hôm nay.

TM Ban Tổ Chức

GS Nguyễn Trung Quân

Trong phòng triển lãm: Người cha giải thích cho con mình về những tài liệu và cuộc đời của cụ Trương Vĩnh Ký.

Phần II

Các Bài Không Trình Bày Trong Hội Thảo

Thư Trương Vĩnh Ký Gửi Ông Đại Biểu Nam Kỳ Blancsubé Về Việc Từ Chối Vào Quốc Tịch Pháp

Petrus Trương Vĩnh Ký / việt dịch: Nguyễn Bích Thu

Bài này đăng phóng ảnh bức thư 18 trang thủ bút của ông Trương Vĩnh Ký gửi cho Đại Biểu Blancsubé về việc ông từ chối vào quốc tịch Pháp, kèm theo là bản chép lại thư Pháp ngữ và Việt dịch bức thư này.

A. Ảnh chụp bức thư 18 trang viết tay của Trương Vĩnh Ký

1.

à Mr. Blancsubé député de la Cochinchine. Xbre 1881.

Monsieur le Député,

C'est sur votre demande expresse que j'ai consenti à vous donner sur le projet de naturalisation les renseignements que je joins à cette lettre. Les conclusions de cette étude ne sont pas le reflet de mes sentiments personnels, mais bien, seulement, la déduction logique de fait et d'institutions d'ailleurs connues de tous, en même temps que l'expression exacte du sentiment général.

Vous savez en effet, quels avantages m'a fait personnellement le Gouvernement Français, à qui je dois ma position. Vous savez aussi, que partisan de tout ce qui est progrès et civilisation, je suis Français de cœur, et tout prêt à le devenir de fait. Mais, telle n'est pas l'opinion du plus grand nombre. J'ai cru devoir, en dépit de mes idées personnelles, rendre hommage à la vérité, puisque vous êtes appelé à délibérer sur

2.

cette importante question, j'ai tenu à honneur de ne vous donner que les renseignements que je considère comme absolument exacts et qui ne sont d'ailleurs que le résultat logique de notre constitution politique.

Veuillez agréer, Monsieur le Député, l'expression de mes sentiments les plus respectueux et dévoués.

P. Trương Vĩnh Ký.

~ ~ ~ ~ ~ ~

Monsieur le Député,

En présence de cette grave question de la naturalisation des Annamites, vous avez bien voulu songer à moi et me consulter sur les difficultés et les résistances possibles qui peuvent en compromettre la réalisation.

Selon votre désir, je me suis attaché à l'étude détaillée et minutieuse de ce projet, et c'est le résultat de mes reflexions que j'ai aujourd'hui l'honneur de vous adresser.

Comme vous même me l'avez fort bien dit, la naturalisation ne me semble possible et réalisable qu'en faveur des Annamites Chrétiens

3

infime minorité de la population indigène. Grâce, en effet, aux institutions Chrétiennes, ils se trouvent dès longtemps préparés à cette métamorphose, bien que peut-être pas encore suffisamment pour l'accepter sans hésitation.

Les autres, au contraire, lettrés, confucistes et Bouddhistes, c'est à dire, l'immense majorité, diffèrent essentiellement des précédents, tant par leurs croyances et leur religion que par leurs institutions domestiques et leurs principes sociaux. Et c'est là que se retranchera la résistance la plus opiniâtre aux avantages de la naturalisation si généreusement offerte

4

par le Gouvernement.

Le meilleur moyen de faire sentir de quel poids peuvent être ces considéra-tions dans la détermination ultérieure des Annamites non chrétiens, est de rappeller en quelques mots les bases fondamentales de la constitution de la famille en Annam. Elles peuvent se résumer en 3 points essentiels suivants:

1° Intervention des Ancêtres

2° Autorité paternelle

3° Piété filiale.

Lesquels ont entre eux une connexion si étroite que la suppression de l'un quelconque détruirait tout l'édifice social.

5

1° Intervention des ancêtres.

L'Annamite croit à l'immortalité de l'âme, et par conséquence à une existence d'outre-tombe; les mânes de l'ancêtre sont divinisés par la mort qui l'investit d'un pouvoir surnaturel: il jouit au delà de ce monde d'un bonheur parfait à cette condition cependant que ses survivants l'honorent d'un culte. Ce culte des morts constitue la religion domestique si scrupuleusement observée dans toutes nos familles. Le fils aîné au nom de ses frères et sœurs, a le devoir de faire à des époques déterminées, les offrandes d'usage aux Mânes du père, de la mère

6

et de tous les aïeux. Forfaire à ce devoir est l'impiété par excellence. C'est un parricide autant de fois répété qu'il y a d'ancêtres dans la famille. La négligence ou interruption dans ce culte compromet le bonheur des morts, les fait en quelque sorte déchoir; tandis que leur puissance et leur béatitude croissent en proportion du soin que l'on apporte à la célébration des cérémonies commémoratives et à l'observance des rites; l'ancêtre devient une sorte de divinité protectrice attentive à prêter aux siens le secours de sa bonté, de sa toute puissance. Le vivant ne peut donc pas plus se passer du mort que le mort

7

du vivant. C'est entre eux un échange perpétuel de bons offices et c'est ainsi que s'établit entre les générations successives d'une même famille une solidarité étroite, qui en fait un corps éternellement cohérent et indissoluble.

Là réside une des causes principales de la résistance des Annamites au prosélytisme chrétien. Ne voit-on pas en effet au XVIe siècle, par suite des réclamations formulées contre les Jésuites qu'ils trouvaient trop laxistes par les différents corps religieux, qui se partageaient à cette époque l'œuvre de la propagande en Chine, les papes Innocent XII, Innocent XIII et Clément XI condamner certaines pratiques

8

du culte des ancêtres. A la liberté que l'on laissait à ce culte étaient subordonnés cependant les progrès de la conversion, aussitôt arrêtés dès qu'on la restreignait.

2° Autorité paternelle.

Le père est le chef de la famille. Il partage son autorité avec la mère et l'exerce dans toute son étendue sur les biens et la personne des enfants. En son absence la mère est dépositaire de cette autorité, dont la mort du père l'investit complètement.

D'après les institutions et la législation du pays, l'État ne doit être qu'une reproduction agrandie et fidèle de la famille soumise à l'autorité de son chef; les rapports entre souverain et sujets reposent sur des lois également

9

invariables.

Partant de ce point de départ, le peuple admet sans peine la souveraineté théocratique d'un roi ou d'un empereur. En montant sur le trône, le monarque obéit à un mandat du ciel, dont il est appelé fils 天子. Mais si ce mandat lui donne un pouvoir absolu sur tous les membres de la grande famille nationale, il lui prescrit en revanche, un devoir sacré: 仁 = l'humanité (= amour paternel). Par sa vie privée, il doit mériter le respect qu'impose l'autorité paternelle, par sa vie publique il doit s'appliquer à mériter le plus beau surnom d'un souverain: celui de Père et Mère du peuple 民之父母.

Par cette assimilation des droits et des devoirs du souverain aux droits et aux

10

devoirs du père, on arrive à ce résultat politique de préparer, dès l'enfance, les sujets à une obéissance passive à tout ordre émanant du souverain. Celui-ci d'ailleurs, comme le père, peut déléguer son autorité à un membre de la famille nationale, mais sans, pour cela, se décharger de sa responsabilité.

3° Piété filiale.

Les premiers législateurs ont proclamé la piété filiale la pierre angulaire de l'existence des empires et du bonheur des sociétés. Le Lễ-Ki' 禮記 dit: Si vous voulez fonder l'affection mutuelle dans l'empire, commencez par aimer vos père et mère et votre exemple enseignera au peuple la concorde et l'union.

11.

Le souverain est le fils du Ciel, et doit professer pour le Ciel le même respect qu'il est en droit d'exiger de ses sujets. Enfin, les devoirs du père envers les mandarins sont les mêmes que les devoirs des enfants envers le chef de famille. Donc partout à tous les échelons de la société annamite, se retrouvent les mêmes obligations qu'à chaque instant l'autorité rappelle aux uns et aux autres.

Etant donnés maintenant ces trois principes, bases immuables de la société annamite, celle-ci est-elle intéressée à se prêter de bonne grâce ou à se refuser à la naturalisation française ? C'est ce qu'il nous reste à examiner et c'est dans cet examen que réside le but de la présente étude.

Pour perpétuer le culte des ancêtres

12

pour qu'il ne subisse aucune interruption, dont la conséquence, nous l'avons dit, serait de compromettre leur bonheur, il faut que la famille elle-même se perpétue, et ce, par la ligne paternelle et par des descendants mâles légitimes. Comme chez les Romains, le droit de succession se transmet chez nous par les descendants mâles (côté paternel) qui nascuntur patris, non matris familiam sequuntur.

C'est afin d'assurer cette descendance, que le mariage a été institué. C'est dans le même but que sont permis la polygamie et le divorce. L'importance de cette descendance est telle que la loi impose, à défaut d'un héritier légitime chargé du culte des ancêtres, l'adoption d'un des plus proches neveux pour le perpétuer, et compte parmi les 7 causes de divorce,

13

la stérilité de la femme, auquel cas elle autorise des femmes du second rang et des concubines.

Puisque toutes ces précautions de la loi, toutes ces pratiques sanctionnées par l'usage et la croyance n'ont d'autre but que d'assurer la continuité du culte des ancêtres; comment admettre dès lors que les Annamites consentent à abandonner ces antiques traditions? Ce serait une apostasie, un sacrilège, une abjuration. D'ailleurs serait-il raisonnable de croire qu'ils renonceraient à la polygamie et au divorce que leur loi leur permet et souvent leur impose.

Nous avons parlé de l'autorité paternelle, voyons quels sont les droits qu'elle confère.

Le père de famille annamite est en quelque sorte le pontife du culte domestique;

14.

(Nous pouvons en effet désigner sous ce nom le culte des ancêtres qui présente tant d'analogies avec les sacra privata et les fêtes de la famille romaine).
Il a le droit de correction et un droit de tutelle qui ne s'éteint qu'à la mort de celui qui l'exerce ou de celui qui le subit; sans le consentement du père, les enfants ne peuvent fonder aucun établissement particulier; en cas de succession de l'un des parents, à moins d'une disposition testamentaire du défunct, les héritiers ne peuvent opérer le partage du patrimoine pendant toute la durée de deuil. Les parents ont liberté de tester à leur guise, et leur puissance s'exerce ainsi au delà du

15.

tombeau : ils ont droit d'exhérédation, et dans ce cas, le testateur dépose sa volonté entre les mains du trưởng-tộc 長族 (= doyen de la famille), de même d'ailleurs qui préside de droit au partage et fait exécuter les dernières volontés du père de famille, volontés qui sont toujours scrupuleusement respectées.

Tous ces droits si chers au père de famille annamite, dans le respect desquels il a été élevé, qui sont le fondement de son éducation morale, la naturalisation française les lui conservera-t-elle ? et croit-on qu'il puisse ainsi les abandonner et renoncer à l'exercice d'une autorité qu'il a respectée chez son père, que tout lui rend sacrée : tradition

16

et religion ? La femme elle-même ne
serait-elle pas lésée, si son mari était
naturalisé ? N'est-elle pas le successeur
légitime du père, dans la haute
direction de la famille, l'héritier de
tous les droits de son mari défunt ?
Du vivant même de celui-ci, n'a-t-elle
pas de moitié avec lui le droit de
signer un contrat, d'administrer les
biens de la famille ?
Enfin, les enfants eux-mêmes, qui seront
pères à leur tour ne regretteront-ils
pas la perte de ces privilèges qu'ils
auront un jour ? Que deviendra pour
eux cette piété filiale, qu'ils sont
habitués à considérer comme la vertu
par excellence ? Émancipés de leurs
par la naturalisation continueront-ils
cependant [illegible]

17.

redouteront-ils pas le mépris public qui écrase celui qui ose abjurer la religion paternelle?[2]

On le voit donc: les plus vieilles traditions, les lois les plus sacrées, les dogmes les plus inviolables, les usages les plus invétérés sont sapés de fond en comble, et la famille annamite à jamais dissoute, le jour où son chef est naturalisé français.

Un dernier mot enfin: Suivons le peuple annamite dans son histoire. La Chine, cette terrible voisine de l'Annam n'a-t-elle pas, après s'être annexé notre territoire, cherché par tous les moyens possibles à s'assimiler sa conquête, d'abord, et à nous naturaliser ensuite? Et, cela, à plusieurs reprises différents: de 111 AC. à 39 P.C. soit 149 ans sous les Hán occidentaux (西漢); de 43 à 186 P.C. soit 144 ans, sous les Hán orientaux (東漢);

18

de 226 à 540 soit 314 ans, sous les Ngô, Ngụy, Tấn, Tống, Tề et Lương; de 603 à 939 soit 336 ans, sous les Tùy, Đường et Lương; de 1418 à 1428, soit 10 ans, sous la domination des Minh. La Chine a réussi après tant d'efforts, à nous imposer son écriture, sa littérature, sa religion, ses lois; mais les Annamites vaincus n'ont jamais voulu opter pour les conquérants, ni changer le nom de leur territoire.

Du temps de Lê chiêu-thống, les mandarins, qui l'accompagnaient en Chine refusèrent de se raser la tête et de revêtir le costume chinois; ils préférèrent à l'abdication de leur nationalité l'exil et la prison que leur infligèrent les Thanh. Le sentiment national existe donc et à un haut degré, dans le cœur des Annamites et à supposer qu'ils consentissent à la dissolution de la famille, seul, il parlerait encore assez fort pour leur faire rejeter la naturalisation française.

B. Nguyên văn bức thư tiếng Pháp được chép lại

À Mr. Blancsubé, député de la Cochinchine, Xbre 1881

Monsieur le Député,

C'est sur votre demande expresse que j'ai consenti à vous donner sur le projet de naturalisation les renseignements que je joins à cette lettre. Les conclusions de cette étude ne sont pas le reflet de mes sentiments personnels, mais bien, seulement, la déduction logique de fait et d'institutions d'ailleurs connues de tous, en même temps que l'expression exacte du sentiment général.

Vous saurez en effet, quels avantages m'a fait personnellement le Gouvernement Français, à qui je dois ma position. Vous savez aussi, que partisan de tout ce qui est progrès et civilisation, je suis Français de cœur, et tout prêt à le devenir de fait. Mais telle n'est pas l'opinion du plus grand nombre. J'ai cru devoir, en dépit de mes idées personnelles, rendre hommage a la vérité, puisque vous êtes appelé à délibérer sur cette importante question, j'ai tenu à honneur de ne vous donner que ces renseignements que je considère comme absolument exacts et qui ne sont d'ailleurs que le résultat logique de notre constitution politique.

Veuillez agréer, Monsieur le Député, l'expression de mes sentiments les plus respectueux et dévoués.

P Trương Vĩnh Ký (signature)

***

Monsieur le Député,

En présence de cette grave question de la naturalisation des Annamites, vous avez bien voulu songer à moi et me consulter sur les difficultés et les résistances possibles qui peuvent en compromettre la réalisation.

Selon votre désir, je me suis attaché à l'étude détaillée et minutieuse de ce projet, et c'est le résultat de mes réflexions que j'ai aujourd'hui l'honneur de vous adresser.

Comme vous-même me l'avez fort bien dit, la naturalisation ne me semble possible et réalisable qu'en faveur des Annamites Chrétiens infime minorité de la population indigène. Grâce, en effet, aux institutions chrétiennes, ils se trouvent dès longtemps préparés à cette métamorphose, bien que peut-être pas encore suffisamment pour l'accepter sans hésitation.

Les autres, au contraire, lettrés, Confucistes et Bouddhistes, c'est-à-dire, l'immense majorité, diffèrent essentiellement des précédents, tant par leurs croyances et leur religion que par leurs institutions domestiques et leurs principes sociaux. Et c'est là que se retranchera la résistance la plus opiniâtre aux avantages de la naturalisation si généreusement offerte par le Gouvernement.

Le meilleur moyen de faire sentir de quel poids peuvent être ces considérations dans la détermination ultérieure des Annamites non chrétiens, est de rappeler en quelques mots les bases fondamentales de la constitution de la famille en Annam. Elles peuvent se résumer en 3 points essentiels suivants:

Ier Intervention des ancêtres

2e. Autorité paternelle

3e. Piété filiale

Lesquels ont entre eux une connexion si étroite que la suppression de l'un quelconque détruirait tout l'édifice social.

Ier. Intervention des ancêtres.

L'Annamite croit à l'immortalité de l'âme et par conséquence à une existence d'outre-tombe; les mânes de l'ancêtre sont divinisés par la mort qui l'investit d'un pouvoir surnaturel; il jouit au delà de ce monde d'un bonheur parfait à cette condition seulement que ses survivants l'honorent d'un culte. Ce culte des morts constitue la religion domestique scrupuleusement observée dans toutes nos familles. Le fils ainé au nom de ses frères et sœurs, a le devoir de faire à des époques déterminées, les offrandes d'usage aux mânes du père, de la mère et de tous les aïeux. Forfaire à ce devoir est l'impiété par excellence. C'est un parricide autant de fois répété qu'il y a d'ancêtres dans la famille. La négligence ou interruption dans ce culte compromet le bonheur des morts, les fait en quelque sorte déchoir; tandis que leur puissance et leur béatitude croissent en proportion du soin que l'on apporte à la célébration des cérémonies commémoratives et à l'observation des rites; l'ancêtre devient une sorte de divinité protectrice attentive à prêter aux siens le secours de sa bonté, de sa toute puissance. Le vivant ne peut donc pas plus se passer du mort que le mort du vivant. C'est entre eux un échange perpétuel de bons offices et c'est ainsi que s'établit entre les générations successives d'une même famille une solidarité étroite, qui en fait un corps éternellement cohérent et indissoluble.

La réside une des causes principales de la résistance des Annamites au prosélytisme chrétien. Ne voit-on pas en effet au XVIe siècle, par suite des réclamations formulées contre les Jésuites qu'ils trouvaient trop laxistes par les différents corps religieux, qui se partageaient a cette époque l'œuvre de la propagande en Chine; les papes Innocent XII, Innocent XII et Clément XI condamner certaines pratiques du culte des ancêtres. À la liberté que l'on laissait à ce culte étaient subordonnés cependant les progrès de la conversion, aussitôt arrêtés dès qu'on la restreignait.

2e. Autorité paternelle.

Le père est le chef de la famille. Il partage son autorité avec la mère et l'exerce dans toute son étendue sur les biens et la personne des enfants. En son absence la mère est dépositaire de cette autorité, dont la mort du père l'investit complètement.

D'après les institutions et la législation du pays, l'État ne doit être qu'une reproduction agrandie et fidèle de la famille soumise à l'autorité de son chef; les rapports entre souverain et sujets reposent sur des lois également invariables.

Partant de ce point de départ, le peuple admet sans peine la souveraineté théocratique d'un roi ou d'un empereur. En montant sur le trône, le monarque obéit à un mandat du ciel, dont il est appelé fils: (天子 *thiên tử*). Mais si ce mandat lui donne un pouvoir absolu sur tous les membres de la grande famille nationale il lui prescrit en revanche, un devoir sacré: (仁 *nhân*) l'humanité (= amour paternel). Par sa vie privée il doit mériter le respect qu'impose l'autorité paternelle, par la vie publique il doit s'appliquer à mériter le plus beau surnom d'un souverain: celui de Père et Mère du peuple *(民之父母 dân chi phụ mẫu)*

Par cette assimilation des droits et des devoirs du souverain aux droits et aux devoirs du père, on arrive à ce résultat politique de préparer, dès l'enfance, les sujets à une obéissance passive à tout ordre émanant du souverain. Celui-ci d'ailleurs, comme le père, peut déléguer son autorité à un membre de la famille nationale, mais sans pour cela, se décharger de sa responsabilité.

3e. Piété filiale.

Les premiers législateurs ont proclamé la piété filiale la pierre angulaire, de l'existence des empires et du bonheur des sociétés. Le Lễ-Kí (禮 記 Lễ kí) dit: Si vous voulez fonder l'affection mutuelle dans l'empire, commencez par aimer vos père et mère et votre exemple enseignera au peuple la concorde et l'union.

Le souverain est le fils du Ciel, et doit professer pour le Ciel le même respect qu'il en droit d'exiger de ses sujets. Enfin, les devoirs du père envers les mandarins sont les mêmes que les devoirs des enfants envers le Chef de famille. Donc partout à tous les échelons de la société annamite, se retrouvent les mêmes obligations qu'à chaque instant l'autorité rappelle aux uns et aux autres.

Etant donnés maintenant ces trois principes, bases immuables de la société annamite, celle-ci est-elle intéressée à se prêter de bonne grâce ou à se refuser à la naturalisation. Français? C'est ce qu'il nous reste à examiner et c'est dans cet examen que réside le but de cette étude.

Pour perpétuer le culte des ancêtres pour qu'il ne subisse aucune interruption, dont la conséquence nous l'avons dit serait de compromettre leur bonheur, il faut que la famille elle-même se perpétue, et ce, par la ligne paternelle et par des descendants mâles légitimes. Comme chez les Romains, le droit de succession se transmet chez nous par les descendants mâles (côté paternel) qui mascuntur patris, non matris familiam sequuntur.

C'est afin d'assurer cette descendance que le mariage a été institué. C'est dans le même but que sont permis la polygamie et le divorce. L'importance de cette descendance est telle que la loi impose, à défaut d' un héritier légitime chargé du culte des ancêtres, l'adoption d'un des plus proches neveux pour le perpétuer, et compte parmi les 7 causes de divorce, la stérilité de la femme, auquel cas elle autorise des femmes du second rang et des concubines.

Puisque toutes ces précautions de la loi, ces pratiques sanctionnées par l'usage et la croyance n'ont d'autre but que d'assurer la continuité du culte des ancêtres, comment admettre dès lors que les Annamites consentent à abandonner ces antiques traditions? Ce serait une apostasie, un sacrilège, une abjuration. D'ailleurs serait-il raisonnable de croire qu'ils renonceraient à la polygamie et du divorce que leur loi leur permet et souvent leur impose.

Nous avons parlé de l'autorité paternelle, voyons quels sont les droits qu'elle confère.

Le père de famille annamite est en quelque sorte le pontife du culte domestique (nous pouvons en effet designer sous ce nom le culte des ancêtres qui présente tant d'analogies avec les Sacra privata et les fêtes de la famille romaine).

Il a le droit de correction et un droit de tutelle qui ne s'éteint qu'à la mort de celui qui l'exerce ou de celui qui le subit; sans le consentement du père, les enfants ne peuvent fonder aucun établissement particulier; en cas de succession de l'un des parents, à moins d'une disposition testamentaire du défunt, les héritiers ne peuvent opérer le partage du patrimoine pendant toute la durée du deuil. Les parents ont liberté de tester à leur guise et leur puissance s'exerce ainsi au delà du tombeau; ils ont droit d'exhérédation, et dans ce cas, le testateur dépose sa volonté entre les mains du *trưởng-tộc (長族 trưởng tộc)* (= doyen de la famille). Le même d'ailleurs qui préside de droit au partage et fait exécuter les dernières volontés du père de famille, volontés qui sont toujours scrupuleusement respectées.

Tous ces droits si chers au père de famille annamite, dans le respect desquels il a été élevé, qui sont le fondement de son éducation morale, la naturalisation française les lui conserverait-elle? et croit-on qu'il puisse ainsi les abandonner et renoncer à l'exercice d'une autorité qu'il a respecté chez son père que tout lui rend sacrée: tradition et religion? Le femme elle-même ne serait-elle pas lésée si son mari était naturalisé? N'est-elle pas le successeur légitime du père, de la haute direction de la famille, l'héritier de tous les droits de son mari défunt? Du vivant même de celui-ci, n'a-t-elle pas la moitié avec lui le droit de signer un contrat, d'administrer les biens de la famille?

Enfin les enfants eux-mêmes, qui seront pères a leur tour ne regretteront-ils pas la perte de ces privilèges qu'ils auront un jour? que deviendra pour eux cette piété filiale, qu'ils sont habitués a considérer comme la vertu par excellence? Emancipes de leurs [.....] par la naturalisation consentiront-ils cependant a s'en affranchir et *ne redouteront-ils pas le mépris public qui écrase celui qui ose abjurer la religion paternelle?*

On le voit donc: les plus vieilles traditions, les lois les plus sacrées, les dogmes les plus inviolables, les usages les plus invétérés sont sapés de fond en comble, et la famille annamite a jamais dissoute, le jour òu son chef est naturalise français.

Un dernier mot enfin: Suivons le peuple annamite dans son histoire. La Chine, cette terrible voisine de l'Annam n'a-t-elle pas, après s'être annexé notre territoire, cherché par tous les moyens possibles à s'assimiler sa conquête, d'abord, et à nous naturaliser ensuite? Et, cela, à plusieurs reprises différents, de 111 AC. A 39 PC soit 149 ans sous les Hán occidentaux *(西漢 Tây Hán)*; de 43 a 186 PC soit 144 ans, sous les Hán orientaux *(東漢 Đông Hán)* (*)[1]; de 226 a 540 soit 314 ans, sous les ***Ngô, Ngụy, Tấn, Tống, Tề*** et ***Lương***; de 603 a 939 soit 336 ans, sous les ***Tùy, Đường*** et ***Lương***; de 1418 a 1428, soit 10 ans, sous la domination des Minh. La Chine a réussi après tant d'efforts, à nous imposer son écriture, sa littérature, sa religion, ses lois; mais les Annamites vaincu n'ont jamais voulu opter pour les conquérants, ni changer le nom de leur territoire.

Du temps de *Lê chiêu-thống*, les mandarins, qui l'accompagnaient en Chine refusèrent de se raser la tête et de revêtir le costume chinois; ils préférèrent a l'abdication de leur nationalité l'exil et la prison que leur infligèrent les Thanh.

Le sentiment national existe donc, et a un haut degré, dans le cœur des Annamites et a supposer qu'ils consentissent a la dissolution de la famille, seul, il parlerait encore assez fort pour leur faire rejeter la naturalisation français.

---

1 Đúng ra là 東 漢 Đông Hán. Dường như có dấu gạch chéo chữ *tây* 西 và viết lại chữ *đông* 東 mờ mờ.

C. Bản dịch Việt ngữ do NGUYỄN BÍCH THU thực hiện

Gởi Ông Blancsubé Đại Biểu Nam Kỳ, Tháng 10, 1881

Thưa Ông Đại Biểu,

Theo lời yêu cầu khẩn cấp của Ông, tôi đồng ý gởi đến ông kèm đây những nhận thức về dự án gia nhập quốc tịch Pháp. Những kết luận của cuộc nghiên cứu này không phản ánh cảm xúc cá nhân tôi mà chỉ là suy luận từ thực tế và quy ước quen thuộc và cũng diễn tả chính xác cảm xúc dân gian nói chung.

Ông sẽ biết những thuận lợi mà chính quyền Pháp đã cho cá nhân tôi ngoài chức vụ này. Ông cũng biết là vì lòng ủng hộ tất cả những gì tiến bộ và văn minh, trong thâm tâm tôi là người Pháp và sẵn sàng trở thành công dân Pháp. Nhưng đây không phải là ý kiến của đa số. Tôi nghĩ có bổn phận trình bày sự thật, dù khác ý kiến cá nhân tôi, vì ông đã được kêu gọi thảo luận về vấn đề quan trọng này, tôi chỉ gởi cho ông những nhận thức tôi cho là tuyệt đối chính xác và hơn nữa chỉ là kết quả hợp lý của định chế chính trị của chúng ta.

Xin Ông Đại Biểu nhận nơi đây lòng thành kính của tôi.

Ký tên: P. Trương Vĩnh Ký.

***

Kính thưa Ông Đại Biểu,

Về vấn đề quan trọng là việc gia nhập quốc tịch Pháp của dân An Nam, Ông đã nghĩ đến tôi để tham khảo về những khó khăn và chống đối có thể xảy ra trong khi thực hiện dự án này.

Theo sự mong muốn của Ông, tôi đã nghiên cứu chi tiết và tỉ mỉ vấn đề gia nhập quốc tịch Pháp. Ngày hôm nay tôi vinh dự gởi Ông kết quả của những suy luận của tôi.

Cũng như Ông đã nói rõ với tôi, tôi cũng thấy là việc gia nhập quốc tịch Pháp chỉ có thể thực hiện được với những người An nam theo Thiên Chúa Giáo, một thành phần nhỏ bé của dân bản xứ. Nhờ những định chế Thiên Chúa Giáo, họ đã được chuẩn bị từ lâu cho cuộc biến đổi này, dù rằng có lẽ vẫn chưa đủ để họ chấp nhận việc này một cách không do dự.

Ngược lại, những người khác, giới trí thức Nho học, những người theo Khổng Giáo và Phật Giáo, nghĩa là đại đa số, khác biệt một cách chủ yếu với thành phần trên do những tin tưởng và tôn giáo cũng như do gia phong và nguyên tắc xã hội. Chính đây sẽ là nơi cố thủ của những chống đối cứng rắn nhất, đối với những lợi ích mà chính quyền Pháp đã rộng rãi ban phát với việc gia nhập quốc tịch Pháp.

Cách tốt nhất để đo lường tầm quan trọng của sự cân nhắc của thành phần An Nam không theo Thiên Chúa Giáo là nhắc nhở đến những căn bản của định chế gia đình An Nam.

Tóm lại có 3 điểm chủ yếu như sau:

1. Tầm quan trọng của tổ tiên
2. Quyền uy của người cha
3. Lòng hiếu thảo của con cái

Ba điểm này liên quan mật thiết với nhau đến mức là việc xóa bỏ bất cứ một điểm nào cũng sẽ hủy diệt toàn bộ cấu trúc xã hội.

1. Tầm quan trọng của tổ tiên.

Người An Nam tin là linh hồn con người bất diệt và như thế họ tin vào thế giới bên kia; sau khi chết, linh hồn của tổ tiên được thánh hóa vì cái chết đã đem lại cho họ một sức mạnh siêu nhiên; tổ tiên chỉ được hạnh phúc hoàn hảo ở thế giới bên kia nếu được con cháu sùng bái. Việc thờ cúng ông bà tổ tiên là tôn giáo mà mọi gia đình chúng tôi đều tuân theo một cách nghiêm ngặt. Người con trai cả, nhân danh các em, có nhiệm vụ cúng lễ cha mẹ và tất cả tổ tiên vào những dịp định kỳ. Không làm nhiệm vụ này là tội bất hiếu tối đa, giống như tội giết cha mẹ và tất cả tổ tiên trong gia đình. Lơ là hoặc không làm đều đặn việc thờ cúng sẽ ảnh hưởng đến hạnh phúc của người quá cố, làm cho họ mất quyền lợi; ngược lại sức mạnh và phúc ấm của tổ tiên tăng lên với sự cúng kiếng, giỗ tết và các nghi thức tưởng niệm; vị tổ tiên trở thành một loại thần thánh bảo vệ và cứu vớt con cháu bằng sự tốt đẹp và sức mạnh của mình. Như vậy người sống cũng như người chết không thể không có nhau. Họ luôn luôn giúp đỡ lẫn nhau do đó các thế hệ trong một gia đình liên đới chặt chẽ với nhau thành một khối kết hợp và vững bền.

Đây là một trong những nguyên nhân chính người An Nam chống lại việc cải đạo sang Thiên Chúa Giáo. Như ta đã thấy ở thế kỷ thứ XVI nhiều giáo đoàn khác, cùng làm công tác truyền đạo tại Trung Hoa, đã chống lại các giáo sĩ Dòng Tên (Jesuites) mà họ nghĩ là quá dễ dãi; các Đức Giáo Hoàng Innocent XI, Innocent XII và Clément XI đã lên án một vài tập tục trong việc thờ cúng tổ tiên. Tuy nhiên, để cho tự do thờ ông bà thì mang lại tiến bộ cho sự cải đạo; ngược lại, sự kiềm chế tục thờ cúng ông bà làm cho sự cải đạo chậm lại ngay.

2. Quyền uy của người cha

Người cha là gia trưởng. Ông chia quyền với người mẹ và thực thi quyền hành của mình trên tất cả tài sản và con người của các con. Khi người cha vắng mặt, người mẹ được giữ quyền uy và khi người cha mất đi, quyền uy này hoàn toàn về tay người mẹ.

Theo những định chế và luật lệ của các nước, quốc gia chỉ có thể là hình ảnh phóng đại và trung thành của gia đình dưới quyền uy của người gia trưởng; mối liên hệ giữa vua và dân cũng dựa trên những luật lệ bất biến như thế.

Khởi đi từ điểm xuất phát này, người dân dễ dàng chấp nhận quyền tối thượng của vua hoặc hoàng đế. Khi lên ngôi, nhà vua nhận một nhiệm vụ từ trời, vì vậy vua là con của Trời hay Thiên Tử (天 子).

Nhưng nếu nhà vua có quyền tuyệt đối trên tất cả mọi thành phần của đại gia đình quốc gia, thì đối lại nhà vua cũng có một nhiệm vụ linh thiêng (仁 ***nhân***) lòng nhân đạo (tình thương của cha). Trong đời sống riêng tư, nhà vua phải xứng đáng được hưởng sự kính trọng mà quyền uy người cha mang đến. Trong đời sống công, nhà vua phải cố gắng xứng đáng để được hưởng tên gọi đẹp nhất của một vị vua: cha mẹ của dân (**民 之 父 母 *dân chi phụ mẫu*).**

Sự đồng hóa quyền lợi của vua và của người cha mang lại kết quả là sửa soạn cho người dân từ trẻ thơ vâng lệnh nhà vua. Nhà vua cũng có thể, như người cha, giao quyền cho một thành phần của gia đình quốc gia nhưng không vì vậy mà bỏ bổn phận của mình.

3. Lòng hiếu thảo của người con

Những luật gia đầu tiên đã tuyên bố là lòng hiếu thảo của người con là nền tảng của vương quốc và hạnh phúc của xã hội. Lễ Kí (禮 記 ***Lễ kí***) nói rằng: nếu muốn xây dựng tình cảm lẫn nhau trong nước, hãy bắt đầu bằng cách yêu thương cha mẹ và như thế dậy cho dân chúng hòa hợp và liên kết.

Vua là con của trời, và phải kính trọng trời giống như sự kính trọng mà vua đòi hỏi từ dân. Cuối cùng, nhiệm vụ của người cha đối với các con cũng giống như nhiệm vụ của các con với người cha. Như vậy trong tất cả tầng cấp của xã hội An Nam, ta thấy những nghĩa vụ mà quyền uy nhắc nhở cho từng người.

Dựa trên ba nguyên tắc kể trên, căn bản bất biến của xã hội An Nam, thử hỏi xã hội này có sẵn sàng hay từ chối gia nhập quốc tịch Pháp? Sau đây ta sẽ xem xét điều này cũng là mục đích của nghiên cứu này.

Để đạo thờ ông bà không bị đứt quãng, vì như thế sẽ ảnh hưởng xấu đến hạnh phúc của dân, định chế gia đình cần tiếp nối vĩnh viễn qua trực hệ và qua những người con trai chính thức. Cũng như người La Mã, quyền thừa kế truyền cho con cháu trai (về phía cha «*mascuntur patris, non matris familiam sequuntur*. [chữ La-tinh có nghĩa là theo phụ hệ mà không theo mẫu hệ].

Định chế hôn nhân ra đời là để bảo vệ cho việc kế thừa. Chế độ đa thê và ly hôn cũng thế. Việc kế thừa quan trọng đến nỗi luật pháp quy định là nếu không có người thừa kế hợp pháp để thờ ông bà, thì gia đình có quyền nhận một người trong những cháu trai gần nhất làm con để tiếp nối thờ ông bà. Và tuyệt tự là một trong bảy nguyên nhân cho phép ly dị, trong trường hợp đó người đàn ông được có vợ thứ hai và có vợ bé.

Bởi vì tất cả những dự phòng của luật pháp cũng như những thực hành được thừa nhận bởi tập tục và tín ngưỡng đều chỉ có mục đích là đảm bảo cho tính liên tục của việc thờ cúng ông bà, làm sao có thể thừa nhận là người An Nam sẽ đồng ý từ bỏ những truyền thống cổ xưa đó? Đó sẽ là một sự chối bỏ đạo, một tội phạm thánh, một sự phản đạo. Ngoài ra, có hợp lý không nếu tin là họ sẽ từ bỏ các quyền đa thê và ly hôn mà vua của họ cho phép và nhiều khi là áp đặt.

Chúng ta đã nói về quyền của người cha, hãy xem quyền uy này mang lại những quyền lợi gì?

Người cha trong gia đình An Nam cũng tương tự như vị giáo chủ của đạo thờ ông bà (đạo thờ ông bà có nhiều điều giống như « Sacra privata » và các lễ trong gia đình của người La Mã.)

Người cha có quyền sửa chữa và dạy dỗ, quyền này chỉ chấm dứt khi người cha và người con chết; người con không có quyền tạo lập cái gì riêng tư nếu không có phép của người cha; trừ khi có lời dặn trong di chúc các con không có quyền chia gia tài trong lúc còn để tang. Cha mẹ có quyền chia gia tài theo ý muốn của mình và như thế quyền uy của họ có thể thực hiện ngay cả sau khi họ đã mất; họ có quyền truất quyền thừa kế và trong trường hợp này, người viết di chúc giao quyền cho trưởng tộc (長 族*trưởng tộc*). Người này chủ tọa sự phân chia và thi hành lời ước cuối cùng của người cha, những lời ước nguyện được luôn luôn thi hành một cách tuyệt đối.

Thử hỏi khi gia nhập quốc tịch Pháp, những quyền lợi quý báu này của người cha có được tồn tại không? Thử hỏi người cha có thể từ bỏ quyền uy mà phong tục và tôn giáo đã bảo vệ? Người đàn bà có tự thấy bị tổn thương chẳng phải bà là thừa kế hợp pháp của người cha, người chồng? ngay khi người này còn sống, bà cũng có một nửa quyền gia nhập khế ước, quản trị tài sản gia đình.

Cuối cùng, ngay cả các người con, cũng sẽ đến lượt họ trở thành cha, họ có sẽ tiếc khi bị mất những đặc quyền mà họ sẽ có một ngày nào đó không? Lòng hiếu thảo, mà họ vẫn xem là một đức hạnh xuất sắc, sẽ đi về đâu? Thoát được [.....] khi gia nhập quốc tịch Pháp, họ có bằng lòng tự phóng thích và có lo sợ bị khinh bỉ vì bỏ đạo thờ ông bà?

Như vậy ta thấy: ngày mà người cha trở thành dân Pháp, những phong tục cổ nhất, những luật lệ thiêng liêng nhất, những giáo điều bất khả xâm phạm nhất, những thực hành đã ăn sâu vào tâm thức của con người sẽ bị suy yếu từ trên xuống dưới. Gia đình An Nam sẽ mãi mãi bị giải thể.

Một lời chót: hãy theo dõi dân An Nam trong lịch sử của họ. Trung Hoa, nước láng giềng ghê gớm của An Nam, sau khi chiếm đất An Nam có phải đã tìm đủ mọi cách để đồng hóa chúng tôi, và bắt dân chúng gia nhập quốc tịch? Và chuyện đó đã diễn ra nhiều lần khác nhau, từ năm 111 trước Thiên Chúa đến năm 39 sau Thiên chúa, tức 149 năm dưới nhà Tây Hán (西漢 Tây Hán); từ năm 43 đến năm 186 sau Thiên Chúa tức 144 năm dưới nhà Đông Hán (東漢 Đông Hán); từ năm 226 đến năm 540 tức 314 năm dưới nhà Ngô, Ngụy, Tấn, Tống, Tề, và Lương; từ năm 603 đến năm 939 tức 336 năm dưới nhà Tùy, Đường và Lương; từ năm 1418 đến năm 1428 tức 10 năm dưới sự đô hộ của nhà Minh. Trung Hoa, sau bao nhiêu cố gắng, đã thành công trong việc áp đặt chữ viết, văn chương, tôn giáo và luật pháp lên trên chúng tôi; nhưng người An Nam dù thua trận không bao giờ bằng lòng theo kẻ thắng trận hay thay đổi tên của nước mình.

Dưới thời Lê Chiêu Thống, những quan lại đi theo vua sang Trung Hoa, đã từ chối không cạo trọc đầu và mặc y phục Trung Hoa; dưới sự cai trị của nhà Thanh, họ thà chịu bị tù hay lưu đày còn hơn bỏ quốc tịch.

Như vậy, lòng yêu nước sống mạnh trong người An Nam, và dù cho rằng người An Nam đồng ý giải tán gia đình, lòng yêu nước sẽ có tiếng nói to để chống đối việc gia nhập quốc tịch Pháp.

HẾT

HAI BỨC THƯ TRAO ĐỔI GIỮA TRƯƠNG VĨNH KÝ VÀ TOÀN QUYỀN PAUL BERT

ĐẶNG THÚC LIÊNG - VIỆT DỊCH

Trước tác : **Thập-bác Phủ-viên**
ĐẶNG-THÚC-LIÊNG
Tiểu-tượng

In lần thứ nhất Giá : 0$60 10.000 cuốn

狀行記永張

TRƯƠNG-VỈNH-KÝ

HÀNH-TRẠNG

Tác-Giả : Thập-Bát Phủ-Viên

ĐẶNG-THÚC-LIÊNG

SADEC (Cochinchine)

Tác-Giả giữ bản-quyền, cấm : không cho ai trích-lục và in nguyên bổn.

TOUS DROITS RESERVÉS

IN TẠI NHÀ IN XƯA-NAY
02-64, Boulevard Bonard, 02-64
SAIGON
1927

Trương Vĩnh Ký (1837-1898)

Toàn Quyền Paul Bert

Lời Ban Biên Tập

Trong công việc tìm hiểu về Trương Vĩnh Ký, chúng tôi có đọc quyển *"Trương Vĩnh Ký – Hành Trạng"* của Đặng Thúc Liêng và nhận thấy trong sách này có một số tài liệu đặc biệt khó tìm thấy nơi khác.

Đặng Thúc Liêng (1867-1945) là một nhà báo Nam Kỳ, được coi như người đồng thời với Trương Vĩnh Ký dù tuổi tác vào hàng con của ông. Cuốn sách Trương Vĩnh Ký Hành Trạng này được soạn và xuất bản 10,000 cuốn vào năm 1927 nhân dịp dựng tượng toàn thân của nhà bác học Trương Vĩnh Ký trên đường Norodom – Sài Gòn. Ông Đặng Thúc Liêng cho biết ông là bạn của ông Nguyễn Hữu Nhiêu, con rể của Trương Vĩnh Ký, và ông đã ghi dòng này trong lời nói đầu của cuốn sách : "... (Nguyễn Hữu Nhiêu) vẫn biết tôi từng quen với Vĩnh Ký nên lượm lặt các món tàn biên đã gần mất, nói về lịch sử của Vĩnh Ký, đều giao cho tôi phụ làm việc này."

Từ cuốn sách này, chúng tôi chọn hai bức thư trao đổi giữa Trương Vĩnh Ký và Paul Bert đã được Đặng Thúc Liêng dịch sang tiếng Việt để đăng lại trong cuốn Kỷ yếu hôm nay. Các bức thư được viết năm 1886, trong thời gian Trương Vĩnh Ký làm việc tại triều đình Huế theo lời mời của Toàn quyền Paul Bert, là những hé lộ hiếm hoi để chúng ta ngày nay biết qua về quan niệm chính trị, tôn giáo của hai người bạn trí thức một Việt một Pháp trình bày một cách thành thật cùng nhau, giữa một thời điểm khó khăn của vận mạng nước Việt Nam khi bị nước Pháp xâm lăng.

Rất tiếc chúng tôi không tìm được nguyên bản tiếng Pháp bức thư của Trương Vĩnh Ký, nên chỉ chụp và in lại hai bài dịch và nguyên văn bức thư của Paul Bert. Theo từng trang sách được chụp lại, bức thư của TVKý được ghi thứ tự là số 4, viết tại Huế ngày 17 tháng Sáu 1886, bắt đầu ở trang 17 của cuốn sách và chấm dứt ở trang 18. Thư trả lời của Paul Bert nối ngay sau thư của TVKý, ghi số 5, viết từ Hà Nội ngày 29 tháng Sáu, 1886 và kéo dài tới trang 22. Ngay dưới bài dịch là nguyên văn chữ Pháp của bức thư Paul Bert, trích từ cuốn *Petrus J.-B. Trương Vĩnh Ký (1837-1898): Un savant et un patriote Cochinchinois* của Jean Bouchot – Saigon: Editions Nguyen Van Cua 1927.

BBT

— 17 —

Nº 4

Huê, le 17 juin 1886.

Tướng-Công Đại-Nhân các hạ,

Đại-Nhân lấy tình bằng-hữu, lấy lòng khoan-nhơn mà đải tôi, đến việc mãy-múng Đại-Nhân cũng ân-cần cố-cập.

Ông Pène nói chuyện với tôi, ông thường khen Đại-Nhân lắm. Mà theo trí tôi xét thời Đại-Nhân còn cao hơn lời nói ông Pène đó nửa. Bởi vậy tuy là tôi bị đau rét nên phải tọa-sàng cho đến ngày tàu chạy, song tôi cũng ráng làm cho tròn phận-sự, dầu sống thác không cần. Bữa nay trong mình tôi đả khá rồi, tôi ở lại đây. Tôi sẽ lo khảo-cứu nhân-vật đặng chừng Hoàng-Thượng hồi-trào, chúng ta sẽ bắt dầu mà lo tổ-chức sự canh-cải, dùng người cho xứng với trách-nhậm mới được.

Tôi sẽ bỏ dẹp bọn sàm-nịnh hết thảy, tôi sẽ lựa người thật có tài kinh-tế mà hầu cận giúp cho Hoàng-Thượng và sung vào Cơ-Mật-Viện.

Người có tài không thiếu gì, cứ chọn trong đám Nho-Học, là chỗ tôi thường trông cậy, để lo diều-dắc xả-hội, mà cái cơ-sở tông-giáo nay đả điêu-tàn ; nếu sanh-tồn được ấy là nhờ mấy cái chủ-nghĩa luân-lý mà thôi, mà dầu tông-giáo nào cũng gồm chung mấy chủ-nghĩa ấy, chớ chẳng có chi lạ. Trong đạo Trị-Nước, nếu biết nghĩ như thế, thời tức nhiên phận-sự hoàn-toàn, chẳng có chi khó ; nếu các tông-giáo không làm chi náo-động công-chúng, thời nhà-nước cứ giử địa-vị trung-lập mà điều-đình. Tôi nói đây là có ý muốn cho Đại-Nhân biết rằng hễ luận đến quyền lợi của Quốc-gia thời tôi không kể đến cái đức-tin riêng của tôi. Trong bộ Sử-Ký tôi viết thời tôi cũng đả có tỏ cái ý ấy rồi. Rồi đây tôi sẻ ráng mà diễn-giải cho các nhà Nho-Học họ hiểu rằng : « Nếu không có Pháp-Quốc thời Annam không làm nên việc gì được, mà chống cự với Pháp-Quốc cũng không nổi, bởi vậy phải tay nắm tay, đừng có chúc ngoại-ý, dã sẳng có người hảo tâm như Đại-Nhân thời cứ nương lấy đó mà cậy nhờ. »

Tôi đả khởi dầu viết một quyển sách tựa đề : « Tân-Thì-Đại ». Quyển sách ấy bắt dầu nói từ khi Đại-Nhân mới đáo nhậm, rồi lần-lần diễn-giải các cuộc chỉnh-đốn của Đại-

— 18 —

Nhân, mỗi cuộc tôi đều chỉ cho nước Annam làm gương mà noi theo. Xin Đại-Nhân làm ơn biên cho tôi biết coi công-trình của Đại-Nhân ngoài Bắc-Kỳ ra thế nào? đặng tôi viết cho đúng và cho đủ. Lại tôi đả lảnh chủ-nhậm tờ Công-Báo, vậy xin Đại-Nhân dạy gởi cho tôi những nhựt-báo như « *l'Avenir du Tonkin* » v. v....

Ngữa vưng lòng ái-kỉnh,
Ký tên: TRƯƠNG-VỈNH-KÝ.

Nói thêm. — Hoàng-Thượng đả di-giá hồi sớm mai nầy. Ông Touté với ông Halais đến trể vài giờ đồng hồ, vậy tối nay hai ông sẻ thừa dịp trăng tỏ mà đi với ông Pène đặng theo hộ-giá Hoàng-Thượng.

N° 5

Hànội, le 29 juin 1886.

Kính Tiên-Sanh,

Ý-kiến của Tiên-Sanh đả tỏ trong bức thơ trước thiệt là cao-thượng lắm, nhưng mà tôi vẫn biết Tiên-Sanh, nên tôi chẳng lấy làm chi lạ. Tôi biết Tiên-Sanh ngồi trên cao mà nghị-luận Tông-giáo, là vấn-đề xưa nay thường phân-rẻ, thường gây ác-cảm cho người tầm-thường lắm. Tông-giáo nào cũng phải vậy, ấy là một nhà trường lớn chuyên dạy luân-lý. Nếu có chổ không hay, thời tại người thay mặt cho Thần, Thánh, Phật, Trời, chớ chẳng phải tại Đạo; vậy mình có trách thời trách Thầy Tu, chớ không ai dám trách Đạo.

Tuy vậy, mà thôi, dề dẹp triết-học lại đó, đặng lo quốc-sự, dề tính coi phải làm thế nào mà giải-quyết vấn-dề Tông-giáo trong nước Annam đương buổi nầy. Tôi lấy làm vui lòng mà hay Tiên-Sanh cũng đồng một ý-kiến với tôi trong việc ấy. Tuy vậy mà xin đề cho tôi bày tỏ tư-tưởng của tôi ra đây cho rỏ-ràng.

Thuở xưa Pháp-Quốc tưởng mình là nước cớ trách-nhậm bảo-hộ cho các Môn-Đệ của « Thiên-Chúa Giáo », bởi vì Pháp-Quốc tin chắc rằng đạo « Thiên-Chúa » là cao-thượng hơn các đạo khác của dân ngoại-quốc, nên mới dùng các thế-lực mà giúp cho Đạo « Thiên-Chúa » bành-trướng ra.

— 19 —

« Phận con gái đầu lòng của « Thiên-Chúa Giáo » thời tức-nhiên phải giúp với mẹ mà thâu-phục hoàn-cầu! dưng cả thinh-danh, cả và khí-giới cho « Thiên-Chúa giáo » và cho các Thầy tu dùng; bởi vậy cho nên việc gì của Pháp-Quốc làm đều cho là Đức-Chúa-Trời làm hết thảy.

Dân Pháp-Quốc cách-mạng lập-hiến từ năm 1789 thời đả bỏ cái lý-thuyết ấy rồi. Pháp-Quốc không được tưởng mình có quyền truyền đạo nữa. Pháp-Quốc không công-nhận đạo nào là đạo của quốc-gia. Pháp-Quốc còn giúp tiền cho « Thiên-Chúa giáo » mà thôi, mà giúp đó cũng như giúp cho đạo « Tinh-Lành », đạo « Á-Rập », đạo « Hồi-Hồi » đó vậy.

Ấy vậy ở ngoại-quốc thời nước Pháp cũng không lo giúp mà truyền đạo Thiên-Chúa bao giờ. Pháp-Quốc có cái chủ-nghĩa cao-thượng hơn nửa, Pháp-Quốc lơ giữ-gìn bảo-hộ cho mỗi người được thong-thả tri mà tín-ngưỡn đạo nào tùy-ý. Dầu trong nước của mình hay là trong nước nào mà Pháp-Quốc có chút it quyền-thế, thời Pháp-Quốc không chịu để cho một người nào vì lòng tín-ngưỡn tông-giáo mà bị ai hà-hiếp bức-sách. Nếu có vậy, thời Pháp-Quốc tự-nhiên phải ngăn-cảng, phải kêu nài, mà kêu nài là kêu-nài cho mọi người được hưởng sự đồng-dẳng công-bình mà thôi, chớ không phải biểu tư-vị ai.

Chũ-nghỉa cận-thì của chúng ta là vậy đó. Luật-pháp của Pháp đều lấy chủ-nghĩa ấy mà làm gốc. Tôi vẫn biết người ta it chịu do chủ-nghỉa đó mà thi-hành, nhứt là trong xứ của Tiên-Sanh đây, từ trước đến bây giờ môn-đệ của Thiên-Chúa giáo họ tưỡng rằng họ nhờ có Pháp-Quốc bão-hộ họ, nên họ được hưởng cái địa-vị cao riêng và được quyền đặc-biệt, còn người không phải trong đạo ấy họ lại sợ giực lần-lần hết quyền của Triều-Đình đi.

Mấy điều ấy dả đổi rồi, đổi thiệt, đổi hết. Pháp-Quốc lập « Cọng-Hoà dân-chủ » thời đã lấy những chủ-nghỉa cách-mạng hồi năm 1789 mà thi-hành. Chánh-Phủ tôi đương thay mặt tại đây và phần riêng tôi củng vậy, chúng ta quyết tình noi theo chủ-nghỉa ấy. Tôi cứ kêu nài với Triều-Đình Annam đặng cho môn-đệ Thiên-Chúa giáo được hưởng đồng quyền với hàng dân khác của Vua. Mà tôi cũng cứ nói cho Môn-đệ Thiên-Chúa giáo họ biết rằng, nếu họ muốn được hưởng quyền ấy, thời trước hết họ phải tuân theo lề-luật trong xứ, phải tùng phục các quan-lại thi-hành lề-luật ấy. Nếu họ muốn lập lề-luật riêng, nếu họ không chịu nộp thuế cho quan, nếu họ muốn lập riêng nhiều nước nhỏ trong nước lớn nầy, thời tôi không thế binh-vực cho họ nửa được. Tôi sẳng lòng làm theo luật-pháp, chớ tôi không chịu tư-vị ai. Tôi sẽ dùng hết nghị-lực của tôi mà bão-hộ cho họ khỏi bị giết như việc đả xãy ra ở Bình-Định và Thanh-Hóa, là việc làm mang tiếng cho Vua, và cũng mang tiếng cho Pháp-quốc nữa, Tiên-Sanh hãy tỏ ý ấy cho các nhà « Nho » họ biết. Hãy chỉ rõ cho họ hiểu rằng hiện-thì lấy cớ tông-giáo mà sanh giặc là đều phi-lý, lại hửu-tội. Tôi chẳng hề để cho họ làm như vậy bao giờ. Tiên-Sanh cũng nói cho họ hiểu rỏ cái đều tôi đã nói với Tiên-Sanh ngày nọ đó, nói như vầy :

« Pháp-Quấc không khi nào chịu bỏ xứ nầy mà về đâu; « đừng có trông-mòng như vậy mà lầm-lạc ; chẳng nói chi « tới danh-dự, quyền-lợi của chúng ta ở xứ nầy đã nhiều rồi, « nên dầu mà bên Phương-Tây có nổi giặc, chúng ta cũng « không lui bước được, có lẻ chúng ta phải rút bớt binh-« lính, bỏ chúc đỉnh phần đất của chúng ta đã chiếm-cứ, mà « chừng thái-bình rồi, thời chúng ta sẻ chinh-phục lại còn « dử-dội hơn nửa. »

« Đã vậy mà dầu có vận-hội gì khiến cho nước Pháp phải « bỏ xứ nầy mà đi nửa, các ông tưỡng nước Việt-Nam được « độc-lập tự-chủ như hồi đời Gia-Long và Minh-Mạng vậy « sao ? Sái xa lắm ! Dân Anh-Kiết-Lợi, dân Tây-Ban-Nha, « nhứt là dân Đức-Quốc sẻ đến đây liền, chừng ấy nước « Việt-Nam so-sánh mới biết thay đổi như vậy, lợi hay là « hại ? Các ông sẻ thấy tánh cường-bạo của quân-lính nước « Đức là thế nào ! »

Phải, dầu thế nào cũng vậy, hể Pháp-Quốc mà bỏ nước Việt-Nam thời sẻ có một nước khác bên Phương-Tây vào đây mà chiếm cứ. Tại sao vậy ? Bởi vì trong lịch-sữ của các dân-tộc có nhiều việc xảy ra mình không thể chống-chỏi ngăn-ngừa được, *vậy nếu mình có lòng ÁI-QUẤC, thời phải biết lợi-dụng mấy vận-hội ấy.*

Cách 400 năm, trước Đức-Chúa-Trời giáng-sanh, lúc ấy tổ-tiên ta còn hái trái cây rừng trong xứ Gaule mà ăn, lúc ấy Khổng-Phu-Tử còn đương làm bộ « THI-KINH », có một đạo chiến-thuyền bên Trung-Hoa qua chiếm-cứ bờ-cõi xứ nầy, đem dạy đoàn dân quê-kịch, nào là học-thức văn-minh, nào là kỹ-nghệ, mỹ-thuật, nào là khoa-học, nào là cang thường, luân-lý, nhơn, nghĩa, lễ, trí, thời tự-nhiên đoàn dân ấy cảm-nhiễm văn-hóa Trung-Hoa, rồi để cho Trung-Hoa chiếm-trị một thì-kỳ rất lâu. Rồi bây giờ đây vận-hội lại xây dồi di, mấy đại-quốc bên phương Đông ban đầu tấn-hóa sớm, mà rồi sau lại ngưng bước; cuộc văn-minh Ấn-Độ, Xiêm-La, Việt-Nam, Trung-Quốc, cứ ở một bực ỷ như hai ngàn năm trước. Còn chúng ta, thời chúng ta lại tấn-bộ; hồi trước chúng ta chậm-trễ hơn mấy nước bên phương Đông, bây giờ chúng ta lại đi trước mấy nước ấy xa rồi, nhứt là về khoa-học kỹ-nghệ, thời chúng ta hơn nhiều lắm. Còn như vầy nửa, mấy nước ấy lại sục-lùi và dã mấy thế-kỷ rồi, họ cứ dòm ngó mà kính-trọng những cơ-sở làm cho họ được danh-dự thuở xưa đó mà thôi.

Theo lẻ tự-nhiên của trời đất, thời bây giờ tới phiên chúng ta. Chúng ta đến đây, chúng ta đem tàu, bè, khí-cụ đến, hoặc hoà, hoặc chiến, và chúng ta tính bình-cảng mà điều-dắc. Chúng ta phải điều-đắc bao lâu? Đều ấy tôi không hiểu được. Nhưng mà tôi để lòng tin-tưởng dân-tộc Á-Đông, đả chỉ đường cho chúng ta; mấy chủng-tộc ấy gần-gủi ta, rồi đây sẻ vẫy-vùng mà tỉnh giấc. Chẳng ai dám biết trước coi những chũng-tộc Âu-Châu và chũng-tộc Á-Châu hiệp-lực với nhau, ở gần-gủi nhau, tranh-cạnh với nhau, rồi nảy ra một cuộc văn-minh tấn-hóa đẹp-đẻ thế nào?

Dầu mình muốn, hay là không gì, cuộc vận-động ấy cứ lừng-lẫy thêm mải. Ấn-Độ đả tùng quyền Anh-Kiết-Lợi, Miến-Điện củng vậy. Xiêm-La thời dương tiềm Thầy mà học-tập. Nhựt-Bồn thời dương sửa soạn cải-cách lấy mình. Trung-Hoa thời phải chịu để cho học-thuật Âu-Tây tràng vào; mấy xứ ở mấy cù-lao lớn kia thời phải chịu cho nước Hoa-Lang điều-dắc. Tôi vẫn biết chắc việc ấy không lẻ bền vửng đời-đời được, song phải chịu như vậy. Nước Việt-Nam không thể nào tránh khỏi cuộc tuần-huờn ấy.

May cho Việt-Nam gặp được một dân-tộc ôn-nhu, quảng-đại, biết ái-tuất kẻ thua mình. Pháp-Quốc chẳng hề tàn-bạo, chẳng hề hủy-phá bao giờ. Lúc ban đầu mới đến chiếm-trị phải hùng-bạo chút-đỉnh nên các ông phiền-trách cũng

— 22 —

phải đó chút; nhưng mà việc đả qua rồi bây giờ tôi đến đây đặng mà trừ cái tệ hung-bạo ấy, rồi dồi cách-thức cai-trị, làm cho thích-hộp với tài-trí nước tôi.

Người Annam thật có lòng Ái-quốc, vậy thời hết thảy phải giúp tôi đặng làm cho hoàn-toàn cái trách-nhậm của tôi. Nếu cứ kháng-cự hoài, thời đả vô-ích, mà lại còn làm cho nước điêu-tàn và làm cho sanh đều hung-bạo nửa, ấy là các đều hễ kháng-cự thời sanh ra như vậy đó.

Tôi vẫn yêu cái chí-khí của mấy người kháng-cự ấy; nhưng mà kháng-cự thời quấy lắm, vì đả vô công, mà lại còn làm hại thêm cho quê-hương Việt-Nam.

Còn như trong nước trở nên thái-bình, thời các ông củng biết Pháp-quốc chỉ muốn có một đều mà thôi: là diều-dắc mà làm cho Việt-Nam thạnh-vượng. Các ông củng biết chúng ta không muốn, mà dầu có muốn đi nửa, cũng không có thể chiếm trọn quyền cai trị, như vận-hội buộc chúng ta phải làm trong Nam-Kỳ đó vậy được. Bực nho-học là hạng rất cứng cỏi, bởi vì hạng người ấy rộng-rải, trong dân-giả ai có tài thời vào hạng ấy được hết thảy, bởi vậy quyền cai-trị tự-nhiên phải giao cho họ, và quan-trường củng nhờ họ giúp giùm. Bức thơ nầy là dài, nên tôi tóm-tắc lại như vầy: xin Tiên-Sanh nói giùm lại với bằng-bối trong cửa «Khổng», với bực cao-kiến trong Việt-Nam biết rằng về sự thi-hành mấy tờ giao-ước họ chẳng nên sợ mất thể-thống của họ, chẳng nên sợ mất tự-do tính-ngưởn, chẳng nên sợ hại quyền-lợi của họ. Họ đừng có rảo khắp trong chốn thôn-quê mà xuối-dục dân làm đều nác-nhà vong-mạng. Họ phải giúp sức với tôi mà lo làm cho xứ-sở họ thạnh-vượng. Dầu luận về phương-diện nào, họ cũng có thể đắc-chí về công-trình của họ và đắc-chí về sở-hành của họ nửa.

Nguyện nhứt tâm thành-tính,

Ký tên: Paul BERT.

Mon Cher Lettré,

Les sentiments très élevés qu'exprime votre dernière lettre ne sont pas faits pour m'étonner de votre part. Je sais de quelle hauteur vous envisagez ces questions religieuses qui divisent et irritent tant le vulgaire des hommes. Toute religion est une grande école de morale, viciée par l'espèce de délégation de la puissance divine donnée à un homme; c'est partout le prêtre, nulle part la religion qu'il faut accuser.

Mais en laissant là ces considérations philosophiques pour redescendre sur le terrain des faits politiques et envisageant la question religieuse en Annam et à l'heure actuelle, je vois avec plaisir que nous envisageons les choses du même point de vue. Je tiens cependant à préciser ici ma pensée.

Il y a eu un temps où la France s'est considérée comme la protectrice des chrétiens en ce sens que, persuadée de la supériorité de leur religion sur celle des peuples étrangers, elle en favorisait le développement par tous les moyens dont dispose une grande nation. « Fille ainée de l'Eglise » elle aidait sa mère à conquérir le monde, mettant au service de la foi catholique et de ses prêtres son autorité morale et ses canons, en telle sorte que ses actes étaient ceux mêmes du Dieu des chrétiens : *Gesta Dei per Francos.*

Cette antique conception a été renoncée par la Révolution de 1789. La France ne doit plus se considérer comme ayant le droit de propagande ; elle n'a plus de religion d'Etat, et la religion catholique est simplement aidée d'argent par elle comme la religion protestante, juive et musulmane. Donc à l'étranger elle n'a pas plus à s'occuper de développer la religion du Christ que celle de Mahomet. Mais un devoir plus élevé lui incombe. Elle devient la gardienne et la protectrice de la liberté de conscience. Elle ne peut admettre pas plus sur son propre territoire que dans les pays sur lesquels elle a quelque autorité ou quelqu'influence, qu'un homme soit persécuté, puni, pour avoir obéi à sa foi religieuse. Alors elle intervient, et elle réclame non plus le privilège, mais l'égalité et la justice.

Tels sont mes principes modernes ; ils dominent toute la législation française. Je sais que dans la pratique, il s'en faut de beaucoup qu'on les ait appliqués ; et que, spécialement dans vos pays, jusqu'à ces derniers temps, des chrétiens ont pu croire qu'ils jouissaient d'une situation privilégiée et de droits spéciaux sous la garantie et la protection de la France, comme les non-chrétiens ont pu craindre des empiètements sur les droits de l'autorité légitime.

Mais tout cela est changé ! bien changé ! définitivement changé! L'avènement de la République en France a eu pour conséquence de faire passer dans l'application les principes de la Révolution de 1789. Le Gouvernement que je représente et moi-même, nous sommes bien résolus à leur obéir. Je ne cesserai de réclamer auprès des autorités annamites pour que les chrétiens aient les mêmes droits que les autres sujets du Roi ; mais je ne cesserai de dire aux chrétiens qu'ils ne peuvent réclamer ces droits qu'à la condition d'obéir comme tous aux lois du pays et aux mandarins chargés de les exécuter. Mais s'ils veulent une législation à part, s'ils refusent de payer l'impôt aux autorités, s'ils veulent former de petits états dans le Grand Etat, je cesse de les défendre. Prêt à tout faire au nom de l'égalité, je ne ferai rien au nom du privilège. Mais j'emploierai toute mon énergie à les protéger contre des massacres comme ceux de Binhdinh et de Thanh-hoa qui sont une honte pour le Roi et pour la France.

Parlez dans ce sens aux lettrés ; montrez-leur bien qu'une guerre de religion est aujourd'hui absurde et coupable, et que je n'y prêterai jamais les mains,

Vous pouvez encore leur dire ce dont je vous ai parlé un jour.

La France ne quittera plus ces contrées ; il faut laisser là tout espoir d'un recul ; les intérêts engagés sont tels, sans parler de l'honneur national, qu'une guerre européenne elle-même ne nous ferait pas lâcher pied ; nous pourrions être forcés de restreindre notre occupation rien de plus et la paix faite, nous reprendrions l'offensive avec une nouvelle énergie.

Et d'ailleurs, quand même par un ensemble de circonstances impossibles à prévoir la France renoncerait à sa situation actuelle, croyez-vous que l'Annam reprendrait son indépendance du temps de Gia-long et de Minh-mang ? Erreur profonde ! Les Anglais ou les Espagnols, ou plutôt les Allemands arriveraient à leur tour, et l'Annam apprécierait par comparaison s'il a gagné au change ! Vous verriez ce qu'est la brutalité sanguinaire du soldat allemand !

Oui, quoi qu'il advienne, une nation européenne entrera en Annam pour y prendre une influence directrice. Et pourquoi cela ? Parce qu'il y a dans l'histoire des peuples des nécessités et des fatalités contre lesquelles la lutte est impossible, et que le vrai patriotisme consiste à savoir utiliser.

Si, 400 ans avant Jésus-Christ, alors que nos ancêtres mangeaient des fruits sauvages dans les forêts de Gaule et que Confucius écrivait le Chou-King, une flotte chinoise eût envahi nos rivages, apportant à ces peuplades grossières une civilisation déjà raffinée, des arts et des sciences développés, une hiérarchie sociale fortement organisée, un code moral admirable, l'influence chinoise se fût implantée légitimement et eût dominé pendant un temps que nul ne peut imaginer. Voici qu'aujourd'hui, un phénomène inverse se produit. Ces grandes nations d'Orient, si précoces dans leur développement se sont arrêtées ; les civilisations Hindoue, Siamoise, Annamite, Chinoise, sont restées ce qu'elles étaient il y a 2000 ans. Nous, nous avons marché ; en retard sur elles, nous les avons dépassées, au moins pour tout ce qui touche aux sciences et aux industries. Il y a plus : elles se sont affaissées, et, depuis des siècles, elles ne font plus que contempler avec étonnement les anciens monuments de leur gloire.

Alors l'éternelle loi de l'histoire intervient : à notre tour nous arrivons avec nos flottes, notre outillage et pacifique et guerrier, et nous prenons légitimement l'influence directrice. Pour combien de temps, je ne le sais. Mais j'ai confiance dans ces races d'Orient qui nous ont montré le chemin ; à notre contact elles reprendront leur activité engourdie pendant des siècles, et nul ne peut prévoir quel magnifique essor donneront à la civilisation l'union, le contact, la concurrence des qualités si différentes et également admirables des races d'Europe et de celles d'Asie.

Qu'on le veuille ou non, le mouvement s'accentue chaque jour. L'Inde est sous la domination anglaise ; la Birmanie aussi ; le Siam n'a que le choix d'un maître ; le Japon essaie de se transformer seul ; la Chine se laisse pénétrer malgré elle par l'esprit d'Occident ; les antiques rajahs des grandes îles subissent l'influence hollandaise. Cela ne durera pas, j'en suis sûr ; mais il faut passer par là : l'Annam ne peut échapper à cette fatalité.

Heureusement, l'Annam a affaire au peuple le plus souple, le plus bienveillant, le plus affectueux pour les vaincus qui soit au monde. La France n'a jamais tyrannisé ni détruit. Sans doute, vous avez à vous plaindre des premières violences de notre installation ; mais c'est affaire de temps, et je suis venu surtout pour faire cesser des actes fâcheux, et changer de méthode, en prenant celle qui convient au génie de mon pays.

Les bons patriotes d'Annam devraient tous m'aider dans cette tâche. En persévérant dans une résistance inutile, ils ruinent leur pays et autorisent toutes les violences. Villages brûlés, population décimée par la faim, arrêt total des affaires, voilà le résultat de l'entêtement dont j'apprécie le mobile, mais qui est une faute, une inutilité et va devenir un crime contre la patrie annamite.

La paix rétablie, au contraire, vous savez bien que la France n'a qu'un désir : rendre à l'Annam sa prospérité sous sa direction morale générale. Vous savez bien que nous ne voulons ni ne pouvons prendre l'administration

— 67 —

directe que les événements nous ont imposée en Basse-Cochinchine. La classe des lettrés, si forte précisément parce qu'elle n'est pas une classe fermée, mais qu'elle se recrute dans le peuple entier, restera, comme cela est légitime et nécessaire, dépositaire de l'autorité et fournisseuse de fonctionnaires.

En résumant cette immense lettre, je vous dirai : faites savoir à vos amis Confuciistes, aux lettrés éminents d'Annam, qu'ils n'ont rien à craindre, dans l'application du Traité, pour leur dignité, leur liberté de conscience, leur intérêt. Au lieu de courir la brousse, d'exciter de pauvres paysans à se faire tuer et ruiner, qu'ils travaillent avec moi à la prospérité de leur pays. A tous les points de vue, ils auront lieu d'être satisfaits de leur œuvre et d'eux-mêmes.

Bien cordialement dévoué.

Signé : Paul Bert.

Mặt tiền trường Lycée Trương Vĩnh Ký thời Pháp thuộc.

BÀI HÁT CHÍNH THỨC XƯA NHẤT CỦA TRƯỜNG PETRUS TRƯƠNG VĨNH KÝ ĐƯỢC GIỚI THIỆU TRONG BUỔI HỘI THẢO

CAM VŨ

Trong quá trình tìm kiếm tài liệu cho cuộc hội thảo và triển lãm về Trương Vĩnh Ký, ban tổ chức đã nhận được một tác phẩm rất độc đáo: bài hát chính thức của Lycée Pétrus Trương Vĩnh Ký, nhạc của Lưu Hữu Phước, lời của ông Le Jeannic, Hiệu Trưởng người Pháp của Lycée Pétrus Trương Vĩnh Ký từ năm 1938 đến 1944.

Chant du lycée Pétrus-Ky, sans date. Archives de Charles Truong-vinh-Tong.

Chúng ta được biết nhạc sĩ Lưu Hữu Phước là người Nam, đã theo học xong bậc Trung Học tại Lycée Trương Vĩnh Ký năm 1940, sau đó đi học Y khoa tại đại học Hà Nội. Thời gian ở Hà Nội ông đã sáng tác rất nhiều nhạc phẩm kêu gọi lòng yêu nước của người Việt Nam như *Hội Nghị Diên Hồng, Ải Chi Lăng, Bạch Đằng Giang, Kinh Cầu Nguyện, Hát Giang Trường Hận (Hồn Tử Sĩ)*... và đặc biệt bài *Sinh Viên Hành Khúc* (Marche des Étudiants) sau đổi tên thành *Thanh Niên Hành Khúc*, rồi *Quốc Dân Hành Khúc* và thành bài Quốc Ca của Chính quyền Quốc gia Việt Nam, cho tới năm 1975. Riêng bài *Chant du Lycée* Pétrus *Trương Vĩnh Ký* thì có thể đoán nhạc sĩ viết trong thời gian 1939 hoặc 1940 là hai năm cuối ông học tại trường Pétrus Ký dưới quyền ông hiệu trưởng Le Jeannic là người viết lời.

DU

LYCÉE PÉTRUS TRU'O'NG-VỈNH-KÝ

PAROLES DE
M. LE JEANNIC
PROVISEUR DU LYCÉE

MUSIQUE DE
LUU-HUU PHUOC

COUPLET II

Ông Le Jeannic
Hiệu Trưởng
Lycée Pétrus Trương Vĩnh Ký

Qu'un noble souci nous inspire :
Pensons toujours à la place à tenir
Dans la jeunesse de l'Empire
Qui bâtit en commun l'avenir.
Ardents et prompts
Pétrus Ky !
Nous accourons
(Pétrus Ky !)
Pour la grande œuvre en chantier.
Et nous saurons
Pétrus Ky !
Nous le jurons
(Pétrus Ky !)
Nous y donner tout entier.

(Au refrain)

Nhạc Sĩ
Lưu Hữu Phước

Bài hát này được chuyên viên thư viện Phạm Lệ Hương trích từ Luận án Cao học ngành Sử (Maitrise d'histoire) nhan đề *"Petrus J.B. Trương Vĩnh Ký (1837-1893) : un lettré cochinchinois entre deux cultures"* Université de Paris Diderot, 1995 của Anne Madelin, có nguồn gốc từ kho tư liệu của ông Charles Trương Vĩnh Tống, hậu duệ của cụ Trương Vĩnh Ký.

Ban tổ chức nghĩ rằng bài hát này cần được trình bày trong chương trình hội thảo như một tài liệu lịch sử của ngôi trường mang tên nhà bác học, và đã may mắn mời được nhạc sĩ Nghiêm Phú Phát, một người đầy đủ khả năng về âm nhạc và tiếng Pháp để chỉ trong một thời gian ngắn tập dượt, có thể trình bày bài hát chính thức của trường Pétrus Ký trong buổi hội thảo về Trương Vĩnh Ký.

Nhạc sĩ Nghiêm Phú Phát là một cựu học sinh Petrus Ký. Trước cử tọa ông cho biết người anh ruột của mình, nguyên Giám đốc trường Quốc Gia Âm Nhạc tại Sài Gòn trước 1975 Nghiêm Phú Phi cũng là một cựu học sinh trường này, và hai người em của ông cũng thế. Nhạc sĩ đã cung kính cúi chào và nói lời thăm hỏi giáo sư Lê Xuân Khoa, vị thầy đã dạy ông tại trung học Trương Vĩnh Ký hồi cuối thập niên 1950, đang có mặt tại phòng hội thảo.

Đối với hầu hết các cựu học sinh trường Petrus Ký hiện diện trong buổi hội thảo thì bài hát này khá xa lạ, lý do dễ hiểu vì nó đã quá xưa, thời họ theo học tại trường với chương trình Việt thì nó không còn dùng như bài hát chính thức của trường nữa. Tuy nhiên khi nghe nhạc sĩ Nghiêm Phú Phát đàn hát bài này, tất cả đều cảm động pha chút bùi ngùi, vì một mảng quá khứ của ngôi trường thân yêu như từ xa xưa đang dội vào tâm hồn họ, gợi lên biết bao hình ảnh trang nghiêm và thân mật của ngôi trường mà họ hãnh diện được theo học từ thời còn rất trẻ…

Cam Vũ

Nhạc sĩ Nghiêm Phú Phát đang đàn hát bài Chant du Lycée Pétrus TrươngVĩnh Ký

Nhớ Một Người Ở Cái Mơn

Phương Nghi

Tác giả Phương Nghi

Tôi có cái duyên được làm quen với tác giả Trương Vĩnh Ký từ lúc bảy, tám tuổi. Lúc ấy tôi tình cờ thấy quyển Chuyện Đời Xưa ai đó để trên bàn và tò mò mở ra đọc. Chắc là ba má tôi mua về chứ còn ai nữa. Càng đọc tôi càng thích. Rồi tôi đưa cho em tôi đọc nữa. Hai chị em đọc xuôi đọc ngược đến quyển sách te tua. Những chuyện như "Mẹ chồng nàng dâu ăn vụng", "Đặt lờ trên ngọn cây", "Chàng rể bắt chước cha vợ" sao mà vui vui, duyên dáng, dễ thương, hạp với tôi vậy không biết. Tôi đọc, chẳng cần suy nghĩ sâu xa gì cho mệt, nhiều khi tức cười quá cười lên khanh khách. Tác giả viết rất đơn giản, giống như đang giỡn vậy.

Được một thời gian thì quyển sách bỗng lạc đâu mất tiêu. Kiếm khắp cùng khắp xó cũng không thấy. Rồi tôi lớn lên. Sự tiếc rẻ về quyển Chuyện Đời Xưa bị mất vẫn còn làm tôi khổ sở vô cùng. Tôi đi lùng tìm ở các nhà sách nhưng không gặp được.

Ông Trương Vĩnh Ký là ai nhỉ? Tôi không biết gì về ông cả. Ngoài quyển Chuyện Đời Xưa thì cái tên của ông chẳng khơi gợi được ở tôi điều gì. Thậm chí tôi không biết ông còn có một cái tên khác là Petrus Ký. Tôi tưởng đó là hai người. Nghe cậu tôi kể hồi xưa cậu là học sinh Petrus Ký. Trường này sau 75 được đổi tên là Lê Hồng Phong.

Rồi tôi trôi nổi ra nước ngoài, lập gia đình, sinh con, làm việc kiếm sống. Giữa bao biến động của đời sống, cái tên Trương Vĩnh Ký đã chìm hẳn xuống đáy hồ và nằm lại ở đâu đó cùng với đá cuội và rong rêu, không khuấy động gì trong lòng tôi dù là một lượn sóng khiêm nhường nhất.

Tháng 12 năm ngoái các giáo sư, luật sư, nhà báo, nhà văn tên tuổi đã tổ chức một buổi hội thảo tưởng niệm học giả Trương Vĩnh Ký. Tôi ngồi trong hội trường lắng nghe các bài thuyết trình và đi từ ngạc nhiên này đến ngạc nhiên khác. Học giả Trương Vĩnh Ký không chỉ có quyển *Chuyện Đời Xưa* như trong sự hiểu biết nhỏ nhoi của tôi. Ông là nhà báo đầu tiên của Việt Nam, đã dốc tiền túi ra làm báo đến đồng xu cuối cùng, là người truyền bá chữ quốc ngữ, viết lại *Truyện Kiều* và *Truyện Lục Vân Tiên* bằng chữ quốc ngữ... Theo cuốn sách *"Trương Vĩnh Ký tinh hoa nước Việt"* của GS Nguyễn Vy Khanh thì ông là *"một nhà ngôn ngữ học và Việt Nam học đặc biệt của Việt Nam vào nửa cuối thế kỷ 19. Trương Vĩnh Ký là một trong những người đi tiên phong viết văn bằng chữ quốc ngữ và ngoài những tác phẩm biên khảo và từ điển ông còn biên soạn các sách về giáo dục, lý thuyết, và thực hành ngôn ngữ, nhân chủng, địa lý..."* Cũng theo GS Nguyễn Vy Khanh thì *"Trương Vĩnh Ký đã từng bị hiểu lầm, từng bị huyền thoại hóa theo âm mưu của thực dân, từng bị khen chê theo yêu ghét cá nhân, theo xu hướng chính trị và thời cuộc"* nên tượng đài của ông bị phế bỏ và trường học mang tên ông cũng bị thay bằng một cái tên khác.

Công lao của ông to lớn quá. Một danh tài của đất nước như thế mà tôi chẳng biết gì hết. Thật đáng hổ thẹn.

Thời gian gần đây tôi có trở về thành phố cũ, tức Sài Gòn, nơi tôi đã sinh ra và lớn lên. Thành phố thay đổi quá nhiều, tôi ngơ ngơ ngác ngác như chàng ngáo, không nhận ra đâu là đâu. Nhân một lần lên thăm người cô ở Gò Vấp tôi hỏi anh xe ôm:

"Anh nè, mấy cái tên đường mới như Phạm Văn Chiêu, Nguyễn Thị Thập, Nguyễn Văn Thọ là ai vậy anh hả? Họ là những anh hùng thời nào vậy?"

Anh xe ôm bảo:

"Ối. Em chả biết chị ơi. Tên gì cũng được. Em chạy xe cả ngày ê mông kiếm cơm kiếm gạo, còn sức đâu mà để ý mấy ông bà ấy đã làm gì cho đất nước."

Anh xe ôm nhe răng ra cười. Mùi xăng nhớt, bụi đường, mồ hôi mồ kê quện vào nhau hăng nồng. Lần sau gặp một anh xe ôm khác tôi cũng hỏi cái câu tương tự và được nghe câu trả lời tương tự. Cả cái biển người đang rần ì chen chúc trong thành phố không biết có mấy ai quan tâm đến tên đường hay tên trường. Ngay những cái tên đang hiện hữu sờ sờ trên những bảng tên đường trong thành phố mà người ta còn chẳng biết mô tê gì thì nói chi đến một cái tên đã bị kéo xuống cách nay hơn 40 năm!

Tìm hiểu về Petrus Ký, về những công trình đóng góp của ông hoặc luận về Công hay Tội trong những việc làm của ông đối với đất nước đã có các sử gia, các nhà nghiên cứu, các nhà chuyên môn. Riêng tôi, trong phạm vi bài này tôi chỉ đề cập đến những vấn đề có tính chất "tình cảm", những suy nghĩ tản mạn của cá nhân tôi đối với Trương Vĩnh Ký. Tôi yêu quí ông vì tôi yêu quí biết bao nhiêu quyển *Chuyện Đời Xưa*, ngưỡng mộ lẫn biết ơn ông vì không có ông chăm lo việc truyền bá thì không có chữ quốc ngữ, và thương tiếc ông vì ông chịu nhiều phê phán của người đời trong khi mấy ai đã thực sự trong sạch mà phê

Phương Nghi đàn tranh, hòa tấu bài Lý Cái Mơn với người bạn Tiến Hùng đàn bầu tại buổi hội thảo.

phán người khác cũng như mấy ai đã thực sự hiểu về ông hay chỉ suy đoán, tưởng tượng hoặc a dua theo thế thời.

Buổi tưởng niệm Trương Vĩnh Ký với những bài thuyết trình của các vị Nguyễn Trung Quân, Nguyễn Văn Sâm, Trần Văn Chi, Bùi Vĩnh Phúc, Winston Phan Đào Nguyên, Phạm Phú Minh, đã đưa Trương Vĩnh Ký ra khỏi bóng tối u ám của những nhận định sai lầm do vô tình hay cố ý, đã đặt ông đúng vào vị trí tầm cỡ của ông và khai sáng cho thế hệ trẻ hiểu biết về một nhân tài của đất nước mà bấy lâu tên tuổi đã có phần bị quên lãng. Bây giờ thì tôi đã biết Trương Vĩnh Ký là ai và dĩ nhiên là các con các cháu tôi sau này cũng sẽ biết ông là ai.

Thương nhớ một tài danh của đất nước tôi và người bạn đồng môn – anh Tiến Hùng đã song tấu đàn tranh đàn bầu bài *Lý Cái Mơn* và hai câu Vọng Cổ để gởi đến ông, đến một người đã sinh ra trên miền đất Cái Mơn Nam Bộ với tất cả niềm tri ân. Bao nhiêu năm ôm đàn, lăn lóc gởi hồn cho bài Lý Cái Mơn nhưng đến bây giờ chính tôi mới cảm nhận được ý nghĩa to lớn của địa danh Cái Mơn, nơi đã sản sinh ra một người con của đất nước với bao công trình tâm huyết cống hiến cho văn hóa nước nhà.

Xin gửi đến người tác giả, học giả yêu mến của tôi hai câu thơ:

Ai về hát Lý Cái Mơn
Hồn Trương Vĩnh Ký ngát thơm muôn đời.

Phương Nghi

3/2019

Minh Oan Cho Petrus Trương Vĩnh Ký Về Câu "Ở Với Họ Mà Không Theo Họ"

Winston Phan Đào Nguyên

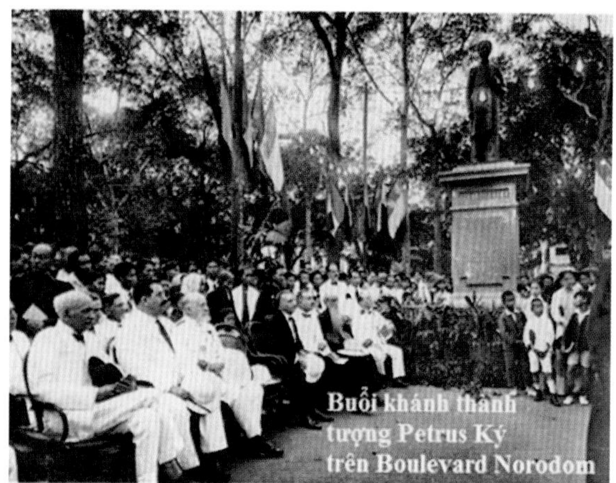

Lễ Khánh Thành tượng đài Petrus Trương Vĩnh Ký tại Boulevard Norodom, Saigon (sau lưng Nhà Thờ Đức Bà).

Có lẽ một trong những người gây nhiều tranh luận nhất trong lịch sử Việt Nam là ông Petrus Trương Vĩnh Ký ("Petrus Ký"). Hơn một trăm năm sau ngày ông mất (1898), đến giờ này người Việt trong và ngoài nước vẫn còn bàn cãi về ông. Nhưng có một điều về ông Petrus Ký mà hình như tất cả hai phía khen và chê đều đồng ý là câu ***"sic vos non vobis"***. Đây là một câu bằng chữ Latin được cho là phương châm hay tôn chỉ trong cuộc sống của ông và thường được dịch ra là *"ở với họ mà không theo họ"*.

Không biết chính xác từ lúc nào, nhưng hiện nay hầu như trong tất cả các bài viết về ông Petrus Ký đều có dẫn "sic vos non vobis" và cho rằng ông Petrus Ký đã dùng câu Latin này để tự bào chữa cho sự hợp tác với Pháp của ông. Vì, theo tất cả các bài viết nói trên, "sic vos non vobis" có nghĩa là "ở với họ mà không theo họ" hoặc "theo họ nhưng không lệ thuộc họ". Tuy có khác nhau chút ít về hình thức, nhưng tất cả những câu dịch đều có nội dung giống nhau, đại ý là Petrus Ký chỉ miễn cưỡng mà làm việc cho Pháp thôi chứ không hề "theo" hay "lệ thuộc" người Pháp.

Một thí dụ tiêu biểu nhất là bài viết về Petrus Ký trong Wikipedia hiện nay (2017): "Pétrus Ký đã mượn câu cách ngôn Latinh 'Ở với họ mà không theo họ' ("Sic vos non vobis"), để biện minh cho việc nhận lời làm thông ngôn cho Jauréguiberry."[1]

Bài Wikipedia nói trên cho biết đã dẫn câu này từ bài viết "Ở Với Họ Mà Lòng Không Theo Họ – Châm Ngôn Và Bi Kịch Cuộc Đời Trương Vĩnh Ký" của tác giả Phan Thứ Lang trong Tạp Chí Xưa & Nay tháng 12 năm 1997. Nguyên văn như sau:

> "Và Pétrus Ký đã đem câu châm ngôn Latinh 'Ở với họ mà không theo họ ' ("*Sic vos non vobis*"), để biện minh cho sự hợp tác của ông với Pháp. Rồi mặc những lời thị phi, ngày 20/12/1860, ông đã nhận lời làm thông ngôn cho Jauréguiberry." [2]

Một tác giả khác, Hồng Lê Thọ, trong bài "Trương Vĩnh Ký - Một Trí Thức Buồn" (1/9/2008) đang được lưu hành rất nhiều trên mạng, viết như sau về "sic vos non vobis" và Petrus Ký trong chú thích số 27 của bài viết: "(27) ngạn ngữ la tinh, biện minh cho việc ra nhận lời làm thông ngôn cho Trung tá Hải quân Jauréguiberry. Trong một thư khác viết bằng chữ La-ngữ gửi cho bạn là bác-sĩ Chavannes, ông cũng bày tỏ rõ quan-điểm của mình: "Đây là việc tôi ở với các anh chứ không phải vì theo các anh, đó chỉ là phận sự tôi phải làm và điều này làm tôi an lòng", ông nói: "sic vos non vobis, hoc (sic) est mea sors et consolatio." (Nguyễn Văn-Tố, Tựa cuốn Trương Vĩnh Ký của Lê Thanh, Bằng Giang, Sương Mù Trên Tác phẩm Trương Vĩnh Ký, Văn Học tb, 1994. tr.71)".[3]

Gần đây nhất, trong Lời Giới Thiệu viết ngày 5/7/2016 cho cuốn "Petrus Ký - Nỗi Oan Thế Kỷ"[4] của nhà nghiên cứu Nguyễn Đình Đầu, giáo sư Phan Huy Lê viết:

> *"Theo đó, cuối đời, Trương Vĩnh Ký cũng tự thấy những mâu thuẫn trong cuộc sống của mình khiến hậu thế khó hiểu khi căn dặn chôn mình trong một nhà mồ đơn sơ với dòng chữ Latin "Sic vos non vobis" (Ở với họ mà không theo họ) ..."*[5]

Có lẽ giáo sư Phan Huy Lê bị ảnh hưởng bởi những dòng sau đây của tác giả Nguyễn Đình Đầu trong cùng cuốn sách Nỗi Oan Thế Kỷ:

> *"Trước khi rời cõi thế, Petrus Ký tự xây cho mình một nhà mồ vững chãi nhưng đơn sơ. Trên cửa chính có ghi câu thành ngữ bằng tiếng Latin* ***Sic vos non vobis*** *(Ở với họ mà không theo họ)...".*[6]

---

1 https://vi.wikipedia.org/wiki/Tr%C6%B0%C6%A1ng_V%C4%A9nh_K%C3%BD. Trung tá Hải Quân Jean Bernard Jauréguiberry thay đô đốc Rigault de Genouilly làm chỉ huy liên quân Pháp - Tây Ban Nha ở Nam Kỳ từ 1859 đến 1860. Phần nhiều tài liệu cho rằng Petrus Ký bắt đầu làm việc với Pháp dưới quyền Jauréguiberry.

2 Được in lại trong Đặc San Petrus Ký Úc Châu 2004, trang 65-69. Có thể tìm trên mạng: https://petruskyaus.files.wordpress.com/2015/07/e1bb9f-ve1bb9bi-he1bb8d-mc3a0-lc3b2ng-khc3b4ng-theo-he1bb8d-phan-the1bba9-lang.pdf.

3 http://vietsciences.free.fr/vietnam/danhnhan/tacgia/truongvinhky-hlt.htm

4 Nguyễn Đình Đầu, *"Petrus Ký - Nỗi Oan Thế Kỷ"*, Nhà Xuất Bản Tri Thức, Nhã Nam 2016. Từ đây về sau gọi tắt là "NOTK".

5 NOTK, trang 6.

6 NOTK, trang 39.

Cả hai tác giả Nguyễn Đình Đầu và Phan Huy Lê đều không cho biết lấy nguồn từ đâu cho câu dịch này.[7]

Như vậy, tạm gác qua những dị biệt nhỏ về cách dịch, gần như tất cả mọi tác giả viết bằng tiếng Việt hiện nay đều cho rằng Petrus Ký đã tự bào chữa cho sự hợp tác với Pháp của ông bằng một câu tiếng Latin "sic vos non vobis" có nghĩa là "ở với họ mà không theo họ".

Nhưng sự thật có phải vậy không? Sau khi tìm hiểu, người viết bài này xin thưa rằng không. Câu "sic vos non vobis" này có thể đúng là một phương châm hay triết lý trong cuộc sống của Petrus Ký. Nhưng nó không hề là một câu dùng để tự biện minh cho việc hợp tác với Pháp của ông. Lý do sẽ được trình bày trong bài viết này.

1. Nghĩa Đen Của "Sic Vos Non Vobis" Không Phải Là "Ở Với Họ Mà Không Theo Họ"

Lý do đầu tiên và đơn giản nhất là vì "sic vos non vobis" chữ Latin theo nghĩa đen hoàn toàn không có nghĩa "ở với họ mà không theo họ".

"Sic vos non vobis" là một nhóm chữ (cụm từ) đúng hơn là một "câu" Latin.

"Sic" có nghĩa là "như vậy" (so, thus, trong tiếng Anh). Đó là lý do tại sao khi trích dẫn một chữ viết sai chính tả hay sai sự thật, «sic» thường được dùng trong ngoặc đơn để cho biết chính tác giả đã viết sai "như vậy", chớ không phải do người trích dẫn sai.

"Vos" là đại danh từ ngôi thứ hai số nhiều (you, các anh, các chị, các người), thường được dùng trong các "case" hay "cách" sau đây trong văn phạm Latin: nominative (danh cách), accusative (đối cách) hoặc vocative (hô cách).

"Non" là không.

"Vobis" là dạng dative (tặng cách) hoặc ablative (ly cách) của vos (ngôi thứ hai số nhiều). Trong "sic vos non vobis", chữ vobis được dùng theo "tặng cách" hay dative case. Và phải được dịch ra là "cho các anh (chị)" (for yourselves).

Do đó, theo nghĩa đen từng chữ của nhóm chữ này, hoàn toàn không có động từ "ở" và "theo", cũng như chẳng có "họ". Có thể tạm dịch là:

"như vậy … các anh (chị) không phải cho mình …." (so you … not for yourselves).[8]

---

7 Tuy nhiên, theo tìm hiểu của người viết thì nhà mồ của ông Petrus Ký không có ghi "sic vos non vobis" như Nguyễn Đình Đầu cho biết, mà chỉ có 3 câu tiếng Latin sau đây: 1) Miseremini Mei Saltem Vos Amici Mei; 2) Fons Vitae Eruditio Possidentis; và 3) Omnis Qui Vivit Et Credit In Me Non Morietur In Aeternum. Có thể đọc được các câu đó trong những hình ảnh trên trang nhà của "Dòng Dõi Petrus Ký": http://gilbert.tvt.free.fr/ddpk/crbst_27.html

8 Từ đây về sau những câu dịch chữ Latin trong bài là của người viết, trừ khi có chú thích rõ là của người dịch khác.

2. Nguồn Gốc "Sic Vos Non Vobis" Và Nghĩa Bóng Thông Dụng Ngày Nay

Nhưng để hiểu rõ và chính xác hơn về "sic vos non vobis", hãy tìm về quá khứ huy hoàng của chúng và nghĩa bóng thông dụng ngày nay.

a) Từ Thơ Virgil

Chỉ cần bỏ dăm ba phút trên google, ta có thể thấy ra ngay "sic vos non vobis" có một nguồn gốc rất thú vị chứ không phải chỉ đơn giản là một câu "cách ngôn", "châm ngôn", hay "ngạn ngữ" Latin như phần lớn bài viết tiếng Việt về Petrus Ký cho biết. Nó không phải là một câu hoàn chỉnh, mà là một phần trong những câu thơ của thi hào Virgil thời đế quốc La Mã.

Theo truyền thuyết, Virgil, vào khoảng năm 41 B.C., lúc đã nổi tiếng, có làm hai câu thơ (distich) để ca ngợi hoàng đế Caesar Augustus (cháu của Julius Caesar), và để hai câu thơ đó trước cổng cung điện của Augustus vào một đêm mưa trước một ngày lễ hội của ông ta như sau:

Nocte pluit tota; redeunt spectacula mane:
Divisum imperium cum Jove Caesar habet.

Tạm dịch:

Trọn đêm mưa bình minh cùng lễ hội
Quyền Caesar chia sẻ với thần Du.[9]

Vì là một người khiêm nhường, Virgil đã không viết tên mình là tác giả hai câu thơ. Sau khi đọc được hai câu này, hoàng đế Augustus rất thích thú và quyết tìm cho ra tác giả. Tuy nhiên, Virgil vẫn không nhận là của mình. Cho đến khi một nhà thơ khác tên là Bathyllus thừa cơ hội nhận là của mình và được Augustus khen thưởng, thì Virgil mới tức mình viết thêm những câu sau đây trên cánh cổng cung điện, trong đó ông cố tình để trống phần sau của 4 câu có "sic vos non vobis":

Hos ego versiculos, tulit alter honores:
Sic vos non vobis, ________________
Sic vos non vobis, ________________
Sic vos non vobis, ________________
Sic vos non vobis, ________________

Tạm dịch:

Tôi làm thơ, nhưng kẻ nào hưởng lợi
Chẳng vì mình, __________________
Chẳng vì mình, __________________
Chẳng vì mình, __________________
Chẳng vì mình, __________________

---

9 *Jove* hay Zeus là ***Jupiter***, trong tiếng Việt có người dịch là *Du Bích Tiên* trong một cuốn sách về thần thoại Hy Lạp xuất bản tại miền Nam trước 1975: "Ba Mối Tình của Thần Du Bích Tiên". Chú ý là trong câu này Virgil, cũng như người đương thời, gọi Caesar Augustus là Caesar.

Thắc mắc không biết ai viết những câu trên, Augustus ra lệnh cho Bathyllus làm tiếp phần để trống, nhưng Bathyllus không làm được. Đến lúc đó Virgil mới ra mặt và hoàn tất các câu bỏ trống như sau:

Hos ego versiculos, tulit alter honores:
Sic vos non vobis nidificatis aves;
Sic vos non vobis vellera fertis oves;
Sic vos non vobis mellificatis apes;
Sic vos non vobis fertis aratra boves.

Tạm dịch:

Tôi làm thơ nhưng kẻ nào hưởng lợi
Chẳng vì mình, lũ chim làm tổ mới
Chẳng vì mình, đàn cừu phải mang lông
Chẳng vì mình, làm mật những đàn ong
Chẳng vì mình, giống trâu bò cày cấy

Không cần phải nói, sau đó trắng đen rõ rệt, Virgil càng được Augustus mến trọng hơn.

b) Cách Dùng Thông Dụng Về Sau Hay Nghĩa Bóng Của "Sic Vos Non Vobis"

Và sau đó theo thời gian, "sic vos non vobis" từ nguồn gốc ở những câu thơ của Virgil đã thường được dùng để chỉ trường hợp:

i. Người này làm nhưng bị kẻ khác hưởng lợi, nhất là trong hoàn cảnh bị đạo văn như Virgil.
ii. Người làm điều lợi cho người khác chứ không cho chính mình.[10]

Và nghĩa chính xác của "sic vos non vobis" sẽ tùy thuộc vào hoàn cảnh mà nó được sử dụng.[11]

Nhưng hoàn toàn không có trường hợp nào mà "sic vos non vobis" có thể được dịch ra là "ở với họ, mà không theo họ" như các bài tiếng Việt đã viết.

Và cả nghĩa đen lẫn nghĩa bóng thông dụng sau đó của "sic vos non vobis" đều không phải là "ở với họ mà không theo họ".

Muốn biết "sic vos non vobis" của Petrus Ký thật sự có nghĩa gì, ta phải xem chính xác trong thời gian và hoàn cảnh nào ông Petrus Ký đã dùng nó. Muốn vậy, phải trở lại với thời gian vài mươi năm khi câu này được dịch ra tiếng Việt. Đó là thập niên 50 của thế kỷ trước.

---

10 The Bank of England, Ngân Hàng Anh Quốc, dùng câu này từ thời của William Paterson, một trong những người sáng lập ra Ngân Hàng. Trong ngân hàng hiện có tượng của Paterson và câu *Sic Vos Non Vobis*, được hiểu là: *'Thus you labour, but not for yourselves'*. Đây là câu đại diện cho triết lý của nhà băng này. http://www.bankofengland.co.uk/education/Documents/museum/insidetheboe.pdf.

11 Còn có một trường hợp nữa nhưng rất hiếm thấy là *"cho anh nhưng không phải của anh", "for you but not yours"*.

3. Nguồn Gốc Câu Dịch "Ở Với Họ Mà Không Theo Họ"

Tác giả Phan Thứ Lang trong bài "Ở Với Họ Mà Lòng Không Theo Họ – Châm Ngôn Và Bi Kịch Cuộc Đời Trương Vĩnh Ký" đã không cho ta biết nguồn gốc của câu dịch này khi cho rằng Petrus Ký đã dùng nó để "biện minh cho sự hợp tác của ông với Pháp" và rồi sau đó, mặc "thị phi", làm việc với Pháp từ năm 1860.

Và tác giả Hồng Lê Thọ trong bài "Trương Vĩnh Ký – Một Trí Thức Buồn" thì có dẫn đến hai nguồn là Nguyễn Văn Tố trong Lời Tựa cho cuốn "Trương Vĩnh Ký – Biên Khảo" của Lê Thanh và Bằng Giang trong "Sương Mù Trên Tác Phẩm Trương Vĩnh Ký".

Nhưng trong bài Tựa của Nguyễn Văn Tố được in lại trong cuốn NOTK của Nguyễn Đình Đầu, trang 361, không hề có một lời nào về "sic vos non vobis". Thêm nữa, trong cả một bài rất dài về Petrus Ký của Nguyễn Văn Tố trong Bulletin de la Société d'enseignement Mutual du Tonkin (Tập San Trí Tri) năm 1937 (in lại trong NOTK, trang 371-410), cũng không thấy ông Tố nói gì về câu này.

Và Bằng Giang trong "Sương Mù Trên Tác Phẩm Trương Vĩnh Ký"[12] hoàn toàn không nói gì về "sic vos non vobis".

Gần đây nhất, cả hai ông Phan Huy Lê và Nguyễn Đình Đầu cũng không cho biết lấy nguồn câu này từ đâu.

Do đó, mặc dù câu "ở với họ mà không theo họ" được sử dụng lan tràn trong các bài viết về Petrus Ký, các tác giả của những tác phẩm này dường như đã không chú ý lắm về nguồn gốc của nó. Điều này làm cho người đọc có cảm tưởng rằng đây là một sự thật đã được chấp nhận, và làm cho việc đi tìm nguồn gốc của nó thêm phần khó khăn.

a) Từ Sách "Chữ, Văn Quốc Ngữ" Của Nguyễn Văn Trung

Tuy vậy, người viết bài này có thể đoán ra là Hồng Lê Thọ đã lấy nguồn từ giáo sư Nguyễn Văn Trung trong cuốn "Chữ, Văn Quốc Ngữ – Thời Kỳ Đầu Pháp Thuộc"[13], vì một lý do khá đơn giản: khác với Phan Thứ Lang, Hồng Lê Thọ đã hoàn tất nhóm chữ "sic vos non vobis" của Petrus Ký bằng cách dẫn thêm một nhóm chữ Latin khác theo sau: "sic vos non vobis, **hoc** est mea sors et consolatio" (người viết nhấn mạnh chữ hoc, vì đây là một chữ trích dẫn sai sẽ được nói đến sau).

Và đây là câu phê bình của giáo sư Nguyễn Văn Trung về Petrus Ký trong cuốn sách trên:

"Còn đối với chính ông, ông cho rằng thái độ cộng tác với Pháp chỉ là ở với họ nhưng

12 Nhà Xuất Bản Văn Học, 1994.

13 Nguyễn Văn Trung, *"Chữ, Văn Quốc Ngữ - Thời Kỳ Đầu Pháp Thuộc"*, Nam Sơn, Sài Gòn, 1975. Đây là cuốn sách phê phán Petrus Ký rất nặng nề. Tuy vậy, sau 1975, giáo sư Trung đã thay đổi cách nhìn về Petrus Ký. Để biết rõ hơn về cách nhìn mới này của giáo sư Trung, có thể đọc *"Hồ Sơ Về Lục Châu Học"* của ông trên trang nhà nguyenvantrung.free.fr

> không phải cho họ như ông đã bày tỏ trong những lá thư viết bằng Latinh cho một bạn thân của ông, bác sĩ Chavane (Sic vos non vobis, Hoc est mea sors et consolatio)"[14] (người viết nhấn mạnh chữ Hoc).

Trong chú thích cho những dòng trên, giáo sư Trung cho biết ông đã dẫn câu này từ tài liệu ở cuốn "Trương Vĩnh Ký, 1837-1898" của Khổng Xuân Thu.[15]

Điều cần lưu ý là giáo sư Trung đã trích dẫn sai câu Latin này từ sách của Khổng Xuân Thu, bởi nguyên bản trong sách là Haec est mea sors et consolatio chứ không phải Hoc est ... Và vì Hồng Lê Thọ đã viết sai chữ Hoc này y như giáo sư Trung, ta có thể đoán là ông đã dẫn câu này từ cuốn "Chữ, Văn Quốc Ngữ" của giáo sư Trung chứ không phải từ Khổng Xuân Thu.[16]

Nhưng cũng từ đó, ta có thể qui nguồn gốc câu dịch tiếng Việt "ở với họ mà không theo họ" về một nơi duy nhất, đó là cuốn "Trương Vĩnh Ký, 1837-1898" của Khổng Xuân Thu. Hay nói cách khác, Khổng Xuân Thu chính là người đã dịch "sic vos non vobis" ra tiếng Việt thành "ở với họ mà không theo họ" – câu mà tất cả sách báo tiếng Việt từ hơn nửa thế kỷ nay đã dùng trong những bài viết hay nghiên cứu về Petrus Ký – để cho rằng ông đã tự bào chữa cho việc hợp tác với Pháp.

Hãy xem tác giả Khổng Xuân Thu dịch "sic vos non vobis" thành "ở với họ mà không theo họ" như thế nào.

b) Từ Sách "Trương Vĩnh Ký 1837-1898" Của Khổng Xuân Thu

Đây là một trong những cuốn sách xưa nhất về Petrus Ký bằng tiếng Việt sau "Trương Vĩnh Ký Hành Trạng" của Đặng Thúc Liêng[17] và "Trương Vĩnh Ký – Biên Khảo" của Lê Thanh.[18] Tác phẩm này độc đáo ở chỗ có những lá thơ tâm tình bằng tiếng Latin của Petrus Ký gởi cho bạn ông là bác sĩ Alexis Chavanne và tiến sĩ Albert Kaempfen trong hai năm 1887-1888 khi Petrus Ký đã "về hưu" ở Chợ Quán sau cái chết đột ngột của Paul Bert.

Đây là phần Khai Từ của tác giả Khổng Xuân Thu:

> "Suốt cuộc đời của Trương Vĩnh Ký, ta thường nghe tiên sinh nhắc đến câu cách ngôn Latinh sau đây: sic vos non vobis *(Ở với họ mà không theo họ).* Trong bức thư thắm thiết của tiên sinh gửi cho một người bạn văn hóa – bác sĩ Chavanne – đề ngày tháng 10-1887, Trương công vẫn còn nhắc lại với tất cả ý niệm chân thành của mình đối với thời cuộc. (Dẫn kỹ ở chương "Chán Nản Chính Trị" ở đoạn sau)".[19]

---

14 Chữ, Văn Quốc Ngữ, trang 116.

15 hổng Xuân Thu, *"Trương Vĩnh Ký, 1837-1898"* Tân Việt, Sài Gòn, 1958, từ đây về sau gọi là "KXT".

16 *aec* (this) dùng cho giống cái (feminine) đi liền với *mea* (my) và *sors* (fate) cũng như *consolatio* (consolation) đều là giống cái, trong khi *hoc* là neutral trong văn phạm Latin.

17 Nhà In Xưa Nay, Sài Gòn, 1927.

18 Nhà Xuất Bản Tân Dân, Hà Nội 1943.

19 Dù nói vậy, Khổng Xuân Thu không cho ta thấy bằng cách nào mà ông biết là *"suốt cuộc đời ... ta thường nghe tiên sinh nhắc đến câu ... sic vos non vobis".*

Và trong chương "Chán Nản Chính Trị" ở đoạn sau, trang 60, Khổng Xuân Thu cho biết:

> "Tham vọng của ông là tìm đủ cách để cho ích quốc lợi dân, dù có hy sinh đến địa vị, quyền lợi của mình đi chăng nữa. Viết thư cho bác sĩ Chavanne, có đoạn: Điều duy nhất và đơn độc (về chính trị) mà tôi tìm kiếm, là có ích đúng như câu châm ngôn La tinh: Sic vos non vobis *(Ở với họ mà không theo họ)*. Đó là định mệnh của tôi và điều tự nhủ chính bản thân tôi. Nguyên văn: *Unum et uticum quaero, esse scilicet posse utilem, quamvis dicendum sit: Sic vos non vobis ... Hae* (sic) *est mea sors et consolatio*"[20]

Và cuối cùng, trong phần Phụ Lục, trang 125, là bản dịch chính thức của lá thơ Petrus Ký gởi cho Alexis Chavanne tháng 10, 1887:

> "Điều độc nhất mà tôi tiến đến là làm sao giúp ích, làm sao để thực hành câu "theo họ, nhưng không lệ thuộc họ" (Sic vos non vobis). Đó là số phận của tôi, là điều an ủi cho tôi".
>
> Như vậy, trong cùng một cuốn sách, Khổng Xuân Thu đã ba lần nhắc đến "sic vos non vobis" và dịch ra hai lần là "ở với họ mà không theo họ" và một lần là "theo họ, nhưng không lệ thuộc họ"[21].

Theo Khổng Xuân Thu cho biết, ông đã "may mắn" tìm được những lá thơ của Petrus Ký trong ấn phẩm của Hội Nghiên Cứu Đông Dương (Bulletin de la Société des Etudes Indochinoises) và đã dịch những lá thơ này từ tiếng Latin ra tiếng Việt với sự trợ giúp của những linh mục (không cho biết tên). Với một thái độ khiêm tốn rất đáng quí trọng, tác giả cho biết công việc dịch thơ của Petrus Ký rất khó khăn vì trong những lá thơ bằng tiếng Latin thỉnh thoảng ông còn dùng cả chữ … Hy Lạp[22]. Và chúng ta cũng cần nhớ rằng đây là công trình làm việc một mình vào 60 năm trước. Do đó có những sai sót là điều không thể tránh khỏi.[23]

Trở lại với những lá thơ của ông Petrus Ký và câu "sic vos non vobis". "Câu" này, chỉ được thấy một lần duy nhất trong lá thơ Petrus Ký gởi cho Alexis Chavanne tháng 10 năm 1887. Đây là nguyên văn tiếng Latin và hai phiên bản dịch của Khổng Xuân Thu:

> "…. Unum et unicum quaero, esse scilicet posse utilem, quamvis dicendum sit: Sic vos non vobis … Haec est mea sors et consolatio."
>
> "Điều duy nhất và đơn độc (về chính trị) mà tôi tìm kiếm, là có ích đúng như câu châm ngôn La tinh: Sic vos non vobis *(Ở với họ mà không theo họ)*. Đó là định mệnh của tôi và điều tự nhủ chính bản thân tôi."

---

20 Chú ý là tại đây Khổng Xuân Thu đã viết sai là Hae thay vì Haec. Có thể là lỗi sắp chữ! Ông cũng lại sơ sót khi viết rằng đây là câu trích trong lá thơ đề ngày 9-6-1888, trong khi chính xác là thơ đề tháng 10, 1887 (Xbre 1887) như trong nguyên tác và như Khổng Xuân Thu đã dẫn đúng trước đó trong phần Khai Từ.

21 Do hai cách dịch này, ta có thể truy ra nguồn từ trong phần *Chán Nản Chính Trị* hay trong phần Phụ Lục của cuốn sách. Nhưng cả hai cách dịch đều từ một nguồn Khổng Xuân Thu.

22 Ngoài ra, ông Petrus Ký còn dùng rất nhiều chữ Hán và Anh ngữ trong những lá thơ viết cho Chavanne.

23 Một thí dụ điển hình là cũng cùng trong một lá thơ gởi cho Alexis Chavanne tháng 10 năm 1877, Khổng Xuân Thu dịch *"Hispaniam"* là *"Tân Gia Ba"* thay vì là *bán đảo Iberia* hoặc đơn giản hơn là *"Tây Ban Nha"*.

> "Điều độc nhất mà tôi tiến đến là làm sao giúp ích, làm sao để thực hành câu *"theo họ, nhưng không lệ thuộc họ"* (Sic vos non vobis). Đó là số phận của tôi, là điều an ủi cho tôi".

Cả hai câu dịch, theo thiển ý của người viết bài này, đều không chính xác, nếu không nói thẳng là sai ý của tác giả.

Trước nhất, dịch giả Khổng Xuân Thu đã thêm vào trong câu dịch những chữ và ý tưởng không có trong nguyên văn. Ở câu đầu, đó là phần «đúng như câu châm ngôn La tinh» và ở câu sau là phần «để thực hành câu». Trong nguyên văn tiếng Latin không hề có những dòng trên.

Thứ hai, và cũng quan trọng nhất, như đã giải thích trong phần trên của bài viết này, Khổng Xuân Thu đã dịch hoàn toàn sai nhóm chữ "sic vos non vobis", theo cả nghĩa đen lẫn nghĩa bóng. Thay vì phải dịch với ý nghĩa thông dụng là "chẳng phải vì lợi ích của mình" hay "chẳng phải cho tôi" thì Khổng Xuân Thu lại dịch là "ở với họ mà không theo họ", làm cho hai phần trước và sau của câu không ăn khớp với nhau. Trong khi phần trước nói về sự hữu dụng (có ích), thì phần sau theo Khổng Xuân Thu lại nói về một thái độ chính trị. Và vì dịch sai "sic vos non vobis" như vậy, cả câu dịch thành ra rất tối nghĩa.

Thứ ba, và có thể là lý do làm cho Khổng Xuân Thu dịch sai "sic vos non vobis", là vì Khổng Xuân Thu đã không chú ý và bỏ qua phần tối quan trọng trong câu là "quamvis dicendum sit", có nghĩa là "tuy nhiên, cần phải nói (thêm) rằng". Đó chính là nhịp cầu nối tiếp giữa «có ích» (utilem) (useful) và «không phải cho tôi» (sic vos non vobis). Với nhịp cầu đó, tác giả đã bổ túc cho ý chính của câu và làm cho hai phần trong câu hoàn toàn ăn khớp với nhau.

Câu dịch gần đúng ý tác giả nhất, theo thiển ý người viết, phải là như vầy:

> "Điều duy nhất mà tôi theo đuổi là làm sao thành có ích, tuy phải nói thêm rằng: (ích lợi đó) không phải cho tôi. Đó là số phần và là niềm an ủi của tôi."

Câu dịch này cho thấy sự liên kết chặt chẽ giữa phần đầu (muốn thành có ích) và phần sau (nhưng không phải cho mình). Nó nói lên triết lý sống vị tha, bất vị kỷ, của Petrus Ký.

Trong khi đó, như trên đã viết, hai câu dịch của Khổng Xuân Thu không có liên hệ gì giữa "có ích" ở phần đầu và "ở với họ nhưng không theo họ" ở phần sau của câu. Và rõ ràng nhất là đại danh từ "Họ" trong trường hợp này được đem vào trong câu một cách rất bất chợt, tùy tiện, và không có chút gì dính líu với cả câu văn.

Như đã có nói trong phần trên, "sic vos non vobis" thường được hiểu với một trong hai nghĩa chính, tùy theo trường hợp mà chúng được sử dụng. Trong trường hợp này, nghĩa thứ hai, là "tôi làm nhưng không phải cho lợi ích của tôi" là hợp lý nhất. Nghĩa thứ nhất không phù hợp vì cả câu không nói gì về hoàn cảnh bị đạo văn hay bị cướp công – và cũng vì nếu bị đạo văn hay cướp công thì không ai nói rằng đó là số phần và niềm an ủi của mình được.

c) "Sic Vos Non Vobis" Trong Tài Liệu Tiếng Pháp Về Petrus Ký

Để kiểm chứng là câu dịch của Khổng Xuân Thu không đúng với ý của ông Petrus Ký, người viết đã tìm đến tài liệu chính gốc là những lá thơ bằng tiếng Latin của ông Petrus Ký gởi cho hai bạn hữu Alexis Chavanne và Albert Kampfen đã được giáo sư Raphael Barquissau sưu tập và dịch lại bằng tiếng Pháp trong tác phẩm *"Correspondance inédite en latin de Pétrus Trương – vĩnh-Ký"*[24]

Điều đáng chú ý là khi dịch lá thơ tháng 10, 1887 của Petrus Ký ra tiếng Pháp, Barquissau đã để nguyên văn "sic vos non vobis" trong câu văn như sau:

> *"La seule et unique chose que je cherche, c'est de pouvoir être utile, quoiqu'il faille dire: 'sic vos non vobis'. Tel est mon sors et ma consolation."*

Khác với Khổng Xuân Thu, Barquissau đã dịch đúng như nguyên văn Latin và giữ phần "quamvis dicendum sit" tức "tuy nhiên phải nói rằng" thành "quoiqu'il faille dire". Barquissau cũng đã không thêm vào phần "đúng như câu" hay "để thực hành câu" như Khổng Xuân Thu. Và nếu hiểu "sic vos non vobis" theo nghĩa thông dụng là "không phải cho tôi", thì câu của Barquissau hoàn toàn hợp lý.

Một điều thú vị mà người viết đã để ý tìm kiếm là trong các tài liệu bằng tiếng Pháp về Petrus Ký không hề có bóng dáng "sic vos non vobis" với ý nghĩa "ở với họ mà không theo họ" như trong sách báo tiếng Việt! Lý do có lẽ rất đơn giản là vì như đã nói, Petrus Ký chỉ dùng câu này để tâm tình với một người bạn về triết lý sống của mình, chứ không phải để bào chữa hay tự biện minh.[25]

4 . Triết Lý Sống Hay Phương Châm "Không Phải Cho Tôi" Trong Những Lá Thơ Khác Của Petrus Ký

Tóm lại, khi dùng "sic vos non vobis" trong lá thơ gởi cho Alexis Chavanne tháng 10 năm 1887, Petrus Ký cho Chavanne biết triết lý sống hay phương châm của ông là làm việc giúp ích cho xã hội chớ không phải cho tư lợi. Hay nói cách khác, chúng cho thấy tinh thần bất vị kỷ của ông.

Muốn kiểm chứng và thấy rõ hơn triết lý này của Petrus Ký, ta có thể tìm thấy nó ngay trong những lá thơ khác của ông gởi cho Chavanne bằng tiếng Latin.

Trong lá thơ tháng 2 năm 1887, Petrus Ký cho Chavanne biết là hiện tại ông hơi chán ngán cuộc đời vì những sự ganh tị.[26] Chavanne trả lời vào ngày 1 tháng 3 năm 1887, khuyên nhủ Petrus Ký nên trở lại giúp vua Đồng Khánh để vừa giúp nước mà vừa giúp Pháp.

---

24 *"Correspondance inédite en latin de Pétrus Trương –vĩnh-Ký"*, Publication de la Société des Etudes Indochinoises, Saigon 1934. Tưởng cũng nên giới thiệu thêm về Raphael Barquissau. Ông là người Pháp sinh ở Reunion và từng là cựu giáo sư trường Chasseloup Laubat ở Saigon. Ông cho biết đã được gia đình ông Petrus Ký cho sao chép lại các lá thơ bằng chữ Latin này của Petrus Ký và đã gom lại thành ấn phẩm nói trên. Ông cũng là người dịch thơ của vua Đồng Khánh gởi Trương Vĩnh Ký ra Pháp Văn.

25 Các tác giả miền Bắc như Mẫn Quốc trong bài viết *"Trương Vĩnh Ký, Một Nhà Bác Học Trứ Danh Đã Ngang Nhiên Đóng Vai Đặc Vụ Tình Báo, Làm Tay Sai Đắc Lực Cho Giặc Pháp"*, Nghiên Cứu Lịch Sử số 60, tháng 3/1964, trang 39-45, in lại trong NOTK, trang 489-500, cho thấy họ cũng có những lá thơ này của Petrus Ký, nhưng các tác giả này hoàn toàn không có câu nào nhắc đến *"sic vos non vobis"*.

26 Đây là thời gian sau khi Paul Bert chết và Petrus Ký lui về Chợ Quán.

Petrus Ký hồi âm ngày 8 tháng 4, 1887 và cho Chavanne biết ông đã chán ngán danh vọng, vì nó không còn cám dỗ được "con sư tử già và mất hết sức mạnh" là ông. Chavanne lại một lần nữa khuyên Petrus Ký trong lá thơ đề ngày "20 quintili mense 1887"[27]: "Tổ quốc và nhất là nhân loại phải đi trước tất cả".

Trong thơ ngày 6 tháng 8 năm 1877, Petrus Ký viết cho Chavanne rằng ông không đồng ý với Chavanne, vì:

> *"Thật tình thì ta phải sống theo cuộc đời đã định; ta chỉ có thể có ích cho chính chúng ta, cho những người tương tự, cho vạn vật trong thiên nhiên; và như vậy ta mới hoàn thành được trách nhiệm đầu tiên của cuộc đời."*
>
> *"Vita enim qualis in se est sumenda est talis; tantummodo sit fructuosa sive nobis ipsis, sive nostris similibus, sive aliis Naturae entibus; sicque finem primordialem adimpleret".*[28] Rồi sau đó, như ta đã biết, trong lá thơ tháng 10, 1887, Petrus Ký cho Chavanne biết ông chỉ muốn làm một người có ích cho xã hội mà thôi. Cũng ngay trong lá thơ đó, bên dưới câu "sic vos non vobis" là câu sau đây để chúc cho Chavanne, mà có lẽ cũng là điều ông muốn cho mình:
>
> *"Cầu Chúa cho ông giữ sức khỏe để ông luôn có ích cho chính ông, cho bạn hữu và cho xã hội, và để ông phục vụ hữu hiệu cho chính phủ để cuối cùng vào một ngày nào đó ông có thể nói rằng: Tôi đã đóng trọn vai trò của mình, tôi đã hoàn thành trách nhiệm của mình"*
>
> *"Te ergo Deus conservet in potestate ut tibi, tuis amicis et societati diu ac semper prosis, et Gubernio utiliter ac efficaciter servias ut tandem tibi ipsi possis quodam die dicere: meas partes bene egi, officium meum adimplevi"*[29]

Tóm lại, nếu đọc tất cả những lá thư giữa Petrus Ký với Chavanne, ta sẽ thấy những ý tưởng của hai người nhất quán và xuyên suốt dưới ngòi bút của họ. Trong lúc Chavanne, một nghị viên Pháp, khuyên bạn Petrus Ký hãy trở lại giúp cho Pháp và Đồng Khánh, vì "tổ quốc và nhân

---

27 Barquissau đã chú thích về khoảng Chavanne ghi ngày tháng này như sau: *"Ignorance ou oubli des usages latins".*

28 Khổng Xuân Thu dịch câu văn đó của Petrus Ký ra thành như sau: *"Phải sống theo cuộc đời đã vạch sẵn. Chỉ nên giúp ích cho chúng ta, cho đồng bào, cho mọi vật trong Thiên nhiên. Phải làm trọn cái cứu cánh đầu tiên."* (KXT, trang 120)." Cũng bởi câu dịch hơi tối nghĩa này mà ông Nguyễn Văn Trấn trong tác phẩm "Trương Vĩnh Ký - Con Người Và Sự Thật" (TPHCM, 1993) đã thắc mắc như sau: "Cứu cánh đầu tiên hay là khởi đầu của cứu cánh - hỏi người dịch - ? Thường nghe nói le commencement de la fin, mà) (trang 208). Theo ý kiến người viết, Khổng Xuân Thu dịch "finem primordialem" hay "fin primordiale", "primordial end" là "cứu cánh đầu tiên" hình như không được chính xác . Đây có lẽ là từ ngữ trong thần học Thiên Chúa Giáo. Có lẽ nên dịch primordialem là "đầu tiên của cuộc đời" hay "nguyên thủy" thay vì chỉ "đầu tiên". Còn finem ở đây có lẽ nên dịch là mục đích hay trách nhiệm dễ hiểu hơn là "cứu cánh".

29 Câu này được Khổng Xuân Thu dịch như sau: "Cầu Thượng Đế cho ngài luôn luôn bảo tồn quyền hạn mà ngài sẽ luôn luôn giúp ích cho bản thân, cho bằng hữu, cho xã hội và ngài sẽ giúp ích và có hiệu quả cho chính phủ mà một ngày kia Ngài sẽ tự hào: 'Tôi đã làm tròn nhiệm vụ của mình'" (KXT, trang 123)

loại" vẫn còn cần ông, thì Petrus Ký lại chỉ muốn trở về triết lý sống của ông là làm một người có ích cho xã hội bằng cách làm tròn vai trò của ông trong đời mà thôi.

Điều cần ghi nhận là trong tất cả những lá thơ giữa Petrus Ký và Chavanne không hề có trạng huống nào có thể đưa đến việc Petrus Ký phân bua hay tự bào chữa với Chavanne rằng ông ... «ở với họ mà không theo họ». Và nếu nghĩ cho cùng thì tại sao Petrus Ký lại phải đi biện minh về việc cộng tác với Pháp cùng một chính trị gia Pháp đang làm việc trong chính phủ Pháp và khuyến khích Petrus Ký giúp Pháp?

Nếu thật tình Petrus Ký muốn bào chữa cho việc hợp tác với Pháp của mình, chắc ông đã chọn đối tượng là người Việt với một câu tiếng Việt. Và câu nói cũng sẽ có điển tích gì đó kèm theo cho người Việt hiểu. Chứ có đâu lại đi viết một câu bằng chữ Latin với điển tích La Mã trong một lá thơ tâm tình bằng tiếng Latin cho một ông bạn bác sĩ người Pháp đang là một nghị viên Pháp!

Do đó, sau khi đọc tất cả các lá thơ giữa Petrus Ký và Chavanne, những tài liệu thuộc loại đáng tin tưởng nhất vì đây là những lá thơ tâm tình giữa bạn bè không có mục đích nào khác, ta chỉ có thể kết luận rằng Petrus Ký đã dùng "sic vos non vobis" với ý nghĩa là làm điều ích lợi cho người khác chứ không phải cho mình. Và điều chắc chắn là không thể nào có thể hiểu ra thành "ở với họ mà không theo họ" như lời dịch của Khổng Xuân Thu.

5. Lý Do Tại Sao Có Câu Dịch "Ở Với Họ Mà Không Theo Họ"

Nếu "sic vos non vobis" có ý nghĩa "không phải cho mình" như ta đã thấy, thì tại sao Khổng Xuân Thu lại dịch là "ở với họ mà không theo họ"? Có phải đơn thuần chỉ là dịch sai mà thôi chăng?

Khó trả lời cho câu hỏi này, nhưng nếu nhìn cách câu này được những người ủng hộ ông Petrus Ký đón nhận nồng nhiệt thì ta có thể đoán được phần nào lý do. Đó là vì họ muốn ông Petrus Ký phải nói câu này cho hợp với tâm lý của họ. Xin được gọi đây là "mặc cảm Tôn Thọ Tường".

Theo thiển ý của người viết, quan điểm "ở với họ mà không theo họ" không khỏi bị ảnh hưởng bởi một thi sĩ tài hoa cùng thời và cùng làm việc với Pháp như Petrus Ký là Tôn Thọ Tường.

Bởi vì trước năm 1958 là năm mà câu "ở với họ mà không theo họ" ra đời với tác giả Khổng Xuân Thu, hai bài thơ nổi tiếng sau đây của Tôn Thọ Tường chắc chắn đã đi vào lòng nhiều người Việt:

Tôn Phu Nhơn Qui Thục
Cật ngựa thanh gươm vẹn chữ tòng
Ngàn thu rạng tiết gái Giang Đông
Lìa Ngô bịn rịn chòm mây bạc
Về Hán trau tria mảnh má hồng
Son phấn thà cam vầy gió bụi

Đá vàng chi để thẹn non sông
Ai về nhắn với Châu Công Cẩn
Thà mất lòng anh đặng bụng chồng

Từ Thứ Qui Tào
Hiếu đâu dám sánh kẻ cày voi
Muối xát lòng ai nấy mặn mòi
Ở Hán đã đành trang cội cả
Về Tào chi sá một cây còi
Chạnh lòng nhớ mẹ không nâng chén
Tấc dạ thương vua biếng giở roi
Chẳng đặng khôn Lưu đành dại Ngụy
Thân này xin gác ngoại vòng thoi

Qua hai bài thơ này, Tôn Thọ Tường đã tự bào chữa cho việc theo Pháp của mình với các bạn sĩ phu ngày xưa mà nay ở phía đối nghịch là: 1) thân gái phải theo chồng, ông vì việc làm phải trung thành với chủ Pháp; 2) vì hoàn cảnh gia đình, ông phải theo Pháp, nhưng hứa sẽ không giúp ích gì cho Pháp, cũng như Từ Thứ đã hứa và đã không hiến kế gì cho Tào Tháo trong suốt thời gian ở phe Tào.
Với hai bài thơ nổi tiếng trên, thật quá dễ dàng và tiện lợi để đem so sánh hoàn cảnh của Từ Thứ "hàng" Tào nhưng không "giúp" Tào – tức hoàn cảnh tự nhận của Tôn Thọ Tường – và trường hợp Petrus Ký "ở" với Pháp nhưng không "theo" Pháp. Nếu trong bài thơ của Tôn Thọ Tường chỉ có Lưu và Ngụy, thì trong thế giới của Petrus Ký qua quan điểm này, cũng chỉ có họ (Pháp) và ta. Vậy nên nếu Tôn Thọ Tường đã hứa "Thân này xin gác ngoại vòng thoi" thì Petrus Ký cũng nên hứa rằng "Ở với họ mà không theo họ".

Thế nhưng chẳng những Petrus Ký không bao giờ nói vậy, như ta đã thấy, mà Petrus Ký cũng không phải là Tôn Thọ Tường! Mọi sự so sánh giữa hai người do đó đều khập khiễng.

Tôn Thọ Tường là một nhà nho, một cậu ấm xuất thân từ thế gia vọng tộc, được nuôi dưỡng với ý niệm "trung quân" là điều tối thượng. Cũng vì cái ý niệm "trung thần bất sự nhị quân" này mà Tôn Thọ Tường suốt đời phải tự bào chữa, phải biện minh cho mình – mà rồi vẫn bị các bạn nhà nho đồng thời đả kích không thương tiếc, từ Phan Văn Trị đến Huỳnh Mẫn Đạt.

Petrus Ký là một chủng sinh, sống từ nhỏ trong những tu viện ở bên ngoài Việt Nam với đủ loại người từ các quốc gia khác, và lớn lên với đạo Thiên Chúa cùng văn minh La Mã, Hy Lạp. Khi trưởng thành lại được đọc và biết đến những tư tưởng dân chủ cũng như làm bạn với những nhà tư tưởng tiến bộ hàng đầu thế giới thời bấy giờ. Cùng làm việc cho Pháp, nhưng Petrus Ký thì không hề bị một nhà nho đồng thời nào đả kích.[30] Cũng như sau đó được dân chúng Nam Kỳ góp tiền đúc tượng đồng và tôn vinh là bậc thầy của cả miền Nam.

---

30 Giáo sư Nguyễn Văn Trung, trong cuốn *"Chữ, Văn Quốc Ngữ Thời Kỳ Đầu Pháp Thuộc"*, một cuốn sách xuất bản trước 1975 lúc ông đang công kích Petrus Ký nặng nề nhất, cũng phải thú nhận rằng "chưa tìm thấy một tài liệu nào bày tỏ thái độ của sĩ phu thời đó với T. vĩnh Ký.", trang 115.

Cho nên không thể nào so sánh Petrus Ký với Tôn Thọ Tường.

Thế nhưng vì cả hai đều là người Nam Kỳ, đều hợp tác với Pháp khoảng cùng thời gian, cùng tháp tùng phái đoàn Phan Thanh Giản qua Pháp năm 1863, cùng viết trên Gia Định Báo sau đó, nên sự so sánh và rồi đồng hóa về tư tưởng chính trị là điều không thể tránh khỏi cho những người ủng hộ Petrus Ký.

Hơn nữa, vì "ở với họ mà không theo họ" là một câu nghe rất thuận tai nên những người ủng hộ ông đã nắm ngay lấy câu này để biện minh cho việc hợp tác với Pháp của ông Petrus Ký và phát tán rộng rãi như đã nêu trên.

Điều đáng tiếc là cũng vì câu dịch này mà ông Petrus Ký càng lúc càng bị hiểu lầm nhiều hơn. Hay nói cách khác, ông đã bị những người ủng hộ vô tình vu oan là ông đã tự bào chữa với một câu mà ông không hề nói.

6. Hậu Quả Của Câu Dịch "Ở Với Họ Mà Không Theo Họ"

Một cách rất trớ trêu, câu nói về triết lý sống đầy ảnh hưởng Tây Phương "sic vos non vobis" của Petrus Ký lại được dịch ra thành một câu đầy màu sắc chính trị Đông Phương là "ở với họ mà không theo họ". Từ câu dịch này đã sinh ra không biết bao nhiêu là dị bản cũng như những sự thêu dệt, làm cho hậu thế ngày càng hiểu lầm ông hơn nữa. Hãy nhìn lại những hậu quả của câu dịch đó.

a) Biến Petrus Ký Thành Người Có Mặc Cảm Phạm Tội Phải Tự Bào Chữa

Những tác giả dùng câu "Ở với họ mà không theo họ" đều là những người hết lòng kính phục Petrus Ký. Tất cả đều dựa vào câu này để bào chữa cho việc ông hợp tác với Pháp mà dưới cái nhìn của họ là một việc làm hoàn toàn sai trái. Giống như nhau, họ đã cho rằng Petrus Ký tự cảm thấy phạm tội khi nhận lời làm việc với Pháp, và vì mặc cảm phạm tội đó, nên đã phải tự bào chữa cho mình bằng câu nói trên.

Nhưng câu "ở với họ mà không theo họ" là câu đã đồng hóa Petrus Ký với Tôn Thọ Tường. Và nó đã biến Petrus Ký thành một kẻ có mặc cảm phạm tội phải tự bào chữa cho mình như Tôn Thọ Tường đã làm. Trong khi đó, Petrus Ký không bao giờ nói câu này và chắc chắn sẽ không bao giờ tự bào chữa kiểu đó. Hãy đối chiếu câu dịch này với một trong những triết lý sống của Petrus Ký để thấy tại sao ông sẽ không bao giờ làm vậy:

> "Hễ làm người mở ra làm việc gì thì phải làm cho hết sức hết lòng, được ấy là nhằm, mà không được ấy là sái. Trong việc lớn cả thể, trước khi làm, phải xét trước xét sau cho kĩ-cang cho cùng lý rồi hãy làm; làm thì làm cho sấn sướć đừng có dụ dự, làm cho hết sức mình; mà không được thì thôi, thì biết là Trời chưa cho mần nên: *tận nhơn lực, tri thiên mạng*. Việc lớn hơn nữa, thì lại càng phải suy xét trước sau, tìm gốc ngọn, coi mòi coi gièo cho chí-lý rồi đã hãy làm ..."[31]

31 *Bất Cượng Chớ Cượng Làm Chi*, Guilland et Martinon, Saigon 1882, trang 3-4

b) Biến Petrus Ký Thành "Quan Vân Trường" Hay Chế Biến Lịch Sử

Hậu quả kế tiếp của câu dịch "ở với họ mà không theo họ" là do tính chất không rõ ràng của nó với những chữ như "ở", "theo", "họ", các tác giả bào chữa cho Petrus Ký đã tự động đi xa hơn bằng cách phóng tác và cho Petrus Ký làm những việc mà ông không hề làm.

Như Hồng Lê Thọ đã thêm chi tiết cho câu văn thêm đậm đà và đầy kịch tính: "Đây là việc tôi ở với các anh chứ không phải vì theo các anh". Y như một câu đối đáp rất cứng cỏi của Petrus Ký với một thượng cấp người Pháp, trong khi thực tế là ông đang tâm tình với một người bạn. Mới nghe thì rất hào hùng nhưng suy nghĩ kỹ thì câu này không có mấy ý nghĩa.

Trong khi đó, tác giả Phan Thứ Lang đã vô tình chế biến lịch sử bằng cách viết thêm là Petrus Ký đã dùng câu này để biện minh cho việc nhận lời làm thông ngôn cho Jauréguiberry từ tận năm 1860:

> "Và Pétrus Ký đã đem câu châm ngôn Latinh 'Ở với họ mà không theo họ ' ("*Sic vos non vobis*"), để biện minh cho sự hợp tác của ông với Pháp. Rồi mặc những lời thị phi, ngày 20/12/1860, ông đã nhận lời làm thông ngôn cho Jauréguiberry."[32]

Nhưng có lẽ đi xa hơn cả là nhà văn Hoàng Lại Giang trong cuốn tiểu thuyết *"Trương Vĩnh Ký - Bi Kịch Muôn Đời"*[33]. Giống như Hồng Lê Thọ và Phan Thứ Lang, ông cho rằng khi Petrus Ký gặp Jauréguiberry, ông đã có những dằn vặt, và "*... cuối cùng thì anh cũng tìm ra cho chính mình một phương châm hành động, một con đường đi riêng: Cộng tác với họ, nhưng không theo họ*" (trang 279).

Và rồi ông cho nhân vật Petrus Ký trong sách tự biện minh với Phan Thanh Giản như sau: *"Vậy mà có lúc Quan Vân Trường đã về với Tào Tháo. Nhưng trong con người trung nghĩa này, luôn ý thức "hàng Tào Tháo mà không theo Tào Tháo"* (trang 377). Ông cũng cho luôn Petrus Ký nói với vua Đồng Khánh rằng: *"Thần hứa với mình, phải học Quan Vân Trường: Theo họ nhưng không lệ thuộc họ"* (trang 547).[34]

Đến đây chắc ta cũng đã thấy hậu quả của câu dịch này! Từ một câu dịch sai, những người đi sau càng lúc càng thêm thắt chi tiết, càng thêu dệt cho câu nói càng lúc càng đi xa với câu dịch cũng như tạo ra những tình tiết tưởng chừng là lịch sử. Điều đáng sợ là những tình tiết này càng lúc càng được đem vào những bài viết tưởng chừng rất nghiêm túc về Petrus Ký, khiến những người đọc về sau càng lúc càng khó phân chân giả.

c) Biến Petrus Ký Thành Một Người Tự Mâu Thuẫn

Hậu quả kế tiếp của câu "ở với họ mà không theo họ" là biến Petrus Ký thành một người tự

---

32 Dù như ta đã thấy, Petrus Ký viết câu này trong thơ cho Chavanne tháng 10 năm 1887, gần 30 năm sau!

33 Nhà Xuất Bản Văn Hóa Và Thông Tin, 2001. Dù là một tiểu thuyết, Hoàng Lại Giang đã dùng rất nhiều tài liệu có thật và điều này đã làm cho nhiều người nghĩ rằng tất cả những chi tiết trong sách này là lịch sử.

34 Việc dùng cả hai phiên bản dịch này cho thấy Hoàng Lại Giang đã dùng toàn bộ những câu dịch của Khổng Xuân Thu.

mâu thuẫn. Hãy nhìn xem những việc làm tiêu biểu của ông Petrus Ký mà cả hai phe ủng hộ và chống đối đều dùng để biểu hiện sự mâu thuẫn này.

i) Về Những Hành Động "Không Theo" Pháp

Trước nhất, ông đã sưu tầm và cho in rất nhiều tác phẩm thuộc loại "không có lợi" cho Pháp như Cổ Gia Định Phong Cảnh Vịnh, Trung Nghĩa Ca, Hịch Văn Thân ... vì trong đó Pháp được gọi là "giặc".[35]

Sau đó, ông đã sẵn sàng phê bình những lãnh đạo Công Giáo ở Bắc Kỳ trong bản báo cáo năm 1876 là họ đã lạm dụng quyền hành để hiếp đáp những người không có đạo, tạo nên một không khí thù nghịch ở Bắc Kỳ.[36]

Với những người Pháp, ông không bao giờ khúm núm rụt rè. Ông đã ăn miếng trả miếng với thượng cấp Paulin Vial sau khi người bạn Paul Bert qua đời[37], cũng như đã yêu sách với đại tá hải quân D'Ariès từ những ngày đầu mới làm cho Pháp[38]. Ông cũng đã gởi cho Đồng Khánh năm 1887 một tập tấu 24 điều về cách đối phó với Pháp.[39]

Nhưng có lẽ điều nổi bật nhất là ông đã nhất quyết từ chối không vào công dân Pháp dù được thúc đẩy nhiều lần.[40]

Những việc làm trên đây cho thấy ông không khuất phục người Pháp và sự hợp tác của ông với Pháp không phải lúc nào cũng suôn sẻ – như nhiều tác giả về ông đã nhận xét – kể cả những sử gia miền Bắc là những người đã gay gắt lên án ông là tay sai cho Pháp.

ii) Về Những Hành Động "Theo" Pháp

Thế nhưng, theo nhiều tác giả khác, điển hình là linh mục Trương Bá Cần, nhận xét, Petrus Ký "đã nhận cộng tác với Pháp một cách hình như không đắn đo, không day dứt, không hối tiếc ..."[41]

Và đó là sự thật, vì trong các tác phẩm của ông, bên cạnh những bài gọi Pháp là giặc, là những bài viết, những lá thơ khen ngợi nước Pháp và nền văn minh Pháp hay sự rộng lượng của chính phủ Pháp. Cũng như song song với những đối kháng với Paulin Vial, với D'Ariès là sự giúp sức hết lòng với Paul Bert, với Jauréguiberry.

---

35 Nhưng mặc dù vậy, chính quyền thực dân Pháp vẫn cấp giấy phép và đôi khi bỏ tiền ra xuất bản những tác phẩm này!

36 Báo Cáo Gửi Đô Đốc Qua Trung Gian Của Ông Regnault De Premesnil, Tham Mưu Trưởng (28/4/1876), in lại trong NOTK, trang 244-249, 245.

37 Trương Vĩnh Ký Trả Lời Paulin Vial, NOTK, trang 269.

38 NOTK, trang 242-243.

39 Theo Mai Hanh *"Tìm Hiểu Thực Chất Vấn Đề Trương Vĩnh Ký Trong Lịch Sử Việt Nam"*, Tạp Chí Nghiên Cứu Lịch Sử số 58, tháng 1/1964, in lại trong NOTK, trang 450-451. Với tấu văn này, tác giả cho rằng: "Trương coi thực dân Pháp như kẻ thù"

40 Trương Vĩnh Ký Viết Cho Pène Siefert, NOTK, trang 276.

41 Trương Bá Cần, *"Cuốn Sổ Bình Sanh Của Trương Vĩnh Ký"*, NOTK, trang 590.

Do đó, với những hành động có vẻ trái ngược hay mâu thuẫn trong suốt đời mình, dường như Petrus Ký không có một lập trường thống nhất, khi theo "họ", khi lại về "ta". Nếu phân chia ra rõ rệt tất cả những gì thuộc về Pháp hay liên hệ với Pháp là "họ" và tất cả những gì liên hệ tới Việt là "ta" thì có lẽ câu "ở với họ mà không theo họ" của Khổng Xuân Thu có thể áp dụng được cho Petrus Ký.

Thế nhưng nếu như Petrus Ký đã không bao giờ nói câu "ở với họ mà không theo họ" thì ông cũng đã không bao giờ sống và làm như vậy, vì trong cuộc đời của Petrus Ký không có "họ" và "ta" mà chỉ có con người và xã hội mà thôi.

7. Phương Châm Cuộc Đời Của Petrus Ký Không Có "Họ" Mà Chỉ Có Xã Hội Và Con Người Với Vai Trò

Phương châm trong đời hay triết lý sống của Petrus Ký mà ông đã nói ra và lập lại rất nhiều lần trong những lá thơ gởi cho Chavanne như ta đã thấy ở phần trên là: ông chỉ muốn làm một người có ích cho xã hội bằng cách làm tròn vai trò hay số phần của ông mà thôi. (Unum et unicum quaero, esse scilicet posse utilem, quam vis dicendum sit: sic vos non vobis. Haec est mea sors et consolatio). Tuy chữ dùng có lúc khác biệt, ý tưởng của ông lúc nào cũng rõ ràng: mỗi người phải làm tròn vai trò hay số phần trong đời để làm cho xã hội của mình tốt đẹp hơn.

Với một triết lý bất vị kỷ như vậy, không thể có sự phân biệt giữa "họ" và "ta" trong thế đối đầu để rồi đi đến một chọn lựa là "ở với họ mà không theo họ". Mà triết lý đó chỉ có hai yếu tố chính là xã hội và những con người với vai trò riêng biệt trong xã hội đó.

a) Xã Hội Của Petrus Ký

Vậy, "xã hội" của ông Petrus Ký là xã hội nào?

Qua một lá thơ cũng bằng tiếng Latin gởi cho Albert Kaempfen được Raphael Barquissau đăng lại trong tập "Correspondance inédite en latin de Pétrus Trương – vĩnh-Ký" nói trên, xã hội lý tưởng mà ông Petrus Ký hướng đến là một xã hội không có biên giới, một xã hội chung của cả nhân loại (societatem humanam universalem), một xã hội duy nhất mà khoa học công nhận.

Petrus Ký đã viết như sau:

> *"Scientiarum enim imperium limites non cognoscit, montibus maribusque separatos ac remotos unit, communis laboris socios ex quatuor partibus mundi arcte admovet, societatem nullam aliam quam Humanam (universalem) admittens. Hae sunt verae personae ac partes suscipiendae viris eruditionis utiles sese reddere societati cujus membra sunt."*
>
> *"Lãnh vực khoa học thật tình không có biên giới; dù ngăn cách bởi núi và biển, từ bốn góc trời nó đã liên kết những người cùng chung việc làm đó, nó không chấp nhận một*

xã hội nào khác ngoài xã hội chung của loài người. Đây là vai trò thật sự phải làm của những người thông thái, làm người có ích cho xã hội mà trong đó họ là những phần tử."[42]

Nhưng ta có thể thấy ngay rằng Petrus Ký cũng rất thiết thực: đó cũng là xã hội mà trong đó ông là một phần tử (societati cujus membra sunt). Và đó không gì khác hơn là xã hội "An Nam" của ông thời bấy giờ, trong đó có những đồng bào của ông không phân biệt Bắc Trung Nam, không phân biệt lương giáo. Chính những người đồng bào này mới là mối quan tâm lớn nhất trong đời ông.

Hãy đọc những gì Petrus Ký viết trong bản báo cáo sau chuyến đi Bắc Kỳ năm 1776:

> *"trên thực tế, tôi luôn cảm thấy nhức nhối vì tấn thảm kịch mà nhân dân Bắc Kỳ bất hạnh đang phải gánh chịu ... tôi cho rằng, họ không đáng phải chịu bất hạnh hơn bất cứ dân tộc nào khác."*[43]

Thêm nữa, trong một cuốn bản thảo viết tay của Petrus Ký đóng dấu Cơ Mật Viện đề ngày 15/4/1886 có một bài viết đầu đề là "Trương-Vương Vấn Đáp" đề cập đến một cuộc trao đổi chính kiến giữa Petrus Ký (Trương) và Đồng Khánh (Vương). Theo bài viết đó, cách giải quyết cho tình hình chính trị của Việt Nam mà Petrus Ký đề nghị với Đồng Khánh là như sau:

> *"ngoài thì xử trí đối với ngoại quốc cho êm, trong thì đâu đó cho bằng yên, nhân dân an cư lạc nghiệp thì là gốc, ấy là hữu nhân, ấy là đắc chúng".*[44]

Tương tự, năm 1887, sau khi đã về lại Sài Gòn và dù không còn làm trong Cơ Mật Viện, Petrus Ký vẫn gởi cho Đồng Khánh một tập tấu 24 điều, trong đó có điều 23 như sau:

> *" ... Lo làm sao cho dân siêng năng làm giàu, không để người Pháp làm gầy nước ta, thu phục lòng dân ta, thời cái chính sách tự cường há chẳng nghiêm du?"*[45]

Thậm chí khi viết cho người bạn Pène Siefert vào tháng 4 năm 1886 với những nhận xét về vua Đồng Khánh, Petrus Ký vẫn cho ta thấy sự quan tâm của ông với người dân:

> "Sống giữa những *người dân*, ông ta (Đồng Khánh) bằng sự quan sát của mình đã có thể thông cảm được tình trạng khốn khổ của *dân chúng* trong nước".[46]

Do đó, qua những câu viết này, và qua những việc làm của ông mà ta sẽ thấy, cái xã hội của người dân An Nam hay đồng bào của ông là những người mà Petrus Ký quan tâm đến chứ không

---

42 *"Correspondance inédite en latin de Pétrus Trương–vĩnh-Ký"*, Publication de la Société des Etudes Indochinoises, Saigon 1934, trang 23.

43 Báo Cáo Gửi Đô Đốc Qua Trung Gian Của Ông Regnault De Premesnil, Tham Mưu Trưởng (28/4/1876). In trong NOTK trang 244-249, phần trích bên trên ở trang 246-247.

44 Câu này được trích lại trong bài của Mai Hanh, *"Tìm Hiểu Thực Chất Vấn Đề Trương Vĩnh Ký Trong Lịch Sử Việt Nam"*, Tạp Chí Nghiên Cứu Lịch Sử, số 58, tháng 1/1964, trang 15-28, Chú Thích số 1: *"Tập Bản Thảo của Trương Vĩnh Ký"* - Thư Viện KHoa Học Trung Ương. Tất cả bài viết được in lại trong NOTK, trang 443-465.

45 Cũng trong bài của Mai Hanh in lại trong NOTK, trang 451.

46 Ernest Millot, *"Le Tonkin, Son Commerce Et Sa Mise En Exploitation"*, Librairie Coloniale, Paris 1888, trang 242-243: "Vivant au milieu du peuple, il a pu par des observations personnelles arriver à apprécier aussi l'état misérable de la population".

phải là triều đình Huế hay chính phủ thuộc địa Pháp. Mục đích tối hậu của ông luôn luôn là làm cho đời sống của người dân hay xã hội An Nam của ông tốt đẹp hơn.

b) Vai Trò Của Petrus Ký

Cũng theo Petrus Ký thì mỗi phần tử trong xã hội đều có một vai trò. Đó là số phần mà tạo hóa đã định đoạt:

> *"Số mạng người ta hay tin là việc Trời đã tiên định rồi, không ai đổi đặng. Mà chính nghĩa nó là làm vầy: Khi sinh mỗi người ra, thì đấng Tạo-hóa đã tùy bổn tánh mà liệu cho sau sẽ làm những việc vừa bổn tánh nó.... Hãy nhớ lại hôm trước tôi có lấy con cờ tướng cùng vai tuồng con hát mà ví cho mà nghe. Vậy thì biết mỗi con cờ đều có việc hay việc giỏi nấy cả, mỗi con hát đều có phiên thứ vai tuồng khác nhau, đều có cái sở trường riêng cả".*[47]

Và vai trò của ông để làm cho xã hội tốt lên, như ông đã tự nhận rất nhiều lần, là làm cầu nối giữa hai dân tộc Pháp và Việt:

> *"Tôi không làm gì khác ông viết, ngoài việc trở thành cầu nối giữa hai dân tộc vừa gặp gỡ nhau trên đất Nam Kỳ. Tôi không thể làm gì khác ngoài giúp cho hai dân tộc này hiểu nhau và thương mến nhau, cũng chính vì thế mà tôi tiếp tục chuyển ngữ từ tiếng An Nam sang tiếng Pháp và từ tiếng Pháp sang tiếng An Nam, tôi bị thuyết phục rằng một ngày nào đó, phía sau các con chữ sẽ là các tư tưởng và sớm thôi, chúng tôi sẽ đến được với nền văn minh đẹp đẽ của các ông."*[48]

> *"Tôi tính sẽ tiếp tục nghiên cứu và phụng sự cho sự thông tuệ của hai đất nước – hai mối lo duy nhất trong đời tôi"*[49]

> *"Về phần mình, tôi chỉ chuyên chú vào những ấn phẩm nào mà theo tôi là có thể góp phần đem lại lợi ích cho cả người Pháp và người An Nam đang cùng chung sống, và tôi tự lãnh lấy nhiệm vụ thắt chặt mối quan hệ này bằng sự hiểu biết, khiến cho cuộc gặp*

---

47 *Bất Cượng Chớ Cượng Làm Chi*, Guilland et Martinon, Saigon 1882, trang 3-4. Tưởng cũng nên trích thêm một đoạn trong cuốn "Kiếp Phong Trần" của ông (Guilland et Martinon, Saigon 1882) để thấy rõ thêm quan niệm về vai trò của mỗi phần tử trong xã hội của Petrus Ký:

"Trương: - Là mỗi người đều có một cái sở trường riêng, ai cũng có; còn vật mỗi vật mỗi có ích riêng cả. Mà đâu nó theo thứ nó đó. Hãy xem trong bàn cờ tướng thì hiểu mau. Trước có 5 con chốt đứng giăng, kế sau 2 bên 2 con pháo; sau nữa, ở giữa có tướng, 2 bên 2 con sĩ, 2 con tượng, 2 con ngựa, 2 con xe. Trong ấy đều nhờ nhau cả. Tướng một mình thì làm gì được? Phải có tả hữu vây cánh mà đỡ mà che, là sĩ, tượng, xe, pháo, ngựa. Lâu rốt hết là con chốt, đến chừng nó qua được nước người ta nó mạnh là dường nào? Khi nó đứng đầu, nó lại đỡ cho những con chạy thối về, người ta không dám ăn. Vậy hết thảy con nào đều cũng có tài nghề riêng con nấy; mà tới phiên tới thứ nó mới ngó thấy sức nó cho. Vì vậy người ở đời, vang danh phú quý, vinh hiển, cao quờn lớn chức, cùng là hèn mọn, bần tiện, vô danh, cô thế độc một, cũng chả biết lấy đâu làm chắc: còn trong tục lụy biết ai công hầu? Nên có khác nhau chăng là vì một chữ thì."

48 Thơ gởi cho Stanislas Meunier, in lại trong NOTK, trang 275

49 Thơ gởi cho Alexis Chavanne, in lai trong NOTK, trang 270

gỡ trở nên nhanh chóng và hấp dẫn; tôi hy vọng rằng rồi họ sẽ yêu mến lẫn nhau ..."[50]

Chẳng những chỉ nói những điều này với người Pháp, Petrus Ký còn viết bằng tiếng Việt trong thơ gởi cho Trần Tử Ca về chuyến ra Huế tham chính của ông:

" ... Nên tôi mới lãnh đi ra điều đình việc cả hai nước. Ấy là cái phận cái chức khó nhứt trong đời; vì làm việc như mai dong, đứng giữa gánh cả hai vai nặng nề hết sức .."[51]

Tóm lại, ta có thể thấy phương châm sống khiêm nhường và bất vị kỷ của Petrus Ký là làm tròn vai trò của mình trong xã hội để giúp ích cho xã hội chứ không phải cho mình, theo đúng như câu "sic vos non vobis" mà ông đã viết cho bác sĩ Chavanne bạn ông.

8. Đối Chiếu Việc Làm Trong Đời Của Petrus Ký Và Phương Châm Làm Tròn Vai Trò Trong Xã Hội

Và nếu ta nhìn lại cuộc đời của Petrus Ký và đối chiếu với phương châm trên, ta sẽ thấy rằng ông đã sống và làm đúng như vậy. Thay vì nhìn dưới lăng kính thù địch "họ" và ""ta" theo câu "ở với họ mà không theo họ", nếu nhìn những việc làm của Petrus Ký với mục đích làm cho xã hội của ông tốt đẹp hơn thì ta có thể lý giải được hầu như tất cả những gì ông đã làm trong đời.

Trước nhất, về chính trị, Petrus Ký đã có một chọn lựa rõ ràng minh bạch là cộng tác với Pháp, dựa vào Pháp để học hỏi từ họ, với mục đích cuối cùng là đưa nước nhà ra khỏi những bế tắc dưới thời Nguyễn và đem lại đời sống tốt đẹp hơn cho đồng bào ông.

Cần phải phân biệt rõ ràng xã hội hay người dân Việt Nam với triều đình nhà Nguyễn.[52] Phải thấy rằng triều đình nhà Nguyễn không phải là một đại diện cho người dân hay xã hội An Nam thế kỷ 19. Vì không phải là một nhà nho, và vì hấp thụ tư tưởng dân chủ Âu Châu, Petrus Ký đã nhìn thấy triều đình nhà Nguyễn – với chế độ cai trị thối nát, với tệ nạn tham nhũng, giặc giả liên miên – mới chính là kẻ thù của người dân Việt Nam, như ông đã viết trong Chuyến Đi Bắc Kỳ Năm Ất Hợi.

Trong khi đó, Petrus Ký lại có được cái may mắn là thấy tận mắt một xã hội dân chủ, văn minh vào bậc nhất thế giới thời đó tại nước Pháp với chuyến đi theo sứ bộ Phan Thanh Giản năm 1863. Ở đó, Petrus Ký đã có cơ hội làm bạn và học hỏi thêm về những tư tưởng dân chủ, dân quyền – từ những nhà trí thức tiến bộ hàng đầu thế giới như Émile Littré, như Victor Hugo, như Léon Gautier – những tư tưởng mà trước đó ông đã được đọc trong sách của Rousseau, Montesquieu,

---

50 Thơ gởi cho Ronmanet du Caillard, trích lại trong bài phát biểu của Lê Thành Ý, in lại trong NOTK, trang 334

51 Thơ gởi Đốc Phủ Ca, NOTK trang 278-282, 281. Lá thơ này NOTK cho là từ cuốn *"Trương Vĩnh Ký - Con Người Và Sự Thật"* của Nguyễn Văn Trấn nhưng chính trong sách này Nguyễn văn Trấn cho biết đã lấy lá thơ từ cuốn sách *"Trương Vĩnh Ký - Người Là Ai"* của Phạm Đình Tân (trang 165).

52 Có lẽ cũng cần nêu ra là chủ nghĩa dân tộc hay khái niệm quốc gia chưa có ở Việt Nam vào thời gian đó. Khái niệm "trung quân" hay "cần vương" vẫn còn là khái niệm chính thời đó. Sự lựa chọn đối với những nhà nho thời đó chỉ có thể là theo triều đình nhà Nguyễn hay theo Pháp.

Voltaire.[53] Ông chắc chắn đã thấy ra rằng ngoài sức mạnh khoa học, nước Pháp và xã hội Pháp còn có được sự tự do, sự tôn trọng quyền con người mà những xã hội Á Châu chưa hề có.

So sánh xã hội Pháp với xã hội Việt Nam dưới thời Nguyễn, ông Petrus Ký đã chọn việc dựa vào Pháp để học hỏi nhầm tiến tới một xã hội Việt Nam tốt đẹp hơn. Và ông đã chọn chính phủ Pháp thay vì những ông vua nhà Nguyễn.

Đương nhiên, "chính phủ Pháp" hay chính quyền thuộc địa Pháp có khác nhau, cũng như chính sách thuộc địa có lúc này lúc khác, như Paul Bert có khác Paulin Vial, hay Jauréguiberry không phải là D'Ariès. Và do đó, ta có thể hiểu được tại sao Petrus Ký ủng hộ Paul Bert nhưng chống lại Paulin Vial, tại sao ông đồng ý làm việc với Jauréguiberry nhưng yêu sách với D'Ariès. Tất cả đều vì mục đích tối hậu là làm cho đời sống người dân và xã hội của ông tốt đẹp hơn.

Vậy, về chính trị, Petrus Ký rõ ràng đã chọn mô hình của Pháp thay vì mô hình quân chủ phong kiến nhà Nguyễn. Nếu có khi ông tỏ vẻ chống đối Pháp thì đó là vì ông chống đối những chính sách hay những cá nhân đem lại những điều bất lợi cho xã hội An Nam chứ ông chưa bao giờ chống lại chế độ bảo hộ của Pháp.

Muốn biết rõ ràng hơn về quan điểm chính trị này của Petrus Ký, hãy đọc đoạn văn mà ông tự thú nhận là đã "lạc đề" trong cuốn Cours d'Histoire Annamite:

> *"... chúng tôi không thể quên rằng, người An Nam của nước Pháp hay người An Nam của Nam Kỳ và của Bắc Kỳ chúng tôi đều có cội nguồn chung. Dầu cho có bị rẽ phân bởi vận mạng chính trị, chúng tôi cũng sẽ mạnh dạn chống lại cái cơ chế chính trị sai lầm, trái nghịch với nền kinh tế chánh trị lành mạnh, cái cơ chế chánh trị coi dân như đàn trâu, bầy bò, của những ông vua. Cái cách cai trị ấy chỉ là một sự khoét đẽo vụng về và tội lỗi của bọn quan lại tham nhũng và hám chức, đối với một dân tộc.*
>
> *Chúng tôi không ngại thú nhận là trong khi đó, sự tổ chức chánh trị tốt đẹp của những dân tộc Tây Phương mà đứng đầu là dân tộc Pháp, đã cám dỗ tâm trí chúng tôi, đã chinh phục lòng yêu chuộng kính mến và trung thành của chúng tôi, cũng như nó biết gây cảm tình với những sắc dân mà nước Pháp đã sáp nhập vào bá quyền của nó. Những dân chúng ấy bắt phải sững sốt mà thấy mình được tự do như vậy, được bình yên như vậy, được bảo bọc như vậy, là nhờ những người chủ mà trước kia mình coi là những kẻ thù (kể cũng là lôgich).*
>
> *(Tôi xin lỗi về cái nghị luận lạc đề này mà sự khảo sát những sự kiện lịch sử đã dẫn đến. Người ta đâu nỡ trách tôi, nếu một cảm giác u buồn, chua chát xâm chiếm lòng tôi, khi tôi nhìn thấy xứ sở này đã ra thân như thế nào, mà đáng lẽ nó đã có được như thế nào rồi)."*[54]

---

53 Như ông đã bàn luận với Léon Gautier trong KXT, trang 141.

54 Xin chép lại nguyên văn đoạn quan trọng này để thấy quan điểm chính trị ít khi được bày tỏ của Petrus Ký. Đoạn tiếng Việt bên trên lấy từ Trương Vĩnh Ký -*Con Người Và Sự Thật* của Nguyễn Văn Trấn, trang 49-50. Nguyễn Văn Trấn không cho biết ai là người dịch nên có lẽ đó chính là ông. Đoạn văn tiếng Pháp lấy từ

Trong khi đó, về văn hóa hay chính xác hơn về đạo đức ông đã chọn đời sống đạo đức của phương Đông. Đó là lý do ông đã không ngừng dạy dỗ phổ biến văn hóa đạo đức phương Đông qua những sách vở của ông cũng như sống một cuộc đời hoàn toàn phương Đông từ cách ăn mặc đến việc từ chối vào dân Tây.

Tóm lại, với mục đích tối hậu là làm cho xã hội của ông tiến bộ hơn, Petrus Ký đã chọn những gì tốt đẹp nhất theo ông nhận xét từ cả hai phía Đông Tây. Với mục đích đó, ông đã ủng hộ những người Pháp tiến bộ muốn làm điều tốt cho nước ông như Paul Bert và sẵn sàng đối phó với những người có máu thực dân như Paulin Vial hay D'Ariès. Với mục đích đó, ông đã sẵn sàng đả kích những người cùng đạo với ông trong khi lại bênh vực những kẻ khác đạo. Với mục đích đó, ông đã ủng hộ những quan lại nhà Nguyễn có óc cải cách như Phạm Phú Thứ trong khi sẵn sàng lên án những kẻ khuynh loát triều đình nhà Nguyễn như Tôn Thất Thuyết, Nguyễn Văn Tường. Với mục đích đó, ông đã chép lại tội ác của thực dân Pháp khi dân chúng gọi là giặc, trong khi lại ca tụng đất nước Pháp văn minh và những người bạn trí thức Pháp. Với mục đích đó, ông đã khuyên Paul Bert vây quanh Đồng Khánh với các nhà nho, trong khi trong sớ tấu cho Đồng Khánh ông khuyên vua nên đề phòng người Pháp.

Nếu ta hiểu cái mục đích tối hậu của Petrus Ký là làm cho xã hội của ông tốt đẹp hơn bằng cách đóng trọn vai trò gạch nối hay trung gian của ông thì ta sẽ hiểu được tại sao ông làm những việc có vẻ như là mâu thuẫn. Ở thời nay, ta có thể phê bình sự lựa chọn của ông là đúng hay sai, nhưng ta không thể nghi ngờ được cái mục đích tối hậu này của ông.

Và mục đích tối hậu của Petrus Ký là cho xã hội chứ không phải cho chính ông hay gia đình ông. Lịch sử đã chứng minh là ông làm việc cho Pháp với mức lương cao nhất thời đó, nhưng ông đã chết nghèo vì tiền làm ra được ông dùng để in thêm sách học. Ông đã từ chối làm giàu dù học trò của ông, những người làm việc cho Pháp cùng thời hay sau ông đều phát lên giàu có nhờ dựa vào thế của Pháp. Ông cũng đã từ chối không làm quan chức gì mà chỉ nhận là thầy giáo mà thôi, cho đến khi chết trên phần mộ cũng chỉ đề đơn giản là Giáo Sư Ngôn Ngữ Đông Phương.

Cours D'Histoire Annamite, Imprimerie du Gouvernement, Saigon 1875, trang 251-252, như sau:

"... nous n'oublierons point qu'Annamites de la France, ou Annamites de la Cochinchine et du Tonquin, nous avons des origines communes. Bien que séparés par les destinées politiques, qui fait du peuple le bétail des rois, qui n'est que l'exploitation maladroite et criminelle d'une nation par la caste des fonctionnaires avides et ambitieux.

Tandis, nous n'hésitons pas à l'avouer, que la belle organisation politique des peuples de l'Occident, et du peuple français en première ligne, à seduit notre esprit, a conquis notre estime, notre respect et notre dévouement, comme elle a su gagner la sympathie des populations que la France a annexées à son empire, étonnées de trouver tant de liberté, tant de protections, tant de sécurité chez de maîtres qu'elle avait logiquement considérés comme des ennemis. (1)

(1) Je demande pardon de cette digression, que la contemplation des faits historiques m'a arrachée. On ne m'en voudra point, si un sentiment de tristesse amère me domine, lorsque je considère sont devenus ces pays et ce qu'ils auraient pu être".

9. Kết Luận

Người viết bài này bắt đầu khởi sự tìm hiểu về *"sic vos non vobis"* với một mục đích rất đơn giản là tìm hiểu nghĩa đen của chúng. Và ở thời đại internet ngày nay, người viết đã không mấy khó khăn để nhận ra rằng "sic vos non vobis" hoàn toàn không có nghĩa "ở với họ nhưng không theo họ" như ta vẫn thường biết. Từ khám phá đó, người viết đã tìm đọc thêm nhiều tài liệu về Petrus Ký cũng như của Petrus Ký để đưa đến bài viết này. Quả nhiên Petrus Ký đã dùng "sic vos non vobis" để nói lên triết lý sống của ông với một người bạn, nhưng đó là một ý nguyện cao đẹp bất vị kỷ để phụng sự xã hội, chứ không phải là một câu để tự bào chữa như chúng ta đã tin tưởng từ bao lâu nay.

Điều may mắn là Petrus Ký đã viết rất nhiều, và những sách báo viết về ông cũng rất nhiều, nên người viết có thể tham khảo trực tiếp những nguồn tài liệu quí báu đó. Tuy nhiên, phải nhìn nhận là rất khó khăn để tìm hiểu con người thông thái này. Ở vào thế kỷ 19, trong khi những người có học thức cùng thời với ông, những nhà nho, còn miệt mài với sách đèn thi cử, thì Petrus Ký đã là bạn tâm giao với những trí thức lớn nhất thời đại. Ở vào thời mà "trung quân" mới là "ái quốc" và vẫn còn là mục đích cho các người cùng thời thì ông đã đàm luận về nhân loại, xã hội, khoa học bằng Latin, bằng Pháp Văn, bằng Anh Văn, với các bạn trí thức người Pháp của ông. Sự hiểu biết của ông càng rộng thì những gì ông viết đòi hỏi rất nhiều thì giờ để hiểu và suy ngẫm.

Nhưng cũng chính vì sự "đi trước thời đại" hàng trăm năm này mà ông Petrus Ký đã rất cô đơn ở ngay chính trong xã hội của mình. Nếu đến hơn trăm năm sau mà những người thương mến ông nhất còn chưa hiểu được ông, còn cho là ông đã tự biện minh, tự bào chữa, thì quả nhiên ông đã không lầm khi viết rằng:

Cuốn sổ bình sanh công với tội
Tìm nơi thẩm phán để thừa khai

Winston Phan Đào Nguyên

ĐÔI NÉT VỀ DANH NHÂN VĂN HÓA TRƯƠNG VĨNH KÝ (1837-1898)

NGUYỄN VĂN TỐ

Việt dịch: Nhà văn ***NGUYÊN NGỌC***

Nguyễn Văn Tố

Nguyễn Văn Tố bút hiệu ***Ứng Hòe*** (1889-1947) quê làng Đông Thành, huyện Thọ Xương cũ, thành phố Hà Nội. Là nhà trí thức Nho học và Tây học danh tiếng, ông có vai trò nổi bật trong Hội Trí Tri và Hội Truyền bá chữ quốc ngữ trong các thập niên tiền bán thế kỷ 20. Ông cũng là một cây bút uyên bác về những đề tài lịch sử, văn học...; ông viết bằng cả hai thứ tiếng Pháp và Việt.

Đây là một bài rất có giá trị của ông viết về Trương Vĩnh Ký, đăng trong Bulletin de l'enseignement mutuel du Tonkin, t. XVII, no. 1-2, janvier-juin, 1937. Bản dịch Việt ngữ của Nhà văn ***Nguyên Ngọc***. (BBT)

"Petrus Truong Vinh Ky (1837-1898)". *Bulletin de l'enseignement mutuel du Tonkin*, t. XVII, no. 1-2, janvier-juin, 1937, tr. 25-67.
[BNF - Gallica = https://gallica.bnf.fr/ark:/12148/bpt6k5658229g/f1.image]
(***Nguyên Ngọc*** dịch từ tiếng Pháp)
http://www.quyphanchautrinh.org/ngoi-den-tinh-hoa-van-hoa/ChiTiet/713/danh-nhan-van-hoa-truong-vinh-ky

Trong cuộc đời đẹp đẽ của mình, Pétrus Ký, mà sắp tới Nam Kỳ sẽ kỷ niệm một trăm năm sinh[1], đã triển khai một hoạt động to lớn, đã chạm đến nhiều lĩnh vực và đã dồn sức trong nhiều công trình đến mức cần cả một cuốn sách để có thể ghi lại một cách chi tiết sự nghiệp bác học và ngôn ngữ học của ông. Chúng tôi không định viết được cuốn sách đó. Vả chăng, những người có thể phán xét một cách tốt nhất sự nghiệp được nhà bác học Nam Kỳ hoàn tất đã lên tiếng, họ đã ngợi khen nhà trí thức-nhà ngoại giao (của chúng ta) đúng như ông thật xứng đáng[2], họ đã dõi theo từ những những báo hiệu đầu tiên tài năng xuất chúng của ông cho đến cuộc đi ra Huế của ông, qua tất cả các giai đoạn trong cuộc đời ông; một cuộc đời, dù luôn kiên trì theo một hướng nỗ lực nhất quán, vẫn có nhiều bất ngờ và đa dạng hơn là thường thấy ở những nhà nho và những nhà trí thức An Nam. Họ đã chỉ rõ sau những sự kiện nào mà chính ở Trung Kỳ đã hoàn tất cuộc phát triển của trí tuệ vừa mềm dẻo vừa tráng kiện ấy, vốn đã được khởi đầu ở Poulo Pinang, tại Chủng viện của hội Truyền giáo Hải ngoại, như thế nào mà chính ở Huế trí tuệ bác học của ông, thoạt tiên đến từ những nguồn cội bên ngoài, đã chín muồi và đơm hoa kết quả đẹp đẽ nhất. Song họ đã không xác định được tính chất và sự độc đáo của những công trình đã tạo nên danh tiếng của Pétrus Ký và đã đem lại cho ông vinh dự, suốt tuổi già của ông, được coi là người đứng đầu được kính trọng của trường phái An Nam, vừa là những nhà nho tinh túy vừa là những nhà bác học thâm hậu, chiếm giữ một vị trí to lớn đến thế trong giới nghiên cứu Đông Dương. Những công trình đó, chúng tôi không kê ra hết ở đây. Để có danh mục chỉ cần tham khảo *Bản tổng kê các công trình do P. J. B. Trương Vĩnh Ký công bố và xuất bản dùng cho các trường ở Nam Kỳ* (Saigon, Guilland và Martinon, 1884, 4 tr.), *Các bản thảo của P.J. B. Trương Vĩnh Ký chưa xuất bản* (Chợ Quán, 1896, 6tr. Tự thuật), và Danh mục do Jean Bouchot lập ở cuối công trình nghiên cứu của ông về Pétrus Ký, danh mục này dài không dưới 10 trang[3] . Khi đọc danh mục này, nó khiến ta bối rối, gần như làm cho ta hoảng sợ bởi số lượng và sự đa dạng của nó. Trong số những bản sách nhỏ đôi khi rất ngắn, trong số những công trình ít nhiều được mở rộng mà tiêu đề được nhắc đến trong danh mục nguyên cảo, có những cuốn nói về ngôn ngữ và văn học An Nam, về các ngôn ngữ Ấn Độ và Đông Dương, về các nhà kinh điển Trung Hoa. Những cuốn liên quan đến văn học dân gian không hiếm; nhưng trong toàn bộ danh mục rộng lớn này đấy chỉ là những ngoại lệ cho thấy đầu óc của nhà bác học tò mò biết bao, tri thức ông lĩnh hội đã được trang bị mạnh mẽ biết bao để có thể, ngoài lĩnh vực riêng của mình, còn đi tìm đến những vùng đất cận kề, những điểm đối chiếu và những thông tin bổ sung.

Ngoài điều đó ra, toàn bộ những nghiên cứu Pétrus Ký đeo đuổi từ thuở trai trẻ ban đầu cho đến những ngày cuối cùng của ông đều nhằm vào một đối tượng duy nhất, là nền văn học của nước An Nam xưa, mà một phần đã bị biến mất, nhưng mỗi một mảnh nhỏ còn lại đều đáng được nâng niu sưu tập gìn giữ. Những mảnh nhỏ, khi được một bàn tay khéo léo ghép lại cùng nhau và diễn giải, có thể cho hé thấy, như trong một ánh chớp thoáng qua, đôi nét của những vẻ đẹp đã bị mất. Tất cả những nghiên cứu ấy đều hướng về một mục đích chung, nhưng để đạt đến mục đích đó, đã lại tùy lúc đi theo những con đường khác nhau. Pétrus Ký đã nghiên cứu nền văn học đó dưới tất cả các mặt của nó, trong kỹ thuật ngữ pháp và vần điệu của nó cũng như trong những cảm xúc và tư tưởng nó chuyển tải. Ông đã nghiên cứu nó đôi khi như một nhà sử học, hiểu thấu đến tận cùng tiến trình của các sự kiện, đặc điểm của các phong tục và cơ chế của các thiết chế, cố gắng đặt những con người và những tác phẩm trở lại đúng bối cảnh nơi chúng đã được sinh ra, cũng lại như một người biết thưởng thức một cách tinh tế vẻ đẹp của thơ Nguyễn Du và Nguyễn Đình Chiểu, của Trần Hi Tăng và Đặng Huỳnh Trung (Đặng Huy Trứ).

Chính là với tư cách người xuất bản các văn bản mà Pétrus Ký đã bắt đầu dành được danh tiếng nhà nho. Trong quá trình học chữ nho và chữ nôm của mình, ông chỉ quan tâm không nhiều đến các phương pháp và tính chất táo bạo của lối phê bình ngôn từ, theo cách trình bày lúc bấy giờ của các nhà bác học trong các nghiên cứu Hy Lạp: những phương pháp của họ đã để lại dấu vết trong tâm trí ông. Năm này qua năm khác, càng chăm chú đọc các văn bản bằng chữ nôm, ông nhận ra lợi ích do một lối phê bình sáng suốt có thể đem lại cho các tác giả, mà văn bản (của họ) lấy ra từ các bản thảo còn hàm chứa nhiều bài học (trước đó) chẳng cho thấy ý nghĩa nào hoặc chỉ biểu hiện một ý nghĩa không thỏa mãn được người đọc. Từ đó ông thấy ham thích thử sức trong công việc tu chỉnh và hoàn thiện (các văn bản này); nhưng điều khiến ông quyết định dồn hết sức lực vào công việc này, là khi ông khởi công xuất bản tác phẩm *Kim Văn Kiều* của Nguyễn Du bằng chữ nôm. Không phủ nhận giá trị của tư liệu đối chiếu với bản viết tay này, ông nghĩ vẫn còn có thể làm thêm một số điều gì đó khác, để khôi phục toàn vẹn văn bản mà khi thiết lập các bản chép tay, hiếm hoi và kém cỏi, khó có thể đảm bảo.

Pétrus Ký vẫn luôn ngưỡng mộ Nguyễn Du. Ông hăng hái bắt tay vào việc và, năm 1875, đã xuất bản ở Nhà in của Nhà nước tác phẩm thơ *Kim Văn Kiều*, có kèm theo *Kim Văn Kiều phú*, *Túy Kiều thi tập*, cùng *Kim Văn Kiều tập án* của Nguyễn Văn Thắng, tham hiệp ở Thanh Hóa [4]. Lần xuất bản *Kiều* của Nguyễn Du này có thể coi là một công trình tuổi trẻ, điều đó cắt nghĩa những mặt mạnh và những khiếm khuyết của nó. Khi bắt đầu những công việc của một người làm xuất bản, dù không tự thú nhận với chính mình, Pétrus Ký còn chịu ảnh hưởng của một số nhà Hy Lạp học châu Âu. Ông vẫn còn một lòng tin không hạn chế vào quyền được trao cho mọi đầu óc chính trực và sâu sắc có thể sửa chữa lại những bài học của các bản thảo, cả khi chúng đã đồng ý được đưa ra đúng như thế, sửa chữa những bài học ấy mỗi khi thấy chúng sai trái và không hợp khẩu vị. Cái lối coi thường các bản thảo ấy, về sau ông đã có sự nhìn nhận lại, khi ông đã từng trải một quá trình thực hành lâu dài với các văn bản.

Tuy nhiên cuốn *Đại Nam quốc sử diễn ca* (Sài Gòn, Nhà in của Nhà nước, 1875) mà Pétrus Ký xuất bản cùng năm đã là một tác phẩm phê bình văn bản khá tốt. Đương nhiên về nhiều điểm kết quả chỉ có thể có tính chất giả thiết. Nhưng các giả thuyết của Pétrus không phải là vô bằng: chúng căn cứ trên những nghiên cứu rất tỉ mỉ và rất chăm chú đối với văn bản, trên sự phân tích và quan hệ giữa các sự kiện, trên cung điệu nhịp nhàng của các đoạn khúc. Tác giả không lạm dụng tiêu chí sau cùng này, mà bằng kết quả đạt được, chỉ ra giải pháp có thể rút tỉa được từ đấy, khi ta không áp đặt cho văn bản một hệ thống định trước, mà chỉ quan sát cấu trúc một cách minh tường.

Từ năm 1881 đến 1898, Pétrus Ký cho xuất bản, phần lớn trong khổ 15x21 một tủ sách có chú giải nhiều bài thơ khác, mà sau đây là các tác phẩm chính: Trần Hy Tăng, *Gia huấn ca, giáo dục gia đình, Một người cha dạy con*, Sài Gòn, Guilland và Martinon, 1883, 44 tr. (kèm theo *Cha dạy con trai nhỏ bảy tám tuổi*, của Lê Văn Hớn); *Nử tắc, Bổn phận con gái và đàn bà*, Sài Gòn, Guilland và Martinon, 1882, 27 tr.; Đặng Huinh Trung, *Huấn nữ ca, Thói xấu và tính tốt của con gái và đàn bà*, Sài Gòn, Guilland và Martinon, 1882, 36 tr.; *Thơ mẹ dạy con*, Sài Gòn, Guilland và Martinon, 1882, 12 tr.; *Thơ dạy làm dâu,* Sài Gòn, Guilland và Martinon,1882, 13 tr.; *Học trò khó phú, một nhà nho nghèo,* Sài Gòn, Guilland và Martinon, 1883, 6 tr., tr. 3 có đầu đề phụ; *Học trò khó phú, trào Lê, tỉnh Hà Nội, học trò Giám, tên là Nguyễn Thế Lan làm*); *Bài hịch con quạ*, Sài Gòn, Guilland và Martinon, 1883, 7 tr.; *Thạnh suy bỉ thời phú*, Sài Gòn, Guilland và Martinon, 1883, 7 tr.; *Trương Lương tùng xích tòng tử du phú*, Sài Gòn, Guilland và Martinon, 1881, 7 tr.; *Trương Lương lưu hầu phú*, Sài Gòn, Guilland và Martinon, 1882, 17 tr.; Ngô Nhân Tịnh, *Cổ Gia Định phong cảnh vịnh*, *Gia Định thất thủ vịnh*, Sài Gòn, Guilland và Martinon, 1882, 11tr.; Hai Đức (Tập Phước) *Kim Gia Định phong cảnh vịnh*, Sài Gòn Guilland và Martinon, 1882, 11tr.; *Ngư tiều trường điệu*, Sài Gòn, Nhà in của Hội Truyền giáo, 1885, 8 tr.; *Lục súc tranh công*, của J.B.P. Trương Vĩnh Ký, Sài Gòn, Nhà in của Hội Truyền giáo, 1887, 22 tr.; *Phan Trần truyện*, Sài Gòn, A. Bock, 1889, 45 tr.; Nguyễn Đình Chiểu, *Lục Văn Tiên truyện*, Sài Gòn, A. Bock, 1889, xuất bản lần thứ tư, có xem lại và bổ sung các chú giải và lịch sử, Sài Gòn, Claudé, 1897, 120 tr.; *Văn tế nha phiến…*, (trong *Cờ bạc nha phiến*, Sài Gòn, Nhà in của Hội Truyền giáo, 1885).

Chính trong những bài thơ này Pétrus đã chứng tỏ rõ ràng hơn cả tầm mức một người xuất bản các văn bản của ông, ở đây ông biết thực hiện một cách tốt nhất việc kết hợp sự tôn trọng mà các bản thảo cần được quyền với tính sáng tạo của người làm công việc hiệu đính, với sự định đoán cần có khi bản thảo chỉ trưng ra một ý nghĩa không hiểu được. Trong tất cả những thành quả ông đã đưa ra thuộc thể loại này, đấy là cống hiến mà ông thỏa mãn hơn cả.

BULLETIN
DE LA
SOCIÉTÉ D'ENSEIGNEMENT MUTUEL
DU TONKIN

Tome XVII - N°s 1-2
Janvier - Juin 1937

Société d'Enseignement Mutuel
Comité central
59, Rue des Éventails, Hanoi

Imprimerie Tân-Dân
93, Rue du Coton, HANOI
1937

Bìa tạp chí đăng bài Petrus Truong Vinh Ky (1837-1898) của Nguyễn Văn Tố

Như có thể thấy qua những tên tác phẩm vừa được kể lại, điểm nổi bật của Pétrus Ký với tư cách một người làm xuất bản, đó là quyết định ông đã chọn, và ông kiên định với quyết định ấy, mạnh dạn nhắm vào các nhà văn lớn. Ở đấy ông chứng tỏ tất cả các phẩm chất mà ta có quyền đòi hỏi ở tác giả của một công cuộc xuất bản lần thứ nhất. Ông đạt đến đỉnh cao trong thuật đăng kèm phụ lục và phát biểu những dự đoán. Ông có thể hài lòng với thành công này đến mức không theo đuổi tham vọng khác nữa; nhưng ông tin rằng, và điều này là có lý, ông có thể phục vụ lợi ích của việc học tập của chúng ta bằng cách giúp những người quyết đi theo con đường đó hiểu tốt hơn và biết thưởng thức hơn các tác phẩm *Nữ tắc, Gia huấn ca, Phan Trần,* hay *Lục Văn Tiên*. Đảm nhận vai trò này có phải ông đã sử dụng tốt nhất những năng lực phê bình và sự thông tuệ của mình hơn là, như một tác giả khác mà chúng tôi cũng có thể kể tên, đi dịch những cuốn tiểu thuyết Trung Quốc cổ mà đôi cuốn trong số đó đã có thể lặng lẽ ngủ quên trong bóng tối của các thư viện chúng ta?

Không nên quên rằng Pétrus Ký là một trong những nhà thông thái hiếm hoi đồng thời là người có được đào tạo (cơ bản). Nếu ông đã muốn thấu hiểu tất cả những bí ẩn của ngữ pháp An Nam và của ngôn ngữ An Nam và Hán-Việt, nếu ông đã khó nhọc cặm cụi trên các bản thảo, nếu ông đã đi sâu vào những bí quyết của vận luật, ấy không phải vì cái thú vui hão huyền được ngưỡng mộ vì cái kỳ tài phô bày trong những khoa học khó khăn này. Mà là để hiến cho chúng ta, trong vẻ trong sáng trọn vẹn của nó, văn bản của các tác giả lớn mà ông say mê yêu mến, là để, như chúng tôi vừa nói, cho chúng ta biết thưởng thức chúng tốt hơn, để chúng ta hiểu hơn các nhà thơ An Nam đã tìm được trong sự đa dạng của vần điệu và đôi khi phối hợp cả âm nhạc nữa, những phương tiện tác động đến các tâm hồn, lay động được trí tưởng tượng. Nếu ông đã nghiên cứu, tường tận đến từng chi tiết nhỏ nhất kỹ thuật của các tác phẩm tuyệt đẹp ấy, là để chúng trở nên dễ hiểu với chúng ta hơn và khiến chúng gần gũi với chúng ta hơn, bất chấp sự khác biệt về thời gian và tập quán. Nếu ông đã là một giáo sư ngoại hạng, ấy là vì ông đã làm cho những người học trò của ông thấy được trong các tác giả An Nam những người đầu tiên biết cách vận dụng suy nghĩ trong phân tích các hiện tượng đạo đức và xã hội, rồi trình bày một cách có phương pháp những tư tưởng được gợi lên từ những cảnh tượng thế gian. Trong một số nhà thơ, ông chỉ ra những người chuyển tải cảm động và trung thành những tình cảm giản dị nhất và sâu sắc nhất của tâm hồn con người, những tình cảm tạo nên nền tảng của tâm hồn và sẽ còn sống mãi bất chấp mọi thay đổi chế độ. Đối với Pétrus Ký, văn học cổ An Nam mãi mãi còn là một người thầy mà chúng ta còn nhận ra được nhiều bài học, một người thầy của tư duy tự do và trong lành, của tình cảm chân chất và thẳng thắn.

Chúng tôi không đủ tư cách để xác định vị trí của Pétrus Ký trong lịch sử nghiên cứu Đông Dương. Là đại diện của một truyền thống vốn thu hẹp nghiên cứu tiếng An Nam văn học vào việc học chữ Hán, ông đã quá đủ sáng suốt để không thể không chịu ấn tượng về những phương cách của một lĩnh vực đang không ngừng phát triển; ông hiểu tầm quan trọng của những nghiên cứu mà vả chăng chính ông không hề xa lạ. Vả lại các tuyển tập truyện dân gian của ông (*Chuyện đời xưa nhón lấy những chuyện hay và có ích*, Sài Gòn, Guilland và Martinon, Bản in nhà nước, 1866, in-8°, 74 tr.; lần xuất bản thứ hai, 1873, 66 tr.; lần xuất bản thứ tư, A. Block, 1888, 66 tr. v.v.; *Chuyện khôi hài*, Sài Gòn, Guilland và Martinon, 1882, in-8°, 16 tr.) có cái đặc sắc là chân thành, và đọc có thể tin: đây đúng là truyện dân gian lấy từ ngọn nguồn trong trẻo nhất, người sưu tập đã để lại dấu vết của mình ít nhất có thể. Nhưng vẫn phải lựa chọn, bởi vì, qua những chuyến đi của ông khắp các miền của An Nam, Pétrus Ký còn được nghe kể nhiều chuyện ngụ ngôn mà ông không thấy cần xuất bản. Do sức hấp dẫn kép ấy, các tuyển tập của Pétrus Ký đáng được sự chú tâm của các nhà nghiên cứu văn hóa dân gian quan tâm đến các truyện kể về súc vật và truyện Tiếu lâm mà nhiều người coi là tiêu biểu cho tinh thần An Nam.

Nếu nhà bác học Nam Kỳ chủ yếu là một người xuất bản các văn bản, do vậy tin tưởng sâu sắc ở tầm quan trọng của việc cung cấp cho các nhà nghiên cứu những tư liệu, thì lợi ích có thể rút ra từ đấy để đi sâu hơn nữa vào thế giới tâm tình Hán Việt, để thấu hiểu hơn thế giới ấy về tất cả các phương diện, lịch sử, xã hội, đạo đức, không thoát khỏi sự chú ý của ông; ông biết lợi ích của những chất liệu ông trao cho công chúng, vì không có thời gian, thường ông chỉ kịp soi sáng bằng một bình luận ngắn gọn, hoặc bằng những lời tựa bao giờ cũng sáng rõ và viết một cách mẫn tiệp[5], song đôi khi lại kích thích tò mò hơn là gây thỏa mãn hoàn toàn. Nhưng sẽ là bất công và không đúng nếu ngỡ rằng ông không biết đến nghệ thuật xây dựng tác phẩm. Ngòi bút nhà nho tinh tế của ông từng vẽ nên những nét tế nhị và thanh đạm của cuộc sống An Nam cổ xưa trong những gì là cuốn hút nhất của nó (x. *Phép lịch sự An Nam, Les Convenances et les civilités annamites* của ông, Sài Gòn, Guilland và Martinon, 1882, 52 tr. Bằng tiếng Pháp).

Những tiểu luận ông cho xuất bản từ năm 1882 đến 1885 dưới tiêu đề *Bất cượng, chớ cượng làm chi*, (Sài Gòn, Guilland và Martinon, 1882, in-8°, 8 tr.), *Kiếp phong trần* (Sài Gòn, Guilland và Martinon, 1885, lần xuất bản thứ ba, in-8°, 10 tr.) *Cờ bạc nha phiến, bằng tiếng thường và văn thơ* (Sài Gòn. Nhà in của Hội Truyền giáo, 1885, in-8°, 82 tr.) v.v. đặc biệt hấp dẫn và đọc rất thích. Tác giả thuộc số những người tin rằng triết học không nên là độc quyền của các nhà thông thái và các chuyên gia, nó cần tác động một cách sống động đến thời hiện tại, vậy nên triết học không nên tự nhốt mình trong tháp ngà, cũng không được tự cô lập mình trong những nghiên cứu tối nghĩa không với tới được đối với người thường, mà nó có bổn phận giúp cho con người trong thời của mình có ý thức về chính mình, tìm được con đường đi của mình ở đời.

Quả vậy, ở Pétrus Ký điều này toát ra từ tất cả các tác phẩm của ông, lao động bác học không phải chỉ là một trò chơi đơn giản của trí óc và không dừng lại ở việc giải quyết khó khăn này hay khó khăn khác chỉ vì niềm vui đã vượt qua được nó: lao động đó có những đích ngắm cao hơn: nó hòa kết với nhu cầu bảo vệ những chân lý không được đánh giá đúng, uốn nắn lại những lầm lỗi phạm phải vì hời hợt hay ngu dốt, đặt lại trên con đường đúng đắn những kẻ lạc đường hay những người tự phụ. Những ưu tư đạo đức tác động trong ông cùng lúc với niềm đam mê của nghiên cứu hay óc tò mò. Vậy nên ông cống hiến hết mình cho những gì ông làm. Nhưng trong bộ óc được tổ chức rất tốt ấy mọi sự đều được sắp xếp trật tự, và mọi việc đều được thúc đẩy với cùng một lòng hăng say. Xu hướng nhân văn dồi dào toát ra từ các nghiên cứu Hán học của ông khiến ông gần gũi với đồng bào của mình, trong khi một số nhà nho lại thích xa lánh họ để sống trong một tình trạng cô lập khinh khỉnh. Ông có một nhu cầu bẩm sinh kết hợp những người khác với tư tưởng của mình, muốn tranh luận và thuyết phục; ông thích nhắc lại lời *Trung dung* mà ông đã xuất bản một bản dịch sang tiếng An Nam năm1889[6]: "*Bất khả tu du ly giả; khả ly, phi đạo giả*" ("Không thể xa rời đạo lý, dù chỉ khoảnh khắc; nếu ta có thể xa rời nó, thì đấy không còn là đạo lý nữa"; *Trung dung*, trong *Tứ thư*, bản dịch của Couvreur, Ho kien fu, nhà in của Hội Truyền giáo, 1895, tr. 28). *"Lòng tin đạo đức không nằm ngoài con người; nó ở trong chính con người. Một bài thơ cổ nói rằng kẻ dùng một chiếc rìu để tiện nên cán rìu thì chẳng cần hình mẫu của cán rìu ở đâu xa, vì anh ta đã có nó trong tay mình rồi."*[7] Cái hình mẫu mà ta phải thuận theo để hành xử đúng đắn thì lại càng gần ta hơn. Theo tư tưởng Trung Hoa, bản chất của con người vốn là thiện; do ảnh hưởng của các dục vọng mà hư hỏng đi, nhưng ta luôn có thể tìm thấy trong chính mình hình mẫu lý tưởng; vậy nên bậc hiền nhân không ngừng phấn đấu để tự nhận thức ra chính mình, và khi đã đạt được đến điều ấy, thì sẽ nhận ra bổn phận của mình một cách sáng rõ. Socrate, sinh mười năm sau Khổng Tử, cũng coi việc tự nhận thức chính mình là nền tảng của đạo đức, và tư tưởng của Platon đồng nhất với khái niệm về sự tương hợp của con người với bản chất của nó (thành, tch'eng) mà đạo Khổng coi là cứu cánh (Ed.Chavannes, *Về một số tư tưởng đạo đức Trung Hoa*, trong Tạp chí *Á châu thuộc Pháp*, tháng tư-tháng sáu 1917).

Cũng thuộc hệ thống nghiên cứu này, có thể kể *Tam tự kinh* (phiên âm và dịch thành văn xuôi và thơ tiếng An Nam, Sài Gòn, Guilland và Martinon, 47 tr.) và *Minh tâm bửu giám* (bảng chữ Hán, dịch và chú thích bằng tiếng An Nam, Sài Gòn, Rey, Curiol và Cty, 2 tập, in- 8°, 135 và 143 tr.) mà Pétrus Ký xuất bản trong các năm 1891-1893, với một bản dịch tiếng An Nam. Xuất bản và dịch thuật đều nổi bật tính trung thực khoa học cao vốn là đặc điểm của ông và in đậm vẻ nhân từ vui tươi khiến cả những vấn đề ngữ pháp cũng dễ chịu, và đương nhiên không loại trừ cả sự đa dạng về tri thức lẫn sự vững chắc của các phán xét. Ở đây chúng tôi không muốn làm một công việc phê bình hồi cố, cũng không định làm một phân tích chi tiết: những công trình quan trọng nhất từ lâu đã quá quen thuộc với tất cả những người học chữ nho, và nếu đôi chi tiết đã cũ, thì cái căn bản vẫn còn vững chắc nguyên vẹn.

Nghiên cứu các ngôn ngữ kinh điển đưa Pétrus Ký đến những tìm tòi tinh tế hơn. Với đầu óc giàu tính phê phán và ham tìm tòi, ông luôn muốn đi đến tận cùng của sự vật; do vậy, trong nghiên cứu các ngôn ngữ, đương nhiên ông quan tâm nhiều đến vấn đề nguồn gốc và sức hấp dẫn của các từ; như vậy ông đã đi vào con đường của ngữ văn học so sánh. J. Thomson, một nhà du hành người Anh, trong sách *Mười năm du hành ở Trung Quốc và Đông Dương* (bản dịch của A. Talandier và H. Wattemaire, Paris, Hachette, 1877, tr. 140) viết:

> "Ngài Pétrus Ký … đã học ở trường trung học thiên chúa giáo La Mã tại Pénang, và tôi sẽ không bao giờ quên sự kinh ngạc của mình khi tôi được giới thiệu với ông. Ông nói với tôi bằng một thứ tiếng Anh rất tốt, có hơi pha chút giọng Pháp, và bằng tiếng Pháp không kém tinh khiết và sang trọng. Ông thông thạo tiếng Tây Ban Nha, Bồ Đào Nha, tiếng Ý cũng như các ngôn ngữ phương Đông; vị trí cao ông đảm nhiệm chính là do từ tri thức kỳ lạ ấy của ông. Một hôm đến thăm ông, tôi thấy ông viết công trình *Phân tích so sánh các ngôn ngữ chính của thế giới*, công trình đã chiếm của ông mười năm lao động. Ông có quanh mình một sưu tập các sách hiếm và quý mà ông đã tìm được, một phần ở châu Âu, một phần ở châu Á. Buổi tối có thêm một nhà truyền giáo từ Chợ Lớn đến, và khi tôi ra đi thì họ tiếp tục thảo luận với nhau một số điểm về thần học bằng tiếng la-tinh. Pétrus Ký đã viết nhiều công trình, trong đó có một cuốn ngữ pháp tiếng An Nam có phần lời tựa trình bày những sự thân thuộc giữa các chữ viết cổ nhất theo lối biểu tượng với vần chữ cái An Nam hiện đại (tức chữ quốc ngữ)".

Ông đã sáng suốt chỉ dừng lại ở việc mô tả và tránh mọi giải thích có tính chất lịch sử: ông nói, ngữ pháp mô tả và ngữ pháp lịch sử là hai điều khác nhau và không nên trộn lẫn vào nhau: nhưng qua nội dung trình bày của ông ta nhận ra nhà bác học tinh thông và am hiểu các vấn đề về ngôn ngữ học[8] và rất sáng suốt trong những ý tưởng tổng quát (xem các sách của ông *Văn phạm tiếng An Nam giản lược*, Sài Gòn, Nhà in Hoàng gia, 1867, in- 8°, 131 tr.; *Văn phạm tiếng An Nam*, Sài Gòn, Guilland và Martinon, 1882, in- 8°, 118 tr., v.v.).

Ông nói, tiếng An Nam có quá nhiều từ gốc Hán. Ngay ở những tác phẩm xưa nhất, nó đã có vẻ quá xa với ngôn ngữ nguyên gốc, đã quá khác thường (original) rồi, và nhất là quá cô lập, để ngữ pháp so sánh của nó không phải bao giờ cũng giữ được một tính chất không chắc chắn thật đặc biệt; ở đấy có quá nhiều quy luật dựa trên một số ít ví dụ đôi khi không đủ tin cậy để cho (ngữ pháp của) nó không bao giờ mất đi tính chất là "phác thảo". Nhưng Pétrus Ký không chỉ cho chúng ta những chỉ dẫn sáng suốt, ngắn gọn và rõ ràng trong một vấn đề khó khăn và mơ hồ, ông đã viết những cuốn sách độc đáo. Ông không so sánh các chữ với các chữ, thậm chí cũng không cả các âm với các âm, hay các từ với các từ, ông đã đem đối lập một ngôn ngữ này với một ngôn ngữ khác, nghĩa là một hệ thống được xác định một cách chuẩn xác ở một thời điểm được chọn với một hệ thống cũng được chọn dừng lại đúng như vậy, ở cùng một thời điểm được chọn, về mặt tâm lý cũng như về mặt sinh học (organique), trong ba lĩnh vực ngữ âm học, hình thái học và cú pháp học. Mỗi ngôn ngữ, với cách sử dụng đặc trưng mà nó rút lấy từ các phương cách của hoạt động ngôn ngữ, đều liên quan toàn vẹn trong khi xem xét đến những điểm chi tiết nhất. Sự độc đáo của các sách ngữ pháp của Pétrus Ký còn ở chỗ với việc sử dụng tinh thông đến thế những nhận xét tổng quát và một quan niệm rộng lớn đến thế đối với từng vấn đề nhỏ nhất, văn phong của ông vẫn chuẩn xác một cách hết sức chặt chẽ, hình thức diễn đạt vắn gọn và đầy tính khoa học. Không chút gì được đưa thêm vào cho các từ, không chạm chút gì đến văn học dưới bất cứ hình thức nào: ta chỉ thấy hiện lên các sự kiện với tính chất và các mối quan hệ của chúng. Bởi chẳng cần gì nhiều hơn cho Pétrus Ký, người luôn giữ một phương cách mang tính phân tích chặt chẽ và so sánh, luôn tìm tới đúng cái tổng quát bên dưới cái riêng biệt bằng một tri thức ngày càng rộng lớn và chắc chắn, nhưng không bao giờ sa vào chung chung.

Ông nói đại ý, một số nhà ngôn ngữ học đối lập những hình thức mà họ coi là nguyên thủy với những hình thức họ xem là tương đối mới đây: cái sai là ở chỗ ngôn ngữ của các dân tộc kém văn minh được coi là có thể cho ta một hình dung về những ngôn ngữ nguyên thủy đó lại đúng là những ngôn ngữ mới được biết trong những thời kỳ hoàn toàn hiện đại; nhưng do không ai biết quá khứ của chúng ra sao, đương nhiên không thể nói rằng chúng đã không phải trải qua những loạt biến đổi rất dài: có lẽ nên cẩn thận dành mọi kết luận có thể rút ra từ các ngôn ngữ đó cho đến ngày, bằng một so sánh chăm chú, có thể hé thấy đôi chút gì đó về sự phát triển của chúng xưa kia. Pétrus Ký còn nói thêm, các nhà ngôn ngữ học ấy lập ra những phân loại tổng quát, phải được áp dụng cho mọi ngôn ngữ, chẳng hạn quy luật về các câu tán thán, tuyên ngôn hay nghi vấn. Nếu muốn xuất phát từ những phân biệt ấy để nghiên cứu cú pháp, chắc chắn cuối cùng ta sẽ đi đến những kết quả cũng đáng buồn chẳng khác gì đi theo lối phân loại cơ sở trên lô gích: điều quan trọng cần xác định khi nghiên cứu ngữ pháp của một ngôn ngữ hay một nhóm ngôn ngữ là các phương thức mà các ngôn ngữ ấy trình ra trong thực tế; mà các phương thức ấy thì không chịu để cho ta phân loại chúng một cách dễ dàng. Không được quên rằng các sự kiện ngôn ngữ phải được giải thích bằng các sự kiện ngôn ngữ khác; tâm lý học chỉ cung cấp cho nhà ngôn ngữ học một cách thức để hình dung về các sự vật, cũng gần giống như những dòng đối lưu và những rung động của ê te cung cấp cho nhà vật lý cách thức để hình dung về các hiện tượng điện; điều quan trọng là các phương cách hình dung các sự kiện càng không quá xa thực tế đến mức có thể, nhưng một thay đổi về phương diện này không hề làm biến đổi khoa học.[9]

Ta nhận ra điều này khi đọc các giáo trình dạy chữ Hán của Pétrus Ky (*Giáo trình thực hành chữ Hán*, Sài Gòn, Trường thông ngôn, 1875, bản viết tay, v.v.); *Tam tự kinh giải âm*, Sài Gòn, Rey và Curiol, 1887, in-8°, 71 tr.; *Sơ học vấn tân*, Sài Gòn, Guilland và Marion, 1881, in-8°, 36 tr.; *Huấn mông khúc ca*, Sài Gòn, Nhà in của Hội truyền giáo, 1884, in-8°, 47 tr., v.v.) và nhất là *Mẹo luật dạy tiếng Phalang-sa*, Sài Gòn, Bản in nhà nước, 1869, in-8°, 55 tr.; *nt*. Paris, Challamel, 1872, in-8°, 56 tr.; *Thầy trò về luật-mẹo léo-lắt tiếng Phalangsa*, Sài Gòn, Guilland và Martinon, 1883, in-8°, 23 tr.). Các sự kiện được trưng ra không có giải thích, hoặc với giải thích tối thiểu, và như thế là để cho sự trưng bày chung giữ nguyên tính chất chuẩn xác của lối trình bày thuần túy giáo điều. Nhưng với cách phân bổ chủ đề, với sự sáng rõ của các công thức, với sự chuẩn xác của các giải thích, hay nói đúng hơn các gợi dẫn về từ nguyên, ta nhận ra một vị thầy đầy kinh nghiệm dạy tiếng Pháp và hoàn toàn làm chủ đề tài của mình. Một số thầy giáo Pháp, về phần họ, lại ít muốn giữ tiết độ hơn trong việc giải thích về mặt lịch sử, nhưng lẽ ra họ không được quên rằng ngữ pháp ở đây là viết cho người nước ngoài và những người đó không phải là những người phán xét về mức độ ngữ pháp lịch sử có thể được đưa vào trong việc thực hành dạy tiếng Pháp khi đó là dạy cho người An Nam. Ngược lại cần thấy là phát âm thường bị các thầy giáo và học sinh Đông Dương coi nhẹ, họ xem các ngôn ngữ nước ngoài là ngôn ngữ viết chứ không phải ngôn ngữ nói. Cách chữa tốt nhất sai lầm này là buộc các thầy giáo phải được học kỹ lưỡng sinh lý học về các âm và dạy cho học trò những khái niệm rõ ràng hơn về ngữ âm học và những mối quan hệ của các âm với các chữ biểu hiện chúng đúng ít hay nhiều.[10] Dẫu sao, chúng ta đã có một cuốn "Ngữ pháp tiếng Pháp" thật tốt, theo tất cả các nghĩa của tính từ này. Theo chúng tôi, phần về cú pháp thật sự là mới mẻ và độc đáo, dù cũng còn có chỗ có thể chính lý đôi chút và một số bổ sung. Trước hết quả không hề là một công trạng nhỏ khi biết cách nói về những điều cốt yếu nhất chỉ trong không gian năm mươi trang, với lối in thoáng đạt, rõ ràng, và các chi tiết về ấn loát nói chung được chọn lọc rất tốt. Và, trên hết, trong những trang ấy là một lối phân tích các câu tiếng Pháp rất chặt chẽ, các nhóm lập thành câu, và lối sắp xếp của các nhóm ấy. Ta thấy rõ – chỉ nói riêng cách dùng một hệ thuật ngữ chặt chẽ và nói chung dễ được chấp nhận – Pétrus Ký đã suy nghĩ rất chín về đề tài của mình; ta cũng nhận ra rằng ông đã theo rõi rất sát những thảo luận tinh tế đang diễn ra ở Pháp. Ông đã tận dụng khá nhiều công trình Ngữ pháp của Larive và Fleury, nhưng là một cách hoàn toàn độc lập, cô đọng vấn đề với một sự chuẩn xác đúng phương pháp, ngang bằng, nếu không vượt qua các tác giả nước ngoài. Phần lớn các tác giả này mắc một lỗi nặng, là rút ra từ các tác giả thế kỷ XVII các ví dụ mà họ viện dẫn: thành ra họ dạy cho độc giả biết hai trăm năm trước người ta viết tiếng Pháp như thế nào, chứ không phải ngày nay người ta nói tiếng Pháp ra sao. Trong khi, trước hết cần đem đến cho học sinh ý nghĩa và hiểu biết chính xác về ngôn ngữ hôm nay. Chúng ta không phủ nhận giá trị nghiêm túc có thể có và quả thực có của một số sách ngữ pháp ấy, nhưng một lần nữa, ta chê trách chúng đã làm sai lạc thực tế do quá ít chú ý đến cách sử dụng hiện tại, quá nghiêng về phía xưa cũ trong việc chọn các ví dụ. Không phải bao giờ cũng dễ tìm được một chỗ xuất phát đúng giữa hai phía, để quyết định xem từ ngữ nào, lối nói nào là không còn trong tiếng Pháp sinh ngữ: phải theo dõi một cách chăm chú, phải có sự mẫn tiệp rất sắc sảo; sự mẫn tiệp đó, Pétrus ký có, ông đã thực thi nó bằng các ghi chép của ông trong thời gian lưu lại ở Pháp năm 1863, quan sát xem trung bình những người Pháp có học nói như thế nào. Đấy là phương pháp tốt, về cơ bản, là phương pháp duy nhất, và là phương pháp Vaugelas đã sử dụng ba trăm năm trước. Nhưng Pétrus Ký không che dấu rằng đây là chuyện không dễ chắc chân. Quả vậy, ở đây có một vấn đề: trong các công trình của ông, ông tìm cách phân tích lối sử dụng nào? Lối sử dụng (tiếng Pháp) nói hay viết? Ông đã có phần nghiêng ngả, lúc gần về bên này, lúc về bên kia, và không thể lên án ông về điều đó, bởi vì, ở đây nữa, điểm xuất phát cũng đặc biệt tế nhị.

Như vậy, chính trong việc dạy tiếng Pháp, và đặc biệt dạy chữ quốc ngữ mà Pétrus Ký đã cống hiến hoạt động, các đức tính của người thầy giáo và sự tận tụy của ông. Bởi ông thích thú và có khiếu dạy học; ông không hề là một nhà bác học bàn giấy; ông còn có tình yêu lớp trẻ và nhu cầu muốn hướng dẫn họ. Sách *viết cho các trường sơ học,* hay *Những khái niệm đơn giản về khoa học* cho học trò nhỏ các trường của Chính phủ Hạ Nam Kỳ (tập 1, viết bằng tiếng An Nam: *1°Sách học vần quốc ngữ; 2° Lịch sử An Nam; 3°Lịch sử Trung quốc*; Sài Gòn, Nhà in Nhà nước, 1876-1877, in-8°, 364 tr.) mở đầu bằng những dòng vắn gọn: *"Chữ quốc ngữ phải trở thành chữ viết của đất nước. Để đem lại điều hay và tiến bộ. Vậy nên phải tìm mọi phương cách để phổ biến lối chữ viết này, và không nên quá bắt chước Hội Truyền giáo mà nhà in, tôi dám nói là đã không mệt mỏi, mỗi ngày cung cấp những sản phẩm mới."* (x. thêm *Chữ cái quốc ngữ gồm 12 bảng với các bài tập đọc*, của P.J. B. Trương Vĩnh Ký, in lần thứ 4, có xem lại và sửa chữa, Sài Gòn, Rey và Curion, 1887, khổ 0,185x0,250, 22 tr.; *Bảng chữ cái tiếng Pháp, Phép đánh vần tiếng Phangsa*, Sài Gòn, Guilland và Martinon, 1885, in-8°, *Thông thoại quá trình, hay bài tập đọc bổ ích cho học trò các trường sơ học, làng và tổng* (1-2, tháng năm 1888- tháng tư 1889[11], Sài Gòn, Rey và.Curiol, in-8°, tập, từ 11 đến 16 tr.). Những xuất bản phẩm này được toàn bộ học giới Nam Kỳ nhiệt liệt đón nhận đúng như nó thật xứng đáng. Trong tờ *Học báo* họ đều thống nhất nêu bật bức tranh vừa rộng lớn nhất vừa khách quan nhất về lịch sử An Nam và lịch sử Trung Quốc. Ta thán phục Pétrus Ký đã biết bao kiên trì và nỗ lực lao động để tập họp các tư liệu tản mát, biết bao ý chí còn phải lớn hơn và hiếm có hơn để thấu hiểu các giai đoạn khác nhau của lịch sử quốc gia. Đương nhiên, ta có thể có ý kiến khác ông về chi tiết này hay chi tiết khác; có thể không đồng tình đối với một số phát biểu đặc biệt nào đó, có thể có giải thích một cách khác về một số sự kiện, nhấn mạnh hơn một số nhận định, có thể nhận ra trong mớ khổng lồ các sự kiện và thời điểm (được nói đến) một số sai lầm, một số trích dẫn không đúng, một vấn đề nào đó mà tác giả còn chưa giải quyết triệt để. Nhưng những điều dó không hề làm giảm giá trị, cũng như lợi ích không thể chối cãi của công trình. Cần nói rằng tác giả đứng trước một mảnh đất hoang: ông không chỉ nhận ra nó, mà thật sự đã khai phá nó.

Cũng có thể nói đúng như vậy về cuốn *Tiểu từ điển Pháp-An Nam* của ông (Sài Gòn, Nhà in của Hội Truyền giáo, 1884, in-8°, 1192 tr.; nt., tái bản có chân dung tác giả, có 1250 hình minh họa lấy từ Tiểu từ điển Larousse có minh họa, Sài Gòn, F. H. Schneider, 1911) và về cuốn *Từ vựng An Nam-Pháp* của ông (Các từ thông dụng, danh từ kỹ thuật, khoa học và từ ngữ hành chánh, Sài Gòn, Rey va Curiol, 1887, in-8°, 191 tr.).[12] Đúng là, để bắt đầu, cần công nhận, thường khó mà làm tốt hơn. Phương pháp phân loại không chê vào đâu được, xử lý tư liệu hoàn hảo, rất dễ cho người tra cứu, tất cả tạo thành một từ vựng gồm các danh mục làm rạng danh sáng kiến của nhà bác học đã thu thập chúng, cũng như nhiệt huyết sáng suốt của nhà cầm quyền đã tài trợ cho công trình. Và càng đáng khâm phục hơn khi ta nghĩ rằng, để đáp ứng các đòi hỏi dạy học của ông, Pétrus Ký, đến năm quá bốn mươi tuổi, còn chú tâm đổi mới học vấn về ngôn ngữ học của mình, ngày trước đã đạt được với biết bao khó nhọc, luôn theo sát các tiến bộ không ngừng của ngôn ngữ học so sánh, đọc tất cả những gì liên quan đến tiếng Trung Quốc và các ngôn ngữ Đông Dương và tự tạo cho mình một quan niệm hợp lý về những vấn đề đa dạng đến thế, mà đầu óc tinh anh của ông đã sắp xếp chỉnh chu và sáng rõ.

Tuy nhiên sẽ là bất công nếu không đánh giá đúng giá trị lớn của các công trình khác của ông, vì cho rằng chúng lọt ra ngoài lĩnh vực quen thuộc của ông, và chỗ này chỗ khác có một số điểm chưa được vững chắc hay đưa ra một số lý thuyết có phần mạo hiểm! Dù các nghiên cứu về nông nghiệp và công nghiệp và một số sách khác của ông có thể có vài chỗ chưa ổn (x. bức thư của ông về kiến đỏ và kiến đen, trong *Tập san của Ủy ban nông nghiệp và công nghiệp Nam Kỳ*, t 1, số 4, 1866, tr. 51-52; *Thư về cây tre và cây mây ở Nam Kỳ*, nt, bộ 2, t. I, số 2, 1873, tr. 106-109; *Ghi chú về các loài thuyền khác nhau của An Nam*, nt, bộ 2, t. I, số 4, 1875, tr. 222-226); *Hạt và gỗ để nhuộm*, nt., tr. 227-228; Thư ngày 30 tháng 5 1876 về *rau câu*, nt.t.1, số 5, 1876, 271-272), điều khiến chúng vẫn còn giá trị và có thể sẽ còn lâu là tính chất tuyệt đối trung thực của việc ông làm. Không bao giờ che dấu khó khăn, không bao giờ dùng lời khôn khéo để che đi sự bất lực hay tư duy nghèo nàn, không bao giờ bỏ qua những văn bản có thể gây khó chịu hay xin xỏ, như ở những tác giả khác. Ngược lại Pétrus Ký nêu bật những sự kiện có thể chống lại các hệ thống của ông. Những khiếm khuyết trong thông tin của ông, ông thường trưng rõ chúng ra, như khi ông viết *Giáo trình lịch sử An Nam* mà chúng tôi sẽ nói đến sau đây (t. 1, tr. 71) [13]: *"Dù các Biên niên chỉ là một lối kể theo thời gian, không có nhận định tổng quát cũng không nói gì về triết lý của lịch sử, thì từ toàn bộ các sự kiện mà chúng tôi đã kể ra một cách liên tục, có thể kết luận rằng An Nam vào thời ấy (thế kỷ XIII) đã đạt đến một sức mạnh quân sự nhất định"*.

Từ khi (Pháp) chiếm Nam Kỳ, mọi sách lịch sử được xuất bản về xứ An Nam đều căn cứ trên *Gia Định thông chí* và những công trình kém giá trị hơn. Đã đến lúc học thức uyên bác của Nam Kỳ thay thế các sách cũ ấy, một mặt loại bỏ tất cả mớ tạp nham giả-thông tin mượn từ các văn bản Trung Quốc, mặt khác dành một vị trí xứng đáng cho những cứ liệu thật chính xác và thật nhiều do các biên niên An Nam cung cấp. Nhiệm vụ thật khó khăn, bởi người ta không thể cùng một lúc, ở cùng mức độ, vừa là nhà Hán học, vừa là nhà văn khắc học và nhà luật học. Pétrus Ký đã lao vào công việc này một cách dũng cảm và có thể nói, nhìn chung, ông đã hoàn thành một cách đặc sắc. Cuốn *Giáo trình lịch sử An Nam* của ông trước hết có ưu điểm lớn là được cấu trúc và viết rất tốt. Quả là văn phong không có được sự dễ dàng đáng yêu của các tác giả Pháp, nhưng lại chững chạc và có một khung sườn vững chắc hơn. Ảnh hưởng của Victor Duruy có thể nhận ra khắp chỗ, cả trong nội dung lẫn hình thức; cả trong việc chọn các chủ đề mà Pétrus Ký triển khai một cách thích thú nhất. Bởi – và đây là một nét đặc biệt của cuốn Lịch sử An Nam này – phần giai thoại, chuyện vui hay nêu gương được hạn chế và cố ý hy sinh; ngược lại, có những chương dài và đặc sắc, đặc biệt chuyên dựa trên các tư liệu văn khắc và pháp lý liên quan đến các cuộc chiến tranh với Trung Quốc và Champa, với việc chuyển các các nước Chàm và Cămbốt thành đô thành An Nam, v.v. Toàn bộ bức tranh Đông Dương, từ các thiết chế của nó, thực trạng kinh tế và xã hội của nó, được vẽ ra bằng một bàn tay bậc thầy và sẽ còn là *hình mẫu* nơi các nhà sưu tập sẽ đến tìm nguồn. Ở đây Pétrus Ký đứng trên một thực dịa đối với ông đã quen thuộc từ lâu và là nơi thẩm quyền cá nhân của ông cho phép ông tận dụng các văn bản và các tư liệu Trung Quốc mà không phải hy sinh sự dộc lập phán xét của mình.

Nhờ những tư liệu ấy, cả những tư liệu khác nữa, mà những người đi trước ông đã không biết đến [14], Pétrus Ký đã đem lại cho hành vi của các nhân vật của ông một diện mạo mới và làm nổi bật cái phần ưu trội nhất mà một vị vua này hay vị quan khác đã giữ trong nền cai trị vương quốc, sự khôn khéo của họ để vượt qua những hiểm nguy đáng sợ, tài mềm dẻo, đức nghị lực rắn rỏi phi thường của họ. Hãy đọc lại, chẳng hạn, trong *Giáo trình lịch sử* của ông, chương dành cho cuộc chiến tranh của Lê Lợi:

> "Nước Đại Việt, như ta đều biết, dưới thời Trần Quý Khoáng (1413) đã đánh mất những gì còn lại của nền độc lập được gìn giữ từ thời Lý (544). Từ những đại gia đình thống trị xứ sở và cai trị Nhà nước, chỉ còn lại một đám đông vô danh những nông dân, thợ thủ công, những người làm ruộng, mang nặng số phận đau khổ của mình dưới ách nô lệ và áp bức của Trung Quốc. Tuy nhiên, một đôi người, những người làm văn học hay chỉ đơn giản là những người yêu nước, chú tâm không chỉ dành giật nhân dân khỏi cái chết – công việc dường như hão huyền – mà cố làm dịu bớt và nâng cao phẩm giá cho cuộc lâm chung của họ, bằng cách đem đến cho họ một ngôn ngữ và một nền văn học, để mở ra cho họ kho tàng của những ý tưởng mới. Ngoài sự mong đợi của chính mình, những con người đó trở thành "người đánh thức" quốc gia; tiếp sau các nhà thơ là các sử gia, trả lại cho dân tộc Đại Việt các phẩm giá của mình, và từ cảm xúc còn mơ hồ của những "người đánh thức" đầu tiên khai tỏa lên ý thức An Nam thuần túy; sự liên kết của tầng lớp tri thức tinh hoa với các đám đông dân gian, điều kiện thiết yếu của phục hưng dân tộc, cuối cùng đã được gắn kết. Năm 1418, với sự sụp đổ của chế độ cũ, đánh dấu cuộc trở lại đời sống chính trị của người An Nam, và từ đó, quốc gia chiến đấu để dành lại uy thế hợp pháp của mình và giải quyết, theo đúng điều họ biết là quyền và lợi ích của họ, các mối quan hệ của An Nam với đời Trần và với Đế quốc Trung Hoa."

Với một sự sáng rõ hai lần đáng khen về một chủ đề rối rắm đến thế, Pétrus Ký thuật lại các biến cố của "cuộc chiến tranh giành độc lập"; ông hiến cho độc giả của mình tất cả các yếu tố của một nghiên cứu cơ sở và được lập luận trên "cuộc đấu tranh mười năm" ấy. Thời kỳ suy giảm, rồi sự thức tỉnh của dân tộc, có thể là thời kỳ nhiều ý nghĩa nhất của lịch sử An Nam thời trung cổ, chắc chắn là thời kỳ khó xử lý nhất (cho một sử gia). Không thể chỉ hạn chế trong các sự kiện quân sự: dân tộc An Nam, bị mất đầu bởi sự bội phản của nhà Hồ, đã bị xóa tên trong hai mươi năm khỏi thế giới sống. Tuy nhiên, chính quần chúng bị áp bức của nó, là những người gìn giữ dù không hoàn toàn có ý thức, của một kho tàng quý báu, chính những người thợ của công cuộc phục hưng văn học là điều mà ta phải biết để hiểu được nước An Nam đích thực, ngày ấy và hôm nay: đấy là lịch sử của xã hội, nhưng phong tục, những văn chương, những tư tưởng phải được lĩnh hội và trình bày ra. Pétrus Ký đã đảm nhiệm một cách xuất sắc nhiệm vụ ấy, chứng tỏ cái tri thức toàn năng mà ông vốn nổi danh. Cách trình bày của cuốn sách giàu ắp tư liệu rất sáng sủa, hầu như lúc nào cũng giản dị, linh hoạt, sôi nổi; ông không bị áp đặt bởi các yêu sách của lịch sử được mệnh danh là khoa học; ông dành phần xứng đáng cho trí tưởng tượng và trao quyền cho nó. Ông bị hấp dẫn bởi việc dựng lên các chân dung, các bức tranh, bởi phân tích tâm lý, và điều đó là vì lợi ích của người đọc. Hãy thử dẫn ra sau đây đoạn mở đầu chương *"Chiến tranh dành độc lập":*

> Tuy nhiên, bất chấp những nỗ lực của người Trung Quốc để tranh thủ tinh thần của nhân dân và đè nén những bất bình ngày càng tăng, giờ phút của các cuộc chiến đấu đã điểm.
>
> Một trong những người An Nam vốn gắn bó với triều đình cũ, trong số những người được kính trọng nhất vì các phẩm chất cá nhân của mình, sau khi đã từ chối các thứ ban phát của người Tàu, bèn rút lui vào núi Lam Sơn, chiêu tập về cùng mình những kẻ thù của nền thống trị Trung Hoa. Người ấy có tên là Lê Lợi.
>
> Do lực lượng thoạt đầu còn yếu, ông bắt đầu cuộc chống đối bằng một lối chiến tranh bất ngờ, khiến cho bọn Tàu rất khốn đốn. Ngày 9 tháng giêng năm 1418, tướng Mã Kỳ mang quân tấn công ông ở Lam Sơn. Lê Lợi lui về Lạc Thủy, rồi ngày 13 tiếp đó ông phái các tướng của ông là Lê Thạch, Đinh Bồ, Lê Liên, Lê Ly ra ngăn đường tiến binh của kẻ thù. Mã Kỳ thất trận, 3.000 quân Tàu và vô số vũ khí phải bỏ lại trận địa. Nhưng ngày 16 bị một người An Nam tên là Ái phản bội, dẫn đường cho quân địch và đưa chúng đến bao vây đội quân An Nam nhỏ bé. Tuy nhiên Lê Lợi thoát được; song gia đình ông rơi vào tay bọn Tàu và đội quân của ông phải chạy tán loạn. Có một lúc những người theo ông mất tinh thần. Nhưng ông không hề nản lòng và tin tưởng vượt qua nhiều thử thách gian nan lúc phải chạy trốn trong rừng sâu nơi ông ra sức trui rèn binh sĩ của mình, rồi ông phái các tướng Lê Lễ, Lê Náo, Lê Xí, Lê Đạt, thuộc gia đình ông, trở lại chiếm Lam Sơn là chốn rút lui ban đầu của ông. Đến tháng tiếp sau đó (tháng hai), cạn hết lương thảo, ông trở lại kiểu chiến tranh bất ngờ rất thành công và tiếp tế cho quân sĩ của mình bằng những thứ thu được của kẻ thù, và sang tháng thứ ba, đã thu thập được khoảng trăm binh sĩ cũ của mình phân tán ở Yên Mang, ông xây dựng một pháo đài và chiêu tập những người theo cùng từ bốn phương. Sáu tháng đã trôi qua như vậy cho đến khi tướng Lý Bân dẫn đầu quân Tàu xuất hiện ở Yên Mang; nhưng nhờ có tên tẩm thuốc độc, Lê Lợi đẩy lui được quân địch và giết chúng rất nhiều.
>
> Mặc dầu có những biến cố đó và những uy hiếp của một cuộc nổi dậy tiềm tàng, người Trung Quốc tưởng từ nay đã làm chủ được đất nước, ít ra cũng lâu dài, tiến hành cùng lúc chiến tranh và thực dân hóa. Trong số những biện pháp nhằm chống lại sự lãnh đạm của người An Nam, họ bắt người bản xứ trồng tiêu. Và chăng triều đình (Trung Quốc) rất quan tâm đến tất cả những gì liên quan đến phần đất mới này của đế quốc. Hai nhà bác học Hạ Thanh và Hạ Thời được phái sang nghiên cứu phong tục và sưu tầm các sách của xứ này và mang về những vật lạ và thủ hiếm (1418).
>
> Năm 1410, Trung Quốc tiến hành dạy các sách Ngũ kinh, Tứ thơ, và sách Phật. Họ cũng xúc tiến cải tổ trong các làng. Một trăm hộ thành một làng, các lý trưởng và mười giáp thủ được thay mỗi năm một lần.
>
> Tuy nhiên Lê Lợi vẫn tiếp tục công cuộc kháng cự và chiến đấu táo bạo của mình,

và mỗi chiến thắng mới càng động viên quân sĩ của ông và nâng cao uy tín của cuộc kháng chiến. Trước những triệu chứng báo động ấy, tháng sáu (năm 1420) triều đình phái vị đại quan (Phụng hóa) Trần Trí sang phối hợp với Lý Bân trong các cuộc chinh phạt. Song người An Nam không ngừng chiến đấu, tuy không đạt được lợi thế trong một thời gian.

Thậm chí một người chiến sĩ khác đã nổi dậy, đó là Lê Ngã, nguyên là nô lệ của một công chúa nhà Trần, tự xưng là cháu bốn đời của Trần Duệ Tông. Ông ta lui về Lạng Sơn, nơi chỉ trong một tháng ông đã chiêu tập được 10.000 người. Ông xưng Vua, dập đồng tiền riêng; nhưng sau vài thành công ban đầu, ông phải chịu thua các cuộc truy đuổi ráo riết của Lý Bân. Ông biến mất và tên ông không còn thấy trong các biên niên nữa.

Nhưng Lê Lợi thì vẫn còn, và đấy không phải là một đối thủ dễ chịu biến mất như Lê Ngã. Những người Trung Quốc chiến thắng của hoàng đế hy vọng đánh bại người chiến binh quả cảm này không quá khó khăn và tiến công ông. (*Giáo trình lịch sử An Nam*, t. I, tr. 157-160).

Nếu có một số phần có thể phê phán, nếu đôi ba nhận định có thể cần được xem lại, thì những hạn chế ấy không hề làm giảm giá trị của *Giáo trình,* quả là một tác phẩm lớn và cho đến thời bấy giờ không có đối thủ. Những nghiên cứu mới có thể làm lung lay công trình của tác giả, những tư liệu sẽ trở nên có thể tiếp cận được hẳn sẽ làm biến đổi dáng vẻ của *Lịch sử* do Pétrus Ký phác ra. Ngay chính Pétrus Ký cũng không tự để cho mình có ảo tưởng là đã viết nên một tác phẩm xong xuôi. Bởi ông vừa là nhà bác học vừa là nghệ sĩ. Khi cần giải quyết một vấn đề xác định hay đánh tan lớp sương mù bất định phủ quanh một điểm nào đó, khí chất nghệ sĩ của ông chỉ tỏ rõ trong sự tiết độ tinh tế của lối chứng minh. Nhưng ông cũng có cái khiếu nghệ sĩ, thường rất hiếm khi, như ở ông, lại cùng tồn tại với thiên tư chặt chẽ về tính chuẩn xác khoa học, vẽ nên những phác họa tổng thể, ở đó cá tính của người thực hiện luôn lộ ra, dẫu anh ta tự kìm chế mình đến đâu để chỉ trình bày sự thật một cách đúng đắn nhất. Hãy đọc đoạn kể này về một trận đánh ở Thanh Hóa:

> Trịnh Kiểm cho tấn công Đông kinh, kinh đô của nhà Mạc. Chiến dịch này, bộc lộ sức mạnh của phe ông, tuy nhiên chỉ có kết quả là kìm chế kẻ thù ở yên đấy cho đến năm 1555. Lê Trung Tông lợi dụng đoạn nghỉ ngơi này để tổ chức một cuộc thi văn học. Nhưng tháng Tám năm 1555 Mạc Phước Nguyên phái một đội quân lớn, do người chú của ông ta là Mạc Kinh Điển chỉ huy, vào tỉnh Thanh Hóa để đè bẹp phe nhà Lê. Một trăm chiếc thuyền vượt bể tiến vào cửa Thần Phù, trong khi về phần mình quân bộ tiến lên để chiếm các vị trí của họ trên sông Đại Lại. Trịnh Kiểm nhận ra tất cả. Ông thuyết phục dân ven sông đừng chạy trốn và tiếp tục công việc của mình một cách bình yên và vui vẻ, cứ như họ không biết gì cả; rồi ông phái một binh đoàn đến phia nam sông, giữa núi An Định và núi Quân An; tự ông thì đứng ở phía bắc giữa núi Bạch Thạch (núi đá trắng) và núi Kim Sơn (núi đá vàng), ở đấy ông bố trí 50 thớt voi chiến, trong khi 10 chiếc thuyền chiến lên xuống dòng sông giữa Hữu Chấp và Kim Bôi. Quân dịch tiến vào sông; người ta để cho chúng ngược sông bình an đến quá núi Kim Sơn. Các đoàn

quân Mạc hoàn toàn bình yên; nhưng, đột nhiên, đúng trưa, khi họ đến gần núi Quân An, một phát thần công vang lên và cùng lúc các pháo đội lộ ra trên hai bờ sông và trong tiếng gầm liên tục tuôn một trận mưa sắt thép lên kẻ thù sửng sốt. Cùng lúc, các thớt voi chuyển động, các đội quân được rải từng chặng tập trung lại và khép chặt đường rút lui của quân địch, trong khi mười chiếc thuyền đang ở trên cao, lao xuống cực nhanh, đến lượt mình bổ lên đầu kẻ thù tan nát. Đám quân địch, gồm 10.000 người, bị tiêu diệt hầu như hoàn toàn. Mười chỉ huy quan trọng bị bắt. Tuy nhiên Mạc Kinh Điển chạy thoát được, và vất vả trở về xứ của ông cùng với vài mảnh vụn của cái binh đoàn vốn có nhiệm vụ xéo nát phe nhà Lê (1555). (*Giáo trình lịch sử An Nam*).

Trước đó, không ai biết chút gì về trận chiến này; từ nay ta biết nó ra sao, tầm quan trọng của các binh đoàn tham chiến, tính chất của vai trò của nó; trong ghi chú này, mà tất cả đều mới mẻ, không một từ thừa, và dường như tuyệt đối không có gì có thể khác; khi đọc những trang này là một cảm giác thỏa mãn không chút dè dặt. Nhưng lịch sử các cuộc xung đột giữa nhà Mạc và nhà nhà Trịnh, giữa nhà Trịnh và nhà Nguyễn, giữa nhà Nguyễn và Tây Sơn, là những bức tranh quá rộng để ta có thể hiểu được chúng đầy đủ và chúng tất yếu đã được "soạn lai", sắp xếp, tô màu. Song, không có sự bỏ sót, rút gọn, xếp đặt hay sắc màu hoặc nửa sắc màu văn học nào mà lời bàn, thậm chí ý định, không thể bị tranh cãi hay nghi ngờ, nhất là khi đề tài xử lý, như trong chuyện này, thuộc số còn có lợi thế thu hút sự quan tâm đến mức độ nào đó của đầu óc bè phái. Vậy nên, khi đã có tham vọng "viết lịch sử" trong những điều kiện như thế, thì phải chờ đợi những vụ kiện về khuynh hướng, mà những bậc uyên bác chỉ làm việc với các sự kiện vi phân, có cái ưu thế được miễn trừ.

Ngược lại, về những nguyên tắc căn bản của phương pháp lịch sử, Pétrus Ký tỏ ra không khoan nhượng. Dầu là sử gia *tiên nghiệm*, như ông gọi, có tên là Guizot, Augustin Thierry hay Fustel de Coulanges, thì ông cũng không nhượng bộ gì hết, tuyệt đối không chút gì hết ngoài tài năng văn học, là cái trong tâm trí ông chẳng quan trọng cho lắm. Ý tưởng cho rằng các sự kiện trên thế gian này là do từ tư tưởng của một Đấng tối cao, quan niệm về sự chung sống của hai dân tộc, một của những người chiến thắng và một của những kẻ chiến bại, coi là tóm tắt lịch sử An Nam cho đến thế kỷ thứ 10, cuối cùng thì những kẻ sau thắng những người trước bằng cách đem lại cho xã hội An Nam cơ cấu căn bản của nó, hay là cái luận đề rằng chẳng hề bao giờ có chuyện xâm lược của Trung Quốc, tất cả những khẳng định có hệ thống và lông bông đó gây cho ông cái tác động như của các trò tung hứng chẳng hề có chút giá trị khách quan nào. Và nỗi bực bội và bất bình của ông lớn lên và bùng nổ khi ông đi đến chỗ nhận ra rằng một số những kẻ khoác lác các hệ thống đó lại tự tuyến bố họ chỉ đơn giản là những người kể chuyện. Lối lên án kiên quyết mọi ý đồ phục hiện quá khứ bằng những con đường khác hơn là sắp xếp một cách hệ thống và chặt chẽ các sự kiện lịch sử, loại bỏ mọi ý kiến tiên định và lý thuyết cảm tính, như ta vừa thấy, được kèm theo một sự coi khinh rất đậm đối với các trò múa may về hình thức. Pétrus Ký đo lường giá trị của một cuốn sách duy nhất bằng vào các phẩm chất nền tảng của nó, ở chỗ ta rút ra được từ đó những lợi ích gì. Sao trên đời lại có thể có những người chẳng biết chút lẽ thường đến mức đặt *Đại Nam quốc sử diễn ca* lên trên Các Biên niên, ông hết sức kinh ngạc, gần như là chưng hững và đau khổ. Như vậy, đối với ông, văn phong chỉ có tầm quan trọng rất thứ yếu. Ta nhận ra phần nào điều đó khi đọc ông. Đúng ra, ông thường nói điều ông muốn nói bằng một hành ngôn chuẩn xác và đúng; thậm chí đây đó câu viết của ông mang dáng vẻ thư thái, và giọng điệu ranh mãnh thu hút sự chú ý. Thậm chí ông đạt đến chỗ hùng biện, một sự hùng biện tập trung, không cường điệu và càng lôi cuốn khi được chủ đề nâng ông lên và tình cảm ái quốc được trộn vào trong diễn từ của ông. Hãy xem cách ông biết, vào năm 1881, trình bày với vị Nam Kỳ dân biểu về vấn đề nhập quốc tịch của người An Nam:

Như chính ngài đã nói rất đúng, tôi nghĩ rằng việc nhập quốc tịch chỉ có khả năng và có thể thực hiện được cho những người An Nam theo Cơ đốc giáo, là thiểu số rất nhỏ trong dân cư bản địa. Quả là, nhờ có các trường học Cơ đốc, từ lâu họ đã được chuẩn bị cho cuộc hóa thân này, dù có thể vẫn còn chưa đủ để chấp nhận nó mà không đắn đo. Những người khác, ngược lại, các nhà nho, người theo Khổng giáo và Phật giáo, nghĩa là đa số mênh mông, khác biệt một cách căn bản với những người kể trước, do cả tín ngưỡng và tôn giáo lẫn các thiết chế gia đình cùng các nguyên tắc xã hội của họ. Và chính ở đó sẽ là nơi xây thành đắp lũy cho cuộc kháng cự lại ngoan cố nhất đối với những lợi ích của việc nhập quốc tịch mà Chính phủ rất rộng lượng trao cho. Cách tốt nhất để làm cho ta cảm nhận được trọng lượng khả dĩ của những toan tính đó trong quyết định về sau của những người An Nam phi Cơ đốc, là nhắc lại trong vài lời những nền tảng của thiết chế gia đình ở An Nam. Có thể tóm tắt trong ba điểm

Ngôi nhà ở của Trương Vĩnh Ký ở Chợ Quán, Sài Gòn. (Tranh vẽ của André Robert, năm1889.)

cốt yếu: *1° sự can thiệp của tổ tiên, 2° quyền uy của người cha, 3° lòng hiếu thảo*, những điểm này gắn kết chặt chẽ với nhau đến mức bỏ đi một điểm nào bất kỳ cũng sẽ phá đổ toàn bộ tổ chức xã hội …

"Với ba nguyên lý đó, là nền tảng bất biến của xã hội An Nam, xã hội này có niềm nở quan tâm hay chối từ việc nhập quốc tịch Pháp? Đấy là điều ta còn cần xem xét, và mục đích cúa nghiên cứu này là nhằm cho việc xem xét đó. Để duy trì việc thờ cúng tổ tiên, để việc đó không bị gián đoạn chút nào, mà hậu quả sẽ là tai hại cho hạnh phúc gia đình, thì chính gia đình phải trường tồn, và điều đó là theo dòng cha và bằng những hậu duệ nam giới hợp pháp. Cũng giống như ở người La Mã, quyền truyền nối ở nước chúng tôi được chuyển giao bởi những hậu duệ nam giới (bên phía cha), *qui nascuntur patris, non matris familiam sequuntur*. Chính là để đảm bảo sự nối dõi này mà hôn nhân đã được thiết lập. Cũng chính vì mục đích đó mà chế độ đa thê và ly hôn được cho phép. Tầm quan trọng của sự nối dõi này đến mức, khi không có được một người thừa kế hợp lệ chăm lo việc thờ phụng tổ tiên, luật pháp áp đặt việc nhận một trong những người cháu họ gần nhất làm con nuôi để duy trì việc thờ cúng đó, và tình trạng vô sinh của người vợ là một trong bảy nguyên nhân của ly hôn, trong trường hợp đó luật pháp cho phép lấy vợ lẻ và vợ ngoài giá thú. Vì tất cả những phòng ngừa đó của luật pháp, tất cả những thực hành được phê chuẩn bởi tập quán và tín ngưỡng đó không có mục đích nào khác ngoài việc bảo đảm duy trì thờ cúng tổ tiên, làm sao chấp nhận rằng người An Nam sẽ đồng thuận từ bỏ các truyền thống cổ xưa đó? Đấy sẽ là một sự bội giáo, một sự phạm thánh, một cuộc bỏ đạo. Vả chăng có hợp lý không khi tin rằng họ sẽ từ bỏ chế độ đa thê và ly hôn mà luật pháp cho phép và thường còn áp buộc họ?

Chúng ta đã nói đến quyền uy của người cha, hãy xem ông được trao những quyền gì. Người cha trong gia đình An Nam theo cách nào đó là vị giáo chủ của tục thờ phụng trong gia đình (Quả là chúng ta có thể dùng từ đó để chỉ việc thờ phụng tổ tiên rất giống với tục *sacra privata* và các lễ hội gia đình của La Mã). Ông có quyền trị bảo và một quyền giám hộ chỉ mất đi khi người thực thi nó hay người nhận chịu nó chết.

Không có sự đồng ý của người cha, các con của ông không được phép lập bất cứ cơ sở riêng nào; trong trường hợp nối dõi của một trong những người họ hàng, trừ khi có trăn trối theo di chúc của người quá cố, những người thừa kế không được thực hiện chia gia tài trong suốt thời gian tang lễ. Cha mẹ có quyền di chúc theo ý muốn của mình, và như vậy uy quyền của họ tác động đến cả sau khi chết: họ có quyền tước quyền thừa kế và, trong trường hợp đó, người thừa kế phải trao ý muốn của họ vào tay người *trưởng tộc*, vả chăng chính ông này chủ trì theo luật việc chia gia sản và đảm bảo cho ý chí cuối cùng của người cha được thực hiện, cái ý chí luôn được tôn trọng một cách chu đáo. Tất cả các quyền mật thiết đến thế với người cha trong gia đình, ông đã được nuôi dạy trong sự tôn trọng các quyền ấy, chúng là nền tảng của giáo dục đạo đức ông được dạy, viêc nhập quốc tịch Pháp có còn giữ được cho ông không? Và có thể tin rằng ông có thể từ bỏ chúng và chối từ thực thi một uy quyền mà ông đã tôn trọng ở cha ông, và tất cả đã làm cho uy qquyền đó là thiêng liêng đối với ông: truyền thống và tôn giáo? Cả người vợ nữa, chính bà có sẽ bị tổn thương không nếu chồng bà là người nhập tịch (Pháp)? Chẳng phải bà là người kế tục hợp pháp của người cha, trong vị trí chỉ huy cao nhất của gia đình, người thừa kế tất cả các quyền của người chồng đã mất của bà? Ngay lúc sinh thời của chồng chẳng phải bà đã giữ một nửa quyền ký một giao ước, cai quản tài sản của gia đình đó sao? Cuối cùng, chính các người con nữa, đến lượt họ sẽ trở thành cha, họ không tiếc vì mất đi những lợi thế mà một ngày nào đó họ sẽ có được sao? Sẽ ra sao đây đối với họ cái lòng hiếu thảo của con cái mà họ đã quen coi là đức hạnh cao nhất? Do nhập tịch (Pháp) mà được phóng túng hơn đối với các bổn phận của mình, vậy họ quả có muốn tự giải thoát khỏi chúng không, và có lo sợ sự khinh miệt của công chúng sẽ vùi nát kẻ dám từ bỏ tôn giáo của cha ông? Vậy đó ta thấy, những truyền thống xưa nhất, những luật lệ thiêng liêng nhất, những giáo điều không thể xâm phạm nhất, những thói quen ăn sâu nhất, đều bị xói lở từ chân đến ngọn, và gia đình An Nam mãi mãi tan rã cái ngày người chủ của nó nhập quốc tịch Pháp.

Cuối cùng xin nói thêm một lời. Hãy dõi theo dân tộc An Nam trong lịch sử của họ. Trung Quốc, kẻ láng giềng khủng khiếp của An Nam đó, sau khi sáp nhập lãnh thổ của chúng tôi, chẳng đã từng tìm mọi cách khả dĩ, trước hết biến chinh phạt thành đồng hóa, sau đó nhập tịch chúng tôi sao? Và điều đó, họ làm nhiều lượt khác nhau: từ năm 111 trước công nguyên đến năm 30 sau công nguyên, tức 149 năm, dưới thời người Tây Hán; từ năm 226 đến năm 540, tức 314 năm dưới thời Đông Hán; dưới thời Ngô, Ngụy, Tấn, Tống, Tề và Lương; từ năm 603 đến năm 930, tức 336 năm, dưới thời Tùy, Đường và Lương; từ năm 1418 đến năm 1428, tức 10 năm, dưới ách đô hộ của triều Minh. Sau bao nhiêu nỗ lực, Trung Quốc đã thành công trong việc áp đặt cho chúng tôi chữ viết của họ, nền văn học của họ, tôn giáo của họ, và các luật lệ của họ; nhưng những người An Nam thua trận không bao giờ chọn kẻ xâm lược, cũng không thay đổi tên gọi lãnh thổ của mình. Thời Lê Chiêu Thống, các quan theo ông ta sang Tàu, không chịu cạo đầu và ăn mặc quần áo Tàu; họ thà chọn cảnh lưu vong và ở tù do người Thanh buộc họ phải chịu, thay vì từ bỏ quốc tịch của mình. Như vậy tình cảm dân tộc tồn tại, và ở độ rất cao, trong tim người An Nam, và giả như họ có ưng thuận với việc giải thể gia đình, thì một mình, tình cảm ấy vẫn sẽ lên tiếng khá to để nói với họ rằng hãy vứt quách cái chuyện nhập quốc tịch Pháp đi."[15] (Trương Vĩnh Ký, *Thư*, viết tay, được lưu giữ ở Thư viện của Viện Viễn đông Bác cổ, I)[16]

Đấy là lao động khoa học trung thực và kiên trì Pétrus Ký đã bắt đầu từ năm 1863, ở tuổi hai mươi sáu và sau đó ông đã theo đuổi không mệt mỏi, nhất là từ năm 1875, cho đến khi ông mất, ngày 1 tháng chín năm 1898.

Lao động bác học này, với tư cách là bác học, không được công chúng ưa chuộng. Các nhà bác học, mà đối tượng nghiên cứu là những thế giới xa xôi, những vấn đề đã cũ mòn, vất vả mò mẫm một cách chậm chạp đầy thận trọng, không tự cho phép mình đưa ra những giả thuyết liều lĩnh, những cao hứng đẹp đẽ mà lừa phỉnh, họ lặng lẽ dò dẫm lần đi, là những con kiến của thế giới bác học, nhặt hết hạt này đến hạt khác cái món ăn gia súc chất dồn trong các kho của họ, đúng vậy, với danh nghĩa gì mà họ dám đòi được hưởng ơn huệ của của đám đông? Thực tế là, họ cung cấp cho tiểu thuyết, cho sân khấu một đề tài mua vui dễ dàng. Những vấn đề khiến họ say mê được coi là trò vui; sự tò mò của họ gây cười mỉm; những đắn đo của họ trông thật kỳ lạ; người ta cho rằng lân la mãi với những con người ngày xưa tước mất đi của họ hiểu biết về những thực tế hiện tại. Về điều đó một nhà sử học đã đáp lại bằng những lời sau:

> "Trong số những nét hiện lên trên một bức tranh về quá khứ, chắc chắn là có những cái này quan trọng hơn cái khác, và ưu trội của nhà nghiên cứu thường là ở chỗ chọn ra đúng một đối tượng đáng để nghiên cứu. Nhưng nhốt con người lại trong cái vòng tròn chật hẹp của hiện tại, cấm họ hiểu biết về những tổ tiên xa xôi của họ, khám phá ra nguồn cội của mình, giao tiếp với những người đã đi trước mình và giải thích mình, nhập môn vào những hình thức và tư tưởng mà các thế hệ nối tiếp đã chứng kiến sự bừng nở, làm vậy sẽ là khiến cho cái lĩnh vực trong đó tư duy của con người tồn tại bé nhỏ lại quá thể, và đày họ vào một thứ cô lập về tinh thần. Không, chúng tôi không tiếc những gian nan chúng tôi đã phải trả giá cho nghiên cứu tìm tòi về văn học, nghệ thuật, ngôn ngữ, phong tục, tôn giáo quá khứ; chúng tôi không coi việc chúng tôi sử dụng những nỗ lực của mình như vậy là thấp kém. Có những người khác cật vấn các bí ẩn của tự nhiên, dò xét các quy luật chi phối các thế giới, đi sâu vào đời sống của thực vật hay động vật. Còn chúng tôi, chỉ có con người là đối tượng cho các nghiên cứu của chúng tôi và chúng tôi không xấu hổ vì điều đó: con người cầu khấn, con người hành động, con người chạm khắc, xây đắp, viết, với tất cả sự khác nhau về đa dạng khí hậu và thời đại mà các công cuộc cao quý này tất phải bao hàm. Chúng tôi càng không muốn phủ nhận sự tỉ mẫn chu đáo, sự thận trọng chi li về phương pháp cho phép chúng tôi đạt đến mục đích được chậm hơn, nhưng cũng chắc chắn hơn.

Phỏng có ích gì những khái quát vội vàng mà lại thiếu một cơ sở vững chắc? Còn có giá trị gì trang sách lịch sử hùng hồn nhất cái ngày người ta nhận ra nó đã được xuất phát từ một sai lầm về phê phán hay không hiểu biết về biên niên? Chúng tôi tưởng đang nghe lời xin lỗi của anh nhà văn quá vội vã, nhấn mạnh vào cái khó khăn anh đã gặp khi, trong một chút thời gian quá hạn chế, phải đủ sáng suốt cần thiết, và giống như Alceste[17], chúng tôi những muốn trả lời anh ta: "Thời gian cũng chẳng đem lại được gì cho sự vụ đâu".

Đấy hẳn là cảm nghĩ của nhà bác học Nam Kỳ, dấn thân vào con đường khó nhọc của tri thức uyên bác, chẳng hề đo tính thời gian của mình, suốt đời nhọc nhằn chỉ duy nhất chăm lo tìm cho được sự chuẩn xác, ngày nay được vinh danh một cách xứng đáng là người sáng lập nền nghiên cứu lịch sử và ngữ văn học An Nam. Nhưng ta sẽ hiểu không đúng về Pétrus Ký nếu ta không coi trọng một yếu tố khác trong diện mạo tri thức của ông: những nỗi lo lắng của nhà nho, và có thể, tham vọng của diễn giả. Bậc uyên bác, mà ta có thể ngỡ chỉ cắm cúi vào các nghiên cứu sử học và văn học của ông, không chỉ quan tâm đến các sự kiện. Với tư cách là dịch giả và người xuất bản các văn bản cổ, như ta đã thấy, ông luôn thận trọng và kìm chế, không để cho các thành quả khoa học của ông liên lụy vào những giả thuyết phiêu lưu. Nhưng ở chỗ khác, như trong các giáo trình của mình, ông thả mình phóng khoáng. Ông tìm kiếm trong tư tưởng cách cắt nghĩa các sự kiện, và trong lời kêu gọi đến công chúng, thắng lợi của tư tưởng. Ông mang ám ảnh của hành động văn học hay hùng biện, óc tò mò về các học thuyết, nỗi quan tâm tới việc nói hay, ý chí muốn được mọi người hiểu. Có phải đấy là tác động đối với ông của giáo dục đạo đức ban đầu? hay do các nghiên cứu thần học của ông? Hay do từ thực hành dạy học lâu dài? Hẳn là có tất cả. Có điều là nhà ngôn ngữ học ấy vốn ham thích các ý tưởng và các khái quát, những tổng hợp rộng, sự thông giao với công chúng. Chính vì điều đó mà, cứ định kỳ, trong mọi giai đoạn của cuộc đời ông, ta thấy ông thoát ra khỏi lĩnh vực chuyên môn chật hẹp của mình, để làm nhà diễn thuyết hay nhà văn. Do thúc đẩy của Paul Bert ông còn đi đến cả chính trị.

Về việc này, hãy nói đến "vấn đề" sứ mệnh của ông ở Trung Kỳ và Bắc Kỳ[18]. Chuyện không mới, tuy nhiên còn chưa cạn và sẽ còn chưa cạn khá lâu nữa, cho đến khi các tài liệu lưu trữ chính thức còn chưa cho biết tất cả các bí mật của chúng. Trong khi chờ đợi, những tư liệu mới đã bổ sung cho các tư liệu cũ. Về phần này Jean Bouchot đã moi tìm được những tài liệu quý và có thẩm quyền cao. Nhất là ông đã lục nhiều trong các Tài liệu lưu trữ của Nam Kỳ. Chắc hẳn nguồn gốc các tài liệu ông đã xuất bản đã khiến cho bản trình bày của ông có một màu sắc chính thức mà nhà sử học chung cuộc của Bắc Kỳ hẳn đã làm cho nhạt bớt đi; ít nhất chúng cũng cho phép họ phá bỏ đi đôi truyền thuyết và chỉnh lại trên một số điểm những khẳng định của một số truyền thuyết địa phương. Đây là một trong số những tài liệu ấy, đề ngày 28 tháng tư năm 1876, là một báo cáo của Pétrus Ký gửi cho Đô đốc Deperré, Thống Đốc Nam Kỳ, qua Tham Mưu Trưởng Regnault de Premesnil:

> Tôi hân hạnh gửi đến ngài báo cáo mà ngài đã có nhã ý yêu cầu tôi về tình hình chính trị Bắc Kỳ nơi tôi vừa đi thăm[19]. Trước hết xin ngài cho phép tôi kể nhanh về hành trình của tôi. Rời Saigon ngày 18 tháng giêng trên tuần dương hạm Duchapaud,

chúng tôi ghé Tourane, để lại hai viên chức người An Nam; vài ngày sau chúng tôi đến Hải Phòng nơi tôi rời tàu. Tôi trình với ngài Lãnh sự Pháp các nhiệm vụ của tôi, ông cấp cho tôi một hộ chiếu để ngày hôm sau tôi đi Hải Phòng, nơi tôi được ông Phạm Phú Thứ và ông Nguyễn Tân Đoàn, tỉnh trưởng và tỉnh phó thứ hai đón tiếp rất trọng vọng. Các quan chức cao cấp này gần như cưỡng bức tôi để giữ tôi lại cùng các ông trong những ngày đầu năm. Tôi được đối xử rất lễ độ. Từ Hải Phòng tôi đi cáng về Hà Nội (Kẻ Chợ) với sự bảo vệ của một đoàn tháp tùng. Ở đấy tôi tuyển mộ những người thợ khảm mà chính quyền đã giao cho tôi trách nhiêm đưa về, rồi tôi đi thăm thành phố và các vùng lân cận; sau đó, tôi lên đường trở về Hải Phòng và từ đó về Saigon.

Ở Hải Phòng tôi gặp tàu hơi nước của hãng Landstein, chiếc *Whasi* mà tôi phải đi cùng với những người tôi có nhiệm vụ đưa về; nhưng vì tàu này còn phải chờ hàng từ trong nội đia khá lâu, tôi từ bỏ ý định đi theo đường Hồng Kông sẽ khá tốn tiền, và sau khi đã báo với ngài Lãnh sự Pháp, tôi đi Nam Định, tỉnh lỵ của tỉnh cùng tên, từ đó tôi đi Phát Diệm, một cảng biển nhỏ. Tại đấy tôi gặp một vị linh mục bản xứ theo tôi là một người có phẩm giá cao, có những ý tưởng rõ ràng và chắc chắn và trong khi diễn ra những biến cố gần đây đã khá có ảnh hưởng đối với tất cả dân chúng để giữ được bình ổn ở tỉnh Ninh Bình, trong khi chính quyền địa phương bất lực. Cụ Sáu (đấy là tên vị linh mục này) cho người đưa tôi đi đường biển đến sông Thanh Hóa và thành phố cùng tên. Trên dọc sông tôi thăm nhiều hang động lý thú khác nhau.

Tỉnh Thanh Hóa là cái nôi của triều vua hiện nay và triều vua trước đó. Sau khi đã đi thăm nhanh các vùng gần thành phố, tôi đi về tỉnh Ninh Bình, vượt qua ba dãy núi gọi là Tam Điệp, chạy song song từ Lào ra đến biển. Ba đường lượn sóng lớn này của mặt đất khá gần nhau; chúng chỉ cách nhau ở chân bởi một dãi đồng bằng chừng trăm mét; tôi phải mất gần một giờ rưởi để trèo qua một lượn sóng đó. Người ta bảo rằng các núi này có chứa kẽm cạnh lối vượt qua mà tôi đã đi theo. Tôi chỉ ở lại trong thành Ninh Bình gần 24 tiếng. Tôi đi Kẻ Sở, trú sở giám mục của Đức Puginier, từ đó tôi đi Hà Nội, rồi Hải Phòng, nơi tôi đến chậm mất hai ngày không kịp tàu *Indre*. Tôi phải chờ ở Hải Phòng mất hai mươi hai ngày mới lên được tàu *Surcuof*, về đến Saigon ngày 20 tháng tư, đưa về cùng, ngoài hai người An Nam đã đi theo tôi, còn có năm người thợ khảm trong đó một thợ đóng đồ gỗ quý, một thợ học việc, tên là Trang, cháu họ của Thomas Hớn, bạn đồng hành của tôi, một người trẻ tuổi mà đoàn giáo sĩ bản xứ giao cho tôi để được đưa vào trường trung học Saigon học tiếng Pháp đặng về sau làm thông ngôn. Tất cả là bảy người.

Bây giờ tôi xin đề cập đến những gì đặc biệt liên quan đến chính trị. Ở đây, tôi xin phép ngài được nói thật tất cả và trình bày với ngài những cảm nhận của tôi đúng như chúng đã nảy sinh trong tôi, để cuối cùng nói như tôi nghĩ là đúng với phẩm cách của nhà cầm quyền là người hỏi và của tôi là kẻ trả lời.

Tôi không nói đến một số giằng co dường như là có tồn tại giữa các giáo sĩ bản địa với nhà chức trách giáo hội; tôi không được biết rõ về điểm này.Nhưng tôi sẽ nói ngay rằng tôi kinh ngạc vì cảnh tượng thảm hại của những thù ghét có tính cách tôn giáo. Những người công giáo và những người không phải công giáo ghét nhau một cách sâu sắc, và trong những biến cố gần đây, nếu các nhà nho và những người không theo công giáo đã phạm những tội ác tệ hại, thì sự thật là những người công giáo đôi khi cũng không thua kém họ chút nào trong các vụ khủng bố. Trong các cuộc thăm viếng các nhà chức trách giáo hội của tôi, tôi đã chia sẻ với họ về những lo sợ của tôi cố gắng hé lộ cho họ thấy tất cả mối nguy hại đối với sự nghiệp của của người cơ đốc do sự khinh xuất của một số hành động do một số người công giáo đã phạm phải gây ra. Tôi thậm chí nghĩ rằng các giáo sĩ (bản địa) đã đi quá xa, vì lợi ích của sự nghiệp của họ, khi cứ bám đòi bồi thường và lợi ích trước thái độ có phẩm cách, tôi dám nói như vậy, và vô tư của các nhà cầm quyền phi công giáo đôi khi đã phải hứng chịu bạo lực của những người công giáo xấu. Về điều này, tôi chỉ xin dẫn ra trường hợp vị quan cai trị tỉnh Nam Định, người đã chứng kiến làng quê ông bị cướp phá, đốt cháy và hầu hết những người trong gia đình ông bị người công giáo đánh chết. Nhưng hãy cho tôi phủ một tấm màn lên cảnh tượng chiến tranh tôn giáo thảm hại ấy.

Quả đúng là bức tranh tôi sẽ trình bày đây dưới mắt ngài cũng chẳng ít buồn phiền hơn đâu. Sự thật là tim tôi đau thắt trước tình cảnh khốn cùng của nhân dân Bắc Kỳ bất hạnh.

Tôi đã nghiên cứu chăm chú các cấp độ khác nhau của xã hội và tôi đồng cảm sâu sắc. Tuy nhiên ở đây xin cho phép tôi được công bằng với các nhà cầm quyền địa phương đã đón tiếp nhiệt tình và đúng theo tất cả các nghi thức và phép lịch sự đối với người khách du hành đến trình diện với tư cách được chính phủ Pháp bảo hộ.

Tôi đã trò chuyện nhiều với các viên chức chính, và tôi nhận thấy tất cả đều chán cương vị của họ, do họ bị buộc phải tuân theo một cách nô lệ những lề thói cũ mòn, không thích hợp, nếu không nói là đối nghịch với tiến trình thực tế của những tư tưởng về tiến bộ và trong quan hệ với người nước ngoài. Triều đình muốn du nhập những tư tưởng mới đó, nhưng có vẻ họ bất lực, và tất cả thiện chí của họ bị xóa sạch bởi ảnh hưởng rất ưu thế của một số nhân vật ngoan cố và rất thù địch với các chủ thuyết chính trị mới.

Tuy nhiên mặt khác, không thiếu những người thông minh, những nhà cai trị có năng lực nhận rõ con đường ra phải là một cuộc cách mạng về đường lối của Chính phủ và với tất cả sức mạnh của niềm xác tín và uy thế của mình họ đấu tranh để làm cho đường lối của Triều đình ngã về phía họ. Đến ngày hôm nay họ còn yếu hơn. Phạm Phú Thứ, người có những tư tưởng chính trị gây lo sợ cho phe đối lập, đã gửi ra Bắc Kỳ, vâng, tôi nói Phạm Phú Thứ, và nhiều người khác, tôi biết, đã viết cho Triều đình để yêu cầu những sửa đổi, đề nghị những biện pháp và những cải cách thích hợp hơn với tình trạng hiện nay so với những thói quen cũ kỹ của chính phủ An Nam. Thậm chí có những vị thượng thư cũng khẩn khoản theo hướng tương tự. Nhưng nhà vua bị Viện Cơ mật không chế và lo sợ có thể xa rời các nguyên tắc của thể chế vương quốc thoạt tiên đã do dự, rồi cuối cùng bỏ lơ các vận động đó. Các vị thượng thư đã muốn từ chức; nhưng những lời cầu khẩn của nhà vua đã khiến họ quyết định ở lại. Họ ở lại đó chỉ vì danh vọng, uy quyền và sự trọng vọng gắn với các chức vụ cao ấy. Họ chỉ được hưởng một món lương bổng không đủ vào đâu và những khẩu phần mà phần lớn thời gian họ bị cắt mất một, hai hay ba năm. Để giữ được mức sinh hoạt trong nhà, họ có nhu cầu (cái nhu cầu đôi khi khiến người ta có thể chịu khuất phục), họ buộc phải, tôi xin nói như vậy, tìm những nguồn cung ứng bằng những phương cách thật xa lạ với đức trung thực tinh khiết của nhà cai trị. Thu nhập lớn nhất của họ là bằng cách trích phần của các cấp trên của họ và có lợi cho mình từ những món tiền trả định kỳ bất thường cho các giấy phép, chứng nhận, bằng cấp v.v. mà họ ban phát. Có thể nói, về điều này, việc buôn bán với Trung Quốc là con bò sữa của giới quan chức An Nam. Vả chăng, cách trích phần này được thực hiện ở tất cả các cấp, và từ quan thủ hiến cho đến viên thân hào, mỗi người trích phần theo mức của mình. Như vậy kẻ lao vào một cuộc cưỡng đoạt vô tội vạ ấy chẳng cần là quan to, là nhà nho, là lý trưởng, là thân hào, là đồng minh hay bạn bè của một nhân vật quyền thế nào. Người thu tô run sợ về những món lợi tức mà anh ta giấu, nhà buôn run sợ về việc buôn bán mà anh ta thực hiện gần như lén lút, nhà công nghiệp run sợ về nền công nghiệp của mình, bởi của cải của người này cũng như người kia đều phó thác cho lòng tham của hệ thống tôn ti của guồng máy viên chức. Và trong khi đó, cái khối nhân dân mênh mông những người không là gì hết, những ngươi thợ, những người lao động, những người nông dân, rên rỉ trong cảnh nghèo khốn cùng cực và trải qua những ngày không cơm và thất nghiệp. Cho nên cảnh khốn cùng trong nhân dân lên đến cực điểm, và khắp nơi ta nghe vang lên đòi hỏi những thay đổi và một nền cai trị có khả năng duy trì trật tự, đem lại cho nhân dân một ngày mai, đảm bảo quyền sở hữu, đem lại cho công nghiệp và thương mại sự an toàn và hoạt động cần thiết cho sự tồn tại của chúng, tóm lại kéo ra khỏi vực thẳm và nạn đói một dân tộc cảm thấy mình đang chết.

Và chắc chắn, đất nước không thiếu nguồn lực, và đất đai của nó, mà tôi gần như dám sánh với nước Pháp, ít ra thì cũng với Algérie, có những của cải đầy đủ để làm nên cơ nghiệp của một quốc gia. Đất đai ấy thuận lợi cho những loại cây trồng rất đa dạng. Những cuộc trồng thử nghiệm nho và lúa mì đã cho nhiều triển vọng đáng kể. Tôi đã nhìn thấy lúa mì mọc trên đất này; trông rất tốt, bông lúa đầy đặn và to. Ở đây tôi không nói đến tài nguyên khoáng sản; người ta đã báo cáo là mênh mông. Tôi nghĩ tôi có quyền nói là nhân dân của đất nước này chết đói trên một chiếc giường bằng vàng.

Nếu bây giờ tôi xét đến tính cách của dân tộc này, thì tôi phải thú nhận rằng, thua bất cứ dân tộc nào khác, nó xứng đáng với bất hạnh của nó. Đấy là một nhân dân hiền lành, rất dễ để dẫn dắt, siêng năng. Các thói quen của nó là hậu quả của tình trạng lộn xộn và bất an mà nó phải chịu. Luôn luôn bị chế ngự bởi nỗi sợ, bởi sự khủng khiếp của chiến tranh, tương lai bất định, nó ít lòng trung thành với những thủ lĩnh của mình, vốn chẳng thường sẵn sàng bảo vệ nó. Nó cảm thấy, chỉ một chính quyền kiên định và một quyền lực chính trực, lương thiện và được thiết lập vững vàng, mới chấm dứt được những đau khổ trường kỳ của nó. Chính ở đấy tôi đã tìm ra lời cắt nghĩa vì sao những kẻ nhiều tham vọng lắm ảnh hưởng và táo bạo lại tuyển mộ được dễ dàng những đồng bọn, lập các băng đảng, duy trì chiến tranh phe phái, v.v., và dân chúng thì lại thèm khát đến thế sự lãnh đạo cứu rỗi đến mức, lần nào rồi cũng bị lừa phỉnh, vẫn lao vào tay một tên phiêu lưu mới nào đó, hằn hoài vọng cuối cùng tìm được sự bảo hộ mà nó đói khát. Vậy nên đôi khi so sánh số phận của mình với dân Hạ Nam Kỳ họ không khỏi có một cái nhìn thèm muốn.

Các vị quan thường hỏi tôi Pháp có ý định chiếm lấy đất nước này không. Tôi đã trả lời không và cơ sở cho lời nói của mình bằng hiệp ước hòa bình và thương mại và những lợi ích mà chúng bảo đảm cho An Nam. Quả nhiên, sự hiện diện của các Lãnh sự quán Pháp và các đồn binh ở Bắc Kỳ là một bảo đảm đáng kể cho sự an bình của Chính phủ An Nam, và yên tĩnh cho dân chúng lân cận. Đến một mức độ nào đó chỉ riêng sự có mặt của người Pháp, vốn đã đủ để đẩy xa khỏi hầu hết vùng ven biển vô số bọn cướp Tàu tràn ngập miền duyên hải và xứ sở, chứng minh một cảm giác an ninh trước đó không có được. Ở những vùng lân cận các lãnh sự quán và các đồn binh ta nhận thấy việc buôn bán được khôi phục và công việc làm ăn trở lại.

"Nên ứng xử với người Pháp như thế nào để có thể thu được lợi ích hơn cả?" người ta còn hỏi tôi như vậy. Tôi đã trả lời: "Các vị đã tin chắc rằng nếu Chính phủ Pháp muốn chiếm đất nước (này) thì họ đã làm từ lâu rồi và với một sự dễ dàng không thể chối cãi. Như vậy các vị đã công nhận rằng mình yếu, yếu đến mức cần tới sự giúp đỡ của một ai đó để đứng dậy. Vậy thì, các vị chỉ cần tin ở những đồng minh nổi tiếng của mình và hãy thành thật dựa vào họ để mà đứng dậy, nhưng phải là thẳng thắn không có ẩn ý, không có trù tính bí mật, đưa hết cả hai bàn tay cho họ chứ không phải chỉ đưa một còn giữ lại tay kia. Làm khác đi, thì chán nản vì những do dự của các vị, những ngập ngừng đầy nghi kỵ của các vị, sẽ có thể là nước Pháp ngưng bảo hộ các vị và để mặc cho các vị trôi theo số phận của mình." Để cho chính xác hơn, tôi dùng hình ảnh quen thuộc này: "Nếu một bàn tay các vị dựa trên tay một người còn bàn tay kia lại cù người ta, cánh tay người ta sẽ né ra; các vị sẽ bị giật nẩy lên, các vị sẽ ngã xuống nặng đến nỗi gần như từ đấy không còn gượng dậy được nữa."

Đấy là những nét nổi bật nhất trong những cuộc trò chuyện của tôi; nhưng từ tất cả các cuộc trao đổi chi tiết tôi nhận ra rằng nói chung các viên chức, ngoài những định kiến, những khó khăn vật chất, không đòi hỏi gì hơn là gia nhập vào các tư tưởng mới. Nhưng các truyền thống còn chế ngự mạnh, và họ lo sợ mất đi uy tín vẫn từng có quanh mình. Vả chăng họ đều tin chắc không thể có chút kháng cự nào chống lại người Pháp, và nếu nước Pháp muốn chiếm lấy xứ này thì chẳng mấy khó khăn cũng chẳng tốn kém bao nhiêu (về điều này, tôi chú ý là trong các cuộc trao đổi về chính trị không lần nào được nghe nhắc một nước khác ngoài Pháp).

Quan hệ giữa các lãnh sự Pháp và các nhà cầm quyền An Nam thỉnh thoảng còn một số khó khăn và rắc rối nhỏ luôn dễ thu xếp, mà tôi cho chủ yếu là do sự việc còn mới và do thói quen đã cũ của chính quyền An Nam hơn là do một ác ý có thật. Nhưng tôi không nghi ngờ rằng ảnh hưởng của Chính phủ Pháp có thể không khó trở nên hoàn toàn ưu trội và có trọng lượng lớn trong việc thực thi những cải cách hết sức cấp thiết: cải cách chính trị, cải cách kinh tế, cải cách trong đường lối cai trị, cải cách trong quản lý tài chính, trong lĩnh vực luật pháp, v.v.

Tôi vẫn có niềm tin riêng tư rằng Chính phủ Huế, không có sự giúp đỡ, sẽ không đủ sức thực hiện công việc lớn lao này và nước Pháp có thể đưa quốc gia đang tàn lụi này đứng dậy, nếu chính quyền sở tại chân thành tin cậy vào nó.

Đấy là, thưa ngài Tham Mưu Trưởng, những nhận xét tổng quát mà tôi nghĩ tôi có nhiệm vụ trình lên ngài. Để kết thúc, tôi dám mong ngài Thống đốc, đã rất ân cần chăm lo cho lợi ích của những dân tộc khốn khổ này, sẽ rộng lượng và tin tưởng quan tâm đến câu chuyện mà tôi vừa trình. Đấy là kết quả của một sự quan sát chăm chú, được tiến hành vì kiến thức cá nhân của tôi, trong khi tôi hoàn tất trách vụ khiêm tốn của mình. (J. Bouchot, *Pétrus J. B. Trương Vĩnh Ký*, xuất bản lần thứ 3, tr. 34-41).

Đến đây, nếu được phép quay nhìn về phía sau và rút một bài học từ cuộc đời của con người này, thì trước hết đó là bài học về lòng tin ở ý chí; miễn bền gan và cứng cỏi nó vượt qua mọi trở ngại; chính nó đã đưa người học sinh trường dòng này trở thành một nhà bác học rất nhanh chóng đạt đến cứu cánh mà tham vọng của ông đã có thể tự đặt ra cho mình. Điều đã trợ lực cho ông trong nhiệm vụ của ông, điều đã tạo nên hiệu quả của các nỗ lực của ông cũng như sự nhất quán của cuộc đời ông, đấy là lòng yêu nước cháy bỏng của ông, tình yêu của ông đối với Nam Kỳ, "người mẹ yêu quý" của ông như ông vẫn thích gọi, nhưng là tình yêu mà ông không bao giờ tách biệt đối với các xứ An Nam khác. Ông đã cống hiến cho Nam Kỳ tất cả những gì ông có trong sức mạnh và nghị lực của mình; tham vọng tối cao của ông là tôn vinh nó trong quá khứ anh hùng của nó, trong tất cả những người đã đem lại vinh quang cho nó bằng thanh gươm hay cây bút. Chính như vậy đó mà ông đã trở thành sử gia, sử gia say mê để bảo vệ và ca tụng nó, nhưng cũng là sử gia trung thực và chân thành. Công trình ông để lại sau lưng mình là một minh chứng sáng chói rằng ông đã không ngừng lao động vì vinh quang của nó[20].

Trong lĩnh vực ngôn ngữ học, ông đã tỏ ra là một nhà ngữ pháp học xuất sắc, vừa rất chăm chú trên chi tiết nhỏ nhất và rất tò mò về những phương diện lớn, những quy luật tổng quát của hoạt động ngôn ngữ[21]. Ông đã bộc lộ mạnh mẽ các xu hướng đó trong nhiều công trình về tiếng An Nam và về chữ Hán. Không thể khẳng định nội dung đều đã đáp ứng hoàn toàn tham vọng của tiêu đề (của các công trình ấy), thường rất rộng lớn. Nhưng làm sao có thể không nhận ra, dù cách sắp xếp ở đấy có thể có phần không rõ ràng, ở tất cả những tiểu luận ấy cái cảm giác đúng đắn và thích thú về các vấn đề được đặt ra khi xem xét về mặt lịch sử và ngữ văn học các ngôn ngữ quá ít được biết đến thế của vùng Viễn Đông? tất cả những gì chúng phát lộ về nỗ lực chăm chú, đầy thiện cảm, thấu suốt để có thể, bằng một quan sát thận trọng, làm bật lên những khái niệm rộng lớn và vững chắc về tính chất riêng và đời sống sâu kín của ngôn ngữ? Dường như đúng là những nét nhiều ý nghĩa nhất trong tư duy và tính cách đã tiền định cho Trương Vĩnh Ký một nhiệm vụ thuộc loại này. Đầu óc thẳng thắn, tỉ mỉ và minh bạch, kỷ luật chặt chẽ trong mọi việc, song cũng lại được đào tạo ở trình độ rất cao, thấm nhuần sâu sắc một nền văn hóa kinh điển, thiên về những cách nhìn khái quát có trật tự sáng tỏ của ông, tìm thấy ở đấy những cảm khoái mạnh mẽ, và một trường hoạt động rất thích hợp vói thiên tư và những sở thích của ông.

Điều chúng tôi cố gắng tìm ra trong suốt nghiên cứu này, như ta đã thấy, là hình ảnh và tâm hồn của con người đã cho xuất bản những cuốn sách thật đẹp đẽ đến thế về lịch sử, ngôn ngữ và văn học An Nam. Ta tìm thấy lại ông toàn vẹn, với tình yêu lao động và sự tôn thờ khoa học của ông, với lòng yêu mến ông đã biết biểu lộ với những con người lương thiện ở họ ông gặp được cả sự cao cả bẩm sinh của trái tim lẫn đức tò mò của trí tuệ. Cuộc đời cần mẫn của ông quả là một cuộc đời thật đẹp. Ông đã làm vinh dự cho ngôi làng nơi ông ra đời và cả toàn bộ xứ Đông Dương An Nam mà ông truyền gửi lại lợi ích được tạo nên bằng lao động mênh mông của ông. Bổn phận của tất cả chúng ta là tiếp nhận lấy nó, trong các bản viết tản mát của ông và trong những ký ức của những người đã được nhìn thấy ông ở gần, tất cả những gì có thể cho ta biết về cuộc đời ấy trong toàn bộ sự thật của nó mà ta có thể tóm gọn trong ba từ: *khoa học, lương tri* và *khiêm nhường*.

Nguyễn Văn Tố

(**Nguyên Ngọc** *dịch từ tiếng Pháp*)

CHÚ THÍCH

[1] Chương trình lễ kỷ niệm trong tháng chạp năm 1937 sẽ bao gồm các sự kiện sau:

1- Khánh thánh một bia tưởng niệm ở Cái Mơn (Bến Tre), nơi sinh của Pétrus Ký; diễn văn về cuộc đời riêng của ông; 2- Đặt một tấm bảng tưởng niệm tại nhà Bà Phủ Phái ở Chợ Lớn, nơi đã từng có ngôi nhà của Pétrus Ký; diễn văn về cuộc đời của nhà bác học. 3- Dựng tượng ông ở trường Pétrus Ký tại Chợ Quán; diễn văn về cuộc đời công của ông (Tập san của hội Nghiên cứu Đông Dương, bộ mới, t. X, số 4, đệ tứ tam cá nguyệt 1936, tr. 145).

[2] - Trong tất cả các ghi chú đã được đăng cho đến hôm nay về Pétrus Ký, ghi chú của Jean Bouchot (1886-1932), chuyên viên lưu trữ của Chính quyền Nam Kỳ, thông tín viên của Trường Viễn Đông bác cổ (*Một nhà bác học và nhà ái quốc Nam Kỳ, Pétrus J.B. Trương Vĩnh Ký (1837-1898)*, xuất bản lần thứ 3, đã được xem lại và hoàn chỉnh, Sài Gòn, Nhà xuất bản Nguyễn Văn Của, 1927, khổ 0m180x0,130). 103 tr. và một chân dung; và *Châu Á Viễn Đông*, tháng Chạp 1925-tháng Hai 1926) là đầy đủ hơn cả; nó gồm những hồi ức do gia đình cung cấp, những đoạn trích thư từ của Pétrus Ký và những tài liệu lấy từ Kho Lưu trữ Nam Kỳ. Toàn bộ không thật đồng nhất, tuy nhiên có một mối liên hệ nối liền các phần khác nhau; đấy là sự ngưỡng mộ của các tác giả đối với nhà bác học Nam Kỳ, một sự ngưỡng mộ vả chăng thật kín đáo, biết tuân thủ các giới hạn của sự thật lịch sử. Một vị giáo sư sử học và địa lý, Gilbert Rousset (1805-1930) đã tóm lược phần tiểu sử của ghi chú này trong một bài diễn văn đọc tại buổi lễ phát phần thưởng ở trường trung học Pétrus Ký, ngày 12 tháng Bảy năm 1930, như sau:

"Pétrus Trương Vĩnh Ký sinh ngày 6 tháng Chạp năm 1837, năm thứ 17 triều Minh Mạng, tại ấp Cái Mơn, tỉnh Vĩnh Long. Chưa đầy bảy tuổi ông đã mồ côi cha; mẹ ông giao ông cho một linh mục Pháp mà người An Nam gọi là Cố Long. Dưới sự dìu dắt của vị cha cố này, ông theo đuổi việc học hành, dù bấy giờ có những rối loạn do những cuộc truy đuổi thường xuyên đối với những người công giáo. Ngay từ đây ông đã tỏ rõ năng khiếu tiếp nhận dễ dàng một cách kỳ lạ các ngôn ngữ nước ngoài càng phát triển trong thời ông sống ở Cămpuchia, tại Pinha-lu, rồi ở Penang. Tại Chủng viện thuộc Hội Truyền giáo hải ngoại này, ông tiếp cận hết sức thành công tiếng Hy Lạp, tiếng La Tinh và tiếng Pháp, mà cũng không hề coi nhẹ các ngôn ngữ phương Đông, đặc biệt là tiếng Nhật và tiếng Hindu. Là một học sinh Chủng viện hoàn hảo, ông làm việc rất hăng hái, lại thêm tính cách thẳng thắn và trung thực khiến ông được mọi người yêu mến. Tuy nhiên cũng đã sắp đến lúc ông phải có một quyết định quan trọng: sau sáu năm học tập, những học sinh Chủng viện người bản xứ phải rời Pinang và trở về gia đình để quyết định, một cách hoàn toàn độc lập, họ có thích hợp để dấn mình vào giới tăng lữ hay không. Pétrus Ký, không tự cảm thấy trong chính mình có thiên hướng cần thiết, không hề do dự, và với sự thẳng thắn sẽ mãi còn là nét chủ đạo trong tính cách của ông, đã từ chối làm thầy tu và trở về gia đình cha mẹ.

Hình như ông không ở nhà lâu. Chúng ta lại gặp lại ông chẳng bao lâu sau đó ở Sài Gòn nơi Đức Giám mục gọi ông vào, làm thông ngôn. Ít lâu sau Đức Tổng Giám mục Lefèvre giới thiệu ông cho thuyền trưởng tàu hộ tống Gauréguibery để làm phó cho Cha Croc thuộc Hội Truyền giáo Hải ngoại cũng trong nhiệm vụ thông ngôn. Như vậy – từ năm 1860 – bắt đầu cuộc hợp tác giữa Pétrus Ký và nước Pháp: nước Pháp sẽ tìm thấy ở ông một người phục vụ tận tụy nhất và một người bạn trung thành nhất. Bởi ông không thuộc số người đặt điều kiện cho sự hợp tác ấy: nhận rõ ra ngay từ lúc bấy giờ tác dụng tốt lành của nền bảo hộ của Pháp, ông chấp nhận nó không chút do dự và sẽ cống hiến cả cuộc đời mình để làm cho đồng bào ông chấp nhận nó, đồng thời nỗ lực làm cho chính quyền Pháp hiểu rõ về đất nước mà họ có trách nhiệm cai quản. Từ nay người thông ngôn còn đồng thời là một nhà ngoại giao mà hoạt động mềm dẻo, kiên trì luôn nỗ lực đưa hai đất nước, hai giống người, hai nền văn minh xích lại gần nhau.

Những ý tưởng đó càng rõ rệt và càng có một sức mạnh mới sau chuyến đi sang Pháp năm 1863 của Pétrus Ký tháp tùng Phan Thanh Giản, đại sứ đặc mệnh toàn quyền của vua An Nam. Từ cung điện Tuileries rc rỡ nơi ông phiên dịch cho Napoléon III bài diễn văn long trọng của vị đại sứ, chuyến đi này còn đưa ông đến những thành phố lớn của nước Pháp, rồi sang Tây Ban Nha và Ý. Ông trở về đầy ắp kỷ niệm và tình bạn: quả thật làm sao có thể không mến phục sự chuẩn xác trong lời nói, vẻ cao quý trên khuôn mặt và nét trung thực trong cái nhìn của ông vẫn còn nhận ra được trên những bức chân dung mà năm tháng đã xóa mờ đi mất một nửa? Littré, Renan, Duruy, Victor Hugo, Paul

Bert: những người bạn của ông là như vậy đấy, và chẳng còn gì quý hơn là những mối liên hệ đã được hình thành nên hồi bấy giờ giữa họ và ông: chuyến đi đã cho ông thấy được diện mạo của nước Pháp, nhưng việc tiếp xúc với một số những nhân vật lớn của đất nước ấy đã giúp ông cảm nhận được linh hồn của nó, và linh hồn ấy hoàn toàn chinh phục ông.

Trở về, hoạt động của ông càng tăng gấp bội: liên tiếp làm giáo sư và hiệu trưởng trường thông ngôn, phụ trách xuất bản các tài liệu công bằng tiếng An Nam, giáo sư ở trường hậu bổ, ông tiếp tục một cách tận tụy nhiệm vụ của mình: trong khi để giúp cho người Pháp ông soạn cuốn sách học tiếng An Nam cho đến nay vẫn là mẫu mực trong loại sách này, một cuốn sách ngữ pháp và một cuốn từ điển, ông cũng cố gắng phổ biến tiếng Pháp trong đồng bào của mình, xuất bản một cuốn ngữ pháp tiếng Pháp, một cuốn đia dư Nam Kỳ và một cuốn lược sử An Nam. Một sự nghiệp phong phú đã được tiếp tục như vậy, chỉ bị ngắt quảng năm 1876 bởi một chuyến đi ra Bắc Kỳ từ đấy ông mang về cho Thống đốc Nam Kỳ những chỉ dẫn quan trọng nhất.

Nhưng chẳng bao lâu sau Pétrus Ký đã đạt đến đỉnh cao nhất trong sự nghiệp của ông: việc thiết lập nền bảo hộ của Pháp ở An Nam và Bắc Kỳ cùng với việc bổ nhiệm Paul Bert làm Toàn quyền Pháp (ở Đông Dương) đã dành cho ông một vai trò đặc biệt quan trọng. Paul Bert vốn đã giữ một kỷ niệm rất tốt đẹp về nhà trí thức An Nam mà ông đã gặp vào năm 1863, đã đánh giá rất cao trí tuệ đặc sắc, sự sáng rõ trong lời nói, sự chân thành trong tình cảm của Pétrus Ký đối với nước Pháp, không thể không tận dụng những phẩm chất đáng trân trọng như vậy. Vừa đặt chân đến Sài Gòn, ông đã yêu cầu Pétrus Ký chuyển ra Huế để tham gia Nội các, vì tin rằng phần lớn những xung đột đối lập các dân tộc với những người cai trị không có nguồn gốc nào khác hơn là sự thiếu hiểu biết về những tình cảm tương ứng từ cả hai phía. Paul Bert muốn có được bên cạnh Chính phủ An Nam một nhà quan sát có thể vừa soi sáng cho người đại diện của nước Pháp vừa ứng xử với Triều đình An Nam thật thận trọng và thuyết phục. Nhưng hóa ra là vai trò đó đã được vượt qua rất xa, và hình như cả hai người bạn đều không ngờ đến điều ấy. Paul Bert đã có một lòng tin quá lớn đối với Pétrus Ký và Pétrus Ký thì lại có một nhân cách quá đặc sắc để "nhà quan sát" được đặt bên cạnh Triều đình không trở thành một cố vấn hết sức được lắng nghe. Còn có nhiệm vụ nào thích hợp với Pétrus Ký là bằng công việc hằng ngày của ông gắn kết hai đất nước ông yêu mến nhất trên thế giới này?

Nếu những mối quan hệ gia đình và tình yêu quê hương đã khiến Pétrus Ký vẫn sâu sắc An Nam, thì hoạt động trí tuệ của ông lại cho ông một tư duy Pháp. Ông không chia tách hai tổ quốc ấy của mình, vì ông tin tưởng rằng đất nước yêu quý của mình có thể mong mỏi tất cả ở ảnh hưởng của Pháp; cho nên ủng hộ nước Pháp là một cách thức để chứng tỏ tốt nhất lòng trung thành với đồng bào của mình. Cho nên có thể nói rằng ông hoàn toàn đồng ý với Paul Bert khi ông này viết: *"... Tôi tin tưởng ở các chủng tộc phương Đông đã từng chỉ đường cho chúng ta; tiếp xúc với chúng ta họ sẽ tỉnh thức dậy sau nhiều thế kỷ mê mệt, và không ai có thể tiên đoán cuộc hợp nhất, tiếp xúc và tranh đua của những phẩm chất khác biệt đến thế và đều đặc sắc đến thế của các chủng tộc châu Âu và châu Á sẽ đem lại một sức kích thích mạnh mẽ đến chừng nào cho nền văn minh"*.

Buồn thay công cuộc hợp tác đầy tin cậy giữa hai con người vĩ đại ấy đã không được lâu dài. Ngày 11 tháng mười một năm 1886 Paul Bert mất, để lại cho Pétrus ý nỗi đau buồn sâu sắc. Sự kiện bi thảm ấy đánh dấu kết thúc sự nghiệp chính trị của ông: sự tin tưởng tuyệt đối của Paul Bert đối với ông đã kích thích thói ghen tức nhỏ nhen ông vốn quen gặp của những kẻ thấp hèn không thể chịu được tầm cao vượt của ông. Người bảo hộ của ông mất đi, chung quanh ông nổi lên những trò châm chọc mà ông chịu đựng một cách đầy phẩm cách. Tuy nhiên hiểu rõ rằng thời cơ của mình đã qua, ông rút lui khỏi đời sống chính trị, về hưu tự nguyện với một huân chương cao quý vì sự nghiệp phục vụ nước Pháp.

Ta lại gặp ông ở Chợ Quán, trong ngôi nhà gia đình với sự trìu mến của một người vợ xứng đáng với ông và những đứa con mà ông yêu thương hết lòng. Ông sống ở đấy những năm cuối đời, chia sẻ giữa những người thân và công việc nghiên cứu mà ông không hề rời bỏ. Chẳng chút hờn dỗi, cũng chẳng chút cay đắng, vì những tình cảm như vậy không hề vướng víu trong tâm hồn ông. Ông đạt đến cao độ cái đức tính mà người La-tinh gọi là acquanimilas, nghĩa là một sự điềm tĩnh tuyệt đối trong thái độ, không chuếnh choáng trước thành công, và không sụp đổ trước bất hạnh. Ông chẳng hề đi tìm kiếm vinh quang, nên chẳng đau khổ khi chúng rời đi. Là con người của nghĩa vụ, chính là vì nghĩa vụ ông đã chấp nhận một vai trò ông không nghĩ sẽ đến với mình. Và nếu, đúng như lời ông nói, ông đã là "người môi giới giữa hai đất nước và hai chủng tộc", ông đã biết cống hiến hết mình mà chẳng bao giờ nghĩ rằng nhất thiết phải là mình.

Những năm cuối cùng của ông đã trôi qua như vậy, và ngày mồng một, tháng chín năm 1898 khi cái chết đến tìm ông trong ngôi nhà nhỏ của ông ở Chợ Quán, ông đã bình thản đón nhận nó, vì, nghĩ về cuộc đời đầy ắp của mình ông có thể nói như một người thợ tận tụy vào buổi xế chiều: "Tôi đã làm việc rất nhiều". (*Tập san của Hội Nghiên cứu Đông Dương*, bộ mới, t.VI, số 3-1, tháng bảy-tháng chạp 1931, tr.157-160).

[3] Danh mục này, được lập một cách trung thực, đã không tránh khỏi một số sơ sót nhỏ. Tr. 103, bài *Phú bần truyện diễn ca* (Sài Gòn, Guilland và Martinon, 1885, in-8, 21 tr.) không phải của Pétrus Trương Vĩnh Ký mà là của Trương Minh Ký; v.v.

[4] *Kim Vân Kiều truyện*, lần đầu tiên chuyển sang chữ quốc ngữ với các chủ giải, trên đầu có một bài viết tóm tắt súc tích câu chuyện bằng văn xuôi của J.B.P.Trương Vĩnh Ký, Sài Gòn, bản in Nhà nước, 1875, khổ 0,185x0,115; 179 trang. Lời nói đầu, bằng tiếng Pháp, được viết như sau:

> "Bản thơ mà chúng tôi cho xuất bản bằng chữ quốc ngữ, là một bài thơ luôn có trên miệng mọi người An Nam, đàn ông cũng như đàn bà, con trai cũng như con gái. Đây là bài thơ được ngưỡng mộ, được yêu thích

nhất của các nhà nho, cả những người mù chữ, cả những người phụ nữ, vì luân lý chứa đựng trong đó, được lý giải một cách thật tuyệt, được trình bày thật hay dưới mọi khía cạnh, vận vào bất cứ hoàn cảnh nào của cuộc nhân sinh cũng đều thích hợp đến chính xác. Khi buồn, ta tìm thấy trong đó niềm an ủi; khi có những ao ước chảy bỏng, ta tìm thấy trong ấy hình ảnh niềm hạnh phúc của chính mình, được mô tả rực rỡ cho đến nỗi nó khiến giá trị hạnh phúc của ta được nhân đôi.

"Bài thơ đầy ắp những châm ngôn, những tính ngữ tuyệt diệu; những từ ngữ xúc động; những nguyên lý phổ quát và riêng biệt của đời sống xã hội được trình bày sắc nét và sáng rõ. Về những trầm luân của kiếp người chăng, ta thấy ở đây một bức tranh tuyệt mỹ về chốn mê cung của cuộc nhân sinh.

"Ảnh hưởng đạo lý của bài thơ này tác động đến tất cả các tầng lớp và trong tất cả các hoàn cảnh của con người. Đấy là giá trị cơ bản của nó, lại cọng thêm trọng lượng tri thức, trải nghiệm và tài năng của tác giả, vốn rất giỏi văn chương An Nam, có thể coi là người cha thứ hai của ngôn ngữ thô mộc hằng này được chuyển thành thơ.

"Nguyễn Du, nhà thơ lỗi lạc ấy, là Hữu Tham Tri bộ Lễ. Cha ông là Đại Vương Nghiễm, thời Lê (Đọc: Trung cần công; x.Phan Sĩ Bảng và Lê Thước, *Truyện cụ Nguyễn Du*, Hà Nội, Mạc Đình Tư, 1924, tr. 41.) Ông đã viết bài thơ đầu tiên của mình dưới thời Gia Long, vị hoàng đế đầu tiên của triều hiện nay (Nguyễn) và ngay từ đầu đã chinh phục sự tán thưởng của nhà vua và triều đình.

"Uy tín và sự tán thưởng của các văn nhân xác nhận tác phẩm của ông là tuyệt đỉnh của thơ ca bằng tiếng An Nam.

"Chúng tôi đã hết sức cẩn trọng để có được một bản phiên âm chặt chẽ, và chúng tôi hy vọng lối viết chính tả chuẩn xác mà chúng tôi đã tuân thủ trong việc ghi đúng các thanh cũng như các chữ cuối từ có thể có ích cho những người theo đuổi việc học và hiểu biết về chữ quốc ngữ, hình thức ngôn ngữ viết, tuy mới mẻ song cũng đã có tuổi đến hai thế kỷ rưỡi tồn tại và nhằm giúp những người miệt mài học hỏi tiến nhanh trên con đường tri thức nhân văn."

[5] Như đoạn dưới đây trong *Ngư tiều trường điệu*:

"Ca này nói về thú kẻ đánh cá; người hái củi, cũng là thú vui trong đời. Vui là lòng đã chán sự đời đi rồi, nên công danh phú quý để mặc đời đua tranh; mình cứ vui non nước rảnh rang một mình. Ngư thì thong dong sớm doi tối vịnh, ngày hứng gió tối giữa trăng; lưới chài cho no rồi lại thả câu kiếm cá bán, mua gạo ăn, vịnh này qua vịnh khác lưu linh dưới sông dưới nước; nay chích mai dầm, một bầu thế giới vui thầm ai hay? Tiều thì cứ ngơ ngẩn trong rừng trên núi, đi đốn củi vác đem về chợ bán, đổi gạo cơm mắm muối nuôi mình; chỉ nhờ lộc rừng củi quế dung thân, vui non vui nước, bạn cùng hươu nai. Người mà an phận thủ thường, tùy thì xử thế là phải lắm. Vì trong phận ở đời, sự nên hư may rủi là việc ở trời, dẫu có bôn chôn cũng chẳng đặng, dẫu có đổi dời cũng không xong. Chi bằng thủ phận an tâm, cứ nước mình mà đi, cứ phiên mình mà làm, cứ phận mình mà giữ thì là hơn." (*Ngư tiều trường điệu*, J.B.P. Trương Vĩnh Ký chép ra chữ quốc ngữ, dẫn giải, cắt nghĩa chỗ mất, Sài Gòn, Nhà in của Hội Truyền giáo, 1885, tr. 3).

[6] *Tứ thơ* - bằng chữ Hán và chữ An Nam. Q1 *Đại học*, Q2 *Trung dong*, văn bản bằng chữ Hán với bản phiên san quốc ngữ, dịch sát nghĩa từng chữ, và đối chiếu có bản dịch thành văn. Dịch thành tiếng An Nam suông sẻ và có phân tích lý lẽ bằng ngôn ngữ thông dụng. Sài Gòn, Rey và Cariol, 1889, 71 và 137 tr. _ Trong dịp có bản dịch ra tiếng Pháp các sách kinh điển Trung Hoa, chúng tôi có viết trên báo *Tương lai Bắc kỳ* như sau: "Dịch một cách trung thành không chỉ là diễn đạt lại tư tưởng của một tác giả không có sai sót và không phản nghĩa; miễn là người dịch biết ngôn ngữ gốc, nói chung đây không phải là một công việc quá khó khăn, nhất là khi đã có những bản dịch khác có thể nương theo. Một bản dịch chỉ thật sự trung thành khi nó còn chuyển tải được hình thức và dáng vẻ của câu văn, nghĩa là cách sắp xếp của chính các từ ngữ và tính chất riêng của chúng, cùng với cái dáng vẻ riêng mà tác giả muốn in đậm lên tư tưởng của mình. Làm khác đi, thì mọi sắc thái sẽ biến mất, sức sống độc đáo không còn, và tác giả sẽ không còn cá tính. Các bản dịch của Pétrus Ký thì không thế. Ông biết cách giữ được sự chuyển động của các tư tưởng ấy, vẫn giữ nguyên chính hình thức của văn bản, đặt khít cái câu tiếng An Nam vào đấy, và như vậy giữ được diện mạo của hình thức nguyên bản, hiểu rằng đặc sắc của *Tứ thư* – ngoài học thuyết của nó – chính là ở trong tính chất ứng khẩu, tính chất bất thường, lạ thường của lối diễn đạt, và cái tính chất độc đáo ấy cần được phản ánh một cách chu đáo trong tiếng An Nam. Phải kể đôi chỗ không chính xác, đôi chỗ diễn đạt không chuẩn; thậm chí, tìm kỹ, có đôi chỗ phản nghĩa; nhưng văn phong của các nhà kinh điển Trung Hoa không phải lúc nào cũng sáng rõ, tư tưởng của họ cũng không dễ nắm bắt. Bản dịch của Pétrus Ký có thể được kể vào số những bản dịch tốt; chúng rất hiếm.

[7] *Thi vân*: Phạt kha, phạt kha, kỳ tắc bất viễn. Chấp kha dĩ phạt kha. Nghễ nhi thị chi, do dĩ vi viễn. Cố quân tử dĩ nhân trị nhân; cải nhi chỉ. Trung thứ vi đạo bất viễn, thi chư kỷ nhi bất nguyện, diệc vật thi ư nhân. "Thi kinh nói rằng: "Kẻ làm cái cán rìu có một cái mẫu ngay cạnh mình" (đấy chính là cái của chiếc rìu anh ta đang dùng). Anh ta cầm lấy một cái cán (một chiếc rìu có cán) để làm một cái cán khác. (Dù cái mẫu không ở đâu xa), người thợ nhìn nó mà quay mắt nghiêng, cho rằng nó ở xa khúc gỗ định dùng làm một cái cán mới. (Quy tắc của các hành vi của ta hay luật tự nhiên còn gần chúng ta hơn rất nhiều; nó bẩm sinh trong ta. Bậc hiền nhân luyện con người bằng con người (bằng phương tiện của luật tự nhiên vốn ở trong tâm của con người); ông chỉ chữa cho hắn những sai lầm của hắn. Ông tuân thủ nghiêm nhặt việc thực hành đức hạnh, đo lường người khác bằng thước đo cho chính mình, và không bao giờ rời xa con đường hoàn thiện. Ông tránh làm cho kẻ khác điều không muốn kẻ khác làm cho chính mình." (*Trung dung*, trong *Tứ thư*, bản dịch của Couvreur, tr. 36).

[8] Thế kỷ IX đã tu chỉnh môn ngữ văn học và ngữ pháp so sánh của các ngôn ngữ Ấn-Âu: ngành ngôn ngữ học lịch sử đã được xây dựng. Các nhà ngôn ngữ học tập trung giải thích một loạt các sự kiện diễn ra liên tục trong một ngôn ngữ và trong một nhóm ngôn ngữ. Dù các kết quả đạt được là đáng kể, song chúng cũng chỉ cắt nghĩa được các sự kiện riêng rẽ. Dù phương pháp được vận dụng là khá chuẩn xác, song cũng chỉ đưa đến việc đặt ra được các *quy luật lịch sử*, chỉ có giá trị đối với một giai đoạn và cho một ngôn ngữ. Mà chỉ có khoa học thật sự khi ta thoát ra được các ngẫu nhiên của lịch sử. Vẫn còn phải đi tìm cho được những quy tắc chung của ngôn ngữ; phải làm bật ra được

những quy luật *ổn định* và *phổ quát* có giá trị cho mọi ngôn ngữ và mọi thời đại: đấy là mục tiêu đích thực của *ngôn ngữ học tổng quát*.

Trong quá trình phát triển của nó, mỗi ngôn ngữ tuân theo những quy luật có tính chất khác nhau. Một mặt có những xu hướng riêng bắt nguồn từ hệ thống đặc biệt của ngôn ngữ đó, mặt khác lại có những xu hướng chung của ngôn ngữ do từ cấu trúc của các cơ quan cấu âm và từ cơ chế của tư duy. Những quy luật chung này, vốn là đặc thù của ngôn ngữ học, chứ không phải sinh lý học hay tâm thần học – chi phối các sự kiện riêng của từng ngôn ngữ và chỉ có chúng mới cho phép ta giải thích được chúng. Người ta vẫn vận dụng đến các quy luật ấy thường xuyên mà lại không phát biểu chúng ra. Cần cấp bách nêu bật chúng lên và xây dựng một học thuyết về ngôn ngữ. Đấy là quan tâm của F. de SAUSSURE vào những năm cuối đời; cũng là quan tâm của Antoine MEILLET và trường phái của ông. – Từ một thế kỷ nghiên cứu các hiện tượng ngôn ngữ, người ta đã nhìn nhận về ngôn ngữ theo những cách thức rất khác nhau. Các nhà văn phạm học lãng mạn nghiên cứu ngôn ngữ như một cơ cấu tự trị phát triển trong môi trường riêng của nó. Rồi người ta lại thu mình trong một quan niệm trừu tượng về ngôn ngữ không quan tâm đến tính chất riêng tư của nó. Đối với Meillet (*Ngôn ngữ học lịch sử và ngôn ngữ học tổng quát*, Paris, Champion, 1921, Sưu tập về ngôn ngữ học do Hội ngôn ngữ học Paris xuất bản, t. III). Thực tế của một ngôn ngữ vừa mang tính chất ngôn ngữ học vừa mang tính chất xã hội. Mọi ngôn ngữ đều là một hệ thống liên kết những âm thanh và hình thức phát triển theo quy luật kép của những xu hướng riêng của nó và những xu hướng chung của ngôn ngữ. Song mặt khác, ngôn ngữ không tồn tại bên ngoài những con người đang nói, bên ngoài tập thể đang sử dụng nó làm phương tiện thông giao. Vậy nên nó là một sự kiện xã hội: nó có những tính chất ngoại thuộc đối với cá nhân và cưỡng bức mà Durkheim đã xác định khi nói về hiện tượng xã hội. Chính xã hội thiết lập các chuẩn mực ngôn ngữ: cá nhân không có quyền sáng tạo (ra ngôn ngữ), và nếu một số sáng tạo nào đó, bắt đầu từ cá nhân, cuối cùng được chấp nhận, ấy là vì chúng đáp ứng được một xu hướng tập thể. – Ngôn ngữ là một thiết chế thuộc riêng về một tập thể xã hội, những biến đổi mà tập thể ấy hứng chịu gây một tác động lên sự phát triển của ngôn ngữ. Như vậy ngôn ngữ học trước hết là một khoa học xã hội. Chính vì thế mà nhà ngôn ngữ học không thể lập ra các quy luật tất yếu. Các quy luật của ngôn ngữ học tổng quát chỉ phát biểu những khả năng: những khả năng ấy được hiện thực hóa khi lịch sử của xã hội và của nền văn minh cung cấp những điều kiện thích hợp. Như vậy chỉ riêng các nguyên nhân ngôn ngữ học thì không giải thích được những biến đổi của một ngôn ngữ, còn phải thêm vào đó các nguyên nhân thuộc về xã hội. Meillet đặc biệt nêu rõ (vai trò của) cấu trúc của xã hội. Chẳng có nơi nào trong môi trường xã hội là hoàn toàn đồng nhất: trong mọi nhóm xã hội đôi chút rộng lớn đều có những khác biệt đủ loại. Nếu mọi ngôn ngữ đều có xu hướng biến đổi trong suốt lịch sử của nó, thì điều ấy là do sự ngăn cách trong xã hội cũng như sự đứt quảng trong thông giao ngôn ngữ: mọi khác biệt về xã hội đều biểu hiện thành một khác biệt về ngôn ngữ. Lịch sử của từ vựng bị chi phối bởi nguyên lý này. Việc con người bị chia thành các giai cấp khác nhau là nguyên nhân chủ yếu của những thay đổi về nghĩa. Đấy là ý tưởng trung tâm trong một hồi ức nổi tiếng của Meillet đã có tác động đổi mới nghiên cứu ngữ nghĩa học, bằng việc khám phá nguyên lý khởi nguyên của các sự kiện mà người ta đã xếp loại không kể đến lợi ích theo thứ hạng lô gích. Ngôn ngữ là để mà thể hiện tâm tính của người nói. Do vậy nhà ngôn ngữ học phải quan tâm đến sự phát triển của nền văn minh: mọi tiến bộ của nền văn minh đều in dấu trong ngôn ngữ. Ngôn ngữ còn dùng để biểu hiện ý chí và tình cảm của những người sử dụng nó. Họ muốn ý nghĩ của họ được cảm nhận thật rõ và tác động đến người đối thoại: họ không ngừng tìm kiếm những hình thức giàu tính "biểu cảm" hơn. Mà mọi yếu tố ngôn ngữ – dù đó là các hình thức hay các từ -có xu hướng cứ hao mòn đi: càng được sử dụng nhiều thì chúng càng mất đi giá trị biểu cảm. Cho nên người ta cứ luôn muốn sáng tạo thêm ra để được cảm hiểu hơn. Nói cách khác, nhu cầu được "nói một cách mạnh mẽ" là một nhân tố tích cực của đổi mới. Nhiều nghiên cứu của Meillet (*Ngôn ngữ học lịch sử và ngôn ngữ học tổng quát*) chỉ ra rằng nhu cầu đó không chỉ có trong lịch sử từ vựng mà của cả trong lịch sử hình thái học. Đọc nhưng nghiên cứu này, chăm chú đi theo người dẫn đường anh minh suốt 300 trang dắt ta vào diễn trình của hiện thực ngôn ngữ và gỡ rối một cách thần kỳ những phức tạp của các hiện tượng, càng nghĩ mà buồn cho việc dạy ngữ pháp trong các trường ở ta. Thật đáng phàn nàn về các thầy giáo hiện nay có nhiệm vụ dạy tiếng mẹ đẻ, chữ nho, hay tiếng Pháp không hề được học chút gì về ngôn ngữ học và ta thiết tha mong chấm dứt được tình trạng bất thường đó.

[9] Một nhà nho uyên bác có lần nói: *"Vâng, khoa ngôn ngữ học có làm cho tôi quan tâm ít nhiều nếu cứ mười năm nó lại thay đổi một lần."* Quả trong câu nói dí dỏm đó có một phần sự thật. Đấy là lại thêm một lý do để thấy rằng ngôn ngữ học là một khoa học sống động và liên tục tiến bộ. Cũng là thêm lý do để đón nhận những cuốn sách đánh dấu các giai đoạn phát triển đó hay cả những cuốn sách chỉ cảm đoán các bước ngoặt (của phát triển). Các cuốn sách của Pétrus Ký là thuộc loại đó: khá đi sâu vào chi tiết để, hẳn là đã khá lâu, gần như chẳng có gì quan trọng có thể thêm vào; khá tổng hợp về cơ bản để vẫn còn nguyên giá trị trên những đường nét lớn trong khi một số chi tiết đã trở nên cũ.

Thực tế, ngôn ngữ học không thay đổi: nhưng nó đã đi tới, và chân trời của nó đã thay đổi. Vào đầu thế kỷ, nó có những tham vọng lớn: nó không nghi ngờ khả năng, thông qua hoạt động ngôn ngữ, hiểu rõ được những bí quyết của hoạt động tư duy, và Bopp và Grimm có thể đã không thèm phí công cho một công việc vô ích là cân đo các âm tiết, nếu các ông không được cổ vũ vì hy vọng cao quý đó. Ngay cả ngày nay cũng không thiếu những nhà triết học xây dựng cả một tòa lâu đài tư biện tâm lý học chỉ đơn giản dựa trên sự kiện ngữ nghĩa học; nhưng các nhà ngôn ngữ học, thì hầu như tất cả, ít ra cũng đã từ bỏ việc đi tìm ở từ nguyên học, chẳng hạn của (ngôn ngữ) Ấn-Âu, những chỉ dẫn cho sự hình thành ngôn từ của con người. Về sau, với Schleigher, người ta hiểu ra rằng các ngôn ngữ Ấn-Âu bao giờ cũng chỉ cho ta biết về Ấn-Âu thôi, nhưng người ta muốn nó cho ta biết về điều đó dến tận cùng: đấy là một sự tò mò và một lòng sùng tín mong muốn hiểu biết dến mọi chi tiết ngôn ngữ tổ tiên, ít nhất là về mặt tinh thần, của nhưng người châu Âu ở các xó nằm giữa châu Âu và châu Á ấy từ đó họ đã ra đi chinh phục thế giới, nếu có thể, muốn được viết, được nói giống như họ, và nhất là, được biết chính ngôn ngữ đó đã được sáng tạo nên như thế nào, những yếu tố nào đã nhập vào đó, những dính kết nguyên sơ nào đã đưa đến biến tố đặc trưng đã được truyền nối và gìn giữ một cách tuyệt diệu đến thế từ thời đại này sang thời đại khác. Tuy nhiên, từ đó, đã nảy sinh ý tưởng rằng, dẫu đã biết đến tường tận về ngôn ngữ Ấn-Âu, ta cũng còn chưa biết nó đã hình thành như thế nào: một ngôn ngữ nhất định nào đó, chỉ là một sự kiện hiện tại, khi việc so sánh nó với một ngôn ngữ khác tương đồng không hề cho phép ta đi ngược lên đến một sự kiện trước đó. Vả, hơn thế nữa, người ta lại mới nói với chúng ta rằng cái mà chúng ta gọi bằng cái tên Ấn-Âu chỉ là một sơ đồ, chỉ có giá trị là hệ thống tương quan giữa những ngôn ngữ được dẫn làm bằng chứng về mặt lịch sử; chỉ thế thôi, và ta phải thích ứng với quan niệm mới này.

[10] Chúng tôi thừa nhận rằng việc học này đã trở nên rất khó khăn do việc sử dụng một hệ thống thuật ngữ sai hỏng. Như ta có thói quen gọi là *a* mở, *a* đóng các âm ở các từ tương ứng *patte* và *pâte*: một sự phân tích về mặt sinh lý học dù là vắn tắt, cũng cho thấy ngay cái gọi là *a* đóng kỳ thực lại là mở hơn cái kia. Phải từ bỏ cách gọi đó mà người ta cũng muốn đem khuôn cho *e* và *o*; bởi vì đó là một lối nhìn đối xứng sai: đơn giản hơn cả là gọi *a* ở *patte* là *a* vòm (miệng), và ở *pâte* là *a* vòm mềm: nhất là chúng tôi không nghĩ rằng ta có thể ghi chú như thế đối với nhóm *wa* trong hai từ như *moi* và *mois*. Dường như cũng có khác biệt như vậy giữa *a* ở âm cuối *-ail* và ở *aille*. Chúng tôi cũng sẽ nói như vậy đối với các trang mà các tác giả, đặc biệt là Poirot và Nyrop (*Sách ngữ âm học tiếng Pháp nói*) viết về *e* câm; theo chúng tôi ở đây có phần hơi miên man, và chúng tôi biết là vấn đề quả thật rất khó và không hề dễ nắm bắt.

[11] *Thông thoại quá trình*, mà Henri Cordier (*Biblioteca indosinica, Từ điển thư mục các công trình liên quan đến bán đảo Đông Dương,* tập III, 214 tr.), và tiếp theo ông là Jean Boughot (*Pétrus J. B. Trương Vĩnh Ký*, in lần thứ ba, tr. 105) chỉ ghi số 1, là những sưu tập các bài tập đọc ngắn nhằm để cho học trò các trường sơ học làm quen với sinh hoạt tinh thần của các xứ An Nam. Sau vài ghi chú về các nhân vật nổi tiếng, Pétrus Ký giới thiệu với chúng các phương diện khác nhau của nước An Nam bác học và văn học: ngôn ngữ và văn học, lịch sử và triết học, các câu đố và các tín ngưỡng dân gian, những lĩnh vực chính của văn học nói và viết ít nhất cũng được đề cập đến và các khuôn mặt chính của quốc gia được phác họa. Việc chọn lựa các đoạn trích nói chung là chính xác và khá trọn vẹn (x. chẳng hạn *Phụng du tế quận công Võ Tánh Ngô Tùng Châu đồng văn*, trong *Thông thoại khóa trình*, số 8, tháng chạp 1888, tr. 11-13. Đều là trích từ các bản thảo gần đây; ở đấy ta nghe được lời nói của những người đương thời, hay ít ra cũng là của những người hôm qua và đáng tin cậy nhất. Quả là chúng ta mong được tìm thấy cạnh đó những đại diện khác nữa của tư tưởng An Nam. Nhưng đặt qua một bên vấn đề lựa chọn còn có phần quá chủ quan đó, ta vẫn đồng ý về những gì vẫn mong đợi ở một công trình sưu tập kiểu này, nghĩa là những văn bản sống động và hấp dẫn, được viết bằng một giọng văn sáng rõ, không tầm thường, có thể tạo thành một tổng thể khá hoàn chỉnh và không quá tản mạn, trước hết là những văn bản nhiều gợi ý, có thể kích thích một bình luận bằng lời thú vị và thực chất. Sưu tập của Pétrus Ký có đầy đủ các giá trị đó.

[12] Trong nhiều bài học của ông, Pétrus Ký lấy lại một ý tưởng quen thuộc của một số nhà ngữ văn học châu Âu, nhưng ông đặc biệt áp dụng cho đời sống "cảm xúc" của hoạt động ngôn ngữ. Ta biết từ ngôn ngữ riêng của một vùng này sang một vùng khác, một từ thường

chịu một sự xáo trộn, một sự "suy giảm giá trị". Pétrus Ký chỉ ra rằng thông thường dân tộc du nhập một từ ngữ nước ngoài liền xếp loại nó cao hơn hay thấp hơn từ ngữ tương đương đã có trước đó trong ngôn ngữ của mình. Đứng về quan điểm văn phong và cả về "đạo lý", cứ như là có các "lớp" trong một ngôn ngữ, và các từ du nhập từ nước ngoài chiếm vị trí ở tầng này hay tầng khác: quý tộc, thấp, công v.v. Độc giả của chúng ta đều biết các từ Đức, chẳng hạn, ngày trước du nhập vào Pháp đều bị một hệ số mỉa mai: *rosse (con ngựa cà khổ), here (người cùng khổ)*, v.v. Pétrus Ký kể ra nhiều trường hợp tương tự trong tiếng An Nam ở đó sự thẩm thấu của các từ ngữ nước ngoài bao giờ cũng thật mạnh, ngôn ngữ ở xứ An Nam giống như một hòn đảo, và tinh thần An Nam sẵn sàng tiếp nhận một cách dễ dàng mọi sản phẩm ngoại bang: *sừ* "monsieur"; *hà bá*: đất có thổ công, sông có hà bá; *xi-xô xi-xào như Ngô phải tàu,* "làm ầm ỉ như người Tàu đắm thuyền" (tr. 68). Cũng có chỗ ngược lại: trước khi chữ quốc ngữ được phổ biến, hoạt động ngôn ngữ nói và ngôn ngữ viết luôn có ảnh hưởng của các hình thức phương ngữ, đã cung cấp cho Pétrus Ký cơ hội tiến hành những điều tra thú vị về đời sống của các từ và cả những nuối tiếc mang tinh thần ái quốc về sự vụng về của ngôn ngữ các nhà nho trong việc tiếp nhận được sự phong phú của cách nói dân gian. Cuốn *Từ vựng An Nam-Pháp* của ông ghi được nhiều từ cổ Bắc Kỳ thú vị, như *blời* = giời, trời (tr. 5), v.v.

[13] *Giáo trình lịch sử An Nam dùng cho các trường ở Hạ Nam Kỳ*, Saigon, Nhà in Nhà nước, 1875 và 1877, 2 tập, in-12, 184 và 278 tr., bằng tiếng Pháp; *Ước-lược truyện-tích nước An Nam, Tóm lược biên niên, lịch sử và sản xuất của An Nam với các bản biểu khái quát*, Sài Gòn, Ray và Curiol, 1887, 2 t., in-8°, 31 tr, bằng tiếng An Nam; *Ký ức lịch sử về Saigon và các vùng lân cận, thuyết trình ở trường thông ngôn (Du ngoạn và Ghi nhận*, số 23, tháng năm-tháng sáu 1885, tr. 5-32); *Điếu văn Nam Kỳ do tướng Nguyễn Phước đọc trong bữa giỗ những binh sĩ bị giết do chính ông chỉ huy (Tạp chí phương Đông và Mỹ,* t.X, 1865, tr. 256) v.v. Bên cạnh những công trình lịch sử này, cần thêm: 1) một *Ghi chú về vương quốc Khơme Rambodjie* (đăng trong *Tập san của Hội Địa lý* Paris, tháng mười một 1863, tr. 326-33, ở đấy ta đọc thấy: "Tác giả của Ghi chú này, ngài Pétrus Trương Vĩnh Ký, là thông dịch của đoàn đại diện An Nam thăm viếng nước Pháp vào tháng mười và tháng mười một 1863. Còn trẻ nhưng có học vấn sâu sắc, hiểu biết nhiều ngôn ngữ châu Âu, cũng như những ngôn ngữ chính của châu Á, ông tỏ ra am hiểu tiếng Pháp chẳng khác gì tiếng mẹ đẻ của ông", và 2) một *Dư đồ thuyết lược* (Tân Định, Saigon, Nhà in của Hội Truyền giáo, 1887, nhỏ in-8°, 116 tr. Và 8 bản đồ, bằng tiếng An Nam) và 3) một *Giáo trình nhỏ về vùng Hạ Nam Kỳ dùng cho các trường thuộc đia*, (Nhà in Nhà nước, 1875, nhỏ in-8°, 51 tr., bằng tiếng Pháp) trong đó có những "khái niệm lịch sử sau: "Vùng Hạ Nam Kỳ, tiếng An Nam gọi là Nam Kỳ lục tỉnh (vùng phía nam gồm 6 tỉnh) nguyên gốc là một phần của vương quốc Khơme (Cao Miên hay Chân Lạp). Vùng này được sáp nhập vào An Nam vào năm 1658, tức năm Mậu Tuất, đời thứ nhất của vua Thần Tông triều Lê và thứ 11 của chúa Thiếu-tông-hiếu-triết hay Hiền vương; nhưng việc sáp nhập chỉ hoàn tất và dứt khoát vào năm 1788. Như vậy những người An Nam trước đó đã chinh phục lãnh thổ của Ciampa (Chiêm-thành) là láng giềng của người Cambodge. Thành công của người An Nam trong việc chinh phục xứ này đã ảnh hưởng nhiều đến tâm trạng của dân tộc Khơme, đã bị nhào mềm dến suy yếu, chờ

đến lượt cũng sẽ bị xâm chiếm như những người Ciampois láng giềng của họ. Năm 1689, một vị tướng Trung Quốc, có các sĩ quan và 3.000 binh sĩ đi theo, đến Tourane (Đà Nẵng hay Cửa Hàn), ra mắt triều đình Huế, nói rằng ông thà xin phục vụ cho những người ngoại quốc chứ không chịu hàng bọn man di-Mãn Châu, đang là những người chủ mới của vương triều Trung Hoa, lật đổ nhà Minh, thay bằng triều Thanh. Vua An Nam (bấy giờ là chúa ở Huế) mở tiệc đãi ông ta cùng tùy tùng, và ban cho ông ta một lá thư để ông ta và người của ông được phép trú đóng ở vùng Hạ Nam Kỳ, một số ở Mỹ Tho, số khác ở Biên Hòa. Vừa trú đóng được, những người Trung Quốc ở Mỹ Tho liền quên khuấy ngay những điều kiện theo đó nhà vua An Nam đã cho phép họ cư trú, không lo lập một khu thực dân địa nông nghiệp hay thương nghiệp, mà nghĩ đến chuyện thiết lập một thế lực và bành trướng lấn át quyền lợi của Cambốt. Vị vua Cambốt đệ nhất là Nêăc-ông-thu, đóng ở Gò-bich, đã tăng cường lực lượng để chống lại cuộc xâm lược có thể xảy ra của những người Trung Quốc này đang đe dọa tấn công ông. Vị vua đệ nhị Néăc-ông-nôn, đóng ở Saigon viết thư cho triều đình Huế báo tin về những hành động nguy hiểm của người Trung Quốc ở Biên Hòa chống Cămbốt. Triều đình Huế liền nắm ngay cơ hội để thực thi một dự tính đã ôm ấp từ lâu. Làm như tin rằng mũi giáo của vị vua thứ nhất của Cămbốt Néăc-ông-thu là chĩa vào họ, vả chăng lại lo bọn người Trung Quốc có thể trở nên độc lập thật sự và làm chủ một phần Cămbốt, triều đình (Huế) quyết định một chiến dịch có hai nhiệm vụ: đánh dẹp bọn Trung Quốc, và tấn công Cămbốt vì lợi ích của mình. Tướng An Nam Vau lĩnh chức Khâm mạng, làm tổng chỉ huy chiến dịch, do vua An Nam phái đi. Vị này lập tức tiến binh, tấn công và đánh tan bọn Trung Quốc ở Mỹ Tho, rồi đến vua Néăc-ông-thu khiến ông này phải rút lui về Ou-đông. Nhưng một hòa ước được ký giữa phái viên của triều đình và vị vua. Vị tướng (An Nam) rút khỏi lãnh thổ Cămbốt và lui về Bến-nghé (Saigon). Sau một năm, Néăc-ông-thu phản bội hòa ước. Vua Anh-tông-hiến-ngãi là chúa ở Huế (1864, vua thứ 10 dòng Lê Hi-tông) phái Nguyễn Hữu Hào mang quân tuyên chiến. Vị vua này bị bắt, và vừa về đến Saigon thị mất vì bệnh. Vị vua (Cămbốt) thứ hai tự vẫn. Người An Nam đặt con trai ông ta là Néăc-yệm lên ngôi và để ông này ở Gò-bích. Kiểu can thiệp này của triều đình Huế vào các sự vụ của các vương hầu Cămbốt là khá quen thuộc. Bao giờ họ cũng tự đóng vai trò trung gian hòa giải cho những mâu thuẫn của các vương hầu nọ; và bằng cách lợi dụng những bất hòa của các vị ấy mà đưa các dân di cư An Nam từ Huế, Quảng Bình, Bố Chánh, v.v. đến xâm chiến dần dần xứ sở này, tạo điều kiện để đến một ngày vào năm 1690, vua Hiến Tông, người nối ngôi vua Anh Tông (đời thứ 19 dòng Lê Hi-tông) thiết lập các tỉnh, huyện, tổng và làng và, rốt cuộc, một nền cai trị giống như những phần khác của vương quốc An Nam.

> "Năm 1789, dưới triều Thế-tổ hay Võ-vương (đời thứ 4 của Lê Ỷ-tông) vùng Hạ Nam Kỳ được chia làm ba trấn: 1° Biên trấn (Biên Hòa); 2° Phan-trấn (Gia Định và Định Tường); 3° Long-hồ (Vĩnh Long, An Giang, Hà Tiên). Năm 18 6, dưới triều Gia Long, xứ Đồng Nai hay Gia Định (tức vùng Hạ Nam Kỳ được gọi như vậy vào thời này) được chia thành 5 trấn: 1. Phan-trấn (Gia Định); 2. Biên-trấn (Biên Hòa); 3. Vĩnh-trấn (Vĩnh Long, An Giang); 4. Định-trấn (Định Tường); 5. Hà Tiên. Cuối cùng, dưới thời Minh Mạng, là người mở rộng lãnh thổ này, lại chia thành 8 trấn:

1. Gò-sặt (Pursat); 2. Nam Vang (Phnom Pênh); 3. An Giang (Châu Đốc); 4. Vĩnh Thanh (Vĩnh Long hay Long Hồ); 5. Định Tường (Mỹ Tho); 6. Phan Yên (Gia Định); 7. Biên Hòa (Đồng Nai); 8. Hà Tiên. Dưới thời Thiệu Trị, người An Nam trả lại cho Cămbốt hai trấn đầu tiên và chỉ còn giữ lại 6 trấn. Năm 1858 đoàn viễn chinh Pháp-Tây Ban Nha do phó đô đốc Rigault de Genouilly chỉ huy đến từ Tourane, sau khi liên tiếp lấy các đồn ở cửa sông Saigon, chiếm thành Gia Định, ngày 17 tháng hai năm 1859. Trong thời đầu chiếm đóng, người An Nam rút lui về Chì Hòa và lập chiến lũy ở đấy. Vừa lập xong, thì ngày 26 tháng hai 1861 bị phó đô đốc Charner đánh chiếm. Sau trận chiến quyết định ấy, người Pháp chiếm thêm 3 tỉnh: 1. Mỹ Tho (Định Tường) ngày 12 tháng tư năm 1861, do phó đô đốc Le Page; 2. Biên Hòa ngày 9 tháng chạp năm 1861, do chuẩn đô đốc Bonard; 3. Vĩnh Long (Long Hồ) ngày 28 tháng ba 1862 cũng do chuẩn đô đốc Bonard." (tr. 5-9).

[14] Lịch sử xưa và hiện đại của xứ An Nam còn phải được viết lại. Các nguồn tư liệu không thiếu; hoàn toàn ngược lại, số lượng các sách của Trung Quốc đã in, không kể số còn trong bản thảo, rất lớn, và trước sự phong phú đó mong là công việc tiếp cận, như những công trình của Pétrus Ký còn phải được tiến hành trong thời gian ngắn nhất có thể, bởi việc tổng hợp chỉ có thể làm khi các sự kiện chính được xác lập tốt. Nền tảng công việc của Pétrus Ký được hình thành bằng việc phân tích rất chi tiết (tác phẩm của) các sử quan chính thống, nhân chứng tận mắt các biến cố. Nguyên bản chữ Hán (*Khâm định Việt sử thông giám cương mục, Đại Việt sử ký toàn thư*, v.v.) gồm hàng nhiều trăm tập chất đầy các tên riêng và các chi tiết lạ lùng. Pétrus Ký đã kiên nhẫn đào xới hết tờ này đến tờ khác cái kho tàng sự kiện lịch sử ấy mà ông còn tô thêm bằng những chỉ dẫn rút từ các nguồn châu Âu. Chắc chắn là chất liệu tất siêu phong phú, nhưng Pétrus đã biết thực hiện bản trình bày của mình trong những công thức sáng sủa và được biểu đạt thật đẹp, mà không rời xa sự tĩnh lặng triết học, vốn là thiết yếu đối với người quan sát các phong tục và các cuộc chiến tranh ngày xưa.

[15] Vấn đề nhập quốc tịch Pháp lại được nhắc đến với những lời lẽ tương tự trong sách thỉnh cầu gửi cho ngài A. Varenne năm 1925 và P. Reynaud năm 1931: "Sự hấp dẫn của việc nhập quốc tịch là do một số lợi thế quan trọng: quyền tự do tư tưởng và viết, tự do hội họp và lập hội, đi lại, quyền được có vũ khí để săn bắn và bảo vệ tài sản của mình, quyền bầu cử và được tham gia tất cả cuộc trưng cầu ý kiến bằng bầu cử, được hưởng quy chế luật pháp được quy định theo luật của Pháp thay vì phải chịu những nhập nhằng của luật bản địa, của chế độ dân bản địa hay việc gán thân trả nợ, những lợi thế về mặt hành chính cho phép khi ngang bằng về chức vụ chuyên môn, về năng lực kỹ thuật và lao động, một người đã nhập quốc tịch Pháp, với tư cách là viên chức, được hưởng lương ít ra cũng gấp năm hay sáu lần nhiều hơn đồng nghiệp của anh ta vẫn chỉ còn là thuộc dân (sujet) Pháp … Hoặc là một cách nhập quốc tịch (Pháp) được mở rộng hơn, được cấp một cách tự do không nghi ngại và không định kiến cho những người được xét là xứng đáng hoặc một cải cách về quy chế đối với các thuộc dân Đông Dương: ban bố những quyền tự do rộng rãi hơn, quy chế luật pháp mới đảm bảo quyền tự do về tài sản và nhân thân, xét lại quy chế viên chức theo hướng để cho số đông được hưởng những lợi thế trước đây chỉ

dành cho một thiểu số." (Pierre Treval, *Người Đông Dương có muốn trở thành người Pháp?*, *Nhật báo tranh luận*, được đăng lại trên Pháp-Đông Dương ngày thứ sáu 3 tháng 7 năm 1937). "Công báo ngày 27 tháng 7 đăng một nghị định ngày 23 tháng 7 quy định những điều kiện theo đó các người bản xứ Đông Dương, là thuộc dân và dân bảo hộ Pháp, chỉ cần có đơn xin, có thể được hay toàn quyền được tư cách là công dân Pháp." (Đài phát thanh Paris ngày 27 tháng 7 năm 1937).

- Chú thích thêm của người dịch: "Thời Đông Dương thuộc Pháp, trên pháp lý, người dân Đông Dương chia thành ba hạng. Đứng đầu là công dân Pháp (*citoyens français*) gồm những người Pháp và một số người bản xứ được quốc tịch Pháp. Thứ nhì là thuộc dân Pháp (*sujets français*) là dân Nam Kỳ và dân chúng của ba thành phố Đà Nẵng, Hải Phòng và Hà Nội. Hạng ba mới là dân bảo hộ (*protégés français*) tức là đại đa số dân chúng Trung, Bắc Kỳ, Lào, và Cao Miên.

  Trương Vĩnh Ký, dân Nam Kỳ, là *sujet français,* thuộc dân Pháp, có quyền xin vào quốc tịch Pháp để trở thành *citoyens français,* công dân Pháp, nhưng ông đã từ chối việc này" (ND)

[16] Một số thư chưa xuất bản của Pétrus Ký gần đây đã được Hội nghiên cứu Đông Dương ấn hành. Đấy là: *Thư từ bằng tiếng la-tinh chưa xuất bản cuả Trương Vĩnh Ký*, do Raphaël Parquissau dịch và xuất bản (Ts. của Hội nghiên cứu Đông Dương, s.b.,t. IX, số 3, Tháng bảy - tháng chín, 1934. Tr. 27-50); *Thư từ trao đổi giữa Đức Hoàng đế Đồng Khánh với Pétrus Trương Vĩnh Ký, nhà bác học Nam Kỳ.* Văn bản chưa xuất bản do ngài Nicolas Trương Vĩnh Tống, và do ngài Raphaël Parquissau dịch và chuyển thành thơ tiếng Pháp (Hội nghiên cứu Đông Dương dâng Đức Hoàng đế Bảo Đại.) [Sài Gòn, Hiệp hội ấn loát và nhà sách Đông Dương, 1932, khổ 0,395x 0,245; 40 tr., có chân dung vua Đồng Khánh và Pétrus Ký].

[17] Thần thoại Hy Lạp: Alceste là con gái của Pélias, người đã cướp ngôi của anh để làm vua xứ Thessalie. Lớn lên, Jason, con của vị vua đã bị cướp ngôi đòi lại ngôi vua. Pélias hứa sẽ trả lại ngôi nếu Jason đi chiếm được *Bộ Lông Cừu Vàng*, là vật thiêng có cánh có thể đưa con người bay, do Éeteste giữ. Jason tranh thủ được tình yêu của con gái Éeteste là Médée, vốn có nhiều phép ma thuật. Chàng lấy được Bộ Lông cừu vàng mang về, nhưng thấy Pélias đã giết cha. Médée, lúc này đã là vợ Jason, bèn bày mưu, băm nhỏ một con cừu đực, bỏ vào nồi nước sôi, sau đó lại đưa ra được một con cừu non. Các cô con gái của Pélias thấy vậy cũng đem bỏ cha vào nồi nước sôi để làm cho ông trẻ lại. Rốt cuộc, Pélias chẳng còn bao giờ chui ra được. Trong vụ này, riêng Alceste từ chối không tham gia.

Nhờ có Apollon, Alceste được gả cho Admète, vua xứ Phèdre. Nhưng Admète quên làm lễ hiến sinh cho thần Artémis, nên trong đêm cưới đôi tân hôn thấy giường của mình đầy rắn. Apollon lại phải ra tay giúp. Khi Admète chết, thần cầu khấn các Moires cho chàng sống lại, nhưng họ đòi phải có người chết thay. Bố mẹ Admète từ chối, nhưng do yêu thương chồng Alceste chịu uống thuốc độc để tự vẫn. Héraclès đưa nàng từ địa ngục trở lại trần gian … Họ có với nhau hai đứa con là Eumélos và Périmèle. (ND)

Các chú thích trong văn bản này đều là của tác giả Nguyễn Văn Tố, trừ những chú thích có ghi (ND) là của người dịch.

[18] … Paul Bert, tức Joseph Chailley (*Paul Bert ở Bắc Kỳ*, Paris, Charpentier, 1887, tr. 66-67), đưa vào viện Cơ mật một nhà nho có danh tiếng lớn của Nam Kỳ thuộc Pháp tên là Trương Vĩnh Ký. Đấy là một người được tranh luận đến mức kỳ lạ, mà các dư luận đều đi đến cực điểm. Cả tư cách là người công giáo của ông, lẫn sự hiểu biết hoàn hảo của ông về nền văn minh và ngôn ngữ của chúng ta, các danh hiệu văn học không thể chối cãi của ông đều không hòa giải được cảm tình của các cơ quan cai trị nối tiếp ở Nam Kỳ. Những tri thức toàn năng của ông, sự cảm nhận của ông đối với mỗi sắc thái nhỏ tế nhị nhất của tiếng Pháp, đến cả phẩm chất người Nam Kỳ có thể khiến ông là người trợ thủ vô cùng quý giá ở Huế, và ngài Paul Bert, là người áp dụng khoa học thực nghiệm cả trong việc tuyển mộ nhân sự, nghĩ rằng sẽ không làm tròn bổn phận của mình nếu dựa trên những phòng ngừa nói chung khá mơ hồ, lại tự mình tước đi một người cộng tác quan trọng như vậy." X. đoạn sau đây trong một bức thư của Pétrus Ký gửi cho Paul Bert (7 tháng bảy 1886): "… về căn bản tôi vui vì tất cả những chuyện ấy, và danh tiếng nhà sinh lý học của ngài sẽ không bị hạ thấp chút nào do chỗ ngài bị bao quanh bởi một con người nguy hiểm như món thuốc độc mạnh nhất (Pène Siefert) và một tên phản bội (Trương Vĩnh Ký). Ngài chỉ cần áp dụng châm ngôn: *contraria contratis carantur*, ''Những cái ngược nhau được chữa bằng những cái ngược nhau" (J. Bouchot, *Pétrus J. P. Trương Vĩnh Ký*, xuất bản lần thứ ba, tr. 69-70; x, nt., tr. 92: "ông (Pétrus Ký) đã phải tự bảo vệ chống lại ác tâm của người An Nam buộc tội ông "phản bội" chính đất nước mình.")

[19] Năm 1881 Pétrus Ký đã tập hợp các ký ức của ông về thời gian ở Bắc Kỳ (*Voyage au Tonking en 1876, Chuyến đi Bắc Kỳ năm Ất Hợi (1876)*, Sài Gòn, Guilland và Martinon, 1881, in-8°, 32 tr.). Những ký ức này, được viết không hề có ý đồ văn chương và chắc hẳn cũng không định công bố rộng rãi, phát hiện cho ta nhiều hơn là một cảnh trí mặn mà nay đã mất, một nét phong tục và tập quán đã bị lãng quên và từ đó cho phép ta suy xét đúng hơn về những con người và sự vật thời trước. Không nên tìm ở đấy một mô tả khoa học, cũng không có hệ thống, về xứ sở, mà là một thoáng nhìn của một con người biết quan sát, đi qua nhanh và phán xét vội, biết rằng, ở mỗi điều mình nhìn thấy, có gì đó là lịch sử trong ấy và dưới những vẻ bề ngoài của chúng, và nhắc lại những điều đó trong đôi từ súc tích. Thêm vào đó một ngòi bút linh hoạt, tìm ra một cách dễ dàng một hình ảnh sống động và gây rung cảm, biết vẽ ra những tổng thể lớn, khắc họa những chi tiết điển hình hay ghi khắc những con số chính xác. Một chương đầu chỉ ghi rất vội những chặng dừng trên hành trình, không cho ta biết điều gì thật mới. Chính Hà Nội chiếm vị trí hay nhất trên tấm bản ghi (tr. 5-8), và dù Pétrus Ký không cho chúng ta một nghiên cứu độc đáo hay đầy đủ, ít nhất cũng đáng nghe những gì ông nói về thành phố và các ký ức lịch sử của nó. Có những trang nhận xét tinh tế về tính chất quốc gia; về đời sống xã hội, các phong tục, các trò chơi, đặc biệt về các lễ hội, những chỉ dẫn lý thú, riêng, khá phong phú: những mô tả hấp dẫn về thành cổ, các chùa, Hồ Gươm và Hồ Tây. Chúng tôi xin trích ra một số trang sau: "Đi coi cảnh chùa của ông nguyễn Đăng Giai lập một bên mép hồ Hoàn Gươm. Nguyên thuở ông Nguyễn Đăng Giai ngồi tổng đốc Hà Nội, người bày ra cho di thủ quyên tiền quan dân mà lập nên kiểng chùa thờ Phật. Làm cũng đã công phu lắm, tốn

tiền gạo hết nhiều, nên mới có bài thơ học trò chê ông ấy rằng:

"Phúc đức chi mày bố dĩ Giai?
"Làm cho tổn Bắc, lại hao Đoài.
"Kia gương Võ đế còn treo đó,
"Ngạ tử Đài Thành, Phật cứu ai?

Cảnh chùa thật đã nên là tốt: vô cửa hai bên có tháp cao. Vào trong có hồ đi quanh co vòng theo chùa, lại ăn lọt dưới chùa nữa, hai bên mép xây gạch xây đá cả. Cầu bắc tứ phía qua chùa đều cũng xây gạch đá hết hẳn hoi. Xung quanh bốn phía có nhà hành lang chạy dài ra sau giáp nhau. Trong chùa đàng trước để tượng Phật đứng bàn cả đám, hình lớn to, quang thếp cả. Hai bên có làm động và tháp điện, đều bong hình nổi ra hết. Đằng sau có đền, có tạc hình cốt ông Nguyễn Đăng Giai. Phải chi nhà nước lo tu bổ gìn giữ thì ra một cái kiểng rất xinh đẹp. Mà nay thầy chùa sãi ở đó giỡ ngói, cạy gạch bán lần đi mà ăn, nên hư tệ uổng quá". (*Voyage au Tonking en 1876*, tr. 5) "Trước hết vô hoàng thành cũ, lọt khỏi ngũ môn lâu, lên đến Kỉnh thiên. Đền ấy nền cao lắm, có 9 bậc xây đá Thanh, hai bên có hai con rồng cũng đã lộn đầu xuống. Cột đền lớn trót ôm, tinh là gỗ liêm cả. Ngó ra đàng sau còn thấy một hai cung điện cũ chỗ vua Lê ở thuở xưa, bây giờ hư tệ còn tích lại đó mà thôi. Ra ngoài cửa ngũ môn lâu, thẳng ra cửa nam, có cột cờ cao quá xây bằng gạch, có thanh khu ốc xây trong ruột nó mà lên cho tới chót vót… Coi rồi mới ra đi đến xem chùa một cột, là cái miếu cất lên trên đầu cây cột đá lớn trồng giữa ao hồ. Nguyên tích ai thiết lập ra thì người ta nói mờ ơ, không lấy đâu làm chắc cho mấy. Cứ sách *sử ký* và *Đại nam nhứt thống chí*, thì chùa ông thánh đồng đen kêu là Trấn Võ Quan tự, ở về huyện Vĩnh Thuận, phường Đoan Chương đời nhà Lê, năm Vĩnh Trị năm Chính Hòa, vua Hi Tông (1675) sửa lại, đúc tượng đồng đen cao 8 thước 2 tấc, nặng 6600 cân, tay hữu chống trên cây gươm, chỉ mũi trên lưng con rùa, có rắn vấn doanh theo vỏ gươm. Trong sử đời Thục, vua An Dương bị tinh gà ác và phục quỉ núi Thất Diệu, mà nhờ có thần hiện trên núi Xuân Lôi thuộc về tỉnh Bắc Ninh trừ ma phá quỉ hết đi, thì vua dạy lập miếu phía bên bắc thành mà thờ là thần, đặt hiệu là Trấn Thiên Chấn Vũ Đế Quân… Còn chùa một cột, thì cũng ở hạt Vĩnh Thuận, làng Thanh Bửu, ở giữa cái hồ vuông, có trụ đá cao trót trượng, yên viên chừng 9 thước, trên đầu có cái miếu ngói chồng lên, như cái hoa sen ở dưới nước ngóc lên. Sử chép rằng: Thuở xưa vua Lý Thái Tông nằm chiêm bao thấy Phật Quan Âm ngồi tòa sen dắc vua lên đài. Tỉnh dậy học lại với quần thần, sợ điềm có xấu có hệ chi chăng. Thì thầy chùa thầy sãi tâu xin lập ra cái chùa thể ấy, đặng cho các thầy tụng kinh mà cầu điện thọ cho nhà vua, thì vua cho và dạy lập ra. Qua đời vua Lý Nhân Tông sửa lại, bồi bổ, lập tháp, đào ao, xây thành, làm cầu, tế tự, hễ tháng tư mồng 8 vua ngự ra đó kỳ yên …". (*Voyage au Tonking en 1876, Chuyến đi ra Bắc Kỳ*, tr. 7-9) Những chương cuối dành cho Hải Dương, Nam Định, Ninh Bình và Thanh Hóa. Phần cuối này, như kiểu ống kính vạn hoa, quá nhanh và luôn dừng lại ở bên ngoài. Nhưng sẽ là bất công nếu không nhắc đến một số đoạn chính xác hơn hay mới hơn, như về nhà thờ Phát Diệm hay các hang động ở Ninh Bình. Nhưng ở chỗ nào lối kể cũng lanh lẹ, vui tươi, chen giai thoại, được soi sáng bằng những liên hệ sáng tạo, và ta rời bức tranh với cảm giác một cuộc trò chuyện về địa lý đáng yêu.

[20] Một trong những đồng nghiệp của chúng tôi thuộc Hội Giáo dục Tương tế mới

đây đã cho chúng tôi biết trong chuyến du hành ra Bắc Kỳ, năm 1876, Pétrus Ký đã tiến hành những nghiên cứu về quân đội An Nam và nghệ thuật quân sự ở Trung Kỳ và Bắc Kỳ vào thời Lê. Công trình điều tra ấy chia làm bốn phần. Phần thứ nhất nói về những việc chuẩn bị cho chiến tranh của người Bắc Kỳ và người Nam Kỳ, phần thứ hai nói về chiến thuật bộ binh An Nam, phần thứ ba về chiến lược, phần thứ tư về kỵ binh và sử dụng voi cho đến khi có cuộc can thiệp của Pháp. Chúng tôi xin dẫn lại đây một phần những câu hỏi của Pétrus Ký, đúng như đồng nghiệp ở Hội Giáo dục Tương tế đã thông tin cho chúng tôi: "Kết cấu liên tiếp của kỵ binh ở Bắc Kỳ như thế nào; tỷ lệ giữa số kỵ binh và bộ binh là bao nhiêu; vị trí của kỵ binh trong trận đánh ở thời Lê là thế nào; trong những trường hợp nào thì nó một vai trò quan trọng và một số *chưởng cơ* nổi tiếng đã biết sử dụng nó ra sao; tóm lại nó có phải là một thứ mũi phóng sống để lao sâu vào hàng ngũ địch hay một phương tiện thông tin, truy kích hay bảo vệ cho bộ binh và dân công, như nó ngày càng chuyển hướng hiện nay ở châu Âu, đấy là những câu Trương Vĩnh Ký đã hỏi ông nội tôi, ông tôi đã cung cấp những đóng góp bổ ích, tiếc thay đã bị tiêu hủy trong cuộc đánh chiếm thành Hà Nội, năm 1882. Nhà bác học thích kể cho ông tôi câu nói nổi tiếng của Napoléon III: "*Lịch sử của các dân tộc phần lớn là lịch sử các quân đội.*" (X. trên, tr. 47.)

[21] Trong một bức thư mà chúng tôi được một trong những đồng nghiệp ở Hội Giáo dục Tương tế cho biết, Pétrus Ký nói: Khoa học có thể xem xét hoạt động ngôn ngữ dưới ba phương diện khác nhau: xét trong chính nó hoạt động ngôn ngữ là một công trình của con người, một sản phẩm nghệ thuật; đối với cá nhân, nó là hình thức bao bọc một cách tất yếu mọi thể hiện ý thức; cuối cùng, với giống loài, nó là sự biểu hiện ra bên ngoài của ý thức đó. Với ba phương diện đó, nó thuộc tương ứng về mỹ học, triết học, ngữ văn học. Tôi muốn mời các vị vào một nghiên cứu chuyên về mỹ học … Ở tất cả các cung bậc của hoạt động ngôn ngữ ta thấy cùng những cách thức ấy được tái hiện, có ý thức nhiều hay ít hơn, ít nhiều giống nhau. Những hình thái tu từ chúng ta quen thuộc, thoạt tiên là một cách biểu hiện thô thiển của tư duy, rồi là một sáng tạo của môt nghệ thuật cao hơn. Trong một số cái này, phép ẩn dụ giấu mình đi, và cần tất cả khoa học của nhà từ nguyên học để khám phá ra nó; đấy là những đồng tiền đã cũ mòn đến nổi không cònn phân biệt được dấu in, nhưng được biết và được chấp nhận dễ dàng trong trao đổi. Những cái khác giống như những đồng tiền mới và được dập với số ít, là niềm tự hào của các bảo tàng và các văn phòng của những người chơi tiền … Vấn đề đầu tiên đặt ra trong việc dạy tiếng Pháp là dùng phương pháp nào; với tôi, và chắc chắn bạn sẽ đồng ý với cách nhìn của tôi, phương pháp đó không nên là thuần túy khoa học, cũng không thuần túy thực hành; phải là vừa lý thuyết mà cũng không kém thực hành; người học tiếng Pháp phải hiểu biết không chỉ ngôn ngữ, mà cả văn học Pháp trong các thời kỳ phát triển khác nhau của nó, trong thời hiện đại cũng như thời xưa. Học một ngôn ngữ hiện đại đòi hỏi không ít thời gian cũng không ít chăm chút hơn là học một ngôn ngữ cổ; chỉ đến khi chân lý đó được đưa ra thực hành thì mới có thể nói đến một nền giáo dục tiếng Pháp chân chính trong các trường của chúng ta."

http://www.quyphanchautrinh.org/ngoi-den-tinh-hoa-van-hoa/ChiTiet/713/danh-nhan-van-hoa-truong-vinh-ky

ĐIỂM HẸN CỦA LỊCH SỬ

PHẠM XUÂN ĐÀI

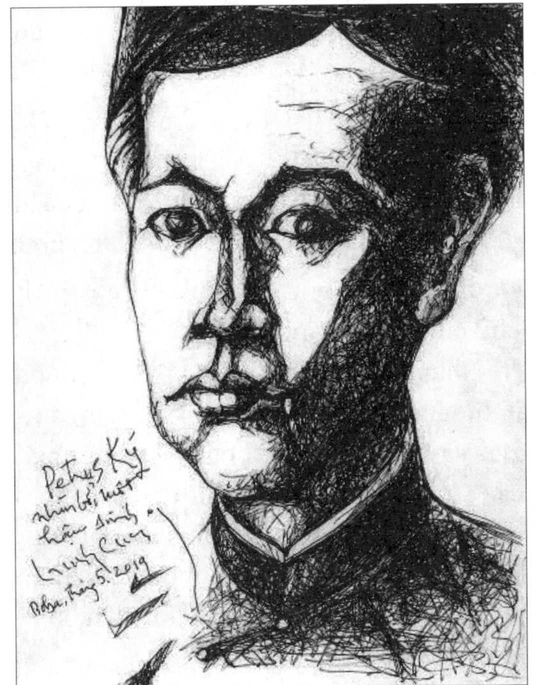

Học giả Trương Vĩnh Ký – do họa sĩ Trịnh Cung vẽ

Có những lúc nhìn lại lịch sử một cách bao quát, bỏ bớt các chi tiết rườm rà của các sự việc, chúng ta mới thấy rõ hơn những nét lớn, và từ đó nhận ra những ý nghĩa đích thực hơn. Ví dụ đọc những trang sử giữa Việt Nam với Chiêm Thành, nếu không bận tâm lắm về từng biến cố của sự bang giao, như các trận giao tranh Việt - Chiêm hoặc giao hảo gả công chúa cho vua Chiêm để lấy đất v.v... thì với cái nhìn tổng hợp, chúng ta sẽ thấy được tư tưởng xuyên thời đại của người Việt Nam trong quá khứ là luôn luôn bành trướng về phía Nam. Từ khi mở ra thời đại tự chủ, hình như triều vua nào cũng biết cái nhiệm vụ âm thầm ấy và khi có cơ hội thì thực hiện ngay, bằng mọi cách. Cuộc Nam Tiến hoàn tất, đối với dân Việt Nam gần như là sự kết thúc một trách nhiệm mà lịch sử đã đặt vào tâm trí mọi người về việc mở mang bờ cõi.

Nhưng còn một sự hoàn tất nữa, cũng mang ý nghĩa lịch sử hệ trọng, là nước ta chính thức có **chữ viết** của ngôn ngữ Việt Nam mà chúng ta gọi là chữ Quốc Ngữ, vào giữa thế kỷ thứ 19. Gọi là "hoàn tất" vì việc sáng chế ra chữ quốc ngữ đã xảy ra từ hai thế kỷ trước và sống âm thầm trong một bộ phận dân chúng nhỏ, chờ một điểm hẹn của Lịch sử để chính thức vai trò của nó trong đời sống dân tộc cho đến ngày nay và mãi mãi cho mai sau.

Trong khoảng thế kỷ thứ 16, việc đầu tiên của các giáo sĩ Thiên Chúa giáo đi truyền đạo tại các nước Á châu là phải học tiếng nói của nước mà họ muốn truyền đạo. Khi đã học được tiếng thì họ lại có nhu cầu dùng mẫu tự la-tinh phiên âm tiếng nói của nước ấy để tiện dùng trong việc giảng đạo và việc ghi chép. Với phương pháp này họ đã chế ra chữ Romaji cho nước Nhật, và bộ *Âm-vận-kinh* có đủ các âm vận Hoa ngữ được xếp theo mẫu tự la-tinh cho nước Trung Hoa. Có lẽ không lâu sau đó, các giáo sĩ, thoạt tiên là người Ý, tiếp theo là Bồ Đào Nha lại áp dụng phương pháp ấy cho tiếng Việt, và sau cùng cố Alexandre de Rhodes đã làm công việc hoàn chỉnh, và đã viết ra các bài giảng bằng tiếng Việt la-tinh và nhất là đã soạn một quyển từ điển dịch tiếng Việt ra tiếng Bồ Đào Nha và La Tinh. (*)

Chữ Việt la-tinh đã được thành hình như thế trong thế kỷ 17, so với chữ quốc ngữ ngày nay thì có một số khác biệt. Nhưng vào thời ấy cả nước ta vẫn dùng Hán tự như ngôn ngữ viết chính thức của quốc gia, và chữ nôm là phương tiện ghi chép của các văn nhân thi sĩ nước ta sáng tác bằng quốc âm. Thứ chữ mới ghép bằng các mẫu tự của chữ la-tinh suốt mấy thế kỷ chỉ dùng cho kinh kệ và giáo lý trong các họ đạo; con em của giáo dân Thiên Chúa giáo vẫn học chữ nho như là chữ viết chính thức của quốc gia mình.

Cho mãi đến một điểm hẹn của lịch sử vào giữa thế kỷ 19. Cũng với cách nhìn lịch sử với con mắt rất khái quát thì chúng ta thấy được nước Việt Nam vốn trải qua mấy nghìn năm không có chữ viết riêng của mình, nay bỗng có thứ chữ bằng mẫu tự la-tinh gọi là Quốc Ngữ. Một thứ chữ âm thầm hiện diện trên đất nước từ hai thế kỷ trước, khi dân tộc sắp hoàn tất cuộc Nam Tiến, và kiên nhẫn chờ đợi thời điểm chính mình xuất hiện để đóng vai trò hệ trọng trong đời sống văn hóa của dân tộc này. Một cái Duyên lớn lao mang tầm vóc lịch sử. Cuộc Nam Tiến của dân tộc dừng lại tại miền Nam và tiếp theo, cũng chính tại nơi đất mới này, dân tộc Việt Nam lại tiếp thu một công cụ hoàn toàn mới đến từ phương xa. Người Pháp đến và đánh chiếm phần đất phía Nam của Việt Nam, họ đặt nền cai trị và quyết định xóa bỏ chữ nho, thay vào đó là chữ quốc ngữ. Và nhân vật đứng ra để thực hiện công tác văn hóa lớn lao này đã xuất hiện đúng điểm hẹn của lịch sử: ông Trương Vĩnh Ký.

Trương Vĩnh Ký (1837-1898) là một người Việt Nam có một năng lực trí tuệ lạ thường, xuất hiện một cách bất ngờ trên vùng đất mới của Việt Nam, hình như để thực hiện một biến cố quyết định tạo một bước ngoặt cho nền văn hóa Việt Nam.

Ở thời điểm ông xuất hiện, ông là một trí thức Việt Nam duy nhất nắm vững hai nền văn hóa: một, của nước Việt Nam truyền thống thấm nhuần Nho, Phật, Lão; và hai, nền văn minh Tây phương với Thiên Chúa Giáo, nền triết học và văn học mới mẻ, và đặc biệt nền khoa học tiến bộ về mọi mặt của Tây phương.

Với khả năng hiếm có riêng về ngôn ngữ, ông đã đi tiên phong đảm trách việc "truyền bá quốc ngữ" với các công tác cụ thể như sau:

- **Làm Báo**: Ông đã có thời gian làm chủ bút tờ *Gia Định Báo* là tờ báo Việt ngữ đầu tiên của Việt Nam. Đây là một tờ công báo do chính quyền thực dân Pháp thành lập năm 1865 và sống đến năm 1910. Khởi đầu do một người Pháp, ông Ernest Potteau, làm Chủ Bút (thời đó gọi là Chánh Tổng Tài) với một nhóm đông đảo người Việt trong "ban biên tập": Trương Vĩnh Ký, Huỳnh Tịnh Của, Tôn Thọ Tường, Trương Minh Ký v.v... Đến năm 1869, Trương

GIA DINH BAO

嘉定報

Vĩnh Ký được cử làm Chánh Tổng Tài, và đảm nhiệm chức vụ này cho đến năm 1871. Trương Vĩnh Ký, như vậy, được coi như người Việt Nam đầu tiên điều khiển một tờ báo Việt ngữ.

Nhưng phải chờ đến năm 1888 ông Trương Vĩnh Ký mới sáng lập và làm chủ một tờ báo của riêng mình, đó là tờ *Thông Loại Khóa Trình*, còn có tên là *Miscellanées*. Đây là tờ báo đầu tiên do người Việt làm chủ, xuất bản hàng tháng, tự định lấy nội dung và mục đích riêng biệt, mang dáng dấp của một tạp chí với các bài viết về văn hóa, văn học và lịch sử nước nhà. Nhưng đáng tiếc nó chỉ sống được một năm rưỡi với 18 số báo, vì độc giả không nhiều, chủ nhân không đủ tiền trả nhà in.

- Trương Vĩnh Ký là người đầu tiên in và xuất bản các truyện nôm văn vần của nước ta bằng chữ quốc ngữ. Chúng ta đều biết từ nhiều thế kỷ trước các văn nhân Việt Nam đã sáng tác những tác phẩm bằng tiếng Việt, một phần như ca dao được truyền khẩu trong dân gian, phần khác quan trọng hơn là các tiểu thuyết văn vần tiếng Việt được viết bằng chữ nôm là một loại chữ được chế ra dựa vào chữ Hán. Chữ nôm rất khó học vì phải rành chữ Hán mới có thể học để đọc và viết được, nên các tác phẩm văn chương ấy, như Truyện Kiều chẳng hạn, cũng phải nhờ phương pháp truyền khẩu mới phổ biến sâu rộng được trong dân gian. Nay với phương tiện chữ quốc ngữ vừa đơn giản vừa dễ học, Trương Vĩnh Ký đã nghĩ ra cách in lại các tác phẩm văn chương cổ điển của nước ta bằng thứ chữ mới này để phổ biến rộng rãi trong quần chúng. Ông phải mày mò đọc lại các sách chữ nôm xưa và viết lại từng câu bằng chữ quốc ngữ, chú thích các điển tích và những chữ khó hiểu rồi đem in và phổ

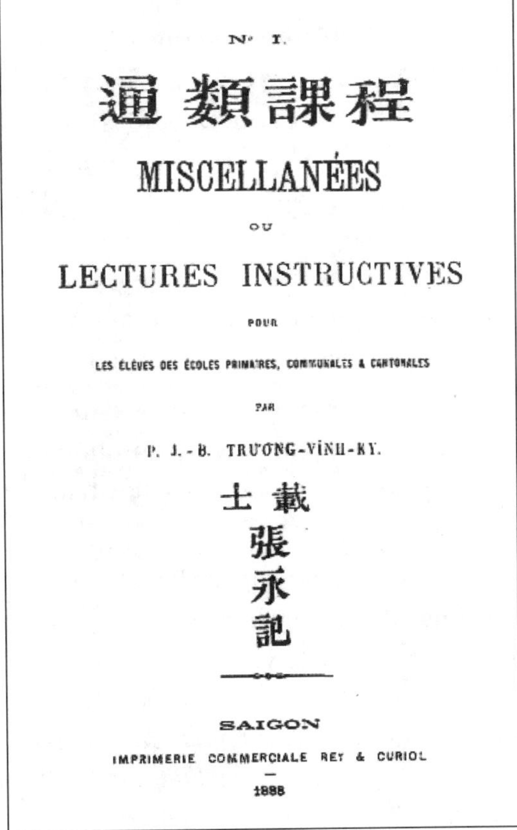

N° I.

通類課程

MISCELLANÉES

OU

LECTURES INSTRUCTIVES

POUR

LES ÉLÈVES DES ÉCOLES PRIMAIRES, COMMUNALES & CANTONALES

PAR

P. J.-B. TRƯƠNG-VĨNH-KÝ.

士載 張永記

SAIGON

IMPRIMERIE COMMERCIALE REY & CURIOL

1888

金雲翹傳
POÈME
KIM, VÂN, KIỀU
TRUYỆN
P. J.-B. TRƯƠNG-VĨNH-KÝ
載士
記永張
PRIX 2$00
SAIGON
F-H SCHNEIDER, ÉDITEUR
1911

Nº 1.
蓼雲仙傳
LỤC-VÂN-TIÊN
TRUYỆN
POËMES POPULAIRES ANNAMITES
TRANSCRITS EN QUỐC-NGỮ,
PRÉCÉDÉS
D'UN RÉSUMÉ ANALITIQUE
DU SUJET DE CHACUN
PAR
P. J.-B. TRƯƠNG-VĨNH-KÝ.
載士
張
永
記
SAIGON
Imprimerie AUG. BOCK
1889.

Nº 2.
潘陳傳
PHAN TRẦN TRUYỆN
POËMES POPULAIRES ANNAMITES
TRANSCRITS EN QUỐC-NGỮ,
PRÉCÉDÉS
D'UN RÉSUMÉ ANALYTIQUE
DU SUJET DE CHACUN
PAR
P. J.-B. TRƯƠNG-VĨNH-KÝ.
載士
張
永
記
SAIGON
Imprimerie AUG. BOCK
1889.

biến. Lần đầu tiên trong lịch sử Việt Nam các tác phẩm sau đây đã mang một hình thức hoàn toàn mới mẻ với chữ Việt la-tinh: "Kim, Vân, Kiều Truyện", "Phan Trần Truyện", "Lục Vân Tiên", "Lục Súc Tranh Công", "Huấn Nữ Ca", "Nữ Tắc", "Thơ Dạy Làm Dâu", "Cổ Gia Định Phong Cảnh Vịnh", "Kim Gia Định Phong Cảnh Vịnh" v.v... Ngoài bìa mỗi cuốn đều có câu chú thích hoặc bằng tiếng Pháp: "Transcrits en Quốc Ngữ par P. J. B. Trương Vĩnh Ký", hoặc bằng tiếng Việt: "P. J. B. Trương Vĩnh Ký Chép Ra Chữ Quốc Ngữ và Dẫn Giải".

- **Trước tác bằng chữ quốc ngữ:** Riêng phần ông, Trương Vĩnh Ký phải được coi là người đầu tiên sáng tác văn xuôi bằng chữ quốc ngữ.

Bên cạnh nhiều công trình viết bằng tiếng Pháp, ông đã trước thuật bằng quốc ngữ những tài liệu trong nền học vấn xưa của nước ta như *Tam Tự Kinh, Sơ Học Vấn Tân, Đại Học, Trung Dung, Minh Tâm Bửu Giám, Tam Thiên Tự Giảng Nghĩa, Sử Ký Nam Việt, Sử Ký Trung Hoa* v.v... (**)

Phần sáng tác, đáng kể nhất là bài viết *Chuyến Đi Bắc Kỳ năm Ất Hợi 1876,* hoàn toàn là một ký sự ghi chép về một chuyến đi. Những cuốn như *Chuyện Khôi Hài, Chuyện Đời Xưa* nhiều phần do ông viết thuật lại các câu chuyện kể từ lâu trong dân gian, nhưng cũng có thể coi gần như là sáng tác vì văn viết và cách sắp xếp ý tứ câu chuyện là hoàn toàn của ông.

Vậy Trương Vĩnh Ký là người đầu tiên viết văn xuôi bằng chữ quốc ngữ, mở đường sáng tác cho các nhà văn Nam Kỳ thời đầu thế kỷ 20, rồi tiếp theo là sự nở rộ các cây bút miền Bắc vào những thập niên 1920, 30 trở đi, để đưa sự sử dụng chữ quốc ngữ tới chỗ trưởng thành.

*

Trương Vĩnh Ký, với tài năng và tấm lòng hiếm có của mình, xuất hiện đúng vào một thời điểm đặc biệt của lịch sử, đã tạo nên một khúc quanh rất lớn cho nền văn hóa Việt Nam. Đó là thời điểm mà làn gió Tây phương đang thổi vào các quốc gia Đông phương, mà dù trong hoàn cảnh nào, dù sớm hay muộn, các quốc

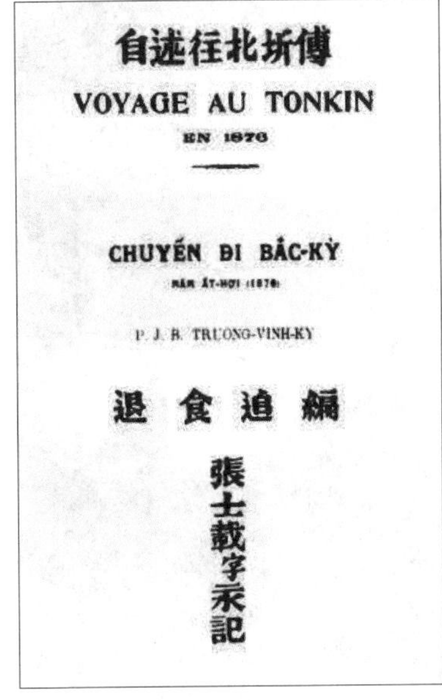
自述往北圻傳
VOYAGE AU TONKIN
EN 1876
CHUYẾN ĐI BẮC-KỲ
NĂM ẤT-HỢI (1876)
P. J. B. TRUONG-VINH-KY
退食追編
張士載字永記

CHUYỆN KHÔI-HÀI.
PASSE-TEMPS
P. J. B. TRƯƠNG-VĨNH-KÝ
公暇便攬
士載
張永記
集撰
SAIGON
1882

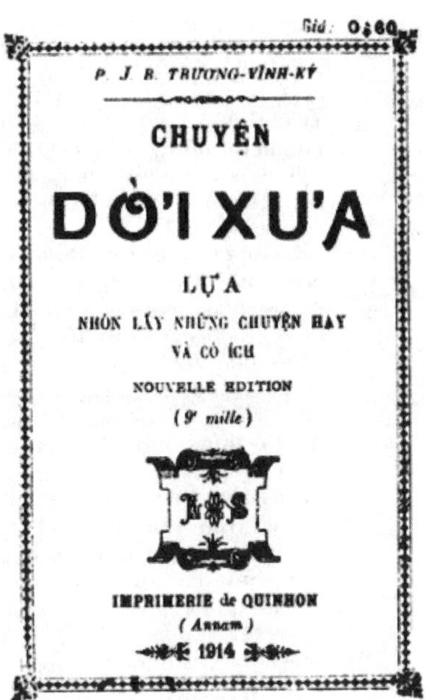
Giá: 0$60
P. J. B. TRƯƠNG-VĨNH-KÝ
CHUYỆN
ĐỜI XƯA
LỰA
NHÓN LẤY NHỮNG CHUYỆN HAY
VÀ CÓ ÍCH
NOUVELLE EDITION
(9e mille)
IMPRIMERIE de QUINHON
(Annam)
1914

gia phía Đông cũng phải tiếp nhận để có thể vươn mình ra khỏi tình trạng dậm chân tại chỗ hàng ngàn năm của mình.

Điểm đặc biệt trong khuynh hướng tất yếu của lịch sử này, Việt Nam là nước duy nhất của Á châu sớm có một chữ viết mới cho mình với dạng thức của Âu châu (***). Nước Tàu dĩ nhiên phải giữ lại Hán tự như bộ mặt của cả một nền văn minh cổ của mình. Nước Nhật, nước Triều Tiên vẫn giữ chữ viết đã có của họ, duy chỉ có nước Việt Nam là dứt khoát bỏ chữ Hán, dùng Quốc ngữ được sáng chế từ mẫu tự la-tinh.

Dù gặp khó khăn thời gian đầu do nhận thức của dân chúng coi thứ chữ mới như là một loại áp đặt xảo trá của kẻ từ xa tới cướp nước mình muốn xóa đi nền văn hóa từ ngàn xưa của dân tộc, nhưng rồi với các biện pháp hành chánh của nhà cầm quyền cộng với các sáng kiến và công sức của Trương Vĩnh Ký, chữ quốc ngữ dần dần được dân chúng chấp nhận, đi học và sử dụng trong cuộc sống hàng ngày. Hóa ra đó là một thứ chữ quá dễ học so với Hán tự và chữ nôm, như đoạn viết sau đây trên Gia Định Báo số 4, ngày 15 tháng 4, 1867:

"Thầy Ký dạy học có làm sách mẹo dạy tiếng Lang Sa, có làm ra chữ quốc ngữ để người ta dễ học. Những người ký lục giỏi cùng siêng năng sẽ lo mà học chữ quốc ngữ vì có hai mươi bốn chữ mà viết đặng muôn ngàn chuyện, chữ chi mắc rẻ cũng viết đặng, không phải như chữ Tàu học già đời mà còn có chữ lạ viết không ra, ở đây có Phủ Tường đã học đặng chữ quốc ngữ, viết đặng đọc đặng. Chữ ấy chẳng khó đâu, ra công học một đôi tháng thì thuộc hết."

Từ cả ngàn năm tự chủ với chữ Hán là chữ chính thức của quốc gia, Việt Nam đã có biết bao nhiêu văn kiện chính trị, bao nhiêu trang sử sách, bao nhiêu văn thơ đã được viết bằng chữ Hán. Nay đột nhiên bỏ chữ Hán để học một thứ chữ hoàn toàn mới, người Việt Nam bỗng đột ngột bị cắt đứt với vốn liếng văn hóa, lịch sử của tổ tiên mình. Đó là bất tiện lớn cho dân chẳng động binh-qua, trong sáu tháng không lụt một lưỡi gươm, không hao một viên đạn, mà nghĩa-đoàn đều theo gió giải-tán. Đó đủ thấy cái tài kinh-luân khương-tế của tiên-sanh.

Loạn đã định rồi, Hoàng-thượng muốn lưu kinh trọng dụng. Tiên-Sanh cố từ không đặng, bèn xin lãnh chức học-thần. Hoàng-thượng chịu lòng, chuẩn bổ chức "Hàn-lâm viện Thị giảng Học-sĩ" đặng chầu kinh-diên giảng luận tự thoại các nước Đông Tây. Đặng sáu tháng, tiên-sanh lại cố thỉnh hồi hưu. Hoàng-thượng cố lưu không đặng, phải chuẩn cho về trí sĩ. Ngài có đặc tứ ngự-dụng, ngọc-khánh và mọi đồ trân-bửu nhiều lắm. Lại ngự chế bài tự-văn và bài thơ ngũ-ngôn trường-luật tiễn hành, đặng tỏ lòng trân-trọng ái tích. (sẽ xin phụng dịch quốc-văn sau đây). Đó là chuyện năm Đồng-khánh thứ hai (1859). tiên-sanh vừa đúng 50 tuổi.

4· Giáo-giới. — Tiên-sanh bình sanh chí cái về đạo học, những muốn ẩn-dật thinh tu. Nhưng muốn nhàn mà đời chẳng cho nhàn, nên chi hễ chánh-phủ ép ra làm quan, thì tiên sanh hằng từ chánh-chức mà xin lãnh giáo-chức. Nói lại hồi sứ Pháp về tiên-sanh lãnh chức Đốc-học Nam-kỳ ba năm, thì xin từ chức. Về nghỉ đặng nửa năm, chánh-phủ lại ép ra nhận chức Đốc-học trường Đại-học, kiêm Nghị-trưởng hội-đồng thành phố Cholon. Sau lại ép nhận chức Đốc-học trường Hậu-bổ Tham-biện, dạy các viên-chức người Pháp học tiếng Annam và tiếng Mên, tiếng Lèo, đặng chờ bổ làm chức Tham-biện các tỉnh Nam-kỳ và Công-sứ các tỉnh Mên, Lèo.

Chơn dung Trương-tiên-Sanh mặc đồ trào-phục

5· Báo-giới. — Cứ hằng khi tiên-sanh từ chối trách-nhiệm, thì hằng khi chánh-phủ lại ép ra. Tiên-sanh cực chẳng đã, phải lựa lấy việc gì thích hạp với tánh tình của mình mà xin làm cho tắc trách. Sau khi từ chức Đốc-học, tới cuối năm 1867, ông Kergradu qua làm Thống-đốc Nam-kỳ lại triệu tiên-sanh ra lục dụng. Tiên sanh nghĩ rằng: Ngoài giáo-giới ra, thì báo giới là cái cơ-quan truyền-bá và cổ-võ sự văn-minh, vậy cái tinh-thần văn-minh ở Âu Mỹ phần nhiều do tự báo-chương. Bèn xin phép chánh-phủ sáng lập ra tờ « Gia-định Công-báo », đặng cho mình lãnh quyền Chủ-bút. Ấy nước Việt-Nam ta mà có báo-giới là bắt đầu từ đó. Rồi kế đó dư chục năm sau, ngoài Bắckỳ mới lần lần xuất hiện mấy tờ: Đại-Nam Đồng-Văn Nhựt-Báo, Đăng-cổ Tùng-báo, Đông-dương Tạp-chí... Cho chí ngày nay khắp ba kỳ báo chí ngày rậm, là đều khởi thủy từ Trương tiên sanh. Anh em đồng nghiệp báo chí chúng ta nên kỷ niệm tiên-sanh là một vị báo-giới thủy-tổ vậy.

6· Trước-thuật. — Việc đạo học vẫn là tố chí của tiên-sanh, suốt một đời tiên-sanh vận dụng cái tài-liệu kiêm thông tự thoại các nước ra, hoặc trước, hoặc thuật, hoặc dùng chữ Á, hoặc dùng chữ Âu, coi trương "Trước thuật tổng-mục" của tiên-sanh có tới trên sáu chục bộ. Có sách đã xuất bản, có sách chưa xuất bản. Các sách đã xuất bản chẳng cần kể tên từ cuốn ra đây, mà văn-hào ta chắc đã phần nhiều duyệt khắp. Nhưng là một bộ « Pháp-Việt Tự-Vị » (Dictionnaire Français Annamite) thì thiệt là tiên-sanh khơi cái nguồn Âu-hoá trước cho ta. Còn sách chưa xuất bản, thì sau nầy chúng tôi sẽ khuyến khích văn-giới

Một trang trong bài "Danh Nhân Nam Kỳ - cụ Trương Vĩnh Ký" trích từ báo Đồng Nai-SaiGon-tháng 1 & 2 năm 1933

tộc Việt Nam sau khúc quanh văn hóa quan trọng này.

Tranh người Pháp vẽ cảnh thôn quê miền Nam Việt Nam thời Đông Dương, Pháp thuộc.
(Trích từ sách Monographie dessinée de l'Indochine: Cochinchine -xb tại Paris.)

Nhưng suy ngẫm lại, chữ Hán đâu phải là chữ viết của ngôn ngữ Việt Nam, đó chỉ là chữ vay mượn của nước ngoài. Nay có được thứ chữ chính cống diễn đạt tiếng nói của người Việt thì ta phải dùng nó. Còn cái kho lịch sử-văn hóa-văn học của tổ tiên, chúng ta phải cố gắng dịch thuật sang chữ quốc ngữ, đồng thời luôn luôn phải có môn học Hán tự để các thế hệ mới của nước Việt Nam lúc nào cũng có một cái cầu nối với quá khứ ngàn năm của ông cha mình.

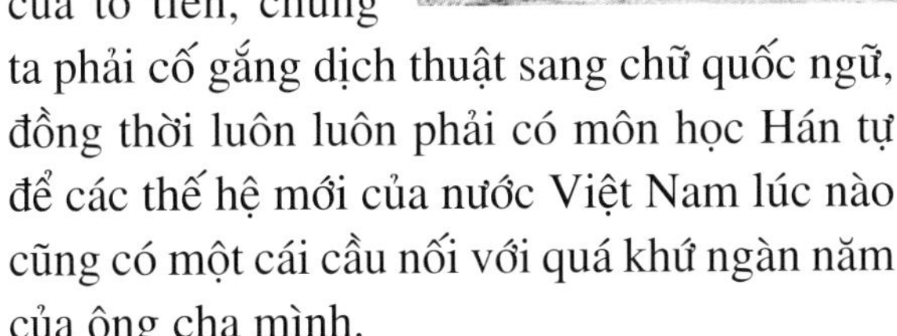

Với cố gắng phi thường của một bác học về ngôn ngữ, trước khi từ giã cõi đời Trương Vĩnh Ký đã đặt xong nền móng chữ quốc ngữ cho Việt Nam. Bước sang thế kỷ 20, từ sau khi Nhật thắng Nga năm 1905, sĩ phu, trí thức Việt Nam nhận thức một cách rõ rệt phải theo gương Nhật để canh tân. Trong tinh thần đổi mới, các cụ hô hào học chữ quốc ngữ trong các phong trào như Đông Kinh Nghĩa Thục, phong trào Duy Tân của cụ Phan Châu Trinh... Và cụ Nguyễn Văn Vĩnh với câu nói như một Tuyên ngôn: "*Nước Nam ta sau này hay hay dở cũng là nhờ ở chữ quốc ngữ*". Và cụ Tản Đà hào hứng viết Tam Tự Kinh mới: "*Sách quốc ngữ, / Chữ nước ta / Con cái nhà / Đều phải học.*"

Xem ra tất cả đều nhờ cụ Trương Vĩnh Ký đã xuất hiện *đúng **lúc**, đúng **chỗ*** tại điểm hẹn của cụ với Lịch sử đất nước.

Phạm Xuân Đài

Nov. 9, 2018

CHÚ THÍCH

(*) Nguồn gốc chữ quốc ngữ tóm tắt từ sách *Việt Nam Văn Học Sử Giản Ước Tân Biên* cuốn 3 của Phạm Thế Ngũ.

(**) Theo Khổng Xuân Thu trong sách *Trương Vĩnh Ký*, nxb Tân Việt, Sài Gòn, 1958.

(***) Nước thứ nhì ở Á châu có chữ viết được La-tinh hóa là Nam Dương (Indonesia). Từ năm 1901, trong thời gian bị Hòa Lan đô hộ (và sau VN khá nhiều năm), nước này bắt đầu áp dụng hệ thống chữ viết dùng mẫu tự La tinh.

PETRUS KEY VÀ PETRUS KÝ
CHUYỆN MỘT LÁ THƯ MẠO DANH TRƯƠNG VĨNH KÝ VÀO THẾ KỶ 19

WINSTON PHAN ĐÀO NGUYÊN

Trong một thời gian dài hơn hai mươi năm, từ khi nhà văn Nguyên Vũ tức sử gia Vũ Ngự Chiêu tuyên bố đã tìm ra một lá thư do chính Petrus Trương Vĩnh Ký ("Petrus Ký") viết, bằng tiếng Pháp, với chữ ký là Petrus **Key**"), nhằm cầu khẩn quân Pháp đến giải cứu cho những người An Nam theo đạo Thiên Chúa ở Nam Kỳ, mỗi khi có bất cứ một nghiên cứu mới nào về Petrus Ký thì lá thư này lại được nhắc đến, như là một phần phải có trong cuộc đời Petrus Ký. Tùy theo trường hợp và quan điểm của tác giả, nó có thể được dùng để chứng minh rằng Petrus Ký đã "bán nước", đã "góp phần trong cuộc xâm lăng Việt Nam của Pháp", hay ít nữa, cũng là một lỗi lầm thời còn trẻ của ông. Nhưng điều chắc chắn là lá thư Petrus Key đã được gắn liền với bất kỳ nghiên cứu mới nào về Petrus Ký trong thời gian gần đây, cho dù tác giả của bài nghiên cứu không hề nhắc đến nó đi nữa.

Điển hình là vào đầu năm 2017, lá thư Petrus Key đã được đem ra bàn luận rất sôi nổi trên mạng, khi cuốn sách nghiên cứu mới nhất về Petrus Ký, "Petrus Ký, Nỗi Oan Thế Kỷ"[1], của học giả

1 Nguyễn Đình Đầu, Petrus Ký, Nỗi Oan Thế Kỷ, Nhà Xuất Bản Tri Thức, Nhã Nam, Hà Nội, 2016

Nguyễn Đình Đầu, bị cấm lưu hành ở Việt Nam. Cho dù trong mấy trăm trang sách gồm những sưu tập về Petrus Ký không hề có một dòng nào về lá thư trên, nó vẫn được đem ra để phê bình tác giả Nguyễn Đình Đầu là đã không nói đến lá thư này. Trong trang facebook của mình, Phó Giáo Sư Đoàn Lê Giang, trưởng khoa Văn Học và Ngôn Ngữ, Đại Học Quốc Gia Thành Phố Hồ Chí Minh, đã viết như sau về cuốn "Petrus Ký, Nỗi Oan Thế Kỷ":

> *"1) Công trình này sưu tập rất ít công trình và tác phẩm của Trương Vĩnh Ký, các công trình được sưu tập phần nhiều là công trình quen thuộc đã được xuất bản ... Nói chung còn thiếu rất nhiều công trình, tác phẩm quan trọng,* ***thiếu nhiều bức thư thân Pháp, yêu cầu quân Pháp đến để cứu giáo dân*** *... Nói chung là thiếu rất nhiều tư liệu bất lợi cho việc đánh giá TVK."*[2]

Và trong một bài viết kế tiếp cũng trên facebook, giáo sư Đoàn Lê Giang nói rõ ra rằng đó chính là lá thư Petrus Key do ông Nguyên Vũ tức tiến sĩ Vũ Ngự Chiêu khám phá:

> *"TS. Vũ Ngự Chiêu, một học giả ở hải ngoại nổi lên gần đây như một nhà nghiên cứu lịch sử nghiêm cẩn vì tính công phu, xác thực về tư liệu của ông. Một hai chục năm trước ông đã cất công tìm tư liệu về Trương Vĩnh Ký ở các kho lưu trữ ở hải ngoại và trong nước và đã công bố nhiều tư liệu rất quý về Trương Vĩnh Ký. Trong các tài liệu đó,* ***có bức thư "Petrus Key viết thư ra mắt Đại Nguyên Soái (Grand Chef) Pháp****, van nài hạm đội Pháp hãy tấn công ngay các thành trì miền Nam để giải phóng giáo dân Ki-tô và dân tộc Việt dưới ách cai trị chuyên chế, bạc đãi giáo dân của nhà Nguyễn" (VNC) ...*
>
> ***TS. Vũ Ngự Chiêu khảo cứu công phu từng chi tiết một trước khi đưa ra kết luận, chứ không chỉ nghe nói rồi tuyên bố bốc đồng.*** *Tôi lấy làm lạ, tại sao những tư liệu này lại không được đưa vào công trình "Petrus Ký - nỗi oan thế kỷ" của GS Nguyễn Đình Đầu để mọi người cùng suy nghĩ (dù những bài này được in ấn trên nhiều báo chí và nhiều trang mạng, chỉ cần gõ Google là có)?"*[3]

Ngoài sự kiện trên, một thí dụ khác về việc lá thư Petrus Key đã được đem ra để chất vấn các tác giả nghiên cứu về Petrus Ký xảy ra vào khoảng tháng 4 năm 2017, khi người viết bài này cho đăng lên mạng bài **"Minh Oan Cho Petrus Trương Vĩnh Ký Về Câu Ở Với Họ Mà Không Theo Họ"**.[4] Một trong những trang websites thường phê phán Petrus Ký, trang

---

2 Đoàn Lê Giang, "Petrus Ký - Nỗi Oan Thế Kỷ, Một Quyển Sách Nên Đọc, Nhưng Vẫn Còn Xa So Với Kỳ Vọng Của Độc Giả", January 6, 2017. Chỗ in đậm do người viết bài này muốn nhấn mạnh. https://anhbasam.wordpress.com/2017/01/07/11-252-petrus-ky-noi-oan-the-ky-mot-quyen-sach-nen-doc-nhung-van-con-xa-so-voi-ky-vong-cua-doc-gia/

3 Đoàn Lê Giang, "Ứng Xử Thời Cuộc Của Trương Vĩnh Ký Có Hoàn Toàn Đúng Đắn Không?", January 7, 2017. Chỗ in đậm do người viết bài này muốn nhấn mạnh. http://bon-phuong.blogspot.com/2017/01/petrus-ky-noi-oan-ky-mot-quyen-sach-nen.html

4 Winston Phan Đào Nguyên,"Minh Oan Cho Petrus Trương Vĩnh Ký Về Câu Ở Với Họ Mà Không Theo Họ", April 2107, http://www.viet-studies.net/PhanDaoNguyen_PetrusKy.htm hay https://nghiencuulichsu.com/2017/04/13/minh-hoa-cho-petrus-truong-vinh-ky-ve-cau-o-voi-ho-ma-khong-theo-ho/

giaodiemonline, đã cho đăng lại bài này, và kèm theo ý kiến của người phê bình bài viết, ông Kevin Trần, như sau:

> *"(1) Không "ở với họ" và "không theo họ", chỉ "muốn có ích cho xã hội" Việt Nam nhưng tại sao Pétrus Ký lại: **Khẩn cầu quân Pháp hãy xâm lăng Việt Nam trong lá thư gửi cho Trung tá Hải quân Jean Bernard Jauréguiberry cuối tháng 3 năm 1859** (Văn khố Hải quân Pháp, Paris: SUM Vincennes. Vũ Ngự Chiêu sưu tập)."*[5]

Như vậy, có thể thấy rằng lá thư Petrus Key đã được dùng như một thứ vũ khí mới và hữu hiệu nhất để phê bình Petrus Ký. Với những độc giả không có thiên kiến hoặc không biết nhiều về nhân vật lịch sử này, sự hiện hữu của lá thư Petrus Key chắc chắn sẽ tạo ra ác cảm với ông Petrus Ký, nhất là sau khi họ đọc được những ý kiến như trên đây của giáo sư Đoàn Lê Giang và ông Kevin Trần.

Và với những ý kiến như trên, người đọc có thể sẽ tin rằng lá thư Petrus Key rất dễ tìm ra trên mạng. Thế nhưng, có lẽ là rất ít người đã có cơ hội được đọc **nguyên văn toàn thể lá thư này**, trừ người đã "công bố" ra nó, là nhà văn Nguyên Vũ tức sử gia Vũ Ngự Chiêu, và các "thân hữu" của ông. Phần lớn, kể cả những người đã và đang sử dụng, hay trích dẫn tài liệu này, từ ông Nguyên Vũ, đều không có được nguyên bản lá thư. Cái mà họ sử dụng và trích dẫn, thật ra **chỉ là một bản dịch của lá thư**, do ông Nguyên Vũ cung cấp, hoặc **chỉ là vài dòng** nguyên văn tiếng Pháp của lá thư, cũng do ông Nguyên Vũ cung cấp.

Không hiểu do vô tình hay cố ý, dường như có một bức màn che phủ lên lá thư Petrus Key trong suốt hai mươi năm qua, làm cho người đọc không biết thực hư ra sao. Với một người hiếu kỳ muốn được đọc nguyên văn lá thư để đi đến kết luận cho riêng mình, đó là cả một sự thất vọng lớn lao. Trong số đó, có người viết bài này.

Và vì muốn tìm trả lời cho những câu hỏi chung quanh lá thư Petrus Key nói trên, cụ thể là:

i) lá thư Petrus Key đã được ông Nguyên Vũ "công bố" thế nào, và lá thư thật sự nói gì?;
ii) có phải lá thư đó do Petrus Ký viết hay không?;
iii) nếu không phải Petrus Ký, thì ai là tác giả lá thư?

Nên người viết bài này đã cố công tìm kiếm bản gốc của lá thư. May mắn nhờ được sự giúp đỡ của ông Gilbert Trương Vĩnh Tống là cháu cố của ông Petrus Ký, và một cựu học sinh trường Petrus Ký là ông Trương Quí Hoàng Phương, người viết bài này đã tìm được nguyên văn lá thư Petrus Key bí ẩn nói trên trong thời gian gần đây.

Và do đó, trong bài viết khá dài này, người viết xin trình bày những nghiên cứu và suy luận của mình về lá thư Petrus Key, để trả lời **ba câu hỏi** nêu ra bên trên. Bài viết vì vậy sẽ được chia ra làm **ba phần**, để tương ứng với ba câu hỏi nêu trên.

Phần 1, với tựa đề ***"Lá Thư Petrus Key"***, sẽ xem xét đến quá trình lá thư Petrus Key được giới thiệu với độc giả bởi nhà văn Nguyên Vũ tức sử gia Vũ Ngự Chiêu qua các bài viết của ông

---

5 Sưu tầm và tản mạn thêm của Kevin Trần về bài "Minh Oan Cho Petrus Trương Vĩnh Ký Về Câu Ở Với Họ Mà Không Theo Họ". http://giaodiemonline.com/2017/04/minhoanTVK.htm

trong hai mươi năm nay ra sao, cũng như cách thức ông Nguyên Vũ đã "công bố" và thêu dệt những chi tiết chung quanh lá thư thế nào - nhằm kết luận rằng Petrus Ký chính là tác giả lá thư Petrus Key. Kế đến, người viết sẽ giới thiệu nguyên văn bản chính bằng tiếng Pháp và nội dung của lá thư Petrus Key để bạn đọc có thể thấy được lá thư thật sự nói gì, và ông Nguyên Vũ đã bóp méo nội dung lá thư này bằng cách dịch sai lầm ra sao. Tiếp theo, người viết sẽ trình bày những điểm bất hợp lý trong nội dung lá thư Petrus Key, và cho thấy tại sao chính những sự vô lý này sẽ cho ta thấy tác giả lá thư Petrus Key không thể nào là một người Việt ở Nam Kỳ như Petrus Ký. Sau cùng, người viết sẽ so sánh hình thức lá thư Petrus Key với vài văn kiện khác do chính tay Petrus Ký viết vào thập niên 1870 để cho thấy Petrus Ký khó có thể là tác giả lá thư Petrus Key.

Phần 2, với tựa đề ***"Lá Thư Penang"***, sẽ trả lời dứt khoát câu hỏi Petrus Ký có phải là tác giả lá thư Petrus Key hay không, bằng cách so sánh nội dung và hình thức của lá thư Petrus Key với một tài liệu chính yếu của bài viết này - lá thư của Petrus Ký gởi cho các bạn học ở đại chủng viện Penang vào ngày 4 tháng 2 năm 1859 *("lá thư Penang")*, cùng khoảng thời gian với lá thư Petrus Key. Nội dung lá thư Penang sẽ cho ta thấy hành trình trốn thoát quan quân nhà Nguyễn từ Cái Nhum lên Sài Gòn của Petrus Ký hoàn toàn trái ngược với hành trình được thuật lại trong lá thư Petrus Key. Đồng thời, lá thư Penang cũng sẽ cho thấy rằng quan điểm của Petrus Ký về sự bắt đạo và về cuộc chiến Pháp-Việt trái ngược hoàn toàn với quan điểm trong lá thư Petrus Key. Sau cùng, một sự so sánh về hình thức của hai lá thư - từ nét chữ, chữ ký, cho tới những ký hiệu đặc biệt trong thư - sẽ cho thấy rằng hai lá thư không thể có cùng một tác giả, vì hình thức của chúng hoàn toàn khác nhau. Từ đó, người viết chỉ có thể đi đến một kết luận duy nhất: Petrus Ký không phải là tác giả lá thư Petrus Key.

Phần 3, với tựa đề ***"Tác Giả Lá Thư Petrus Key"***, sẽ trình bày quá trình người viết đi tìm tác giả thật sự của lá thư Petrus Key. Bắt đầu từ mối liên hệ mật thiết giữa hai lá thư Petrus Key và Penang, đặc biệt qua hai chữ "Kéy" và "Key", người viết sẽ cho thấy rằng tác giả lá thư Petrus Key đã cố tình giả mạo tên của Petrus Ký. Và lý do cho sự giả mạo này là để mượn danh một người giáo dân Nam Kỳ cầu xin quân Pháp hãy giải thoát các giáo dân Việt ở Gia Định, những người lúc đó đang bị bức hại bởi nhà Nguyễn trong một cuộc bắt đạo với qui mô lớn chưa từng có. Với những điều kiện phải có để có thể là tác giả lá thư Petrus Key như ý muốn được giải thoát, khả năng viết tiếng Pháp lưu loát, và sự không am hiểu về địa lý xứ Nam Kỳ, người viết sẽ áp dụng phương pháp loại trừ để gạt bỏ bớt những nhóm người không có khả năng là tác giả lá thư Petrus Key. Sự loại trừ này dẫn người viết đến một nhóm người và đặc biệt là một nhân vật nổi bật trong nhóm người đó - như những người với nhiều khả năng là tác giả lá thư Petrus Key nhất. Vì ngoài các điều kiện cần phải có nói trên, nhân vật đặc biệt đó còn có một cách hành văn đặc biệt có một không hai, mà ta sẽ thấy trong lá thư Petrus Key, cũng như trong những tác phẩm khác của nhân vật đó.

Phần 1
Lá Thư Petrus Key

Chương I.

Quá Trình Nhà Văn Nguyên Vũ tức Sử Gia Vũ Ngự Chiêu Công Bố Lá Thư Petrus Key và Khẳng Định Rằng Tác Giả Lá Thư Chính Là Petrus Trương Vĩnh Ký

A. Tác Phẩm Đầu Tiên Của Ông Nguyên Vũ Về Lá Thư Petrus Key: *"Paris, Xuân 1996"*

Năm 1997, nhà văn **Nguyên Vũ** tức sử gia **Vũ Ngự Chiêu**, một tiến sĩ sử học Hoa Kỳ, xuất bản một quyển sách mà tác giả gọi là tập "tâm bút", với tựa đề *Paris, Xuân 1996*.[6] Trong tập "tâm bút" này, ông Nguyên Vũ cho biết đã khám phá ra nhiều tài liệu đáng giá, nhưng "xúc động

6 Nguyên Vũ, Paris, Xuân 1996, Nhà Xuất Bản Văn Hóa, Houston, 1997

và ngỡ ngàng nhất" cho ông ta, là một bức thư được viết bởi Petrus Trương Vĩnh Ký gởi cho "Grand Chef". Ông Nguyên Vũ giới thiệu lá thư Petrus Key với độc giả như sau:

"Thứ Sáu, 5/4/1996

Một tuần lễ mệt nhọc. Tìm được nhiều tài liệu đáng giá ...

*Xúc động và ngỡ ngàng nhất là **lá thư không đề ngày** của Petrus Key - một loại "thày kẻ giảng" được các giáo sĩ Pháp giới thiệu vào thông ngôn đoàn của đạo quân viễn chinh Pháp-Espania. **Thư đến tay Jauréguiberry cuối tháng 3/1859. Trong thư, Petrus Key - tức Petrus Ký hay Trương Vĩnh Ký sau này** – nhân danh khối giáo dân Ki-tô Việt Nam, khẩn nài quân Pháp hãy đánh chiếm ngay miền Nam, lật đổ chính quyền nhà Nguyễn hầu cứu vớt giáo dân khỏi tay bạo chúa. Cậu thanh niên 22 tuổi đời (sic), mới rời khỏi tu viện Penang, ca tụng Grand Chef (Đại Nguyên Soái hay Ông Chủ Lớn) Rigault de Genouilly (hoặc Jauréguiberry) như Samson, Moise hay Jacob (sic) đã "được Thượng Đế gửi tới giải thoát giáo dân Việt."*[7]

*Nhận xét về lá thư của cậu thanh niên sôi bỏng tham vọng, tự xưng là "kẻ đầy tớ hèn mọn và vô dụng" Petrus Key, Jauréguiberry nhận định nội dung thư chẳng có gì đáng kể. Thực vậy, giống như Luật sư Trần Thanh Hiệp ghi nhận, **văn chương trong thư tầm thường, tư tưởng hời hợt, nông cạn** ...."*[8] (những chữ in đậm là do người viết nhấn mạnh).

Tiếp theo, cũng trong bài tâm bút Paris, Xuân 1996 này, ông Nguyên Vũ cho biết:

*"Trọn một buổi tối khó ngủ vì tài liệu mới tìm ra. Nên hay không nên **công bố**? Chỉ hai năm nữa, sẽ có nhiều đoàn thể và tổ chức giỗ thứ 100 đại văn hào Trương vĩnh Ký.*

*Ông Trương Vĩnh Ký (1837-1898), theo tiểu sử chính thức, người làng Vĩnh-thành, huyện Tân-minh, tỉnh Bến-tre. Con ông Trương Chánh Thi. Mồ côi cha từ năm 1840, cậu bé Trương Vĩnh Ký **được mẹ bán cho một giáo sĩ Pháp làm con nuôi**. Năm 1847, giáo sĩ này gửi cậu bé Petrus thông minh đĩnh ngộ qua học ở Pinhalu, Cao Miên. Bốn năm sau, 1851, Petrus được du học ở Penang, với triển vọng thành một thứ thày kẻ giảng tức phụ tá hay thông ngôn bản xứ của các giáo sĩ Pháp. Không rõ Petrus đã tốt nghiệp đại chủng viện hay chưa.*

*Năm 1858, khi người Pháp bắt đầu biểu dương lực lượng ở Việt Nam, **bề trên cho Petrus về nước, xung (sic) vào đoàn thông ngôn do Linh mục Legrand de Liraye (sic) cầm đầu**. Ngày 6/3/1859, sau khi Pháp đã chiếm xong Sài-gòn và củng cố việc phòng ngự,*

---

7 Ibid, p. 67. Chữ sic trong ngoặc là do người viết thêm vào trong câu trên để cho biết ông Nguyên Vũ đã viết y như thế. Và đó là vì ông Nguyên Vũ đã sai lầm về tuổi của Petrus Ký. Petrus Ký sinh ngày 6 tháng 12 năm 1837. Do đó, tháng 3 năm 1859, ông chỉ mới 21 tuổi! Còn chữ sic thứ hai do người viết thêm vào là để cho biết ông Nguyên Vũ cũng đã sai lầm trong đoạn văn trên đây vì cái tên được viết trong lá thư Petrus Key là Josué tức Joshua tức Gio Duệ, chứ không phải Jacob như ông Nguyên Vũ đã trích dẫn. Người viết sẽ nói đến sự sai lầm này với nhiều chi tiết hơn trong những chương sau.

8 bid

Giám mục Lefèbvre báo cáo với Trung tá Jauréguiberry là đã tìm được cho quân Pháp một thông dịch viên, nhưng bị đau chưa tới đồn Pháp được. ***Cuối tháng 3/1859, cậu thanh niên Petrus Key viết cho Grand Chef một lá thư khá dài để ra mắt****. Ngày Thứ Bảy, 2/4/1859, Jauréguiberry báo cáo lên Rigault de Genouilly là đã nhận được lá thư "chẳng có gì quan trọng" của viên thông ngôn đã chờ đợi bấy lâu.* ***Từ ngày này, Petrus Key trở thành cộng sự viên đắc lực của "tân trào" Bảo hộ Pháp.****"*[9] (những chữ in đậm là do người viết nhấn mạnh)

Người viết xin được nhấn mạnh những chỗ in đậm trong các dòng trích bên trên của ông Nguyên Vũ để người đọc dễ theo dõi, và để so với tiểu sử thực thụ của ông Petrus Ký mà ta sẽ xem đến sau.

Vì ngay trong đoạn văn ngắn ngủi khởi đầu này, ông Nguyên Vũ đã đưa ra ba sự kiện mà không hề có một chứng minh nào hết, về Petrus Ký. Thứ nhất, ông Nguyên Vũ mập mờ cho biết ông Petrus Ký đã "được mẹ bán cho một giáo sĩ Pháp làm con nuôi". Thứ hai, ông nói rằng Petrus Ký được bề trên cho về nước năm 1858 để "xung (sic) vào đoàn thông ngôn" do linh mục Legrand de Liraye[10] (sic) cầm đầu. Thứ ba, ông khẳng định là từ đầu tháng 4 năm 1859, Petrus Ký đã trở thành "cộng sự viên đắc lực" của Pháp.

Nhưng vẫn chưa hết, vì ông Nguyên Vũ còn cho ta biết như sau:

"Để tưởng nhớ công đức với tân trào, ***từ năm 1946, chính phủ Nam Kỳ Tự Trị của Y sĩ Nguyễn Văn Thinh lấy tên Petrus Ký đặt cho trường trung học bản xứ lớn nhất Sài-gòn****.... Hiện nay, chế độ Cộng sản thay tên Petrus Ký bằng Lê Hồng Phong - một khai quốc công thần khác của "tân trào" Cộng Sản... Ít nữa Lê Hồng Phong và Petrus Ký có một điểm giống nhau: Cả hai đều thành công trong việc thiết lập chế độ "tân trào" mà họ coi làm lý tưởng ...* ***Dẫu vậy, giáo viên và học sinh trường Trương Vĩnh Ký Sài-gòn lên tới hàng chục ngàn, nếu không phải hàng trăm ngàn. Họ nghĩ gì? Họ sẽ trách ông Trương Vĩnh Ký đã viết lá thư ra mắt Trung tá Jauréguiberry ... hay trách tôi, người tìm thấy lá thư đầu tiên?"***[11] (những chữ in đậm là do người viết nhấn mạnh)

---

9 Ibid, pp. 68-69.

10 Tên đúng của nhân vật này là Théophile Le Grand de la Liraye

11 Ibid, pp.70-71. Ông Nguyên Vũ đã sai lầm khi cho rằng trường Petrus Ký được đặt tên này vào năm 1946 bởi chính phủ Nam Kỳ Tự Trị (một chính phủ thân Pháp) của Nguyễn Văn Thinh. Trong thực tế, theo nghị định của thống đốc Nam Kỳ De La Brosse vào ngày 18 tháng 12 năm 1927, trường Collège Franco Indigene tại Chợ Quán mới được đổi tên thành "Collège Pétrus Ky". http://gilbert.tvt.free.fr/ddpk/wa_files/hommage.pdf. Như vậy, ngôi trường này được mang tên Petrus Ký lần đầu tiên là vào năm 1927-8 chứ không phải tận năm 1946 như ông Nguyên Vũ đã viết. Cần nói thêm là vì sự sai lầm rất rõ ràng này, nên sau đó, trong bài viết *"Góp Phần Nghiên Cứu Về Trương Vĩnh Ký" - "Ngàn Năm Soi Mặt"*, ông Nguyên Vũ đã đính chính như sau:"Trở lại với những chi tiết viết về Petrus Key trong tập Paris: Xuân 1996. Do lỗi kỹ thuật, khi đánh máy (trang 70, dòng 7) mất hàng chữ "thập niên 1920, chế độ Bảo hộ Pháp, và rồi," nên chỉ còn "từ năm 1946, chính phủ Nam Kỳ Tự trị của Y sĩ Nguyễn Văn Thinh đã lấy tên Petrus Ký đặt tên trường trung học bản xứ lớn nhất Sài Gòn." Như vậy, ông Nguyên Vũ đã cho rằng sự sai lầm nói trên là do lỗi đánh máy, chứ không phải tại ông! Tuy nhiên, nếu bạn đọc ráp lại trọn câu mà ông đã sửa thì nó sẽ thành như sau: ***"Để tưởng nhớ công đức với tân trào, thập niên 1920, chế độ Bảo hộ Pháp, và rồi, từ năm 1946, chính phủ Nam Kỳ Tự Trị***

Sau cùng, ông Nguyên Vũ mới cho ta biết về nội dung của lá thư Petrus Key, lá thư thuộc loại "tài liệu đáng giá" này, lá thư đã làm ông "khó ngủ" vì không biết có nên công bố hay không:

> *"Riêng **về lá thư cuối tháng 3/1859 của Petrus Ký**, tưởng cũng nên **ghi nhận thêm**, vài điểm.*
>
> 1. *Petrus Ký đã nhân danh một người che chở, bảo vệ cho tất cả Giáo dân Ki-tô cầu cứu hạm đội Pháp như các tông đồ kêu cứu Chúa ...*
> 2. *Để giải thích lời kêu gọi cấp cứu của mình, Petrus Ký đã mô tả thảm cảnh cấm đạo, giết đạo đang diễn ra ...*
> 3. *Petrus Ký cho người Pháp biết rằng nội bộ quan quân của triều đình Nguyễn rất rối ren. Quan quân rất sợ binh lực Pháp. Lính hàng ngày bỏ trốn nếu có cơ hội..."*[12]

Chỉ có thế, nhưng không phải là "ghi nhận thêm" như ông Nguyên Vũ viết, mà đó là **tất cả** những gì ông cho ta biết về nội dung lá thư Petrus Key, trong tập "tâm bút" *Paris, Xuân 1996* nói trên.

Và không hiểu tại sao ông Nguyên Vũ lại không cho đăng một bản sao hay ảnh chụp của lá thư Petrus Key trong tập "tâm bút" nói trên. Lá thư mà ông cho biết chính ông là người đã "tìm thấy ... đầu tiên", lá thư làm cho ông "khó ngủ" vì không biết "nên hay không nên công bố", lá thư mà ông cho là sẽ làm hàng chục, hoặc hàng trăm ngàn giáo viên và học sinh trường Trương Vĩnh Ký phải suy nghĩ, phải trách móc, hoặc ông Petrus Ký – vì đã viết lá thư này, hoặc ... ông Nguyên Vũ – vì đã "công bố" nó?

Lạ lùng hơn nữa, là chẳng những không có bản sao hay ảnh chụp, mà ngay cả bất kỳ một đoạn trích nguyên văn nào của lá thư Petrus Key, cũng không được ông Nguyên Vũ cho đăng trong tập *Paris, Xuân 1996*.

Tóm lại, với cái cách "công bố" lá thư Petrus Key như trên của ông Nguyên Vũ, người đọc **hoàn toàn không có thông tin gì về nội dung lá thư, ngoại trừ những điểm được ông Nguyên Vũ cung cấp và gọi là những "ghi nhận" thêm**. Với những dòng thông tin như trên, người đọc thậm chí không biết được là lá thư Petrus Key được viết bằng thứ chữ gì, Pháp, Latin, hay Quốc Ngữ!

---

của Y sĩ Nguyễn Văn Thinh lấy tên Petrus Ký đặt cho trường trung học bản xứ lớn nhất Sài-gòn." Bạn đọc có thể thấy ngay rằng sự sửa chữa này là một khỏa lấp chữa thẹn khá vụng về. Bởi có lẽ vì sửa chữa khá vội vàng, nên ông Nguyên Vũ đã quên không thêm một dấu phẩy sau chữ Thinh. Làm như vậy, thì câu được sửa mới có nghĩa là cả hai chế độ Bảo Hộ Pháp và chính phủ Nguyễn Văn Thinh đều lấy tên Petrus Ký để đặt cho trường trung học bản xứ vào hai thời điểm khác nhau, chứ không phải chỉ có chính phủ Nguyễn Văn Thinh đặt tên trường như ông Nguyên Vũ đã viết lúc đầu! Và thật ra, cho dù ông Nguyên Vũ đã có cố gắng khỏa lấp sai lầm bằng cách cộng thêm vào đoạn "thập niên 1920, ..., và rồi", thì phần chính của câu trên, như đã thấy, vẫn còn là "chính phủ Nam Kỳ Tự Trị của Y sĩ Nguyễn Văn Thinh lấy tên Petrus Ký đặt cho trường trung học bản xứ ..." Trong khi đó, **chính phủ Nguyễn Văn Thinh hoàn toàn không có liên hệ gì với việc đặt tên trường Petrus Ký cả!** Tại sao ông Nguyên Vũ lại phải lôi chính phủ Nguyễn Văn Thinh vào đây, nếu không phải vì lý do muốn gán ghép ông Petrus Ký với một chính phủ bù nhìn do Pháp dựng lên? Xin các bạn đọc tự kết luận!

12 Ibid, pp. 72-73

Thế nhưng, trong khi đó, người đọc lại được ông Nguyên Vũ thông báo một cách khẳng định rằng **chính Petrus Ký đã viết lá thư ký tên Petrus Key nhằm cầu xin quân Pháp** hãy tấn công nhà Nguyễn vào cuối tháng 3 năm 1859. Ông Nguyên Vũ cũng cho ta biết thêm là nhờ lá thư này mà sau đó Petrus Ký đã được nhận vào làm thông ngôn cho Pháp! Mặc dù **ông Nguyên Vũ không hề có một bằng chứng nào cho những điều mà ông công bố như trên.**

B. Tác Phẩm Thứ Hai Của Ông Nguyên Vũ Về Lá Thư Petrus Key: *"Các Vua Cuối Nhà Nguyễn 1833-1945"*

Sau đó, vào năm 1999, ông Nguyên Vũ, lần này với tên thật là Vũ Ngự Chiêu, xuất bản tác phẩm ***"Các Vua Cuối Nhà Nguyễn 1883-1945"***. Trong tác phẩm thuộc loại "biên khảo sử học" này, tức là khác với loại "tâm bút" kiểu *Paris Xuân 1996* nói trên, sử gia Vũ Ngự Chiêu tức nhà văn Nguyên Vũ viết về lá thư Petrus Key như sau:

> *"**Petrus Key, tức Trương Vĩnh Ký sau này**, viết thư ra mắt "Grand Chef et vous tous" vào **cuối tháng 3/1859**, **van nài** các sĩ quan Hải quân Pháp **hãy đảm nhiệm vai trò Moise và Jacob** (sic) trong sứ mệnh giải phóng giáo dân Ki-tô bằng cách đánh chiếm toàn bộ Nam Kỳ."*[13] (những chữ in đậm là do người viết nhấn mạnh)

Để chú thích cho đoạn văn trên, sử gia Vũ Ngự Chiêu viết thêm như sau trong ghi chú số 32 của chương sách:

> *"... **Tháng 3/1859,** Petrus Key viết cho "Grand Chef et vous tous, très honorables officiers de la flotte francais": Ayez pitié de nous, ayez pitié de nous. Vous êtes nos libérateurs et la main des ennemies nous a touchés. Hala! The wearer knows very well where the shoe pincheth. Nous savons aussi que 'qui trop embrasse mal étreint;' Et cependant nos souffrances nous poussent à invoquer votre puissance et à vous exposer du fond du coeur tout ce que je vient de soumettre à votre prudence et à votre sagesse." **Thư tháng 3/1859,** Petrus Key gửi Grand Chef; SHM (Vincennes), GG2 99:2. Xem thêm chi tiết trong Chính Đạo, Hồ Chí Minh: Con người & huyền thoại, tập 1: 1898-1925, tái bản có bổ sung (Houston, TX: Văn Hóa, 1997)."*[14] (những chữ in đậm là do người viết nhấn mạnh)

Và thế là đến đây, mấy năm sau tập tâm bút Paris, Xuân 1996, người đọc quan tâm về lá thư Petrus Key mới có dịp được đọc **một đoạn nguyên văn** bằng tiếng Pháp của nó. Và đoạn văn này đã được đánh máy lại bởi ông Nguyên Vũ, chứ nguyên văn toàn thể lá thư Petrus Key thì cũng vẫn chưa được người "khám phá" ra lá thư này cho thấy mặt mũi ra sao!

Tưởng cũng cần lưu ý rằng cuốn *Các Vua Cuối Nhà Nguyễn* là một tác phẩm thuộc loại "biên khảo sử học", và do đó tác giả đã dùng tên thật Vũ Ngự Chiêu. Chứ nó không phải cùng loại "tâm bút" như cuốn *Paris, Xuân 1996* mà tác giả đã ký tên Nguyên Vũ - bút hiệu mà ông đã dùng từ trước 1975 ở miền Nam. Đây là điều rất quan trọng với ông Nguyên Vũ, vì như ông giải thích:

---

13 Vũ Ngự Chiêu, *Các Vua Cuối Nhà Nguyễn, 1833-1945*, Tập 1, Văn Hóa, Houston, 1999, p. 110.

14 Ibid, p. 130.

*"Từ ngày ra hải ngoại, tôi chọn cho mình ba bút hiệu. **Tên thực, Vũ Ngự Chiêu**, ký dưới các **biên khảo sử học**. **Chính Đạo** để viết những nghiên cứu nhẹ tính chất kỹ thuật hơn. Và, **Nguyên Vũ**, như một nối dài của nghề nghiệp sáng tác cũ, từ quê nhà. Các tác phẩm ký tên Nguyên Vũ thường là tư duy của tác giả về người, việc và vật phải gặp gỡ, chứng kiến, đầy tính cách cá nhân. **Ba bút hiệu trên liên hệ với nhau, và chắc hẳn luôn luôn lấy sự thực làm đường đi, dù có dị biệt về phân loại của các tác phẩm.** Những tác giả thận trọng thường phân biệt kỹ càng khi trích dẫn tác phẩm của tôi...."*[15] (những chữ in đậm là do người viết nhấn mạnh).

Khổ nỗi, tuy là nói vậy, nhưng trong "biên khảo sử học" Các Vua Cuối Nhà Nguyễn này, ông sử gia Vũ Ngự Chiêu tức Nguyên Vũ, cũng giống như trong "tâm bút" Paris, Xuân 1996, một lần nữa **khẳng định, mà không có một chứng minh nào**, rằng Petrus Key chính là **"Trương Vĩnh Ký sau này".**

Chẳng những vậy, nếu như trong cuốn Paris, Xuân 1996, ít ra còn có một dòng cho biết lá thư **không đề ngày**, thì trong Các Vua Cuối Nhà Nguyễn, sử gia Vũ Ngự Chiêu lại hoàn toàn không nhắc tới điều đó nữa. Thậm chí, ông sử gia còn khẳng định rằng lá thư Petrus Key đã được viết vào **"tháng 3/1859"**, như đã trích dẫn bên trên.

Điều đáng ngạc nhiên là nếu như trong thể loại "tâm bút" của Paris, Xuân 1996, với những "tư duy" "đầy tính cá nhân" (như tác giả Nguyên Vũ cho biết), cho dù có khẳng định rằng lá thư đã được viết vào cuối tháng 3 năm 1859, ít ra tác giả Nguyên Vũ cũng còn viết ra được một sự thật là lá thư Petrus Key không có ngày tháng. Trong khi đó, với một tác phẩm thuộc thể loại "biên khảo sử học", được tác giả trân trọng dùng tên thật Vũ Ngự Chiêu, như cuốn "Các Vua Cuối Nhà Nguyễn" nói trên, sử gia Vũ Ngự Chiêu lại phớt lờ luôn sự thật kia. Và chẳng những vậy mà thôi, sử gia còn lặp đi lặp lại đến **ba lần** là lá thư Petrus Key đã được viết vào cuối tháng 3 năm 1859.

Sau cùng, tưởng cũng cần phải ghi nhận một lần nữa rằng trong một tác phẩm thuộc loại "biên khảo sử học" nghiêm túc được ký tên thật này, tác giả Vũ Ngự Chiêu, một sử gia, lại vẫn không cung cấp được cho độc giả một ảnh chụp, một bản sao, hay bất kỳ một bằng chứng nào về lá thư Petrus Key bí mật "đáng giá" kia.

Thay vào đó, sử gia Vũ Ngự Chiêu - Nguyên Vũ đã chú thích hay chứng minh cho đoạn văn trên bằng cách dẫn người đọc đến một tác phẩm thuộc loại "nghiên cứu nhẹ tính chất kỹ thuật hơn" là cuốn *"Hồ Chí Minh: Con Người & Huyền Thoại"*[16], cũng do chính ông ta viết, nhưng với một bút hiệu thứ ba: **Chính Đạo**.

Và tại đây mới là nơi mà **lần đầu tiên** mà người đọc quan tâm về lá thư Petrus Key có được một **bằng chứng** về sự hiện hữu của lá thư Petrus Key – cho dù gọi đó là "bằng chứng" thì hơi có vẻ

---

15 Nguyên Vũ, *"Góp Phần Nghiên Cứu Về Trương Vĩnh Ký (1837-1898) - Ngàn Năm Soi Mặt"*, 2002, 2010. http://www.vietnamvanhien.net/gopphannghiencuvetruongvinhky.html Hay http://nhandanvietnam.org/view.php?storyid=872

16 Chính Đạo, *Hồ Chí Minh, Con Người & Huyền Thoại*, Văn Hóa, Houston, 1997.

dễ dãi! Vì cái "bằng chứng" này chỉ là một bản photocopy gồm vài dòng cắt xén của một lá thư viết tay không có ngày tháng, với chữ ký "Petrus Key" ở dưới. Bản photocopy của vài dòng cắt xén đó được đăng trong trang 68 của cuốn *Hồ Chí Minh, Con Người Và Huyền Thoại*, và sau này được ông Nguyên Vũ gọi là ***"phóng ảnh"*** của ***"phần nào"*** lá thư Petrus Key.[17]

C. Tác Phẩm Thứ Ba Của Ông Nguyên Vũ Về Lá Thư Petrus Key: *"Hồ Chí Minh, Con Người Và Huyền Thoại"*

Tác phẩm ***"Hồ Chí Minh: Con Người & Huyền Thoại"*** được xuất bản vào năm 1997, cùng năm với *Paris, Xuân 1996*, với bút danh thứ ba của ông Nguyên Vũ: **Chính Đạo**.

Như đã nói trên, không hiểu tại sao tác giả Chính Đạo tức Nguyên Vũ tức Vũ Ngự Chiêu lại không cho đăng cái "phóng ảnh" của lá thư Petrus Key này ngay trong cuốn *Paris, Xuân 1996*, nơi mà lần đầu tiên ông đã "công bố" về lá thư đã làm ông "khó ngủ"; hay trong tập "biên khảo sử học" *Các Vua Cuối Nhà Nguyễn*, nơi ông trích đăng một đoạn tiếng Pháp của lá thư. Mà ông lại cho in nó trong một tác phẩm về một nhân vật không dính líu gì đến Petrus Ký cả, là ... Hồ Chí Minh!

Nhưng để tìm hiểu là lá thư Petrus Key có phải do chính tay Petrus Ký viết hay không, người viết bài này đã cố gắng tìm ra được cái mà ông Vũ Ngự Chiêu sẽ gọi là "phóng ảnh" của "phần nào" lá thư Petrus Key, nơi trang 68 của cuốn *Hồ Chí Minh, Con Người và Huyền Thoại*.

Và độc giả có thể dễ dàng nhìn thấy từ "phóng ảnh" này **một cách trình bày tài liệu có thể nói là "có một không hai"**, nhất là khi đây là một tài liệu thuộc loại "đáng giá", đã được ông Nguyên Vũ khám phá ra đầu tiên, và đã cho rằng nó là một tài liệu "then chốt" cho cuộc đời Petrus Ký.

Bởi cái "phóng ảnh" ở trang 68 này, như đã nói trên, là một bản photocopy gồm dăm ba dòng chữ của một lá thư viết tay bị cắt khúc này dán vào khúc kia, và bị chụp chồng lên bởi một danh sách những người An Nam trong phái đoàn Soái Phủ Pháp qua Tây xin chuộc lại ba tỉnh miền Đông Nam Kỳ vào năm 1863.

Điều đáng lưu ý là chung quanh cái "phóng ảnh" đó, tức là trước và sau trang 68, tác giả Chính Đạo (tức Nguyên Vũ - Vũ Ngự Chiêu) lại hoàn toàn không bàn luận gì về Petrus Ký và lá thư ký tên Petrus Key cả.

Nhưng tuy không nói gì về nội dung lá thư Petrus Key trước và sau "phóng ảnh", tác giả Chính Đạo lại thêm vào một chú thích được in đậm ở bên hông cái "phóng ảnh" đó, như sau:

> *"**Triều đại của những tên thông ngôn và thầy kẻ giảng bỏ tu tìm danh lợi dưới bóng cờ Đại Pháp - Lá thư tự tiến thân của Petrus Key, tức Trương Vĩnh Ký (1859)**."*

Và đây là "phóng ảnh" của "phần nào lá thư" Petrus Key, một tác phẩm cắt dán của nhà văn Nguyên Vũ tức Tiến Sĩ Vũ Ngự Chiêu, đã được cho in trong trang 68 của cuốn *Hồ Chí Minh, Con Người và Huyền Thoại* như sau:

---

17 Nguyên Vũ, Góp Phần Nghiên Cứu Về Trương Vĩnh Ký 1837-1898 (Ngàn Năm Soi Mặt)

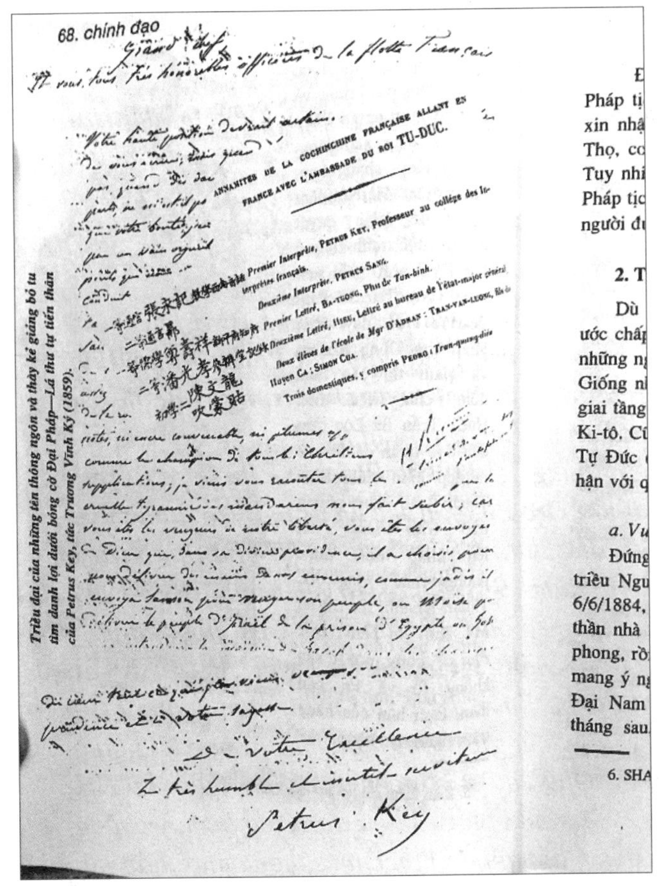
68. chính đạo

ANNAMITES DE LA COCHINCHINE FRANÇAISE ALLANT EN FRANCE AVEC L'AMBASSADE DU ROI TU-DUC.

Premier Interprète, PETRUS KEY, Professeur au collège des interprètes français.

Deuxième Interprète, PETRUS SANG.

Premier Lettré, BA-TUONG, Phu de Tan-binh.

Deuxième Lettré, HIEU, Lettré au bureau de l'état-major général.

Deux élèves de l'école de Mgr D'ADRAN : TRAN-VAN-LUONG, ... Huyen Ca ; SIMON CUA.

Trois domestiques, y compris PEDRO : Tran-quang-dieu

Petrus Key

Triều đại của những tên thông ngôn và thầy kẻ giảng bỏ tu tìm danh lợi dưới bóng cờ Đại Pháp—Lá thư tự tiến thân của Petrus Key, tức Trương Vĩnh Ký (1859).

Với những lời chú thích như trên bên cạnh cái "phóng ảnh" của lá thư ở trang 68 của cuốn *Hồ Chí Minh, Con Người và Huyền Thoại*, một lần nữa, ông Nguyên Vũ - Vũ Ngự Chiêu, lần này dưới bút hiệu Chính Đạo, đã khẳng định rằng tác giả của lá thư Petrus Key chính là Petrus Trương Vĩnh Ký.

Đồng thời ông cũng tuyên bố thêm, mà không cần chứng minh, rằng lá thư này có mục đích để **"tự tiến thân"** và **"tìm danh lợi dưới bóng cờ Đại Pháp"**. Nói cách khác, ông Chính Đạo tức Nguyên Vũ tức Vũ Ngự Chiêu với lời chú thích trong "phóng ảnh" này, đã mặc nhiên **lên án và kết tội Petrus Ký mà không cần bằng chứng.**

Cũng cần biết rằng đây là **lần đầu tiên** và cũng là **lần duy nhất** mà ông Nguyên Vũ "công bố" một hình ảnh của lá thư Petrus Key. Và bằng bản photocopy cắt dán như trên, cái mà ông gọi là "phóng ảnh" của "phần nào" lá thư. Còn từ đó về sau, ông chỉ toàn viết về lá thư Petrus Key, mà không hề đưa ra bất kỳ hình ảnh nào nữa. Và cũng từ đó về sau, ông Nguyên Vũ luôn viết một cách khẳng định rằng lá thư đã được "đề ngày cuối tháng 3 năm 1859" bởi Petrus Trương Vĩnh Ký, nhằm "ra mắt" chỉ huy quân Pháp lúc bấy giờ là Jean Bernard Jauréguiberry.

D. Tác Phẩm Thứ Tư Của Ông Nguyên Vũ Về Lá Thư Petrus Key: *"Ngàn Năm Soi Mặt - Góp Phần Nghiên Cứu Về Trương Vĩnh Ký (1837-1898)"*

Năm 2002, ông Nguyên Vũ một lần nữa trở lại với lá thư Petrus Key qua một tập "tâm bút" mới mang tựa đề ***"Ngàn Năm Soi Mặt"***, trong đó có bài viết ***"Góp Phần Nghiên Cứu Về Trương Vĩnh Ký (1837-1898)"***.[18]

---

18 Nguyên Vũ, "Góp Phần Nghiên Cứu Về Trương Vĩnh Ký (1837-1898) - Ngàn Năm Soi Mặt", 2002, 2010. http://www.vietnamvanhien.net/gopphannghiencuvetruongvinhky.html Hay vào trang này nếu link trên không còn: http://nhandanvietnam.org/view.php?storyid=872 Chú ý là trang mạng nhandanvietnam nói trên cắt bài "Góp Phần Nghiên Cứu Về Trương Vĩnh Ký (1837-1898) thành nhiều phần. Những đoạn bị cắt nằm bên tay phải trong ô chữ màu xanh.

Và đây là những gì ông Nguyên Vũ viết trong "tâm bút" nói trên để giải thích về quá trình ông ta "công bố" lá thư Petrus Key từ năm 1997:

> ***"Trong tập Các vua cuối nhà Nguyễn, tập I, ký tên thực Vũ Ngự Chiêu, tôi đã trình bày trường hợp Petrus Key khá đầy đủ.*** *Dựa trên tài liệu văn khố mà không phải những tác phẩm và nguồn tin đã xuất bản suốt hơn trăm năm qua (thường chỉ sao chép lại những lỗi lầm của người đi trước, rồi thêm thắt chỗ này, chỗ nọ, tự nhận của mình), tôi nghĩ những gì viết về Petrus Key đã tạm đủ....*
>
> *Sở dĩ trong tâm bút Ngàn Năm Soi Mặt phải trở lại vấn đề Petrus Key vì hai lý do. Trước khi hoàn tất bộ Các vua cuối nhà Nguyễn,* ***trong tập tâm bút Paris: Xuân 1996 (1997) ký tên Nguyên Vũ, tôi đã công bố một tài liệu then chốt trong cuộc đời sự nghiệp chính trị (và từ đó, văn học) của Petrus Key.*** *Đó là lá thư Petrus Key viết cho Hải quân Trung tá Jauréguiberry vào cuối tháng 3/1859,* ***do Phụ tá Giám mục Borelle chuyển giao, tự tiến thân để làm thông ngôn cho Pháp, hoặc do tự nguyện, hoặc theo lời xúi dục của các bề trên, hoặc cả hai.*** *Bức thư này đã được* ***in lại phần nào*** *trong nguyệt san Quốc Dân (xuất bản tại Houston) năm 1996 và tập Hồ Chí Minh, 1892-1969, tập I (1997, tr. 68). Có người không được đọc số báo hay tập sách trên, hoặc tảng lờ* ***phóng ảnh*** *tài liệu trong đó, đặt câu hỏi thực chăng có lá thư "nói xấu" Petrus Ký ấy. Một câu hỏi đầy khôi hài. Vì trong cuốn Paris: Xuân 1996, tôi trưng dẫn xuất xứ khá rõ ràng: Đó là tư liệu của Jauréguiberry, hiện cất giữ trong Văn khố sử học Hải quân Pháp [Service historique de la Marine] tại Château de Vincennes. (Xem thêm Vũ Ngự Chiêu, Các vua, tập I, tr. 110, 130chú32, 297) Muốn biết tài liệu trên có thực hay chăng,* ***một người trí thức lương thiện*** *chỉ cần đến Château de Vincennes, hoặc nhờ thân hữu ở Paris kiểm chứng giùm. Vì chắc chắn không một* ***nhà nghiên cứu*** *nào có thể* ***cho in lại toàn bộ những tư liệu văn khố mình phát hiện.***"[19] (những chữ in đậm là do người viết nhấn mạnh)

Đọc đến đoạn trên, người viết bài này đã băn khoăn không hiểu mình có đọc thiếu chỗ nào trong cuốn *Các Vua Cuối Nhà Nguyễn* hay không! Vì như tác giả cho biết, ông ta đã "trình bày trường hợp Petrus Key **"khá đầy đủ"**, trong khi người viết bài này phải chạy đi tìm từ "tâm bút" này đến "nghiên cứu" khác của ông, với nhiều bút hiệu khác nhau, chỉ để tìm cho được một bằng chứng về sự hiện hữu của lá thư Petrus Key.

Nhưng khi đọc xuống đoạn dưới thì người viết thấy mình quả đã không lầm, vì ông Nguyên Vũ cho ta biết rằng ông đã **"công bố một tài liệu then chốt trong cuộc đời sự nghiệp chính trị** (và từ đó văn học) của Petrus Key" bằng cách cho **"in lại phần nào"** một **"phóng ảnh"** của lá thư trong trang 68 của cuốn *"Hồ Chí Minh, Con Người Và Huyền Thoại"*. Có nghĩa rằng, ngoài cái "phóng ảnh" này ra, không còn bản sao hay hình ảnh gì khác của lá thư Petrus Key.

Người viết bài này không khỏi thắc mắc rằng: với một lá thư có tầm quan trọng đến hầu như cả cuộc đời của ông Petrus Ký như vậy ("cuộc đời sự nghiệp chính trị và từ đó, văn học", theo lời

---

19 Ibid.

ông Nguyên Vũ), nó lại được người đầu tiên tìm ra nó "công bố" - bằng cách cho in một trang photocopy có vài dòng cắt dán cẩu thả và bị chụp chồng lên bởi một tài liệu khác - như thế sao!

Và người viết cũng phải thật tình khâm phục tài dùng chữ của ông Nguyên Vũ, khi ông biện minh rằng đã **"in lại phần nào"** lá thư này bằng cái **"phóng ảnh"** mà ta được thấy như trên!

Đoạn văn trích dẫn bên trên của "tâm bút" *Ngàn Năm Soi Mặt*, ngoài việc một lần nữa khẳng định, mà không có bằng chứng, rằng Petrus Key chính là Petrus Ký, còn có thêm hai chi tiết mới khác mà ông Nguyên Vũ cung cấp cho người đọc. Đó là lá thư Petrus Key đã được **"phụ tá giám mục Borelle chuyển giao"**, và nó đã được dùng để **"tiến thân"**, **"hoặc do tự nguyện, hoặc theo lời xúi dục của các bề trên, hoặc cả hai"**. Và đương nhiên là cả hai chi tiết này cũng đều **không có một sự chứng minh nào**, mà chỉ được trình bày như là một sự thật hiển nhiên - y như cách ông Nguyên Vũ đã trình bày về các chi tiết khác xung quanh lá thư Petrus Key từ trước đến giờ.

Cũng cần lưu ý thêm rằng, với đoạn văn trên, tác giả Nguyên Vũ cho ta biết rằng ông đã làm tròn phận sự "công bố" lá thư này, với cái "phóng ảnh" kia. Theo ông, nếu như một người **"trí thức lương thiện"** nào đó muốn biết lá thư Petrus Key có thật hay không, thì phải tự đi tới Paris, hoặc nhờ người khác kiếm ra nó. Chứ một "nhà nghiên cứu" như ông không có phận sự này, vì ông không thể nào "cho in lại toàn bộ những tư liệu văn khố mình phát hiện"!

Nhưng vẫn chưa hết. Cũng trong bài tâm bút trên, ông Nguyên Vũ còn đưa ra một lý luận độc đáo hơn nữa, là ông Petrus Ký thật ra từ nhỏ **chỉ có độc một cái tên ngắn ngủn là Petrus Key**, như khi ông ký trong lá thư Petrus Key mà thôi. Rồi sau đó, ông mới "tự khai" cho mình cái tên "Trương Vĩnh" kèm theo. Đây là lời giải thích của ông Nguyên Vũ, cũng vẫn trong "tâm bút" *Góp Phần Nghiên Cứu Về Trương Vĩnh Ký - "Ngàn Năm Soi Mặt:*

> ***"Petrus Key hay Petrus Ký?***
>
> *Trước hết, cần minh định tại sao tôi dùng tên "Petrus Key" mà không "Petrus Ký" trong bài viết này.*
>
> *Như chúng ta đã biết, các tài liệu viết về Trương Vĩnh Ký thường đặt trước tên ông một bí danh Latin khác là Petrus, Pétrus, hoặc kèm cả tên thánh "J.B." tức Jean-Baptiste [Gioan Bao-xi-ta]. Người Pháp, khi viết về Petrus Key, thường ghi Pétrus Ký hay Petrus Ký. Đây có thể do cách gọi đặt tên trước họ theo kiểu Âu Mỹ, nhưng lược bỏ những chữ "J.B. Trương Vĩnh." Cách gọi tên này còn hàm ý ông ta theo đạo Ki-tô. Petrus Ký cũng có thể tiêu biểu thói quen gọi tên kép quen thuộc tại miền Nam, như "Paulus [San]," "Simon Của," "André Đôn," "Raymond Khánh," v.. v....* ***Nhưng tài liệu do tôi phát hiện năm 1996 cho thấy năm 1859, người mà chúng ta sau này biết là Trương Vĩnh Ký tự xưng, được đặt hay tự đặt cho mình tên "Petrus Key," không có ba chữ Trương Vĩnh Ký kèm theo tên Petrus Key.*** *Cho tới năm 1863, tài liệu Soái phủ Pháp vẫn ghi "Petrus Key," trong khi phần Hán tự ghi thêm là Trương Vĩnh Ký. (Xem Chính Đạo, Hồ Chí Minh, 1892-1969, tập I: 1892-1924, tr. 68; Vũ Ngự Chiêu, Các vua cuối, tập I, tr. 297)*
>
> ***Sử dụng tên Petrus Key, như thế, trước hết không những chính xác hơn tên Petrus Ký hoặc Pétrus Ký, mà còn tôn trọng ý nguyện của ông ta.*** *Thứ nữa, dùng tên Petrus Key*

còn có hàm ý kêu gọi những nỗ lực nghiên cứu thêm về gia thế ông. ***Các nhà "Petrus Key học" tương lai nên tìm hiểu, một cách rõ ràng chính xác mà đừng suy đoán vu vơ, là tại sao Petrus Key sau này tự khai (hoặc lấy lại) tên Trương Vĩnh Ký? Phải chăng "Trương Vĩnh Ký" chỉ là tên Việt hóa của Petrus Key, cho những mục tiêu nào đó (như bỏ tu, lấy vợ, trở lại xã hội)? Hay, Petrus Key đơn giản chỉ là bí danh đầu tiên của "Trương Vĩnh Ký," như chúng ta thường hiểu?*** *. . .*

Đáng lưu ý thêm rằng trong thư ra mắt Trung tá Hải quân Jauréguiberry vào tháng 3/1859, Petrus Key chỉ ký tên Petrus Key mà không có tên Việt "Trương Vĩnh Ký" đi kèm như ông thường dùng sau này. Trong thư ra mắt một cấp chỉ huy Pháp (Grand Chef et vous tous)– để xin việc làm, kiểu "cover letter" ở Mỹ, như ai đó lý luận–mà không ghi thêm tên thực Trương Vĩnh Ký là việc hơi khác thường. Có thể vì một lý do nào chưa biết, như muốn dấu bí mật đề phòng trường hợp thư bị lọt vào tay quan quân nhà Nguyễn? ***Nhưng cũng có thể vì ngày ấy Petrus Key chỉ biết mình có cái tên độc nhất và vỏn vẹn hai chữ Petrus Key. Cách nào đi nữa, bốn năm sau mới thấy chính thức xuất hiện thêm tên Trương Vĩnh Ký...*** *"*[20] (những chữ in đậm là do người viết nhấn mạnh)

Tóm lại, theo cách lý luận rất độc đáo của ông Nguyên Vũ, vì "tài liệu do ông phát hiện năm 1996", tức lá thư không ngày tháng ký tên Petrus Key, chỉ có "Petrus Key" mà không có Trương Vĩnh Ký trong đó, và vì theo ông thì "bốn năm sau đó mới thấy chính thức xuất hiện thêm tên Trương Vĩnh Ký", nên suy ra Petrus Key "đơn giản chỉ là bí danh đầu tiên" của Petrus Ký, rồi sau đó mới được "Việt hóa" thành "Trương Vĩnh Ký". Và đó là vì "ngày ấy Petrus Key chỉ biết mình có cái tên độc nhất và vỏn vẹn hai chữ Petrus Key" mà thôi!

Tức là, thay vì phải chứng minh rằng Petrus Key chính là Petrus Ký, ông Nguyên Vũ đã làm một cú **đảo ngược** ngoạn mục: bằng cách ngang nhiên cho rằng tên Petrus Key chính là tên đầu tiên, rồi sau này mới được sửa đổi thành Petrus Trương Vĩnh Ký. Và lý do **là vì nhà nghiên cứu Nguyên Vũ - Vũ Ngự Chiêu không thấy có tài liệu nào trước lá thư đó cho thấy có cái tên Petrus Trương Vĩnh Ký, nên chắc hẳn Petrus Key mới là tên đầu tiên!** Rồi sau đó ông Nguyên Vũ lại còn cho rằng làm như vậy là mới là "chính xác hơn", và mới là "tôn trọng ý nguyện" của ông Petrus Ký!

Chỉ có điều hơi rắc rối là ông Nguyên Vũ quên không chứng minh rằng: 1) làm sao ông biết được từ nhỏ đến khi viết lá thư thì ông Petrus Ký chỉ có cái tên Petrus Key, và 2) như vậy thì khi nào Key mới được chuyển thành Ký.

Nghĩa là cho đến giờ này, ông cũng vẫn chưa bao giờ cho ta thấy mối liên hệ giữa Petrus Key trong lá thư và ông Petrus Ký thật ngoài đời, ngoại trừ điều duy nhất là cả hai đều có cái tên Petrus!

Tưởng cũng nên biết rằng Petrus là một cái tên cực kỳ phổ thông của những giáo dân Thiên Chúa Giáo. Petrus là chữ Latin, tên của vị giám mục đầu tiên của thành Rome (La Mã), tức cũng là vị

---

20 Ibid, phần "Petrus Key Hay Petrus Ký, http://nhandanvietnam.org/view.php?storyid=873

Giáo Hoàng đầu tiên. Ông này có tên thật là Simon, về sau được chúa Jesus đặt tên lại là Petrus tức là Đá. Theo tiếng Việt thông dụng thì đó là "ông thánh Phê rô" (có lẽ vì gọi phiên âm theo tiếng Bồ Đào Nha/Tây Ban Nha của những giáo sĩ đầu tiên đến Việt Nam là Pedro). Các ngôn ngữ có nguồn gốc Latin đều có cái tên này, như Peter trong tiếng Anh, Pierre trong tiếng Pháp, và Pedro trong tiếng Tây Ban Nha/Bồ Đào Nha. Trong lịch sử Việt Nam, Petrus là một cái tên rất thường thấy trong những người Việt theo đạo Thiên Chúa vào thế kỷ 19. Thí dụ như trong danh sách thông ngôn người An Nam của soái phủ Pháp năm 1863, gồm chỉ có hai người, thì cả hai đều có tên Petrus: Petrus Key tức Trương Vĩnh Ký và Petrus (Nguyễn Văn) Sang (Xem Mục E dưới đây). Và chỉ cần nhìn danh sách các thánh tử đạo Việt Nam thì trong số 119 người đã có rất nhiều người có tên là Petrus (Pierre).[21] Một trong những người đó là linh mục Đoàn Công Quí, mà ta sẽ thấy ở phần sau của bài viết này.

Thế nhưng hình như ông Nguyên Vũ không biết, hoặc cố tình không biết điều đó. Vì cũng trong tâm bút *Ngàn Năm Soi Mặt - Góp Phần Nghiên Cứu Về Trương Vĩnh Ký* nói trên, ông cho ta thấy rằng nếu trong những tài liệu về thời gian đó mà ông đọc được, có bất kỳ người Việt nào mang tên Petrus, thì ông Nguyên Vũ cũng cho là ... Petrus Ký tuốt! Nhất là khi người mang tên Petrus đó có bất kỳ dính líu gì với quân Pháp! Hãy đọc đoạn văn sau đây của ông Nguyên Vũ trong cùng bài viết để thấy điều đó:

> *"Trước năm 1996, nhiều người tin rằng Petrus Key chỉ bắt đầu làm thông ngôn cho Pháp từ ngày 20/12/1860.* ***Lá thư viết vào cuối tháng 3/1859 gửi Trung tá Jauréguiberry*** *và một số tư liệu khác do tôi phát hiện trong dịp làm việc tại Văn Khố Hải Quân Pháp tại Chateau de Vincennes năm 1996 không những phủ nhận niềm tin này mà còn khiến chúng ta phải xét lại đoạn đời "tham chánh" của Petrus Key dưới một ánh sáng khác. . .*
>
> *Trong một phiếu trình lên Rigault de Genouilly, Jauréguiberry cho biết một thông ngôn tên* ***"Petrus" phải uống thuốc quinine*** *để chữa trị bệnh sốt rét, và ông ta định đưa "Petrus" ra Đà Nẵng để thẩm vấn các quan viên Việt bị Pháp bắt giữ. Tháng 6/1859, Petrus Key tháp tùng Linh mục Legrand de la Liraye (cố Trường) ra Đà Nẵng làm thông ngôn cho Louis Jules Lafont, tùy viên của Rigault de Genouilly, khi thương thuyết với Nguyễn Tri Phương về việc ký Hiệp định nhưng không thành công. (Vũ Ngự Chiêu, Các vua cuối, I:106-7)* ***Từ sau ngày này, Petrus Key trở lại Sài Gòn, tiếp tục làm việc cho ban thông dịch của Jauréguiberry*** *(dưới quyền Cố Trường, tức Th. Le Grand de la Liraye)."*[22] (những chữ in đậm là do người viết nhấn mạnh)

Do đó, nếu để ý, người đọc sẽ thấy rằng trong đoạn văn trên đây, ông Nguyên Vũ đã trích dẫn mập mờ để làm lẫn lộn giữa một thông ngôn người Việt có tên "Petrus" bị bệnh phải uống quinine và "Petrus Key", cũng như ông đã **sáng chế ra thêm một chi tiết là Petrus Key đã ra Đà Nẵng làm thông ngôn vào tháng 6/1859.**

---

21 https://vi.wikipedia.org/wiki/C%C3%A1c_th%C3%A1nh_t%E1%BB%AD_%C4%91%E1%BA%A1o_Vi%E1%BB%87t_Nam

22 Ibid, phần "Tham Chánh Trong Tân Trào", http://nhandanvietnam.org/view.php?storyid=875

Và, như ta đã thấy, cũng theo ông Nguyên Vũ, người mang tên "Petrus Key" sau đó đã trở thành Petrus Ký sau này! Tất cả **chỉ vì cái tên "Petrus"**.

E. Tác Phẩm Thứ Năm Của Ông Nguyên Vũ Về Lá Thư Petrus Key: *"Vài Tài Liệu Mới Về Petrus Key"*

1. Ba Tài Liệu "Khẳng Định Petrus Key Là Trương Vĩnh Ký Sau Này"

Nhưng ông Nguyên Vũ vẫn chưa dừng lại ở đó.

Vào năm 2011, một lần nữa với tên thật Vũ Ngự Chiêu, ông Nguyên Vũ đã cho đăng bài viết ***"Vài Tài Liệu Mới Về Petrus Key (Trương Vĩnh Ký) (1837-1898)"*** trên tờ Hợp Lưu[23]. Và trong bài viết này, **lần đầu tiên** kể từ khi "công bố" lá thư Petrus Key trong *Paris, Xuân 1996*, ông Nguyên Vũ mới cho ta thấy một **bản dịch (chứ không phải nguyên văn bằng tiếng Pháp) trọn vẹn của lá thư Petrus Key**. Ngoài ra, cũng trong bài viết trên, ông Nguyên Vũ đã đưa ra thêm những tài liệu mới "có vẻ" như để chứng minh rằng Petrus Key chính là Petrus Ký sau này.

Đây là những gì ông Vũ Ngự Chiêu tức Nguyên Vũ viết trong bài:

> *"1. Thứ nhất, người mà chúng ta biết như Petrus Ký hay Trương Vĩnh Ký, Pétrus Trương Vĩnh Ký, hay Pierre J.B. Trương Vĩnh Ký hiện nay* ***thoạt tiên chỉ xuất hiện với cái tên ngắn ngủi "Petrus Key," hoặc "chú Ký."***
>
> *a. Có ba tài liệu giúp khẳng định Petrus Key là Trương Vĩnh Ký sau này.*
>
> *(1) Tài liệu thứ nhất là thư Petrus Key gửi cho Hải Quân Trung tá Jean Bernard Jauréguiberry vào tháng 3/1859.*
>
> *Đây là lá thư ra mắt của Petrus Key với Jauréguiberry và quan tướng Pháp, ca ngợi công ơn binh đội Pháp như những thiên thần được Thượng đế gửi xuống cứu giúp giáo dân Ki-tô Việt Nam. (Đã công bố trên nguyệt san Quốc Dân năm 1996, và bị trộm cắp trích đăng đó đây)*
>
> *(2) Tài liệu thứ hai là danh sách phái đoàn thông ngôn của Soái phủ Pháp, dưới quyền Trung tá Henri Rieunier, được cử tháp tùng sứ đoàn Phan Thanh Giản qua Pháp và rồi Espania vào tháng 7 năm 1863.*
>
> *Danh sách này xếp chữ typo, với phụ chú chữ Hán ở phía tay trái, và có chữ ký chứng thực của Rieunier. Phần sắp chữ typo, chỉ đề tên "Petrus Key, Giáo sư trường Thông ngôn." Phần chữ Hán, có thêm chi tiết: nhất đẳng thông ngôn Trương Vĩnh Ký. (Đã trích đăng trong Chính Đạo, Hồ Chí Minh: Con người & Huyền thoại, tập I (1997); & Vũ Ngự Chiêu, Các vua cuối nhà Nguyễn, tập I (1999))*
>
> *(3) Tài liệu thứ ba là bản dịch thư sứ đoàn Việt gửi "Phó vương" Alexandrie, cảm tạ sự tiếp đón nồng nhiệt sứ đoàn.*

---

23 Vũ Ngự Chiêu, "Vài Tài Liệu Mới Về Petrus Key (Trương Vĩnh Ký) (1837-1898)", Hợp Lưu, 17/2/ 2011 https://hopluu.net/a183/vai-tai-lieu-moi-ve-petrus-key-truong-vinh-ky-1837-1898

Dưới bản dịch Pháp ngữ này có chữ ký Petrus Trương Vĩnh Key; và lời thị thực của Trung tá Rieunier." (những chữ in đậm là do người viết nhấn mạnh)

Vậy, theo ông Vũ Ngự Chiêu tức Nguyên Vũ, có đến ba (3) tài liệu "mới" "giúp khẳng định Petrus Key là Trương Vĩnh Ký sau này".

Nhưng trong ba tài liệu "mới" để chứng minh Petrus Key là Petrus Ký như ông Nguyên Vũ cho biết, thì tài liệu thứ nhất lại chính là lá thư ký tên Petrus Key. Và như ta đã và sẽ thấy, **tự trong lá thư đó chẳng có một chỗ nào cho thấy sự liên kết giữa Petrus Key và Petrus Ký**. Do đó, lá thư này chẳng thể nào là một tài liệu giúp khẳng định Petrus Key là Petrus Ký sau này - như ông Nguyên Vũ đã nói - được!

Về tài liệu thứ hai, danh sách những người An Nam trong phái đoàn Pháp qua Paris năm 1863, quả nhiên có những chữ "Petrus Key", và ta có thể xác định những chữ đó dùng để chỉ định Petrus Ký, bởi chức vụ nhất đẳng thông ngôn (nhị đẳng thông ngôn là Petrus Sang, đã nói trên). Đây cũng chính là cái danh sách đã được chụp chồng lên cái "phóng ảnh" của "phần nào" lá thư Petrus Key mà ông Nguyên Vũ cho đăng trong trang 68 của cuốn *"Hồ Chí Minh, Con Người và Huyền Thoại"* đã được dẫn ra ở trên. Như vậy, tài liệu này cũng **chẳng có gì mới!**[24]

Và tài liệu này cũng chẳng hề chứng minh được rằng Petrus Key chính là Petrus Ký. Nhưng một điều quan trọng cần được nêu ra về tài liệu này: **đó là một danh sách do người Pháp làm ra và in ra.** Vì vậy, tên của ông Petrus Ký đã bị **in sai** thành "Petrus Key", cũng như tên ông Phan Thanh Giản đã bị in sai ra thành "Phan-Thanh-Giang". **Chứ không phải là ông Petrus Ký đã tự viết, hay tự ký tên mình là "Petrus Key", trong danh sách này.** ***Và đây là một điểm khác biệt rất quan trọng*** mà người viết bài này sẽ trở lại trong phần 3 của bài viết, khi đi tìm tác giả lá thư Petrus Key.

Dưới đây là hình chụp danh sách nói trên:

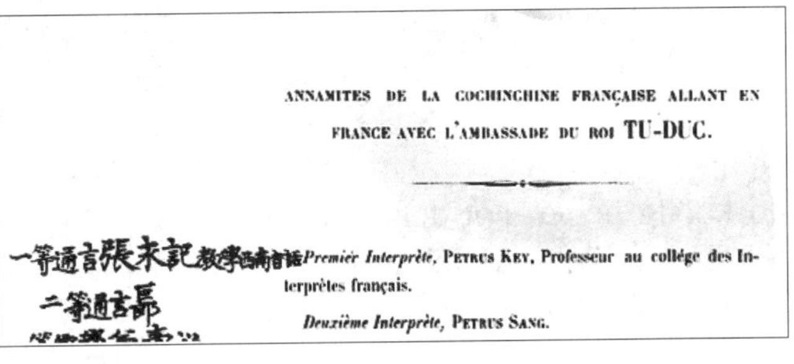

ANNAMITES DE LA COCHINCHINE FRANÇAISE ALLANT EN FRANCE AVEC L'AMBASSADE DU ROI TU-DUC.

一等通言張永記 *Premier Interprète*, Petrus Key, Professeur au collége des Interprètes français.

二等通言 *Deuxième Interprète*, Petrus Sang.

Nhưng dù sao cũng phải ghi nhận rằng, đến đây, mười mấy năm sau khi viết Paris, Xuân 1996 và khẳng định rằng Petrus Key chính là Petrus Ký mà không có gì để chứng minh - thì giờ này, ít ra ông Nguyên Vũ cũng cho thấy là ông có "một" bằng chứng để kết nối hai cái tên Petrus Key và Petrus Ký, thay vì chỉ "khẳng định" khơi khơi như trước kia. Chỉ có điều, đây là một bằng chứng rất yếu ớt, như đã nói trên.

Sau cùng, về tài liệu "mới" thứ ba nhằm chứng minh rằng Petrus Key chính là Petrus Ký, ông Nguyên Vũ - Vũ Ngự Chiêu cho biết rằng đó là "bản dịch thư sứ đoàn Việt gửi "Phó vương"

24 ttp://nguyentl.free.fr/Public/Herve-Bernard/HENRI_RIEUNIER_ET_LES_SOUVENIRS_DE_TRUONG_VINH_KY.pdf

Alexandrie, cảm tạ sự tiếp đón nồng nhiệt sứ đoàn. . . Dưới bản dịch Pháp ngữ này có chữ ký Petrus Trương Vĩnh Key; và lời thị thực của Trung tá Rieunier".

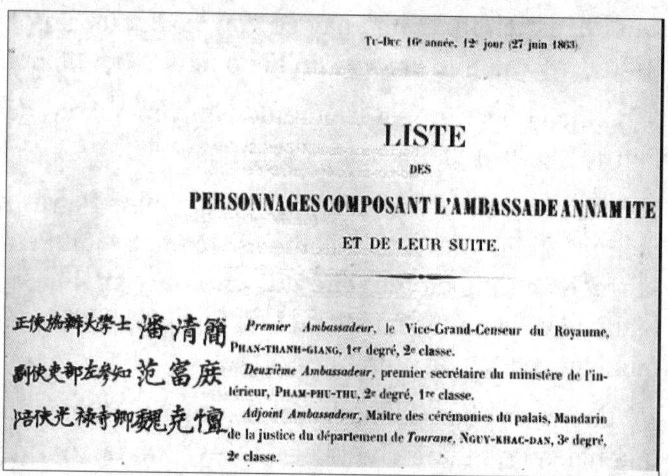

Tu-Duc 16e année, 12e jour (27 juin 1863).

LISTE
DES
PERSONNAGES COMPOSANT L'AMBASSADE ANNAMITE
ET DE LEUR SUITE.

正使協辦大學士潘清簡 *Premier Ambassadeur*, le Vice-Grand-Censeur du Royaume, PHAN-THANH-GIANG, 1er degré, 2e classe.

副使吏部左參知范富庶 *Deuxième Ambassadeur*, premier secrétaire du ministère de l'intérieur, PHAM-PHU-THU, 2e degré, 1re classe.

陪使光祿寺卿魏克憻 *Adjoint Ambassadeur*, Maître des cérémonies du palais, Mandarin de la justice du département de *Tourane*, NGUY-KHAC-DAN, 3e degré, 2e classe.

Chỉ có điều, giống y như khi "công bố" lá thư Petrus Key, ông Nguyên Vũ chỉ nói khơi khơi, mà không cho thấy, hay chứng minh những gì ông nói! Nghĩa là không có một bản sao hay ảnh chụp nào của tài liệu này để người đọc có thể kiểm chứng rằng đó có phải là chữ ký của Petrus Ký hay không.

Thậm chí lại không có cả chú thích là tài liệu đó ở nơi nào, để một người "trí thức lương thiện" lỡ thắc mắc có thể tìm ra nó, như ông Nguyên Vũ đã từng có ý kiến.

Thành ra, không hiểu rằng đây có phải quả thật là một "tài liệu để giúp khẳng định Petrus Key là Trương Vĩnh Ký sau này" hay không - hay là ông Nguyên Vũ chỉ thông báo cho người đọc biết là ông nói vậy mà thôi!

Người viết bài này có tìm được một bản viết tay bằng chữ quốc ngữ và chữ Pháp với nội dung cám ơn sự tiếp đãi phái đoàn Việt Nam ở xứ Ai Cập. Bản viết này được nhà nghiên cứu Hervé Bernard, cháu của ông Henri Rieunier, trưởng phái đoàn Soái Phủ Pháp năm 1863, đăng lên mạng.[25] Phần chữ quốc ngữ được ông Bernard cho biết là chữ viết của Petrus Ký, còn chữ Pháp là của Rieunier. Nhưng không hề có chữ ký của bất cứ ai trong trang giấy này.

Và đây là bản viết nói trên:

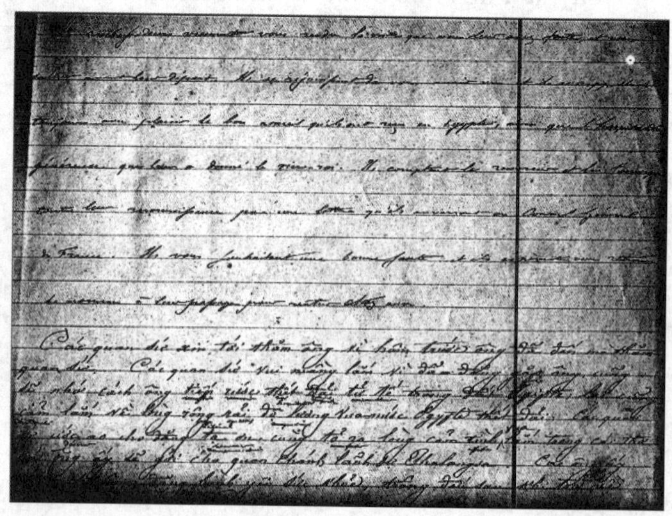

Như vậy, bản viết tay này, nếu nó chính là "tài liệu thứ ba" nhằm chứng minh Petrus Key chính là Petrus Ký của ông Nguyên Vũ, thì rất tiếc là trong bản viết đó không hề có một dòng nào có cái tên "Petrus Trương Vĩnh Key" như ông Nguyên Vũ cho biết.

Và do đó, nó cũng không phải là một thứ "tài liệu" hay bằng chứng gì để chứng minh rằng Petrus Ký chính là Petrus Key, như ông Nguyên Vũ kết luận.

25 http://nguyentl.free.fr/Public/Herve-Bernard/HENRI_RIEUNIER_ET_LA_CONQUETE_DE_LA_COCHINCHINE_(1858-1863).pdf

2. Lá Thư Của Borelle Về "Chú Ký"

Cũng trong cùng bài viết ***"Vài Tài Liệu Mới Về Petrus Key (Trương Vĩnh Ký) (1837-1898)"*** nói trên, ông Nguyên Vũ còn giới thiệu thêm một tài liệu khác. Theo ông Nguyên Vũ, đó là một lá thư viết bởi linh mục Borelle và gởi cho giám mục Lefèbvre. Nhưng một lần nữa, ông Nguyên Vũ lại chỉ cho người đọc thấy một **bản dịch** của lá thư trên, chứ không phải nguyên văn của nó. Và lý do ông Nguyên Vũ giới thiệu lá thư này là vì trong đó có nhắc đến một "chú Ký", như sau:

> *"Chú Cam [?]cùng về với chú Ký năm ngoái [1858] hiện trở thành tay nghiện cờ bạc và ăn trộm lớn, và tôi cũng chẳng ngạc nhiên lắm. Chú ta đã từng bị trừng phạt ở trường Pinang vì tội trộm cắp). . .*
>
> *Tài liệu này có hai điểm đáng ghi nhận:*
>
> *Năm 1858, Petrus Key đã về tới Cái Mơn, Vĩnh Long. Cùng từ trường Pinang về có ba "chú" khác bị sa thải vì hạnh kiểm.*
>
> *Năm 1859, Borelle gọi Petrus Key là "chú Ký" mà không phải "Cha Ký" (như trường hợp "Cha Lựu." Điều này có nghĩa Petrus Key chưa được thụ phong linh mục, và như thế không tốt nghiệp Chủng viện Pinang.*
>
> *Phải chăng Petrus Key chính là loại "thày kẻ giảng bị trục xuất vì lý do hạnh kiểm" mà Đề đốc Rieunier sau này nhắc đến?"*

Hai điểm "đáng ghi nhận" nói trên của ông Nguyên Vũ - Vũ Ngự Chiêu thật ra chỉ có một mục đích. Và đó là nhằm đánh đồng "chú Ký" - mà theo ông chính là Petrus Ký - cùng với ba người đồng học ở Penang đã có những hành vi không tốt đẹp. Để từ đó nêu lên khả năng Petrus Ký, cũng như ba ông kia, đều thuộc loại "thày kẻ giảng bị trục xuất" vì hạnh kiểm xấu.

Nhưng mà, trong sự cố gắng để hạ bệ Petrus Ký bằng bất cứ tài liệu nào, cũng giống như việc đã cho tất cả các "Petrus" thành Petrus Ký như ta đã thấy bên trên, lá thư của linh mục Borelle này lại là một tài liệu đi ngược lại với sự khẳng định của chính ông Nguyên Vũ - Vũ Ngự Chiêu.

Bởi, ông Nguyên Vũ đã từng khẳng định ngay trong bài viết này rằng Petrus Ký từ nhỏ chỉ có cái tên "Petrus Key", như trong lá thư, rồi sau này mới tự đặt thêm cho mình cái tên Trương Vĩnh Ký. Như ông Nguyên Vũ đã tuyên bố, mấy năm sau đó mới thấy cái tên Trương Vĩnh Ký xuất hiện.

Nhưng, như vậy thì cái "chú Ký" trong lá thư tháng 3 năm 1859 của linh mục Borelle mà ông Nguyên Vũ vừa giới thiệu đó là ai? Chẳng hóa ra là Petrus Ký thật tình đã có cái tên "Ký" từ hồi nào rồi, ít nhất là từ hồi theo học ở Penang vào đầu thập niên 1850s? Chứ không phải là lúc đầu chỉ có tên "Key" như ông Nguyên Vũ đã khẳng định?

Thành ra, trong nỗ lực hạ bệ Petrus Ký bằng cách đặt nghi vấn rằng có thể Petrus Ký cũng là loại "thày kẻ giảng bị trục xuất" vì hạnh kiểm xấu, ông Nguyên Vũ lại tự đánh đổ cái kết luận trước đó của mình!

Nhưng, trở lại với lá thư Petrus Key, điều đáng ghi nhận nhất trong bài viết *Vài Tài Liệu Mới Về Petrus Key (Trương Vĩnh Ký) (1837-1898)* là, cuối cùng, sau mười mấy năm trời kể từ Paris, Xuân 1996, người đọc mới được thấy một ... **bản dịch** của lá thư Petrus Key!

Và đây là lần đầu tiên mà ta có được nhiều hơn là vài dòng trích đăng đó đây trong các bài viết rải rác trước đó của ông Nguyên Vũ.

Xin mời các độc giả hãy đọc trọn bản dịch lá thư Petrus Key của ông Nguyên Vũ mà người viết đăng lại dưới đây. Bạn đọc có thể kiểm chứng qua trang báo Hợp Lưu trên mạng.[26]

Bản Dịch Lá Thư Petrus Key Của Ông Nguyên Vũ:

==

Lược Dịch Thư Petrus Key
Gửi Đại Nguyên Soái Pháp

Kính gởi Đại quan (Ông chủ lớn)

Và các sĩ quan tôn kính của Đoàn Chiến Hạm Pháp Quốc,

Đáng lẽ tôi không được phép viết thư cho một người giữ chức vụ cao quý như Ngài; nhưng khi cái chết đang đe dọa từng bước chân, khi những hiểm nguy dồn dập đang vây quanh chúng tôi khắp nơi, tôi tin chắc rằng tấm lòng độ lượng của Ngài sẽ miễn thứ cho tôi được gởi đến Ngài những dòng chữ này. Tôi không dám hành động do lòng kiêu căng vô lối mà chỉ do sự dẫn giắt của ích lợi chung, và những hiểm nguy đang bao vây chúng tôi đã thúc đẩy tôi có hành động này.

Thuở xa xưa, khi các tông đồ bị bão tố dồi đẩy, đã van xin một cách tin tưởng với Thượng đế An lành "Hãy cứu chúng con, chúng con đang bị đắm chìm." Nhưng nhu cầu khẩn thiết bất chấp các luật lệ. Mảnh giấy thô thiển này, lá thư vụng viết này sẽ trình bày rõ với Ngài hoàn cảnh thật khốn khổ của tôi; thực ra, ở đây, dọc đường đi, tôi chẳng có gì trên người, không giấy, không tài liệu, không cả nghiên mực đàng hoàng, không ngòi bút thích hợp. Nhưng tôi xin nhân danh người đại diện cho các đạo hữu Ki-tô, dâng lên Ngài những lời than van của chúng tôi; tôi xin kể cho Ngài nghe tất cả nỗi đau khổ và bạo tàn mà chúng tôi phải gánh chịu dưới ách chuyên chế của bọn quan lại, vì quí Ngài là những người báo thù cho sự Tự do cho chúng tôi, vì quí Ngài là sứ thần của Thượng Đế, trong cõi nước Chúa, đã được Chúa lựa chọn để giải cứu chúng tôi khỏi bàn tay của kẻ thù chúng ta, giống như trước đây Chúa đã sai Samson đi rửa hận cho dân tộc ông ta, hay đã sai Moise đến giải phóng dân Israel (Do Thái) khỏi lao tù Egypt (Ai Cập), hay đã phái Joseph đến giới thiệu ngôi nhà của Jacob trong những cánh đồng bình an ở Channan....

Chiêm nghiệm sự thụ mệnh Thượng Đế, nhìn lại biết bao đại dương Ngài đã vượt qua, biết bao xứ và vương quốc Ngài đã đặt chân, biết bao mối hiểm nguy, trên đất liền cũng như ngoài biển cả, để đến được với chúng tôi, chúng tôi có một niềm tin và hy vọng

26 Ibid, https://hopluu.net/a183/vai-tai-lieu-moi-ve-petrus-key-truong-vinh-ky-1837-1898

sẽ được Ngài bảo vệ. Hiện nay, chúng tôi giống như bầy cừu non giữa đàn chó sói đói mồi; sự chết truy đuổi không ngừng; sự khủng bố dầy phủ chốn cư ngụ; và lưỡi gươm chờ trực trước cửa. Giữa bầu không khí sợ hãi triền miên đó, giữa những nguy hiểm bất tận đó, trợ lực duy nhất của chúng tôi là hy vọng vào Ngài. Chiến dịch bài đạo ngày càng gia tăng, nơi đâu cũng có đặt Thập tự Giá dưới bước chân của chúng tôi, và [quan binh] căn cứ trên thái độ kính mến hay khinh bỉ Thập tự Giá mà nhận diện chúng tôi; những tòa án chờ đợi chúng tôi ở mọi ngả đường. Chúng tôi ngã xuống, chết vì những đòn vọt; chúng tôi bị vất vào ngục thất để chờ chết. Ngày thì phải lo việc sưu dịch nặng nhọc, ban đêm thì phải canh gác bảo vệ an ninh làng xóm, và thật ít khi có được giấc ngủ. Họ tên chúng tôi bị niêm yết trên những bản cáo thị, ngày đêm bị kiểm soát, không phút giây xao lãng. Tôi còn biết nói gì hơn...? Ngày và đêm trĩu nặng ưu tư. Lưỡi dao của đao phủ đe dọa. Trước mắt là hố thẳm, sau lưng đàn sói! Và chúng tôi kẹt giữa ngục đá và sự tử đạo dưới lưỡi dao đang dơ cao. Nhiều nhà truyền giáo đang bị giam cầm trong ngục thất và rất nhiều đạo hữu Ki-tô đang ở trong tay kẻ thù. Hôm qua, văn thư của các quan lại lưu truyền khắp các làng mạc, cho lệnh tăng cường thêm từ 10 tới 20 người cho các toán lính chịu trách nhiệm lùng bắt tín đồ của Chúa; và đã có nhiều người đang phải rên xiết dưới gông cùm trong tòa thành mà người ta mới dựng lên gần cầu Tham Lương. – Tất cả chúng tôi chắc sẽ chịu chết nếu Ngài không kịp đánh đuổi kẻ thù của chúng ta. Đây là tình trạng khốn khổ mà chúng tôi đang sống; tinh thần chúng tôi trôi nổi bấp bênh; mối sợ hãi và lo lắng làm héo mòn và tiêu tán dần con người của chúng tôi. Chẳng còn sự nghỉ ngơi thân xác! Chẳng còn được sự an bằng tinh thần! Thật đúng vậy! Bụng dạ đâu mà nhai nuốt, hay cách nào thưởng thức sự êm ái của chiếu nằm khi con người luôn luôn thấy lưỡi gươm đang treo trên đầu họ?... Phần tôi, kẻ nô bộc hèn mọn của Ngài, đang nôn nóng tìm gặp Ngài, đã buộc phải dừng lại sau khi đã đi được ba phần tư chặng đường, sau khi đã đổi ngựa và người để đi cho đến đích cuối của cuộc hành trình. Các đồn binh được dựng lên khắp mọi nơi, những cuộc khám xét thường xuyên dài theo các trục lộ mà tôi phải vượt qua, và tôi như một con cá đang lội trong một dòng sông khô cạn, chẳng còn phương tiện để tiếp tục. ... Tôi đã cố gắng vượt qua rừng rậm, đồng ruộng, đồi núi và bình nguyên để đến với Ngài, dù khó khăn cách nào đi nữa chẳng quản ngại, mà cũng không được. Chỉ đành biết chờ đợi các vũ khí vô địch của Ngài đến giải cứu tôi. Trên đây là những nỗi khó khăn của chúng tôi, mà theo chỗ tôi hiểu, có lẽ Ngài không phải không biết đến. Nếu trái tim Ngài chưa khép kín sự Bác ái mà Chúa Jésus Christ đã từng rao giảng, để làm tròn sự mong đợi của Giáo hội, thì xin Ngài hãy mở rộng bàn tay cứu giúp, giương rộng cánh tay đầy quyền năng, và Ngài sẽ xứng đáng với Chúa và Giáo hội. Rất đông [quân địch] đang bao vây Ngài, nhưng Ngài sẽ chế ngự được họ không mấy khó khăn. Vì sự sợ hãi đã xâm chiếm kẻ thù của chúng ta và làm cho họ không dám đến gần.

Tôi đã thấy những đám lính đào ngũ, và đã nghe tin đồn rằng trong quân đội, từ cấp chỉ huy đến tên tiểu tốt, hầu hết đều nói rằng mặc dù có lệnh quan, họ neo thuyền giữa giòng sông để nếu cần sẽ lội thoát thân. Cả dân tộc, kể cả kẻ ngoại đạo, đang rên xiết và đòi hỏi hòa bình với những lời thảm thương. Họ nói: "Nếu vì quyền lợi vương quốc thì họ phải cho chúng ta thấy có một ông vua đem lại sự thái bình cho chúng ta, chấm dứt những công việc khổ nhọc... mà các quan lại đòi hỏi để phục vụ chiến tranh – Tại sao lại phải làm việc không công suốt ngày? Ai muốn ngồi trên ngai vàng cũng được miễn là họ làm nhẹ được gánh nặng của chúng tôi?" Xin đừng chần chừ nữa, xin mở rộng bàn tay giải phóng của Ngài để chấm dứt những nỗi cơ cực của dân tộc chúng tôi. Sự quang vinh và danh dự của Ngài đòi hỏi Ngài phải làm, những mối ưu khổ của chúng tôi cũng đòi hỏi Ngài phải làm nhiệm vụ đó. Và các thế kỷ sau sẽ nói đến chiến công của Ngài, sự tưởng nhớ Ngài sẽ không bao giờ phai, những lời tán dương về Ngài sẽ lưu truyền trong lịch sử Giáo hội, và tên Ngài sẽ được tôn vinh đời này qua đời khác, và quan trọng hơn cả là Ngài sẽ xứng đáng sống đời đời trên cõi Trời, cuộc sống hằng cửu, mà người thường khó đạt được.

Hãy thương xót chúng tôi. Hãy thương xót chúng tôi. Quí Ngài là những nhà giải phóng của chúng tôi và bàn tay của kẻ thù đã xâm phạm đến chúng tôi! Than ôi! Người đi giày biết rất rõ chiếc giày thốn đau ở chỗ nào. Chúng tôi cũng biết là "Kẻ nào ôm đồm quá nhiều thì giữ không được chặt." Nhưng những nỗi khổ đau của chúng tôi đã khiến chúng tôi phải kêu cứu đến quyền lực của Ngài và đệ trình lên Ngài, tự đáy lòng của chúng tôi, tất cả những sự việc kể trên mong chờ sự thận trọng và minh triết của Ngài phán đoán.

Người nô bộc hèn mọn
và vô dụng.

Petrus Key

================

Chương II.

Những Điều Cần Ghi Nhận Về Quá Trình Công Bố Lá Thư Petrus Key Của Ông Nguyên Vũ - Vũ Ngự Chiêu: Sự Cố Ý Không Tiết Lộ Nguyên Văn Trong Khi Thêu Dệt Thêm Nhiều Chi Tiết Chung Quanh Lá Thư

A. Ông Nguyên Vũ Cố Ý Không Đưa Ra Bản Chính Lá Thư

Như vậy, từ năm 1997 là năm ông viết *Paris, Xuân 1996* cho đến năm 2015 là năm ông tái bản hay viết lại cuốn *Các Vua Cuối Nhà Nguyễn*, và cho đến tận ngày nay, tác giả Nguyên Vũ tức sử gia Vũ Ngự Chiêu **chưa bao giờ công bố bản chính hay nguyên văn bằng tiếng Pháp của lá thư Petrus Key**. Lá thư mà ông cho biết rằng ông là "người đầu tiên" khám phá ra. Lá thư mà theo ông là "then chốt", là có ảnh hưởng đến cả cuộc đời của Petrus Ký. Lá thư làm cho ông "khó ngủ", vì không biết có nên "công bố" hay không.

Thay vào đó, như ta đã thấy, là những mảnh rời rạc do ông Nguyên Vũ cung cấp, mà người đọc phải tự chắp vá, để có được một cái nhìn khái quát, như người viết bài này đã làm trong chương I.

Để biện minh cho việc này, ông Nguyên Vũ lý luận rằng không một "nhà nghiên cứu" nào lại có thể "cho in lại toàn bộ những tư liệu văn khố mình phát hiện". Nhưng có lẽ không ai yêu cầu ông Nguyên Vũ phải cho in lại "toàn bộ những tư liệu văn khố" do ông phát hiện. Mà chỉ đơn giản là một bản sao hay ảnh chụp của lá thư Petrus Key mà thôi. Nhất là khi xét rằng đó là một lá thư mà ông đã tốn không biết bao nhiêu công phu, giấy mực, trong suốt bao nhiêu năm trời, để nói về nó, để nhắc đi nhắc lại cho người đọc phải nhớ rằng chính ông là người có công khám phá ra nó?

Với một tài liệu thuộc loại "gốc' hay "primary source" có tầm quan trọng như vậy, theo thiển ý của người viết bài này, một sử gia chân chính ít nhất phải đưa ra bản sao hay ảnh chụp của tài liệu đó - để người đọc có thể nhận xét rằng nó có phải là tài liệu thật hay không. Trong khi đó, ông Nguyên Vũ lại chỉ đưa ra cái mà ông gọi là "phóng ảnh" "phần nào" của tài liệu này.

Và như ta sẽ thấy sau đây, lá thư Petrus Key là một lá thư dài đến 4 trang giấy viết tay, nhưng ông Nguyên Vũ đã cắt bỏ hầu hết và chỉ cho ta thấy vài hàng đầu của thư với dòng chữ "Grand Chef - Et Vous Tous ..." cộng thêm vài dòng cuối có "Le très humble et inutile serviteur" với chữ ký "Petrus Key". Tệ hơn nữa, đoạn cắt dán này lại bị chụp chồng lên bởi một phần của bản danh sách những người An Nam trong phái đoàn soái phủ Pháp đi Paris năm 1863, làm người đọc không thể nào đọc được những dòng chữ hiếm hoi này.

Kế đến, ta cũng cần lưu ý một lần nữa là tại lần đầu khi nói đến lá thư Petrus Key trong cuốn *Paris, Xuân 1996*, mặc dù đã dành ra gần 10 trang giấy để viết về nó, ông Nguyên Vũ lại không cho người đọc thấy được cái mà ông gọi là "phóng ảnh' của lá thư, mà phải đợi đến năm 1999, khi ông xuất bản cuốn *Các Vua Cuối Nhà Nguyễn* là một "biên khảo sử học", thì ông mới tiết lộ rằng ông có đăng một "phóng ảnh" của "phần nào" lá thư đó, nhưng nó lại được đăng trong cuốn *Hồ Chí Minh, Con Người và Huyền Thoại*. Người đọc ắt phải cực kỳ hoang mang là tại sao ông Nguyên Vũ không đưa "phóng ảnh" đó vào ngay trong cuốn *Paris, Xuân 1996* hay cuốn *Các Vua Cuối Nhà Nguyễn*, mà lại để nó trong một cuốn sách khác, về một nhân vật khác!

Rồi sau đó, đến năm 2001, khi viết tâm bút *Ngàn Năm Soi Mặt - Góp Phần Nghiên Cứu Về Trương Vĩnh Ký*, ông Nguyên Vũ cũng đã dành ra mấy mươi trang giấy để viết về Petrus Ký. Một lần nữa, ông hết lời ca tụng công lao kiếm ra lá thư Petrus Key của ông, nhưng lại cũng không cho đăng ảnh chụp lá thư hay chép lại nguyên văn của nó.

Sau cùng, mãi đến năm 2011, với bài viết *Vài Tài Liệu Mới Về Petrus Key*, ông Nguyên Vũ mới cho người đọc **một bản dịch** của lá thư Petrus Key. Bản dịch này đã được ông Nguyên Vũ gọi là "lược dịch", nhưng thật ra đó là một bản dịch trọn vẹn cả lá thư. Và trong khi tốn nhiều công lao và giấy mực như vậy, ông Nguyên Vũ lại vẫn không chịu cho người đọc một bản đánh máy của nguyên văn lá thư, chứ đừng nói chi đến một bản sao hay ảnh chụp của nó.

Người viết bài này không phải là một "sử gia", lại càng không phải một "sử gia" theo định nghĩa của ông Nguyên Vũ (tức là phải có bằng tiến sĩ Sử Học). Nhưng theo sự hiểu biết của người viết, thì bản dịch lúc nào cũng thiếu chính xác hơn là bản chính. Đó là điều không thể tránh khỏi, vì mỗi ngôn ngữ có những đặc điểm và cách viết khác nhau. Ngay việc dịch thuật giữa những ngôn ngữ cùng nguồn gốc Latin như tiếng Anh và tiếng Pháp, đã khó, đừng nói chi đến việc dịch thuật từ một ngôn ngữ Âu Châu là tiếng Pháp sang một ngôn ngữ Á Châu là tiếng Việt. Và vì vậy, việc "công bố" một tài liệu thuộc loại primary source như lá thư Petrus Key, bằng một bản dịch, chứ không phải bằng bản chính nguyên văn của lá thư, là một điều không thể hiểu nổi! Đặc biệt khi người "công bố" lá thư lại chính là một "sử gia" chính hiệu tốt nghiệp ở Hoa Kỳ như ông Nguyên Vũ - Vũ Ngự Chiêu.

Thêm nữa, như ta đã thấy, mãi mười mấy năm sau khi "công bố" lá thư Petrus Key, ông Nguyên Vũ mới đưa ra thêm những cái mà ông gọi là "tài liệu mới", để chứng minh Petrus Key chính là Petrus Ký. Nhưng rất tiếc, những "tài liệu mới" đó lại chỉ chứa toàn là những thứ chẳng ăn nhập gì đến lá thư Petrus Key, thậm chí có cái còn đi ngược lại lập luận của ông Nguyên Vũ, như lá thư về "chú Ký" của linh mục Borelle. Trong khi chính tài liệu chủ yếu cần được công bố nhất là lá thư Petrus Key, thì chẳng bao giờ ông Nguyên Vũ cho ai biết, cho đến tận ngày hôm nay.

Một cựu học sinh trường Petrus Ký, Giáo Sư Trần Thạnh ở Úc Châu, cho biết là ông đã từng viết email thẳng cho ông Nguyên Vũ để xin một bản copy của lá thư này, nhưng ông Nguyên Vũ đã từ chối. Ông Trần Thạnh thuật lại như sau:

> *"Cá nhân tôi (tác giả bài viết này) vào năm 2009 có gửi một email cho Tiến sĩ Vũ Ngự Chiêu (hiện sinh sống tại Hoa Kỳ) để xin một bản chụp của bức thư ký tên Pétrus (sic) Key dễ đọc hơn bản được lưu hành hiện nay trên internet, vì tôi có nhận xét là chữ viết trên bức thư ký tên Pétrus (sic) Key không giống bút tích của Petrus Ký sau này. Hơn nữa là một người làm nghiên cứu, tôi có thói quen sử dụng tài liệu gốc để tránh bị "nhiễu".* ***Vũ Ngự Chiêu đã từ chối lời yêu cầu của chúng tôi với lý do ông là một nhà nghiên cứu chuyên nghiệp, bị ràng buộc bởi moral obligations (nguyên văn của ông) không thể phổ biến tài liệu ra ngoài giới nghiên cứu sử học.*** *Tôi tuy làm công việc nghiên cứu và giảng dạy tại một trường đại học của Úc, nhưng không chuyên về sử học và chưa hề được nghe về cái moral obligations này trong lãnh vực nghiên cứu của mình."*[27] (những chữ ***in đậm*** là do người viết nhấn mạnh)

Như vậy, có thể thấy rằng ông Nguyên Vũ đã **cố tình** không cho đăng nguyên văn hay ảnh chụp của lá thư này trong suốt bao nhiêu năm qua. Trong khi chắc chắn là ông đã có nguyên bản lá thư Petrus Key, vì chính ông đã cho đăng trọn vẹn bản dịch của nó trên tờ Hợp Lưu. Nếu muốn, thì việc cho đăng ảnh chụp bản chính của lá thư, hay ít ra chép lại nguyên văn bằng tiếng Pháp, là một việc dễ làm hơn nhiều - so với việc dịch trọn vẹn và đăng bản dịch của lá thư, như ông Nguyên Vũ đã làm.

---

27 Trần Thạnh, Kỷ Niệm 180 Năm Ngày Sinh Trương Vĩnh Ký https://petruskyaus.net/ky-niem-180-nam-ngay-sinh-truong-vinh-ky-tran-thanh/

Nhưng ông Nguyên Vũ đã không làm như vậy, với lý do mà ông đã nêu trong tâm bút *"Ngàn Năm Soi Mặt"*, là vì ông không thể nào cho in tất cả các tài liệu văn khố mà ông phát hiện. Hay có thể vì một lý do khác, có vẻ bí hiểm hơn, như khi ông viết cho ông Trần Thạnh. Đó là vì "moral obligations" của "một nhà nghiên cứu chuyên nghiệp", nên ông "không thể phổ biến tài liệu ra ngoài giới nghiên cứu sử học" được!

Đối với người viết bài này, những lý do trên của ông Nguyên Vũ không được thuyết phục cho lắm. Vì vậy, hi vọng rằng, trong những phần tiếp theo đây, người viết sẽ trình bày đầy đủ các dữ kiện, để bạn đọc có thể tự tìm ra cho mình một lý do thích đáng hơn về sự cố tình không công bố bản chính lá thư Petrus Key của ông Nguyên Vũ.

B. Ông Nguyên Vũ Đã Thêu Dệt Thêm Những Chi Tiết Chung Quanh Lá Thư Petrus Key

Có lẽ điều phiền toái nhất cho một người đọc muốn nghiên cứu về lá thư Petrus Key là việc ông Nguyên Vũ đã đưa ra những chi tiết về bức thư mà không có gì để chứng minh cho những chi tiết đó.

Nói cách khác, ông Nguyên Vũ đã tự ý **thêm thắt rất nhiều chi tiết** chung quanh lá thư này.

Và sau đây là những chi tiết về lá thư Petrus Key đã được "sáng tạo" bởi ông Nguyên Vũ tức sử gia Vũ Ngự Chiêu.

1. Khẳng Định Petrus Key Chính Là Petrus Ký

Điều đầu tiên và rõ ràng nhất là cách ông Nguyên Vũ đã khẳng định rằng tác giả của lá thư ký tên Petrus Key là Petrus Ký suốt từ năm 1997 cho đến nay, cho dù ông không hề có một bằng chứng khả tín nào để chứng minh rằng Petrus Key chính là Petrus Ký.

Như đã nói trên, chỉ có một bằng chứng duy nhất do ông Nguyên Vũ đưa ra mà ta có thể gọi là có liên hệ (relevant) đến việc chứng minh Petrus Key là Petrus Ký. Đó là một danh sách của những người An Nam trong phái đoàn soái phủ Pháp qua Tây năm 1863, và đã được ông Nguyên Vũ chụp chồng lên "phóng ảnh" lá thư Petrus Key mà ông đã "công bố". Trong danh sách đó, tên của Petrus Ký được đánh máy, hay xếp chữ, là "Petrus Key". Và đây chính là bằng chứng duy nhất của ông Nguyên Vũ cho sự khẳng định Petrus Key chính là Petrus Ký trong suốt hai mươi năm qua.

Nhưng, như đã nói trên, đây là một danh sách của người Pháp làm, và rõ ràng là họ đã viết sai và in sai tên ông Petrus Ký ra thành Petrus Key, cũng như họ đã viết và in sai tên của Phan Thanh Giản ra thành "Phan-Thanh-Giang" trong chính danh sách đó. **Chứ không phải đây là một bằng chứng rằng chính ông Petrus Ký đã có lúc tự viết hay tự ký tên là "Petrus Key", như chữ ký trong lá thư Petrus Key.**

Đó là chưa nói đến việc sau khi có thể chứng minh được điều này rồi (là Petrus Ký có khi tự ký tên mình là Petrus Key), thì ông Nguyên Vũ vẫn còn phải chứng minh rằng chữ ký "Petrus Key" trong lá thư Petrus Key đó là do chính tay Petrus Ký viết ra.

Vì vậy, tưởng cần phải lặp lại một lần nữa, là ông Nguyên Vũ chưa bao giờ làm được việc chứng minh rằng lá thư Petrus Key là do Petrus Ký viết. Thậm chí ông cũng chưa bao giờ chứng minh được một điều dễ dàng hơn nữa, là ông Petrus Ký đã có khi nào đó tự xưng là Petrus Key.

Điều duy nhất mà ông Nguyên Vũ có thể chứng minh được qua cái danh sách nói trên, là người Pháp có khi viết sai tên Petrus Ký thành Petrus Key.

Và chỉ có vậy mà thôi. Nhưng điều này đã chẳng làm cho ông Nguyên Vũ ngần ngại khi kết luận một cách khẳng định rằng Petrus Ký chính là tác giả của lá thư Petrus Key, trong suốt hai mươi năm qua.

2. Tên Đầu Tiên Của Petrus Ký Là Petrus Key

Thứ nhì, ông Nguyên Vũ đã táo bạo kết luận rằng ông Petrus Ký khi mới sinh ra, hay ít ra là khi được người đời biết đến, chỉ có cái tên cụt lủn là ... Petrus Key. Rồi sau này, mới tự gắn thêm họ Trương và chữ lót Vĩnh vô để "Việt hóa" cái tên mình! Điều này nghe ra rất khó tin và thậm chí có vẻ khôi hài, nhưng lại được rất nhiều người tin, và đã được ông Nguyên Vũ lặp đi lặp lại trong các bài viết về Petrus Ký.

Và đương nhiên là ông Nguyên Vũ không hề có một bằng chứng nào hết cho điều khôi hài này. Thay vào đó, ông đưa ra lý luận của ông như sau: vì trước đó ông ta (Nguyên Vũ) chưa hề thấy tên Petrus Ký hay Trương Vĩnh Ký trong bất cứ tài liệu nào khác, nên suy ra Petrus Key phải là cái tên đầu tiên của Petrus Ký!

Khổ nỗi, như ta có thể dễ dàng nhìn ra: ông Nguyên Vũ chưa bao giờ chứng minh được Petrus Ký là tác giả lá thư Petrus Key, thì làm sao có thể có cái kết luận rằng đó là cái tên đầu đời của Petrus Ký! Đó là chưa nói rằng ông đã tự tiện gán cho một người Việt ở Nam Kỳ như Petrus Ký khi mới ra đời với cái tên đầu tiên lạ hoắc là Petrus Key, rồi sau đó mới tự "Việt hóa" tên mình bằng cách cộng thêm họ Trương và chữ lót Vĩnh!

3. Lá Thư "Đề Ngày Cuối Tháng 3 Năm 1859"

Thứ ba, và rõ ràng nhất, là việc ông Nguyên Vũ đã rất nhiều lần viết rằng lá thư Petrus Key đã được "đề ngày cuối tháng 3 năm 1859", dù rằng với chính cái "phóng ảnh" mà ông ta cung cấp, người đọc có thể thấy ngay rằng đây là một lá thư không có ngày tháng! Và cần nhắc lại là chỉ trong cuốn *Paris, Xuân 1996* thì ông Nguyên Vũ mới nhìn nhận rằng lá thư Petrus Key là một lá thư không đề ngày. Còn sau đó thì trong bất cứ bài viết nào về Petrus Ký, ông Nguyên Vũ cũng đều khẳng định là nó đã được viết vào cuối tháng 3/1859.

Để tìm hiểu do đâu mà ông Nguyên Vũ có thể tuyên bố là lá thư Petrus Key được "đề ngày cuối tháng 3 năm 1859", dù lá thư không hề có ngày tháng, người viết bài này phải trở lại cuốn *Paris, Xuân 1996* và chắp vá các dữ kiện - bởi ông Nguyên Vũ không bao giờ cho ta biết tại sao ông lại khẳng định là lá thư được viết vào tháng 3 năm 1859.

Và theo cuốn "tâm bút" này, ông Nguyên Vũ đã tìm được lá thư Petrus Key trong hồ sơ văn khố Pháp, dưới mục Jean Bernard Jauréguiberry là người chỉ huy liên quân Pháp - Tây Ban

Nha ở Sài Gòn từ tháng 4 năm 1859 đến tháng 4 năm 1860. Trong những thùng hồ sơ thuộc về Jauréguiberry, ông Nguyên Vũ tìm ra một lá thư của ông này viết cho viên chỉ huy của ông ta là Rigault de Genouilly, lúc đó đang trên đường trở ra Đà Nẵng sau khi chiếm Sài Gòn. Trong thư, Jauréguiberry cho biết có nhận được một lá thư dài của "Petrus" (chứ không phải Petrus Key hay Petrus Ký).

Vì cho rằng người có tên "Petrus" được nhắc đến trong lá thư trên chính là Petrus Key, và vì lá thư của Jauréguiberry được viết vào tháng 4, nên có lẽ ông Nguyên Vũ đã suy ra là lá thư "Petrus Key" phải được viết trước đó, tức là vào "cuối tháng 3 năm 1859"!

Thế nhưng những điều này là do người viết tự tìm ra, chứ ông Nguyên Vũ chẳng bao giờ giải thích như vậy với người đọc!

Đương nhiên, với một tài liệu giống như lá thư Petrus Key, một lá thư không có ngày tháng, thì từ một người "trí thức lương thiện" cho đến một "nhà nghiên cứu chuyên nghiệp" đều có quyền, và có thể suy đoán ra ngày tháng của lá thư - bằng cách sử dụng và trình bày sự phán đoán và lý luận của mình. Đó là điều hợp lý và hoàn toàn có thể thông cảm được.

Và do đó, việc ông Nguyên Vũ suy đoán ra ngày tháng của lá thư Petrus Key, có thể hiểu và thông cảm được, **nếu như ông nói thẳng ra rằng đó chỉ là sự suy đoán của ông.**

Nhưng đằng này, ông Nguyên Vũ lại **không bao giờ cho người đọc biết đó là chỉ là phỏng đoán** của ông. Như đã nói trên, ngoại trừ cuốn *Paris, Xuân 1996*, còn trong tất cả các bài viết sau đó, ông Nguyên Vũ đều **khẳng định** rằng đây là lá thư "đề ngày cuối tháng 3 năm 1859".

Lý do ông Nguyên Vũ làm như vậy, có lẽ cũng dễ đoán ra. Là nếu như ngay từ tháng 3 năm 1859, giữa lúc Pháp mới vào Sài Gòn, mà ông Petrus Ký đã viết thư như trên cho họ, thì, dưới mắt ông Nguyên Vũ, **dễ dàng hơn để chứng minh rằng ông Petrus Ký quả đã "góp phần cho cuộc xâm lăng của Pháp"**, như ông đã tuyên bố.

4. Lá Thư Có Mục Đích Để Tự Tiến Thân Làm Thông Ngôn Cho Pháp

Thứ tư, ông Nguyên Vũ cho rằng ông Petrus Ký, với lá thư ký tên Petrus Key, đã dùng cơ hội này để **"tự tiến thân"** làm thông ngôn cho Pháp, **"hoặc do tự nguyện, hoặc do bề trên xúi dục", hoặc … "cả hai"!** Tóm lại, ông Nguyên Vũ cho rằng Petrus Ký đã dùng lá thư Petrus Key để xin việc làm với Pháp, và bắt đầu làm thông ngôn cho Pháp ngay từ ngày đó (tức vào cuối tháng 3 năm 1859). Và vì đã cho ông Petrus Ký được nhận làm việc với Pháp từ ngày này, ông Nguyên Vũ sẵn đà **cho luôn ông Petrus Ký đi ra Đà Nẵng vào tháng 6 năm 1859 để làm thông ngôn cho Pháp!**

Nhưng người viết bài này đã cố gắng tìm hết cả trong lá thư Petrus Key, thậm chí chỉ với bản dịch của ông Nguyên Vũ cung cấp, mà vẫn không tìm được một dòng chữ nào trong đó cho thấy tác giả lá thư đang đi xin việc làm với người nhận thư! Bởi nội dung và mục đích của lá thư Petrus Key rất rõ ràng: là cầu xin quân đội Pháp hãy cứu vớt những giáo dân An Nam đang bị giam giữ bởi vua quan nhà Nguyễn, kèm theo những lời khen tặng và tâng bốc công lao của người nhận thư. Trong thư có rất nhiều đề cập đến Thánh Kinh và lời kêu gọi lòng trắc ẩn của người nhận. Đồng thời, lá thư cho biết tình trạng bi đát của quân đội nhà Nguyễn, cũng như việc tác giả lá thư đã vượt qua bao nhiêu gian khổ để tìm gặp người nhận thư, mà không gặp được.

Chứ lá thư Petrus Key hoàn toàn không có đoạn nào, dòng nào, để xin việc làm, theo kiểu "tự tiến thân", như ông Nguyên Vũ đã viết.

Đó là chưa kể đến một điều buồn cười nữa là hình như ông Nguyên Vũ đã quên rằng trước khi viết những dòng chữ trên, để cho rằng Petrus Ký đã dùng lá thư Petrus Key để "tự tiến thân", ông cũng lại từng viết trong *Paris - Xuân 1996,* như sau:

> *"Năm 1858, khi người Pháp bắt đầu biểu dương lực lượng ở Việt Nam,* ***bề trên cho Petrus về nước, xung (sic) vào đoàn thông ngôn do Linh mục Legrand de Liraye (sic) cầm đầu****."* (những chữ in đậm là do người viết nhấn mạnh)

Nếu như Petrus Ký đã được "xung" vào đoàn thông ngôn của linh mục Le Grand de la Liraye từ năm 1858 như ông Nguyên Vũ nói, thì ông ta còn viết lá thư Petrus Key vào "cuối tháng 3 năm 1859" để "tự tiến thân" và xin làm thông ngôn, làm chi nữa![28]

Do đó, chỉ cần đối chiếu chi tiết "tự tiến thân" này với nội dung lá thư Petrus Key qua chính bản dịch của ông Nguyên Vũ cung cấp (chứ không cần nguyên văn bản chính bằng tiếng Pháp của lá thư Petrus Key), người đọc cũng có thể thấy ngay rằng chi tiết "tự tiến thân" chỉ là một sản phẩm tưởng tượng của ông Nguyên Vũ tức sử gia Vũ Ngự Chiêu mà thôi.

5. Lá Thư Được Linh Mục Borelle Chuyển Giao Cho Jauréguiberry

Thứ năm, ông Nguyên Vũ cho ta biết, và đương nhiên là cũng không có bằng chứng, rằng lá thư Petrus Key đã được "phụ tá giám mục Borelle chuyển giao".

Nhưng ông Nguyên Vũ lại quên rằng ông đã có giới thiệu một "tài liệu mới" là bản dịch lá thư của chính linh mục Borelle viết vào ngày 24 tháng 3 năm 1859 và gởi cho giám mục Lefèbvre ở Sài Gòn, lá thư về "chú Ký" đã được nhắc đến bên trên. Theo lá thư này, thì vào ngày viết nó, ông Borelle vẫn còn đang ở khu vực Cái Nhum và đang bị lùng bắt bởi quan quân nhà Nguyễn! Vậy thì làm cách nào mà ông ta có thể "chuyển giao" lá thư Petrus Key "đề ngày cuối tháng 3" cho ông Jauréguiberry đang ở tận Sài Gòn, như ông Nguyên Vũ cho biết, được!

Bởi, nếu như cả hai người là linh mục Borelle và Petrus Ký vẫn còn đang kẹt ở Cái Nhum, nhất là Petrus Ký, và do đó phải viết thư kêu cứu quân Pháp đến giải phóng mình, như ông Nguyên Vũ đã đoán, thì linh mục Borelle làm cách nào mà "chuyển giao" lá thư đó cho Jauréguiberry lúc đó đang ở Sài Gòn được?

Nhưng vì ông Nguyên Vũ muốn vẽ ra cả bức tranh về lá thư Petrus Key theo ý mình, nên ông đã: cho Petrus Ký viết lá thư Petrus Key để "tự tiến thân" vào cuối tháng 3 năm 1859; cho linh

---

28 Hy vọng rằng đây không phải là do "lỗi kỹ thuật" của người đánh máy cho ông Nguyên Vũ đã quên không đánh đoạn: "và rồi, từ cuối tháng 3 năm 1859" ở trước đoạn "xung vào đoàn thông ngôn", như lúc trước người đánh máy đã quên về vụ chính phủ Nguyễn Văn Thinh đặt tên cho trường Petrus Ký, đã được bàn đến trong ghi chú số 11 ở trên!

mục Borelle đem lá thư đó lên Sài Gòn giao cho Jauréguiberry để xin cho Petrus Ký làm thông ngôn; rồi sau cùng cho Petrus Ký được nhận vào làm thông ngôn luôn từ ngày đó!

Và như các bạn đọc có thể thấy, do quá say mê trong sự sáng tạo các chi tiết nói trên chung quanh lá thư, nên ông Nguyên Vũ đã không thấy rằng **chính những chi tiết do sự tưởng tượng này của ông lại tự đối chọi lẫn nhau!**

Tóm lại, từ một bức thư không có ngày tháng, không có tên người nhận, được ký tên Petrus Key, với mục đích cầu xin quân Pháp hãy giải cứu các giáo dân, ông Nguyên Vũ đã vẽ ra cho người đọc một bức tranh là Petrus Ký, một chàng trai trẻ "sôi bỏng tham vọng" mới du học ở Penang về Việt Nam theo kế hoạch của "bề trên", đã viết lá thư này để tự tiến thân với Jauréguiberry, người chỉ huy quân Pháp - Tây Ban Nha ở Sài Gòn, vào tháng 3 năm 1859, và nhờ linh mục Borelle chuyển giao. Sau đó, ông Nguyên Vũ đã vẽ tiếp là nhờ lá thư này mà Petrus Ký đã được nhận ngay vào làm thông ngôn cho Pháp.

Đó là vì chỉ sau khi thêu dệt ra những chi tiết như vậy để kèm theo cái "phóng ảnh" có một không hai của lá thư Petrus Key, thì lá thư Petrus Key mới thật sự có ảnh hưởng rất lớn đến cuộc đời của Petrus Ký, như ông Nguyên Vũ đã viết.

Nhưng, như đã trình bày, tất cả những chi tiết này chỉ là những sản phẩm tưởng tượng của nhà văn Nguyên Vũ tức sử gia Vũ Ngự Chiêu mà thôi.

Và như đã nói trên, việc suy đoán thêm những chi tiết chung quanh lá thư Petrus Key không có gì sai. Nhưng suy đoán thì cần nói là suy đoán, chứ nếu suy đoán mà viết một cách khẳng định như ông Nguyên Vũ tức sử gia Vũ Ngự Chiêu đã làm, qua các điều kể trên, không hiểu có phải là việc làm của một "sử gia" hay một "nhà nghiên cứu chuyên nghiệp" hay không? Theo thiển ý của người viết, có lẽ chỉ cần một người "lương thiện" cũng đã không làm những việc này, khỏi cần phải là một "trí thức" hay một "sử gia"!

C. Cách Chọn Lựa Cắt Dán Những Dòng Chữ Trong Lá Thư Của Ông Nguyên Vũ

Sau cùng, có thể nói rằng cách trình bày một tài liệu thuộc loại "primary source" như lá thư Petrus Key này, theo kiểu "in lại phần nào" "phóng ảnh" của lá thư, như ông Nguyên Vũ đã làm, quả thật là độc nhất vô nhị. Vì cả một lá thư dài 4 trang giấy lớn đã được ông Nguyên Vũ cắt xén gần hết, để người đọc chỉ còn nhận ra "Grand Chef - Et Vous Tous, Très Honorables Officiers" ở phần đầu và "Le très humble et inutile serviteur Petrus Key" ở phần dưới. Còn hầu hết những dòng còn lại đã bị che khuất bởi cái danh sách những người An Nam trong phái đoàn soái phủ Pháp, do ông Nguyên Vũ chụp chồng lên trên.

Thế nhưng lối trình bày theo kiểu cắt xén này lại hay ở chỗ là nếu một độc giả bình thường chỉ đọc thoáng qua về bài viết và tài liệu trong bài của ông Nguyên Vũ, thì cũng như phần lớn những người đọc các bài viết thuộc thể loại nghiên cứu, độc giả đó sẽ chỉ thấy nổi bật một điểm: **sự tâng bốc người nhận thư và sự tự hạ mình của người viết lá thư.** Từ điểm này, độc giả đó sẽ tức khắc sinh ra ác cảm với người viết thư, ngay cả trước khi đọc thư. Nhất là khi nhìn thấy dòng chữ trước chữ ký tự xưng mình là "Le très humble et inutile serviteur", mà ông Nguyên Vũ dịch là "Người nô bộc hèn mọn và vô dụng".

Người viết bài này, cũng như bất cứ người đọc bình thường nào khác, khi lần đầu nhìn thấy dòng chữ trên đã lập tức sinh ra ác cảm với người viết thư. Nhưng khi tìm hiểu thêm, thì người viết học được rằng đây là lối viết thư rất phổ biến ở châu Âu, đặc biệt là ở Pháp, vào thế kỷ 19. Và thật ra, những cách tự xưng tự hạ mình như vậy đã được dùng thành khuôn khổ ở Âu Châu từ thế kỷ 17. [29]

Những dòng chữ trước chữ ký đó, còn gọi là "lời nói cuối" hay "valediction", thường dùng những chữ sau đây trong tiếng Pháp: "votre très humble", hay "plus obéissant", "plus fidèles", "serviteur", hay "servante". Một thí dụ điển hình là trong lá thư của một người Pháp gởi cho Thomas Jefferson để xin giúp đỡ vào năm 1803, ông ta đã tự xưng là "votre très humble serviteur".[30]

Nhưng đương nhiên không phải ai cũng có thì giờ đi tìm hiểu những chuyện này! Nhất là với phần lớn những người đọc không quen với cách viết đó của người Pháp.

Vì vậy, cách tuyển chọn những dòng phản cảm nhất của lá thư để làm "phóng ảnh" hay "in lại phần nào" như trên của ông Nguyên Vũ, đã chứng tỏ rất hiệu quả cho việc tạo ác cảm với người viết lá thư, mà ông Nguyên Vũ đã cả quyết là Petrus Ký.

D. Kết Quả Của Lá Thư Petrus Key Qua Cách Trình Bày Và Thêm Thắt Chi Tiết Của Ông Nguyên Vũ

Với cách trình bày lá thư Petrus Key theo kiểu cắt xén hay "in lại phần nào" như trên, cộng với việc thêm thắt những chi tiết chung quanh lá thư Petrus Key (mà người đọc không có cách nào kiểm chứng vì không có nguyên bản lá thư), ông Nguyên Vũ đã khá thành công trong việc tạo ra nghi vấn có phải Petrus Ký chính là tác giả của lá thư ký tên Petrus Key hay không. Và phải nói là không ít người, kể cả những người ủng hộ Petrus Ký nhiều nhất, cũng đã tin luôn những chi tiết được ông Nguyên Vũ thêu dệt chung quanh lá thư.[31]

---

29 http://lettresmodernes.univ-rouen.fr/wp-content/uploads/2013/11/secretaire_a_la_mode-exraits-2.pdf

30 https://founders.archives.gov/documents/Jefferson/01-41-02-0343

31 Như đã cho thấy trong phần nhập đề của bài viết này, những người đã tin tưởng vào ông Nguyên Vũ về lá thư Petrus Key gồm có cả những giáo sư và nhà nghiên cứu danh tiếng ở Việt Nam. Về phần những người ủng hộ ông Petrus Ký nhưng lại tin lá thư Petrus Key là của Petrus Ký, và cho lá thư vào trong tác phẩm của mình, gồm có ông Hoàng Lại Giang, *"Trương Vĩnh Ký, Bi Kịch Muôn Đời"* Nhà Xuất Bản Văn Hóa Và Thông Tin, 2001. Đây là những gì được viết trong cuốn tiểu thuyết này về lá thư Petrus Key: "Trong tâm trạng buồn lo, ông (Lefèbvre) bức xúc khuyên anh (Petrus Ký) viết thư cầu cứu viên đô đốc người Phangsa ... Chính vào lúc ấy, lúc trái tim của anh tan nát, ... anh đã tìm giấy, viết .... (lá thư Petrus Key) ... Trong cơn phẫn uất tới tột cùng, không chỉ với anh mà với một bộ phận của đồng bào anh - của giáo dân An Nam, anh đã viết và viết như trút một nỗi đau khổ, như chia xẻ một lời cay đắng, như một tiếng kêu cứu, như một lời cầu nguyện! Anh không ngờ, anh không biết rằng anh đang rơi vào tội lỗi!" Ibid, pp. 293-294. Dù biết rằng đây chỉ là một cuốn tiểu thuyết, và tác giả chỉ là một nhà văn, nhưng rõ ràng tác giả đã đồng ý rằng chính Petrus Ký đã viết lá thư Petrus Key, và tác giả cũng kết luận luôn rằng Petrus Ký đã "rơi vào tội lỗi" khi viết lá thư trên. Nếu tác giả cuốn sách, ông Hoàng Lại Giang, một người đã nhận được rất nhiều kỳ vọng của những

Trong khi đó, với những người thấy được cách trình bày lá thư Petrus Key một cách có dụng ý của ông Nguyên Vũ, và với những người muốn tìm hiểu rõ hơn về vấn đề này để có thể phản bác một cách có hiệu quả, thì họ lại thiếu một tài liệu quan trọng nhất, đó là bản chính của lá thư Petrus Key. Bởi, cho dù đã nhìn ra cách trình bày lệch lạc của ông Nguyên Vũ, cho dù có nghi ngờ những chi tiết do ông Nguyên Vũ đưa ra, họ cũng sẽ rất ngần ngại. Vì có thể rằng đâu đó trong lá thư Petrus Key quả thật có đề ngày cuối tháng 3 năm 1859 chăng, có thể có chỗ nào đó trong thư mà tác giả lá thư quả đã "tự tiến thân" chăng, hoặc có gì dính dáng tới người nhận là Jauréguiberry hay người chuyển giao là Borelle chăng? Tất cả chỉ vì không có bản chính lá thư Petrus Key.

Và như đã nói trên, có lẽ ít ai có bản chính của lá thư Petrus Key. Phần lớn chỉ có được bản "lược dịch" của lá thư do ông Nguyên Vũ cung cấp mà thôi. Và cũng vì ông Nguyên Vũ viết là "lược dịch", tức là dịch tóm tắt, nên không ai biết được trong nguyên văn lá thư Petrus Key thật ra còn có gì những điều gì khác nữa!

Kế đến, vì cái "phóng ảnh" của ông Nguyên Vũ đưa ra chứa quá ít số chữ của Petrus Key, và trong khi đó hiện nay không có thủ bút của ông Petrus Ký vào những năm 1859-1860 để so sánh, nên những người như giáo sư Trần Thạnh, dù muốn, cũng khó lòng chứng minh ngược lại những gì ông Nguyên Vũ tuyên bố về lá thư Petrus Key.

Và do đó, trong suốt 20 năm qua, không có bài viết nào phản bác hiệu quả những lời tuyên bố của ông Nguyên Vũ về lá thư Petrus Key. Năm 2002, ông Nguyên Nguyên có viết một bài với tựa đề **"Thử nhận xét về "Tâm Bút" phê phán Petrus Ký"**[32], trong đó ông đã nêu lên rất nhiều điểm bất hợp lý của lá thư Petrus Key.

Nhưng vì không có bản chính của lá thư Petrus Key, cũng như không có thủ bút của ông Petrus Ký, ông Nguyên Nguyên chỉ có thể nêu lên rất nhiều câu hỏi về lá thư Petrus Key, mà không thể nào phản bác hiệu quả được với cái "phóng ảnh" lá thư Petrus Key của ông Nguyên Vũ.

Trong khi đó, với những người chuyên đả kích Petrus Ký, thì lá thư Petrus Key trở thành một tài liệu vô giá. Điển hình là nhà nghiên cứu Nguyễn Đắc Xuân. Hãy xem những gì ông Nguyễn Đắc Xuân viết về lá thư Petrus Key:

> *"Theo sử biên niên, sau chiến dịch bắn phá Đà Nẵng (01.91858), Regault (sic) de Genouilly xuôi tàu vào chiếm Gia Định ở Nam bộ (17.01.1859) (sic), Genouilly giao cho Trung tá hải quân Jean Bernard Jauréguiberry và 800 quân ở lại giữ Gia Định còn y trở lại đánh phá Đà Nẵng lần thứ hai. Lúc đó chàng trai 23 tuổi (sic) Trương Vĩnh Ký đang ở Cái Mơn (Bến Tre) bèn bí mật 'vượt qua những rừng rậm, núi đồi' lên Gia Định tìm gặp Jauréguiberry để cầu mong hải quân Pháp về 'giải phóng' cho ông và những người đồng đạo của ông. Nhưng có lẽ chung quanh khu đóng quân của ông Jauréguiberry lúc đó đang bị quân Nguyễn bao vây chặt nên Trương Vĩnh Ký không*

người ủng hộ Petrus Ký để viết một tác phẩm về ông, lại tin tưởng rằng lá thư Petrus Key là do Petrus Ký viết, một cách không cần phán xét như vậy, có thể nói rằng ông Nguyên Vũ đã rất thành công.

32 https://petruskyaus.net/thu-nhan-xet-ve-tam-but-phe-phan-petrus-ky/

thể tiếp cận được kẻ thù số một của dân Nam bộ lúc đó. Trương Vĩnh Ký dùng cái khả năng tiếng Pháp tuyệt vời của mình viết cho Jauréguiberry một cái thư rất thống thiết, ký tên là Pétrus (sic) Key. Thư viết vào cuối tháng 3/1859, sau khi Pháp chiếm thành Gia Định hơn một tháng. Đây là lá thư đầu tiên của Trương Vĩnh Ký gởi cho thực dân Pháp và chưa hề được trích dẫn trên sách báo xuất bản tại Việt Nam trong hơn một thế kỉ qua. [1]

Trương Vĩnh Ký cho biết ông đã viết lá "Thư gởi Đại nhân và tất cả các sĩ quan tôn kính của Đội Hải thuyền Pháp quốc trong hoàn cảnh: '... giữa đường tôi không được chuẩn bị gì, không có giấy, không có sổ ghi chép, không có mực vừa ý, không có bú (sic) thích hợp. Nhưng tôi nhân danh là người đại diện cho tín hữu Ki tô kính dâng lên Ngài lời cầu xin của chúng tôi, tôi đến để tế lể (sic) cùng Ngài nỗi thống khổ mà chúng tôi hằng gánh chịu dưới bạo quyền của các quan lại triều đình gây ra, ***vì Ngài sẽ là người phục thù và mang lại tự do cho chúng tôi'*** *(au milieu de la route, je n'ai rien à ma disposition, ni papier, ni bonne notes, ni encre convenable, ni plumes approprieés. Mais je vien come champion de tous les Chrétiens vous offrir nos supplications, je viens vous raconter tous les maus que la cruelle tyrannie des mandarins nous fair subir, car vous êtes les vengeurs de notre liberté...).*

Trương Vĩnh Ký trình bày với tên lính viễn chinh Pháp cảnh ông và gia đình ông (sic) 'đang sống giữa đàn chó sói đói ăn [2] (au milieu des loupes rapaces)' và 'giữa những sợ hải triền miên đó, giữa những nguy hiểm không ngừng đó (au milieu de ces craintes continuelles de ces dangers incessants)', ông 'chỉ còn hy vọng sự giúp đỡ" (seule notre esperance en vous nous soutientt) của Hải quân Pháp 'mới nâng đỡ được tinh thần' cho ông. Ông báo động với kẻ thù dân tộc lúc đó là: 'Tất cả chúng tôi chắc sẽ chịu chết nếu Ngài không kịp đánh đuổi ***kẻ thù của chúng ta*** *[3] (Nous sommes tous menacés de la mort si vous ne chassez bientôt nos ennemis).*

Trương Vĩnh Ký báo cho Jauréguiberry biết ông đã hết sức nỗ lực mà không gặp được vị cứu tinh của ông: 'Thực uổng công của chúng tôi đã vượt qua những rừng rậm, núi đồi để tìm đến Ngài mà không được. Bây giờ thì khó mà tiếp tục, nên đành phải chờ đợi các vũ khí vô địch của Ngài... (En vain, J'ai essayé de franchir les forêts, les champs, les montagnes, les valler (sic) pour aller à vous; dejà même il m'est difficile de... mes pas. J'attents donc ici que vos armes invincibles...)'.

Kết thúc lá thư, Trương Vĩnh Ký hạ một lời kêu cứu khẩn thiết và khẳng định Jauréghuiberry (sic) là người giải phóng cho Trương Vĩnh Ký: 'Hãy thương xót chúng tôi ! Hãy thương xót chúng tôi ! ***Ngài sẽ là người giải phóng chúng tôi****...' (Ayez pitié de nous! Ayez pitié de nous! Vous êtes nos liberateurs)."*[33]

---

33 Nguyễn Đắc Xuân, *"Xuất Và Xử Trong Cuộc Đời Chính Trị Của Trương Vĩnh Ký"*, *Nam Bộ Với Triều Nguyễn Và Huế Xưa*, Hồng Đức, pp. 110-116. Chú ý những chữ in đậm trên là của tác giả Nguyễn Đắc Xuân chứ không phải của người viết.

Không hiểu ông Nguyễn Đắc Xuân có được tài liệu này từ ông Nguyên Vũ, hay đã tự kiếm ra lá thư Petrus Key, nhưng người viết nhận thấy rằng ông có trích nhiều đoạn trong thư bằng tiếng Pháp hơn là ông Nguyên Vũ, và những câu dịch cũng có khác bản lược dịch của ông Nguyên Vũ.[34]

Ông Nguyễn Đắc Xuân là một thí dụ điển hình của những người trong suốt 20 năm qua đã dùng lá thư Petrus Key này để công kích Petrus Ký và để kết luận là Petrus Ký đã làm "tay sai cho giặc". Đối với các nhà nghiên cứu này, lá thư Petrus Key do tiến sĩ sử học Vũ Ngự Chiêu giới thiệu mặc nhiên được chấp nhận như là một sự thật.[35] **Không một ai trong bọn họ nêu lên một câu hỏi nào về xuất xứ hay về nguyên văn của lá thư.**

Và do đó, trong suốt 20 năm qua, kể từ khi ông Nguyên Vũ "công bố" lá thư Petrus Key cho đến nay, lá thư này đã được dùng như vũ khí số một để công kích Petrus Ký.

Như vậy, phải nhìn nhận rằng, với uy tín tiến sĩ sử học, cùng với bằng cấp tiến sĩ luật học ở Mỹ, và với cách trình bày tài liệu theo kiểu vừa thêm thắt vừa cắt xén như trên, ông Nguyên Vũ - Vũ Ngự Chiêu đã khá thành công trong việc tạo ra được một nghi vấn về cuộc đời cũng như về ý thức chính trị của Petrus Ký - khiến cho ngay cả những người ủng hộ Petrus Ký cũng phải tin rằng đó là sự thật.

Tuy vậy, nếu chỉ cần chịu khó bỏ thì giờ đọc cẩn thận những gì ông Nguyên Vũ tức sử gia Vũ Ngự Chiêu "công bố" từ năm 1997 đến nay, như người viết bài này đã trình bày bên trên, **một người đọc bình thường không có thiên kiến, sẽ dễ dàng nhận ra những chi tiết đã được thêm thắt chung quanh lá thư, và từ đó sẽ đặt câu hỏi rằng có thể nào ông Petrus Ký là tác giả của lá thư Petrus Key hay không.**

Từ chỗ đặt câu hỏi đó, người viết bài này đã đi đến bước kế tiếp là tìm cho ra bản chính lá thư

---

34 Đồng thời, ông Nguyễn Đắc Xuân trình bày những chi tiết về Petrus Ký và lá thư Petrus Key sai lạc nhiều hơn ông Nguyên Vũ. Như các bạn đọc có thể thấy, trong phần người viết trích dẫn nguyên văn những gì ông Nguyễn Đắc Xuân viết bên trên, chỉ trong vài đoạn văn mà ông đã có rất nhiều lỗi lầm. Những chỗ sai lầm đó đã được người viết bài này trích lại nguyên văn và có thêm vào chữ (sic) kế bên để cho thấy ông Nguyễn Đắc Xuân đã viết sai y như vậy. Một thí dụ điển hình là ông Nguyễn Đắc Xuân không hiểu vì lý do nào lại có câu "tôi đến để tế lễ" (sic) bên trên, trong khi ý ông thì chắc là muốn nói rằng "tôi đến để kể lể"!

35 Một nhà nghiên cứu khác ở Việt Nam, ông Cao Tự Thanh với bút hiệu "Tầm Dương", đã viết như sau về Petrus Ký và lá thư Petrus Key: **"Những lá thư của ông trong văn khố Pháp với chữ ký Pétrus (sic) Key mới được công bố** cho thấy lúc ra cộng tác với Pháp năm 1859, giống như không ít giáo dân Thiên chúa, ông đã nhìn thấy ở sự thống trị của người Pháp sự "tự do" cho cộng đồng mình. Đây là một bi kịch của những người công giáo Việt Nam trong lịch sử – quyền tự do tín ngưỡng của họ chỉ được thừa nhận về mặt pháp lý khi đất nước đã rơi vào tay kẻ thống trị ngoại nhân, và một số giáo dân Thiên chúa Việt Nam đã rơi vào bi kịch tiếp tay cho quân xâm lược để sinh tồn nhưng lại sống còn trong tư thế của những kẻ phản quốc. Con đường từ giữ mạng đổi đời tới phản dân hại nước mà lịch sử đã tàn nhẫn vạch ra cho họ nói trên là một lộ trình tất yếu, và sự háo hức dấn thân của Trương Vĩnh Ký trên con đường bi thảm ấy là một điều có thể hiểu được dù rằng không phải đáng khen." Cao Tự Thanh, "Trương Vĩnh Ký trong quá trình tái cấu trúc xã hội ở Việt Nam nửa sau thế kỷ XIX", September 23, 2015. Có thể xem ở đây: https://www.facebook.com/494634687283438/posts/tr%C6%B0%C6%A1ng-v%C4%A9nh-k%C3%BD-trong-qu%C3%A1/919872394759663/

Petrus Key. Vì chỉ với bản chính này, người viết mới có thể dùng nó để so sánh với nội dung bản dịch lá thư của ông Nguyên Vũ.

Nhưng trước khi đi vào nội dung lá thư Petrus Key, để hiểu rõ thêm vấn đề, và để đi đến kết luận có phải ông Petrus Ký là tác giả của lá thư đó hay không, người viết xin cung cấp một số dữ kiện lịch sử về nước An Nam, về xứ Nam Kỳ, và về ông Petrus Ký trong thời gian hậu bán thế kỷ 19, vào cuối thập niên 1850s.

Chương III.

Tiểu Sử Petrus Ký Và Bối Cảnh Lịch Sử An Nam - Nam Kỳ Trong Giai Đoạn 1859-1861

- Petrus Trương Vĩnh Ký sinh ngày 6 tháng 12 năm 1837 tại Cái Mơn, Vĩnh Long, dưới thời Minh Mạng.
- Năm 1845, vào tiểu chủng viện Cái Nhum học với linh mục Henri Borelle (tên Việt là Hoà).
- Năm 1849, học với linh mục Charles-Émile Bouillevaux (tên Việt là Long) lúc đó mới từ Pháp sang Cái Nhum.
- Năm 1850, đi cùng linh mục Bouillevaux sang học tại chủng viện Pinhalu bên Cao Miên.
- Năm 1851, được nhận vào học ở đại chủng viện Penang (Poulo Pinang, Pulau Penang) tại Mã Lai.
- Năm 1858, vào mùa thu, trở về Cái Mơn vì mẹ ông vừa qua đời. Trong thời gian mấy tháng đầu sau khi trở về, Petrus Ký phụ linh mục Borelle dạy học tại tiểu chủng viện Cái Nhum.[36]

Vào khoảng thời gian đó, liên quân Pháp - Tây Ban Nha bắt đầu tấn công Đà Nẵng. Cuối tháng 8 đầu tháng 9 năm 1858, dưới quyền chỉ huy của Phó Đô Đốc (Vice Amiral) Rigault de Genouilly[37], liên quân chiếm bán đảo Sơn Trà và bắt đầu cuộc chiến với triều đình nhà Nguyễn. Sau khi thấy không thể tiến đánh Huế được, Rigault de Genouilly chuyển hướng qua tấn công Nam Kỳ, vựa lúa của nhà Nguyễn. Giữa tháng 2 năm 1859, phần lớn liên quân di chuyển vào Nam và tiến vào cửa biển Cần Giờ. Ngày 18 tháng 2 năm 1859, liên quân chiếm thành Gia Định.

---

36 Jean Bouchot, "Petrus J.B. Truong-Vinh-Ky, Un Savant Et Un Patriote Cochinchinois", Nguyễn Văn Của, Saigon, 1927, pp. 4-12. Những dòng tóm tắt tiểu sử Petrus Ký được trích từ cuốn sách này.

37 Chức này, có người dịch là Hải Quân Trung Tướng, có nơi lại dịch là Phó Đô Đốc hoặc Trung Đô Đốc. Vì hệ thống quân giai của mỗi nước mỗi khác, nên rất khó dịch cho chính xác. Và thật sự ra, theo tài liệu chính thức của Bazancourt trong "Les Expeditions de Chine et de Cochinchine", pp. 291-292, thì Rigault de Genouilly được Bộ Trưởng Bộ Thuộc Địa Pháp gởi lệnh thăng chức vào ngày 17 tháng 8 năm 1858 nhưng đến tháng 10/1858 mới nhận được. Do đó, lúc đánh Đà Nẵng, ông ta vẫn còn là Contre Amiral (Đề Đốc, Chuẩn Đô Đốc, Hải Quân Thiếu Tướng).

Sau khi chiếm được thành Gia Định, cho rằng không thể giữ được thành vì có số quân quá ít, Rigault de Genouilly cho đốt thành vào ngày 8 tháng 3 năm 1859. Khoảng cuối tháng 3 đầu tháng 4 năm 1859, ông ta quay trở ra Đà Nẵng và giao Sài Gòn lại cho Capitaine de Frégate (Hải Quân Trung Tá) Jean Bernard Jauréguiberry. Sau đó, liên quân Pháp - Tây Ban Nha dưới sự chỉ huy của Jauréguiberry rút về đóng ở đồn Hữu Bình (Fort du Sud) tại khu cầu Tân Thuận, nhưng vẫn kiểm tra được một khoảng đất kéo dài từ sông Thị Nghè đến Chợ Lớn dọc theo kinh Tàu Hủ (Arroyo Chinois, Tân Bình Giang, Rạch Vàm Bến Nghé) và từ Đường Trên (đường Nguyễn Trãi ngày nay), xuống tới kinh Tàu Hủ.

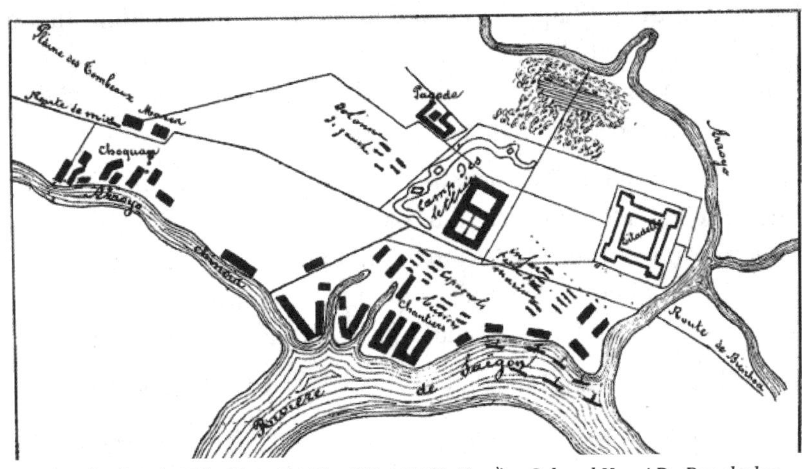

Bản Đồ Về Cuộc Tấn Công Sài Gòn Năm 1859. Nguồn: Colonel Henri De Ponchalon, Souvenirs De Voyage Et De Campagne, p. 141, Alfred Mame Et Fils, Tours, 1896

Sau khi liên quân Pháp - Tây chiếm thành Gia Định, dân chúng Sài Gòn bỏ chạy di tản, chỉ còn sót lại những làng có giáo dân như làng Nhơn Giang tức Chợ Quán. Người lãnh đạo Thiên Chúa Giáo ở Nam Kỳ lúc đó, Giám mục Dominique Lefèbvre, tập hợp những giáo dân mới tị nạn đến Sài Gòn và lập thành khu giáo dân mới Xóm Chiếu ở sát với nơi đóng quân của liên quân tại đồn Hữu Bình, gần khu Chợ Quán.

Như vậy, sau khi liên quân Pháp - Tây chiếm thành Gia Định, họ đã kiểm soát được một khu vực từ Sài Gòn đến Chợ Lớn dọc theo kinh Tàu Hủ, có các làng giáo dân vây quanh giống như trái độn. Các giáo dân người Việt này ở gần liên quân để được bảo vệ khỏi sự truy bắt của quan quân nhà Nguyễn. Cần lưu ý rằng lúc nào liên quân Pháp - Tây cũng kiểm soát và giữ liên lạc với khu Chợ Lớn, vì từ nơi đây các thương gia người Hoa đã cung cấp những vật dụng và thực phẩm cần thiết cho đội quân viễn chinh.

Trong khi đó, về phía nhà Nguyễn, sau khi thất trận ở thành Gia Định, hai vị thống lãnh là Hộ Đốc Võ Duy Ninh và Án Sát Lê Từ đều bỏ chạy khỏi thành, rồi sau đó tự tử. Tàn quân Nguyễn rút về đóng ở đồn Thuận Kiều gần cầu Tham Lương, tức là rút về phía Hóc Môn Bà Điểm trên đường đi Tây Ninh và Cao Miên. Một số khác rút về Biên Hòa.

Được tin thất trận, vua Tự Đức cử thượng thư Tôn Thất Hiệp (tức Tôn Thất Cáp) vào làm chỉ huy quân Nguyễn ở Gia Định để đối phó với quân Pháp, vì Nguyễn Tri Phương lúc đó vẫn còn phải chỉ huy mặt trận Đà Nẵng. Sau khi vào Nam, Tôn Thất Hiệp khởi sự xây đồn Tả, đồn Hữu và đồn Trung ở khu vực Chí Hòa để bắt đầu lấn tới phòng tuyến và khu kiểm soát của liên quân Pháp - Tây, và cũng để cắt đứt liên lạc giữa liên quân và Chợ Lớn, nơi cung cấp lương thực và các vật dụng cần thiết cho liên quân.

Tháng 10 năm 1859, Đề Đốc (Contre Amiral) Thégène Francois Page được cử thay thế Rigault de Genouilly làm Tổng tư lệnh liên quân Pháp - Tây Ban Nha tại Việt Nam. Page giao chiến vài trận lớn với nhà Nguyễn ở Đà Nẵng. Sau đó, vì Pháp cần thêm quân cho cuộc chiến tranh Nha Phiến (Opium War) cùng với Anh để đánh Tàu, Page phải bỏ luôn Đà Nẵng và kéo đại quân qua Tàu phụ cho Phó Đô Đốc (Vice Amiral) Léonard Victor Joseph Charner. Phần quân sĩ còn lại được dùng để tăng cường cho đội quân nhỏ đóng ở Sài Gòn, lúc đó vẫn còn đang ở dưới sự chỉ huy của Jauréguiberry.

Tháng 4 năm 1860, Joseph D'Ariès được cử thay thế Jauréguiberry làm chỉ huy liên quân ở Sài Gòn. Liên quân Pháp - Tây bắt đầu mở rộng thêm phòng tuyến và lấn về phía quân Nguyễn ở Phú Thọ. Họ chiếm các chùa chiền để lập ra cái gọi là "phòng tuyến các chùa", chạy dài từ chùa Cây Mai trong Chợ Lớn đến chùa Kiểng Phước (Clochetons), chùa Hiển Trung (Mares) và chùa Khải Tường (Barbé).

Ngày 3 và 4 tháng 7 năm 1860, quân Nguyễn phục kích liên quân Pháp - Tây tại chùa Kiểng Phước (Clochetons) nhưng thất bại và bị đẩy lui. Tôn Thất Hiệp bị giáng chức và Nguyễn Tri Phương được cử vào Nam làm Tổng Thống (và cũng vì lúc đó quân Pháp đã bỏ Đà Nẵng). Nguyễn Tri Phương đem thêm rất nhiều quân lính vào Nam và khởi công xây chiến lũy hay đại đồn Chí Hòa (Kỳ Hòa) kéo dài từ Lăng Cha Cả tới chùa Cây Mai trong Chợ Lớn.

Theo Trần Văn Giàu thì sau khi Nguyễn Tri Phương vào Nam:

> *"Từ Đại đồn Chí Hòa về phía chùa Cây Mai, ta đào đắp một chiến lũy dài và xây 'đồn hữu' làm điểm tựa. Từ Đại đồn Chí Hòa về phía rạch Thị Nghè, ta cũng đào đắp một chiến lũy dài và xây 'đồn tả' làm điểm tựa. **Đàng sau Đại đồn Chí Hòa ta xây nhiều đồn nhỏ yểm trợ: đồn Tham Lương, đồn Thuận Kiều, đồn Rạch Tra.**"*[38]

Tháng 2 năm 1861, sau khi kết thúc chiến tranh Nha Phiến, Phó Đô Đốc Charner kéo đại quân Pháp từ Tàu về tập trung đánh vỡ chiến lũy Chí Hòa. Ngay sau đó, liên quân Pháp - Tây đánh chiếm luôn đồn Thuận Kiều, hậu cứ của quân Nguyễn. Quân Nguyễn chạy về đóng ở Biên Hòa. Và đó là bối cảnh lịch sử cho lá thư ký tên Petrus Key.

Chương IV.

Nguyên Văn Lá Thư Petrus Key Bằng Tiếng Pháp Và Bản Dịch Của Winston Phan Đào Nguyên

Lá thư Petrus Key là một lá thư không có ngày tháng, không có địa chỉ, không có tên họ người nhận, không có tên họ người gởi, mà chỉ có độc một chữ ký "Petrus Key" ở cuối thư. Lá thư được xếp trong hồ sơ của Jean Bernard Jauréguiberry tại Văn Khố Service Historique De La Defense

38 Trần Văn Giàu, "Địa Chí Văn Hóa Thành Phố Hồ Chí Minh", NXBTPHCM, 1987, tập I, p. 252

ở Chateau Vincennes, Paris.[39] Và vì Jauréguiberry làm chỉ huy liên quân Pháp - Tây Ban Nha tại Sài Gòn trong thời gian từ cuối tháng 3 đầu tháng 4 năm 1859 đến tháng 4 năm 1860, và sau đó không còn ở Việt Nam nữa, nên lá thư Petrus Key có lẽ đã phải đến tay Jauréguiberry trong thời gian một năm này.

Trước khi đi vào nội dung lá thư Petrus Key, người viết xin giới thiệu với bạn đọc toàn văn bằng tiếng Pháp của nó. Vì là một lá thư rất cổ, có nhiều nơi giấy bị rách, hoặc mực bị nhòa, nên nhiều chữ trong thư rất khó đọc. Tuy vậy, người viết đã cố gắng chép lại nguyên văn lá thư từ bản chính. Để tiện cho các bạn đọc kiểm chứng, ảnh chụp lá thư gồm bốn trang sẽ được đăng kèm theo sau đây.

Ngoài ra, cũng trong chương IV này, người viết sẽ trình bày bản dịch tiếng Việt của chính mình để tiện cho bạn đọc so sánh với bản dịch của ông Nguyên Vũ. Như đã nói, tuy người viết rất cố gắng để chép lại cho chính xác nguyên văn lá thư, nhưng vì lá thư có những chỗ bị rách hoàn toàn không đọc được, nên những nơi đó người viết sẽ đánh 3 chấm (...) cho bạn đọc lưu ý. Và vì đây là một lá thư rất cổ, người viết có thể không hiểu hết nên đã dịch sai. Trong trường hợp đó, xin thành thật xin lỗi trước cùng bạn đọc. [40]

Nhưng điều chắc chắn là người viết đã cố gắng dịch một cách trung thực và theo sát nguyên bản tiếng Pháp, thậm chí đến từng dấu phẩy. Vì lý do đó, cách hành văn sẽ có vẻ lạ lùng và khô cứng, chứ không giống như cách hành văn tiếng Việt.

Và đây là nguyên văn lá thư Petrus Key bằng tiếng Pháp:

==

J.M.J.

A.M.D.G.

Grand chef,

Et vous tous, très honorables officiers de la Flotte Française

Votre haute position devrait certainement m'empêcher de vous écrire; mais quand la mort nous menace à chaque pas, quand des dangers pressants nous environnent de toutes parts, ne m'est-il pas permis de vous adresser ces quelques mots que votre bonté, j'en suis sûr, excusera. Je n'agis pas ainsi par un vain orgueil, l'utilité commune me guide, et les périls qui nous entourent me dictent impérieusement cette conduite. Autrefois les apôtres, tourmentés par la tempête, s'adressaient avec confiance au Dieu de repos, lui

39 74 GG 2, SHD, http://www.servicehistorique.sga.defense.gouv.fr/sites/default/files/SHDMV_EDF_FP_VOL1_1GG2_A_150GG2.pdf

40 Người viết xin chân thành cám ơn ông Phạm Ngọc Bảo đã góp ý và giúp đỡ người viết rất nhiều cho việc phiên dịch tiếng Pháp trong bài viết này. Tuy vậy, tất cả những sai lầm trong việc dịch thuật, nếu có, là hoàn toàn của người viết.

disant: Sauvez-nous, nous périssons. Mais la nécessité ne connaît pas de lois. Ce grossier papier, cette lettre mal tournée vous diront assez combien ma situation est précaire; ici, en effet, au milieu de la route, je n'ai rien à ma disposition, ni papier, ni bonnes notes, ni encre convenable, ni plumes appropriées. Mais je viens comme le champion de tous les Chrétiens vous offrir nos supplications; je viens vous raconter tous les maux que la cruelle tyrannie des mandarins nous fait subir, car vous êtes les vengeurs de notre liberté, vous êtes les envoyés de Dieu que, dans sa divine providence, il a choisi pour nous délivrer des mains de nos ennemis, comme jadis il envoya Samson pour venger son peuple, ou Moïse pour délivrer le peuple d'Israël de la prison d'Egypte, ou Josué pour introduire la maison du Jacob dans les champs pacifiques de Chanaan.

En considérant la (foi?) ... qui vous anime pour la cause de Dieu, en examinant combien de mers vous avez parcourues, combien de pays et de royaumes vous avez traversés, combien de périls, sur terre et sur mer, il vous a fallu surmonter pour venir jusqu'à nous, une confiance indicible nous anime et nous espérons en votre protection. Car nous sommes en ce moment comme des brebis au milieu des loups rapaces, les mortifications se suivent sans interruption; la terreur règne dans nos demeures, et la glaive nous attend sur la porte de la maison. Au milieu de ces craintes continuelles, de ces dangers incessants, seule notre espérance en vous nous soutient. La persécution augmente de jour en jour; partout la croix se présente sous nos pieds et c'est par notre respect ou par notre mépris pour elle que nous sommes reconnus; des tribunaux nous attendent à tous les carrefours. Nous tombons, meurtris de coups, nous sommes jetés en prison pour y attendre la mort. Le jour se passe en pénibles travaux pour le bien public, la nuit, il nous faut veiller sans cesse à la sûreté du village et c'est à peine si le sommeil s'approche quelquefois de nos paupières. Nos noms sont inscrits dans les listes publiques, nuit et jour surveillés, il nous est impossible de nous écarter un instant.

Que dirai je de plus? nuit et jour soumis aux tribulations. La hache du bourreau nous menace! Devant nous, le précipice, derrière, les loups! et nous restons entre la pierre et le sacrifice sous le couteau levé! Déjà nos confesseurs vaincus remplissent les prisons et de nombreux Chrétiens sont au pouvoir des ennemis. Hier, des lettres de Mandarins parcouraient les villages, ordonnant d'adjoindre chacun 10 ou 20 hommes aux soldats chargés d'arrêter les Chrétiens; et déjà plusieurs gémissent dans les fers de la citadelle qu'on vient d'élever près du pont Tham-Luong. Nous sommes tous menacés de la mort, si vous ne chassez bientôt nos ennemis. Telle est la vie précaire que nous menons; notre esprit flotte incertain; la crainte et l'anxiété nous désagrègent et nous dissolvent. Plus de repos du corps, plus de repos d'esprit!

Et en effet! L'homme qui voit sans cesse la hache suspendue au dessus de sa tête, peut-il savourer la douceur des mets? L'homme agité par de continuelle frayeurs, peut-il goûter les délices de la campagne! Et moi, votre très humble et inutile serviteur, qui m'empresse de me rendre auprès de vous, je suis contraint de m'arrêter après avoir fait les trois quarts du chemin. J'ai essayé hommes et chevaux pour parvenir au terme de mon voyage; mais des postes militaires sont établis partout; des explorations continuelles sont faites sur les routes qu'il me faudrait parcourir, et je reste, semblable au poisson dans un fleuve desséché, sans ressource pour continuer ma route. En vain, j'ai essayé de franchir les forêts, les champs, les montagnes, les vallées pour aller à vous, déjà même il m'est difficile de revenir sur mes pas. J'attends donc ici que vos armes invincibles m'aient ouvert une voie.

Telles sont nos tribulations qui, si ne je me trompe, ne vous sont pas inconnues. Si donc votre coeur n'est pas fermé à la piété et à la Charité prêchée par Jésus Christ, remplissez l'attente de cette Église; dirigez vers nous une main secourable, étendez le bras de votre puissance et vous aurez bien mérité de Dieu et de son Église. Une armée innombrable vous entoure, il est vrai: mais vous la mettrez en fuite sans difficulté; car la peur s'est emparée de vos ennemis et les tient sous son joug. J'ai vu des soldats fugitifs et je leur ai ouï dire que dans l'armée Annamite depuis le Centurion jusqu'aux derniers soldats, presque tout le monde dit hautement que, malgré les ordres des mandarins, ils couleront leurs barques au milieu de la rivière et se sauveront à la nage. Tout le peuple, même païen, gémit et demande la paix à grands cris: S'il s'agit de l'empire, disent-ils, qu'on nous montre au plus tôt un roi qui assure notre repos et mette fin aux travaux et aux impôts que les Mandarins exigent pour faire la guerre. Pourquoi travaillons-nous gratis toute la journée? Occupe le trône qui voudra, pourvu qu'il allège notre fardeau. Ne dédaignez donc pas d'étendre vers nous votre main libératrice pour mettre fin aux misères de notre peuple. Votre gloire, votre honneur le demandent; nos souffrances vous en font un devoir. Et puis, les siècles parleront de vos hauts faits, votre mémoire ne périra jamais; vos louanges seront dans la bouche de l'Église; et votre nom sera célébré d'âge en âge, et, ce qui est au-dessus de tout, vous mériterez dans le Ciel, pour toute éternité, cette couronne de la vie Éternelle, qu'il est si difficile d'obtenir.

Ayez pitié de nous, Ayez pitié de nous. Vous êtes nos libérateurs et la main des ennemis nous a touchés! halas (hélas?)! the wearer knows very well where the shoe pincheth. Nous savons aussi que "qui trop embrasse mal étreint". Et cependant nos souffrances nous poussent à invoquer votre puissance et à vous exposer du fond du coeur tout ce que je viens de soumettre à votre prudence et à votre sagesse.

De Votre Excellence
Le très humble et inutile serviteur
Petrus Key

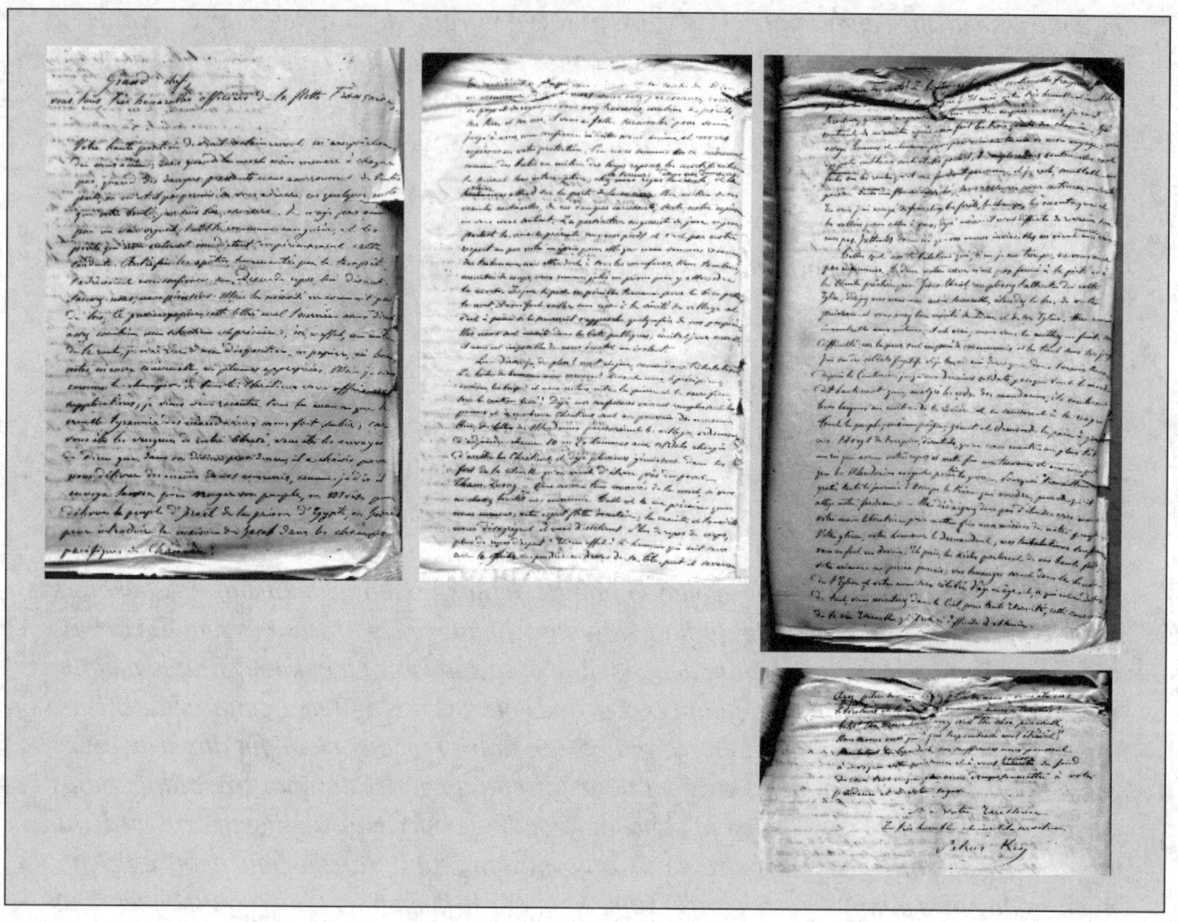

Và đây là bản dịch lá thư Petrus Key
của người viết bài này, Winston Phan Đào Nguyên:[41]

==

J.M.J.

A.M.D.G.

Đại Quan,

Và tất cả các ngài, những sĩ quan rất đáng kính của Hạm Đội Pháp Quốc

Vị trí cao cả của các ngài lý ra phải ngăn cản việc tôi viết cho các ngài; nhưng khi cái chết đe dọa chúng tôi ở mỗi bước chân, khi những hiểm nguy khẩn cấp bao vây chúng

41 Một lần nữa, vì tôn trọng nguyên văn và bút pháp của tác giả lá thư này, cũng như để các bạn đọc tiện việc kiểm soát những chữ đã được dịch, người viết cố gắng dịch rất sát với cấu trúc của lá thư, và giữ nguyên vị trí tất cả các dấu chấm, dấu phẩy của nguyên bản. Vì lý do đó, câu dịch sẽ có vẻ cứng và lạ, mong các bạn đọc thông cảm cho.

tôi từ khắp phía, chẳng lẽ tôi không được phép viết những dòng chữ này mà lòng tốt của các ngài, tôi chắc chắn, sẽ tha thứ. Bởi thế tôi không làm việc này vì tự kiêu hão huyền, lợi ích cộng đồng hướng dẫn tôi, và những tai hoạ chung quanh tôi khẩn cấp buộc tôi có hành động như vậy. Trước kia, các thánh tông đồ, khi lâm nguy vùi dập trong giông bão, đã kêu gọi với tự tin cùng Chúa của an lành, nói với Người rằng: "Hãy cứu chúng tôi, chúng tôi đang chết". Nhưng hoàn cảnh không biết luật lệ. Tờ giấy thô sơ này, lá thư viết vụng này, sẽ cho các ngài thấy tình cảnh của tôi bấp bênh đến mức nào; tại nơi đây, thật vậy, ở giữa đường, tôi không có gì để dùng, giấy cũng không, những ghi chép tốt cũng không, mực tàm tạm cũng không, cây viết đàng hoàng cũng không. Nhưng tôi đến như là người biện hộ cho những giáo dân Thiên Chúa Giáo để đưa đến các ngài những lời thỉnh cầu của chúng tôi; tôi đến để kể cho các ngài nghe về những tai ương mà chúng tôi phải trải qua dưới bạo quyền chuyên chế của các quan lại, bởi vì các ngài là những người trả thù cho sự tự do của chúng tôi, các ngài là những sứ thần của Chúa mà, trong ý định thiêng liêng của Người, đã chọn, để mang chúng tôi ra khỏi bàn tay của những kẻ thù của chúng tôi, như trước kia Người đã gởi Sam-sông (Samson) đến để trả thù cho dân tộc của Người, hay Môi-se (Moses) để đưa những người Do Thái ra khỏi ngục tù Ai Cập, hay Gio-Duệ (Joshua) để mang căn nhà của Jacob (tức dân tộc Do Thái) đến những cánh đồng thanh bình ở xứ Chanaan.

Khi xét đến (đức tin?) … đang thúc đẩy các ngài hành động vì Chúa, khi kiểm lại bao nhiêu biển cả các ngài đã từng đến, bao nhiêu quốc gia và vương quốc các ngài đã băng ngang, bao nhiêu tai họa, trên đất cũng như trên biển, mà các ngài cần phải vượt qua để đến với chúng tôi, một niềm tin tưởng khôn tả vực chúng tôi lên và cho chúng tôi hy vọng được sự bảo vệ của các ngài. Vì chúng tôi trong giờ phút này giống như bầy cừu giữa đàn sói đói; với bao đói khát triền miên; sự kinh hoàng ngự trị trong nhà chúng tôi; và thanh gươm chực chờ chúng tôi trước cửa nhà. Giữa những sự sợ hãi liên tiếp đó, những nỗi nguy nan bất tận đó, chỉ có sự hy vọng của chúng tôi ở các ngài nâng đỡ cho chúng tôi mà thôi. Đàn áp gia tăng ngày này qua ngày khác; ở mọi nơi thập tự giá được vẽ dưới chân chúng tôi, và tùy theo sự kính trọng hay xem thường thánh giá mà chúng tôi bị nhận ra. Những toà án chờ đợi chúng tôi ở mọi ngã tư đường. Chúng tôi ngã xuống, bầm dập bởi những đòn vọt, chúng tôi bị ném vào ngục để chờ chết. Ban ngày làm lao động nặng nhọc cho cộng đồng, ban đêm chúng tôi phải canh phòng cho an ninh của làng xóm, và giấc ngủ ít khi đến với đôi mắt chúng tôi. Tên họ của chúng tôi bị đăng trong những danh sách công cộng, bị theo dõi ngày đêm, không thể nào chúng tôi có thể tránh khỏi, dù chỉ trong khoảnh khắc.

Tôi còn nói được gì thêm? Đêm và ngày trải bao gian khổ. Lưỡi búa của đao phủ đang đe dọa chúng tôi! Trước mặt chúng tôi, ghềnh đá (trên vực thẳm), sau lưng, đàn sói! và chúng tôi ở giữa phiến đá tế thần với cây đao đang dơ lên cao! Đã có nhiều người nhận (giảng) đạo (confessors) của chúng tôi bị bắt giam đầy trong các nhà tù và nhiều giáo dân đang ở trong tay của kẻ thù. Ngày hôm qua, những lá thư của các quan lại đã lan đến các làng, lệnh cho mỗi làng phải tăng thêm từ 10 đến 20 người lính chuyên việc bắt các giáo dân; và rất nhiều người đang rên rỉ trong xiềng xích của tòa thành mới được dựng lên gần cầu Tham Luong. Chúng tôi đang bị đe dọa với cái chết, nếu các ngài không sớm đuổi sạch những kẻ thù của chúng tôi. Đó là cuộc đời hiểm nghèo mà chúng tôi đang sống; tinh thần của chúng tôi trôi nổi vô định, sự sợ hãi và lo lắng làm phân hủy và tan rã chúng tôi. Thân thể không còn phút nghỉ ngơi, tinh thần không còn phút yên tĩnh! Và thật vậy! Một người luôn thấy lưỡi búa treo trên đầu, làm sao có thể thưởng thức được sự ngon ngọt của thức ăn? Một người bực bội bởi nỗi lo sợ triền miên, làm sao có thể nếm được sự thú vị của chốn đồng quê! Và tôi, người làm công khiêm nhường và vô dụng của các ngài, người đang vội vã đến với các ngài, tôi đã buộc phải ngừng lại sau khi đi hết ba phần tư đoạn đường. Tôi đã thử nhiều người và nhiều ngựa để đến cuối cuộc hành trình; nhưng các trạm lính canh được đặt ra ở mọi nơi; những sự thăm dò được thi hành ở khắp các con đường mà tôi sẽ phải đi qua, và tôi thành, như con cá trên dòng sông cạn, không có điều kiện để tiếp tục cuộc hành trình. Trong vô vọng, tôi đã thử vượt qua những khu rừng, những cánh đồng, những ngọn núi, những thung lũng để đến với các ngài, và giờ thì đã rất khó khăn để tôi trở lại chốn cũ. Tôi đang ở nơi đây chờ đợi những vũ khí vô địch của các ngài mở một con đường cho tôi.

Đó là những thử thách của chúng tôi mà, nếu tôi không lầm, không phải các ngài không hay biết. Nên nếu trái tim các ngài chưa đóng lại với sự mộ đạo và lòng nhân đức thuyết giảng bởi Chúa Giê-Su Ki -Tô, hãy làm tròn kỳ vọng của giáo hội này; đưa một bàn tay giúp đỡ chúng tôi, kéo dài cánh tay quyền lực của các ngài, và các ngài sẽ được nhận xứng đáng từ Chúa và Giáo Hội của Người. Một quân đội rất đông đang bao vây các ngài, điều đó là thật; nhưng các ngài sẽ làm cho chúng bỏ chạy không khó khăn; bởi sự sợ hãi đã chiếm ngự những kẻ thù của các ngài và đè chúng xuống dưới ách nặng của nó. Tôi đã thấy những người lính đào ngũ và tôi nghe họ nói rằng trong quân đội An Nam từ người Centurion (Bách Phu Trưởng) cho tới những tên lính cuối cùng, gần như tất cả đều nói rõ rằng, mặc cho những mệnh lệnh của các quan lại, họ sẽ đánh chìm những chiếc thuyền của họ giữa sông và bơi đi mất. Tất cả mọi người, kể cả những người ngoại đạo, rên xiết và đòi hỏi hoà bình với những tiếng kêu to: Nếu đó là vì cho đế quốc, họ nói, hãy cho chúng tôi thấy càng sớm càng tốt một ông vua bảo đảm sự nghỉ ngơi của chúng tôi và chấm dứt những công việc và thuế má mà các quan lại đòi hỏi cho chiến tranh. Tại sao chúng tôi phải làm việc không lương cả ngày? Người nào trên ngôi vua cũng vậy, miễn sao giảm bớt gánh nặng của chúng tôi. Bởi vậy, đừng nên xem thường mà hãy đưa bàn tay giải phóng của các ngài cho chúng tôi để chấm dứt nỗi khổ sở của dân tộc chúng tôi. Vinh quang của các ngài, danh dự của các ngài đòi hỏi điều đó, sự đau khổ của chúng tôi làm nó trở thành bổn phận của các ngài. Và rồi, nhiều thế kỷ sẽ nói về việc làm cao thượng của các ngài, những ký ức về các ngài sẽ không phai nhạt, lời ca ngợi các ngài sẽ ở trên môi Giáo Hội; và tên của các ngài sẽ được tuyên dương đời này qua đời khác, và, trên tất cả, các ngài sẽ hưởng phước trên Thiên Đàng vĩnh cửu, đó là điều rất khó để đạt được.

Hãy có lòng thương xót chúng tôi, hãy có lòng thương xót chúng tôi. Các ngài là những nhà giải phóng của chúng tôi và bàn tay kẻ thù đã đụng đến chúng tôi! Ôi, người mang giày biết rõ chỗ nào giày cấn. Chúng tôi cũng biết rằng "kẻ ôm đồm quá thì khó giữ được gì". Nhưng những nỗi thống khổ của chúng tôi đã thôi thúc chúng tôi kêu gọi đến quyền lực của các ngài và thổ lộ với các ngài từ tận đáy tim tất cả những điều mà tôi vừa trình bày ra đây cho sự cẩn trọng và khôn ngoan của các ngài.

Của Ngài
Người làm công khiêm nhường và vô dụng

Petrus Key

================================

Chương V.

Những Sai Lầm Trong Bản Dịch Lá Thư Petrus Key Của Ông Nguyên Vũ

Sau khi có được bản chính lá thư Petrus Key, người viết đã đọc kỹ và tự dịch để so sánh với bản "lược dịch" của ông Nguyên Vũ, và để xem bản dịch của ông Nguyên Vũ có đúng với nguyên văn bằng tiếng Pháp hay không.

Như đã nói trên, ông Nguyên Vũ, với tên thật Vũ Ngự Chiêu, đã "công bố" một bản dịch của lá thư Petrus Key này trong bài viết *Vài Tài Liệu Mới Về Petrus Key* đăng trên tờ Hợp Lưu, và đã gọi bản dịch này là "lược dịch". Tuy vậy, ông Nguyên Vũ không cho biết rõ ràng rằng chính ông là người dịch hay một người nào khác đã dịch lá thư. Trước đó, ông cho ta biết một "thân hữu" của ông, Luật Sư Trần Thanh Hiệp, đã "tóm lược nội dung thư". Ông cũng cho ta biết ông Trần Thanh Hiệp đã từng nhận xét rằng "văn chương trong thư tầm thường, tư tưởng hời hợt, nông cạn." Do đó, không biết rằng có phải ông Trần Thanh Hiệp đã dịch trọn, hay chỉ góp phần, dịch lá thư Petrus Key do ông Nguyên Vũ công bố.

Nhưng vì ông Nguyên Vũ đã cho đăng bản dịch này trong bài viết của ông và không cho biết ai là tác giả, người viết nghĩ rằng kết luận hữu lý nhất là chính ông Nguyên Vũ đã dịch lá thư với bản "lược dịch" nói trên. Hay nói cách khác, ông Nguyên Vũ chính là người phải chịu trách nhiệm cho bản "lược dịch" này, vì nó xuất hiện trong bài viết do ông ký tên.

Cần chú ý rằng ông Nguyên Vũ gọi bản dịch này là "lược dịch", có nghĩa là dịch những ý chính và bỏ qua những chi tiết. Nhưng thật ra, bản dịch đó lại chính là một bản dịch toàn bộ lá thư. Thậm chí, có thể nói rằng ông Nguyên Vũ còn thêm vào những dòng không có trong nguyên văn lá thư Petrus Key, như ta sẽ thấy sau đây!

Như vậy, trong chương V này, người viết sẽ xin trình bày với các bạn đọc những câu dịch sai lạc của ông Nguyên Vũ, cũng như cho thấy những câu dịch sai đó đã làm thay đổi nội dung lá thư Petrus Key như thế nào.

A. "Kẻ Thù Của Chúng Ta"

Ba lần trong bản dịch lá thư Petrus Key của ông ta, sử gia Nguyên Vũ - Vũ Ngự Chiêu đã dịch, hay nói đúng hơn, đã sửa, nguyên văn trong thư là "kẻ thù của chúng tôi" hay "kẻ thù của các ông" thành ra **"kẻ thù của chúng ta"**, như sau:

1. Lần Đầu

Nguyên văn trong thư:

"Mais je viens comme le champion de tous les Chrétiens vous offrir nos supplications; je viens vous raconter tous les maux que la cruelle tyrannie des mandarins nous fait subir, car vous êtes les vengeurs de notre liberté, vous êtes les envoyés de Dieu que, dans sa divine providence, il a choisi pour nous délivrer des mains de ***nos ennemis****, comme jadis il envoya Samson pour venger son peuple, ou Moïse pour délivrer le peuple d'Israël de la prison d'Egypte, ou Josué pour introduire la maison du Jacob dans les champs pacifiques de Chanaan."*

"Nhưng tôi đến như là người biện hộ cho những giáo dân Thiên Chúa Giáo để đưa đến các ngài những lời thỉnh cầu của chúng tôi; tôi đến để kể cho các ngài nghe về những tai ương mà chúng tôi phải trải qua dưới bạo quyền chuyên chế của các quan lại, bởi vì các ngài là những người trả thù cho sự tự do của chúng tôi, các ngài là những sứ thần của Chúa mà, trong ý định thiêng liêng của Người, đã chọn, để mang chúng tôi ra khỏi bàn tay của ***những kẻ thù của chúng tôi****, như trước kia Người đã gởi Sam-sông (Samson) đến để trả thù cho dân tộc của Người, hay Môi-se (Moses) để đưa những người Do Thái ra khỏi ngục tù Ai Cập, hay Gio-Duệ (Joshua) để mang căn nhà của Jacob (tức dân tộc Do Thái) đến những cánh đồng thanh bình ở xứ Chanaan." (bản dịch của Winston Phan Đào Nguyên)*

Trong khi đó, ông Nguyên Vũ lại dịch "nos ennemis" ra thành "kẻ thù chúng ta" như sau:

"Nhưng tôi xin nhân danh người đại diện cho các đạo hữu Ki-tô, dâng lên Ngài những lời than van của chúng tôi; tôi xin kể cho Ngài nghe tất cả nỗi đau khổ và bạo tàn mà chúng tôi phải gánh chịu dưới ách chuyên chế của bọn quan lại, vì quí Ngài là những người báo thù cho sự Tự do cho chúng tôi, vì quí Ngài là sứ thần của Thượng Đế, trong cõi nước Chúa, đã được Chúa lựa chọn để giải cứu chúng tôi khỏi bàn tay của ***kẻ thù chúng ta****, giống như trước đây Chúa đã sai Samson đi rửa hận cho dân tộc ông ta, hay đã sai Moise đến giải phóng dân Israel (Do Thái) khỏi lao tù Egypt (Ai Cập), hay đã phái Joseph đến giới thiệu ngôi nhà của Jacob trong những cánh đồng bình an ở Channan (sic)...."*

Sở dĩ người viết trích đăng cả một đoạn như vậy là để cho bạn đọc thấy rằng trong trọn câu văn rất dài bên trên, tác giả lá thư Petrus Key đã phân biệt rõ ràng giữa "chúng tôi" và "các ngài" mấy lần trong câu.

"Chúng tôi" đã được thể hiện từ "những lời thỉnh cầu của chúng tôi" (nos supplications) đến "những tai ương mà chúng tôi phải trải qua" (les maux que ... nous fait subir), đến "sự tự do của chúng tôi" (notre liberté), đến "kẻ thù của chúng tôi" (nos ennemis).

Trong khi đó, phía bên kia là "các ngài" (vous), được thể hiện qua "các ngài là những người trả thù" (vous êtes les vengeurs), là "những sứ thần của Chúa" (vous êtes les envoyés de Dieu). Những gì thuộc về "các ngài" rõ ràng khác biệt với những gì thuộc về "chúng tôi".

Do đó, không có lý do gì mà "kẻ thù của chúng tôi" hay "nos ennemis" trong lá thư Petrus Key lại có thể được dịch thành "kẻ thù của chúng ta", ngoài một **dụng ý là đồng hóa người viết thư và người nhận thư.** Hay nói cách khác, để cho thấy ý muốn được ở cùng phe với người nhận thư của người viết thư.

Như vậy, cách dịch này của ông Nguyên Vũ, một cách rất tự nhiên, đã **biến người viết thư (Petrus Key) thành một kẻ rõ ràng muốn cùng một phe với đội quân xâm lược Pháp.**

2. Lần Nhì

Nguyên văn trong thư:

> *"Nous sommes tous menacés de la mort, si vous ne chassez bientôt* ***nos ennemis****. Telle est la vie précaire que nous menons; notre esprit flotte incertain; la crainte et l'anxiété nous désagrègent et nous dissolvent."*
>
> *"Chúng tôi đang bị đe dọa với cái chết, nếu các ngài không sớm đuổi sạch* ***những kẻ thù của chúng tôi****. Đó là cuộc đời hiểm nghèo mà chúng tôi đang sống; tinh thần của chúng tôi trôi nổi vô định, sự sợ hãi và lo lắng làm phân hủy và tan rã chúng tôi."* (bản dịch của Winston Phan Đào Nguyên).

Và ông Nguyên Vũ lại dịch ra như sau:

> *"Tất cả chúng tôi chắc sẽ chịu chết nếu Ngài không kịp đánh đuổi* ***kẻ thù của chúng ta****. Đây là tình trạng khốn khổ mà chúng tôi đang sống; tinh thần chúng tôi trôi nổi bấp bênh; mối sợ hãi và lo lắng làm héo mòn và tiêu tán dần con người của chúng tôi."*

Trong trọn câu văn trên đây, có thể thấy rằng tác giả lá thư Petrus Key đã chỉ nói về những gì của "chúng tôi" mà thôi. Tác giả miêu tả sự khổ sở mà ông ta và những người An Nam đồng đạo đang trải qua, và do đó đã kêu gọi người nhận thư hãy đánh đuổi những kẻ thù của ông ta và những người đồng đạo của ông ta. Chứ tác giả không bao giờ nói rằng kẻ thù của ông ta và kẻ thù của người nhận thư là một, như ông Nguyên Vũ đã dịch.

Nhưng cách dịch như trên của ông Nguyên Vũ, một lần nữa, đã **biến người viết thư (Petrus Key) thành một kẻ muốn cùng phe với đội quân xâm lược Pháp**. Mặc dù đó hoàn toàn không phải là ý muốn của tác giả lá thư Petrus Key.

3. Lần Ba

Nguyên văn trong thư:

> *"Une armée innombrable vous entoure, il est vrai: mais vous la mettrez en fuite sans difficulté; car la peur s'est emparée de* ***vos ennemis*** *et les tient sous son joug."*

"Một quân đội rất đông đang bao vây các ngài, điều đó là thật; nhưng các ngài sẽ làm cho chúng bỏ chạy không khó khăn; bởi sự sợ hãi đã chiếm ngự ***những kẻ thù của các ngài*** *và đè chúng xuống dưới ách nặng của nó."* (bản dịch của Winston Phan Đào Nguyên).

Câu này lại được ông Nguyên Vũ dịch như sau:

"Rất đông [quân địch] đang bao vây Ngài, nhưng Ngài sẽ chế ngự được họ không mấy khó khăn. Vì sự sợ hãi đã xâm chiếm ***kẻ thù của chúng ta*** *và làm cho họ không dám đến gần."*

Khác với hai câu trên, trong câu này tác giả lá thư Petrus Key lại chỉ đang nói về "các ngài" (vous) và "của các ngài" (vos). Không có một nơi nào trong câu trên nói tới "tôi" hay "chúng tôi" cả. Thế nhưng ông Nguyên Vũ vẫn thoải mái dịch "vos ennemis" trong câu trên thành ra "kẻ thù của chúng ta". Nghĩa là ông đã dịch rất sai, từ "của các ngài" thành ra "của chúng ta".

Và một lần nữa, với lối dịch như trên, ông Nguyên Vũ đã tạo cho người đọc có cảm giác là tác giả lá thư Petrus Key đang xun xoe muốn trở thành cùng một phe với người nhận thư. Nhưng đó lại không phải là những gì tác giả lá thư Petrus Key viết.

Tóm lại, không phải chỉ là một mà đến **ba lần**, ông Nguyên Vũ đã dịch sai lá thư Petrus Key, để biến kẻ thù "của chúng tôi" hay "của các ngài" thành kẻ thù "của chúng ta". Nếu chỉ sai một lần, thì có thể cho rằng đó là một lỗi lầm "kỹ thuật" (hay lỗi đánh máy), nhưng nếu dịch sai tới ba lần và đều giống nhau như vậy, thì ta phải đặt câu hỏi về ý đồ của người dịch.

Và có thể thấy khá rõ ràng: đó là ý **muốn biến hóa tác giả lá thư Petrus Key thành một người cầu cạnh, muốn vào chung phe với quân xâm lược Pháp**. Trong khi thật sự thì tác giả lá thư Petrus Key chỉ cầu xin quân Pháp đến giải cứu ông ta và các giáo dân ra khỏi tay của quan quân nhà Nguyễn mà thôi.

Nhưng có lẽ vì đã trước sau như một khẳng định rằng tác giả lá thư Petrus Key chính là Petrus Ký, và vì đã cho rằng Petrus Ký đã tích cực "góp phần" cho cuộc xâm lăng của Pháp, nên ông Nguyên Vũ đã dịch sai như trên.

Và như đã nói, nếu không có nguyên văn bản chính lá thư Petrus Key, mà chỉ dùng bản dịch của ông Nguyên Vũ cung cấp thôi, thì người đọc không có cách nào thấy được những chỗ dịch sai nói trên.

B. "Đồi Núi Và Bình Nguyên"

Nguyên văn trong lá thư Petrus Key như sau:

"En vain, j'ai essayé de franchir les forêts, les champs, ***les montagnes, les vallées*** *pour aller à vous, déjà même il m'est difficile de revenir sur mes pas."*

"Trong vô vọng, tôi đã thử vượt qua những khu rừng, những cánh đồng, ***những ngọn núi, những thung lũng*** *để đến với các ngài, và giờ thì đã rất khó khăn để tôi trở lại chốn cũ."* (bản dịch của Winston Phan Đào Nguyên).

Nhưng ông Nguyên Vũ đã dịch câu trên một cách rất sáng tạo, thành ra:

> *"Tôi đã cố gắng vượt qua rừng rậm, đồng ruộng,* ***đồi núi và bình nguyên*** *để đến với Ngài, dù khó khăn cách nào đi nữa chẳng quản ngại, mà cũng không được."*

Như ta có thể thấy, nguyên văn của câu trên là "les forêts, les champs, les montagnes, les vallées", tức là "những khu rừng, những cánh đồng, những ngọn núi, những thung lũng".

Nhưng trong bản dịch của ông Nguyên Vũ, dịch giả đã phù phép biến hóa **"les vallées"** hay *"những thung lũng"* thành .... **"bình nguyên"**!, và cho "les montagnes" hay "những ngọn núi" thành **"đồi núi"**!

Với một người đọc không có bản chính tiếng Pháp của lá thư Petrus Key trong tay, khi mới đọc câu dịch này của ông Nguyên Vũ thì sẽ thấy rất có lý, hay ít ra nghe cũng rất thuận tai! Và vì ông Nguyên Vũ chưa bao giờ tiết lộ những dòng nguyên văn như trên trong bao nhiêu năm qua, nên có lẽ chưa có ai có thắc mắc gì về câu dịch trên đây.

Nhưng khi người viết bài này đọc nguyên văn bằng tiếng Pháp và tự dịch lá thư Petrus Key thì cảm thấy sao hơi ... khác với bản dịch của ông Nguyên Vũ! Và khi so lại thì thấy rõ ràng là ông Nguyên Vũ đã dịch "les vallées" thành "bình nguyên" và "les montagnes" thành "đồi núi", như đã nói trên.

Theo tiểu sử trên mạng, ông Nguyên Vũ hay "Lưỡng Khoa Tiến Sĩ Vũ Ngự Chiêu" có văn bằng tiến sĩ sử học từ một trường công danh tiếng ở Mỹ là University of Wisconsin - Madison[42]. Chắc chắn là ông phải rất giỏi tiếng Anh để viết luận án (PhD dissertation) và bảo vệ trước hội đồng giáo sư. Ông lại chuyên về sử Việt Nam thời Pháp Thuộc, và từng được cấp học bổng sang Pháp để tìm tài liệu trong văn khố Pháp. Với một sử gia chuyên nghiệp, một trong những điều kiện tối thiểu được đòi hỏi là phải biết thứ tiếng của những văn kiện mà mình đang dùng. Nếu như không biết hoặc biết không rành, thì ít ra cũng phải tìm mọi cách để xác định là bản dịch của văn kiện trung thực với nguyên văn.

Vậy, không có lý do gì mà ông Nguyên Vũ không biết rằng "les vallées" là "the valleys" tức là "những thung lũng" chứ không phải là "bình nguyên". Và "les montagnes" là "những ngọn núi" chứ không phải "đồi núi", như ông Nguyên Vũ đã dịch trong lá thư Petrus Key. Cho nên, rõ ràng là ông đã cố tình dịch ra như vậy, chứ không phải vì ông không biết tiếng Pháp!

Và cũng rất rõ ràng rằng đây không phải là một "lỗi kỹ thuật" do đánh máy thiếu, hay đánh máy sai, bởi hai chữ "bình nguyên" và "thung lũng" khác nhau rất xa. Đây chỉ có thể là một sự cố tình dịch sai lá thư Petrus Key.

Người viết bài này xin mạo muội đoán lý do tại sao "những thung lũng" lại được biến ra thành "bình nguyên", và "những ngọn núi" thành "đồi núi", dưới ngòi bút của nhà văn Nguyên Vũ tức sử gia Vũ Ngự Chiêu. Đó là vì nếu phải dịch cho trung thực nguyên văn thì sẽ bày ra sự vô lý cùng cực của lá thư Petrus Key, lá thư mà ông Nguyên Vũ đã kết luận là do Petrus Ký, một người Nam Kỳ, viết.

---

42 http://www.vietnamvanhien.org/chinhdao.html

Bởi bất cứ ai đã từng ở miền Nam đều thấy ngay sự vô lý của câu trên. Miền Nam là vùng đồng bằng, nhất là miền Tây toàn sông rạch chằng chịt. Lấy đâu ra "những ngọn núi", và lấy đâu ra "những thung lũng" như trong nguyên văn lá thư?

Nếu như có vài cái có thể tạm gọi là "núi", như Thất Sơn hay Bà Đen, thì chúng lại toàn nằm gần biên giới Miên Việt, chứ chẳng hề có cái nào trên đường từ Cái Nhum lên Sài Gòn. Và đương nhiên là chẳng hề có cái nào trên đường biển từ Penang về Cái Nhum!

Còn "thung lũng" thì mới thật là ác! Miền Tây Nam Kỳ, nếu có chỗ nào trũng, thì đã ngập nước thành bàu thành ao, lấy đâu ra "những thung lũng", cho hợp với câu văn nói trên của Petrus Key!

Nhưng nếu tác giả lá thư Petrus Key là ông Petrus Ký như ông Nguyên Vũ cả quyết, thì chẳng lẽ ông Petrus Ký lại điên đến mức không biết xứ mình chẳng có núi non hay thung lũng, để viết ra một câu trật lất như vậy!

Và có lẽ vì lý do đó, nên nhà văn Nguyên Vũ tức sử gia Vũ Ngự Chiêu đã lấp các thung lũng cho chúng thành "bình nguyên", và cắt bớt vài ngọn núi cho thành "đồi núi" (đồi thấp nên nghe có vẻ hợp lý hơn là núi) cho khỏi sai với địa lý xứ Nam Kỳ.

Như đã nói trên, nếu chẳng có nguyên văn lá thư Petrus Key, thì câu dịch của ông Nguyên Vũ khi đọc nghe cũng khá lọt tai. Nhưng nếu đã có trong tay lá thư Petrus Key thì sẽ thấy ngay sự phù phép trong việc dịch thuật để cắt bớt chiều cao của những ngọn núi cho thành "đồi núi" và lấp đầy những thung lũng cho thành "bình nguyên", của ông Nguyên Vũ.

Và thật ra chẳng phải chỉ mình ông Nguyên Vũ thấy ra sự vô lý này trong lá thư Petrus Key để phải đi đến việc dịch sai nguyên văn. Cũng thú vị không kém, là chính đoạn văn trên đã được nhà nghiên cứu Nguyễn Đắc Xuân trích đăng trong bài viết *"Xuất Và Xử Trong Cuộc Đời Chính Trị của Trương Vĩnh Ký"*, trong cuốn *"Nam Bộ Với Triều Nguyễn Và Huế Xưa"*[43] của ông ta, như sau:

> *"Trương Vĩnh Ký báo cho Jauréguiberry biết ông đã hết sức nỗ lực mà không gặp được vị cứu tinh của ông: 'Thực uổng công của chúng tôi đã vượt qua những rừng rậm, núi đồi để tìm đến Ngài mà không được. Bây giờ thì khó mà tiếp tục, nên đành phải chờ đợi các vũ khí vô địch của Ngài... (En vain, J'ai essayé de franchir les forêts, les champs,* ***les montagnes, les valler (sic)*** *pour aller à vous; dejà même il m'est difficile de... mes pas. J'attents donc ici que vos armes invincibles...)'"*[44]

Không biết do đâu mà ông Nguyễn Đắc Xuân có được nguyên văn của đoạn văn trên, vì ông không hề cho ta biết. Nhưng có thể thấy rằng ông Nguyễn Đắc Xuân mặc dù viết sai chữ vallées thành "valler", ít ra cũng đã có cố gắng trích lại nguyên văn bằng tiếng Pháp của lá thư Petrus Key cho đoạn văn trên.

---

43 https://www.scribd.com/document/337156787/Nam-B%E1%BB%99-V%E1%BB%9Bi-Tri%E1%BB%81u-Nguy%E1%BB%85n-Va-Hu%E1%BA%BF-X%C6%B0a-Nguy%E1%BB%85n-%C4%90%E1%BA%AFc-Xuan

44 Nguyễn Đắc Xuân, Ibid

Chỉ có điều, khi dịch câu này ra tiếng Việt, thì ông Nguyễn Đắc Xuân bèn cắt bén luôn cái "thung lũng", chớ không thèm sửa ra thành "bình nguyên", như bản dịch của ông Nguyên Vũ!

Người viết bài này không chắc là ông Nguyễn Đắc Xuân đã dịch đoạn trên đây, vì những câu trong bản dịch này của ông rất giống bản dịch của một người khác, nhưng vì ông không để tên dịch giả trong bài viết của ông, nên có lẽ phải coi như ông chính là dịch giả. Và do đó, có lẽ ông Nguyễn Đắc Xuân cũng chính là người đã cắt bỏ luôn "les vallées" tức những thung lũng, trong câu dịch bên trên.

Điều này cho thấy cả hai người, nhà nghiên cứu Nguyễn Đắc Xuân và sử gia Nguyên Vũ - Vũ Ngự Chiêu, đúng là … "chí lớn gặp nhau". Chỉ tội nghiệp cho tác giả lá thư Petrus Key, đã dụng công viết một câu văn rất đẹp đẽ văn hoa, trong đó tác giả liệt kê ra 4 loại địa hình và chia thành hai cặp đối nhau: những khu rừng và những đồng ruộng, những ngọn núi và những thung lũng. Nào ngờ khi (bị) dịch ra tiếng Việt, thì lại có những "nhà nghiên cứu" và "sử gia" vì thấy câu văn trên không đúng với thực tế địa lý Nam Kỳ, nên hoặc là dịch sai ra thành "bình nguyên", hoặc làm ngơ cắt bỏ luôn, làm lệch lạc đi ý tưởng và nghệ thuật công phu của tác giả!

Nhưng, trở lại với câu văn trên đây, người đọc ắt phải đặt câu hỏi rằng **có thể nào một người Nam Kỳ chính cống như Petrus Ký lại có thể đặt bút viết ra một câu như vậy về quê hương của mình?** Với ông Nguyên Vũ, thì phần chắc là đã có câu hỏi đó trong quá trình dịch thuật lá thư Petrus Key, và vì vậy, nên "những thung lũng" mới được biến hóa ra thành "bình nguyên", còn "những ngọn núi" lại trở thành "đồi núi", như đã nói trên.

Không nói chi đến một "sử gia" chuyên nghiệp, phải chăng đây là việc làm của một "trí thức lương thiện"?

C. "Cấp Chỉ Huy"

Nguyên văn trong lá thư Petrus Key:

> *"J'ai vu des soldats fugitifs et je leur ai ouï dire que dans l'armée Annamite depuis **le Centurion** jusqu'aux derniers soldats, presque tout le monde dit hautement que, malgré les ordres des mandarins, ils couleront leurs barques au milieu de la rivière et se sauveront à la nage."*
>
> *"Tôi đã thấy những người lính đào ngũ và tôi nghe họ nói rằng trong quân đội An Nam từ **người Centurion** (Bách Phu Trưởng) cho tới những tên lính cuối cùng, gần như tất cả đều nói rõ rằng, mặc cho những mệnh lệnh của các quan lại, họ sẽ đánh chìm những chiếc thuyền của họ giữa sông và bơi đi mất."* (bản dịch của Winston Phan Đào Nguyên).

Và ông Nguyên Vũ dịch là:

> *"Tôi đã thấy những đám lính đào ngũ, và đã nghe tin đồn rằng trong quân đội, từ **cấp chỉ huy** đến tên tiểu tốt, hầu hết đều nói rằng mặc dù có lệnh quan, họ neo thuyền giữa giòng sông để nếu cần sẽ lội thoát thân."*

Nhưng Centurion không chỉ đơn thuần là "cấp chỉ huy", mà đó là tên gọi đặc biệt cho một cấp chỉ huy khoảng 100 người lính **của quân đội La Mã**.[45] Và tại sao tác giả lá thư Petrus Key dùng từ Centurion này mà không dùng một từ nào khác, thì người viết sẽ trình bày ở Phần 3 khi đi tìm tác giả lá thư Petrus Key. Nhưng ở đây, cần lưu ý rằng ông Nguyên Vũ đã dịch không đúng, và vì vậy, đã làm mất đi chủ ý của tác giả, là **dùng một từ đặc biệt để chỉ đến một sĩ quan trong quân đội của đế quốc La Mã, chứ không chỉ đơn giản là một "cấp chỉ huy" mà thôi**.

Chức "centurion" này, nếu tạm dịch, thì có thể tương đương với "bách phu trưởng" của quân Mông Cổ. Nhưng thật tình thì không có từ tương đương. Và nếu không dịch được, thì đúng lý nên giữ nguyên văn và chú thích để cho độc giả biết. Đằng này, ông Nguyên Vũ lại dịch rất gọn ra là "cấp chỉ huy". Và nếu không có trong tay nguyên văn lá thư Petrus Key, thì chẳng ai biết được chữ đó lại là **centurion**.

D. "Joseph", Và "Ngôi Nhà Của Jacob"

Nguyên văn trong lá thư Petrus Key:

> *"... comme jadis il envoya Samson pour venger son peuple, ou Moïse pour délivrer le peuple d'Israël de la prison d'Egypte, ou **Josué** pour introduire **la maison du Jacob** dans les champs pacifiques de Chanaan."*
>
> *"... như trước kia Người đã gởi Sam-sông (Samson) đến để trả thù cho dân tộc của Người, hay Môi-se (Moses) để đem dân Do Thái ra khỏi ngục tù Ai Cập, hay **Gio-Duệ (Joshua)** để mang **căn nhà của Jacob (tức dân tộc Do Thái)** đến những cánh đồng thanh bình ở xứ Chanaan."* (bản dịch của Winston Phan Đào Nguyên).

Ông Nguyên Vũ dịch là:

> *"giống như trước đây Chúa đã sai Samson đi rửa hận cho dân tộc ông ta, hay đã sai Moise đến giải phóng dân Israel (Do Thái) khỏi lao tù Egypt (Ai Cập), hay đã phái **Joseph** đến giới thiệu **ngôi nhà của Jacob** trong những cánh đồng bình an ở Channan (sic) ..."*

Ông Nguyên Vũ đã dịch **sai hai lần** trong câu trên.

Trước tiên, ông đã viết sai chữ nguyên văn trong lá thư là **"Josué"** (tức Joshua hay Gio-Duệ theo tiếng Việt) thành ra **Joseph**, làm cho câu văn hoàn toàn mất tính chính xác của nguyên văn. Theo nguyên văn, tác giả lá thư Petrus Key đã viết về nhân vật Gio-Duệ ngay sau nhân vật Môi-se trong thư, vì chính Gio-Duệ là người đã tiếp theo Môi-se để dẫn dắt dân Do Thái vào xứ Canaan (Chanaan), là vùng đất hứa của họ, sau khi Môi-se chết. Trong khi đó, ông Nguyên Vũ, có lẽ đã không tìm hiểu về Cựu Ước, nên đã viết bừa cho Josué ra thành Joseph.

Kế tiếp, có lẽ vì không hiểu rằng thuật ngữ **"ngôi nhà của Jacob"** cũng có nghĩa là **"dân Do Thái"**, nên ông Nguyên Vũ đã dịch thẳng theo nghĩa đen. Và vì vậy, câu ông dịch, "giới thiệu ngôi nhà của Jacob trong những cánh đồng bình an ở Channan (sic)", chẳng có ý nghĩa gì cả!

---

45 https://en.wikipedia.org/wiki/Centurion

Theo Cựu Ước, Jacob là ông tổ của dân Do Thái. Vì sau này ông có thêm tên khác là Israel, nên thuật ngữ "ngôi nhà của Jacob" (la maison du Jacob), (house of Jacob) thường được dùng để chỉ đến dân tộc Do Thái[46]. Còn nhân vật có tên Joseph thì lại chính là một trong những người con của Jacob. Ông làm quan lớn ở Ai Cập, và đã đem cả gia đình qua Ai Cập để tránh nạn đói. Sau này, Joseph chết ở Ai Cập. Khi Môi-se dẫn người Do Thái thoát khỏi Ai Cập, đã đem xương ông ta theo.[47]

Do đó, có thể thấy rằng tác giả lá thư Petrus Key là một người rất thuộc Thánh Kinh, và đã dẫn chứng rất chính xác trong thư. Trong khi đó, ông Nguyên Vũ, có lẽ vì không hiểu biết về Thánh Kinh, đã viết đại cho Josué thành Joseph, và dịch thẳng "ngôi nhà của Jacob", mà không có chú thích rằng đó là để chỉ dân Do Thái.

Và rõ ràng là nếu không có nguyên văn lá thư Petrus Key, mà chỉ theo bản "lược dịch" với nhiều sai lầm của ông Nguyên Vũ, thì người đọc chắc chắn không thể nào hiểu được lá thư Petrus Key và tác giả của nó. Bởi những câu văn, những điển tích đầy dụng ý của tác giả đã bị ông Nguyên Vũ dịch sai một cách thảm hại, như đã nêu trên.

E. Thêm Dấu Để Biến "Tham-Luong" Trong Nguyên Văn Lá Thư Thành Ra "Tham Lương" Trong Bản Dịch

Kế đến, ông Nguyên Vũ đã tự tiện thêm dấu cho chữ **"Tham-Luong"** trong nguyên văn lá thư Petrus Key trở thành **"Tham Lương"** trong bản dịch của ông, để cho đúng chính tả chữ Quốc Ngữ!

Nguyên văn chữ này trong lá thư Petrus Key như sau:

> *"Hier, des lettres de Mandarins parcouraient les villages, ordonnant d'adjoindre chacun 10 ou 20 hommes aux soldats chargés d'arrêter les Chrétiens; et déjà plusieurs gémissent dans les fers de la citadelle qu'on vient d'élever près du pont* ***Tham-Luong****."*
>
> *"Ngày hôm qua, những lá thư của các quan lại đã lan đến các làng, lệnh cho mỗi làng phải tăng thêm từ 10 đến 20 người lính chuyên việc bắt các giáo dân; và rất nhiều người đang rên rỉ trong xiềng xích của tòa thành mới được dựng lên gần cầu* ***Tham Luong****."*(bản dịch của Winston Phan Đào Nguyên).

Ông Nguyên Vũ đã dịch ra như sau:

> *"Hôm qua, văn thư của các quan lại lưu truyền khắp các làng mạc, cho lệnh tăng cường thêm từ 10 tới 20 người cho các toán lính chịu trách nhiệm lùng bắt tín đồ của Chúa; và đã có nhiều người đang phải rên xiết dưới gông cùm trong tòa thành mà người ta mới dựng lên gần cầu* ***Tham Lương****."*

Xin các bạn đọc lưu ý rằng trong nguyên văn, tác giả lá thư Petrus Key viết rất rõ ràng là **"Tham-**

46 https://en.wikipedia.org/wiki/Jacob

47 https://en.wikipedia.org/wiki/Joseph_(Genesis)

Luong", với gạch nối giữa hai chữ và đặc biệt là **thiếu hẳn hai dấu râu cho chữ ư và chữ ơ**. Thế nhưng, ông Nguyên Vũ đã tự tiện viết lại trong bản dịch của ông là "Tham Lương", bỏ đi dấu gạch nối, và thêm hai dấu râu cho đúng chính tả Quốc Ngữ!

Có lẽ các bạn đọc sẽ cho là người viết bài này đã quá khó tính khi nói lên điểm này! Thế nhưng, khi đặt câu hỏi rằng có phải tác giả của dòng chữ trên là ông Petrus Ký hay không, thì ta có thể chắc chắn rằng ông Petrus Ký **không thể nào viết chữ Quốc Ngữ sai như vậy!** Người viết bài này sẽ trở lại với cách viết sai chính tả này trong Phần 3 khi đi tìm tác giả của lá thư. Ở đây, chỉ xin lưu ý các bạn đọc rằng ông Petrus Ký, một trong những người tiên phong dùng chữ Quốc Ngữ, khó có thể là tác giả của những chữ viết sai chính tả một cách ấu trĩ như trên.

Và, có lẽ vì cũng biết như vậy, nên ông Nguyên Vũ đã tự tiện sửa chữ "Tham-Luong" trong nguyên bản thành ra "Tham Lương" trong bản dịch của ông. Nhưng, sửa chữa như vậy là làm sai lạc đi giá trị lịch sử của lá thư.

F. Phóng Đại Những Chi Tiết Trong Lá Thư

Sau cùng, như các bạn đọc có thể thấy qua sự so sánh cả hai bản dịch (của ông Nguyên Vũ và của người viết) với nguyên văn lá thư Petrus Key, ông Nguyên Vũ có khuynh hướng phóng đại những chi tiết trong thư, **làm cho người đọc có cảm giác tác giả lá thư là một người nịnh bợ, hèn hạ.** Những nơi đó ông Nguyên Vũ dịch không sai nguyên văn, nhưng lại không hoàn toàn trung thực. Người viết xin trình bày những chi tiết đó sau đây:

1. "Ngài" và "quí Ngài"

Trong nguyên văn lá thư, tác giả Petrus Key chỉ dùng độc một từ "vous" để xưng hô với những người nhận thư. Chữ vous này trong tiếng Pháp là ngôi thứ hai, có thể là số nhiều hay số ít, dùng để gọi những người không đủ thân mật cho số ít, và dùng cho số nhiều, bất kể thân mật hay không. Trong thư, tác giả Petrus Key đã dùng chữ vous phần lớn để nói đến cả người Grand Chef (Đại Quan) và "officiers" (những sĩ quan) là những người mà ông gởi lá thư đến. Vì vậy, tác giả đã dùng chữ vous cho ngôi thứ hai số nhiều. Và đó là lẽ đương nhiên. Bởi đây là lá thư gởi cho những người không quen biết, và lại là những người có quyền lực mà tác giả lá thư đang cầu xin. Do đó, việc tác giả lá thư Petrus Key gọi những người nhận thư bằng chữ "vous" là một điều hoàn toàn hợp lý.

Nhưng, như vậy thì "vous" không có nghĩa là "Ngài" hay 'quí Ngài" như ông Nguyên Vũ đã dịch. Theo ý của người viết, chữ vous được dịch ra "các ngài" là vừa đủ sự kính trọng, và vừa tương xứng với "chúng tôi" của tác giả.

Nhưng ông Nguyên Vũ thì lại dùng "Ngài" (số ít, viết hoa) để chỉ một người, và "quí Ngài" (cũng viết hoa) để dịch một chữ "vous" bình thường trong cả lá thư Petrus Key, khiến cho người đọc phải có **cảm giác rằng tác giả lá thư là một người nịnh bợ, tâng bốc quá đáng, nhất là với một vị Đại Quan nào đó.**

Dịch như vậy là thiếu chính xác, là phóng đại, và tạo ác cảm cho người đọc với người viết lá thư Petrus Key. Nhưng, hình như đó cũng chính là dụng ý của ông Nguyên Vũ!

2. "Bụng Dạ", "Nhai Nuốt", "Chiếu Nằm"

Trong lá thư Petrus Key, tác giả đã viết một cách rất văn chương như sau:

> *"Plus de repos du corps, plus de repos d'esprit! Et en effet! L'homme qui voit sans cesse la hache suspendue au dessus de sa tête, peut-il savourer la douceur des mets? L'homme agité par de continuelle frayeur goûter les délices de la campagne."*
>
> *"Thân thể không còn phút nghỉ ngơi, tinh thần không còn phút yên tĩnh! Và thật vậy! **Một người luôn thấy lưỡi búa treo trên đầu, làm sao có thể thưởng thức được sự ngon ngọt của thức ăn? Một người bực bội bởi nỗi lo sợ triền miên, làm sao có thể hưởng được sự thú vị của chốn đồng quê**."* (bản dịch của Winston Phan Đào Nguyên).

Thế nhưng ông Nguyên Vũ lại dịch đoạn trên ra thành:

> *"Chẳng còn sự nghỉ ngơi thân xác! Chẳng còn được sự an bằng tinh thần! Thật đúng vậy! **Bụng dạ đâu mà nhai nuốt, hay cách nào thưởng thức sự êm ái của chiếu nằm khi con người luôn luôn thấy lưỡi gươm đang treo trên đầu họ?**"*

Như vậy, từ một đoạn văn rất lưu loát hoa mỹ trong nguyên văn lá thư, ông Nguyên Vũ đã dịch ra thành một đoạn diễn tả sự ăn uống, ngủ nghỉ một cách rất ... phàm phu tục tử! Không hiểu ông lấy ở đâu ra những thứ như "bụng dạ", "nhai nuốt", "chiếu nằm" cho câu dịch bên trên, bởi nguyên văn lá thư Petrus Key chẳng hề có những từ ngữ đó!

Và không hiểu rằng có phải chính vì lối dịch này mà lá thư Petrus Key đã trở thành **"hời hợt", "nông cạn", "tầm thường"** như lời nhận xét của thân hữu của ông Nguyên Vũ là ông Trần Thanh Hiệp hay chăng?

3. "Dù Khó Khăn Cách Nào Đi Nữa Chẳng Quản Ngại"

Ở một đoạn đã trích bên trên, có lẽ bạn đọc tinh ý đã nhận ra là ông Nguyên Vũ đã thêm vô bản dịch của ông cả một câu **"dù khó khăn cách nào đi nữa chẳng quản ngại"**, một câu không hề có trong nguyên văn. Xin trích lại lần nữa đoạn văn đó:

> *"En vain, j'ai essayé de franchir les forêts, les champs, les montagnes, les vallées pour aller à vous, **déjà même il m'est difficile de revenir sur mes pas**."*
>
> *"Trong vô vọng, tôi đã thử vượt qua những khu rừng, những cánh đồng, những ngọn núi, những thung lũng để đến với các ngài, **và giờ thì đã rất khó khăn để tôi trở lại chốn cũ**."*(bản dịch của Winston Phan Đào Nguyên).

Trong khi đó, ông Nguyên Vũ dịch thành:

> *"Tôi đã cố gắng vượt qua rừng rậm, đồng ruộng, đồi núi và bình nguyên để đến với Ngài, **dù khó khăn cách nào đi nữa chẳng quản ngại**, mà cũng không được."*

Theo nguyên văn lá thư Petrus Key, tác giả cho biết ông ta đã bị kẹt trên con đường đến tìm Grand Chef, và bây giờ thì không thể trở lại chỗ cũ của ông ta ở nữa, nên ông phải cầu xin Grand Chef và các sĩ quan hãy mở một con đường đến chỗ ông ta ở hiện giờ. Trong khi đó ông Nguyên Vũ lại dịch ra là "dù khó khăn cách nào đi nữa chẳng quản ngại".

Câu văn này rõ ràng không hề có trong nguyên văn lá thư, nhưng lại được thêm vào trong bản dịch, nhằm cho thấy một lần nữa sự nịnh bợ của tác giả lá thư. Phải chăng đây cũng là dụng ý của người dịch?

Tóm lại, với bản dịch lá thư Petrus Key đầy dẫy những sai lạc như trên, **ông Nguyên Vũ đã gieo ác cảm cho người đọc với tác giả lá thư, mà ông quả quyết, chứ chưa hề chứng minh được, là Petrus Ký.**

Và hình như ông Nguyên Vũ đã khá thành công trong việc này. Bởi, như đã dẫn ra bên trên, nhiều nhà nghiên cứu về Petrus Ký đã chấp nhận, và đã dùng một cách thoải mái những câu dịch của ông, mà không hề có thắc mắc về nguyên văn của nó.

Thế nhưng, cũng nhờ vào những sự cố tình sửa đổi, những sai lạc nói trên trong bản dịch lá thư Petrus Key của ông Nguyên Vũ, mà người đọc có thể nhìn ra ngay những vấn đề nổi bật với nội dung lá thư. Những vấn đề mà ông Nguyên Vũ có vẻ muốn che dấu. Nói cách khác, **chính những sự vô lý trong nội dung lá thư Petrus Key cho ta thấy rằng tác giả của nó không thể là một người Việt, và nhất là một người Việt ở miền Tây xứ Nam Kỳ, như ông Petrus Ký.**

Trong chương VI tiếp theo sau đây, người viết sẽ trình bày với bạn đọc những điểm vô lý nổi bật đó trong chính nội dung lá thư Petrus Key.

Chương VI.

Nội Dung Lá Thư Petrus Key: Những Sai Lầm Vô Lý Về Nam Kỳ Trong Thư Cho Thấy Tác Giả Lá Thư Không Phải Là Một Người Việt Ở Nam Kỳ Như Petrus Ký

Lá thư ký tên Petrus Key có thể được coi là một văn kiện thuộc loại primary source (tài liệu gốc). Thông thường, trước khi sử dụng một văn kiện thuộc loại này, nhiệm vụ đầu tiên của một sử gia là phải tự chính mình "phê phán" văn kiện đó, để kiểm soát lại coi văn kiện đó có phải là tài liệu thật hay không. Có nhiều cách để kiểm soát, hay phê phán, mà các sử gia thường dùng. Nhưng ở dạng đơn giản nhất, đó là "internal criticism" (tạm dịch là phê phán nội dung) và "external criticism" (tạm dịch là phê phán hình thức).[48]

Tuy vậy, ông Nguyên Vũ, tức sử gia Vũ Ngự Chiêu, chưa bao giờ cho thấy rằng ông ta đã dùng bất cứ cách phê phán nào để kiểm soát coi lá thư Petrus Key có phải thật sự do chính tay Petrus Ký viết hay không. Thay vào đó, như ta đã thấy, ngay từ đầu, ông Nguyên Vũ đã quả quyết rằng lá thư là do Petrus Ký viết. Chẳng những vậy, ông Nguyên Vũ còn thêm thắt hàng loạt những chi tiết không hề có trong lá thư, như đã nói ở các chương trên.

48 https://en.wikipedia.org/wiki/Historical_method

Và chỉ cần theo lẽ thông thường, mà không cần phải là một sử gia mới biết, thì người giới thiệu, hay "công bố" một văn kiện lịch sử, chính là người phải chứng minh được tính xác thực của nó. Nhưng, như đã thấy, ngay việc cung cấp nguyên văn lá thư, ông Nguyên Vũ còn không làm, thì chắc khó thể đòi hỏi ông phải làm việc chứng minh sự xác thực của tài liệu "đáng giá" do ông "công bố" này. Thay vào đó, ông Nguyên Vũ đã bắt những người nào muốn tìm hiểu xem lá thư Petrus Key có thật hay không phải tự đi tìm lấy nguyên văn lá thư để tự chứng minh! Theo ông, có làm như vậy mới là người "trí thức lương thiện".

Vì lý do đơn giản là muốn tìm hiểu xem lá thư Petrus Key có thật do ông Petrus Ký viết hay không, chứ không phải vì muốn làm một "trí thức lương thiện"; vì không phải là một "sử gia" như ông Nguyên Vũ định nghĩa; và nhất là vì không phải là người khám phá hay công bố lá thư Petrus Key, nên người viết bài này sẽ xin chứng minh tính xác thực của lá thư Petrus Key qua hai cách kiểm soát đơn giản nhất nói trên: **nội dung và hình thức**.

Trong chương VI này, người viết xin được trình bày những chi tiết bất hợp lý trong chính nội dung lá thư Petrus Key, những chi tiết khiến người đọc có thể đi đến kết luận rằng lá thư không thể do ông Petrus Ký, một người Việt ở Nam Kỳ trong thời gian đó, viết ra.

A. Tòa Thành (Citadelle) Mới Gần Cầu Tham Lương

Trong chương V, khi chỉ ra những sai lạc trong bản dịch lá thư Petrus Key của ông Nguyên Vũ, người viết đã có dịp trình bày với bạn đọc việc ông Nguyên Vũ đã thêm dấu cho chữ Tham Lương trong bản dịch cho trở thành đúng với chính tả chữ quốc ngữ.

Trong chương VI này, người viết sẽ xin bàn đến một chi tiết khác, cũng cùng với hai chữ đó, và đó là chi tiết tác giả lá thư Petrus Key cho rằng có một tòa thành (**citadelle**) mới được xây ở gần cầu Tham Lương. Xin chép lại lần nữa nguyên văn trong thư, như sau:

> *"Déjà nos confesseurs vaincus remplissent les prisons et de nombreux Chrétiens sont au pouvoir des ennemis. Hier, des lettres de Mandarins parcouraient les villages, ordonnant d'adjoindre chacun 10 ou 20 hommes aux soldats chargés d'arrêter les Chrétiens; et déjà plusieurs gémissent dans fers de* ***la citadelle qu'on vient d'élever près du pont Tham-Luong****."*
>
> *"Đã có nhiều người nhận (giảng) đạo (confessors) của chúng tôi bị bắt giam đầy các nhà tù và nhiều giáo dân đang ở trong tay của kẻ thù. Ngày hôm qua, những lá thư của các quan lại đã lan đến các làng, lệnh cho mỗi làng phải tăng thêm từ 10 đến 20 người lính chuyên việc bắt các giáo dân; và rất nhiều người đang rên rỉ trong xiềng xích của* ***tòa thành mới được dựng lên gần cầu Tham Luong****."*

Đây là lần đầu tiên và cũng là lần duy nhất trong lá thư mà tác giả Petrus Key cho ta thấy một địa danh có thật, có liên quan đến tình hình đang xảy ra vào thời gian đó ở Nam Kỳ, và đó là địa danh Tham Lương. Vì lá thư Petrus Key không có địa chỉ, hay ít ra là nơi người viết đang ở, và vì nó không có ngày tháng, nên nếu không có địa danh "Tham-Luong" này, người đọc sẽ khó mà biết được thời điểm và nơi chốn của lá thư. Tuy nhiên, cũng từ hai chữ này mà ta sẽ thấy một điều vô lý trong nội dung lá thư Petrus Key.

Nhưng trước tiên, cần phải biết Tham Lương là gì và ở đâu.

1. Tham Lương Trong Lịch Sử

Cầu Tham Lương là một địa danh lịch sử của vùng Sài Gòn - Gia Định. Đó là cái cầu bắc qua kinh (kênh) Tham Lương trên đường quốc lộ đi qua vùng Hóc Môn Bà Điểm, lên Tây Ninh và qua Cao Miên. Thời Tây Sơn, đã có một trận đánh rất lớn ở đó.

Theo Đại Nam Thực Lục Chính Biên:

> *"Mùa hạ, tháng 4, năm 1782 tiết chế dinh Bình Thuận là Tôn Thất Du đem Tả chi Trần Xuân Trạch, thuộc tướng là Trần Văn Tư, và thuộc tướng đạo Hòa Nghĩa là Trần Công Chương vào cứu viện. Gặp tiền binh của giặc, ập đánh, chém được hộ giá giặc là Phạm Ngạn ở* ***cầu Tham Lương.*** *Tham tán Hồ Công Siêu bị súng giặc bắn chết. Nguyễn Nhạc nghe tin Ngạn chết, đau như mất hai tay, cho rằng đạo quân Hòa Nghĩa toàn người Thanh, bèn sai bắt hết người Thanh hơn một vạn người ở Gia Định, không kể là lính là dân hay là người buôn bán, đều giết hết mà quăng xác đầy sông. Hơn một tháng trời, không ai dám ăn tôm cá và uống nước sông. Sự tàn sát thê thảm đến thế ! (Công Siêu được truy tặng là Tham khám)."* [49]

2. Tham Lương Trong Trận Chiến Pháp-Việt Năm 1859

Và đây là bản đồ Sài Gòn trước trận đánh chiến lũy Kỳ Hòa (Chí Hòa) của liên quân Pháp - Tây Ban Nha, trong đó có địa danh Tham Lương:

Như vậy, trong cả hai tấm bản đồ bên, địa danh Tham Lương đã được viết ra thành **"Tam-Leang"**. Phía trước của Tham Lương nhìn về phía Sài Gòn là đại đồn, hay chiến lũy Chí Hòa. Phía sau, và rất gần với Tham Lương, là "Forts de Tong-Keou" hay "các đồn Thuận Kiều".

Như có thể thấy trên bản đồ, Tham Lương là một vị trí trọng yếu trên đường từ tiền tuyến là chiến lũy Chí Hòa đến hậu cứ là các đồn ở Thuận Kiều, nơi chứa lương thực và vũ khí của quân nhà Nguyễn. Và trong cả hai tấm bản đồ này của Pháp, Tham Lương được biết đến như một **"làng" (Village de Tam-Leang).**

Theo Trần Văn Giàu trong Địa Chí Văn Hóa Thành Phố Hồ Chí Minh đã dẫn ở Chương III, thì quân nhà Nguyễn có xây phía sau chiến lũy Chí Hòa ... "**đồn Tham Lương**, đồn Thuận Kiều, đồn Rạch Tra".

Tóm lại, địa danh Tham Lương đã được nhắc đến trong những tài liệu lịch sử với những "Cầu Tham Lương", "Kinh Tham Lương", "Làng Tham Lương", và "Đồn Tham Lương".

Nhưng, tuyệt nhiên **không hề có** một sử liệu nào, bất kỳ là Pháp hay Việt, hoặc vết tích nào

---

49 *Đại Nam Thực Lục Chính Biên*, Đệ Nhất Kỷ, Quyển 1, trang 188. "Người Thanh" ở đây chỉ người Hoa, để phân biệt với "Hán nhân" chỉ người Việt. Đoạn sử trên đây nói về việc nhà Tây Sơn tàn sát người Hoa ở Gia Định. Xem thêm chi tiết về cầu Tham Lương ở đây: http://www.baomoi.com/qua-cau-tham-luong-nho-ve-nhung-tran-chien-vang-lung/c/21915798.epi

còn sót lại, cho thấy đã có một cái "**thành**" hay "**citadelle**" ở gần Cầu Tham Lương, như đã được viết trong lá thư Petrus Key.

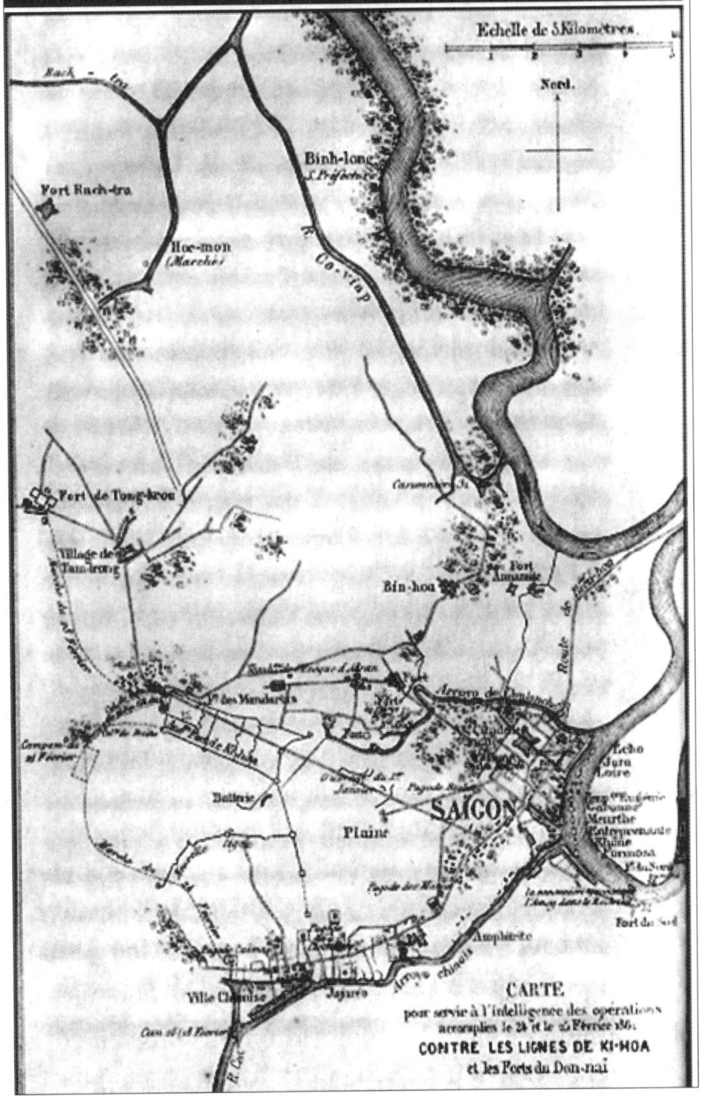

Thoạt đầu, người viết bài này nghĩ rằng có lẽ tác giả lá thư Petrus Key đã viết lộn "đồn" Tham Lương ra thành "thành" Tham Lương. Nhưng nghĩ kỹ lại, thì điều đó không thể xảy ra, nếu tác giả lá thư là một người bản xứ Nam Kỳ.

Vì cả khu Sài Gòn - Gia Định từ trước cho đến thời gian đó (1859 - 1860), chỉ có mỗi một cái có thể gọi là "thành" hay "citadelle" duy nhất. Đó là thành Gia Định, hay còn gọi là thành Phụng, được vua Minh Mạng cho xây, sau khi đã phá thành Phiên An (tức thành Qui) vì vụ loạn Lê Văn Khôi. Thành Phụng ở Gia Định này chính là điểm tấn công của quân Pháp, bị Pháp chiếm ngày 18 tháng 2 năm 1859 và bị đốt ngày 8 tháng 3 năm 1859 theo lệnh của Rigault de Genouilly, như đã nói ở chương III bên trên.

Défense de Saigon - Lignes de *Ki-Hoa*, 1861 avec position de la frégate *Impératrice Eugénie* et de l'emplacement du *Tombeau de l'Évêque d'Adran* **- Henri Rieunier sonde** et relève le cours d'eau de l'*Arroyo de l'Avalanche* **sous le feu des canons des forts. Expédition contre *Mytho*, 1861** - Henri Rieunier accomplit une mission d'exploration du **fleuve *Cambodge* (*Mékong*). © Collection Privée Hervé Bernard.**

Do đó, bất cứ một người Việt nào ở Nam Kỳ trong thời gian đó cũng phải phân biệt được sự khác nhau giữa "thành" tức "citadelle" với đồn tức "fort" ở Sài Gòn, một cách không mấy khó khăn. Họ chắc chắn đã thấy, và đã biết, là tòa thành đồ sộ ở Sài Gòn đã bị đốt cháy từ đầu tháng 3 năm 1859, tạo ra một đám cháy rất lớn mà tương truyền là cả năm sau vẫn còn. Trong khi đó, đồn, hay "fort", là một kiến trúc phòng thủ nhỏ hơn rất nhiều, và được dựng lên khắp nơi, như "các đồn Thuận Kiều" đã được vẽ trong hai bản đồ ở trên.

Do đó, không thể nào có việc nhầm lẫn từ "đồn" ra "thành", nếu tác giả lá thư là một người Việt bình thường ở Nam Kỳ, chứ đừng nói tới một học giả như ông Petrus Ký, người mà sau này đi tiên phong và viết rất nhiều khảo cứu về Sài Gòn, đặc biệt là về thành Qui và thành Phụng.

Cũng cần nói thêm là hai chữ này trong tiếng Pháp rất dễ phân biệt. Nếu một người Việt có đủ trình độ tiếng Pháp để viết một lá thư văn hoa như lá thư Petrus Key, thì không lý nào lại không đủ trình độ để phân biệt giữa "fort" và "citadelle".

Nhưng, chữ "citadelle" tức "thành", lại chính là chữ mà ta gặp được trong lá thư Petrus Key.

Có thể nào tác giả lá thư Petrus Key đã nhầm lẫn và gọi "chiến lũy" hay "đại đồn Chí Hòa" thành cái "citadelle" ở gần cầu Tham Lương như trong thư chăng? Điều này càng khó thể xảy ra hơn, vì "đại đồn Chí Hòa" thật sự chỉ là một chiến lũy dài từ Lăng Cha Cả đến Chợ Lớn, được các "Đồn Tả", "Đồn Tiền", "Đồn Trung, "Đồn Hữu" làm điểm tựa. Chiến lũy này được xây theo chiến thuật cố hữu "đánh và giữ" của nhà Nguyễn, và đặc biệt là của Tổng thống Nguyễn Tri Phương, để từ từ lấn ép đến sát quân Pháp, như họ đã làm và tương đối thành công ở Đà Nẵng. Nhưng lũy được kiến tạo bởi nguyên liệu chính là đất, không phải gạch đá như tường thành, và rất dài, chứ không phải vuông vức như thành. Thêm nữa, khoảng cách giữa chiến lũy Chí Hòa và cầu Tham Lương rất xa, cho nên nếu có coi chiến lũy Chí Hòa là "citadelle" đi nữa, cũng không thể nào có thể viết rằng "gần cầu Tham Lương" (près du pont Tham-Luong) như trong lá thư Petrus Key được.

Tóm lại, việc tác giả lá thư Petrus Key viết rằng có một cái "thành" hay "citadelle" ở gần cầu Tham Lương, trong khi trong **thực tế không hề có một cái "thành" nào ở gần cầu Tham Lương** hay thậm chí ở cả Sài Gòn, khiến cho ta phải thắc mắc về tính xác thực của lá thư, hay đúng hơn là về tác giả của lá thư. Bởi khó thể một người Nam Kỳ nào, không cần phải là học giả về Nam Kỳ như ông Petrus Ký, lại có thể viết được những dòng vô lý nổi bật như vậy.

B. Dùng Nhiều Người Và Nhiều Ngựa

Trong lá thư Petrus Key, có một đoạn chắc hẳn phải gây ngạc nhiên cho người đọc, vì tác giả cho biết đã dùng "nhiều người và nhiều ngựa", ("hommes et chevaux") để đi đến đích của cuộc hành trình tìm gặp Grand Chef. Nguyên văn trong thư như sau:

"Et moi, votre très humble et inutile serviteur, qui m'empresse de me rendre auprès

de vous, je suis contraint de m'arrêter après avoir fait les trois quarts du chemin. ***J'ai essayé hommes et chevaux pour parvenir au terme de mon voyage****; mais des postes militaires sont établis partout;"*

"Và tôi, người làm công khiêm nhường và vô dụng của các ngài, người đang vội vã đến với các ngài, tôi đã buộc phải ngừng lại sau khi đi hết ba phần tư đoạn đường. ***Tôi đã thử nhiều người và nhiều ngựa để đến cuối cuộc hành trình****; nhưng các trạm lính canh được đặt ra ở mọi nơi."*

Đây là một câu văn rất vô lý, vì nó hoàn toàn không phù hợp với thực trạng Nam Kỳ trong thời gian đó, và lại càng cực kỳ vô lý với một giáo dân đang trốn lánh quan quân nhà Nguyễn như Petrus Ký.

Với câu văn này, có lẽ cách hiểu đơn giản nhất là Petrus Key đã dùng nhiều người và nhiều ngựa như là những phương tiện giao thông cho cuộc hành trình đi tìm Grand Chef.

Nhưng cả hai phương tiện giao thông mà Petrus Key dùng để diễn tả cách đi tìm Grand Chef trong lá thư đều không phù hợp với thực tế của Nam Kỳ vào thời gian đó, cũng như hoàn cảnh của Petrus Ký.

Trước nhất, dùng hay thử "nhiều ngựa" thì còn hiểu được, chứ còn dùng hay thử "nhiều người" là thế nào? Ở Nam Kỳ thời đó, có lẽ chỉ có thể hiểu là dùng sức người để khiêng kiệu, hay khiêng võng. Và chữ "người" trên đây chỉ có thể được hiểu rằng tác giả muốn nói đến việc đã dùng kiệu hay võng như một phương tiện di chuyển. Nhưng nếu như chỉ dùng kiệu và võng (người) hoặc dùng ngựa, cả hai phương tiện di chuyển này đều rất vô lý cho một người như ông Petrus Ký vào thời gian đó ở Nam Kỳ. Vì cả hai đều là những phương tiện chỉ dành cho những người sang trọng, uy quyền hay có nhiều tiền của thời đó.

Cần nhớ rằng Petrus Ký lúc đó chỉ là một thanh niên 21 tuổi mới chân ướt chân ráo từ Penang, Mã Lai trở về Nam Kỳ. Ông đang làm phụ tá dạy học cho linh mục Borelle thì bị quân nhà Nguyễn bố ráp, phải bỏ trốn lên Sài Gòn. Tiền đâu mà mướn người khiêng kiệu khiêng võng? Tiền đâu mà mua hay mướn ngựa? Mà phần chắc là ông làm gì biết cỡi ngựa! Hãy thử tưởng tượng ra cảnh cậu thư sinh Petrus Ký áo dài khăn đóng lượt thượt leo lên lưng ngựa! Đó là chưa nói rằng không phải chỉ dùng một mà là nhiều con ngựa, theo lá thư Petrus Key!

Do đó, việc tác giả Petrus Key cho biết đã dùng, hay "thử" nhiều người và ngựa, là một điều cực kỳ vô lý, vì đơn giản là Petrus Ký không thể có điều kiện để di chuyển theo những kiểu đó.

Kế đến, câu văn trên càng tỏ ra vô lý hơn vì nó cho thấy tác giả Petrus Key đã dùng **đường bộ** để đi đến gặp Grand Chef.

Đó là vì trước nhất, đường bộ gần như không có để đi từ Cái Nhum lên Sài Gòn vào thế kỷ 19, trong khi đường thủy bằng ghe thuyền trên sông rạch mới là phương tiện di chuyển duy nhất ở miền Tây Nam Kỳ.

Thứ hai, dùng đường thủy thì dễ dàng trốn tránh tai mắt của quân Nguyễn hơn là phi ngựa hay mướn người khiêng kiệu khiêng võng đi nghênh ngang trên đường lộ.

Một sử gia sống ở Nam Kỳ, ông Alfred Schreiner, đã miêu tả thực trạng giao thông ở Nam Kỳ vào thời gian đó (khi phê phán Nguyễn Tri Phương đã sai lầm khi chọn khu vực Phú Thọ để xây chiến lũy Chí Hòa), như sau:

> "*... Les vraies routes étaient et sont encore aujourd'hui: pour Mỷ-Tho et Phnom-Penh, le fleuve,*
>
> *sans compter le réseau des rạch et canaux; pour Hue, la mer. Les troupes impériales n'ont jamais suivi d'autre chemin, sauf durant la révolte de Khôi, où Minh-Mang, tout en se servant de la voie maritime, achemina une partie de ses troupes par la route mandarine. Non, cet ouvrage ne commandait rien, n'avait aucune importance stratégique; par contre, il avait un but tactique bien déterminé et très visible. Les Français étaient à Saigon-Chợ-Lớn, il fallait les en déloger sinon leur offrir la bataille dans des conditions de bonne chance et aussi de possibilité de retraite. Cette retraite ne devant s'opérer que vers le Nord, soit dans la direction de Thuận-Kiều, Trảng-Bàng. A Thuận-Kiều (environ 5 kilom. du camp) se trouvaient d'ailleurs les grands magasins de l'armée, la meilleure indication sur la ligue de retraite.* ***Celle-ci ne pouvait viser directement ni Biên-Hòa, avec la rivière de Saigon et le Đồng-Nai à traverser, ni Mỷ-Tho, avec les deux Vaico à franchir****. En présence de cette situation, Nguyen-Tri-Phuong fit travailler et manoeuvrer dans le sens du délogement, il n'y réussit point et dut subir la balaille qu'il perdit, comme nous verrons plus loin.*"[50] (những chỗ in đậm do người viết nhấn mạnh)

Người dịch sách của ông Schreiner ra tiếng Việt, ông Nguyễn Văn Nhàn, đã dịch đoạn văn trên như sau:

> " ... ***Đường thật trong khi ấy cùng lúc này nữa: đi xuống Mỷ-Tho và lên Nam-Vang, thì là sông, không kể tới đám kinh rạch; còn ra Huế, thời là biển****, binh nhà vương thuở trước không có theo đàng nào khác, trừ ra trong lúc ngụy Khôi, khi đức vua Minh-Mạng dùng đàng thuỷ, thì người có sai một phần binh đi theo quan lộ đặng vào mà thôi. Không, đồn ấy chẳng quản suất sự chi hết, nó không có một điều ích lợi nào về phép thau lược, song nó có một ý chỉ về đồ trận đã quyết định cùng minh kiến lắm. Là phải đánh đuổi người langsa ở tại Sài-Gòn với Chợ-Lớn đi, bằng chẳng thì khiêu chiến cách làm sao cho may mắng cũng hồi cho quân được. Sự binh có lui đặng và phải thối về như vậy, thời là qua phía Bắc mà thôi, nghĩa là hướng Thuận-Kiều, Trảng Bàng. Vã chăng, tại Thuận-Kiều (cách trại binh chừng 5 ngàn thước tây) có nhiều kho lẩm lớn của đại binh, đó là dấu chỉ rỏ hơn hết nơi đường binh rút .* ***Đường này không băng ngay Biên-Hoà đặng, vì phải trẩy qua hai sông Sài-Gòn với Đồng-Nai, hay là nhắm thẳng xuống Mỷ-Tho được, bởi bị hai Sông Vàm Cỏ phải vượt qua****. Gặp gỡ thì sự như vậy, nên ông Nguyễn Tri Phương dạy đào hào đắp lủy cùng hành quân theo cách thế đuổi binh langsa ra khỏi chổ đóng, song người làm không*

50 Alfred Schreiner, Abrégé de l'histoire d'Annam, Deuxième Édition, Saigon, 1906, pp. 150-151

nên việc và phải chịu đánh thua đi,như chúng ta sẽ thấy sau này.[51]" (những chỗ in đậm do người viết nhấn mạnh)

Như vậy, trong đoạn văn trên, ông Schreiner đã cho ta biết cách di chuyển tại Nam Kỳ của thời đó (1859-1861), và ngay cả trong thời gian ông ta viết cuốn sách trên, vào năm 1905-1906: Để đến Sài Gòn từ miền Tây (Mỹ Tho), phương tiện duy nhất là đường thủy, vì phải vượt qua hai con sông Vàm Cỏ.

Và nên nhớ là ông Petrus Ký lúc đó đang ở Cái Nhum thuộc Vĩnh Long ngày nay. Để lên được Sài Gòn, ông còn phải vượt qua hai con sông Cổ Chiên và sông Hàm Luông thuộc sông Tiền (Giang) mới đến được Mỹ Tho. Tức là ông phải vượt qua cả thảy 4 con sông lớn. Đó là chưa kể đến rất nhiều kinh rạch, vì lúc đó chưa có cầu như ngày nay, để tới Sài Gòn.

Trong khi đó, tác giả Petrus Key lại cho ta biết trong thư là ông đã dùng đường bộ, và đã thử "nhiều người và nhiều ngựa" để tìm đến Grand Chef. Làm cách nào để người và ngựa vượt qua 4 con sông nói trên và vô số kinh rạch khác để đến Sài Gòn, là nơi "Grand Chef" đang đóng quân?

Theo Hoàng Việt Nhất Thống Dư Địa Chí, thì nhà Nguyễn đã có làm con đường thiên lý với ngựa trạm từ Huế tới Sài Gòn, và từ Sài Gòn tới Mỹ Tho. Nhưng từ Sài Gòn trở xuống thì đường trạm trên sông là chính, đường trạm trên bộ là phụ. Và từ Mỹ Tho trở xuống miền Tây thì không có đường trạm trên bộ mà chỉ có trên sông! [52]

Và đường thiên lý cho ngựa trạm thì đương nhiên phải có quân binh canh gác ở các trạm. Nếu theo như trong lá thư Petrus Key, ở các ngã tư đường, quan quân nhà Nguyễn đã đặt thánh giá để bắt giáo dân, thì chắc chắn đường thiên lý cũng phải có rất nhiều trạm gác như vậy. Một kẻ trốn tránh quan binh như Petrus Ký chẳng lẽ lại liều lĩnh phóng ngựa hay mướn người khiêng kiệu khiêng võng ngay trên đường thiên lý để dễ bị bắt?

Do đó, câu văn trên đây là một câu văn cực kỳ vô lý với tình hình Nam Kỳ, và với hoàn cảnh một giáo dân đang trốn chạy quan quân nhà Nguyễn lúc đó như ông Petrus Ký. Và vì có lẽ tác giả lá thư Petrus Key đã không biết đến hoàn cảnh trốn chui trốn nhủi từ Cái Nhum lên Sài Gòn tị nạn của ông Petrus Ký, nên đã thuật lại trong thư là ông ta đã đi ngựa, dùng người, thay ngựa, thay người, đi đàng hoàng trên đường bộ, và vượt qua những núi non, thung lũng trên đường đi tìm Grand Chef. Điều này **chứng tỏ rằng tác giả lá thư Petrus Key không biết gì về địa lý Nam Kỳ cũng như thực trạng của người giáo dân Nam Kỳ lúc bấy giờ**. Trong khi đó, ông Petrus Ký, một giáo dân người Việt sinh ra ở miền Tây Nam Kỳ, thuộc nhóm người chuyên đi lại bằng đường thủy trên sông rạch, lẽ nào lại có thể viết ra một câu văn cực kỳ vô lý như vậy?

Và một điều thú vị liên quan đến câu văn trên đây là cách ông Nguyên Vũ cũng thấy được sự vô lý của nó. Nhưng ông ta lại đem câu văn này ra để cười chế nhạo Petrus Ký, mà không hề nghĩ hay đặt trường hợp rằng lá thư này vốn không thể được viết bởi Petrus Ký!

---

51 Alfred Schreiner, Ibid, Người Dịch Nguyễn Văn Nhàn, *Đại Nam Quốc Lược Sử*, Saigon 1905, pp. 257-258

52 Lê Quang Định, *Hoàng Việt Nhất Thống Dư Địa Chí*, Người Dịch Phan Đăng, Nhà Xuất Bản Thuận Hóa 2003, Quyển Hai, pp. 88-106

Đây là đoạn ông Nguyên Vũ viết về câu văn trên, trong phần mở đầu tập tâm bút *Góp Phần Nghiên Cứu Về Trương Vĩnh Ký - Ngàn Năm Soi Mặt:*

> *"Đọc tài liệu trường Collège général de Pinang (Đại chủng viện Pinang) mới rõ chương trình huấn luyện các thầy kẻ giảng bản xứ và đại cương về các chủng sinh. (Nên không thể không đặt câu hỏi Petrus Key tốt nghiệp trường Pinang chưa mà không được thụ phong linh mục hay thầy kẻ giảng ở Pinang,* ***đã phải vội vã "cưỡi ngựa", vượt sông vượt biển về Cái Nhum chờ đón những sứ giả "Moises và Jacobs" mà "Thiên chúa" gửi sang "giải phóng" giáo dân Việt năm 1858?****..."*[53]

Với đoạn văn trên đây, có thể thấy rằng theo ý ông Nguyên Vũ thì lá thư Petrus Key đã được Petrus Ký viết ở Cái Nhum, sau khi đã "cưỡi ngựa" "vượt sông vượt biển" từ Mã Lai (Penang) về Cái Nhum! Và cái hành trình tìm gặp Grand Chef và phải "đổi ngựa và người" mà ông Nguyên Vũ cho đăng trong bản dịch của ông đó, chính là cuộc hành trình từ Penang về Cái Nhum!

Từ đó, ông Nguyên Vũ đã cười vì cho rằng Petrus Ký đã viết một câu rất ngu xuẩn như thế trong lá thư Petrus Key. Mà ông lại không hề nghĩ rằng đó chính là lý do cho thấy Petrus Ký không phải là tác giả lá thư, vì Petrus Ký không thể viết ra một câu như vậy. Nhưng, vì đã quả quyết rằng Petrus Ký chính là tác giả lá thư Petrus Key, ông Nguyên Vũ đã không thể nào thấy được điểm đó.

Tóm lại, câu văn "dùng nhiều người và nhiều ngựa" trên đây trong lá thư Petrus Key, vốn tự nó đã vô lý, lại càng vô lý gấp mấy lần nữa, với lối dịch và cách diễn giải của ông Nguyên Vũ. Nhưng, mặc dù với một sự vô lý tràn trề như trên, ông Nguyên Vũ vẫn không hề đặt câu hỏi rằng có thể nào một người Việt ở Nam Kỳ lại có thể viết ra được một câu như vậy.

Và thay vì đặt câu hỏi rằng phải chăng lá thư này do một người ngoại quốc viết, thì ông Nguyên Vũ lại quả quyết là do Petrus Ký viết. Rồi khi thấy vô lý quá thì một là đổi câu dịch, biến thung lũng thành bình nguyên, hai là quay ra cười chế nhạo Petrus Ký đã ngu xuẩn viết rằng đã "cưỡi ngựa", "vượt sông vượt biển" từ Penang về Cái Nhum!

C. Những Hình Ảnh Tây Phương Trong Thư: Thung Lũng, Núi Non, Đàn Sói, Bầy Cừu, Ghềnh Đá, Vực Thẳm

Trong chương V bên trên, người viết đã trình bày việc ông Nguyên Vũ thay đổi "thung lũng" thành "bình nguyên" khi dịch lá thư Petrus Key. Đó có lẽ là vì ông Nguyên Vũ cũng thấy ra sự vô lý là miền Tây Nam Kỳ không làm gì có "thung lũng", cũng như chẳng có những ngọn núi nào như tác giả Petrus Key đã viết trong thư.

Nhưng điều sai lầm này chỉ vô lý nếu tác giả là một người Việt ở Nam Kỳ như Petrus Ký. **Điều vô lý này sẽ không còn nữa, nếu ta đặt giả thuyết rằng tác giả lá thư là một người Âu Châu.**

---

53 Đây là phần trích từ "Lời Tác Giả (L.T.G.) ở đầu bài viết, http://nhandanvietnam.org/view.php?storyid=872

Vì nếu đọc kỹ, ta sẽ thấy rằng trong lá thư Petrus Key có rất nhiều hình ảnh Tây Phương, trong khi hầu như không có những hình ảnh Việt Nam hay Á Châu.

Trước nhất, tác giả lá thư Petrus Key có vẻ rất quen thuộc với một loài thú là chó sói. Trong thư, tác giả hai lần nhắc đến chó sói như sau:

"Car nous sommes en ce moment comme des brebis au milieu des ***loups rapaces*** *..."*
"Vì chúng tôi trong giờ phút này giống như bầy cừu giữa ***đàn sói đói****"*

và

"Devant nous, le précipice, derrière, ***les loups!****"*
"Trước mặt chúng tôi, ghềnh đá (trên vực thẳm), sau lưng, ***đàn sói!****"*

Với những dòng trên, tác giả lá thư Petrus Key đã dùng nghệ thuật parallelism trong văn chương để đối chọi những hình ảnh một cách điêu luyện: bầy cừu và đàn sói, ghềnh đá và đàn sói.

Nhưng những hình ảnh này không có một chút gì là ... Việt Nam, hay thậm chí là Á Châu. Mà đó là hình ảnh của Âu Châu với bầy cừu, với đàn sói, với ghềnh đá cheo leo trước vực thẳm, và đàn sói đói rượt theo sau lưng. Trong khi đó, ở miền Tây thuộc xứ Nam Kỳ của ông Petrus Ký, không có "đàn sói", không có "bầy cừu", cũng như không có ghềnh đá cheo leo trước vực thẳm (précipice), mà chỉ có cọp, có cá sấu, có sông rạch, có ao hồ.

Đã đành rằng trong lúc viết thì tác giả có thể dùng trí tưởng tượng hoặc dùng những gì đã được đọc trong sách vở ra áp dụng vào câu văn. Nhưng có thể nào chỉ dùng trí tưởng tượng mà không dùng thực tế hay chăng? Tại sao tác giả lá thư Petrus Key, nếu là một người Nam Kỳ như ông Petrus Ký, lại không nói đến cọp, đến cá sấu, mà lại dùng hình ảnh chó sói? Tại sao không nói về sông rạch, ao hồ, mà lại dùng ghềnh đá, vực thẳm, là những thứ không có ở Nam Kỳ?

Phải nói rằng việc tác giả lá thư Petrus Key đem những hình ảnh Tây Phương xa lạ trên vào trong thư không phải là một điều mà tự nó hoàn toàn vô lý, như những chi tiết về "thành" Tham Lương, về việc dùng "người và ngựa", hay về "núi và thung lũng", như đã nói trên. Nhưng khi cộng điều này với những chi tiết kia, ta không thể không đặt câu hỏi rằng phải chăng tác giả lá thư Petrus Key không phải là người Việt, nhất là một người ở Nam Kỳ như Petrus Ký? Điều này sẽ được thể hiện rõ ràng hơn khi ta đọc một lá thư thật sự được viết bởi Petrus Ký, nơi mà những hình ảnh Nam Kỳ hiện ra rõ rệt trong từng câu văn.

Tóm lại, trong chương VI, nội dung lá thư Petrus Key cho thấy tự nó có rất nhiều điểm vô lý, nếu tác giả lá thư là một người Nam Kỳ như Petrus Ký. Trước nhất, lá thư nói đến một cái "thành" hay "citadelle" mới xây ở gần cầu Tham Lương tại Sài Gòn, trong khi cả Sài Gòn lúc đó chẳng còn cái thành nào, vì thành Gia Định đã bị đốt ngay trước đó. Kế đến, lá thư Petrus Key cho biết tác giả đã dùng đường bộ, và chi tiết hơn, bằng "ngựa và người", để đi tìm gặp Grand Chef. Trong khi đó, xứ Nam Kỳ, nhất là từ miền Tây lên Sài Gòn, chỉ có đường sông rạch là phương tiện di chuyển chính yếu. Sau cùng, lá thư Petrus Key đưa ra những hình ảnh giống với Âu Châu hơn là những hình ảnh của xứ Nam Kỳ, với những đàn sói, bầy cừu, ghềnh đá trên vực thẳm.

Do đó, những điểm bất hợp lý nổi bật nói trên đã cho thấy rằng tác giả lá thư Petrus Key không thể nào là một người Nam Kỳ chính gốc như ông Petrus Ký.

Chương VII.

Hình Thức Lá Thư Petrus Key: So Sánh Nét Chữ Và Chữ Ký Của Lá Thư Petrus Key Với Nét Chữ Và Chữ Ký Thật Sự Của Petrus Ký Trong Thập Niên 1870s

Nếu nội dung lá thư Petrus Key cho thấy tác giả lá thư khó có thể là một người Việt ở Nam Kỳ vì những điểm vô lý trong thư, thì phần hình thức của nó sẽ cho thấy tác giả không thể nào là ông Petrus Ký. Vì khi đem so sánh nét chữ và những chữ ký đã được chứng thực của ông Petrus Ký với nét chữ và chữ ký trong lá thư Petrus Key, ta có thể thấy rõ là hai nét chữ và hai chữ ký hoàn toàn khác nhau.

Trong chương VII này, người viết xin giới thiệu với bạn đọc ba tài liệu với chữ viết và chữ ký thực thụ của ông Petrus Ký trong thập niên 1870s, để so sánh với chữ viết và chữ ký của lá thư Petrus Key. Hai tài liệu đầu, một bằng tiếng Việt và một bằng tiếng Pháp, do người cháu cố của Petrus Ký là ông Gilbert Trương Vĩnh Tống cung cấp. Tài liệu thứ ba được lấy từ website của ông Hervé Bernard, một sử gia Pháp và là cháu của ông Henri Rieunier, người đã dẫn phái đoàn Phan Thanh Giản qua Pháp năm 1863 để điều đình chuộc lại ba tỉnh miền Đông Nam Kỳ.

Tài liệu thứ nhất là một lá thư của ông Petrus Ký viết cho con cháu để dạy cách sống trên đời. Lá thư này đã được in lại trong nhiều sách vở về Petrus Ký, như cuốn *Petrus J.B. Trương-Vỉnh Ký* của Jean Bouchot hay cuốn *Trương Vĩnh Ký, Nhà Văn Hóa* của Nguyễn Văn Trung[54]. Lá thư này cũng đã được trích đăng nhiều lần trên mạng (dù rằng đã bị trích đăng với nhiều chỗ sai vì người trích không hiểu nghĩa những chữ được dùng của ông Petrus Ký). Ông Petrus Ký đã viết và ký tên lá thư vào ngày 23 tháng 7 năm 1872 tại Sài Gòn, như sau:

Tài liệu thứ hai là một trang chỉ dẫn cho một cuốn sách về đàm thoại tiếng Pháp và tiếng An Nam cho người du lịch. Trang này được được viết tại Saigon ngày 23 tháng 7 năm 1872 và ký tên khá rõ ràng là P. Trương Vĩnh Ký.

Tài liệu thứ ba là một lá thư viết tay rất dài của ông Petrus Ký gởi cho người chỉ huy phái đoàn Soái Phủ Pháp dẫn phái đoàn An Nam qua Pháp năm 1863 để thương nghị về việc chuộc lại ba tỉnh miền Đông Nam Kỳ. Người đó là ông Henri Rieunier.

Trong chuyến đi Tây này, Petrus Ký đã dạy tiếng Việt cho Henri Rieunier, và là người thông dịch cho những cuộc đàm thoại giữa Phan Thanh Giản và Rieunier. Những câu đàm thoại của hai

54 Nguyễn Văn Trung, *Trương Vĩnh Ký, Nhà Văn Hóa,* Nhà Xuất Bản Hội Nhà Văn, 1993

bên được ông Petrus Ký ghi lại và được gia đình ông Rieunier giữ cho đến nay. Một người cháu của ông, sử gia Hervé Bernard, đã cho đăng những tài liệu quí giá về chuyến đi này mà gia đình ông Rieunier còn giữ.

Và trong số những tài liệu của Rieunier do ông Hervé Bernard đăng lên mạng, có lá thư viết tay của Petrus Ký gởi cho Rieunier[55]. Người viết bài này xin chỉ đăng lại trang đầu và trang cuối của lá thư, với mục đích nhận dạng nét chữ và chữ ký mà thôi.

Lá thư gởi cho Rieunier được viết ở "**Chợquán** le Xbre 1876" và được ký rất rõ ràng là P. Trương Vĩnh Ký, như sau:

Do đó, chỉ cần nhìn qua hình thức của ba tài liệu này và so sánh với lá thư Petrus Key, bạn đọc có thể thấy ngay những điểm nổi bật như sau:

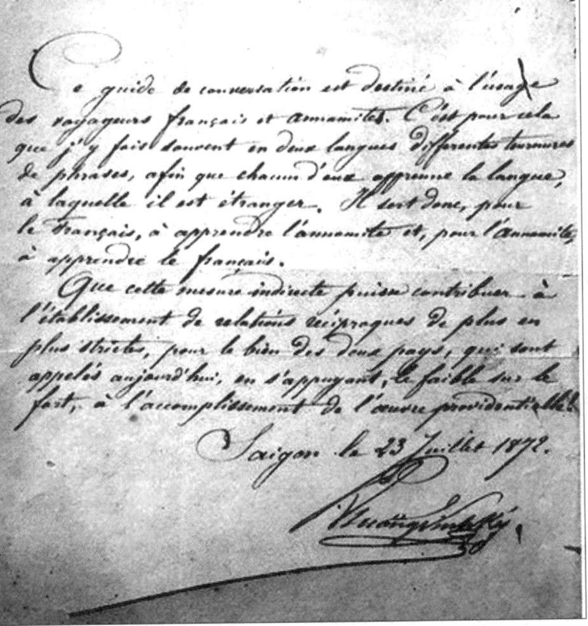

Ce guide de conversation est destiné à l'usage des voyageurs français et annamites. C'est pour cela que j'y fais souvent en deux langues différentes tournures de phrases, afin que chacun d'eux apprenne la langue à laquelle il est étranger. Il sert donc, pour le Français, à apprendre l'annamite et, pour l'Annamite, à apprendre le français.

Que cette mesure indirecte puisse contribuer à l'établissement de relations réciproques de plus en plus étroites, pour le bien des deux pays, qui sont appelés aujourd'hui, en s'appuyant, le faible sur le fort, à l'accomplissement de l'œuvre providentielle.

Saigon le 23 Juillet 1872.

P. Trương Vĩnh Ký

NÉT BÚT VÀ CHỮ KÝ CỦA CỐ TRƯƠNG VĨNH KÝ

Người đời sinh kí tử qui; đang đi nước biếc vắn vỏi lắm. Nhưng ai cũng có phận mấy, kể nhập thế cuộc biết khổ vô đam vị, cũng phải làm vai tuồng mình cho xong đã, mới chun vô phòng được. Sự sống ở đời tạm mấy đỗ như hoa nở một hồi đương ba; vạn sự đều chẳng qua chẳng hết tan đi như mây như khói. Nên phải liệu sức tùy thì tùy phận mà làm vai tuồng mình cho xong. Những điều phải làm là: Trai thì trung hiếu, nắm giữ tam cang ngũ thường. Ăn ở mực thước ngay thẳng, lập tâm làm lành lánh dữ; lấy phước đức mà đong mà lường; lo nối giữ nghiệp ông cha, lo làm ăn theo kịp thiên hạ, cư an tư lạc nghiệp, lấy sự an nhàn làm hơn. Danh cương lợi tỏa đừng có cường cầu. Tính ở nết ở cho khiêm từ nhỏ nhoi, chẳng hay kiêu cách chẳng ỷ thế thần. Ở với đời tùy lúc phong phong. Tin cậy chẳng là tin cậy ơn đấng Hóa công mà thôi. Còn đứa ngu là như nương cây lau cậy tre có ngày nó xóc đâm vào mình mà khốn: Ở dưới đời này là chỗ trường đua, ai như vầy đi miễn giữ thể với nhau liền.

Gái thì lo giữ tam tùng tứ đức nhu [illegible] toàn thủ tổ để hiển phụ mẫu chi danh thì là quí. Còn những điều phải lánh là: Các tính hư nết xấu, rượu trà, cờ bạc, đào địch trai gái, hút xách hoang đàng, bất nhơn ác nghiệp, làm cho nhơ danh xấu tiếng ông bà cha mẹ, cũng hư hại cho mình nữa.

Saigon le 23 Juillet 1872.

P. Trương Vĩnh Ký

Autographe de Pétrus Ky.

55 http://nguyentl.free.fr/Public/Herve-Bernard/Photos-et-lettres-de-Petrus-Ky.pdf

i. Trước hết, ông Petrus Ký lúc nào cũng thận trọng đề nơi chốn, ngày tháng của những gì ông viết, cho dù đó là những lời dạy con cháu trong nhà, cho dù đó là lời chỉ dẫn về một cuốn sách, hay cho dù đó là một lá thư gởi cho một người bạn. Trong khi đó, lá thư Petrus Key, như ta đã biết, không có nơi chốn, không có ngày tháng, và không có cả tên người nhận.

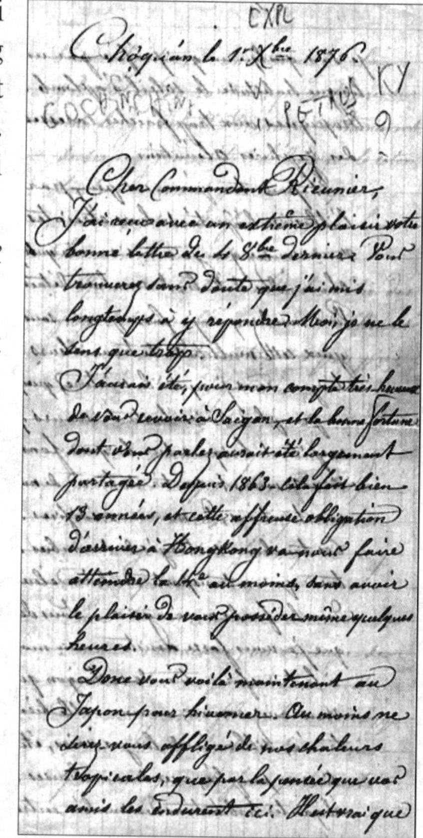

Chợquán le 1er Xbre 1876.

Cher Commandant Rieunier,

J'ai reçu avec un extrême plaisir votre bonne lettre du 4 8bre dernier. Vous trouverez sans doute que j'ai mis longtemps à y répondre. Mais je ne le sens que trop.

J'aurais été, pour mon compte très heureux de vous revoir à Saigon, et la bonne fortune dont vous parlez aurait été largement partagée. Depuis 1863 cela fait bien 13 années, et cette affreuse obligation d'arriver à Hongkong va nous faire attendre la 3e au moins, sans avoir le plaisir de vous posséder même quelques heures.

Donc vous voilà maintenant au Japon pour hiverner. Au moins ne serez vous affligé de nos chaleurs tropicales, que par la pensée que vous les endurerez ici. Il est vrai que

ii. **Nét chữ** trong các tài liệu trên hoàn toàn khác với nét chữ trong lá thư Petrus Key.

iii. **Cách viết tiếng Việt** cho địa danh của ông Petrus Ký rất khác với Petrus Key: Như đã thấy trong lá thư Petrus Key, địa danh Tham Lương được viết là "**Tham-Luong**", không bỏ dấu và dùng gạch nối, và cả hai chữ đều được viết hoa. Trong khi đó, ông Petrus Ký lại viết những địa danh hoặc tên người như là **"Chợquán", "Hànội", "Batường"**, tất cả đều bỏ dấu, và được viết dính nhau. Chẳng những vậy, những chữ thứ nhì như quán, nội, tường, đều không viết hoa. Đó là cách viết chữ Việt đặc biệt của ông Petrus Ký. Cách viết này, ta không thấy được trong lá thư Petrus Key.

iv. **Chữ ký của Petrus Ký:** Như có thể thấy trong lá thư Petrus Key, tác giả đã ký cụt lủn là ***Petrus Key***. Trong khi đó, ở tất cả ba tài liệu viết tay dẫn ra trên đây, ông Petrus Ký lúc nào cũng ký tên mình rất rõ ràng là **P. Trương Vĩnh Ký, với dấu sắc rõ ràng trên chữ Ky.**

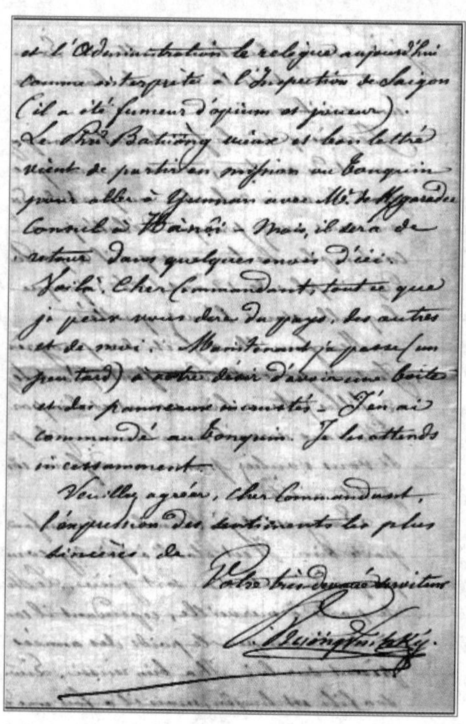

et l'Administration le relègue aujourd'hui comme interprète à l'Inspection de Saigon (il a été fumeur d'opium et joueur).

Le Phủ Batường mieux et bien lettré vient de partir en mission au Tonquin pour aller à Yunnan avec Mr de Kergaradec Consul à Hànội. Mais, il devra être de retour dans quelques mois d'ici.

Voilà, Cher Commandant, tout ce que je peux vous dire du pays, des autres et de moi. Maintenant je passe (un peu tard) à votre désir d'avoir une boîte et des ... Je les ai commandés au Tonquin. Je les attends incessamment.

Veuillez agréer, Cher Commandant, l'expression des sentiments les plus sincères de

Votre très dévoué serviteur

P. Trương Vĩnh Ký.

Do đó, khi so sánh **hình thức** lá thư Petrus Key qua nét chữ và chữ ký trong thư, với nét chữ và chữ ký thực thụ của ông Petrus Ký trong ba tài liệu trên, ta có thể dễ dàng đi đến kết luận rằng Petrus Ký không phải là tác giả của lá thư Petrus Key. Vì cách viết, nét chữ và chữ ký trong ba văn kiện này không có chút gì giống với lá thư Petrus Key.

Nhưng vì ba tài liệu trên được viết ra trong khoảng thời gian 1872 -1876, tức là khá xa sau thời gian của lá thư Petrus Key (vào năm 1859-1860), nên một câu hỏi chính đáng có thể được đặt ra về **thời gian tính** của các tài liệu nói trên. Vì rất có thể là ông Petrus Ký đã thay đổi nét chữ và chữ ký trong thập niên 1870s, làm cho chúng khác đi so với nét chữ và chữ ký năm 1859-1860 của lá thư Petrus Key.

Nhưng vấn đề về thời gian tính nói trên có thể được giải

quyết một cách dứt khoát với một lá thư được viết bởi Petrus Ký vào ngày 4 tháng 2 năm 1859, ngay trước khi quân Pháp tấn công Sài Gòn.

Đó là lá thư Petrus Ký viết cho những bạn học ở Penang để cho biết tình hình xứ An Nam lúc bấy giờ. Xin gọi đó là **"lá thư Penang"** mà người viết sẽ trình bày trong Phần 2 tiếp theo đây.

Tóm Tắt Phần 1

Tóm lại, trong Phần 1 của bài viết, với tựa đề "Lá Thư Petrus Key", gồm từ chương I tới chương VII, người viết đã trình bày cho bạn đọc như sau:

Trong chương I, quá trình ông Nguyên Vũ đã "công bố" lá thư Petrus Key và khẳng định tác giả của nó là Petrus Ký như thế nào trong suốt 20 năm qua.

Trong chương II, cách thức ông Nguyên Vũ đã cố tình không tiết lộ nguyên văn bằng tiếng Pháp của lá thư Petrus Key, trong khi lại thêu dệt thêm những chi tiết chung quanh lá thư, ra sao.

Trong chương III, tiểu sử Petrus Ký và bối cảnh lịch sử của lá thư Petrus Key.

Trong chương IV, nguyên văn tiếng Pháp của lá thư Petrus Key và bản dịch tiếng Việt của Winston Phan Đào Nguyên.

Trong chương V, những sai lầm của ông Nguyên Vũ trong bản dịch lá thư Petrus Key của ông ta.

Trong chương VI, những điều vô lý trong chính nội dung lá thư Petrus Key qua nguyên văn bằng tiếng Pháp cho thấy tác giả lá thư không thể là một người Nam Kỳ như Petrus Ký.

Trong chương VII, một sự so sánh hình thức lá thư Petrus Key qua nét chữ viết và chữ ký với ba văn kiện được viết bởi chính Petrus Ký trong thập niên 1870s cho thấy chúng không giống nhau, và do đó, khẳng định rằng Petrus Ký không phải tác giả lá thư Petrus Key.

Như vậy, Phần 1 của bài viết, như đã tóm tắt bên trên, cho người đọc một cái nhìn về quá trình lá thư Petrus Key đã được ông Nguyên Vũ dùng để đả kích Petrus Ký ra sao, và nội dung thực thụ của lá thư trái ngược hẳn với bản dịch và những gì ông Nguyên Vũ đã trình bày như thế nào. Chẳng những vậy, chỉ cần chính nội dung của lá thư Petrus Key cũng đã cho thấy tác giả của nó không thể là một người Việt ở Nam Kỳ như Petrus Ký. Bởi với những lỗi lầm đầy dẫy trong lá thư về xứ Nam Kỳ, một người Nam Kỳ chính gốc như Petrus Ký không thể nào mắc phải. Và khi so sánh hình thức của lá thư với các văn kiện khác sau này của Petrus Ký, có thể thấy rằng Petrus Ký không phải là tác giả lá thư Petrus Key.

Do đó, chỉ cần có nguyên bản lá thư Petrus Key, thì câu hỏi phải chăng Petrus Ký là tác giả của nó đã có thể được giải quyết thỏa đáng.

Tuy vậy, để có thể chứng minh một cách chắc chắn mà không còn nghi ngờ gì nữa (beyond a reasonable doubt) rằng Petrus Ký không phải tác giả lá thư Petrus Key, người viết xin đi tiếp vào Phần 2 của bài viết.

Trong Phần 2 này, lá thư Petrus Key sẽ được đem ra so sánh với một lá thư do chính tay Petrus Ký viết trong cùng khoảng thời gian với lá thư Petrus Key. Đó là lá thư ông viết cho các bạn học ở Penang vào ngày 4 tháng 2 năm 1859 bằng tiếng Latin (**"lá thư Penang"**).

Phần 2
Lá Thư Penang

Chương VIII.

Giới Thiệu Về Xuất Xứ Và Những Điểm Chính Của Lá Thư Penang

A. Xuất Xứ Của Lá Thư Penang

Đây là một lá thư do chính tay Petrus Ký viết bằng tiếng Latin gởi cho các bạn học tại Đại Chủng Viện Penang, nơi ông theo học từ 1852-1858. Do đó, trong bài viết này, nó được gọi là **"Lá thư Penang"**. Lá thư Penang sau đó được chuyển về Pháp và hiện đang được lưu trữ tại Hội Truyền Giáo Hải Ngoại Paris (Mission Étrangère de Paris). Lá thư này do nhà nghiên cứu Nguyễn Đình Đầu khám phá ra và đã từng cho in trang cuối của nó trong cuốn *"Petrus Ký, Nỗi Oan Thế Kỷ"* phát hành vào đầu năm 2017.

Lá thư Penang được viết vào ngày 4 tháng 2 năm 1859, tức rất gần với thời gian của lá thư Petrus Key. Theo phỏng đoán của người viết, lá thư Petrus Key đã được viết trong khoảng thời gian ông Jauréguiberry làm chỉ huy liên quân Pháp - Tây Ban Nha tại Sài Gòn, tức là từ tháng 4 năm 1859 đến tháng 4 năm 1860. Do sự rất gần nhau về thời gian này, các so sánh về hình thức như nét chữ viết và chữ ký - giữa hai lá thư - sẽ có độ chính xác rất cao.

Đây là một lá thư viết tay dài 13 trang nếu tính luôn trang đầu là một trang giống như trang bìa của một cuốn sách, với những ký hiệu, trang trí, người nhận và người gởi. Lá thư có thể đã được viết ra trong nhiều ngày hay nhiều thời gian khác nhau, vì màu mực của các trang giấy nhìn khác nhau, và nét chữ cũng có thay đổi chút ít từ trang này qua trang khác.

Và đây là trang bìa, trang đầu và trang cuối của lá thư Penang, với thủ bút và chữ ký của chính Petrus Trương Vĩnh Ký:

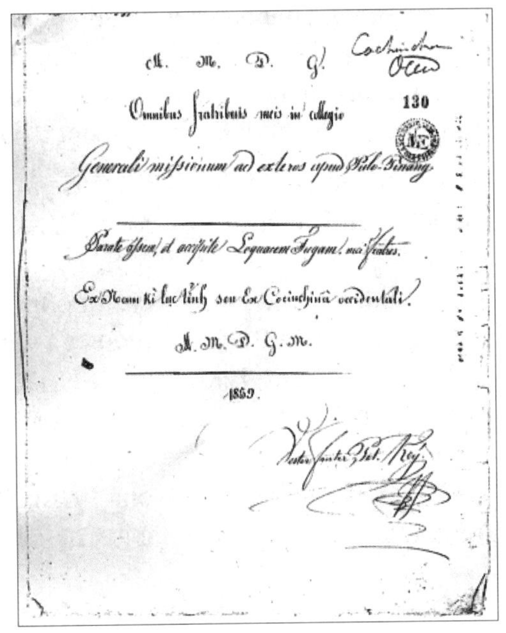

A. M. D. G.
Cochinchina
130
Omnibus fratribus meis in collegio
Generali missionum ad exteros apud Pulo-Pinang.
1859.

Như có thể thấy qua các hình chụp bên trên, lá thư Penang rất khó đọc, vì nét chữ đã nhòa đi rất nhiều theo năm tháng. Đã vậy, người viết là ông Petrus Ký lại còn xen vào giữa những chữ Latin rất nhiều chữ quốc ngữ - như địa danh, tên họ, chức tước, và những chữ bình dân thuần Việt rất cổ. Điều này làm cho lá thư Penang vốn đã khó đọc lại càng khó đọc hơn.

Nhưng rất may mắn là toàn bộ lá thư Penang đã được dịch ra tiếng Pháp vào năm 1995 bởi ông Antoine Lauras, một tu sĩ Dòng Tên và là giáo sư văn chương ở Paris, chuyên về ngôn ngữ Hy-La.[56] Nhờ bản dịch tiếng Pháp này mà người không biết chữ Latin có thể đọc và hiểu được lá thư Penang. Tuy nhiên, vì trong thư có rất nhiều chữ Quốc Ngữ, mà ông Lauras chắc là không biết chữ Quốc Ngữ, nên đôi lúc những khoảng dịch ra tiếng Pháp gồm chữ Quốc Ngữ có thể thiếu chính xác.

Lá thư Penang được Petrus Ký viết bằng chữ Latin vì đó là ngôn ngữ chính thức được dùng ở đại chủng viện Penang. Nó không những là ngôn ngữ trong lớp học giữa thầy trò, mà còn là ngôn ngữ giữa các chủng sinh đến từ khoảng 20 sắc dân trong vùng. Tiếng Latin, do đó, vừa là ngôn ngữ học tập, vừa là ngôn ngữ dùng để đối thoại với bạn bè ở Penang của Petrus Ký.

Trong khi đó, tiếng Pháp không phải là một thứ tiếng mà Petrus Ký được học nhiều tại đại chủng viện Penang. Theo một mẩu chuyện trong cuốn tiểu sử của Petrus Ký, *"Petrus J.B. Trương-Vĩnh Ký, Un Savant Et Un Patriote Cochinchinois"* tác giả Jean Bouchot kể rằng sau khi vào học ở Penang, Petrus Ký mới bắt đầu tự học tiếng Pháp. Và học một cách rất tình cờ, do ông ngẫu nhiên lượm được một mảnh giấy có chữ viết tiếng Pháp, và tự mò mẫm dịch ra chữ Latin. Sau đó, ông mới được một thầy người Pháp dạy cho thứ tiếng này.[57]

Mấy mươi năm sau khi rời Penang, ông Petrus Ký vẫn dùng chữ Latin thường xuyên để trao đổi thư từ với các bạn trí thức người Pháp của ông. Điển hình là những lá thư viết cho bác sĩ Alexis Chavanne và ông Albert Kaempfen đã được giáo sư Raphael Barquissau sưu tập và cho

---

56 http://data.bnf.fr/12012693/antoine_lauras/

57 Jean Bouchot, Ibid, p.8

in lại trong tập sách *Correspondance inédite en latin de Pétrus Trương-vĩnh-Ký.*[58]

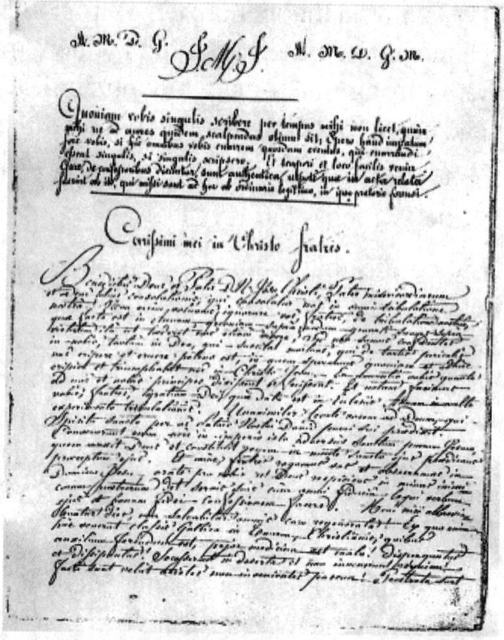

Petrus Ký thậm chí còn viết thư bằng chữ Latin cho người bạn và cũng là thượng cấp người Pháp của ông, Tổng Trú Sứ tức Toàn Quyền Paul Bert, khi không muốn những người khác có thể đọc được thư này, theo Barquissau. Lá thư bằng chữ Latin đó được nhắc đến trong những lá thư bằng tiếng Pháp của Petrus Ký gởi cho Paul Bert, nhưng không được đăng trong sách của Bouchot, vì Bouchot không tìm được nguyên bản.

Cũng theo ông Raphael Barquissau, tiến sĩ văn chương, cựu Hiệu trưởng trường Chasseloup Laubat tại Sài Gòn, người đã sưu tập và cho in những lá thư bằng chữ Latin của Petrus Ký, thì ông Petrus Ký rất giỏi Latin. Nhận xét về chất lượng và vốn liếng Latin của Petrus Ký, ông Barquissau viết là "rất rộng" và rất "hùng biện theo kiểu Ciceron". Trong khi đó, ông Barquissau chê không thương tiếc bản lãnh Latin của người viết thư đối thoại với ông Petrus Ký là ông bác sĩ nghị viên người Pháp, Alexis Chavanne.[59]

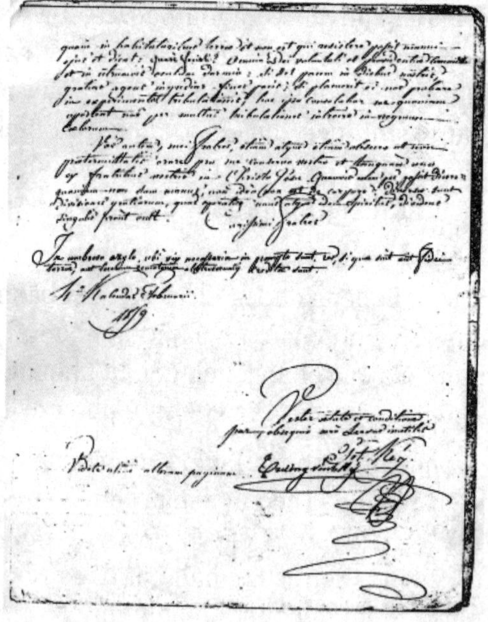

B. Những Điểm Chính Trong Lá Thư Penang

Nội dung lá thư Penang có thể được tóm tắt với ba điểm chính sau đây:

i. Thứ nhất, lá thư **thuật lại những cuộc lùng bắt các giáo sĩ của quan quân nhà Nguyễn** vào ngày 9 tháng 12 năm 1858 tại Cái Mơn/Cái Nhum, và tại Đầu Nước (Cù Lao Giêng), Châu Đốc, vào đầu năm 1859. Sau đó, phần lớn lá thư thuật lại rất chi tiết **những cuộc xét xử và đánh đập tra tấn các giáo dân**, gồm cả các nữ tu, và sự kiên cường không chịu bỏ đạo để được tha của những người bị bắt. Đây là phần chính của lá thư Penang và chiếm hầu hết các trang giấy ở khoảng giữa thư. Có những nhân vật lịch sử được nhắc đến trong thư như quan tòa là "ông Thượng", tức Tổng Đốc Long Hồ (Vĩnh Long) Trương Văn Uyển, và những người bị tra tấn như

58 Raphael Barquissau, Correspondance inédite en latin de Pétrus Trương–vĩnh-Ký, Publication de la Société des Etudes Indochinoises, Saigon 1934

59 Ibid

"bà nhứt" Martha Lành. Những cuộc xét xử này được kể lại trong thư với đại cương rất giống với hai nguồn tài liệu khác, một là theo lời kể của một linh mục người Việt, và còn được lưu giữ ở trang caimon.org[60], và hai là lá thư của linh mục Henri Borelle (cố Hoà), người đã chạy trốn cùng lúc với Petrus Ký khi bị quân nhà Nguyễn lùng bắt vào ngày 9 tháng 12 năm 1858.

ii. Thứ hai, lá thư cho biết - một cách gián tiếp - **hành trình của Petrus Ký, từ lúc trốn chạy cuộc lùng bắt ngày 9 tháng 12 năm 1858 ở Cái Nhum cho đến khi viết lá thư Penang vào ngày 4 tháng 2 năm 1859, tại một nơi trú ẩn tương đối an toàn ở Sài Gòn.**

iii. Thứ ba, lá thư nói lên **những cảm nghĩ của Petrus Ký về sự bắt đạo của nhà Nguyễn cũng như về cuộc can thiệp/xâm lăng vào Việt Nam của liên quân Pháp - Tây Ban Nha**. Theo tác giả Petrus Ký, sự bắt đạo, tuy rất tàn ác, nhưng lại là một điều tất yếu phải xảy ra, cũng như một cơn mưa bảo trước một sự yên bình, hay nói cách khác, là một thử thách của Chúa. Và với sự can thiệp bằng vũ lực của Pháp, ông hoàn toàn phản đối. Với ông, cách dùng vũ khí và bạo lực để can thiệp của quân Pháp là một giải pháp còn tệ hơn là bạo lực bắt đạo của vua quan nhà Nguyễn.

Về điểm chính thứ 1 của lá thư Penang, việc diễn tả những cuộc xét xử và tra tấn các giáo dân, vì rất dài và không thuộc phạm vi của bài viết này, người viết sẽ không bàn đến.

Nhưng điểm chính thứ 2 và 3 của lá thư, về hành trình và quan điểm của Petrus Ký, sẽ được người viết xem xét kỹ lưỡng trong hai chương IX và X sau đây, để so sánh chúng với hành trình và quan điểm của Petrus Key theo nội dung lá thư Petrus Key.

Chương IX.

So Sánh Nội Dung Lá Thư Penang Và Lá Thư Petrus Key Về Hành Trình Của Petrus Ký Từ Cái Nhum Lên Sài Gòn

Như đã thuật sơ qua về bối cảnh lịch sử của xứ An Nam - Nam Kỳ trong chương III, vào cuối tháng 8 đầu tháng 9 năm 1858, liên quân Pháp - Tây Ban Nha tấn công Đà Nẵng và chiếm bán đảo Sơn Trà làm căn cứ. Sau đó, vì không tiến đánh tới Huế được, phần do sức phòng thủ của quân Nguyễn, phần do tàu thuyền của họ không thể ngược dòng sông Hương, chỉ huy liên quân là Rigault de Genouilly chuyển hướng tấn công, đem phần lớn quân lính tàu thuyền vào vựa lúa Nam Kỳ của nhà Nguyễn và đánh chiếm thành Gia Định vào ngày 18 tháng 2 năm 1859.

Một trong những phản ứng đầu tiên của Triều đình Huế là gia tăng việc bắt đạo ngay sau khi liên quân Pháp - Tây Ban Nha đánh Đà Nẵng. Trong hoàn cảnh đó, vào mùa thu năm 1858, sau sáu năm học tập ở đại chủng viện Penang, Petrus Ký trở về quê ở Cái Mơn. Và trong thời gian

60 *Hạnh Tích Bà Nhất Matta Lành, Cuộc Đời Thánh Hiến Của Một Số Tu Sĩ*, http://caimon.org/

vài tháng đầu khi mới trở về, Petrus Ký phụ linh mục Henri Borelle[61] (tức cố Hoà) dạy học tại tiểu chủng viện Cái Nhum, nơi gần với quê nhà ông ở Cái Mơn. Cả hai nơi này đều có nhiều giáo dân Thiên Chúa Giáo người Việt. Họ được lãnh đạo bởi linh mục Borelle, người phụ tá cho giám mục Dominique Lefèbvre. Và giám mục Lefèbvre (tức Ngãi) chính là người cai quản giáo dân của toàn thể địa phận Tây Đàng Trong, bao gồm cả xứ Cao Miên và lục tỉnh Nam Kỳ.[62]

Chiến dịch bắt đạo tại miền Tây Nam Kỳ của nhà Nguyễn sau khi quân Pháp đánh Đà Nẵng được khởi đầu với cuộc lùng bắt linh mục Borelle và các phụ tá của ông tại Cái Nhum vào ngày 9 tháng 12 năm 1858. Petrus Ký, một phụ tá của linh mục Borelle, đã may mắn thoát được cuộc lùng bắt này và chạy lên Sài Gòn tị nạn. Và sau đây là hành trình của Petrus Ký theo lời kể của ông trong lá thư Penang, một cuộc hành trình khác biệt và trái ngược hẳn với cuộc hành trình của Petrus Key.

A. Hành Trình Từ Cái Nhum Lên Sài Gòn Của Petrus Ký Theo Lá Thư Penang

1. Trốn Thoát Cuộc Lùng Bắt Của Nhà Nguyễn Ở Cái Nhum Ngày 9/12/1859

Theo Petrus Ký thuật lại trong lá thư Penang, thì ngày hôm đó, "ông Thượng" sai "ông Đội" đem quân lính đến lùng bắt các giáo sĩ tại hai nơi: Cái Nhum, là nơi có tiểu chủng viện của linh mục Borelle, và "Cái Mơng", là địa phận của hai linh mục Tùng và Quí. Ông Petrus Ký cùng "các giáo chức" nói trên, do đó, đã phải bỏ chạy và trốn vào trong những bụi rậm.

Nguyên văn trong thư bằng chữ Latin như sau:

> ***"... Quibus lectio ông Thượng misit ông Đội cum militibus ad Cái Nhum in qua cram cum NP Borelle provicario Apostolico et Cái Mơng in qua N . N . P . P . Tùng et Quí pastorali manare funguntur . N .P . Provicarios . . . ego per sylvas . . Nihi cum ... Xanorum delitescendum fuit sub densas herbas..."***

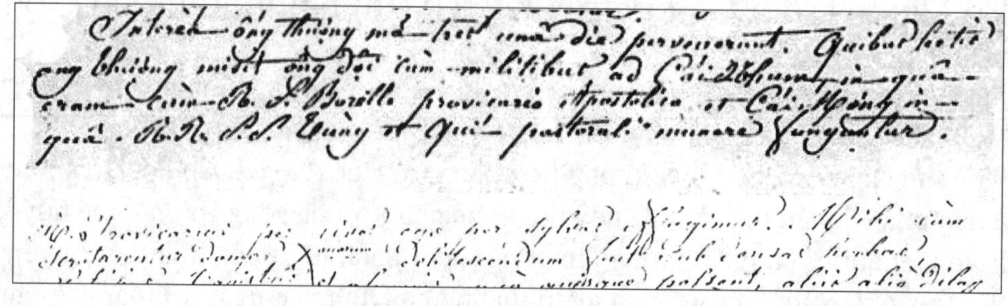

61 Henri Borelle (1820-1860) thụ phong linh mục năm 1845 và sang Việt Nam từ năm 1846. Chết ở Bãi Xan năm 1860 và được chôn ở đó. Hình ngôi mộ của ông trong trang này: http://www.giaoxugiaohovietnam.com/VinhLong/BaiXan/BaiXan-00-LichSu-Mo-Co.htm

62 *Người viết sẽ giải thích thêm về các chức danh và tổ chức của Đạo Thiên Chúa tại Việt Nam trong Phần 3 của bài viết.*

Và đây là phần dịch ra tiếng Pháp và tiếng Việt của đoạn văn trên:

> *"... Après les avoir lues ông Thượng envoya ông Đội avec des soldats jusqu'à Cái Nhum où étaient le pro-vicaire apostolique Borelle et Cái Mơng, et où les Pères Tùng et Quí remplissaient charge pastorale. Nous prenons la fuite, les pro-vicaires et moi-même, dans les forêts. Alors que l'on fouille les maisons des chrétiens, les frères, les maîtres et les élèves doivent se cacher dans des herbes épaisses..."*
>
> *"... Sau đó ông Thượng sai ông Đội dẫn quân lính tới Cái Nhum là nơi của người phụ tá giáo phận Borelle và Cái Mơng, nơi cha Tùng và Quí phụ trách giáo vụ. Chúng tôi bỏ chạy, các vị giáo chức và tôi, vào rừng. Trong khi đó, họ khám nhà của giáo dân, các sư huynh, thầy giảng và chủng sinh đều phải trốn trong các lùm bụi rậm rạp..."*[63]

Trong lá thư Penang, ông Petrus Ký không cho biết đích xác ngày nào quan quân nhà Nguyễn đến khám xét tiểu chủng viện Cái Nhum và Cái Mơn Nhưng theo tài liệu của caimon.org và lá thư của linh mục Borelle sẽ nói đến sau đây, ta biết được chính xác đó là ngày 9 tháng 12 năm 1858.

Và như Petrus Ký đã nói rõ trong lá thư Penang, ông và các "giáo chức" (provicarios) phải bỏ chạy để trốn khỏi cuộc lùng bắt này. Trong các giáo chức đó, ông nêu đích danh linh mục Borelle là người lãnh đạo. Do đó, ta có thể dựa vào những lá thư của linh mục Borelle viết sau này để biết rõ thêm những gì xảy ra với Petrus Ký sau cuộc lùng bắt nói trên.

Và rất nhiều chi tiết về cuộc vây bắt này đã được linh mục Borelle thuật lại. Trong một lá thư đề ngày 15 tháng 1 năm 1859 gởi cho Hội Truyền Bá Đức Tin (L'Oeuvre de la Propagation de la Foi) tại Pháp[64], linh mục Borelle cho biết thêm về cuộc săn bắt các giáo sĩ tại Cái Nhum và các giáo dân tại Cái Mơn vào ngày 9 tháng 12 năm 1858 như sau:

> *"... Le 9 décembre dernier un capitaine suivi de quatre ou cinq satellites, après nous avoir donné la chasse à Cai-nhum et m'avoir fait patauger dans la vase en plein midi, vint surprendre à Cai-mong le magnifique couvent de l'Immaculée-Conception...*
>
> *"**Ngày 9 tháng 12**, một ông Đội, dẫn theo 4 hoặc 5 người hầu (lính), sau khi rượt theo chúng tôi ở Cái Nhum và làm cho tôi phải **chui xuống sình** giữa ban ngày, đã bất thình lình đến tu viện l›Immaculée-Conception ở Cái Mơng."*[65]

Do đó, khi phối hợp lá thư Penang của Petrus Ký và lá thư ngày 15/1/1859 của Borelle, cuộc vây bắt ở Cái Nhum có thể được xác định là vào ngày 9/12/1858.

Nhưng vậy thì sau cuộc lùng bắt ngày 9/12/1858 đó, Petrus Ký đi đâu?

Điều chắc chắn là ông đã không trốn ở cùng chỗ với linh mục Borelle tại Cái Nhum, khi Borelle

---

63 Từ đây về sau, tất cả những câu dịch bằng tiếng Pháp cho lá thư Penang là của ông Antoine Lauras. Tất cả những câu dịch ra tiếng Việt là của Winston Phan Đào Nguyên.

64 Sẽ nói thêm với nhiều chi tiết về Hội Truyền Bá Đức Tin này ở Phần 3 khi đi tìm tác giả lá thư Petrus Key.

65 Lá thư này của linh mục Borelle được đăng trong quyển Kỷ Yếu Đức Tin, *Annales de la Propagation de la Foi* ("APF"), Tome Trente Unième, 1859, pp. 409-425, 412

viết lá thư ngày 15 tháng 1 năm 1859 nói trên. Bởi theo Borelle thì vào thời gian đó, ông ta đang kẹt ngay giữa giáo phận của ông và trốn trong một căn lều nhỏ, nơi mà **"tiếng chó sủa"** (un chien qui aboie), "tiếng trái dừa rụng" (la chute d'un coco qui se détache de l'arbre) cũng đủ làm cho ông kinh sợ. [66]

Còn trong khi đó thì Petrus Ký đã được Borelle dàn xếp cho lên Sài Gòn tị nạn với giám mục Lefèbvre. Vì cũng trong cùng lá thư trên, linh mục Borelle cho ta biết tình hình của giám mục Lefèbvre lúc đó đang an toàn ở Sài Gòn như sau:

> *"Quant à nous ... Mgr Lefebvre, notre vénéré vicaire apostolique, s'est réfugié dans un hameau de quatre ou cinq maisons, entouré de forêts qui sont le repaire des tigres. C'est de la qu'il continue tenir de sa main vigoureuse le gouvernail de la barque de Pierre. Pour moi, forcément retenu au centre de la mission, ... je dois me confiner dans le réduit obscur d'une pauvre chaumière... "*
>
> *Về phần chúng tôi, ... giám mục Lefèbvre, người đại diện đáng kính của Tông tòa, đang tị nạn ở một cái làng gồm 4 hoặc 5 ngôi nhà,* ***chung quanh là rừng và hang cọp. Ở chốn đó, ông ta vẫn đang lèo lái rất tốt con thuyền của thánh Phê-rô****. Về phần tôi, bị kẹt ở ngay giữa giáo phận, tôi phải giam mình trong một căn lều nhỏ khó tìm ra..."* [67]

Do đó, theo lá thư của linh mục Borelle thì giám mục Lefèbvre đang an toàn ở Sài Gòn và đang điều hành giáo phận Tây Đàng Trong của ông một cách tốt đẹp: "Ở chốn đó, ông ta vẫn đang lèo lái rất tốt con thuyền của thánh Phê-rô."

Và có lẽ do nhận xét đó, linh mục Borelle đã thu xếp để gởi Petrus Ký lên Sài Gòn tị nạn với giám mục Lefèbvre.

2. Đi Ngang Qua Ba Giồng Trên Đường Lên Sài Gòn

Theo lá thư Penang, ông Petrus Ký đã lên Sài Gòn, sau khi đi ngang qua vùng Ba Giồng thuộc tỉnh Mỹ Tho (Tiền Giang) hiện nay. Trong lá thư, ông Petrus Ký thuật lại cuộc hành trình của ông sau khi chạy trốn khỏi cuộc lùng bắt ở Cái Nhum, nguyên văn bằng tiếng Latin, như sau:

> ***"Illi alamitati interim alia accessit longe major. In causa fuit fuga Thầy Nhiệm. Cùm enim fugisset Thầy Nhiệm milites ubique in Gia định et Biên hoà ...vagati fora, pagos vicos etiam flumina obsidentes scrutati sunt. Nostris trepidatis quanta ... nusquam alias! Non dubitabatur fides sylvae excipientis, quamvis tigrides et feras haud animus inimicas alat. Vidissetis libros fluitantos super aquas incuriâ et nimis timore quorumdam a Chợ quán usque ad Ba giồng..."***

---

66 Ibid

67 Ibid., p. 411

Và đây là phần dịch ra tiếng Pháp và tiếng Việt của đoạn văn trên:

> *"A cette calamité, s'en ajoute une autre encore bien plus grande. La cause en est la fuite de Thầy Nhiệm. En effet, comme Thầy Nhiệm s'est échappé, des soldats parcourent les places de Gia định et Biên hòa, les campagnes, et même les villages, et examinent aussi les alentours des fleuves. Pour les nôtres, la peur est extrême comme nulle part ailleurs. En effet, ils ont confiance dans la forêt qui les abrite bien qu'elle nourrisse des tigres et des bêtes sauvages qui sont pourtant des ennemis.* ***J'ai vu des livres flotter sur les eaux par l'incurie et la crainte de certains depuis Chợ quán jusqu'à Ba giồng ...***"

> *"Sau tai họa đó là một tai họa lớn hơn. Nguyên nhân là cuộc trốn chạy của Thầy Nhiệm. Thật vậy, vì Thầy Nhiệm bỏ trốn, binh lính đã lùng sục khắp Gia định và Biên hoà, ở ngoại ô, ở làng mạc, và các vùng chung quanh các con sông. Với những người chúng ta, sự sợ hãi lên đến tột độ. Họ thà chạy vào rừng nơi cọp và các thú dữ thù địch khác săn mồi.* ***Tôi đã thấy những cuốn sách trôi trên mặt nước bởi bất cẩn và sợ hãi từ Chợ quán đến Ba giồng ...***"

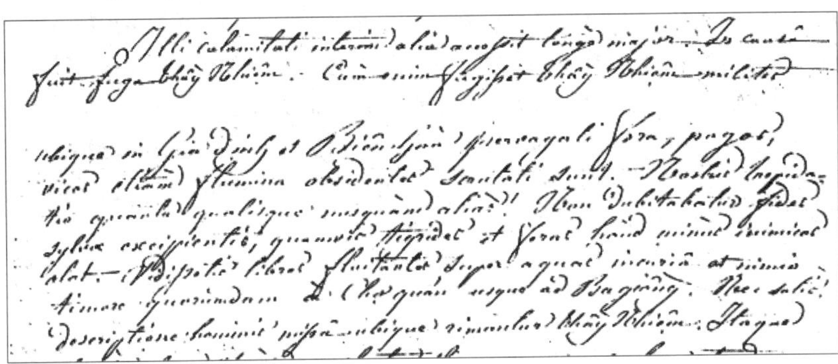

Như vậy, với đoạn văn trên đây, Petrus Ký cho thấy là vào lúc viết lá thư Penang **ngày 4 tháng 2 năm 1859, ông đã ở Sài Gòn.**

Trước tiên, ông cho ta biết vì cuộc bỏ trốn của "Thầy Nhiệm", quan quân nhà Nguyễn đã tăng cường lục soát khắp **Gia Định** và Biên Hòa.

Sau đó, ông lại cho biết vì sự sợ hãi, các giáo dân đã bỏ chạy vào rừng trốn lánh và vứt bỏ kinh sách trôi nổi trên mặt nước, từ **Chợ Quán tới Ba Giồng**.

Do đó, ông Petrus Ký **chắc chắn đã phải có mặt tại Sài Gòn vào thời gian đó để biết được các sự kiện nói trên và kể lại trong thư**. Những sự kiện đó là cuộc vượt ngục Sài Gòn (Gia Định) của một thầy giảng (catechist) tên Nhiệm, và việc các giáo dân sau đó phải bỏ trốn và vứt bỏ sách vở đạo trên sông nước khu Chợ Quán vì cuộc săn bắt thầy Nhiệm ráo riết của quan quân nhà Nguyễn.

Trong khi đó, linh mục Borelle, người trốn thoát cùng lúc với Petrus Ký tại cuộc săn lùng ở Cái Nhum, trong lá thư gởi về Hội Truyền Bá Đức Tin mà ông viết vào ngày 15 tháng 1, hoàn toàn không viết gì về các sự kiện trên. Đó là vì trong lúc viết thư thì ông đang còn ở khu vực Cái Nhum.

Điều này cũng chứng tỏ thêm rằng, vào ngày 15 tháng 1 năm 1859, trong lúc linh mục Borelle viết lá thư nói trên, thì Petrus Ký đã không còn ở bên cạnh Borelle, tức không còn ở khu vực Cái Nhum nữa, mà đã trên đường đi, hoặc đã tới Sài Gòn.

Và trước khi đến xứ Gia Định và đi ngang, nếu không là đang trú ngụ tại khu vực Chợ Quán ở Sài Gòn, thì Petrus Ký đã đi qua xứ Ba Giồng, Mỹ Tho, như ông đã viết trong lá thư Penang.

Nhưng Ba Giồng là nơi nào?

Theo website của giáo xứ Ba Giồng thì:

> *"Ba Giồng gồm ba cụm giồng cát, bắt đầu từ phía nam sông Vàm Cỏ Tây, chạy dọc theo sông Bảo Định theo hướng bắc - nam, rồi ngoặc sang hướng đông - tây để cặp dài theo sông Tiền đến Cái Thia, xuyên qua một vùng đất rộng lớn mà ngày nay là thị xã Tân An, tỉnh Long An"*[68]

Và Ba Giồng là nơi có người Việt cư ngụ lâu đời nhất ở Nam Kỳ. Đó là những giáo dân Thiên Chúa Giáo đã đến đó vào thế kỷ 17:

> *"... qua khảo sát thực tế, chúng tôi vô cùng bất ngờ khi phát hiện tại khu đất thánh của giáo xứ Ba Giồng (thuộc ấp Tân Quới, xã Tân Lý Đông, huyện Châu Thành, tỉnh Tiền Giang) có nhiều ngôi mộ cổ xây bằng ô dước với mộ bia có hình thánh giá đề các chữ số 1663, 1664... và nhiều chữ Hán đã lu mờ không thể đọc được. Điều này chứng tỏ lưu dân người Việt đã đặt chân sinh sống tại giồng Trấn Định ít nhất một vài thế hệ so với thời khắc lịch sử 1698."*

Còn về giáo xứ Ba Giồng, ta được biết như sau:

> *"- Theo những lời truyền tụng chắc chắn, vào khoảng năm 1700 (Canh Thìn) hoặc 1702, dưới triều đại Minh Vương (1691) ra dụ cấm đạo Thiên Chúa, chừng 20 ghe biển của tín hữu Kitô, âm thầm rời Phú Yên, rời xa bờ biển An nam, mang theo khoảng 30 gia đình Kitô hữu. Những gia đình trốn lánh cuộc bắt đạo và trẩy về hướng Nam Kỳ. Chúa quan phòng dẫn họ đến trước con sông cái, giữa Gò Công và Chợ Lớn, do hai con sông Vàm Cỏ Đông và Vàm Cỏ Tây nhập lại kết thành. Ghe ngược dòng sông này cho tới chỗ bắt đầu đồng cỏ lát rộng lớn, và dừng lại ở miệng con rạch gọi là* ***Rạch Chanh****. Đầu tiên tất cả các gia đình lập cư trên bờ con rạch này. Và ghe trở về Phú Yên rước thêm các gia đình khác. Sáu tháng sau, ghe trở lại đem theo những Kitô hữu khác còn đông hơn nữa. Nhưng gần sông quá, ghe thuyền quan lớn đi lại thường xuyên nên có lần họ bị bắt và bị cầm tù. Tất cả các Kitô hữu khác khiếp sợ vội vã rời khỏi nơi ấy để đi sâu vào rừng, cho tới chỗ Ba Giồng ngày nay và lập cư tại đó. Nhưng rất có thể, dân cư đã trở lại đạo từ một thời xa xưa. Các cụ già thường chỉ cho con cháu những ngôi mộ của ba thế hệ đã sống trước họ, mà tất cả đều là những người Công giáo. Tại đất thánh họ đạo nay còn một vài mộ chí niên đại 1663 – 1664 và nhiều ngôi mộ cổ ghi chữ nho đã lu mờ không thể đọc được.*

68 http://www.giaoxugiaohovietnam.com/MyTho/01-Giao-Phan-MyTho-BaGiong.htm

- Giáo xứ Ba Giồng đã trải qua biết bao cảnh thăng trầm: Năm 1783 anh em nhà Tây Sơn đã tìm đến đây tìm vua Gia Long, và đã nổi giận chém giết 150 người giáo dân tại đây. Rồi thời vua Minh Mạng, vào năm 1836, quan quân Triều Nguyễn cũng đã truy quét họ đạo Ba Giồng và đã tàn sát trên dưới 1700 người. Đến triều đại vua Tự Đức, cha sở họ đạo lúc đó là cha Thánh Phêrô Nguyễn Văn Lựu cũng đã bị chém đầu tại Mỹ Tho năm 1861, và sang năm sau, 1862, họ đạo bị tàn sát, lần này có 25 người đàn ông đã tuyên xưng đức tin tại chợ Củ Chi, cách Ba Giồng khoảng 2 cây số. Xác 25 vị này đã được chôn tại một nơi gần đó mà người ta vẫn truyền tụng cho đến ngày hôm nay, gọi là gò Chết Chém."[69] (chữ Rạch Chanh in đậm là do người viết nhấn mạnh).

Tóm lại, Ba Giồng là một vùng đất cao nằm ở giữa sông Vàm Cỏ và sông Tiền (Giang), được tạo nên bởi ba cái giồng. Đây là một vùng đất đã được giáo dân người Việt định cư từ rất sớm, và đã góp mặt nhiều lần trong lịch sử với những cuộc tranh chấp giữa Tây Sơn và Nhà Nguyễn. Còn giáo xứ Ba Giồng là một giáo xứ lâu đời, nhưng đến năm 1861 thì chịu thảm họa vì vua Tự Đức bắt chém cha sở tại đó là linh mục Phêrô Nguyễn Văn Lựu cùng 25 giáo dân.

Nhưng đó là năm 1861. Còn vào những năm 1858-1859, có thể thấy rằng trên đường từ Cái Nhum lên Sài Gòn, ông Petrus Ký đã phải đi ngang qua khu vực này, và rất có thể đã nhận được sự giúp đỡ của những giáo dân ở Ba Giồng.

Trong hình vẽ dưới đây về giáo xứ Ba Giồng, có thể thấy giáo xứ này nằm ngay bên bờ sông:

3. Đi Bằng Đường Sông Từ Ba Giồng Lên Chợ Quán

Như đã trích dẫn bên trên, trong lá thư Penang, Petrus Ký cho biết ông đã thấy "sách vở trôi trên **mặt nước** ... từ Chợ Quán tới Ba Giồng". Do đó, có thể suy ra rằng ông đã đi từ Ba GIồng lên Chợ Quán **bằng đường sông**, nên mới mục kích được sách vở bị vứt bỏ trôi trên mặt nước suốt từ Ba Giồng ở Mỹ Tho đến Chợ Quán ở Sài Gòn.

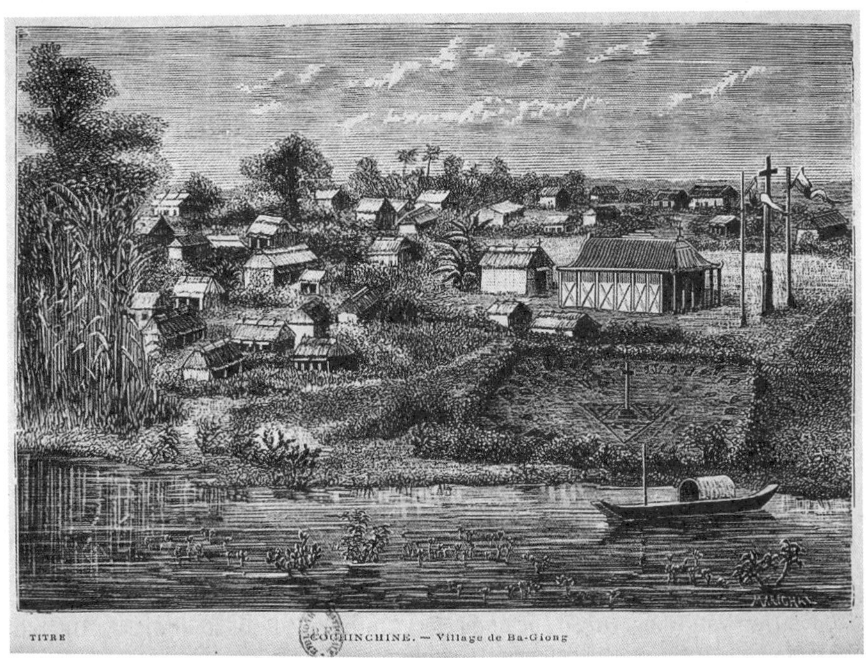

Nguồn: Un épisode de la persécution en Cochinchine - Martyre de vingt-sept Chrétiens, Lyon, 1882

Và như đã nhắc đến nhiều lần, nhất là trong

69 Ibid

Phần 1 về nội dung lá thư Petrus Key, miền Tây của xứ Nam Kỳ là một nơi toàn sông rạch. Vào thế kỷ 19, đường bộ hầu như không có ở vùng này. Nhất là đường từ miền Tây lên Sài Gòn phải băng qua sông Cửu Long và hai sông Vàm Cỏ. Trong khi đó, từ thuở ở miền Trung vào, từ lúc bên Tàu sang, người di dân xứ Nam Kỳ đều dùng phương tiện di chuyển rẻ tiền và tiện lợi nhất là ghe thuyền để đi trên sông rạch xứ này.

Thêm nữa, với những giáo dân, giáo sĩ cần trốn tránh tai mắt của quan binh triều Nguyễn, việc dùng ghe thuyền để di chuyển là phương tiện hợp lý nhất, chẳng những vì có sẵn rất nhiều đường sông rạch thuận lợi cho việc tránh né các trạm canh, mà còn vì trong ghe thuyền có thể dấu được người hoặc đồ vật cấm, như các đồ dùng để thờ cúng của đạo Thiên Chúa.

Báo Nam Kỳ Địa Phận, một tờ báo của người Thiên Chúa Giáo, kể lại việc bắt đạo ở Nam Kỳ vào thế kỷ 19 như sau:

> *"Lại cũng có một đôi khi quan chức họ hay là bổn đạo phải đưa Đức cha hay là các cha ở họ này sang qua họ khác cách xa nhau mà phải đi đường sông, thì bổn đạo bày đồ trận dọn ra giả là ghe đám cưới hay là ghe đám xác mà đi cho khỏi bị mấy phần thú ở dọc sông bắt ghé lại mà xét,* ***vì đời cựu trào không có tra xét những ghe đám cưới hay là đám xác****, đi dọc đàng. Hoặc có khi dọn hàng hóa giả là ghe đi buôn bán, rồi khi đi tới mấy khu có đồn thú, thì* ***giấu các cha ở dưới khoang ghe****, hay là sau buồng lái hoặc nhắm lúc bắt bớ nhặt lắm, thì có một đôi khi phải để các cha nằm trong buồm mà cuốn lại, cho đặc (đặng?) trẩy qua mấy nơi hiểm nghèo nữa (1919, tr.57[70]).*" (chỗ in đậm là do người viết nhấn mạnh)

Việc các giáo dân chuyên dùng ghe thuyền để di chuyển và che giấu các giáo sĩ kể trên có thể được chứng thực khi phối hợp với lá thư ngày 15 tháng 1 năm 1859 của linh mục Borelle đã nói ở trên. Trong lá thư này, linh mục Borelle cho biết rằng sau cuộc săn bắt các giáo sĩ ở Cái Nhum ngày 9 tháng 12 năm 1858, ông đã thu xếp để gởi một trong hai linh mục bản xứ là linh mục Đoàn Công Quí[71] (tức linh mục Quí trong "Tùng và Quí" ở lá thư Penang) **đi lánh nạn bằng ghe** đến xứ đạo Đầu Nước (Cù Lao Giêng) ở Châu Đốc.

Nguyên văn trong thư như sau:

> *"Le Père Qui a été arrêté dans cette débâcle avec trente-neuf chrétiens, est une jeune prêtre fraîchement ordonné, ... Il venait de se trouver dans une passe bien critique à Cai-mong, où des espions le guettaient pour le livrer aux mandarins.* ***Je lui envoyai alors une barque avec des gens déterminés pour le soustraire à ce péril, ... en l'expédiant pour Dau-mioc."***[72]
>
> *"Cha Qui bị bắt trong vụ này cùng với 39 giáo dân là một linh mục vừa được thụ phong,...*

---

70 Nguyễn Văn Trung, *Hồ Sơ Lục Châu Học*, Chương IV, Buổi Sơ Khởi Đạo Thiên Chúa Ở Miền Nam

71 Tiểu sử linh mục Đoàn Công Quí: http://www.wikiwand.com/vi/Ph%C3%AAr%C3%B4_%C4%90o%C3%A0n_C%C3%B4ng_Qu%C3%AD

72 Borelle, Ibid

Ông ta đang ở trong tình trạng hiểm nghèo tại Cái Mơn, nơi những mật thám theo dõi để bắt ông giao cho các ông quan. ***Tôi đã gởi cho ông ta đi trên một chiếc ghe cùng với những người quyết tâm cứu ông ra khỏi mối nguy hiểm này, ... trong chuyến đi đến Dau-mioc (Đầu Nước).”*** (chữ “Đầu Nước” là do người viết thêm vào).

Như đã nói trên, cha “Qui” đây chính là linh mục Đoàn Công Quí, một trong hai linh mục bản xứ (Tùng và Quí) đã cùng với linh mục Borelle và Petrus Ký trốn thoát cuộc săn bắt ngày 9 tháng 12 năm 1858 ở Cái Nhum, theo lời kể của Petrus Ký trong lá thư Penang.

Và sau đó, theo như linh mục Borelle kể lại trong thư, linh mục Quí đã được linh mục Borelle thu xếp gởi qua Đầu Nước (Cù Lao Giêng), Châu Đốc, để lánh nạn (nhưng không ngờ, sau khi an toàn đến nơi, thì linh mục Quí lại bị bắt) Và cũng theo linh mục Borelle,thì ông đã cho linh mục Quí đi đến Đầu Nước bằng đường sông, trên một chiếc ghe cùng với các giáo dân.

Do đó, khi phối hợp sự kiện này với câu Petrus Ký tiết lộ trong lá thư Penang là đã thấy sách vở trôi nổi trên mặt nước từ Chợ Quán đến Ba Giồng, ta có thể suy ra rằng linh mục Borelle cũng đã dùng cách đó để gởi Petrus Ký lên tị nạn ở Sài Gòn, là nơi trú ẩn an toàn của thượng cấp của ông, giám mục Dominique Lefèbvre. Chỉ đi bằng ghe thuyền theo đường sông, thì Petrus Ký mới có thể trốn tránh được tai mắt của nhà Nguyễn và an toàn đến Sài Gòn.

Nhìn lên bản đồ ngày hôm nay, ta vẫn có thể thấy rằng từ Cái Nhum, ông Petrus Ký phải vượt qua sông Cổ Chiên và Hàm Luông để đến Ba Giồng Mỹ Tho, rồi sau đó từ Mỹ Tho lên Sài Gòn, hoặc bằng đường rạch Bảo Định, hoặc bằng đường Rạch Chanh - là hai đường nước nối liền Mỹ Tho - Tiền Giang với sông Vàm Cỏ Tây. Từ đó, ghe của Petrus Ký có thể đi thẳng tới khu vực Chợ Lớn và Chợ Quán ở Sài Gòn.

Ông Alfred Schreiner, một sử gia Pháp sống ở Nam Kỳ, đã diễn tả rất chi tiết về phương tiện di chuyển ở miền Tây Nam Kỳ, nhất là đường Mỹ Tho - Sài Gòn, khi thuật lại cách quân Pháp đến đánh thành Mỹ Tho vào tháng 4 năm 1861:

> *“...En effet, deux arroyos reliaient le Vaico occidental au Mékong:*
>
> *a) L’Arroyo de la Poste, connu aujourd’hui des indigènes sous le nom de Rạch Bảo-Định-Hạ et que les carles du temps désignaient par Rach Run-Ngu et Rach Vung-Ngu. Cet arroyo profond, rapide, sauf au dos d’âne, avait été obstrué par de nombreux barrages une route coupée de petits cours d’eau le côtoyait à des distances très variables sur le côté Ouest, mais tous les ponts avaient été détruits.*
>
> *b) L’Arroyo Commercial, dont les diverses parties, en allant du Vaico vers le grand fleuve, s’appelaient Rạch Chanh, Kinh Bà-Bèo, Rạch Cua et Rạch Ba-Rài; il était embarrassé d’herbes et de vases; navigable seulement pour les petites barques, son débouché se trouve en amont de Mỹ-Tho. Ce cours d’eau est en quelque sorte le prolongement de l’Arroyo Chinois à travers le pays....”*[73]

---

73 Alfred Schreiner, *Abrégé de l’histoire d’Annam*, p. 184

Ông Nguyễn Văn Nhàn dịch đoạn trên như sau:

"Vốn thật có hai ngọn rạch làm cho sông Vũng Gù thông với sông Không:

a) Rạch Arroyo de la Poste nay người an-nam kêu là Rạch Bảo Định Hạ, còn các bản đồ lúc đó đề tên là Rạch Run-Ngu và Rạch Vung-Ngu. Rạch này sâu, đổ mau, trừ ra chỗ giáp nước mà thôi; khi ấy nó có nhiều khúc hàn bít lại; một cái đường lộ bị nhiều ngọn nước nhỏ bứt ngang, đi dọc theo bên phía tây rạch ấy và dang khỏi bờ khúc gần khúc xa không đồng, còn các cầu đã bị dứt đi hết.

b) Rạch Arroyo Commercial từ Vàm-cỏ mà qua Đại-Giang, thì mấy khúc nó lại kêu là Rạch Chanh, Kinh Bà Bèo, Rạch Cua và Rạch Ba-Rài; nó bị cỏ cây với bùn trịn lấp cạn; ghe nhỏ đi được mà thôi, chỗ nó đổ ra là phía trên Mỷ-Tho. Đường nước này xem dường như ngọn Rạch Arroyo Chinois nới dài đi thâu qua trong xứ."[74]

Nhìn lên bản đồ ngày nay, ta vẫn có thể thấy khu vực Ba Giồng, tức là khoảng đất giữa sông Vàm Cỏ Tây và sông Tiền Giang, có hai đường nước thông với hai con sông này, y như ông Alfred Schreiner đã diễn tả: đó là Rạch Bảo Định (Arroyo de la Poste) và Rạch Chanh (Arroyo Commercial).

Vào năm 1861, quân Pháp đã dùng đường Rạch Bảo Định để tấn công thành Mỹ Tho, vì như ông Schreiner cho biết, đường này nước sâu nên các thuyền của Pháp có thể di chuyển được trên đó. Đường nước này sau đó được dùng để đưa thư từ giữa Sài Gòn và Mỹ Tho, và vì vậy đã được người Pháp đặt tên là Arroyo de la Poste (Kinh Bưu Điện).

Trong khi đó, đường nước còn lại, mà ta vẫn có thể theo dõi trên bản đồ hiện nay, đi từ Rạch Ba Rài lên Rạch Chanh, là đường dễ bị lấp cạn, nhưng ghe nhỏ đi được, và có lẽ đã được dùng cho việc giao thông buôn bán nhiều hơn, nên được người Pháp gọi là Arroyo Commercial (Kinh Thương Mại). Đường nước này, như ông Alfred Schreiner cho thấy, thông ngay với Kinh Tàu Hủ hay còn gọi là Arroyo Chinois ở Sài Gòn.

Do đó, ông Petrus Ký chắc chắn đã theo một trong hai đường nước này để lên Sài Gòn bằng ghe thuyền. Có lẽ ông đã chọn đường Rạch Chanh, vì đường này ghe nhỏ đi được, lại thêm nhiều ghe thuyền buôn bán, nên dễ dàng ẩn núp hơn đường Rạch Bảo Định. Thêm nữa, vì đường này thông ngay với Kinh Tàu Hủ tức Arroyo Chinois là con kinh chạy ngang qua vùng Chợ Quán.

Và điều này giải thích rõ ràng tại sao Petrus Ký đã thấy được những **sách vở trôi trên mặt nước, từ Chợ Quán đến Ba Giồng**, như ông đã viết trong lá thư Penang.

4. Trú Ẩn Tại Phía Nam Sài Gòn - Trước Khi Pháp Chiếm Sài Gòn

Vào thời gian của lá thư Penang năm 1859, nếu giáo dân các tỉnh miền Tây lúc đó ở dưới sự lãnh đạo của linh mục Borelle, thì khu vực Sài Gòn là địa phận của thượng cấp của ông, giám mục Dominique Lefèbvre. Đây là một nhân vật kiệt xuất đã sống gần hết đời tại Việt Nam. Hai

---

74 Ibid, Alfred Schreiner, *Đại Nam Quốc Lược Sử*, Nguyễn Văn Nhàn, pp. 311-312

lần bị nhà Nguyễn bắt giam và lên án tử hình, ông đều thoát chết và bị trục xuất ra khỏi Việt Nam. Nhưng rồi rốt cuộc ông cũng lẻn trốn trở lại Việt Nam với các giáo dân của ông. Có thể nói rằng giám mục Lefèbvre có rất nhiều kinh nghiệm trong việc trốn chạy khỏi sự vây bắt của quan quân nhà Nguyễn. Ông cũng chính là người lãnh đạo toàn thể giáo dân Nam Kỳ trong suốt thời gian trước và sau khi quân Pháp đánh chiếm Sài Gòn.[75]

Theo Bouchot, chính giám mục Lefèbvre là người đã ra lệnh cho Petrus Ký lên Sài Gòn[76]. Do đó, có thể suy ra rằng khi mới chạy trốn lên Sài Gòn, Petrus Ký đã phải nương náu với giám mục Lefèbvre để trốn tránh tai mắt của nhà Nguyễn. Là một thanh niên 21 tuổi mới chân ướt chân ráo từ Penang về Cái Nhum và phải chạy lên Sài Gòn tị nạn, Petrus Ký chắc chắn đã phải có sự trợ giúp của người lãnh đạo giáo dân lúc đó là giám mục Lefèbvre thì mới sống sót được.

Giám Mục Dominique Lefèbvre
(Nguồn http://exlurosg.net/?p=8851)

Và rất may mắn là ta có thể biết được chính xác khu vực giám mục Lefèbvre ẩn núp trước khi quân Pháp đến Sài Gòn. Theo linh mục Louvet trong cuốn "La Cochinchine Religieuse" thì giám mục Lefèbvre trong thời gian đó đang ẩn núp tại vùng **Rạch Bàng** ở khu Tân Thuận phía nam Sài Gòn. Trong cuốn sách này, linh mục Louvet đã diễn tả rất chi tiết việc giám mục Lefèbvre lẩn trốn trong ruộng lúa ở khu Rạch Bàng trước khi tìm đến tàu Pháp trên sông Đồng Nai để xin tị nạn:

> *"Cependant la tête du vicaire apostolique. Mgr Lefebvre était mise à prix, et l'on faisait les plus actives recherches pour le découvrir dans les environs de Saigon, où l'on savait qu'il se cachait. Il était alors dans la chrétienté de Thi-nghe; sa retraite ayant été dénoncée,* ***il se réfugia dans les rizières de Rach-bang, au-dessous du fort du Sud****...*
>
> *Le 15 février au soir, profitant d'un moment où la lune était voilée de nuages, que se glissa dans une petite barque avec son sauveur, qui s'était, pour la circonstance, revêtu d'un costume complet de milicien annamite on jeta sur le prélat, couché au fond de l'esquif, une méchante natte et, à travers les mille détours des arroyos, on arriva au Dong-nai. Vingt fois, dans cette course aventureuse, la petite embarcation avait été lée par des postes avancés; mais à chaque fois, Thê, avec un sang-froid imperturbable, avait répondu: 'C'est un soldat malade qui retourne chez lui,' et on les avait laissé passer."*[77]
>
> *Tuy vậy, cái đầu của giám mục Lefebvre đã được treo giá, và một cuộc săn tìm ráo riết*

---

75 Muốn biết thêm nhiều chi tiết về giám mục Lefèbvre, xin đọc L. E. Louvet, *La Cochinchine Religieuse*, Paris, 1885

76 Bouchot, Ibid, p. 10

77 Louvet, Ibid, p. 233. Fort du Sud chính là đồn Hữu Bình.

đã diễn ra ở Sài Gòn, nơi ông được biết là đang ẩn náu. Ông lúc đó đang ở giáo xứ Thị Nghè, vì bị lộ, ***ông phải lánh nạn ở các cánh đồng lúa tại Rach-bang (Rạch Bàng), phía dưới Đồn Hữu Bình*** *….*

Buổi tối ***ngày 15 tháng 2****, lợi dụng lúc trăng bị mây che, ông ta chui vô một chiếc ghe nhỏ cùng với Thê, người cứu giúp ông và đã hóa trang cho ông trong dịp này bằng cách cho ông mặc bộ đồ lính Annam và nằm sát đáy ghe. Sau cả ngàn ngóc ngách của các kinh rạch, họ ra tới sông Đồng Nai. Hai mươi lần trong chuyến đi đầy tính phiêu lưu này, chiếc ghe nhỏ bị chận lại ở các đồn bót, nhưng mỗi lần như vậy, Thê, với sự điềm tỉnh không chỗ chê, trả lời, lính bịnh đi về nhà, và sau đó họ được cho qua.'"*

Lý do làm cho giám mục Lefèbvre phải chạy trốn gấp rút như vậy là vì chỉ vài ngày trước đó, quân Pháp đã từ Đà Nẵng tiến vào đến Vũng Tàu. Nhà Nguyễn ngay sau đó đã lùng bắt ông ta ráo riết, và đã cấp tốc chém đầu một linh mục bản xứ thân tín của Lefèbvre là linh mục Lê Văn Lộc, tức Paul Lộc, tại Sài Gòn.

Cần biết thêm rằng linh mục Lộc chính là người mà một thời gian ngắn trước đó đã bị bắt ở Sài Gòn vì bị nhà Nguyễn tưởng lầm rằng ông chính là "thầy Nhiệm", người vừa vượt ngục Gia Định mà Petrus Ký đã nói đến trong lá thư Penang.

Trong một lá thư gởi cho Hội Truyền Bá Đức Tin đề ngày 1 tháng 3 năm 1859, giám mục Lefèbvre cho biết linh mục Lộc đã bị bắt vào ngày 21 tháng 12 năm 1858, vì quan binh nhà Nguyễn tưởng ông là "thầy Nhiệm", người vừa trốn khỏi nhà giam ở Gia Định. Trong thư, giám mục Lefèbvre viết là một "catéchiste", tức là một "thầy giảng" để chỉ "thầy Nhiệm".[78]

Như vậy, theo lời thuật lại của linh mục Louvet và lá thư của giám mục Lefèbvre, ta có thể thấy rằng giám mục Lefèbvre đã bị quan quân nhà Nguyễn săn đuổi ráo riết nhất trong thời gian sau khi cha Lộc bị bắt và khi quân Pháp đến Vũng Tàu, tức là từ tháng 12 năm 1858 đến giữa tháng 2 năm 1859. Và **nơi ông trốn lánh là khu vực Rạch Bàng ở gần Đồn Hữu.**

Rạch Bàng, cũng như **Xóm Chiếu**, là hai địa danh **gần cầu Tân Thuận ngày nay**, ở phía Nam Sài Gòn.

Trong *Bến Nghé Xưa*, Sơn Nam đã diễn tả vùng đất Sài Gòn như sau:

"Phía Nam, bờ rạch Vàm Bến Nghé là đất thấp. Ranh giới hai vùng cao thấp là con đường Nguyễn Trãi ăn từ Sài Gòn vào Chợ Lớn; thời Pháp mới qua gọi ***đường trên****, với ý nghĩa trên cao đối chiếu với đường dưới thấp dọc mé rạch. Nếu những gò đất phía Bắc con đường Nguyễn Trãi gợi khung Tây Ninh, Bà Rịa thì hai bên bờ rạch, phía Nam với những nhánh nhóc của sông Sài Gòn giống như đất sình lầy ở Rạch Giá, Cà Mau. Nước mặn vào mùa nắng, bãi bùn lầy, cây bần, cây tràm, bình bát và ô rô, mái dầm, cóc kèn mọc um tùm với cá thòi lòi, cá đối, cua biển. Còn tên đất* ***Xóm Chiếu, Rạch Bàng****:*

---

78 Kỷ Yếu Đức Tin, *Annales de la Propagation de la Foi*, Tome Trente Unième, 1859, pp. 328-334. Câu chuyện tử đạo của linh mục Lộc được kể lại rất chi tiết trong một cuốn sách sau đó, *Les trente-cinq vénérables serviteurs de Dieu*, Adrien Launay, Paris, pp. 61-68. Trong đó, tên "thầy Nhiệm" bị in sai là "Nhien".

lác dệt chiết bàng đương đệm có sẵn tại chỗ... Từ gò đất cao, đổ xuống nhiều con rạch ngắn ăn ra rạch Vàm Bến Nghé, thôn xóm tập họp tại vàm như vùng Cầu Ông Lãnh, Rạch Bần, Cầu Kho, Chợ Quán, An Bình và vô số rạch khác. Chợ Lớn ngày xưa chằng chịt sông rạch lớn nhỏ, mọi sự chuyên chở dùng ghe thuyền"[79]

Và chính nơi đây, phía nam Sài Gòn, vào giữa thế kỷ 19, là nơi mà những loài thú dữ, đặc biệt là cọp, còn hoành hành dữ tợn. Theo báo Nam Kỳ Địa Phận mà giáo sư Nguyễn Văn Trung trích lại trong cuốn Hồ Sơ Lục Châu Học thì:

*".. Thị Nghè còn đáng sợ hơn vì **beo cọp về quấy phá bắt heo bắt chó thường lắm**. Dưới đây là đoạn nói về trường La-tinh (tức tiểu chủng viện) lập ở Thị Nghè lối **năm 1882**: 'Hai cái nhà lá cất giữa đồng ruộng, đất thấp bùn lầy, nước ròng thì đi dưới bùn, nước lớn thì phải xắn ống quần lội. **Lại cọp hùm hay lai vãng, một phen bắt heo của nhà trường mà ăn**."*[80]

Đó là năm 1882, khoảng hai mươi năm sau khi quân Pháp chiếm Sài Gòn, mà những vùng như Thị Nghè còn bị cọp quấy phá như vậy, thì ta có thể biết rằng vào thời gian Petrus Ký trốn lánh ở phía Nam Sài Gòn vào năm 1859, nỗi lo sợ bị cọp bắt còn lớn hơn nhiều.

Và quả thật vậy, trong lá thư Penang của Petrus Ký, ông cho biết sau cuộc trốn thoát của "thầy Nhiệm", quân lính đã lùng bắt ráo riết khiến các giáo dân phải chạy **trốn vào rừng, nơi có "cọp và các thú dữ"** săn mồi, như đã trích bên trên.

Rồi sau đó, ở cuối lá thư Penang, ông cho ta biết thêm về nơi ông đang ở và viết thư:

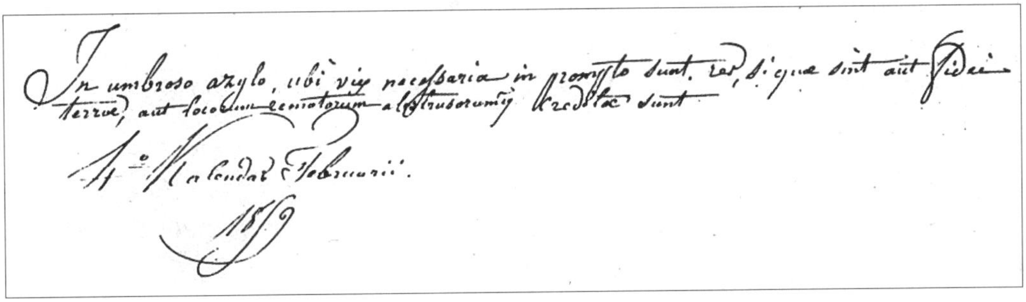

"In umbroso azylo, ubi vix necessaria in prompto sunt res, si quae sunt aut fidei terrae, aut locorum remotorum .... creditae sunt."

"Dans un asile plein d'ombre, où nous avons à peine ce qui est nécessaire. Si nous faisons confiance c'est ou bien dans la foi ou bien dans des endroits cachés et reculés."

Trong một nơi trú ẩn đầy bóng râm, nơi chúng tôi chỉ có duy nhất những gì cần thiết. *Nếu chúng tôi tin tưởng được gì, thì đó là niềm tin và những nơi xa xôi hẻo lánh".*

79 Sơn Nam, *Bến Nghé Xưa*, Nhà Xuất Bản Văn Nghệ TPHCM, 1992, pp. 14-15

80 Nguyễn Văn Trung, *Hồ Sơ Lục Châu Học*, chương IV

Tóm lại, khi tổng hợp tất cả các dữ kiện trên đây, từ lá thư Penang của Petrus Ký, lá thư của linh mục Borelle, lá thư của giám mục Lefèbvre, đến lời thuật của linh mục Louvet, ta có thể suy ra rằng **trong thời gian mới lên tị nạn ở Sài Gòn và khi viết lá thư Penang, Petrus Ký đã ở một nơi tương đối an toàn đối với sự truy xét của quan quân nhà Nguyễn, nhưng lại không an toàn với thú dữ vây quanh - vì nơi ẩn náu là vùng rừng rậm ở phía Nam Sài Gòn, hay chính xác hơn, tại khu vực Rạch Bàng là nơi giám mục Lefèbvre đang cư ngụ.**

Cũng rất có thể là trong thời gian này, Petrus Ký đang lẩn trốn ở gần đó, trong khu vực Chợ Quán, một xứ đạo lâu đời bậc nhất ở Sài Gòn. Đây cũng là nơi ông lấy vợ và sau này ở luôn đến trọn đời. Vợ ông, bà Vương Thị Thơ, là con của ông hương chủ làng Nhơn Giang (tức Chợ Quán), y sĩ Vương Tấn Nguơn[81]. Chợ Quán cũng là một vùng thuộc về khu đất thấp của Nam Sài Gòn như Sơn Nam cho biết. Và nếu khoảng 100 năm trước ở Thị Nghè cọp còn vô nhà dân bắt heo thì ở Chợ Quán chắc cũng còn rất hoang vu như lời kể trong thư Penang của Petrus Ký.

Nhưng, dù là ở Rạch Bàng, hay ở Chợ Quán, thì Petrus Ký cũng đã có một nơi trú ẩn khá an toàn vào đầu tháng 2 năm 1859, ở đâu đó trong khu vực phía nam Sài Gòn. Đó là nơi ẩn náu của vị bề trên của ông là giám mục Lefèbvre, và cũng là nơi có nhiều rừng và sông rạch dễ bề trú ẩn, nhưng lại bị cọp dữ đe dọa.

Và đó là thời gian của lá thư Penang vào ngày 4 tháng 2 năm 1859, khi quân Pháp chưa đánh tới Gia Định. Còn **sau khi** quân Pháp đã đánh chiếm thành Gia Định ngày 18 tháng 2 năm 1859 thì Petrus Ký ở đâu?

5. Ở Khu Vực Gần Đồn Quân Pháp - Sau Khi Pháp Chiếm Sài Gòn

Nếu trước khi quân Pháp tới, Petrus Ký có thể phải trốn trong rừng ở phía nam Sài Gòn với giám mục Lefèbvre, thì sau khi Pháp chiếm Sài Gòn, và nhất là sau khi giám mục Lefèbvre đã lập thêm những khu vực giáo dân mới chung quanh đồn quân Pháp, Petrus Ký chắc chắn đã phải ở nơi đó để được bảo vệ.

Đó là khu vực nào?

Để trả lời câu hỏi này, ta cần trở lại với thời gian và những sự kiện lịch sử khi Pháp mới đánh chiếm Sài Gòn năm 1859.

Như đã nói sơ qua ở phần trên, sau khi chiếm được thành Gia Định, Rigault de Genouilly cho đốt thành và rút quân về đóng ở một cái đồn của nhà Nguyễn mà họ đã chiếm trước đó. Đồn này là một trong hai đồn ở hai bên bờ sông Sài Gòn, **khoảng cầu Tân Thuận ngày nay**. Đồn bên tả ngạn, hay ở phía Bắc, được gọi là Tả Định. Đồn ở hữu ngạn, hay ở phía Nam, còn được gọi là đồn hay bảo **Hữu Bình**, hay **đồn Hữu**, theo tiếng Việt. Còn trong tài liệu tiếng Pháp thì đồn này được gọi là Fort du Sud, hay có khi là "Hegnon Binh".

Theo Sơn Nam trong *Bến Nghé Xưa*:

81 Bouchot, Ibid, p. 16

"Vì còn vướng bận chinh chiến ở Thượng Hải nên bọn Pháp chủ trương cố thủ mà bảo toàn lực lượng, chờ khi có tiếp viện sẽ bành trướng khu vực chiếm đóng. Chúng trở lui khá xa, bỏ hẳn vùng Sài Gòn, đến tận đồn Hữu, còn gọi đồn Rạch Bàng (bên này cầu Tân Thuận). Đây là một trong hai đồn quan trọng án ngữ thành Gia Định mà chúng vừa bắn nát, trước khi vào Sài Gòn. Căn cứ này được bố trí kiên cố hơn, chung quanh có số gian thân tín." [82]

Theo cuốn *Les Expeditions de Chine et de Cochinchine* của Nam Tước César Bazancourt, sử gia chính thức của Hoàng Đế Napoléon III, thì vào cuối tháng 3 năm 1859, Rigault de Genouilly kéo phần lớn quân trở ra Đà Nẵng, nhưng để lại một lực lượng khá hùng hậu để bảo vệ Sài Gòn dưới sự chỉ huy của Capitaine de Frégate Jean Bernard Jauréguiberry, người sau này đã nhận được lá thư Petrus Key. Lực lượng này gồm có hai pháo thuyền (canonnières) tên Avalanche và Dragonne án ngữ Sài Gòn, và một pháo hạm (corvette) tên Primaguet, do chính Jauréguiberry chỉ huy và bỏ neo ở Đồn Hữu. Còn trong đồn thì có một đại đội bộ binh Pháp, một đại đội bộ binh Tây Ban Nha, và một biệt đội pháo binh. Với lực lượng này, Jauréguiberry đã chẳng những kiểm soát được khu vực phía nam Sài Gòn từ Thị Nghè tới Chợ Lớn, mà còn đủ sức tấn công vào những đồn mới xây của nhà Nguyễn ở khu vực Chí Hòa vào ngày 21 tháng 4 năm 1859[83].

Về phía nhà Nguyễn, theo Đại Nam Thực Lục Chính Biên, thì sau khi thất trận ở thành Gia Định, hai vị chỉ huy là Võ Duy Ninh và Lê Từ bỏ chạy khỏi thành, rồi sau đó tự tử. Quân lính nhà Nguyễn chạy về đồn Thuận Kiều và thành Biên Hoà. Vua Tự Đức lập tức phái Thượng Thư Tôn Thất Hiệp (Cáp) vào để chỉ huy. Sau khi từ Huế đến Biên Hoà và bị Tự Đức thúc dục, Tôn Thất Hiệp bắt đầu đắp đồn Phú Thọ và đồn Hữu (của Chí Hòa, không phải đồn Hữu Bình ở Rạch Bàng Tân Thuận của Pháp) để bao vây quân Pháp, và nhằm cắt đứt đường liên lạc với Chợ Lớn là nơi cung cấp thực phẩm tươi cho quân Pháp.

Vì lý do này, liên quân Pháp - Tây Ban Nha dưới quyền của Jauréguiberry tại Sài Gòn đã tấn công quân Nguyễn của Tôn Thất Hiệp vào ngày 21 tháng 4 năm 1859. Cả hai bên đều có thiệt hại đáng kể. Liên quân Pháp - Tây sau khi chiếm và đốt đồn mới xây của Tôn Thất Hiệp thì rút về chiếm giữ một ngôi chùa (không cho biết tên, nhưng có lẽ là chùa Cây Mai trong Chợ Lớn)[84].

Ngay trong khoảng thời gian đó, những giáo dân người Việt tụ tập xung quanh giám mục Lefèbvre ở khu **Xóm Chiếu**. Với những giáo dân này, giám mục Lefèbvre đã lập ra một giáo xứ mới tại đây, trong khoảng đất do Pháp kiểm soát, từ đồn Hữu Bình đến Kinh Tàu Hủ, tức từ Tân Thuận đến Chợ Quán. Linh mục Louvet cũng cho biết thêm là sau đó, khi những giáo dân tị nạn từ phía Sài Gòn chạy đến, họ bắt đầu tạo nên thêm xứ đạo Thủ Thiêm. Và cuối cùng, sau khi những giáo dân từ miền Bắc và Đà Nẵng chạy theo đoàn quân Pháp khi Pháp rút khỏi Đà Nẵng vào Sài Gòn, họ đã đến ở khu phía Bắc, giữa khu thành Gia Định cũ và cầu Thị Nghè, tạo nên xóm đạo Tân Định. Do đó, trừ Chợ Quán và Thị Nghè là hai xứ đạo xưa nhất còn sót lại, những

82 Sơn Nam, Ibid, p. 83

83 César Bazancourt, *Les Expéditions de Chine et de Cochinchine*, Paris 1861, p. 327

84 Ibid, pp. 334-338

xứ đạo kể trên (Xóm Chiếu, Thủ Thiêm, Tân Định) đều mới được lập nên do các giáo dân tụ tập chung quanh đồn lính Pháp để tìm sự che chở với việc bắt đạo của quan quân nhà Nguyễn. Trong khi đó, ngoài khu vực được Pháp kiểm soát ra, (từ rạch Thị Nghè đến Chợ Lớn và từ sông Sài Gòn đến Cánh Đồng Mồ Mả), các giáo dân vẫn đang bị đặt ngoài vòng pháp luật của nhà Nguyễn.[85]

Theo một báo cáo ngày 16 tháng 4 năm 1860 của Hội Truyền Giáo Hải Ngoại Paris gởi cho Hội Truyền Bá Đức Tin, *"Extrait d 'un Rapport adressé aux Conseils de l 'Oeuvre par MM . les Directeurs du séminaire des Missions - Étrangères"*, thì:

> *". . . Mgr Lefebvre, vicaire apostolique de la Cochinchine occidentale, s'est réfugié à Saigon depuis que cette ville est occupée par les Français. Deux nouveaux missionnaires, six prêtres indigènes, les élèves de son séminaire, soixante-dix-sept religieuses, et environ six mille chrétiens, sont allés l'y rejoindre. Mgr Gauthier se proposait aussi de gagner cet asile, en attendant que des jours plus heureux lui permissent de rentrer dans sa mission. Malheureusement, nous écrit l'un de ses confrères, il n'y a que Saigon et les lieux circon- voisins qui puissent profiter de la protection du pavillon français."*[86]
>
> *"Giám mục Lefèbvre đang tị nạn tại Sài Gòn từ khi thành phố này được quân Pháp chiếm đóng. Hai giáo sĩ, sáu linh mục bản xứ, những chủng sinh của chủng viện, 77 dì phước, và khoảng 6000 giáo dân đã tìm đến với ông ta ở đó. Ngay cả giám mục Gauthier cũng xin được ở đó với Lefèbvre cho đến khi ông ta có thể trở về giáo phận của ông, vì rủi thay, chỉ có Sài Gòn và vùng phụ cận là được hưởng sự bảo vệ của quân Pháp."*

Như vậy, vào thời gian từ cuối tháng 3 đầu tháng 4 năm 1859 đến cuối tháng 3 đầu tháng 4 năm 1860 là khoảng thời gian mà ông Jauréguiberry làm chỉ huy liên quân Pháp - Tây Ban Nha tại Sài Gòn, tức là khoảng thời gian mà người viết bài này ước định là ông đã nhận được lá thư Petrus Key, thì tình hình là liên quân Pháp - Tây đang kiểm soát khu vực phía nam Sài Gòn, từ Thị Nghè đến Chợ Lớn, dọc theo các đường nước do các tàu thuyền của họ canh giữ. Họ đóng quân trong đồn Hữu (Bình) ở Tân Thuận, và chung quanh là các giáo dân Việt Nam dưới sự lãnh đạo của giám mục Lefèbvre. Trong khi đó, lực lượng quân Nguyễn tập trung ở khu vực Thuận Kiều, Tham Lương, Phú Thọ, Chí Hòa, rồi dần dần xây chiến lũy để lấn xuống phía nam. **Vậy, nếu như tất cả các giáo dân Việt tị nạn phải tụ tập chung quanh giám mục Lefèbvre và ở ngay sát bên nơi đóng quân của liên quân Pháp - Tây để được che chở khỏi sự đàn áp của nhà Nguyễn, ta có thể suy ra rằng trong thời gian này, Petrus Ký cũng đang ở trong khu vực đó.**

Nếu khi ông viết lá thư Penang vào ngày 4 tháng 2 năm 1859 và cho biết là ông đã ở một nơi an toàn ở Sài Gòn, thì sau khi liên quân Pháp - Tây chiếm Sài Gòn vào ngày 18 tháng 2 năm

---

85 Louvet, pp. 236-238

86 Kỷ Yếu Đức Tin, *Annales de la Propagation de la Foi*, Tome Trente Deuxième, 1860, p. 332

1859, và trong khoảng thời gian một năm từ cuối tháng 3 đầu tháng 4 năm 1859 đến cuối tháng 3 đầu tháng 4 năm 1860 khi Jauréguiberry làm chỉ huy liên quân ở Sài Gòn, ta có thể đoán chắc là ông đang ở ngay bên cạnh Jauréguiberry, trong khu vực do quân Pháp kiểm soát.

Vì như các tài liệu lịch sử cả Pháp lẫn Việt đã dẫn bên trên cho thấy, sau tháng 2 năm 1859 thì liên quân Pháp - Tây đã làm chủ phía nam Sài Gòn. Xung quanh nơi đóng quân của họ là các giáo dân Việt Nam dưới sự lãnh đạo của giám mục Lefèbvre, người che chở cho Petrus Ký khi ông từ Cái Nhum lên Sài Gòn. Do đó, nếu giám mục Lefèbvre ở đâu thì Petrus Ký chắc chắn phải ở không xa nơi đó.

Và nếu như Petrus Ký đang ở ngay kế bên Jauréguiberry, trong khu vực do Pháp kiểm soát, thì tại sao ông lại phải viết lá thư Petrus Key cầu khẩn quân Pháp hãy đến nơi ông ta ở để giải cứu ông ta, làm gì?

Bản đồ dưới đây cho thấy các địa điểm đã được nhắc đến bên trên hiện nay:

Số 1 là khu giáo dân Chợ Quán.

Số 2 là khu Đồn Hữu (Fort Du Sud) nơi quân Pháp đóng, và gần đó là Xóm Chiếu.

Số 3 là khu Rạch Bàng, nơi giám mục Lefèbvre trú ẩn trước khi quân Pháp tới.

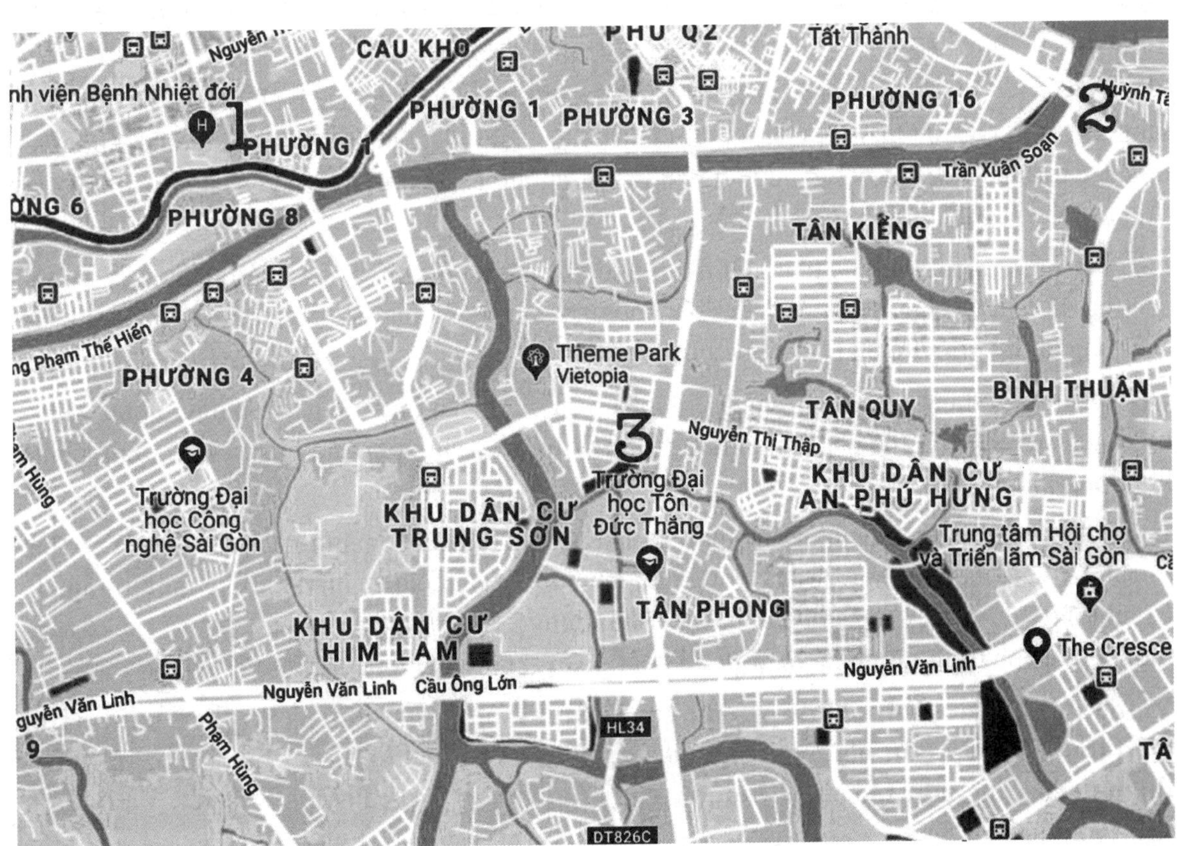

B. Đối Chiếu Nội Dung Lá Thư Penang Với Lá Thư Petrus Key Về Cuộc Hành Trình Trốn Thoát Của Petrus Ký

Tóm lại, nhờ lá thư Penang, ta có thể theo dõi cuộc hành trình trốn tránh quan quân nhà Nguyễn của Petrus Ký. Sau khi thoát khỏi cuộc lùng bắt tại Cái Nhum vào ngày 9 tháng 12 năm 1858, Petrus Ký đã **dùng đường sông để đi từ Cái Nhum lên Sài Gòn, ngang qua khu Ba Giồng và Chợ Quán** là những nơi có những giáo xứ Thiên Chúa Giáo lâu đời. Có lẽ vì lý do an ninh, ông Petrus Ký đã không cho biết địa điểm chính xác nơi ông viết lá thư Penang là ở Chợ Quán, Xóm Chiếu hay Rạch Bàng. Tuy vậy, dựa theo suy đoán là ông phải ở gần giám mục Lefèbvre để được che chở; và dựa theo tài liệu đã dẫn cho biết giám mục Lefèbvre ở đâu trước và sau khi quân Pháp đến, ta có thể suy ra là ông Petrus Ký đang ở khu vực phía Nam Sài Gòn khi viết lá thư Penang, cũng như sau khi quân Pháp chiếm Sài Gòn.

Và như vậy, nếu đem cuộc hành trình của Petrus Ký từ Cái Nhum lên Sài Gòn theo lá thư Penang đối chiếu với cuộc hành trình của Petrus Key trong lá thư Petrus Key, ta có thể thấy rằng hành trình của hai lá thư hoàn toàn trái ngược nhau.

Nếu Petrus Ký cho thấy ông đã dùng đường sông lên Sài Gòn, thì Petrus Key lại dùng đường bộ với "người và ngựa" để đi kiếm Grand Chef.

Nếu Petrus Ký thấy sách vở trôi nổi trên mặt nước, thì Petrus Key lại đi qua những ngọn núi và những thung lũng.

Nếu Petrus Ký nói và viết rất rõ ràng về các địa danh ở Nam Kỳ như Cái Nhum, Cái Mơng, Gia Định, Sài Gòn, Chợ Quán, Ba Giồng, thì Petrus Key chỉ viết về mỗi một "citadelle" không có thật ở gần cầu "Tham-Luong", còn ngoài ra chỉ là những điều mơ hồ như ¾ đoạn đường, hay khó trở về chốn cũ, để nói về nơi chốn.

Nếu Petrus Ký nói đến thực tế là nỗi hiểm nguy phải trốn ở trong rừng, luôn phải lo sợ cọp và các thú dữ khác ở Nam Kỳ, thì Petrus Key tả hình ảnh trước mặt là vực thẳm, là ghềnh đá, còn sau lưng là đàn sói, những hình ảnh của Âu Châu.

Nếu Petrus Ký thuật lại rõ ràng nguyên nhân trốn chạy của ông cùng với những nhân vật, sự kiện lịch sử mà ta có thể phối kiểm được, thì Petrus Key chỉ nói đến những việc chung chung khó lòng kiểm soát.

Do đó, lá thư Penang, qua ngòi bút của Petrus Ký, cho thấy cuộc hành trình của ông là có thật, là phù hợp với thực tế đang xảy ra trong thời gian đó, trong hoàn cảnh đó, trong môi trường đó. Còn lá thư Petrus Key và cuộc hành trình phải dùng "nhiều người và nhiều ngựa" thì có vẻ là một cuộc hành trình tưởng tượng, bởi nó hoàn toàn sai lạc với thực tế Nam Kỳ.

Và do đó, khi so sánh nội dung của hai lá thư, Penang và Petrus Key, về hành trình trốn thoát quan quân nhà Nguyễn, rất dễ dàng để đi đến kết luận là hai lá thư không thể nào có cùng một tác giả. Chỉ một trong hai lá thư là do Petrus Ký viết. Và đó là lá thư Penang.

Chương X.

So Sánh Nội Dung Lá Thư Penang Và Lá Thư Petrus Key Về Quan Điểm Của Petrus Ký Đối Với Sự Xâm Lăng Của Pháp Và Việc Bắt Đạo Của Nhà Nguyễn

Nhưng quan trọng hơn cả sự đối nghịch trong hai cuộc hành trình trốn thoát trong hai lá thư là **quan điểm của hai tác giả về việc bắt đạo và cuộc tấn công Việt Nam của Pháp**. Vì nếu như trong lá thư của Petrus Key đầy dẫy những lời kêu gọi quân Pháp hãy dùng bạo lực và vũ khí để giải thoát những giáo dân ra khỏi sự kiểm soát của quan quân nhà Nguyễn, thì trong lá thư Penang của Petrus Ký là những điều hoàn toàn ngược lại.

A. Quan Điểm Của Petrus Ký Đối Với Sự Xâm Lăng Của Pháp Và Việc Bắt Đạo Của Nhà Nguyễn

1. Phản Đối Sự Can Thiệp Bằng Vũ Lực Của Pháp

Ngay từ những dòng đầu của lá thư Penang, Petrus Ký đã nói rất rõ ràng cảm nghĩ của ông về sự can thiệp bằng vũ lực của Pháp vào Việt Nam với mục đích, hay chiêu bài, là để giúp đỡ các giáo dân Thiên Chúa Giáo. Với ông, sự can thiệp này chẳng những đã không giúp ích gì cho các giáo dân, mà còn làm cho tình hình càng tệ hại thêm:

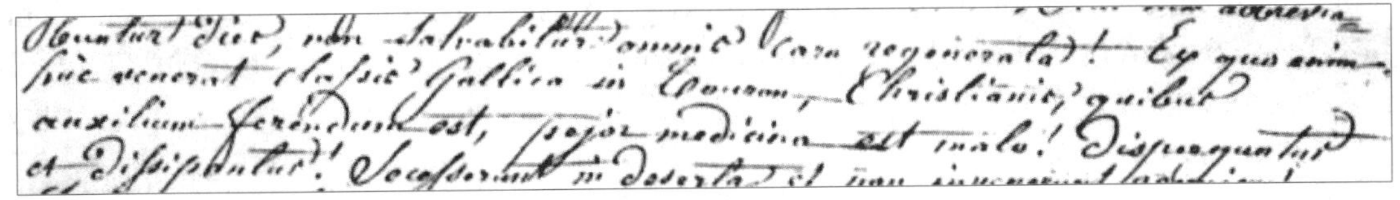

"Ex quo enim huc venerat classis Gallica in Touron, Christianis quibus auxilium ferendum est, pejor medicina est malo!"

"Du jour où arrive la flotte française à Tourane pour les chrétiens à qui on devait porter secours, le remède est pire que le mal!"

"Từ ngày đoàn chiến thuyền Pháp tới Tourane (Đà Nẵng), đối với các giáo dân Thiên Chúa Giáo mà sự cứu giúp là cần thiết, thì thứ thuốc chữa này còn tệ hơn là chứng bệnh!"

Nhưng tại sao **thuốc chữa lại tệ hơn chứng bệnh?** Bởi vì sự cứu giúp thì chưa thấy đâu, mà ngay trong lúc đó triều đình Huế đã dùng lý do này để đàn áp các giáo dân một cách khốc liệt hơn trước. Trong lúc quân đội Pháp đang còn ở Đà Nẵng, thì trong Nam Kỳ nhà Nguyễn đã ra tay đàn áp các giáo dân, bất kể là họ đã có hành vi nào để tiếp tay quân Pháp hay không. Và sau đó thì nhà Nguyễn đã áp dụng kế sách "phân tháp (sáp)" các giáo dân, tức là đày họ đi vào các nơi xa xôi khỏi làng mạc của họ, bằng cách bắt họ phải di cư đến các làng của người không có đạo, để dễ bề kiềm chế. Kèm theo là hình phạt thích chữ vào mặt giáo dân, một bên là quê quán, bên kia là chữ "tả đạo", để họ sẽ không trốn đi đâu được. Còn với những người giáo dân thuộc hạng "đầu mục" như Petrus Ký (vì đã từng đi học ở Penang), thì bị bắt giam hay xử tử là điều khó tránh khỏi. Ngay những giáo dân bình thường ở Cái Mơn, kể cả phụ nữ như bà Martha Lành, cũng đã bị bắt giam, tra khảo, bị đòn vọt chết đi sống lại, như Petrus Ký đã kể trong lá thư Penang.

Do đó, với câu văn trên, Petrus Ký đã cho các bạn học của ông ở Penang biết rằng **ông phản đối sự xâm lăng bằng vũ lực của quân Pháp dưới danh nghĩa cứu vớt giáo dân Việt Nam khỏi sự bài đạo của nhà Nguyễn**. Có thể ông đã thấy ra rằng sự cứu giúp của quân Pháp chưa tới, hoặc sẽ không tới đúng lúc, hoặc sẽ không bao giờ tới, vì người mang danh nghĩa cứu giúp không hề có ý muốn đó. Nhưng điều chắc chắn là ông đã thấy rằng chính vì sự can thiệp bằng vũ lực của Pháp ở Đà Nẵng, mà đời sống của người giáo dân Nam Kỳ trở nên tệ hại hơn lúc trước khi quân Pháp đến.

Và có thể thấy rằng thái độ này của Petrus Ký cũng là thái độ chung của những người giáo dân ở Nam Kỳ trước sự xâm lăng của quân Pháp, chứ không phải chỉ riêng Petrus Ký. Vì cũng như bất cứ thường dân nào ở bất kỳ xứ sở nào, họ chỉ muốn được yên ổn làm ăn và tự do theo đạo của họ, chứ khó thể là họ muốn chạy theo ngay một đoàn quân xâm lăng từ phương xa để chống đối lại triều đình của họ. Vì họ đã sống với nhà Nguyễn và các quan lại từ bao lâu nay, nên dù có bị đàn áp, có bị kỳ thị, nhưng họ vẫn tìm cách để sống còn. Hơn nữa, vì là những thường dân ở xứ Nam Kỳ, họ không thể nào biết được đoàn quân viễn chinh người Pháp ra sao và muốn gì trong cuộc xâm lăng này. Họ không thể nào biết được là quân Pháp sẽ tới chiếm luôn Nam Kỳ, hay chỉ đánh vài trận rồi lại rút đi như đã làm ở Đà Nẵng trước kia! Mà thật ra, chính những người Pháp có thẩm quyền lúc đó cũng còn chưa biết họ muốn gì ở Việt Nam, chứ đừng nói gì đến những giáo dân thấp bé ở xứ Nam Kỳ. Do đó, có thể thấy rằng các giáo dân Nam Kỳ đã không tán thành hay ủng hộ cuộc xâm lăng của Pháp ngay lúc đầu.

Để kiểm chứng lại suy luận này, ta có thể đọc một trong những tài liệu hiếm hoi về tâm tình của người giáo dân Nam Kỳ trong thời gian đó, một tác phẩm có tên "Thơ Nam Kỳ". Tác phẩm này gồm những câu thơ lục bát mộc mạc không biết tên tác giả, nhưng chắc chắn là do một hay nhiều giáo dân Nam Kỳ làm ra. Những câu thơ này cho thấy các giáo dân Nam Kỳ ngay thoạt đầu đã coi quân Pháp là "giặc" và hành động đánh Sài Gòn là "ngang ngược", như sau:

"Nam Kỳ vừa thuở thanh nhàn
Xả dân an nghiệp mở mang gia đình
Thoả thanh nông phố thới (thái) bình
Kỷ vì (mùi) xảy thấy thình lình Tây qua
Tai nghe tiếng súng vang xa ..
*Chạy vào Tắc nghĩa chẳng nài **ngược ngang** …*
***Giặc** nầy đạn pháo nang (nan) cừ*

Quan quân thầm lắc bấy chừ khôn toan …
Vừa rồi dân chúng khắp dành;
Đem nhau coi ***giặc*** *bộ hành dầm xuân*
Liết (liếc) xem ***giặc*** *lạ trưng trưng*
Đoái nhìn thành thị lụy trường hột sương …"[87]

Do đó, việc những giáo dân Nam Kỳ như Petrus Ký không tán thành việc quân đội Pháp xâm lăng Việt Nam vào thời gian đầu là điều có thật. Và đó cũng là điều có lý nhất. Bởi triều đình nhà Nguyễn dù đã ban hành lệnh cấm đạo từ mấy mươi năm trước, nhưng thực tế thì ở Nam Kỳ các quan lại địa phương đã không thi hành chánh sách bắt đạo triệt để theo chỉ dụ của triều đình. Theo Jacob Ramsay, các quan lại nhà Nguyễn, nhất là những người ở xa kinh đô Huế, vì muốn cho địa phương mình cai quản được yên ổn, thường cố gắng dàn xếp, hoặc nhắm mắt làm ngơ để tránh những cuộc bắt bớ giáo dân không cần thiết. Trong khi đó, các giáo dân và các giáo sĩ lại thường đút lót cho các quan chức địa phương để được yên thân.[88]

Còn theo giáo sư Nguyễn Văn Trung, ở Nam Kỳ các giáo dân thường sống lẫn lộn hoà đồng với các cộng đồng khác, chứ không tập trung thành những làng riêng biệt như ở Bắc và Trung Kỳ. Và các quan lại, nếu cũng là người Nam Kỳ, thì thường dễ dãi không bắt bớ các giáo dân một cách triệt để.[89]

Vì những lý do trên, có thể hiểu được lý do tại sao các giáo dân Nam Kỳ như Petrus Ký đã tỏ ra không tán thành cuộc xâm lăng của quân Pháp.

Nhưng nếu sau này họ phải chạy đến gần quân Pháp, hay phải theo Pháp, là vì triều đình nhà Nguyễn đã xô đẩy họ vào cái thế đó. Do lo sợ những giáo dân sẽ tiếp tay với Pháp, nhà Nguyễn càng bắt đạo, càng chém giết, càng bắt giam các giáo dân ráo riết hơn, sau khi quân Pháp tấn công Đà Nẵng. Chính sách lược này đã đẩy các giáo dân vào con đường là phải theo Pháp thì mới sống còn.

Cũng có thể thông cảm là triều đình Huế đã ra tay đàn áp mạnh mẽ vì lo sợ mối hiểm hoạ những giáo dân Nam Kỳ sẽ theo quân Pháp chống lại triều đình. Tuy vậy, thay vì dùng những phương pháp ôn hoà để thu phục nhân tâm, để lôi kéo khối giáo dân này về phía mình, để toàn dân đồng lòng chống Pháp, thì vua Tự Đức lại chọn con đường mà ông nội ông là vua Minh Mạng đã vạch ra. Đó là chính sách ép buộc các giáo dân phải bỏ đạo, bằng cách trừng phạt để gây sợ hãi, thay vì để họ yên tâm giữ đạo như vua Gia Long và Tả Quân Lê Văn Duyệt đã làm ở Nam Kỳ trong suốt mấy mươi năm trước đó. Với những hình phạt khốc liệt như chặt đầu, treo cổ, xử giảo, bỏ tù, thích chữ vào mặt, đày đi xứ khác, vua Tự Đức đã làm cho những

---

87 Thơ Nam Kỳ; Ou, Lettre Cochinchinois, Traduit Par M. D. Chaigneau, Imprimerie Nationale, Paris, 1876. Những chữ trong ngoặc đơn là của người viết chú thích. Những chữ in đậm là của người viết nhấn mạnh. Ngoài ra, người viết vì tôn trọng nguyên tác nên đã giữ nguyên những chỗ sai chính tả trong các câu thơ.

88 Jacob Ramsay, Mandarins and Martyrs, The Church and The Nguyen Dynasty in Early Nineteenth Century Vietnam, Stanford University Press, 2008

89 Nguyễn Văn Trung, *Hồ Sơ Lục Châu Học*, Chương IV

giáo dân ở Nam Kỳ như Petrus Ký không còn con đường nào khác là phải tìm sự che chở từ quân đội Pháp, dù rằng trước đó họ không muốn Pháp xâm lăng Nam Kỳ, dù rằng trước đó họ đã coi Pháp là "giặc".

B. Chấp Nhận Việc Bắt Đạo Là Ý Chúa, Lẽ Tuần Hoàn Và Chủ Trương Bất Bạo Động

Nhưng trong khi cho rằng cuộc xâm lăng của quân Pháp làm cho tình cảnh của ông và các giáo dân Nam Kỳ trở nên xấu hơn, Petrus Ký cũng lại cho rằng **những điều bất hạnh đang xảy ra với việc bắt đạo là những thử thách mà Thiên Chúa đã dành cho ông. Với ông, Thượng Đế là đấng toàn năng đã sắp đặt sẵn những thử thách cho con người. Vì vậy, ông sẵn sàng chấp nhận rằng những gì sẽ xảy ra với ông như là ý Chúa.**

Và đồng thời, Petrus Ký cũng cho rằng mọi vật tuần hoàn, có cái xấu này rồi sẽ có cái tốt khác. Do đó, ông rất yên tâm chờ đợi những gì sẽ xảy ra, với sự tin tưởng rằng sau những thử thách mà ông đang trải qua, những gì sắp tới sẽ ngược lại và tốt đẹp hơn.

Đây là những gì ông viết về niềm tin đó trong lá thư Penang:

> ***"Sed post nubila Phoebus, post tempestatem tranquillitas, cum sunt contradictoria etiam relativa, non potest unum existere quin alterum praecedat. Forsant Deo placet differe et relinquere nos in hoc statu ut magis pretiosa nobis veniant pax desiderata. Utque confundat ... superbiam quorumdam qui magis ferra quam providentive divinae confidunt! Plus enim, valere putant arma quam Dei voluntatem omnipotentem! Utcunque nos ceciderit, ego utpote incertus de eventu tacitus exspecto exitum. Sae enim quod nemo possit resistere voluntati Dei; si extendit manum suam, quis avertet eam? ...***

> *... Omnia Dei voluntati et providentive ... et in .... oculum dormio. Si det pacem in diebus nostris, gratias agens ingrediar - fines pacis; si placuerit ei nos probare in experimento tribulationis, hoc ipso consolabor me quoniam oporteat nos per multas tribulationes introire in regnum coelosum."*

> *"Mais après les nuages le soleil, après la tempête la tranquillité, comme sont les choses*

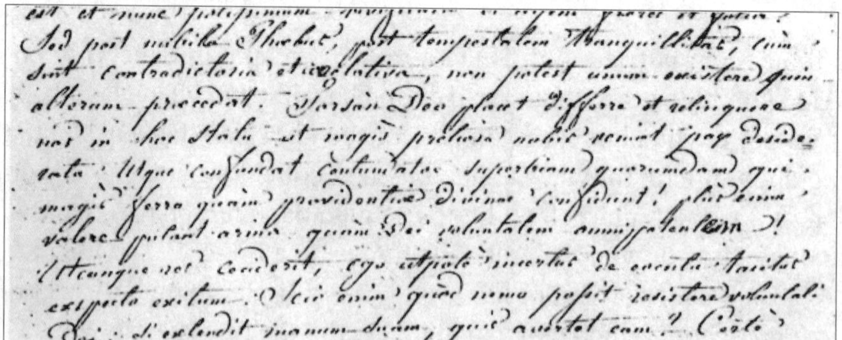

contradictoires et relatives. L'une ne peut pas exister sans être précédée par l'autre. Peut-être plaît-il à Dieu d'attendre et de nous laisser dans cet état pour que nous viennent davantage de désirs précieux pour confondre et frapper la superbe de certains qui se confient davantage dans les armes que dans la providence divine. En effet, il pense que les armes ont plus de force que la volonté du Dieu tout puissant! (L'une et l'autre nous sont arrivées). Quant à moi, j'attends dans le silence et l'incertitude le résultat de ces événements. Je sais en effet que personne ne peut résister à la volonté de Dieu. S'il étend sa main, qui la détournera? ...

Je remets toute chose à la volonté et à la providence de Dieu et je dors de mes deux yeux. S'il nous donne la paix aujourd'hui j'entrerai dans le territoire de la paix en lui rendant grâce. S'il lui plaît de nous éprouver dans l'épreuve de la tribulation, je me consolerai car il nous faut grâce à nombreuses tribulations entrer dans le royaume des cieux."

"Nhưng sau những đám mây là mặt trời, sau trận bão là sự tĩnh lặng, như những điều đối nghịch mà liên quan. Điều này không thể hiện hữu, nếu không có điều kia đi trước. Có lẽ Thiên Chúa muốn đặt chúng tôi trong hoàn cảnh này, để sự mong muốn quí giá đến với chúng tôi và để đánh tan sự hợm hĩnh của những kẻ tin vào vũ khí hơn là Thiên Chúa. Quả là họ nghĩ rằng vũ khí mạnh hơn ý của Chúa Toàn Năng! (Cả hai điều này đang đến với chúng tôi). Về phần tôi, tôi chờ đợi trong im lặng và không chắc chắn về kết quả của các sự kiện. Tôi biết rằng không ai có thể chống lại ý Chúa. Nếu Ngài ra tay, có ai thay đổi được? …

Tôi đặt tất cả vào ý Chúa và ngủ với cả hai mắt . Nếu Ngài muốn cho chúng tôi sự bình yên ngày hôm nay, tôi sẽ đi vào khu vực bình yên đó và cám ơn Ngài. Nếu Ngài muốn trắc nghiệm chúng tôi qua những thử thách, tôi sẽ tự an ủi rằng chúng ta cần những thử thách đó trước khi được lên thiên đàng."[90]

Có lẽ điều rất đáng ngạc nhiên ở đây là một thanh niên mới 21 tuổi đầu như Petrus Ký lại có những ý nghĩ như vậy, và lại có thể viết ra được những câu diễn tả sự suy nghĩ của mình như vậy, trong lá thư gởi cho các bạn học cùng lứa.

Và những ý tưởng này đã được Petrus Ký lặp lại 23 năm sau, trong tác phẩm *Bất Cượng Chớ Cượng Làm Chi*, tuy có phần chi tiết hơn, và "Chúa" đã được ông thay thế bằng "Trời" hay "tạo hóa", như sau:

"Trên đầu có đấng tạo hóa (tục hay kêu tắt là Trời) ta ở tay người như cá ở trong nước… Nên người xây-định cho ta thể nào, thì phải chịu vậy mà thôi, chẳng nên cượng cầu mà khốn…"

"Vì-vậy cho-nên kẻ có trí hay xét, không hề dám cượng cầu điều gì hết. Phận mình phải sao chịu vậy, trên không oán trời, dưới không trách người, phân-bì ganh gổ ai."

90 Theo nguyên văn Latin của lá thư Penang thì người viết không thấy có câu *"L'une et l'autre nous sont arrivées" (Cả hai điều này đang đến với chúng tôi)* như trong bản dịch tiếng Pháp của ông Lauras. Do đó, người viết để câu trên trong ngoặc.

Và lẽ tuần hoàn trong đời cũng được ông giải thích cặn kẽ hơn:

"Phải biết điều nầy: là việc dầu bất-thành (chẳng nên), hay là việc rủi, việc dữ đi nữa mà đã qua rồi thì cũng đều là có ích, chẳng nên trách, chẳng nên tiếc; vì nó làm nề làm pháo cho việc sau, nó là cuộc ghẹo cuộc sinh cuộc mới cho ta. Như tôi đã có nói bữa hổm, trong đời có âm có dương đắp-đổi nhau luôn-luôn; mỗi giờ mỗi khắc đều có...."

"Mà kẻ có trí thì lại làm khác: may thì sợ, rủi thì lại mầng.... vì hễ hết ngày thì tới đêm, hết đêm tới ngày; hết bão thì tạnh; tạnh rồi lại bão. Nên người trải đời khi thấy mình thạnh, sởn-sơ, chèo xuôi mát mái, thì giựt mình sợ-e hết thạnh có đến suy chăng; còn khi đang sân-sẩn đâu vùng nó khiến mắc sự chi rủi-ro, thì lại thêm lòng mầng, vì biết cái ấy là cái nó chế cho khỏi cho bớt sự khốn khó....Cho nên, hễ cái sướng ít, thì cái cực khi nó đổi phiên nhau, nó cũng ít; mắc họa lớn rồi lại được phước lớn."[91]

Tóm lại, trong lá thư Penang, Petrus Ký cho rằng sự bắt đạo làm cho ông phải lâm vào tình trạng khốn cùng như vậy, thật ra chỉ là một thử thách mà Chúa của ông muốn cho ông phải trải qua mà thôi. Và do đó, ông sẵn sàng chấp nhận những gì sẽ xảy ra với ông, cho dù đó là cái chết.

Nhưng không vì vậy mà ông buồn phiền than trách. Bởi ông cho rằng mọi vật, mọi điều trên đời đều xảy ra theo lẽ tuần hoàn. Nên sự khổ sở mà ông đang trải qua sẽ là điều tất yếu để cho những sự bình yên theo sau.

Chứ ông không hề có một lời nào kêu gọi hay tỏ ý muốn dùng vũ lực hay vũ khí để giải quyết việc bắt đạo mà ông đang phải trải qua. Ngược lại, với lời lẽ trong thư ở đoạn trích bên trên, ông cho thấy rõ ràng có một ý tưởng bất bạo động, phản đối việc dùng vũ khí hay bạo lực để giải quyết vấn đề.

C. Đối Chiếu Quan Điểm Của Petrus Ký Trong Lá Thư Penang Với Quan Điểm Của Lá Thư Petrus Key Về Cuộc Xâm Lăng Của Pháp Và Việc Bắt Đạo

Trong khi đó, như đã thấy trong lá thư Petrus Key, tác giả lá thư đã kêu gọi quân đội Pháp hãy mau **dùng vũ lực để giải phóng những giáo dân khỏi gông xiềng của nhà Nguyễn**. Từ đầu đến cuối, tác giả có một luận điệu nhất quán về quan điểm này.

Trước tiên, ở đầu thư, tác giả ca ngợi hành vi dùng bạo lực đi chinh phục của ba vị anh hùng trong Cựu Ước: Sam-sông (Samson), Môi-se (Moïse) (Moses) và Gio-Duệ (Josué) (Joshua) (chứ không phải Joseph như ông Nguyên Vũ đã chép sai). Cả ba nhân vật này đều có những võ công oanh liệt. Sam-sông đánh quân Philistine, Môi-se dẫn dân Do Thái thoát ra khỏi Ai Cập và tiêu diệt dân Midianites trước khi trao quyền lại cho Gio-Duệ, người sau đó đã chinh phục vùng đất hứa Canaan cho dân Do Thái.

Kế đến, tác giả lá thư Petrus Key diễn tả cảnh bắt đạo của nhà Nguyễn. Tác giả cho biết là các

---

91 P.J.B. Trương-Vĩnh-Ký, *Bất Cượng Chớ Cượng Làm Chi*, Guilland Et Martinon, Saigon, 1882

giáo dân sẽ chết hết nếu không có sự cứu giúp của quân Pháp, và cho rằng niềm hy vọng duy nhất của các giáo dân bây giờ là ở sự can thiệp của quân đội Pháp. Tác giả ca ngợi quân Pháp là có những **vũ khí vô địch** (invincibles), và kêu gọi họ hãy dùng những vũ khí đó để cứu giúp các giáo dân An Nam. Tác giả cho rằng mặc dù nhà Nguyễn có số quân đông hơn, nhưng nếu quân Pháp tiến đánh, họ sẽ run sợ bỏ chạy. Vì vậy, quân Pháp cần phải **vươn cánh tay đầy sức mạnh** của mình để giải phóng các giáo dân, và để tên tuổi được ghi nhớ đời đời.

Do đó, khi đối chiếu quan điểm của hai lá thư về cuộc xâm lăng của Pháp và việc bắt đạo, ta có thể thấy rằng những ý chính trong lá thư Petrus Key hoàn toàn trái ngược với những ý chính của Petrus Ký trong lá thư Penang.

Nếu Petrus Ký tin tưởng vào Chúa, thì Petrus Key tin tưởng vào quân đội Pháp.

Nếu Petrus Ký cho rằng sự can thiệp của quân Pháp làm cho tình hình tệ hại thêm, thì Petrus Key cho rằng chỉ có sự can thiệp bằng vũ khí của Pháp mới giải quyết được vấn đề.

Nếu Petrus Ký cam chịu mọi khổ sở thử thách, thì Petrus Key phải dùng "nhiều người và nhiều ngựa" chạy đi kiếm cho bằng được Grand Chef để cầu xin.

Nếu Petrus Ký cho rằng những điều tốt đẹp hơn sẽ tới sau những thử thách cam go, thì Petrus Key cho rằng giáo dân sẽ chết hết nếu quân Pháp không cứu giúp.

Nếu Petrus Ký dẫn ra những thí dụ về ý Chúa thắng cả những đế quốc và vương quyền mạnh nhất như Hy Lạp và La Mã, thì Petrus Key lại dẫn ra những vị anh hùng chuyên dùng sức mạnh để đạt mục đích như Samson và Josué.

Tóm lại, **tất cả những quan điểm của Petrus Key và Petrus Ký về cuộc xâm lăng của Pháp và việc bắt đạo, như đã được diễn tả trong hai lá thư có thời gian gần nhau, hoàn toàn trái ngược nhau**. Cũng cùng một sự việc là hành động xâm lăng của quân Pháp với chiêu bài giải phóng giáo dân, hay cuộc đàn áp bắt đạo của nhà Nguyễn, hai lá thư có hai cái nhìn hoàn toàn đối nghịch.

Và do đó, sau khi so sánh **nội dung** hai lá thư Petrus Key và lá thư Penang về hai điểm chính: **hành trình trốn thoát** nhà Nguyễn (trong chương IX) và **quan điểm về việc bắt đạo và cuộc xâm lăng của Pháp** (trong chương X), người viết bài này chỉ có thể đi đến một kết luận duy nhất:

Petrus Ký không phải là tác giả lá thư Petrus Key.

Kết luận này càng rõ ràng hơn nữa, khi cộng thêm những điều vô lý trong chính nội dung lá thư Petrus Key như đã nêu ra ở chương VI.

Nhưng, để cho kết luận này hoàn toàn không có một sự nghi ngờ nào nữa, người viết xin xét đến phần hình thức của lá thư Petrus Key, và so sánh nó với hình thức của lá thư Penang, trong chương XI dưới đây.

Chương XI.

So Sánh Hình Thức Lá Thư Penang Và Lá Thư Petrus Key Qua Nét Chữ Viết, Chữ Ký Tên, Những Biểu Hiệu Thiên Chúa Giáo Và Ký Hiệu Đặc Biệt Pet, Kéy

Để xác định một lá thư có phải do một người nào đó viết hay không, ta có thể dùng một phương pháp đơn giản nhất là so sánh **hình thức** lá thư đó với một lá thư hay văn kiện khác của chính người được cho là tác giả. Và điều quan trọng là hai lá thư phải có ngày tháng gần nhau để không mất đi thời gian tính, vì chữ viết con người thường thay đổi theo thời gian.

Nhưng, như đã nêu trên, ông Nguyên Vũ, người "công bố" lá thư Petrus Key, không bao giờ cho ra mắt toàn thể lá thư, mà chỉ cho "in lại phần nào" một "phóng ảnh" của nó, gồm vỏn vẹn vài hàng của một lá thư dài đến bốn trang. Và những dòng chữ hiếm hoi đó lại bị che mất phân nửa bởi một tài liệu khác. Do đó, việc so sánh nét chữ trong lá thư Petrus Key với nét chữ thật của ông Petrus Ký trở thành bất khả thi, trong suốt 20 năm qua.

Để nhắc lại, trong chương VII, Phần 1, người viết bài này đã so sánh hình thức lá thư Petrus Key với các văn kiện do chính tay ông Petrus Ký viết ra vào thập niên 1870s. Có thể dễ dàng nhận ra rằng nét chữ và chữ ký của ông Petrus Ký khác hẳn nét chữ của Petrus Key.

Tuy vậy, vì những văn kiện nói trên cách với thời gian của lá thư Petrus Key khá xa, một người phê bình khó tính có thể cho rằng nét chữ con người thay đổi với thời gian. Do đó, không thể hoàn toàn dựa vào những văn kiện này về phương diện hình thức để kết luận rằng Petrus Ký không phải là tác giả lá thư Petrus Key.

Đồng thời, như người viết đã giải thích trong Phần 1, không ai có những tài liệu viết tay của ông Petrus Ký vào khoảng thời gian 1859-1860 (là thời gian của lá thư Petrus Key) để so sánh với lá thư Petrus Key. Cho nên, với những người dù không tin lá thư Petrus Key là do Petrus Ký viết đi nữa, họ cũng khó thể phản biện ông Nguyên Vũ một cách hữu hiệu.

Và như đã nói từ đầu bài viết này, người viết đã may mắn được sự giúp đỡ của người cháu cố của ông Petrus Ký là ông Gilbert Trương Vĩnh Tống đã bỏ công mấy lần vào văn khố Service historique de la Marine tại Pháp để tìm trong mười mấy thùng tài liệu và kiếm ra được nguyên vẹn lá thư ký tên Petrus Key. Người viết cũng đã may mắn tìm ra được lá thư Penang dài mười ba trang viết bằng chữ Latin của Petrus Ký đề ngày 4 tháng 2 năm 1859.

Như đã nhắc đến nhiều lần, lá thư ký tên Petrus Key là một lá thư không có ngày tháng. Nhưng nó được xếp trong hồ sơ của Jean Bernard Jauréguiberry là người chỉ huy quân Pháp ở Sài Gòn vào thời gian từ tháng 4 năm 1859 đến tháng 4 năm 1860. Do đó, lá thư ký tên Petrus Key này phải được viết rất gần với thời gian mà ông Petrus Ký đã viết lá thư Penang nói trên (vào ngày 4 tháng 2 năm 1859).

Và sau khi người viết bài này đem hai lá thư rất gần ngày tháng với nhau này ra **so sánh về hình thức**, thì chỉ có thể đi đến một kết luận duy nhất: lá thư Petrus Key **KHÔNG THỂ** do Petrus Ký viết.

Trong chương XI này, người viết sẽ so sánh 4 điểm về hình thức của hai lá thư: nét chữ, chữ ký, các biểu hiệu Thiên Chúa Giáo, và một ký hiệu đặc biệt: Pet. Kéy.

A. So Sánh Nét Chữ Viết

Sau đây là những điểm khác nhau trong nét chữ viết của hai lá thư:

1. Khoảng Cách Giữa Các Chữ (Mẫu Tự, Chữ Cái, Con Chữ, Letter) Trong Một Từ (Word)

Khi thoạt nhìn tổng quát hai lá thư, điều đập ngay vào mắt người đọc là các chữ (mẫu tự, con chữ, letters) trong những từ (words) của lá thư Penang của Petrus Ký được viết rất sát với nhau. Trong khi đó, khoảng cách giữa các chữ trong những từ của lá thư Petrus Key cách nhau khá xa.

2. Sự Kết Nối Của Những Chữ Trong Một Từ

Điều đáng ghi nhận kế tiếp là mặc dù những chữ trong một từ của lá thư Penang rất sát nhau, nhưng chúng lại được viết cách rời nhau chứ không dính chùm. Trong khi đó những chữ trong một từ của lá thư Petrus Key mặc dù cách xa nhau, nhưng lại nối kết nhau, do người viết kéo dài những chữ này ra cho chúng dính chùm với nhau.

3. Khoảng Cách Giữa Những Dòng Chữ

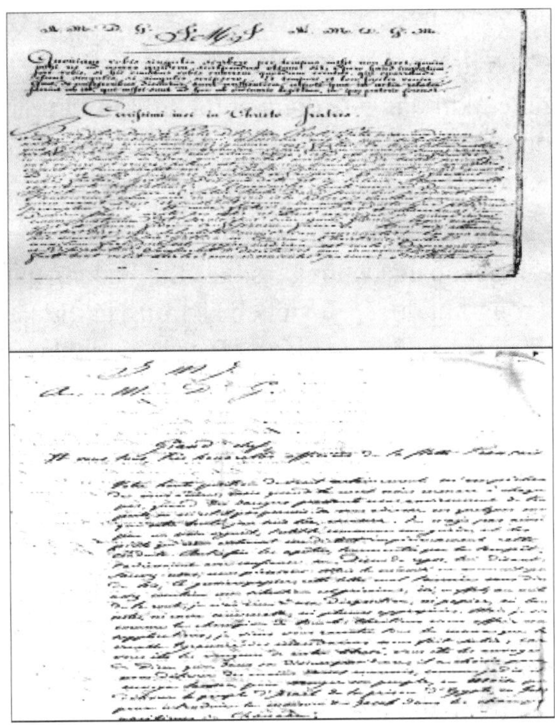

Khoảng cách giữa những dòng chữ của lá thư Penang nhỏ hơn khoảng cách giữa các dòng chữ của lá thư Petrus Key. Hoặc nhìn một cách khác, những chữ của lá thư Penang cao, ốm và dài ra cả hai phía trên và dưới. Do đó, những chữ có vòng phía trên hay phía dưới trong lá thư Penang thường đụng với dòng trên hay dòng dưới của chúng. Trong khi đó, hoặc vì chừa khoảng cách rộng hơn, hoặc vì những chữ được viết ngắn và tròn hơn, nên các dòng chữ phía trên và phía dưới của lá thư Petrus Key thường không đụng nhau.

Dưới đây là hai phần của hai lá thư để sát cạnh nhau để các bạn đọc có thể quan sát 3 điểm trên đây về khoảng cách trong chữ của hai lá thư. Lá thư Penang ở trên và lá thư Petrus Key ở dưới.

4. Các Chữ Có Vòng Phía Trên: l, h, b

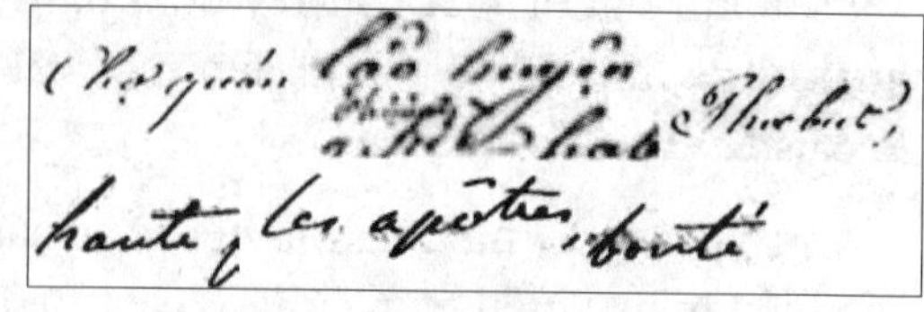

Trong lá thư Penang của Petrus Ký, các chữ (mẫu tự) cao và có vòng phía trên như h, l, b (Chợ, lão, Phoebus) đều được khoanh vòng hoàn chỉnh. Trong khi đó, rất dễ nhận thấy rằng trong lá thư Petrus Key, những chữ này (haute, les, bonté), đặc biệt là chữ l, thường chỉ được viết bằng một nét sổ thẳng, và hoàn toàn không có vòng, chứ đừng nói đến việc có vòng hoàn chỉnh như trong lá thư Penang.

5. Các Chữ Có Vòng Phía Dưới: j, y, g

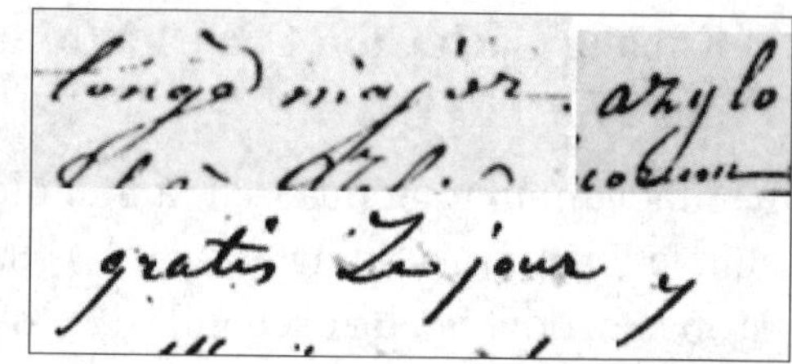

Giống như các chữ có vòng phía trên, các chữ có vòng phía dưới như g, j, y (longo, major, azylo) của lá thư Penang lúc nào cũng được khoanh vòng, nếu không ôm trọn thì cũng là một nét móc dài. Trong khi đó, những chữ này trong lá thư Petrus Key (gratis, jour, y), đặt biệt là chữ j, thường thỉ là một nét sổ thẳng đứng từ trên xuống dưới, không có cả nét cong.

6. Chữ s

Đây là một chữ với hai cách viết rất đặc biệt trong lá thư Penang của Petrus Ký, làm cho người mới đọc lá thư này sẽ rất bỡ ngỡ.

Cách thứ nhất là cách viết chữ s ở cuối một từ (word). Nó có một nét móc cong ngược lên cao, nhiều khi đụng cả dòng chữ bên trên, dù rằng đó chỉ là một chữ s bình thường ở cuối chữ, thí dụ như chữ s ở cuối ba từ liên tiếp "vidissetis libros fluitantos" trong câu dưới đây, khi Petrus Ký cho biết đã thấy sách vở trôi trên mặt nước từ Chợ Quán tới Ba Giồng.

Cần nói thêm là trong những lá thư về sau trong thập niên 1870s của Petrus Ký, ta không còn thấy lối viết đó nữa, nhưng trong lá thư Penang năm 1859 thì cách viết chữ s ở cuối chữ này rất nhiều. Trong khi đó, cách viết chữ s trong lá thư Petrus Key là cách viết rất bình thường, không có gì đặc biệt. Suốt trong lá thư Petrus Key, không có một lần nào ta bắt gặp kiểu viết chữ s có móc ngoặc lên trên như trong lá thư Penang.

Cách thứ hai là cách viết chữ s đầu, trong trường hợp hai chữ ss đi chung với nhau, thí dụ như trong chữ vidissetis đã dẫn bên trên. Trong trường hợp này, ông Petrus Ký viết chữ s đầu gần giống như chữ j hay chữ f với cái vòng ở phía dưới. Người viết bài này đã mất rất nhiều thời gian mới nghiệm ra được kiểu viết chữ s đầu trong trường hợp hai chữ ss đi chung với nhau như vậy. Trong khi đó, ta sẽ không bao giờ thấy được cách viết đó trong thư của Petrus Key với những từ có hai chữ ss đi liền nhau, như trong chữ pressants dưới đây. Cách viết trong thư Petrus Key, do đó, một lần nữa, là cách viết bình thường.

7. Chữ f Thường

Chữ f thường không hoa trong lá thư Penang của Petrus Ký được viết hai cách, nhưng có chỗ tương đồng là nét sổ xuống bao giờ cũng được vòng lên ngược lại và cắt ngang nét sổ xuống. Trong khi đó, chữ f thường trong lá thư Petrus Key chỉ được vòng lên sơ sài và đụng tới nét sổ xuống là ngừng, như trong chữ "effet" dưới đây, chứ không vượt qua bên trái và cắt ngang nét sổ xuống như của Petrus Ký trong lá thư Penang.

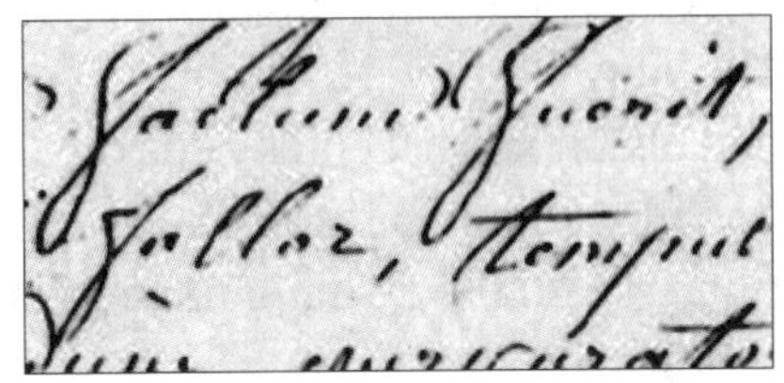

8. Những Mẫu Tự Viết Hoa

Nhưng điểm khác biệt nổi bật nhất trong hai lá thư có lẽ là những chữ viết hoa.

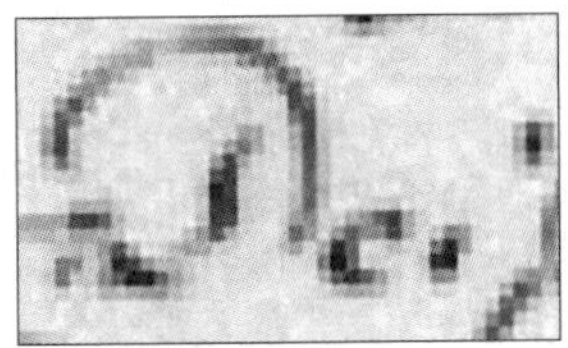

Trước nhất và rõ ràng nhất là chữ D hoa. Chữ này xuất hiện rất nhiều trong cả hai lá thư, vì cả hai tác giả Petrus Ký và Petrus Key đều nói về Chúa. Trong lá thư Penang bằng tiếng Latin của Petrus Ký, đó là chữ Dei. Và trong lá thư bằng tiếng Pháp của Petrus Key, đó là chữ Dieu. Cả hai đều dùng để chỉ Chúa, và do đó lúc nào cũng phải viết hoa. Nhưng chữ D hoa của Petrus Ký trong lá thư Penang được viết với nét sổ từ phải qua trái và kéo uốn éo xuống, trong khi chữ D hoa của lá thư Petrus Key lại được viết với nét sổ bắt đầu từ dưới lên trên, rồi mới kéo xuống dưới.

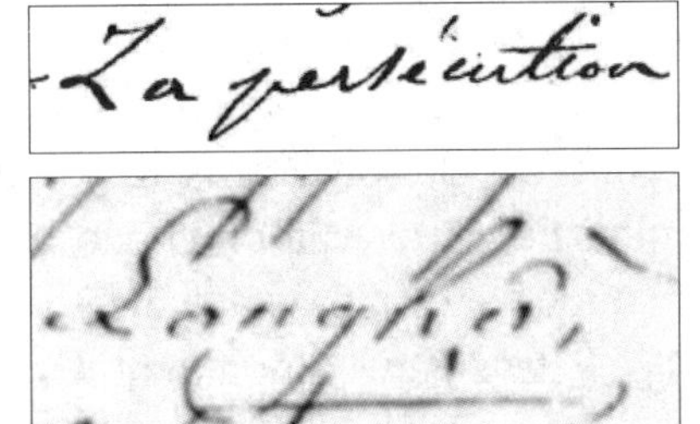

Thứ hai, và tương tự như trường hợp chữ D hoa, chữ L hoa của Petrus Ký cũng được kéo từ phải qua trái và kéo xuống với nét cong uốn éo như chữ L trong "Long hồ". Trong khi đó, Petrus Key viết chữ L hoa gần giống như chữ Z với một nét móc từ dưới lên và từ trái qua phải, như trong chữ "La Persecution" dưới đây.

B. Chữ Ký Tên

Có lẽ đây là yếu tố quan trọng nhất để để nhận diện một văn kiện có phải thật hay không. Vì lý do là mỗi người có một cách ký tên đặc biệt, không ai giống ai. Và quả là không mấy khó khăn để nhận ra chữ ký của Petrus Key và chữ ký của Petrus Ký trong lá thư Penang khác nhau một trời một vực.

1. Chữ Ký Của Petrus Ký Có Cả Tên Họ

Trước hết, có thể dễ dàng nhận thấy rằng ông Petrus Ký trong suốt cuộc đời lúc nào cũng ký trọn cả họ tên và chữ lót. Trong bất kỳ văn kiện nào, từ thư cho bạn, đến thư gởi cho con cháu trong nhà, chữ ký của ông luôn luôn có những chữ "Trương Vĩnh Ký". Chưa bao giờ, và không có một văn kiện nào, cho thấy là ông đã chỉ ký tắt "Petrus Ký", chứ đừng nói chi là "Petrus Key" như trong lá thư Petrus Key.

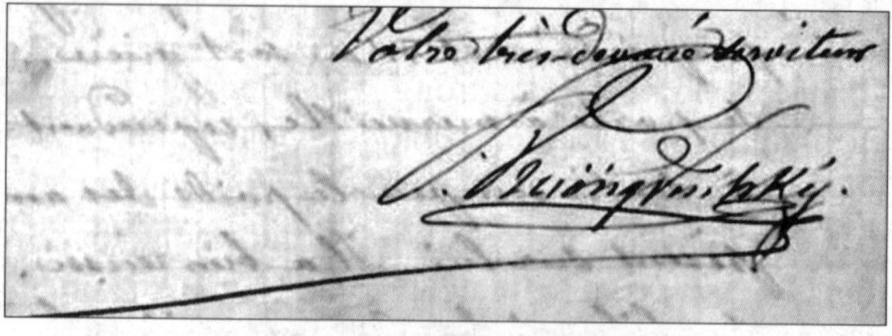

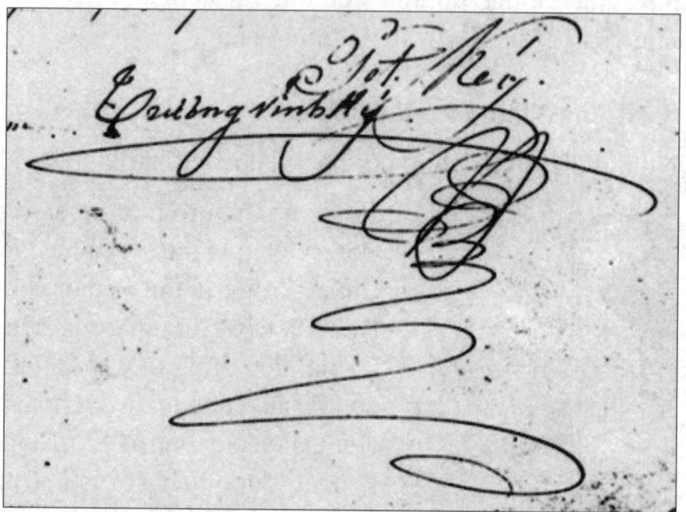

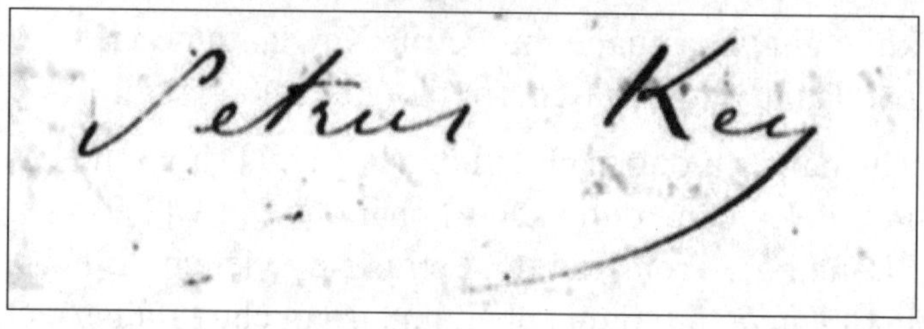

Như có thể thấy, từ chữ ký trong lá thư Penang năm 1859, tới lá thư năm 1872 gởi con cháu trong nhà, tới lá thư gởi Rieunier năm 1876, lúc nào ông Petrus Ký cũng ký đầy đủ tên họ. Ngoài ra, cần phải nói là nét chữ ký của ông trong bao nhiêu năm tháng đó, vẫn rất giống nhau, và có thể dễ dàng nhận ra là của một người.

Dưới đây là hai chữ ký tượng trưng của Petrus Ký, chữ ký trên trong thư gởi Henri Rieunier năm 1876 và chữ ký dưới trong lá thư Penang năm 1859.

Trong khi đó, chữ ký "Petrus Key" trong lá thư Petrus Key là lần đầu tiên và là lần duy nhất ta được thấy chữ ký này. Như đã nói rất nhiều lần trong các chương trên, ông Nguyên Vũ, người "công bố" lá thư Petrus Key, sau hai mươi năm trời, vẫn chưa bao giờ đưa ra được bất cứ một văn kiện nào có chữ ký "Petrus Key" tương tự như trong lá thư Petrus Key.

2. Nét Chữ Trong Chữ Ký

Và bất cứ một người nào với trình độ nhận thức chữ ký bình thường cũng có thể thấy rằng hai chữ ký của Petrus Key và Petrus Ký hoàn toàn khác nhau. Trong khi chữ P và chữ K hoa của Petrus Ký rất to và lại có thêm các râu ria móc ngoặc rườm rà, thì chữ P của Petrus Key gần như chỉ là một chữ S hoa với nét sổ gần như thẳng đứng, và chữ K cũng rất là đơn giản với những nét gạch thẳng, chứ không có những nét uốn éo cong quẹo như trong chữ ký của Petrus Ký.

C. Những Biểu Hiệu Thiên Chúa Giáo: "JMJ" và "AMDG"

Nếu để ý, bạn đọc sẽ thấy rằng trong cả hai lá thư Penang của Petrus Ký và lá thư Petrus Key đều có **những chữ tắt ở ngay trên đầu thư.** Những chữ tắt đó là **"JMJ"** và **"AMDG"**. Có lẽ những chữ này không lạ gì với những người có đạo Thiên Chúa. Nhưng với những người không có đạo như người viết bài này, thì những chữ tắt bên trên đã gây bối rối không ít.

Vậy JMJ và AMDG là gì, và tại sao cả hai lá thư đều có chúng ở trên đầu trang?

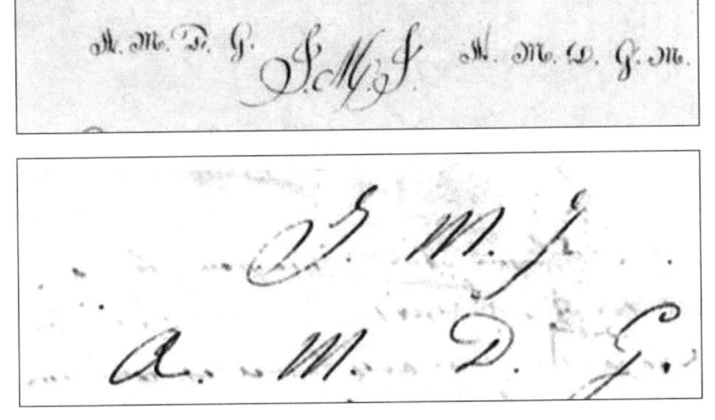

Theo lịch sử Thiên Chúa Giáo, có những dòng tu (religious orders) khác nhau được công nhận. Trong số đó, có một dòng tu rất nổi tiếng về phương diện giáo dục, cho đến tận ngày nay. Đó là Dòng Tên tức Jesuit. Dòng tu này được sáng lập bởi một tu sĩ người Tây Ban Nha là ông Ignatius Loyola vào giữa thế kỷ 16. Đây là một dòng tu chú trọng vào học vấn, và đã tồn tại suốt mấy trăm năm, dù đã trải qua nhiều thăng trầm. Vị giáo hoàng hiện thời, Francis(co), cũng là một tu sĩ thuộc Dòng Tên.

Vị sáng lập ra Dòng Tên, ông Loyola, có thói quen trước khi viết văn kiện nào thì cũng viết ngay trên đầu trang những chữ JMJ, là những chữ tắt cho ***Jesus Mary Joseph*** (chúa Jesus, Đức Mẹ Maria và thánh Joseph), cũng như AMDG, những chữ tắt cho ***Ad Majorem Dei Gloriam*** (Cho Sự Vinh Danh Lớn Hơn Của Chúa). Sau này, các tu sĩ Dòng Tên và các học sinh ở các trường của Dòng Tên thường bắt chước ông Loyola và viết như vậy trong các văn kiện của họ.

Trên đây là những chữ tắt đó trong hai lá thư Penang và Petrus Key. Cũng chính nhờ điểm tương đồng này trong hai lá thư mà ta có thể so sánh trực tiếp để xem cách trình bày những chữ tắt này giống hay khác nhau.

Và ta có thể nhận thấy rằng cách viết cũng như cách trình bày các chữ này trong hai lá thư hoàn toàn khác nhau. Nếu trong lá thư Penang của Petrus Ký (trên) những chữ này hoa mỹ, trang trọng bao nhiêu, thì trong lá thư Petrus Key (dưới) chúng đơn giản, thô sơ bấy nhiêu.

D. Một Ký Hiệu Đặc Biệt: "Pet. Kéy"

1. Pet. Kéy và Petrus Key

Nhưng có lẽ yếu tố quan trọng nhất khi so sánh hai lá thư là sự khác nhau giữa ký hiệu đặc biệt "Pet. Kéy" trong lá thư Penang và chữ ký "Petrus Key" trong lá thư Petrus Key.

Các bạn đọc tinh mắt có lẽ sẽ nhận ra rằng trong lá thư Penang, ngay bên trên chữ ký P. Trương Vĩnh Ký ở trang cuối lá thư, ông Petrus Ký có viết hai chữ tựa hồ như là một chữ ký: "Pet. Kéy". Và đó không phải là lần duy nhất ta thấy hai chữ "Pet. Kéy" này. Ở đầu lá thư Penang, ngay trong trang đầu tiên, ông cũng đã viết y như vậy. Nhưng chúng rõ ràng không phải là một chữ ký, vì ngay kế bên chúng, trong cuối lá thư Penang, Petrus Ký đã ký đầy đủ tên họ Trương Vĩnh Ký, như ông vẫn luôn luôn làm.

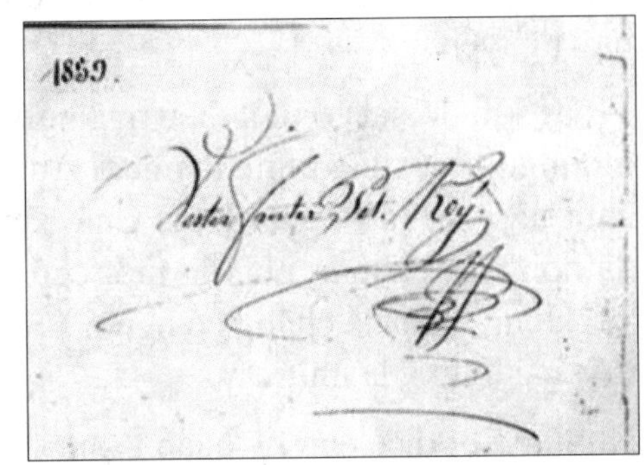

Đây là ký hiệu "Pet. Kéy" nói trên ở trang đầu lá thư Penang:

Và đây là ký hiệu đó, một lần nữa, nhưng ở trang cuối

lá thư Penang, ngay trên chữ ký "Trương Vĩnh Ký" rất rõ ràng và đầy đủ:

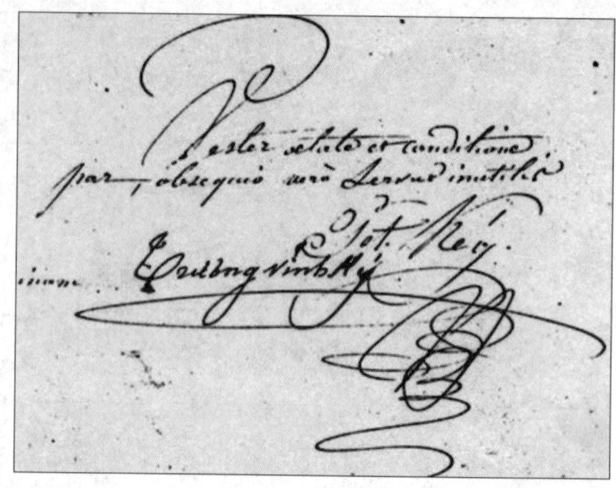

Như vậy, phải thấy rằng đây không phải là một cách viết sai, hay một cách viết tùy hứng. Bởi nó xuất hiện hai lần và giống nhau, trong cùng một lá thư. Và nó xuất hiện ở những chỗ quan trọng nhất, là đầu thư và cuối thư.

Và nó cũng không phải là một cách ký tên hay một chữ ký. Bởi ngay cạnh nó là chữ ký rõ ràng tên họ của Petrus Ký là "Trương Vĩnh Ký", và những nét ngoằn ngoèo khác giống như là một phần của chữ ký.

Sau cùng, nó rõ ràng là "**Kéy"**, chớ không phải là "Ký" với nét uốn của chữ K. Bởi chữ "e" trong cả hai lần nói trên đều rất rõ nét! Và trong khi đó thì chữ "Ký" ở "Trương Vĩnh Ký" không thấy có nét uốn cho chữ K. Vì vậy, đó chỉ có thể là chữ e mà thôi.

Đặc biệt, ngoài hai lần ông Petrus Ký viết tên mình thành "Kéy" trong lá thư Penang, người viết bài này còn tìm thấy được ông Petrus Ký đã viết tên mình thành "Kéy" một lần nữa. Đó là một hình chụp những chữ viết tên ông bằng chữ Hán và Quốc Ngữ do ông Rieunier sở hữu và được người cháu là ông Hervé Bernard đưa lên mạng cùng lúc với các tài liệu quí khác, mà người viết đã nhắc đến bên trên. Đây là hình chụp những chữ đó:

Trong hình này, một lần nữa ta có thể thấy rõ rằng tên của ông Petrus Ký đã được ông viết thành "Kéy", với chữ e và dấu sắc trên đầu, chứ không phải là một nét ngoặc thêm của chữ K hoa.

Do đó, tóm lại, trong lá thư Penang năm 1859, Petrus Ký đã viết tên mình theo một kiểu cách rất đặc biệt là "Kéy". Và sau này, khi đi cùng chuyến tàu với Rieunier sang Pháp năm 1863, ông lại một lần nữa viết tên mình thành "Kéy", chứ không phải là Ký.

Điều cần nói ở đây mà ai cũng biết, là "Ký" mới đúng chính tả chữ Quốc Ngữ. Trong khi đó, chữ "Kéy" không phải là một chữ Quốc Ngữ, vì trong cách đặt vần chữ Quốc Ngữ không hề có vần hay nguyên âm "ey".

Trong khi đó, lại có một điều ngộ nghĩnh gần như trùng hợp, là lá thư Petrus Key có chữ ký của một người tự xưng mình là người An Nam, nhưng lại có một cái tên hoàn toàn không An Nam chút nào, đó là **Petrus Key.** Chữ Key này, như đã nói, cũng không phải là một chữ Quốc Ngữ, và đương nhiên là chẳng có người Việt nào lại có một cái tên kỳ lạ như vậy.

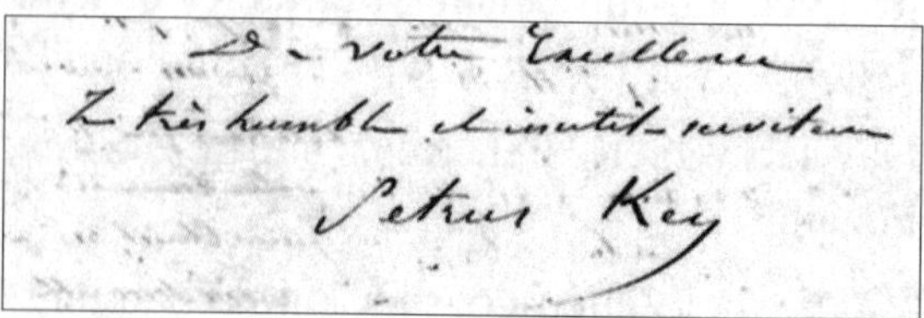

Nhưng một điều cực kỳ quan trọng cần được lưu

ý là hai chữ Kéy và Key lại quá giống nhau. Giống đến mức khi mới nhìn thấy chữ "Pet. Kéy" trong lá thư Penang, và rồi khi nhìn thấy chữ Petrus Key trong lá thư Petrus Key, phản ứng đầu tiên và hợp lý của bất cứ một người đọc nào cũng phải là: "cả hai có lẽ chỉ là một".

Với cách suy nghĩ này, chỗ khác nhau giữa cả hai chữ chỉ ở một dấu sắc, và theo sự suy nghĩ thường tình, có lẽ chỉ là do bất cẩn.[92]

2. Nhưng Lại Hoàn Toàn Khác Nhau

Nhưng vậy thì "Pet. Kéy" trong lá thư Penang có phải cũng chính là "Petrus Key" trong lá thư Petrus Key hay không? Hay nói cách khác, có phải đó chỉ là một người?

Câu trả lời là không, bởi chỉ cần nhìn kỹ và phân tích thêm một chút, ta sẽ thấy rằng về hình thức, cả hai hoàn toàn khác nhau, dù rằng mới nhìn thì có vẻ giống nhau.

Trước nhất, như đã nói bên trên, "Pet. Kéy" không phải là một chữ ký, vì kèm theo đó là chữ ký trọn vẹn P. Trương Vĩnh Ký và những nét ngoằn ngoèo khác, trong khi Petrus Key thì rõ ràng chỉ có thể là một chữ ký, bởi không còn gì khác ngoài nó ở cuối lá thư Petrus Key.

Thứ hai, cần chú ý rằng chữ Petrus trong "Pet. Kéy" không được viết trọn vẹn ra hết mà chỉ được viết tắt là "Pet.". Không thể là sự ngẫu nhiên, vô tình, hay vì lười biếng mà kiểu viết này xuất hiện hai lần giống y nhau trong cùng một lá thư của Petrus Ký. Ở cả hai chỗ, chữ "Pet." đều được viết tắt như vậy. Trong khi đó, chữ Petrus lại được viết ra rất rõ ràng trong chữ ký của lá thư Petrus Key.

Thứ ba, và có lẽ quan trọng nhất, là ông Petrus Ký đã viết chữ "KÉY" chứ không phải là "Key". Dấu sắc bỏ trên chữ Kéy được viết rất rõ ràng ở cả hai lần trong lá thư Penang. Và chữ Kéy với dấu sắc này còn được gặp lại một lần nữa trong chữ viết tiếng Hán với phụ chú "trương vỉnh kéy" mà Petrus Ký đã viết cho Rieunier.

Do đó, "Pet. Kéy" trong lá thư Penang và Petrus Key trong lá thư Petrus Key là hai chữ thoạt nhìn có vẻ giống nhau, nhưng thật sự là hoàn toàn khác nhau. Nhưng sự khác nhau chỉ hiển hiện nếu người đọc bỏ thì giờ nghiên cứu và phân tích hình thức cả hai. Với một người không có thì giờ làm những điều này, cả hai có vẻ như là một.

3. Tại Sao Là "Kéy" Mà Không Là "Ký" như Tên Thật?

Như vậy, ta đã thấy là ông Petrus Ký cố tình viết tên mình là "Kéy" chứ không phải là Ký ít nhất hai lần. Lần thứ nhất là trong lá thư Penang năm 1859, và lần thứ hai là trong những chữ viết tặng cho ông Henri Rieunier, người Pháp mà ông đang dạy tiếng Việt, trong chuyến tàu đi sang Pháp năm 1863.

Câu hỏi phải được đặt ra là tại sao ông Petrus Ký lại viết là "Kéy" mà không phải là "Ký"?

---

92 Rất tiếc là ông Nguyên Vũ có lẽ đã không có lá thư Penang cũng như chữ viết của Petrus Ký tặng cho Rieunier. Nếu ông biết được những tài liệu này, thì đây mới là những bằng chứng khá thuyết phục rằng Petrus Ký chính là Petrus Key, chứ không phải những cái gọi là những "tài liệu mới" của ông đã nói bên trên.

Chắc chắn không phải là ngẫu nhiên, vì lối viết này xuất hiện mấy lần. Và cũng chắc chắn là không phải là do viết dối, hay viết lầm, mà ra như vậy. Vì chữ e và dấu sắc ở trên chữ e rất rõ ràng, không nhầm lẫn vào đâu được.

Với một nhà bác học về ngôn ngữ nổi tiếng như Petrus Ký, người viết bài này nghĩ rằng phải thật cẩn thận để tìm hiểu tại sao lại có cái ký hiệu "Pet. Kéy" quá đặc biệt này trong lá thư Penang. Và sau khi bỏ công tìm kiếm, người viết xin mạo muội đưa ra phỏng đoán như sau:

Trong tiếng cổ Latin (classical Latin), chữ y đã được mượn từ chữ upsilon của tiếng Hy Lạp, và do đó, được phát ngôn là "u" như trong uber. Rồi về sau, chữ y mới dần dà được đọc thành âm "i" trong tiếng Latin theo kiểu giáo hội (ecclesiastical Latin)[93]. Nhưng đối với một nhà ngôn ngữ học giỏi tiếng Latin như Petrus Ký, thì có lẽ ông đã không muốn tên Ký của ông bị bạn đồng học đọc ra là "ku", vì như đã nói trên, chữ "y" được đọc thành "u" trong classical Latin.

Thêm nữa, dấu sắc ở trên chữ y trong tiếng Latin có thể được dùng để biểu hiện cách phát âm dài hay ngắn chứ không phải giống cách phát âm dấu sắc trong chữ Quốc Ngữ. Do đó, cách viết "ký" theo chữ Quốc Ngữ có thể sẽ bị phát âm hoàn toàn khác, khi đọc và phát âm bằng tiếng Latin.

Và có lẽ vì lý do đó, ông Petrus Ký đã thêm chữ e vào giữa chữ K và chữ y, để người đọc chỉ có thể phát âm giống như "y" với vần "ey", chứ không thể nào đọc ra là "u" như trong classical Latin được. Đồng thời, ông vẫn giữ dấu sắc trên chữ e, để biểu hiện cho cách phát âm cao giọng của dấu sắc như trong chữ "Ký" của tiếng Việt. Như vậy, với cách viết "Kéy" này, một người phát âm, dù theo tiếng Latin, cũng chỉ có thể đọc ra là "Ký", chứ không thể là gì khác.

Do đó, theo phỏng đoán của người viết, cách viết "Pet. Kéy" có vẻ lạ lùng này, thật ra chỉ là cách Petrus Ký dùng để chỉ dẫn cách đọc tên ông cho đúng, nhất là với những người chuyên học chữ Latin như những người bạn ông ở Penang. Và có thể từ đó, "Pet. Kéy" đã trở thành một biệt hiệu hay ký hiệu riêng của ông, với những người bạn này.

Và có thể đó là lý do tại sao sau này ngoài đời ông không dùng biệt hiệu "Pet. Kéy" nữa. Mãi cho đến năm 1863, ta mới thấy một lần nữa ông lại viết Ký thành "Kéy". Đó là khi ông viết bên cạnh những chữ Hán mà ông viết tặng cho Henri Rieunier, viên trưởng đoàn người Pháp đang học tiếng Việt với ông. Và rất có thể là ông đã dùng lối viết này để chỉ cho Rieunier cách phát âm cho đúng tên ông.

Nhưng dù vì lý do gì đi nữa, thì cái biệt hiệu mà ông Petrus Ký đã dùng trong lá thư Penang cũng rất rõ ràng. Đó là "Pet. Kéy", chứ không phải là "Petrus Key". Cách viết đặc biệt này thoạt đầu tạo cho ta cảm giác rằng đó cũng là "Petrus Key". Nhưng, như đã giải thích, một sự quan sát tận tường sẽ cho ta thấy rõ ràng sự khác biệt giữa hai lá thư. Hơn thế nữa, chính sự thoạt nhìn có vẻ giống nhau này sẽ góp phần giúp ta xác định rằng lá thư Petrus Key là một lá thư được viết với sự cố tình giả mạo tên tuổi Petrus Ký ở Phần 3 của bài viết này.

---

93 https://www.youtube.com/watch?v=LwtgvwJljto
http://la.raycui.com/vowel.html
https://en.wikipedia.org/wiki/Latin_spelling_and_pronunciation

Tóm lại, khi so sánh hình thức của lá thư Penang với lá thư Petrus Key, có thể thấy rằng hai lá thư gần nhau về ngày tháng này không thể nào có cùng một tác giả.

Trước nhất, nét chữ viết của hai lá thư hoàn toàn khác nhau, từ khoảng cách giữa các chữ, các dòng chữ, đến cách viết những chữ có móc, đến cách viết những chữ hoa.

Thứ hai, chữ ký của hai lá thư cũng hoàn toàn khác nhau, với một lá thư có đầy đủ tên họ, còn lá thư kia chỉ có Petrus Key.

Thứ ba, cách trình bày cùng các biểu hiệu chữ tắt JMJ và AMDG rất khác nhau.

Sau cùng, lá thư Penang có một ký hiệu đặc biệt mà lá thư Petrus Key tưởng như có, nhưng lại không có, đó là ký hiệu "Pet. Kéy".

Tóm Tắt Phần 2_

Như vậy, trong Phần 2 của bài viết này, gồm từ chương VIII tới chương XI, người viết đã giới thiệu với bạn đọc một lá thư dài do chính tay Petrus Ký viết và ký tên vào ngày 4 tháng 2 năm 1859 để gởi cho các bạn học ở đại chủng viện Penang. Đó là lá thư Penang. Lá thư này được viết ngay sau khi Petrus Ký vừa từ Penang về Việt Nam và suýt bị bắt bởi quan quân nhà Nguyễn nhằm ngăn ngừa những giáo dân theo Pháp, lúc đó đang chiếm giữ Đà Nẵng.

Lá thư Penang này rất gần ngày tháng với lá thư Petrus Key, và do đó là một tài liệu hợp lý nhất có thể được dùng để chứng minh rằng lá thư Petrus Key có phải cùng một tác giả là Petrus Ký hay không. Và trong Phần 2 này, người viết đã so sánh cả nội dung và hình thức của lá thư Penang và lá thư Petrus Key để đi đến kết luận: Petrus Ký chắc chắn không phải là người viết lá thư Petrus Key.

Trong chương VIII, người viết giới thiệu xuất xứ và những điểm chính của lá thư Penang để bạn đọc có một khái niệm về lá thư này của Petrus Ký.

Trong chương IX, khi người viết so sánh nội dung lá thư Petrus Key với lá thư Penang về hành trình trốn thoát của Petrus Ký, ta có thể thấy rằng hai cuộc hành trình hoàn toàn khác nhau và đối nghịch nhau từ phương tiện di chuyển cho đến lộ trình. Lá thư Petrus Key rất mơ hồ về hành trình đi tìm Grand Chef để cầu cứu, và tác giả cho biết đã dùng đường bộ với ngựa và người, rồi lại vượt qua những núi non thung lũng là những thứ không có thật ở Nam Kỳ. Trong khi đó, lá thư Penang của Petrus Ký lại rất chi tiết với lộ trình trốn thoát, từ Cái Nhum ngang qua Ba Giồng để lên Chợ Quán ở Sài Gòn bằng đường sông.

Trong chương IX, khi người viết so sánh nội dung của hai lá thư Petrus Key và Penang về quan điểm của tác giả đối với cuộc xâm lăng của Pháp và việc bắt đạo, một lần nữa có thể thấy rằng hai lá thư hoàn toàn đối nghịch. Trong khi Petrus Ký qua lá thư Penang phản đối sự can thiệp của Pháp và chấp nhận mọi gian khổ đang phải trải qua như là sự thử thách của Chúa, thì Petrus Key lại khẩn thiết kêu gọi quân Pháp hãy dùng những vũ khí vô địch của họ để tiến đánh nhà Nguyễn và giải phóng các giáo dân.

Trong chương X, khi so sánh hình thức của hai lá thư qua nét chữ, chữ ký, những biểu hiệu tôn giáo và nhất là ký hiệu đặc biệt Pet. Kéy, ta có thể thấy rằng hai lá thư hoàn toàn khác nhau trong tất cả các phương diện kể trên, và do đó, không thể nào có cùng một tác giả.

Như vậy, sau khi đi từ chỗ đơn giản nhất là xem xét chính nội dung và hình thức lá thư Petrus Key trong Phần 1, đến việc so sánh nó với một lá thư thật sự của Petrus Ký là lá thư Penang, qua cả nội dung và hình thức, trong Phần 2 - người viết bài này đã đi đến kết luận mà không có một nghi ngờ gì nữa (beyond a reasonable doubt), rằng: **Petrus Ký chắc chắn không phải là tác giả lá thư Petrus Key.**

Phần 3

Tác Giả Lá Thư Petrus Key

Chương XII.
Lá Thư Petrus Key Là Một Lá Thư Cố Tình Mạo Danh Petrus Ký

Chương XIII
Tại Sao Lại Có Lá Thư Petrus Key - Cuộc Đàn Áp Giáo Dân Khốc Liệt Của Nhà Nguyễn Sau Khi Mất Thành Gia Định

Chương XIV.
Loại Trừ Những Nhóm Người Có Khả Năng Là Tác Giả Lá Thư Petrus Key

Chương XV.
Những Người Có Khả Năng Là Tác Giả Lá Thư Petrus Key Nhất: Những Giáo Sĩ Và Giáo Dân Pháp Trong Các Tổ Chức Truyền Giáo Ở Pháp

Chương XVI.
Một Dấu Hiệu Đặc Biệt Cho Thấy Sự Liên Hệ Mật Thiết Giữa Lá Thư Petrus Key Và Tổ Chức Truyền Giáo Hội Truyền Bá Đức Tin Ở Pháp: Cách Hành Văn Với Parallelism Một Cách Áp Đảo

Chương XVII.
Có Phải Bà Pauline Jaricot - Người Sáng Lập Ra Hội Truyền Bá Đức Tin - Là Tác Giả Lá Thư Petrus Key?

Tóm Tắt Phần 3

Để nhắc lại với các bạn đọc: qua hai Phần 1 và 2 bên trên, sau khi xem xét nội dung và hình thức của chính lá thư Petrus Key và so sánh nó với lá thư Penang, người viết đã đi đến một kết luận duy nhất: Petrus Ký không phải là tác giả lá thư Petrus Key.

Kết luận này cho thấy rằng ông Nguyên Vũ tức sử gia Vũ Ngự Chiêu đã sai lầm khi tuyên bố và khẳng định rằng Petrus Ký chính là tác giả lá thư Petrus Key. Cho dù ông Nguyên Vũ có thêu dệt thêm những chi tiết chung quanh lá thư, có cố tình dịch sai lá thư, có cố tình trình bày lá thư với những chi tiết xấu nhất để tạo ác cảm cho người đọc về tác giả của nó, những việc này chẳng có tác dụng gì, khi tác giả lá thư rõ ràng không phải là Petrus Ký.

Nếu mục đích của người viết bài này chỉ để chứng minh ông Petrus Ký không phải là tác giả lá thư Petrus Key mà thôi, thì người viết có thể ngừng lại nơi đây.

Nhưng, như đã nói ở phần nhập đề, mục đích của người viết là tìm hiểu và trả lời những câu hỏi chung quanh lá thư bí ẩn này. Sau khi trả lời được câu hỏi chính yếu rằng có phải Petrus Ký là tác giả lá thư Petrus Key hay không, vẫn còn có những câu hỏi tiếp theo với lá thư.

Những câu hỏi đó là:

i) có phải đây là một lá thư giả danh Petrus Ký, hay chỉ là một sự trùng hợp ngẫu nhiên?; ii) tại sao lại có lá thư, và mục đích của người viết thư là gì?; và iii) ai là tác giả lá thư Petrus Key?

Bởi, trái với nhận xét của ông Nguyên Vũ và thân hữu của ông là Luật Sư Trần Thanh Hiệp, người viết bài này không nghĩ rằng đây là một lá thư mà *"văn chương trong thư tầm thường, tư tưởng hời hợt, nông cạn"*. Ngược lại, người viết nghĩ rằng đây là một lá thư có lối hành văn cầu kỳ, và là một tài liệu lịch sử thuộc loại primary source quí giá cho sự tìm hiểu về lịch sử Việt Nam và cuộc xâm lược của Pháp.

Và người viết cũng nghĩ rằng lá thư Petrus Key là một lá thư có thật chứ không phải là một tài liệu được ngụy tạo bởi người đời sau nhằm mục đích hạ bệ Petrus Ký. Bởi trước nhất, đây là một tài liệu chính thức được lưu trữ trong văn khố Pháp, trong hồ sơ của Jauréguiberry là người chỉ huy liên quân Pháp - Tây Ban Nha tại Sài Gòn từ tháng 4 năm 1859 đến tháng 4 năm 1860. Thêm nữa, như có thể thấy trong ảnh chụp, đây là một lá thư nhìn rất xưa với những tờ giấy vàng úa. Sau cùng, nếu người đời sau có ác ý muốn cáo buộc tội trạng cho Petrus Ký bằng cách ngụy tạo các văn kiện tài liệu như lá thư này, thì có lẽ họ sẽ dùng ngay cái tên thật là Petrus Trương Vĩnh Ký, chứ chẳng cần dùng cái tên lạ lùng Petrus Key làm gì, cho vấn đề trở nên thêm rắc rối!

Do đó, trong Phần 3 này, gồm chương XII đến chương XVII, người viết sẽ lần lượt tìm hiểu và trả lời ba câu hỏi nêu trên.

Chương XII.

Lá Thư Petrus Key Là Một Lá Thư Cố Tình Mạo Danh Petrus Ký

Trước nhất, theo người viết, lá thư Petrus Key là **một lá thư cố tình mạo danh Petrus Ký**, chứ không phải do một người Việt nào khác có cái tên Petrus Key đã viết vào năm 1859 để cầu khẩn quân Pháp. Nói cách khác, đây không phải là một sự trùng hợp ngẫu nhiên giữa một người Việt có tên Petrus Key và ông Petrus Ký, mà là người viết lá thư Petrus Key đã cố tình chọn cái tên Petrus Key cho lá thư của mình. Chẳng những vậy, tác giả lá thư Petrus Key chắc chắn đã có trong tay lá thư Penang của Petrus Ký khi phóng bút viết thư, và đó là lý do tại sao lại có cái tên Petrus Key, chứ không phải là một cái tên Petrus Mít hay Paulus Xoài nào khác.

Tại sao người viết lại cho rằng đây là một lá thư mạo danh Petrus Ký? Đó là vì sau khi đọc và nghiên cứu lá thư Penang được viết ngay trước đó vài tháng bởi chính Petrus Ký, người viết nhận thấy rằng **giữa hai lá thư, Petrus Key và Penang**, có một mối quan hệ mật thiết. Đến mức có thể thấy rõ rằng **tác giả lá thư Petrus Key đã có lá thư Penang trong tay, và dựa theo lá thư đó, để viết một lá thư khác và ký tên là Petrus Key.**

Mối quan hệ mật thiết đó giữa hai lá thư Petrus Key và Penang có thể được chứng tỏ qua những điểm giống nhau như sau:

A. Những Điểm Giống Nhau Trong Hai Lá Thư

1. Thuật Lại Cuộc Bắt Đạo Của Nhà Nguyễn

Để nhắc lại, Petrus Trương Vĩnh Ký là một nhân vật có thật; một giáo dân người Nam Kỳ và là một cựu chủng sinh mới từ Penang về Việt Nam vào cuối năm 1858. Nhân vật đó vừa mới trốn thoát khỏi một cuộc săn lùng của nhà Nguyễn và đã viết một lá thư bằng tiếng Latin cho các bạn học ở Penang vào ngày 4 tháng 2 năm 1859.

Trong lá thư Penang, người thanh niên Petrus Ký kể lại những sự đàn áp bắt đạo của nhà Nguyễn đang diễn ra như thế nào ở xứ Nam Kỳ, nhất là ở khu Sài Gòn - Gia Định, nơi ông đang lánh nạn.

Và vài tháng sau lá thư Penang, lá thư Petrus Key xuất hiện. Nó được viết bởi một người tự xưng là đại diện cho các giáo dân An Nam để kêu gọi quân Pháp hãy tấn công quân nhà Nguyễn và giải phóng các giáo dân. Trong thư, tác giả Petrus Key cũng tự xưng là một người giáo dân, và đã thuật lại với rất nhiều chi tiết việc nhà Nguyễn đang đàn áp các giáo dân ở khu vực Sài Gòn - Gia Định như thế nào.

Tóm lại, cả hai lá thư đều có vẻ do một người giáo dân Nam Kỳ viết, và có cùng một mục đích chung là thuật lại cuộc đàn áp bắt đạo của nhà Nguyễn.

2. Dùng Những Điển Tích Trong Thánh Kinh

Trong lá thư Penang, Petrus Ký cho thấy là một người rất ngoan đạo. Ông dẫn ra rất nhiều điển tích trong Thánh Kinh với những câu văn bằng tiếng Latin là thứ tiếng mà ông dùng trong trường học ở Penang.

Trong lá thư Petrus Key, sự dẫn chứng Thánh Kinh này cũng hiện diện khắp nơi, nhất là về những anh hùng Do Thái trong Thánh Kinh như Sam-sông (Samson,) Môi-se (Moses) và Gio-Duệ (Joshua) .

Như đã nhắc đến ở Phần 2, trong lá thư Penang, Petrus Ký đã dẫn giải Thánh Kinh để cho thấy ý Chúa là vô địch. Trong khi đó, Petrus Key lại dẫn Thánh Kinh để nói về những anh hùng đã dùng vũ lực để giải thoát cho những người Do Thái, và dùng chúng như những tấm gương cho các sĩ quan Pháp. Mặc dù có hai ý tưởng khác nhau, nhưng cả hai tác giả đều tỏ ra rất thông thạo về những điển tích trong Thánh Kinh, và đã dùng chúng rất nhiều trong thư của mình.

3. Dùng Các Biểu Hiệu JMJ và AMDG

Trong lá thư Penang, Petrus Ký đã dùng các chữ tắt JMJ (Jesus Mary Joseph) và AMDG (Ad Majorem Dei Gloriam) ngay trên đầu thư. Đây là những biểu hiệu tôn giáo được ảnh hưởng bởi người sáng lập ra Dòng Tên là Ignatius Loyola.

Và trong lá thư Petrus Key, những ký hiệu này cũng hiện diện ở ngay trên đầu lá thư.

Điều cần nói ở đây là Petrus Ký đã dùng những ký hiệu rất tôn giáo này trong một lá thư bằng tiếng Latin gởi cho các bạn học ở Đại chủng viện Penang. Cách dùng này thích đáng với trường hợp một người đang tu để trở thành linh mục như Petrus Ký viết gởi cho những bạn đồng tu cùng trường.

Nhưng khi chính những biểu hiệu tôn giáo này cũng được dùng trong lá thư Petrus Key, thì đây là một điều kỳ lạ. Vì người nhận lá thư Petrus Key là những sĩ quan hải quân Pháp, không phải những chủng sinh ngoan đạo. Trong số những sĩ quan đó, thậm chí còn có những người theo đạo Tin Lành như Jauréguiberry. Do đó, đây có vẻ là một cách dùng không thích hợp.

Nhưng chính những ký hiệu này đã được dùng trong đầu thư Petrus Key, cũng giống như trong lá thư Penang. Vì vậy, đây là một điểm giống nhau rất đặc biệt và không hợp lý, theo lẽ thường tình.

Nhưng nếu ta đặt giả thuyết là tác giả lá thư Petrus Key đã có trong tay lá thư Penang, và muốn bắt chước y như hình thức của lá thư Penang, thì việc dùng những biểu hiệu này trong lá thư Petrus Key lại trở nên hợp lý hơn, và giải thích tạo sao chúng có mặt trong lá thư Petrus Key.

4. Mối Liên Hệ Giữa Key và Kéy

Sau cùng, mối liên hệ đặc biệt và quan trọng hơn cả giữa hai lá thư chính là cái tên Petrus Key trong lá thư Petrus Key và cái ký hiệu Pet. Kéy trong lá thư Penang. Chính mối quan hệ quá gần gũi giữa hai chữ đặc biệt này đã cho thấy rõ ràng có sự mạo danh Petrus Ký với lá thư Petrus Key.

Như ta đã biết, trong lá thư Penang viết vào ngày 4 tháng 2 năm 1859, Petrus Ký đã hai lần viết ra một ký hiệu đặc biệt trong thư: **Pet. Kéy.** Ký hiệu này xuất hiện ở đầu thư và cuối thư. Nó không phải là một chữ ký, vì ở cuối thư Petrus Ký có ký trọn tên họ mình. Nhưng nó rõ ràng là một ký hiệu đặc biệt của Petrus Ký. Trong chương trên, người viết bài này đã đoán rằng đó là cách Petrus Ký cho biết cách đọc tên ông cho đúng theo tiếng Latin, hoặc là một biệt danh của ông ở trường Penang. Nhưng dù là gì đi nữa, thì ký hiệu này cũng đã được dùng như một cách để viết tên thật của ông là Petrus Ký.

Và vài tháng sau khi lá thư này được gởi đi, thì lá thư Petrus Key ra đời. Ngoài những điểm giống với lá thư Penang như đã kể trên, lá thư này lại được ký với một cái tên rất giống như ký hiệu Pet. Kéy trong lá thư Penang. Đó là **Petrus Key**.

Chẳng những giống nhau, hai chữ "Kéy" và "Key" còn đặc biệt ở chỗ cả hai **đều không phải là tiếng Việt.** Như ta đã biết, trong chữ Quốc Ngữ hoàn toàn không có vần "ey". Và do đó, đương nhiên là không người Việt nào có tên Kéy hay Key. Cho nên, cơ hội một người Việt nào đó có cái tên đặc biệt là Petrus Key, và viết một lá thư có nội dung giống như lá thư Penang của Petrus Ký, là không có. Nói cách khác, sự giống nhau giữa hai cái tên cùng không phải tiếng Việt cho thấy đây **rõ ràng là một sự trùng hợp do cố ý, chứ không phải ngẫu nhiên mà ra**.

B. Cố Tình Mạo Danh Một Giáo Dân Nam Kỳ - Petrus Ký

Kế đến, theo người viết, tác giả lá thư Petrus Key đã **cố tình mạo danh một nhân vật có thật lúc đó là Petrus Ký** để viết một lá thư kêu gọi quân Pháp hãy tấn công quân Nguyễn ở Sài Gòn nhằm giải thoát cho các giáo dân ở đó.

Vì như ta đã biết, trước lá thư Petrus Key vài tháng, ông Petrus Ký đã viết lá thư Penang bằng tiếng Latin cho các bạn ông. Petrus Ký là một nhân vật có thật, một giáo dân Nam Kỳ có thật, việc ông đang bị nhà Nguyễn săn lùng là việc có thật, những nỗi khổ sở ông phải chịu đựng là có thật, và ông có khả năng dùng tiếng ngoại quốc là có thật. Do đó, một lá thư ký tên ông sẽ làm cho lá thư và những điều mà nó diễn tả có vẻ ... có thật!

Hay nói cách khác, một lá thư bằng tiếng Pháp được viết bởi chính một người giáo dân Nam Kỳ để diễn tả những nỗi khổ sở mà họ phải chịu dưới ách nhà Nguyễn - để kêu gọi quân Pháp hãy tiến đánh nhà Nguyễn và cứu họ, để xưng tụng quân đội Pháp như những vị cứu tinh duy nhất - chắc chắn sẽ có ảnh hưởng tốt hơn là nếu lá thư được viết bởi một người nào khác, ít nhất là trong sự suy nghĩ của tác giả lá thư Petrus Key. Và do đó, tác giả lá thư Petrus Key đã dùng ngay cái tên của một giáo dân Nam Kỳ là Petrus Ký, người mà trước đó vài tháng đã viết một lá thư dài bằng tiếng Latin với nội dung tương tự, để diễn tả cuộc bắt đạo của nhà Nguyễn ở Sài Gòn.

Ngoài ra, một bằng chứng khác cho sự cố tình mạo danh một giáo dân bản xứ Nam Kỳ là cách tác giả lá thư Petrus Key đã **giả vờ ngây ngô**, đến độ không biết cả những điều sơ đẳng nhất trong việc viết thư.

Có lẽ bất cứ người nào cũng phải nhìn nhận rằng lá thư Petrus Key rất **kỳ dị và có vẻ giả tạo**. Nó không giống như bất cứ một lá thư bình thường nào khác. Bởi khi viết thư, điều sơ đẳng nhất là tác giả phải viết rõ ràng họ tên mình trong thư, cũng như họ tên, chức tước của người nhận. Và phải có địa chỉ hoặc nơi chốn lá thư được viết, được gởi đi, cũng như nơi chốn lá thư được nhận. Cuối cùng, có lẽ còn sơ đẳng hơn nữa, bất cứ lá thư nào cũng phải có ngày tháng.

Nhưng đằng này, lá thư Petrus Key lại hoàn toàn không có những thứ sơ đẳng đó. Trong khi rõ ràng là tác giả lá thư có một trình độ văn chương và học vấn rất cao. Nếu như tác giả đã theo đúng kiểu cách viết thư lịch sự của người Pháp thời bấy giờ, tự xưng mình là "très humble et inutile serviteur" và gọi người nhận là "votre excellence", "très honorables officiers", thì không lý gì tác giả lại quên đi những điều sơ đẳng nhất của cách viết thư.

Do đó, ta chỉ có thể kết luận rằng tác giả lá thư Petrus Key đã cố tình bỏ qua những điều sơ đẳng trên. Và có vẻ như là tác giả đã cố tình làm vậy để cho thích hợp với việc người viết thư là một người bản xứ Nam Kỳ ngây thơ, không biết cách viết thư.

Nhưng tác giả lá thư Petrus Key lại không giấu được sự giả mạo của mình. Nếu như lá thư cố tình bỏ sót những điều sơ đẳng, thì câu văn và cách hành văn lại quá trau chuốt, quá điêu luyện. Thêm nữa, ngoài cách hành văn lưu loát, lá thư Petrus Key còn có một bố cục rất vững chắc: từ phần nhập đề tự giới thiệu mình, đến phần diễn tả nỗi khổ sở các giáo dân phải gánh chịu, đến việc kêu gọi các sĩ quan Pháp hãy cứu giúp, đến việc giải thích tại sao họ sẽ thắng lợi với tình hình quân An Nam, và cuối cùng là ca ngợi những hành động cứu giúp đó. Với một người có trình độ viết văn như vậy, thật khó tin rằng người đó lại có thể quên hay bỏ sót những yếu tố như ngày tháng, tên họ, trong thư.

Do đó, sự mạo danh Petrus Ký này rõ ràng không phải vì Petrus Ký là một nhân vật nổi tiếng trong cộng đồng, lại càng không phải vì lý do muốn hãm hại Petrus Ký, bởi Petrus Ký lúc đó chỉ là một thanh niên vừa 21 tuổi đầu. Mà dụng ý của tác giả lá thư Petrus Key chỉ là **muốn giả mạo một giáo dân Nam Kỳ** mà thôi, và vì Petrus Ký chính là một giáo dân có thật, nên tên ông đã được chọn.

Bởi, có lẽ theo sự suy nghĩ của tác giả lá thư Petrus Key, thì lời kêu gọi từ một người giáo dân bản xứ như Petrus Ký là **một lý do chính đáng và nhân đạo** cho sự can thiệp của quân đội Pháp, hơn là nếu lá thư được viết bởi những giáo sĩ, là những người có thể không được ưa thích lắm bởi những sĩ quan chỉ huy Pháp lúc bấy giờ.

C. Nhưng tại sao lại là Key mà không phải là Kéy?

Nhưng, một câu hỏi rất hợp lý có thể được đặt ra là nếu đã cố tình mạo danh Petrus Ký, thì tại sao tác giả lá thư Petrus Key lại không viết đúng như trong lá thư Penang là Pet. Kéy mà lại viết ra thành Petrus Key?

Theo người viết, có thể có ba lý do cho sự thay đổi từ Kéy ra Key như đã thấy: Thứ nhất, có thể đó là do lỗi kỹ thuật hay sơ ý; thứ hai, có thể do tác giả lá thư Petrus Key không chấp nhận cách viết này; và thứ ba, có thể do tác giả lá thư Petrus Key nghĩ rằng cách sửa tên như vậy sẽ dễ đọc hơn cho những người nhận được lá thư, và làm cho lá thư dễ được tiếp nhận hơn.

Người viết xin đưa ra một thí dụ có thật để giải thích cho ba lý do này:

Như đã bàn đến bên trên, trong chuyến đi sang Pháp trong **phái bộ của Pháp** cùng với phái đoàn Phan Thanh Giản năm 1863, Petrus Ký thành bạn và là thầy dạy tiếng Việt cho trưởng phái đoàn Pháp là Henri Rieunier. Ông có viết tặng cho Rieunier tên của ông viết bằng cả chữ Hán và chữ Quốc Ngữ. Trong phần chữ Quốc Ngữ, ông viết tên ông là "trương vỉnh **Kéy**".

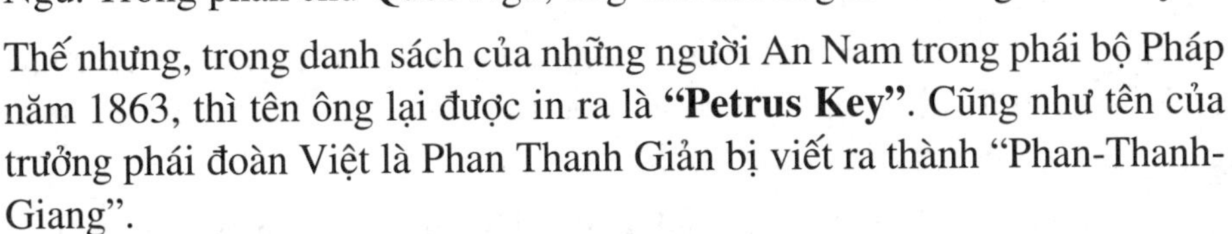

Thế nhưng, trong danh sách của những người An Nam trong phái bộ Pháp năm 1863, thì tên ông lại được in ra là **"Petrus Key"**. Cũng như tên của trưởng phái đoàn Việt là Phan Thanh Giản bị viết ra thành "Phan-Thanh-Giang".

Như vậy, nếu khi viết cho Rieunier, ông Petrus Ký viết tên ông rõ ràng là "Kéy", mà trong danh sách do người Pháp làm, và có thể do chính Rieunier đã kiểm soát, tên ông lại biến thành

"Key", mất đi dấu sắc, thì ta phải đặt câu hỏi là phải chăng đó là một lỗi kỹ thuật, cũng giống như tác giả lá thư Petrus Key đã vô tình nhầm Kéy thành Key chăng?

ANNAMITES DE LA COCHINCHINE FRANÇAISE ALLANT EN FRANCE AVEC L'AMBASSADE DU ROI TU-DUC.

一等通言張未記教學西南言話 *Premier Interprète*, PETRUS KEY, Professeur au collége des Interprètes français.

二等通言鄗 *Deuxième Interprète*, PETRUS SANG.

Hoặc không phải là quên, nhưng có thể do tác giả lá thư Petrus Key **là người Pháp và không chấp nhận được dấu sắc bỏ trên chữ e**. Vì theo cách đọc tiếng Pháp, chữ Kéy sẽ được đọc thành "Kêy". Do đó, tác giả lá thư đã tự tiện bỏ dấu sắc trên chữ e, và biến "Kéy" thành "Key"?

Hoặc có thể vì tác giả lá thư Petrus Key nghĩ rằng cách viết tên như vậy (Key) sẽ làm cho người đọc và nhận thư, là những người Pháp, **dễ chấp nhận** hơn là cách viết "Kéy"?

TU-DUC 16e année, 12e jour (27 juin 1863).

LISTE
DES
PERSONNAGES COMPOSANT L'AMBASSADE ANNAMITE
ET DE LEUR SUITE.

正使協辦大學士潘清簡 *Premier Ambassadeur*, le Vice-Grand-Censeur du Royaume, PHAN-THANH-GIANG, 1er degré, 2e classe.

副使吏部左參知范富庶 *Deuxième Ambassadeur*, premier secrétaire du ministère de l'intérieur, PHAM-PHU-THU, 2e degré, 1re classe.

陪使光祿寺卿魏克憻 *Adjoint Ambassadeur*, Maître des cérémonies du palais, Mandarin de la justice du département de *Tourane*, NGUY-KHAC-DAN, 3e degré, 2e classe.

Người viết bài này rất tiếc là không có một câu trả lời chính xác cho lý do tại sao chữ "Kéy" trong lá thư Penang lại biến thành "Key" trong lá thư Petrus Key. Nhưng câu trả lời có lẽ sẽ trở nên rõ ràng hơn trong những chương sau, khi ta biết rõ hơn những nhóm người nào có khả năng nhiều nhất là tác giả thật sự của lá thư Petrus Key.

Để tóm lại, trong chương XII, người viết nghĩ rằng tác giả lá thư Petrus Key đã dựa vào lá thư Penang để tạo ra lá thư Petrus Key, và đã dựa vào một nhân vật có thật là Petrus Ký để tạo ra một nhân vật có cái tên đặc biệt là Petrus Key.

Bởi, như đã nêu trên, rõ ràng là có một **sự liên hệ mật thiết giữa hai lá thư Penang và Petrus Key.** Trong hai lá thư có rất nhiều điểm giống nhau khiến cho một người bình thường không để ý sẽ dễ dàng cho rằng có thể tác giả của hai lá thư chỉ là một người.

Nhưng không phải tác giả lá thư Petrus Key đã mạo danh Petrus Ký với mục đích hãm hại Petrus Ký. Mà lý do là vì tác giả lá thư Petrus Key **đã có trong tay lá thư Penang của Petrus Ký, vì tác giả lá thư Petrus Key cho rằng việc dùng tên của một giáo dân bản xứ có thật để viết**

lá thư trên là hữu hiệu hơn cho việc giải thoát các giáo dân, nên người đó đã dùng cái tên Petrus Key, như ta đã thấy.

Chương XIII

Tại Sao Lại Có Lá Thư Petrus Key - Cuộc Đàn Áp Giáo Dân Khốc Liệt Của Nhà Nguyễn Sau Khi Mất Thành Gia Định

Sau khi trả lời câu hỏi i) với chương XII ở trên để thấy rằng lá thư Petrus Key là một lá thư với sự cố ý giả mạo chứ không phải là một trùng hợp ngẫu nhiên, câu hỏi kế tiếp được đặt ra là ii) **tại sao lại có lá thư Petrus Key, hay mục đích của tác giả lá thư Petrus Key là gì**.

Để trả lời cho câu hỏi tại sao lá thư Petrus Key được viết ra, ta cần phải biết khoảng thời gian ra đời của nó. Từ đó, ta có thể tìm hiểu lý do tại sao có lá thư.

Như đã biết, lá thư Petrus Key không có ngày tháng. Tuy vậy, như đã nhắc đến bên trên, lá thư này được tìm ra trong những thùng hồ sơ của Jauréguiberry, viên chỉ huy quân Pháp tại Sài Gòn từ tháng 4 năm 1859 đến tháng 4 năm 1860. Do đó, có thể đoán ra rằng lá thư Petrus Key đã được viết trong khoảng thời gian này. Và đó là một khoảng thời gian không lâu lắm sau ngày 4 tháng 2 năm 1859 của lá thư Penang.

Và đây chính là thời gian mà nhà Nguyễn đàn áp các giáo dân ở vùng Gia Định một cách khốc liệt nhất.

A. Cuộc Đàn Áp Giáo Dân Gia Định Năm 1859 Theo Chính Sử Nhà Nguyễn

Theo chính sử nhà Nguyễn, Đại Nam Thực Lục Chính Biên, đây là những khoảng liên quan đến việc triều đình nhà Nguyễn bắt đạo, trong thời gian sau khi thất thủ thành Gia Định vào tháng 2 năm 1859:

> *"Quân của Tây dương bắn phá thành tỉnh Gia Định, đốt cháy dinh thự kho tàng, rồi rút lui đóng ở mạn dưới bảo Hữu Bình...*
>
> *Tôn Thất Cáp đóng quân (3.753 tên) ở Biên Hòa. Vua dụ giục phải tiến nhanh đến Gia Định, hợp quân để đánh giặc....*
>
> *Quân của Tây dương đến các đồn Phú Thọ (Tôn Thất Cáp mới đắp). Các đạo binh đóng ở ngoài (lính Gia Định, lính đồn điền) sợ hãi tan vỡ. Quân của Tây dương đánh phá hữu đồn, Hoàng Ngọc Chung cố sức đánh bị chết trận. Phan Tĩnh (ở tả đồn) bị đạn rút lui. ... Bọn Tôn Thất Cáp đều bị giáng.*
>
> *Mùa hạ,* ***tháng 4,*** *vua sai các quan tỉnh: Bình Định, An Giang, Biên Hòa, Vĩnh Long, Định Tường đều lấy bạc lạng, ngân tiền, ngân bài ở kho tỉnh ra, đưa đến quân thứ Gia Định để dự bị thưởng cho tướng sĩ.*

...Cho án sát sứ Vĩnh Long là Lê Đình Đức coi việc đàn áp dân theo đạo Gia tô ở Gia Định. Từ khi thành Gia Định không giữ được, dân theo đạo có nhiều người cậy thế, dọa nạt dân lương, hoặc có kẻ làm tay sai và mật thám cho Tây dương.

Vua cho là bọn dân theo đạo hạt ấy cần phải khu xử cho nghiêm. Nhưng chỉ chuyên ủy cho các quan ở quân thứ, sợ khó trông coi cho xiết. Bèn sai Đình Đức lấy nguyên hàm án sát, chuyên coi việc đàn áp khu xử dân theo đạo, mà lấy những viên khoa đạo, phái đi quân thứ là bọn Vũ Phạm Châu, Phạm Hoằng Đạt, Nguyễn ích Khiêm (đều người Thổ trước) theo đi để giúp việc. Lại dụ bảo các điều khoản nên làm: (Người nào đã đi theo Tây dương thì bắt giam cha mẹ vợ con, bắt phải gọi về; người nào chưa đi theo Tây dương thì tìm nhiều cách ngăn giữ không cho chúng được đi lại với Tây dương. Người nào là hào cường đầu mục đi theo đạo thì ngầm giam giữ lại không cho đi đâu. Người già, trẻ con cùng phụ nữ, nếu yên phận giữ phép thì thôi; nếu còn vớ vẩn trông ngóng, thì lập tức đem sáp nhập vào xã thôn không có đạo Gia tô để tiện quản thúc). Giao cho viên khâm phái châm chước mà làm. Còn 5 tỉnh thì dân theo đạo còn biết giữ phép, chưa dám sinh lòng khác: Sai quan tỉnh đều chiểu theo địa hạt phòng bị, khiến cho Gia Định được tiện việc thi hành. (Rồi thì bọn dân theo đạo ra thú rất nhiều. Những người nào ở xa đồn Tây dương thì cho xã dân sở tại kết nhận về quản thúc; người ở gần đồn Tây dương đều chia ghép vào xã thôn khác: Viên khâm phái đều phân biệt tâu lên mà thi hành).”[94]

Với đoạn chính sử trên đây, ta thấy có một điều rất đáng để ý về việc bắt đạo lần này . Đó là việc vua Tự Đức đã đặc biệt cử riêng một viên quan, là án sát Lê Đình Đức, để **chuyên** việc **“đàn áp dân theo đạo Gia-tô ở Gia Định”**.

Và đây là một đoạn sử rõ ràng nhất, chi tiết nhất về việc đàn áp giáo dân ở một khu vực rõ rệt là Gia Định. Theo **đạo dụ** của vua Tự Đức nhắc đến bên trên, thì tất cả các giáo dân ở Gia Định đều bị ảnh hưởng. Không chỉ những người thuộc loại “đầu mục”, mà cả những thường dân cũng bị theo dõi. Ngoài những hào cường đầu mục bị giam giữ, cha mẹ vợ con của những người đã theo Pháp (Tây dương) cũng bị bắt giam hết để làm con tin.

Với những chi tiết rất rõ ràng được miêu tả trong đoạn chính sử kể trên, có thể hình dung ra một cuộc bắt đạo khốc liệt chưa từng có trong lịch sử bắt đạo của nhà Nguyễn. Tuy được giới hạn trong khu vực Sài Gòn Gia Định, triều đình nhà Nguyễn đã chỉ dẫn rõ ràng phải làm gì với tất cả những người theo đạo Thiên Chúa, từ nam tới nữ, từ già đến trẻ, từ cha mẹ vợ con của kẻ đã theo Tây, cho tới kẻ chưa theo Tây.

Và vì biết rằng phạm vi đàn áp quá lớn, các quan chức bình thường không thể thi hành hết được tất cả các điều trong dụ - như bắt giam cha mẹ vợ con của những người theo Pháp (Tây dương), ngăn giữ những người nào chưa theo, ngầm giam giữ những cường hào đầu mục không cho đi đâu, đem sáp nhập những người giáo dân già, trẻ con, phụ nữ vào những xã thôn không có đạo

94 *Đại Nam Thực Lục Chính Biên*, Viện Khoa Học Xã Hội Việt Nam, Đệ Tứ Kỷ, Quyển XX, trang 730.

– triều Nguyễn đã phải cử ra một viên quan riêng biệt chỉ để lo việc này. Chẳng những vậy, vua Tự Đức còn cử thêm vài viên quan khác, (người Thổ, không phải người Việt. phải chăng để đàn áp thẳng tay hơn?), cũng chỉ để phụ giúp cho việc bắt đạo ở Gia Định.

Về thời gian của đạo dụ nói trên, Đại Nam Thực Lục Chính Biên không nói rõ ngày tháng trong năm 1859. Tuy nhiên, theo thứ tự biên niên của cuốn sử này, thì đạo dụ nói trên chắc chắn phải xảy ra s**au tháng 4 âm lịch năm Kỷ Mùi 1859**. Vì, như đã trích bên trên, trước đó, vào tháng 4 âm lịch, sách chép rằng vua Tự Đức cho đưa vàng bạc kho tàng từ các tỉnh lân cận về Gia Định. Sau đó, sách mới chép đến lệnh của vua Tự Đức cử Lê Đình Đức làm nhiệm vụ chuyên đàn áp giáo dân ở Gia Định.

Như vậy, cuộc bắt đạo qui mô này ở Gia Định (Sài Gòn) đã xảy ra s**au tháng 4 âm lịch năm Kỷ Mùi 1859**, tức là ít nhất **vài tháng sau lá thư Penang của Petrus Ký** (ngày 4 tháng 2 năm 1859). Và **chính chiến dịch bắt đạo qui mô này là lý do cho sự ra đời của lá thư Petrus Key**.

B. Những Sự Kiện Trong Lá Thư Petrus Key Phù Hợp Với Cuộc Bắt Đạo Ở Gia Định Năm 1859

Như ta đã biết, tác giả lá thư Petrus Key diễn tả rất chi tiết về việc bắt đạo khốc liệt đang diễn ra tại khu vực Sài Gòn và giải thích rằng đó chính là lý do ông ta đã viết lá thư - như một đại diện cho các giáo dân An Nam kêu gọi quân Pháp hãy tiến đánh quân nhà Nguyễn.

Lá thư Petrus Key có nói đến hai sự kiện mà ta có thể dùng để liên kết tới cuộc bắt đạo qui mô ở Gia Định năm 1859.

1. Mỗi Làng Tăng Cường 10 Đến 20 Người Lính Chuyên Việc Bắt Giáo Dân

Trước nhất, trong lá thư Petrus Key có một đoạn về thời gian và một sự việc cụ thể về cuộc đàn áp giáo dân của nhà Nguyễn như sau:

> *"**Ngày hôm qua**, những lá thư của các quan lại đã lan đến các làng, lệnh cho **mỗi làng** phải **tăng thêm từ 10 đến 20 người lính chuyên bắt các giáo dân**"*
>
> *"Hier, des lettres de Mandarins parcouraient les villages, ordonnant d'adjoindre chacun 10 ou 20 hommes aux soldats chargés d'arrêter les Chrétiens".*

Như vậy, theo đoạn văn trên, mỗi một làng được lệnh phải tăng thêm từ 10 đến 20 người lính mà công việc đặc biệt chỉ là **chuyên bắt các giáo dân**, chứ không phải để đánh Pháp, hay để giữ gìn an ninh làng xóm.

Đoạn văn trên đây trong lá thư Petrus Key rất ăn khớp với đoạn sử trích trong Đại Nam Thực Lục Chính Biên nói trên về việc vua Tự Đức cử quan Án Sát Lê Đình Đức và các quan phụ tá chỉ để chuyên việc đàn áp các giáo dân ở Gia Định. Như đã dẫn, đây là một cuộc bắt đạo qui mô chưa từng có, gồm cả việc bắt giam rất nhiều người, từ cha mẹ vợ con của những người theo Pháp cho đến những "đầu mục". Và có lẽ đó chính là lý do cho việc cần thêm từ 10 tới 20 người lính mỗi làng, chỉ để cho việc đi bắt các giáo dân ở khu vực Sài Gòn Gia Định.

2. Nhà Tù Ở Gần Cầu Tham Lương

Kế đến, trong lá thư Petrus Key có những dòng về một địa danh có thật ở Sài Gòn và liên quan đến việc ra đời của lá thư:

> *"et déjà plusieurs gémissent dans fers de la citadelle qu'on vient d'élever près du **pont Tham-Luong**."*
>
> *"... và rất nhiều người đang rên rỉ trong xiềng xích của tòa thành mới được dựng lên gần **cầu Tham Luong.**"*

Như đã trình bày trong những chương trên, tác giả lá thư Petrus Key từng cho thấy sự thiếu hiểu biết của mình về địa danh Nam Kỳ, khi cho rằng có một toà thành (citadelle) mới xây ở gần cầu "Tham-Luong".

Nhưng, sự thật là có một cái "đồn" tên là **đồn Tham Lương**, và đồn đó cũng mới được xây cùng với các đồn khác như đồn Rạch Tra, đồn Thuận Kiều, để làm hậu cứ cho chiến lũy Chí Hòa.[95]

Theo Đại Nam Thực Lục Chính Biên, sau khi mất thành Gia Định, vua Tự Đức sai Thượng Thư Tôn Thất Hiệp vào Sài Gòn để đối địch. Tại Sài Gòn, Tôn Thất Hiệp cho xây một loạt ba cái đồn đối diện với quân Pháp: đồn Hữu, đồn Tiền (Trung), và đồn Tả. Theo sử Pháp, ngày 21 tháng 4, chỉ huy quân Pháp ở Sài Gòn là Jauréguiberry mở cuộc tấn công các đồn đó. Trong trận đánh này hai bên đều có tổn thất nặng nề. Tôn Thất Hiệp bị giáng chức và Jauréguiberry rút quân về đóng ở bảo Hữu Bình (Fort du Sud). Như vậy, chính Tôn Thất Hiệp chứ không phải Nguyễn Tri Phương là người bắt đầu xây phòng tuyến Chí Hòa với các đồn nói trên. Nguyễn Tri Phương thì sau tháng 7 năm 1860 mới vào Nam để hoàn tất phòng tuyến này.

Đại Nam Thực Lục Chính Biên không cho biết những đồn Tham Lương, Rạch Tra, Thuận Kiều là do ai xây và vào lúc nào. Nhưng rất có thể là cũng chính Tôn Thất Hiệp đã xây các đồn này cùng lúc với các đồn nói trên. Và như vậy, đồn Tham Lương có lẽ đã được xây sau khi Tôn Thất Hiệp theo lệnh vua Tự Đức vào Gia Định, sau khi quân Pháp chiếm và đốt thành Gia Định, tức là cũng cùng khoảng thời gian với lá thư Petrus Key.

Và đây cũng chính là thời gian quan Án Sát Lê Đình Đức được vua Tự Đức cử làm nhiệm vụ chuyên việc "đàn áp" các giáo dân Gia Định. Như đã trích, trong điều dụ có chỉ thị rõ ràng phải giam giữ tất cả cha mẹ vợ con của những người giáo dân đã theo Tây, cũng như giam giữ các "cường hào đầu mục". Với số người phải bị giam giữ đông như vậy, đến mức phải tăng thêm từ 10 tới 20 người lính cho mỗi làng chỉ để bắt những người này, đương nhiên phải có **nơi để giam giữ họ**. Một trong những nơi đó, rất có thể chính là đồn Tham Lương, hay chính xác hơn, "tòa thành gần cầu Tham-Luong" theo lá thư Petrus Key.

Nhưng có lẽ quan trọng hơn cả, khi địa danh Tham Lương được nhắc đến trong lá thư Petrus Key, là những điểm sau đây: nó cho thấy là tác giả lá thư Petrus Key đã biết về địa danh này ở Sài Gòn (mặc dù viết sai, và mặc dù gọi sai là "thành" thay vì là "đồn"), biết rằng những giáo dân đang bị giam giữ tại địa danh này, biết rằng địa danh này đang thuộc khu vực kiểm soát của

---

95 Trần Văn Giàu, *"Địa Chí Văn Hóa Thành Phố Hồ Chí Minh"*, NXBTPHCM, 1987, tập I, p. 252

nhà Nguyễn, và biết rằng quân đội Pháp đang đóng gần đó và có thể tiến đánh để giải phóng các giáo dân đang bị giam cầm.

Như vậy, chính vì những cuộc đàn áp và giam cầm giáo dân khu vực Gia Định - Sài Gòn này của nhà Nguyễn vào thời gian sau khi mất thành Gia Định, tác giả lá thư Petrus Key đã phải viết một lá thư khẩn thiết kêu gọi quân Pháp hãy tiến đánh quân nhà Nguyễn để giải phóng các giáo dân.

Tóm lại, phối hợp chính sử nhà Nguyễn với những chi tiết được nhắc đến trong lá thư Petrus Key, ta có thể thấy rằng **lý do lá thư Petrus Key được viết là bởi cuộc bắt đạo ở Gia Định với qui mô chưa từng có của triều đình nhà Nguyễn**.

Do đó, lá thư Petrus Key là một lá thư có thật được viết vào năm 1859, với những chi tiết về cuộc bắt đạo phù hợp với bối cảnh lịch sử ở Sài Gòn trong thời gian đó. Lá thư này tuy là một lá thư mạo danh Petrus Ký, nhưng nó không phải là một văn kiện được ngụy tạo sau này nhằm mục đích bôi xấu Petrus Ký. Vì, nếu có những ai muốn làm việc này, thì chắc chắn cái tên được ký ở cuối thư sẽ là Petrus Trương Vĩnh Ký, theo lối ký suốt đời của ông Petrus Ký, chứ không thể chỉ là "Petrus Key" như trong thư. Và có lẽ lá thư sẽ có nhiều chi tiết hơn về những hành vi "bán nước", thay vì chỉ là sự cầu khẩn quân Pháp giải cứu mà thôi.

Chương XIV.

Loại Trừ Những Nhóm Người Có Khả Năng Là Tác Giả Lá Thư Petrus Key

Nhưng, nếu vậy, thì ai là tác giả thực sự của lá thư Petrus Key?

Có thể sẽ không bao giờ ta biết được đích xác ai là người đã viết lá thư Petrus Key. Nhưng nếu không thể tìm được đích xác một người, thì ta lại có thể tìm được **một nhóm người** có khả năng là tác giả lá thư, bằng cách dùng phương pháp loại trừ (elimination process). Và từ đó, ta có thể xác định rằng ai, hoặc nhóm người nào, có khả năng nhiều nhất là tác giả lá thư.

Theo người viết, tác giả lá thư Petrus Key phải là một người, hay một nhóm người, gồm có cả hai điều kiện sau đây: **ý muốn và khả năng** để viết lá thư này.

Trước nhất, về ý muốn, ta phải tìm hiểu xem tác giả lá thư Petrus Key có **mục đích** gì khi viết lá thư này. Hay nói cách khác, qua lá thư trên, tác giả muốn đạt được điều gì.

Như đã nói trên, lá thư Petrus Key diễn tả thảm cảnh của những giáo dân An Nam và kêu gọi quân Pháp hãy đánh đuổi quan quân nhà Nguyễn để giải phóng họ. Tác giả kêu gọi lòng nhân đạo cũng như ca ngợi hành động này của quân Pháp. Đó là vì trong thời gian này, nhà Nguyễn đang "đàn áp" các giáo dân Nam Kỳ, đặc biệt là ở Gia Định, khốc liệt nhất.

Vì vậy, tác giả lá thư Petrus Key phải là người **có ý muốn quân Pháp đánh đuổi quân nhà**

Nguyễn để giải thoát cho những giáo dân. Và có lẽ những người được hưởng lợi từ sự kêu gọi này rõ ràng nhất chính là những người giáo dân Nam Kỳ!

Thế nhưng đây cũng chính là nhóm người mà ta có thể loại trừ đầu tiên.

A. Không Phải Là Người Việt

1. Không Đủ Khả Năng Tiếng Pháp

Trước nhất, ta có thể loại trừ ngay một nhóm người mà Petrus Key tự cho mình là đại diện: những giáo dân người Việt. Bởi một lý do đơn giản là không một người Việt nào ở thập niên 1850s, kể cả những chủng sinh đã từng đi học ở nước ngoài như Petrus Ký, lại có khả năng viết được một lá thư bằng tiếng Pháp với văn chương như vậy.

Theo ý người viết, lá thư Petrus Key là một lá thư dùng tiếng Pháp cực kỳ lưu loát, văn vẻ, có thể nói là cầu kỳ nữa là đằng khác. Và tác giả lá thư dường như đặt bút xuống là viết, xuôi rót, câu này nối tiếp câu kia một cách tròn trịa, không lỗi lầm, không ngập ngừng đắn đo. Đó là chưa kể trong thư tác giả còn dùng những câu thành ngữ tiếng Pháp cổ xưa như "qui trop embrasse mal étreint" ("kẻ ôm đồm quá thì khó giữ được gì") mà một người mới học tiếng Pháp khó lòng biết được, chứ đừng nói là dùng đến khi viết thư.

Trong khi đó, vào giữa thế kỷ 19 ở xứ Nam Kỳ có được bao nhiêu người biết tiếng Pháp? Có thể nói là gần như không có ai! Thời gian đầu khi quân Pháp đánh chiếm Sài Gòn, vì không kiếm đâu ra thông dịch viên nên họ phải dùng các giáo sĩ người Pháp là những người mà họ không có cảm tình và không muốn dùng - nhưng phải dùng, vì không còn chọn lựa nào khác. Một thí dụ điển hình và rõ ràng nhất là trong một lá thư do người chỉ huy quân Pháp ở Sài Gòn là Joseph D'Ariès viết cho Phó Đô Đốc Charner vào năm 1861, tức là hai năm sau khi quân Pháp chiếm Sài Gòn, ông ta cho biết vẫn không thể nào kiếm ra được một người Việt nào khác có trình độ tiếng Pháp như Petrus Ký[96]. Mà Petrus Ký, thì như ta đã biết, chắc chắn không phải là tác giả của lá thư Petrus Key.

Cũng nên biết rằng trong thời gian đó, người Pháp đã bị bắt buộc phải dùng những thông ngôn người Việt là các cựu chủng sinh như Petrus Ký, vì ít ra những chủng sinh đó biết một thứ tiếng mà các sĩ quan người Pháp cũng có thể hiểu được chút ít: tiếng Latin. Nhưng đó cũng chính là vấn đề, vì các cựu chủng sinh chỉ được đào tạo bằng tiếng Latin ở chủng viện. Qua câu chuyện Jean Bouchot kể về cách Petrus Ký tự học tiếng Pháp ở Penang sau khi lượm được một lá thư bằng chữ Pháp nhưng không biết đó là chữ gì và phải tự mò mẫm tìm ra ý nghĩa, ta có thể biết rằng những chủng sinh ở Penang không được dạy tiếng Pháp chu đáo, ít ra là trong thời gian đầu theo học.

96 Lá thư đề ngày 21 tháng 5 năm 1861, do ông Nguyễn Đình Đầu kiếm ra và cho in lại trong cuốn *Petrus Ký, Nỗi Oan Thế Kỷ,* trang 240-241. Nguyên văn: "Parmi les annamites qui parlent notre langue, il n'y a qu'un certain Pétrus Ky qui la sache assez bien pour pouvoir occuper les fonctions que vous voudriez créer près nos juridictions militaires." Dịch: "Trong số những người An Nam nói được ngôn ngữ của chúng ta, chỉ có một người tên Pétrus Ky là biết đủ để có thể làm những chức việc mà ông muốn tạo ra bên cạnh phạm trù quân sự của chúng ta"

Phần nào vì lý do đó, những sĩ quan Pháp rất ghét những người thông ngôn là cựu chủng sinh. Thậm chí, họ còn lưu truyền một câu chuyện tiếu lâm rằng ngày nọ, một thầy đội người Pháp được lệnh quan trên cho treo cổ bốn người An Nam. Nhưng khi thầy đội này đến nơi hành hình thì thấy có tới năm người An Nam ở đó. Cho rằng quan trên đã lầm lẫn về con số, thầy đội cho treo cổ hết cả năm người An Nam. Người cuối cùng trong năm người trước khi bị treo cổ đã la lên bằng tiếng Latin rằng: "Ego sum Petrus, Interpretus" (Tôi là Petrus, thông dịch viên). Thế nhưng, thầy đội người Pháp, vì không biết tiếng Latin và không hiểu nghĩa của chữ Interpretus là thông dịch viên, nên tiếp tục cho treo cổ ông thông dịch người Việt kia và còn lầm bầm nói rằng: "Cho mày chết, thằng (tên) Interpretus".[97]

Theo ông Alfred Schreiner, một sử gia người Pháp sống ở Nam Kỳ, thì trừ ông Huình Tịnh Của và ông Petrus Ký, những người thông ngôn cựu chủng sinh người Việt chỉ biết được chút ít tiếng Latin, mà lại "sái nát", cho nên người Pháp đã gặp rất nhiều khó khăn trong việc cai trị Nam Kỳ. Ông Schreiner lại cho biết thêm rằng trong khắp nước An Nam, trừ các cựu chủng sinh biết được thứ tiếng Latin một cách "sái nát" đó, thì chỉ có vài người biết được chút ít tiếng Anh, mà cũng rất tệ. Đó là những người trong số 15 người con trai mỗi năm được vua Tự Đức gởi đi Singapore để học tiếng Anh, vào một thời gian trước đó.[98]

Tóm lại, ngoại trừ Petrus Ký là người duy nhất vào thời gian ngay sau khi quân Pháp đánh Việt Nam được người Pháp cho là có đủ trình độ để thông dịch (và hoặc may có thể có đủ khả năng viết lá thư Petrus Key), còn tất cả các người Việt thời đó, kể cả các cựu chủng sinh, không ai có thể viết được một lá thư bằng tiếng Pháp như vậy.

2. Viết Tiếng Việt Không Bỏ Dấu

Một chi tiết nhỏ nhưng quan trọng trong lá thư Petrus Key tiết lộ cho ta thấy người viết thư có nhiều khả năng không phải là người Việt: đó là cách viết địa danh Tham Lương không bỏ dấu thành "Tham-Luong". Người Việt, điển hình là ông Petrus Ký, cho dù viết thư bằng tiếng Latin trong lá thư Penang, hay bằng tiếng Pháp như trong lá thư gởi Henri Rieunier, khi viết những chữ tiếng Việt bằng chữ Quốc Ngữ, đều bỏ dấu cẩn thận. Trong khi đó, một người ngoại quốc không biết chữ Quốc Ngữ ắt sẽ gặp rất nhiều khó khăn cho việc bỏ dấu, nhất là những dấu thuộc loại đặc biệt như dấu râu cho chữ ư và ơ trong tiếng Việt. Và đó là lý do tại sao ta thấy địa danh Tham Lương được viết như sau trong lá thư Petrus Key:

Tham-Luong

97 Câu chuyện này được một người Pháp kể lại và ông Tim Doling dịch ra tiếng Anh trong website của ông ta tại đây: http://www.historicvietnam.com/a-visit-to-petrus-ky/. Câu chuyện này cũng được ông Alfred Schreiner kể lại trong cuốn Abrégé de l'histoire d'Annam (Đại Nam Quốc Lược Sử). Và một lần nữa, có thể thấy rằng Petrus là một cái tên rất thông thường.

98 Alfred Schreiner, *Abrégé de l'histoire d'Annam*, pp. 200-201, *Đại Nam Quốc Lược Sử*, pp.338-339, chữ "sái nát" là chữ dịch của ông Nguyễn Văn Nhàn

3. Hình Ảnh Trong Thư Là Của Châu Âu

Ngoài ra, như đã nói trong chương IV ở trên, tác giả lá thư Petrus Key khó có thể là người Việt vì qua lá thư, ta có thể thấy rằng tác giả không biết gì về địa lý, địa hình Nam Kỳ. Đọc lá thư diễn tả hành trình đi tìm Grand Chef, ta có cảm tưởng như tác giả đang mô tả hành trình của một hiệp sĩ thời Trung Cổ ở châu Âu hơn là một người giáo dân Nam Kỳ.

Vì với cách diễn tả "dùng nhiều người và nhiều ngựa" để vượt qua những núi non, thung lũng, trên đoạn đường tìm đến những vị cứu tinh, trước mặt là ghềnh đá cheo leo bên bờ vực thẳm, sau lưng là đàn sói đói ...., những hình ảnh đó hình như là hình ảnh của một kỵ sĩ hiệp khách phương Tây, chứ không phải của một người thường dân Nam Kỳ chuyên chèo ghe trên kinh rạch.

Do đó, với ba yếu tố trên đây: **không đủ khả năng tiếng Pháp, viết tiếng Việt không bỏ dấu, và dùng toàn những hình ảnh châu Âu**, người viết nghĩ rằng tác giả lá thư Petrus Key nhất quyết **không phải là một giáo dân người Việt ở xứ Nam Kỳ**. Và do đó, có thể loại trừ các giáo dân người Việt khỏi danh sách những nhóm người có khả năng là tác giả lá thư Petrus Key.

B. Không Phải Những Giáo Sĩ Pháp Ở Việt Nam

Nếu đã có thể loại ra một nhóm người có nhiều lý do nhất để viết lá thư này là nhóm giáo dân người Việt, thì chỉ còn lại một nhóm người khác ở Việt Nam có cùng một mục đích với tác giả lá thư Petrus Key: kêu gọi quân Pháp hãy tiến đánh Việt Nam để giải phóng cho những giáo dân khỏi sự đàn áp của nhà Nguyễn. Và đó là những giáo sĩ người Pháp ở Việt Nam.

Điều làm cho những giáo sĩ người Pháp này có khả năng là tác giả lá thư Petrus Key hơn các giáo dân, là vì họ có đủ trình độ tiếng Pháp để viết lá thư. Tức là, khác với các giáo dân người Việt, những giáo sĩ người Pháp có đủ cả hai điều kiện, **ý muốn và khả năng**.

Nhưng những giáo sĩ người Pháp ở Việt Nam cũng có thể được loại trừ, vì mặc dù có cả ý muốn và khả năng để viết lá thư Petrus Key, họ lại **không thể phạm hai lỗi lầm rất rõ trong lá thư Petrus Key, đó là bỏ dấu sai tiếng Quốc Ngữ và dùng toàn những hình ảnh Âu Châu trong thư.**

Những giáo sĩ người Pháp này, như linh mục Borelle, như giám mục Lefèbvre, là những người **đã sống rất nhiều năm giữa những giáo dân người Việt của họ tại Việt Nam. Họ đã trở thành gần như người bản xứ.** Do đó, những diễn tả của họ về Việt Nam hoàn toàn chính xác. Thêm nữa, vì họ chính là những người dùng chữ Quốc Ngữ để giảng đạo, những giáo sĩ này không thể viết sai chữ Tham Lương như trong lá thư Petrus Key.

Một thí dụ điển hình về tính cách bản xứ này của các giáo sĩ là lá thư ngày 15/1/1859 của linh mục Borelle mà người viết đã dẫn ra ở Phần 2 về hành trình của Petrus Ký từ Cái Nhum lên Sài Gòn. Có một điểm toát ra từ lá thư trên của linh mục Borelle khiến người viết nghĩ rằng ông, cũng như các giáo sĩ khác ở Việt Nam, không phải là tác giả lá thư Petrus Key.

Đó là rất khác, và có thể nói là đối nghịch với lá thư Petrus Key, linh mục Borelle cho thấy ông **biết, và diễn tả rất rõ ràng cảnh vật, địa lý, những chi tiết xung quanh ông ta và cuộc trốn chạy của ông ta, một cách cực kỳ xác thực, đúng như hoàn cảnh Nam Kỳ thuở đó**. Thí dụ như khi quan quân nhà Nguyễn vây bắt ông và Petrus Ký ở Cái Nhum vào tháng 12 năm 1858, linh mục Borelle cho biết là phải **nhảy xuống sình** giữa ban ngày để trốn tránh. Sau đó, khi đang lẩn trốn, ông cho biết một **tiếng chó sủa**, một **tiếng dừa rụng** cũng khiến ông giật mình lo sợ, cả cho ông và cả cho người đang che giấu ông. Cuối cùng, ông cho biết tin tức về giám mục Lefèbvre là ông ta đang trốn tránh trong một khu vực có dăm ba ngôi nhà và vây quanh bởi **loài cọp dữ**.[99]

So sánh những diễn tả xác thực này với lá thư Petrus Key, ta thấy không thể nào mà một người đã và đang sống ở Nam Kỳ cùng với các giáo dân trong bao nhiêu năm, và đã tỏ rõ những sự hiểu biết đó như trên, lại có thể viết ra những dòng như "dùng nhiều người và nhiều ngựa" để vượt qua "núi non, thung lũng" với hoàn cảnh "trước mặt là ghềnh đá trên vực thẳm, sau lưng là đàn sói", như ta đã thấy trong lá thư Petrus Key.

Do đó, mặc dù các giáo sĩ người Pháp ở Việt Nam như Borelle và Lefèbvre có thể có cả hai ý muốn quân Pháp tiến đánh và khả năng viết tiếng Pháp, **họ lại không thể mắc phải một sai sót rất lớn của tác giả lá thư Petrus Key là không am hiểu xứ Nam Kỳ**.

Tóm lại, qua những suy luận trên, người viết nghĩ rằng những giáo dân người Việt và **những giáo sĩ người Pháp ở Việt Nam đều không phải là tác giả lá thư Petrus Key**. Bởi tác giả lá thư Petrus Key phải có những đặc điểm sau đây: 1) Phải có ý muốn quân Pháp đánh Nam Kỳ; 2) Phải **có khả năng** viết tiếng Pháp rất giỏi; 3) Phải **không am hiểu Nam Kỳ**. Với điểm số 1), có thể loại trừ Petrus Ký. Với điểm số 2), có thể loại trừ tất cả giáo dân người Việt còn lại. Với điểm số 3), có thể loại trừ các giáo sĩ Pháp đang sống tại Việt Nam.

Những sự loại trừ này dẫn ta đến một nhóm người duy nhất hội đủ điều kiện từ 1) tới 3): đó là những giáo sĩ và giáo dân người Pháp ở ngoài xứ Nam Kỳ, hay đúng hơn, **những giáo sĩ và giáo dân người Pháp ở Pháp.**

Những người đó chắc chắn có ý muốn quân Pháp tiến đánh quân nhà Nguyễn để giải thoát các giáo hữu của họ. Những người đó đương nhiên là có khả năng viết tiếng Pháp giỏi. Và những người đó, vì là những người sống ở Pháp, sẽ có những lầm lẫn nói trên khi mạo danh một người xứ Nam Kỳ như Petrus Ký.

---

99 Đã nói đến trong chương IX

Chương XV.

Những Người Có Khả Năng Là Tác Giả Lá Thư Petrus Key Nhất: Những Giáo Sĩ Và Giáo Dân Pháp Trong Các Tổ Chức Truyền Giáo Ở Pháp

Nhưng khi nói đến các giáo sĩ và giáo dân người Pháp ở Pháp, có lẽ cần phải thêm một điều kiện quan trọng nữa, là nhóm người này **phải có một sự quan tâm đặc biệt đến Việt Nam**, hay nói cách khác, **phải có một mối liên hệ với Việt Nam**. Và mối liên hệ này phải đủ mật thiết để nhóm người đó cảm thấy xót xa với tình cảnh của các giáo hữu của họ tại Sài Gòn, để thúc đẩy họ viết lá thư Petrus Key kêu gọi quân Pháp giải thoát cho các giáo hữu.

Và nhóm người tại Pháp có mối quan hệ mật thiết nhất với các giáo dân Việt tại Nam Kỳ chính là một tổ chức truyền giáo đã gởi các giáo sĩ của họ đến Việt Nam trong suốt hai trăm năm: **Hội Truyền Giáo Hải Ngoại Paris**, hay còn được biết với một cái tên khác là Hội Thừa Sai Paris.

A. Hội Truyền Giáo Hải Ngoại (Hội Thừa Sai) Paris

Người Việt Nam ai cũng biết giáo sĩ linh mục Alexandre de Rhodes là một trong những người sáng tạo ra hệ thống chữ quốc ngữ ngày nay, qua những tác phẩm như "Phép Giảng Tám Ngày", "Tự Điển Việt Bồ La". Nhưng có lẽ ít ai biết rằng ông cũng chính là một trong những người đã sáng lập ra một tổ chức truyền giáo có ảnh hưởng lớn nhất ở Việt Nam, đặc biệt là ở Nam Kỳ. Tổ chức truyền giáo đó có tên là *Société des Missions étrangères de Paris*, hay còn được gọi tắt là M.E.P., và được biết đến trong tiếng Việt với hai cái tên là ***Hội Truyền Giáo Hải Ngoại Paris*** hay ***Hội Thừa Sai Paris***.

Là một tu sĩ thuộc Dòng Tên, sau nhiều năm truyền giáo ở cả Đàng Trong và Đàng Ngoài, linh mục Alexandre de Rhodes trở về Âu Châu năm 1649 và vận động với Đức Giáo Hoàng Innocent X để gởi thêm nhiều giáo sĩ đến Việt Nam, nhằm đáp ứng nhu cầu truyền giáo mà ông cho là rất lớn ở Việt Nam. Nhưng ông đã gặp rất nhiều khó khăn với mục đích này trong thời gian đầu, vì quyền bổ nhiệm các giáo sĩ truyền giáo từ lâu đã thuộc về hai quốc gia có thẩm quyền đặc biệt về truyền giáo, là Tây Ban Nha và Bồ Đào Nha. Hai quốc gia này trước đây đã được tòa thánh Vatican giao cho độc quyền bổ nhiệm các giáo sĩ truyền đạo đến các xứ chưa có đạo Thiên Chúa trên thế giới theo hai hiệp ước **Padroado Real** (Bồ Đào Nha) và **Patronato Real** (Tây Ban Nha) vào thế kỷ 15. Theo đó, Việt Nam thuộc về phạm vi truyền giáo của Bồ Đào Nha và hiệp ước Padroado Real.

Và chính vì lý do này, tòa thánh Vatican đã ngần ngại không muốn dẫm chân Bồ Đào Nha trong việc bổ nhiệm thêm giáo sĩ cho Việt Nam như Alexandre de Rhodes mong muốn. Tuy vậy, Alexandre de Rhodes vẫn kiên trì vận động trong nhiều năm. Sau cùng, năm 1658, ông mới nhận được sự ủng hộ và chấp thuận từ cơ quan chuyên phụ trách truyền giáo của Vatican. Cơ quan này tên là ***Sacra Congregatio de Propaganda Fide*** (Bộ Truyền Giáo)[100]. Bộ Truyền Giáo có thế lực ở Vatican đến mức người lãnh đạo của nó, một Hồng Y, thường được gọi là "Giáo Hoàng Đỏ" ("The Red Pope"), có nghĩa rằng tuy là một Hồng Y nhưng quyền hành lớn như Đức Giáo Hoàng.

Và để làm theo ý kiến của Alexandre de Rhodes là gởi thêm giáo sĩ tới Việt Nam mà vẫn tránh né không vi phạm hiệp ước Padroado Real, Bộ Truyền Giáo đã cùng với Alexandre de Rhodes làm cùng lúc hai việc.[101]

Việc thứ nhất là tạo ra một loại **"địa phận truyền giáo"** mới với tính cách tạm thời, gọi là ***apostolic vicariate***, để phân biệt với các "giáo phận" (diocese) đã được thành lập từ trước và thuộc về sự kiểm soát của Bồ Đào Nha theo hiệp ước Padroado Real. Các địa phận truyền giáo (apostolic vicariate) này được lập ra ở những nơi mà số lượng giáo dân chưa đủ để tạo ra một "giáo phận" (diocese). Và các địa phận này sẽ được cai quản bởi một giám mục với danh phận, ***titular bishop***, hay còn gọi là "giám mục hiệu tòa", để phân biệt với các giám mục chính thức ("giám mục chính tòa") ở các giáo phận (diocese), nơi mà quyền bổ nhiệm giám mục là của vua Bồ Đào Nha.[102]

Bằng cách này, toà thánh Vatican qua Bộ Truyền Giáo (Congregatio de Propaganda Fide) có thể tránh được việc đụng chạm thẩm quyền của Bồ Đào Nha theo hiệp ước Padroado Real. Và bằng cách này, hai địa phận truyền giáo (apostolic vicariates) mới đã được thiết lập ở Việt Nam. Đó là địa phận Đàng Ngoài (Tonkin), bao gồm Bắc Kỳ và các tỉnh miền Nam Trung Quốc, và địa phận Đàng Trong (Cochinchina), bao gồm Trung Kỳ, Nam Kỳ, Lào và Cam Bốt. Sau này, địa phận Đàng Trong lại được chia ra nữa, để cuối cùng là địa phận Tây Đàng Trong do giám mục (hiệu tòa) Dominique Lefèbvre cai quản và linh mục Henri Borelle phụ tá.

Việc thứ hai mà Bộ Truyền Giáo phải làm là phối hợp với Alexandre de Rhodes **để tạo ra một tổ chức truyền giáo mới**, không phụ thuộc vào các dòng tu hay chịu ảnh hưởng của Tây Ban Nha và Bồ Đào Nha. Tổ chức đó chính là ***Société des Missions étrangères de Paris***, được biết đến trong tiếng Việt với hai cái tên là ***Hội Truyền Giáo Hải Ngoại Paris*** hay ***Hội Thừa Sai Paris***. Mục đích chính của tổ chức này, theo Bộ Truyền Giáo uỷ nhiệm, là **truyền giáo ở các xứ Á Châu bằng cách thành lập một hệ thống giáo sĩ bản xứ.**

Do đó, Hội Truyền Giáo Hải Ngoại Paris đã được chính thức thành lập vào năm 1658 với sự đồng ý của Vatican.

---

100 http://www.newadvent.org/cathen/12456a.htm
https://en.wikipedia.org/wiki/Congregation_for_the_Evangelization_of_Peoples

101 George Dutton, Vietnamese Moses, Philiphê Bỉnh and the Geographies of Early Modern Catholicism, 2017, University of California Press, pp. 27-29. Trong cuốn sách này, tác giả George Dutton đã diễn tả rất rõ mối liên hệ và xung khắc giữa các thế lực truyền giáo ở Việt Nam, và lý do tại sao một linh mục người Việt là Philiphê Bỉnh phải lưu vong qua Bồ Đào Nha.

102 Apostolic vicariate thường được dịch là "hạt đại diện tông tòa". Với người viết, tên gọi này hơi tối nghĩa, nên xin gọi là "địa phận truyền giáo" để dễ phân biệt với giáo phận (diocese).

Tuy nhiên, trong một thời gian dài trước đó, Alexandre de Rhodes đã vận động ở Pháp và được sự ủng hộ của các thế lực lớn ở Pháp, đặc biệt là một tổ chức bí mật có tên là Compagnie du Saint-Sacrement.[103]

Hai giáo sĩ trẻ người Pháp, François Pallu và Pierre Lambert de la Motte[104], trước đó đã được chiêu mộ bởi Alexandre de Rhodes để sang Việt Nam truyền giáo. Và sau khi Vatican chính thức chấp nhận yêu cầu của Alexandre de Rhodes, hai giáo sĩ này được Vatican phong làm giám mục hiệu tòa (titular bishop) để cai quản giáo phận Đàng Ngoài (Pallu) và giáo phận Đàng Trong (de la Motte). Như vậy, hai người này cùng với Alexandre de Rhodes chính là những người đầu tiên sáng lập ra Hội Truyền Giáo Hải Ngoại Paris.

Tiếp theo,vào năm 1665, hai giám mục này đã thành lập một chủng viện ở Ayuthia, lúc đó là thủ đô của Xiêm, để đào tạo các linh mục bản xứ khắp Á Châu, theo mục đích của Hội Truyền Giáo Hải Ngoại Paris. Sau đó, vì những biến động chính trị nơi trường (chủng viện) này tọa lạc, trường đã phải dời đi rất nhiều lần. Nơi sau cùng là cù lao Penang thuộc Mã Lai[105]. Và đây chính là **đại chủng viện Penang**, nơi mà Petrus Ký theo học từ 1852 tới 1858. Đây cũng là nơi Petrus Ký đã gởi lá thư Penang đến các bạn học.

Một giáo sĩ khác rất nổi tiếng khác về sau này ở Việt Nam và cũng thuộc về Hội Truyền Giáo Hải Ngoại Paris chính là **Giám Mục Bá Đa Lộc** (Pigneau de Behaine), người đã giúp cho Nguyễn Ánh đánh bại Tây Sơn và thành lập vương triều Nguyễn vào năm 1802. Giám mục Bá Đa Lộc chính là Bề Trên (Superior) hay Viện Trưởng của đại chủng viện Penang từ năm 1767 đến 1774[106]. Với sự thành công của Nguyễn Ánh, thế lực của Hội Truyền Giáo Hải Ngoại Paris tăng vọt ở Việt Nam cùng với uy tín của Bá Đa Lộc.

Như vậy, **Hội Truyền Giáo Hải Ngoại Paris đã có ảnh hưởng rất lớn đến tình hình tôn giáo và cả chính trị tại Việt Nam, từ khi bắt đầu được thành lập ở thế kỷ 17, cho đến mấy trăm năm sau.** Hội này chẳng những đã gởi phần lớn các giáo sĩ người Pháp qua Việt Nam, mà còn đào tạo các linh mục bản xứ ở Nam Kỳ, qua việc thành lập và điều hành **Đại Chủng Viện Penang**.

B. Hội Truyền Bá Đức Tin Và Kỷ Yếu Đức Tin

Tuy vậy, từ cuối thế kỷ 18 đến đầu thế kỷ 19, Hội Truyền Giáo Hải Ngoại Paris đã bị suy yếu rất nhiều tại Việt Nam bởi hai lý do: cuộc cách mạng Pháp và việc bắt đạo ở Việt Nam. Nhưng hội này đã được vực dậy và trở thành lớn mạnh ở Việt Nam nhờ sự trợ giúp về tài chánh của một tổ chức Thiên Chúa Giáo khác cũng ở Pháp và cũng ở dưới sự kiểm soát của Bộ Truyền Giáo của Vatican. Tổ chức đó tên là ***Hội Truyền Bá Đức Tin*** (L'Oeuvre de la Propagation de la Foi).

Hội Truyền Bá Đức Tin được sáng lập vào năm 1822 tại Lyon, Pháp, với mục đích **gây quỹ** ủng hộ cho việc truyền giáo tại các xứ không có đạo Thiên Chúa ở Á Châu và Mỹ Châu. Hội

103 https://en.wikipedia.org/wiki/Company_of_the_Blessed_Sacrament

104 https://en.wikipedia.org/wiki/Paris_Foreign_Missions_Society

105 http://www.collegegeneral.org/aboutus/history.htm

106 https://en.wikipedia.org/wiki/Pierre_Pigneau_de_Behaine

này được thành lập bởi sự kết hợp của những nhân vật thế lực ở Lyon và các chức sắc trong giáo hội Pháp. Và người được công nhận là người sáng lập hội là một thiếu nữ ở Lyon, tên ***Pauline Jaricot.***

Bà Pauline Jaricot sinh ra trong một gia đình quyền thế ở Lyon, một thành phố kỷ nghệ của Pháp. Bà có một người anh ruột rất thân thiết tên Philéas Jaricot. Ông Philéas Jaricot có nguyện vọng làm giáo sĩ truyền đạo tại các xứ Á Châu, và do đó đã xin theo học tại chủng viện St. Sulpice tại Paris. Ông là bạn thân với các giáo sĩ thuộc Hội Truyền Giáo Hải Ngoại Paris. Trong những thư từ trao đổi với cô em gái Pauline khi đang theo học tại Paris, ông cho biết sự khổ sở của các giáo sĩ thừa sai Pháp ở Á Châu như thế nào. Qua lời thuật lại của anh mình về sự khốn khó của các giáo sĩ thuộc Hội Truyền Giáo Hải Ngoại Paris, bà Pauline Jaricot đã đứng ra tổ chức gây quỹ ủng hộ cho các nhà truyền giáo thuộc Hội Truyền Giáo Hải Ngoại. Cách gây quỹ của bà là lập ra những tiểu tổ gồm mười người, mỗi người đóng góp 1 xu mỗi tuần[107]. Bà thành lập hệ thống này đầu tiên tại Lyon, nơi gia đình bà làm chủ nhiều hãng xưởng, với những thành viên đầu tiên là những thiếu nữ trong các hãng dệt, từ những năm trước 1822. Sau này, vào năm 1822, khi Hội Truyền Bá Đức Tin được thành lập, cách gây quỹ này của bà Jaricot đã được chính thức áp dụng cho Hội.

Như đã nói, Hội Truyền Bá Đức Tin được sự ủng hộ và lãnh đạo bởi những nhân vật rất giàu có ở Lyon và những chức sắc trong giáo hội Pháp. Từ những thành viên đầu tiên là các công nhân hãng dệt, tổ chức này trở thành lớn mạnh và lan ra khắp Âu Châu, với số tiền đóng góp rất dồi dào. Và nguồn tiền này đã góp phần rất lớn cho việc nuôi sống công cuộc truyền giáo đang bị bức hại ở Việt Nam, bắt đầu từ triều vua Minh Mạng.

Và chẳng những chỉ đóng vai trò gây quỹ, Hội Truyền Bá Đức Tin còn đóng một vai trò quan trọng không kém là **tuyên truyền** cho việc truyền giáo. Một phương pháp để vừa gây quỹ vừa tuyên truyền của Hội Truyền Bá Đức Tin do bà Pauline Jaricot sáng lập là việc in ra những quyển ***Kỷ Yếu Đức Tin*** (Annales de la Propagation de la Foi) nhiều kỳ mỗi năm. Những quyển Kỷ Yếu này chủ yếu đăng **những lá thư của các giáo sĩ** thuộc Hội Truyền Giáo Hải Ngoại đang ở các xứ sở mà họ đang truyền đạo, như giám mục Lefèbvre và linh mục Borelle ở An Nam[108]. Và để được thay phiên nhau đọc các quyển Kỷ Yếu nói trên, với những tường thuật hấp dẫn về việc bắt đạo ở những xứ sở xa lạ, các thành viên của Hội Truyền Bá Đức Tin phải đóng góp một số tiền quyên góp, như đã nói trên.

Bằng cách đó, ***Hội Truyền Bá Đức Tin*, cơ quan tuyên truyền của *Hội Truyền Giáo Hải Ngoại Paris***, đã cung cấp **thông tin tuyên truyền** cho dân chúng Pháp về tình hình truyền giáo và những cuộc bắt đạo ở các xứ sở xa lạ - theo cách nhìn của các giáo sĩ, cũng như của Hội Truyền Giáo Hải Ngoại (vì những lá thư có thể được sửa chữa trước khi cho in trong Kỷ Yếu). Một trong những cách tuyên truyền rất hữu hiệu của Hội Truyền Bá Đức Tin là sự so sánh cuộc

107 Edward John Hickey, *The Society for the Propagation of the Faith*, Dissertation, The Catholic University of America, 1922, pp. 10-25.

108 Nola Cooke, *Early Nineteenth Century Vietnamese Catholics and Others in the Pages of the Annales de la Propagation de la Foi*, Journal of Southeast Asian Studies, vol. 35(2), pp.261-285, June 2004.

bắt đạo ở Việt Nam với cuộc bắt đạo ở La Mã vào thế kỷ thứ 1-2, thời kỳ đạo Thiên Chúa bắt đầu được thành lập ở Âu Châu.[109]

Những quyển Kỷ Yếu này đã ảnh hưởng rất lớn đến việc chiêu mộ thêm các tân linh mục để Hội Truyền Giáo có thể gởi đi đến các xứ như Việt Nam. Vì chính những thành viên/độc giả của những quyển Kỷ Yếu này đã được thôi thúc, khích lệ sau khi đọc những lá thư của các giáo sĩ diễn tả những thảm cảnh mà họ đã phải trải qua. Từ đó, những thành viên này đã tình nguyện gia nhập hàng ngũ giáo sĩ để được gởi đi truyền đạo.

Những quyển Kỷ Yếu Đức Tin đồng thời cũng là một cách gây quỹ cực kỳ hữu hiệu cho Hội Truyền Giáo Hải Ngoại. Số tiền rất lớn do rất nhiều thành viên đóng góp để được đọc những quyển Kỷ Yếu này đã giúp cho Hội Truyền Giáo Hải Ngoại chi phí cho công việc truyền giáo tại hải ngoại như trả lương cho các giáo sĩ, nuôi các giáo dân bị bắt giam, hoặc thậm chí để hối lộ cho các quan địa phương của nhà Nguyễn.[110]

Tóm lại, có **hai tổ chức Thiên Chúa Giáo tại Pháp cùng ở dưới sự chỉ đạo của toà thánh Vatican qua cơ quan Bộ Truyền Giáo (Congregatio de Propaganda Fide) và có quan hệ trực tiếp với việc truyền giáo ở Việt Nam.**

Tổ chức đầu, ***Hội Truyền Giáo Hải Ngoại Paris***, là một tổ chức có ảnh hưởng vô cùng lớn lao đến tình hình tôn giáo và chính trị tại Việt Nam trong suốt mấy trăm năm, từ khi nó được thành lập vào thế kỷ 17 cho đến khi quân Pháp đánh Việt Nam. Hội này chính là cơ quan tôn giáo độc nhất ở Pháp đã **đào tạo và gởi các giáo sĩ người Pháp sang truyền đạo ở Việt Nam.** Hội này cũng là chủ nhân của Đại Chủng Viện Penang, nơi **đào tạo ra những linh mục bản xứ người Việt.**

Tổ chức thứ hai là ***Hội Truyền Bá Đức Tin***, một tổ chức của các nhân vật quyền thế ở Pháp với mục đích **gây quỹ và tuyên truyền** cho việc truyền giáo ở các xứ Á Châu. Hội này đã quyên góp được rất nhiều tiền để nuôi sống công cuộc truyền giáo tại Việt Nam trong những thời gian bị bắt đạo ngặt nghèo nhất. Quan trọng không kém, hội này chính là cơ quan tuyên truyền hữu hiệu cho Hội Truyền Giáo Hải Ngoại, qua việc ấn hành các Kỷ Yếu Đức Tin với tin tức của các nhà truyền giáo, nhằm vận động quần chúng Pháp và chiêu mộ thêm giáo sĩ.

---

109 Ibid. Cần chú ý đến một chi tiết trong lá thư Petrus Key đã được nhắc đến trong Chương V, Phần 1 khi xét về những lỗi lầm trong bản dịch của ông Nguyên Vũ. Đó là việc tác giả lá thư Petrus Key đã làm một sự so sánh cuộc bắt đạo ở Việt Nam với cuộc bắt đạo tại La Mã, qua việc dùng danh từ Centurion trong lá thư. Centurion, chữ Latin centurio, là một chức danh chỉ huy quân đội lê dương đặc thù của đế quốc La Mã. Và điều cần lưu ý ở đây là tác giả lá thư Petrus Key lại dùng chức danh này cho viên chỉ huy quân đội An Nam! Chắc chắn tác giả lá thư Petrus Key phải biết rằng quân đội An Nam không làm gì có một chức danh chỉ huy của quân đội La Mã như vậy. Nhưng rõ ràng tác giả lá thư Petrus Key đã cố tình dùng từ "Centurion" này với mục đích so sánh quân đội An Nam với quân đội La Mã, và sự bắt đạo ở Việt Nam với sự bắt đạo ở La Mã. Sự so sánh này chính là một trong những mục tiêu trong việc tuyên truyền của Hội Truyền Bá Đức Tin. Do đó, việc dùng danh từ "centurion" này là một tín hiệu cho ta thấy tác giả lá thư Petrus Key chắc chắn phải có liên hệ mật thiết với Hội Truyền Bá Đức Tin. Và do đó, nếu chỉ dịch "centurion" ra thành "chỉ huy" như ông Nguyên Vũ, thì sẽ không thấy được chi tiết này.

110 Ramsay, *Mandarins and Martyrs*

Cả **hai tổ chức này, do đó, có một mối quan hệ cực kỳ mật thiết với các giáo dân ở Việt Nam**. Mối quan hệ này được thành lập từ người sáng lập Hội Truyền Giáo Hải Ngoại là linh mục Alexandre de Rhodes, người đã nhiều năm truyền giáo ở Việt Nam, cho đến người sáng lập Hội Truyền Bá Đức Tin, là bà Pauline Jaricot, người đã đứng ra gây quỹ cho các giáo sĩ tại Việt Nam.

Và do đó, những người Pháp, thành viên của Hội Truyền Giáo Hải Ngoại cũng như Hội Truyền Bá Đức Tin, chính là những người có đủ tất cả các điều kiện để là tác giả lá thư Petrus Key. Trước nhất, là những người lãnh đạo tinh thần cho các giáo dân người Việt, họ chắc chắn **có ý muốn** cho những giáo hữu của họ được giải thoát bởi quân Pháp. Kế đến, họ có **đủ khả năng** dùng tiếng Pháp để viết lá thư Petrus Key. Và sau cùng, vì ở Pháp, không rành địa lý Nam Kỳ, họ đã có **những lỗi lầm** trong lá thư Petrus Key mà những giáo sĩ người Pháp tại Việt Nam không thể mắc phải. Tóm lại, những người thuộc Hội Truyền Giáo Hải Ngoại và Hội Truyền Bá Đức Tin có đủ ba điều kiện cần thiết để là tác giả lá thư Petrus Key.

Và theo người viết, chính xác hơn nữa, những người làm công việc tuyên truyền thuộc Hội Truyền Bá Đức Tin, những người nhận được các lá thư từ các giáo sĩ ở Việt Nam, sau đó chỉnh sửa và cho in trong những quyển Kỷ Yếu Đức Tin, chính là nhóm người có khả năng nhiều nhất là tác giả lá thư Petrus Key.

Đó là vì **cách hành văn** của Hội Truyền Bá Đức Tin, và đặc biệt là của người sáng lập Hội này, bà Pauline Jaricot, có một nét đặc biệt giống hệt như cách hành văn của lá thư Petrus Key.

Và đó là cách dùng nghệ thuật *Parallelism*.

Chương XVI.

Một Dấu Hiệu Đặc Biệt Cho Thấy Sự Liên Hệ Mật Thiết Giữa Lá Thư Petrus Key Và Tổ Chức Truyền Giáo *Hội Truyền Bá Đức Tin* Ở Pháp: Cách Hành Văn Với Parallelism Một Cách Áp Đảo

Nhưng trước khi có thể so sánh cách hành văn chuyên dùng parallelism của lá thư Petrus Key với cách hành văn cũng chuyên dùng parallelism của Hội Truyền Bá Đức Tin để thấy chúng giống nhau như thế nào, người viết xin đưa bạn đọc trở lại với lá thư Petrus Key và giới thiệu cách hành văn với parallelism cực kỳ đặc biệt của tác giả lá thư này, một thứ "dấu ấn" khó thể lẫn lộn với những kiểu hành văn bình thường.

Parallelism là một nghệ thuật viết văn làm cho câu văn trôi chảy và thuyết phục hơn bởi cấu trúc của nó. Parallelism được định nghĩa là **cách đặt câu có hai hoặc nhiều hơn những nhóm từ có cấu trúc, văn phạm và ý nghĩa tương tự nhau**. Cách hành văn này tạo nên sự cân bằng cho câu văn, và quan trọng hơn nữa, tạo nhịp điệu cho câu văn. Nó làm cho câu văn trở nên thuyết phục hơn, êm tai hơn - bởi sự lặp đi lặp lại của các nhóm từ tương tự nói trên.

Parallelism thật ra là một tên gọi chung của nhiều nghệ thuật dùng từ khác nhau. Các nghệ thuật này gồm có *antithesis* (đối ngẫu), *anaphora* (điệp từ đầu câu), *epistrophe* (điệp từ cuối câu), *climax* (tột đỉnh), *asyndeton* (không có chữ nối) và *simploce* (điệp cú).[111]

A. Parallelism Trong Lá Thư Petrus Key

Trong lá thư Petrus Key, tác giả lá thư đã dùng nghệ thuật parallelism cả thảy 30 lần. Phải nói rằng gần như 7 hoặc 8 phần 10 của lá thư là parallelism. Ngoại trừ những chỗ mà tác giả phải diễn tả những sự việc đang xảy ra - như việc các ông quan đang tăng cường số người đi bắt giáo dân, hay nói về tình hình quân nhà Nguyễn - tất cả những phần còn lại trong thư đều có bóng dáng parallelism.

Người viết xin chép lại lá thư Petrus Key một lần nữa, với những dòng có dùng nghệ thuật parallelism được gạch dưới để bạn đọc dễ theo dõi.

================================

J.M.J.

A.M.D.G.

Grand chef,

Et vous tous, très honorables officiers de la Flotte Française

Votre haute position devrait certainement m'empêcher de vous écrire; mais quand la mort nous menace à chaque pas, quand des dangers pressants nous environnent de toutes parts, ne m'est-il pas permis de vous adresser ces quelques mots que votre bonté, j'en suis sûr, excusera. Je n'agis pas ainsi par un vain orgueil, l'utilité commune me guide, et les périls qui nous entourent me dictent impérieusement cette conduite. Autrefois les apôtres, tourmentés par la tempête, s'adressaient avec confiance au Dieu de repos, lui disant: Sauvez-nous, nous périssons. Mais la nécessité ne connaît pas de lois. Ce grossier papier, cette lettre mal tournée vous diront assez combien ma situation est précaire; ici, en effet, au milieu de la route, je n'ai rien à ma disposition, ni papier, ni bonnes notes, ni encre convenable, ni plumes appropriées. Mais je viens comme le champion de tous les Chrétiens vous offrir nos supplications; je viens vous raconter tous les maux que la cruelle tyrannie de mandarins nous fait subir, car vous êtes les vengeurs de notre liberté, vous êtes les envoyés de Dieu que, dans sa divine providence, il a choisi pour nous délivrer des mains de nos ennemis, comme jadis il envoya Samson pour venger son

111 Những chữ trong ngoặc đơn là do người viết tạm dịch. Ngoài ra, theo chỗ người viết được biết thì từ tương đương cho parallelism trong tiếng Việt có thể là ***"thuật song hành"***. Nhưng vì cảm thấy không chính xác lắm nân người viết xin dùng chữ parallelism trong bài này. Để hiểu rõ thêm về nghệ thuật parallellism, hãy đọc thêm tại https://www.litcharts.com/literary-devices-and-terms/parallelism

peuple, ou Moïse pour délivrer le peuple d'Israël de la prison d'Egypte, ou Josué pour introduire la maison du Jacob dans les champs pacifiques de Chanaan.

En considérant la (foi?) ... qui vous anime pour la cause de Dieu, en examinant combien de mers vous avez parcourues, combien de pays et de royaumes vous avez traversés, combien de périls, sur terre et sur mer, il vous a fallu surmonter pour venir jusqu'à nous, une confiance indicible nous aucune et nous espérons en votre protection. Car nous sommes en ce moment comme des brebis au milieu des loups rapaces, les mortifications se suivent sans interruption; la terreur règne dans nos demeures, et la glaive attend sur la porte de la maison. Au milieu de ces craintes continuelles, de ces dangers incessants, seule notre espérance en vous nous soutient. La persécution augmente de jour en jour; partout la croix se présente sous nos pieds et c'est par notre ou par notre mépris pour elle que nous sommes reconnus; des tribunaux nous attendent à tous les carrefours. Nous tombons, meurtris de coups, nous sommes jetés en prison pour y attendre la mort. Le jour se passe en pénibles travaux pour le bien public, la nuit, il nous faut veiller sans cesse à la sûreté du village et c'est à peine si le sommeil s'approche quelquefois de nos paupières. Nos noms sont inscrits dans les listes publiques, nuit et jour surveillés, il nous est impossible de nous écarter un instant.

Que dirai je de plus? nuit et jour soumis aux tribulations. La hache du bourreau nous menace! Devant nous, le précipice, derrière, les loups! et nous restons entre la pierre et le sacrifice sous le couteau levé! Déjà nos confesseurs vaincus remplissent les prisons et de nombreux Chrétiens sont au pouvoir des ennemis. Hier, des lettres de Mandarins parcouraient les villages, ordonnant d'adjoindre chacun 10 ou 20 hommes aux soldats chargés d'arrêter les Chrétiens; et déjà plusieurs gémissent dans les fers de la citadelle qu'on vient d'élever près du pont Tham-Luong. Nous sommes tous menacés de la mort, si vous ne chassez bientôt nos ennemis. Telle est la vie précaire que nous menons; notre esprit flotte incertain; la crainte et l'anxiété nous désagrègent et nous dissolvent. Plus de repos du corps, plus de repos d'esprit!

Et en effet! L'homme qui voit sans cesse la hache suspendue au dessus de sa tête, peut-il savourer la douceur des mets? L'homme agité par de continuelle frayeur, peut-il goûter les délices de la campagne! Et moi, votre très humble et inutile serviteur, qui m'empresserai de me rendre auprès de vous, je suis contraint de m'arrêter après avoir fait les trois quarts du chemin. J'ai essayé hommes et chevaux pour parvenir au terme de mon voyage; mais des postes militaires sont établis partout; des explorations continuelles sont faites sur les routes qu'il me faudrait parcourir, et je reste, semblable au poisson dans un fleuve desséché, sans ressource pour continuer ma route. En vain, j'ai essayé de franchir les forêts, les champs, les montagnes, les vallées pour aller à vous, déjà même il m'est difficile de revenir sur mes pas. J'attends donc ici que vos armes invincibles m'aient ouvert une voie.

Telles sont nos tribulations qui, si ne je me trompe, ne vous sont pas inconnues. Si donc votre coeur n'est pas fermé à la piété et à la Charité prêchée par Jésus Christ, remplissez l'attente de cette Église; dirigez vers nous une main secourable, étendez le bras de votre puissance et vous aurez bien mérité de Dieu et de son Église. Une armée innombrable vous entoure, il est vrai: mais vous la mettrez en fuite sans difficulté; car la peur s'est emparée de vos ennemis et les tient sous son joug. J'ai vu des soldats fugitifs et je leur ai ouï dire que dans l'armée Annamite depuis le Centurion jusqu'aux derniers soldats, presque tout le monde dit hautement que, malgré les ordres des mandarins, ils couleront leurs barques au milieu de la rivière et se sauveront à la nage. Tout le peuple, même païen, gémit et demande la paix à grands cris: S'il s'agit de l'empire, disent-ils, qu'on nous montre au plus tôt un roi qui assure notre repos et mette fin aux travaux et aux impôts que les Mandarins exigent pour faire la guerre. Pourquoi travaillons-nous gratis toute la journée? Occupe le trône qui voudra, pourvu qu'il allège notre fardeau. Ne dédaignez donc pas d'étendre vers nous votre main libératrice pour mettre fin aux misères de notre peuple. Votre gloire, votre honneur le demandent; nos souffrances vous en font un devoir. Et puis, les siècles parleront de vos hauts faits, votre mémoire ne périra jamais; vos louanges seront dans la bouche de l'Église; et votre nom sera célébré d'âge en âge, et, ce qui est au-dessus de tout, vous mériterez dans le Ciel, pour toute éternité, cette couronne de la vie Éternelle, qu'il est si difficile d'obtenir.

Ayez pitié de nous, Ayez pitié de nous. Vous êtes nos libérateurs et la main des ennemis nous a touchés! halas (hélas?)! the wearer knows very well where the shoe pincheth Nous savons aussi que "qui trop embrasse mal étreint". Et cependant nos souffrances nous poussent à invoquer votre puissance et à vous exposer du fond du coeur tout ce que je viens de soumettre à votre prudence et à votre sagesse.

De Votre Excellence

Le très humble et inutile serviteur

Petrus Key

======================

J.M.J.

A.M.D.G.

Đại Quan,

Và tất cả các ngài, những sĩ quan rất đáng kính của Hạm Đội Pháp Quốc

Vị trí cao cả của các ngài lý ra phải ngăn cản việc tôi viết cho các ngài; nhưng khi cái chết đe dọa chúng tôi ở mỗi bước chân, khi những hiểm nguy khẩn cấp bao vây chúng tôi từ khắp phía, chẳng lẽ tôi không được phép viết những dòng chữ này mà lòng tốt của các ngài, tôi chắc chắn, sẽ tha thứ. Bởi thế tôi không làm việc này vì tự kiêu hão huyền, lợi ích cộng đồng hướng dẫn tôi, và những tai hoạ chung quanh tôi khẩn cấp buộc tôi có hành động như vậy. Trước kia, các thánh tông đồ, khi lâm nguy vùi dập trong giông bão, đã kêu gọi với tự tin cùng Chúa của an lành, nói với Người rằng: "Hãy cứu chúng tôi, chúng tôi đang chết". Nhưng hoàn cảnh không biết luật lệ. Tờ giấy thô sơ này, lá thư viết vụng này, sẽ kể cho các ngài thấy tình cảnh của tôi bấp bênh đến mức nào; tại nơi đây, thật vậy, ở giữa đường, tôi không có gì để dùng, giấy cũng không, những ghi chép tốt cũng không, mực tàm tạm cũng không, cây viết đàng hoàng cũng không. Nhưng tôi đến như là người biện hộ cho những giáo dân Thiên Chúa Giáo để đưa đến các ngài những lời thỉnh cầu của chúng tôi; tôi đến để kể cho các ngài nghe về những tai ương mà chúng tôi phải trải qua dưới bạo quyền chuyên chế của các quan lại, bởi vì các ngài là những người trả thù cho sự tự do của chúng tôi, các ngài là những sứ thần của Chúa mà, trong ý định thiêng liêng của Người, đã chọn, để mang chúng tôi ra khỏi bàn tay của những kẻ thù của chúng tôi, như trước kia Người đã gởi Sam-sông (Samson) đến để trả thù cho dân tộc của Người, hay Môi-se (Moses) để đưa những người Do Thái ra khỏi ngục tù Ai Cập, hay Gio-Duệ (Joshua) để mang căn nhà của Jacob (tức dân tộc Do Thái) đến những cánh đồng thanh bình ở xứ Chanaan.

Khi xét đến (đức tin?) ... đang thúc đẩy các ngài hành động vì Chúa, khi kiểm lại bao nhiêu biển cả các ngài đã từng đến, bao nhiêu quốc gia và vương quốc các ngài đã băng ngang, bao nhiêu tai họa, trên đất cũng như trên biển, mà các ngài cần phải vượt qua để đến với chúng tôi, một niềm tin tưởng khôn tả vực chúng tôi lên và cho chúng tôi hy vọng được sự bảo vệ của các ngài. Vì chúng tôi trong giờ phút này giống như bầy cừu giữa đàn sói đói; với bao đói khát triền miên; sự kinh hoàng ngự trị trong nhà chúng tôi; và thanh gươm chực chờ chúng tôi trước cửa nhà. Giữa những sự sợ hãi liên tiếp đó, những nỗi nguy nan bất tận đó, chỉ có sự hy vọng của chúng tôi ở các ngài nâng đỡ cho chúng tôi mà thôi. Đàn áp gia tăng ngày này qua ngày khác; ở mọi nơi thập tự giá được vẽ dưới chân chúng tôi, và tùy theo sự kính trọng hay xem thường thánh giá mà chúng tôi bị nhận ra. Những toà án chờ đợi chúng tôi ở mọi ngã tư đường. Chúng tôi ngã xuống, bầm dập bởi những đòn vọt, chúng tôi bị ném vào ngục để chờ chết. Ban ngày làm lao động nặng nhọc cho cộng đồng, ban đêm chúng tôi phải canh phòng cho an ninh của làng xóm, và giấc ngủ ít khi đến với đôi mắt chúng tôi. Tên họ của chúng tôi bị đăng trong những danh sách công cộng, bị theo dõi ngày đêm, không thể nào chúng tôi có thể tránh khỏi, dù chỉ trong khoảnh khắc.

Tôi còn nói được gì thêm? Đêm và ngày trải bao gian khổ. Lưỡi búa của đao phủ đang đe dọa chúng tôi! Trước mặt chúng tôi, ghềnh đá (trên vực thẳm), sau lưng, đàn sói! và chúng tôi ở giữa phiến đá tế thần với cây đao đang dơ lên cao! Đã có nhiều người nhận (giảng) đạo (confessors) của chúng tôi bị bắt giam đầy các nhà tù và nhiều giáo dân đang ở trong tay của kẻ thù. Ngày hôm qua, những lá thư của các quan lại đã lan đến các làng, lệnh cho mỗi làng phải tăng thêm từ 10 đến 20 người lính chuyên việc bắt các giáo dân; và rất nhiều người đang rên rỉ trong xiềng xích của tòa thành mới được dựng lên gần cầu Tham Luong. Chúng tôi đang bị đe dọa với cái chết nếu các ngài không sớm đuổi sạch những kẻ thù của chúng tôi. Đó là cuộc đời hiểm nghèo mà chúng tôi đang sống; tinh thần của chúng tôi trôi nổi vô định, sự sợ hãi và lo lắng làm phân hủy và tan rã chúng tôi. Thân thể không còn phút nghỉ ngơi, tinh thần không còn phút yên tĩnh! Và thật vậy! Một người luôn thấy lưỡi búa treo trên đầu, làm sao có thể thưởng thức sự ngon ngọt của thức ăn? Một người bực bội bởi nỗi lo sợ triền miên, làm sao có thể nếm được sự thú vị của chốn đồng quê! Và tôi, người làm công khiêm nhường và vô dụng của các ngài, người đang vội vã đến với các ngài, tôi đã buộc phải ngừng lại sau khi đi hết ba phần tư đoạn đường. Tôi đã thử nhiều người và nhiều ngựa để đến cuối cuộc hành trình; nhưng các trạm lính canh được đặt ra ở mọi nơi; những sự thăm dò được thi hành ở khắp các con đường mà tôi sẽ phải đi qua, và tôi thành, như con cá trên dòng sông cạn, không có điều kiện để tiếp tục cuộc hành trình. Trong vô vọng, tôi đã thử vượt qua những khu rừng, những cánh đồng, những ngọn núi, những thung lũng để đến với các ngài, và giờ thì đã rất khó khăn để tôi trở lại chốn cũ. Tôi đang ở nơi đây chờ đợi những vũ khí vô địch của các ngài mở một con đường cho tôi.

Đó là những thử thách của chúng tôi mà, nếu tôi không lầm, không phải các ngài không hay biết. Nên nếu trái tim các ngài chưa đóng lại với sự mộ đạo và lòng nhân đức thuyết giảng bởi Chúa Giê-Su Ki -Tô, hãy làm tròn kỳ vọng của giáo hội này; đưa một bàn tay giúp đỡ chúng tôi, kéo dài cánh tay quyền lực của các ngài, và các ngài sẽ được nhận xứng đáng từ Chúa và Giáo Hội của Người. Một quân đội rất đông đang bao vây các ngài, điều đó là thật; nhưng các ngài sẽ làm cho chúng bỏ chạy không khó khăn; bởi sự sợ hãi đã chiếm ngự những kẻ thù của các ngài và đè chúng xuống dưới ách nặng của nó. Tôi đã thấy những người lính đào ngũ và tôi nghe họ nói rằng trong quân đội An Nam từ người Centurion (Bách Phu Trưởng) cho tới những tên lính cuối cùng, gần như tất cả đều nói rõ rằng, mặc cho những mệnh lệnh của các quan lại, họ sẽ đánh chìm những chiếc thuyền của họ giữa sông và bơi đi mất. Tất cả mọi người, kể cả những người ngoại đạo, rên xiết và đòi hỏi hoà bình với những tiếng kêu to: Nếu đó là vì cho đế quốc, họ nói, hãy cho chúng tôi thấy càng sớm càng tốt một ông vua bảo đảm sự nghỉ ngơi của chúng tôi và chấm dứt những công việc và thuế má mà các quan lại đòi hỏi cho chiến tranh. Tại sao chúng tôi phải làm việc không lương cả ngày? Người nào trên ngôi vua cũng vậy, miễn sao giảm bớt gánh nặng của chúng tôi. Bởi vậy, đừng nên xem thường mà hãy đưa bàn tay giải phóng của các ngài cho chúng tôi để chấm dứt nổi khổ sở của dân tộc chúng tôi. Vinh quang của các ngài, danh dự của các ngài đòi hỏi điều đó, sự đau khổ của chúng tôi làm nó trở thành bổn phận của các ngài. Và rồi, nhiều thế kỷ sẽ nói về việc làm cao thượng của các ngài, những ký ức về các ngài sẽ không phai nhạt, lời ca ngợi các ngài sẽ ở trên môi Giáo Hội; và tên của các ngài sẽ được tuyên dương đời này qua đời khác, và, trên tất cả, các ngài sẽ hưởng phước trên Thiên Đàng vĩnh cửu, đó là điều rất khó để đạt được.

Hãy có lòng thương xót chúng tôi, hãy có lòng thương xót chúng tôi. Các ngài là những nhà giải phóng của chúng tôi và bàn tay kẻ thù đã đụng đến chúng tôi! Ôi, người mang giày biết rõ chỗ nào giày cấn. Chúng tôi cũng biết rằng "kẻ ôm đồm quá thì khó giữ được gì". Nhưng những nỗi thống khổ của chúng tôi đã thôi thúc chúng tôi kêu gọi đến quyền lực của các ngài và thổ lộ với các ngài từ tận đáy tim tất cả những điều mà tôi vừa trình bày ra đây cho sự cẩn trọng và khôn ngoan của các ngài.

Của Ngài
Người làm công khiêm nhường và vô dụng
Petrus Key

==================================

Như vậy, người đọc có thể dễ dàng thấy rằng **lá thư Petrus Key là một lá thư được viết ra bởi nghệ thuật hành văn parallelism**. Vì trong một lá thư mà đến 7 hoặc 8 phần 10 của nó, hay khoảng 30 lần trong thư nghệ thuật parallelism đã được dùng, tác giả lá thư chắc chắn phải là một người rất yêu thích nghệ thuật này và thường xuyên dùng nó khi viết văn.

Và đó là một nét vô cùng đặc biệt của lá thư Petrus Key, mà ta khó thấy ở bất cứ văn kiện nào khác.

B. Parallelism Trong Lá Thư Năm 1833 Bởi Hội Truyền Bá Đức Tin

Tuy vậy, trong quá trình tìm kiếm thêm tài liệu cho bài viết này, người viết đã tình cờ đọc được một lá thư của *Hội Truyền Bá Đức Tin*, với cách hành văn đặc biệt chuyên dùng parallelism rất giống với lá thư Petrus Key. Và lá thư này có hình thức cũng rất giống với lá thư Petrus Key.

Đó là một lá thư viết vào năm 1833-1834, được ký chung bởi các giáo sĩ và giáo dân Pháp thuộc *Hội Truyền Bá Đức Tin*, và được gởi đến tất cả những giáo hữu An Nam đang bị đàn áp dưới triều đại Minh Mạng. Lá thư này đã được *Hội Truyền Bá Đức Tin* in lại trong một quyển *Kỷ Yếu Đức Tin* (Annales de la Propagation de la Foi).[112]

Người viết xin chép lại lá thư này, với những phần có parallelism được gạch dưới như sau, để bạn đọc có thể so sánh cách dùng và mật độ của *parallelism* trong lá thư này với lá thư Petrus Key:

==

LETTRES DES CONSEILS DE L'OEUVRE DE LA PROPAGATION DE LA FOI

Les membres des deux Conseils de la Propagation de la Foi, au nom de tous les Catholiques de France qui participent à cette Oeuvre sainte.

A nosseigneurs les Évêques, Vicaires Apostoliques, et Coadjuteurs (Cette lettre est partie en triple expédition pour les Évêques du Tong-king et de la Cochinchine, par un vaisseau qui a mis à la voile au Havre dans le derniers jours du mois de mars); aux Prêtres, Missionnaires et Fidèles du Tong-king et de la Cochinchine, exilés ou persécutés pour la Foi et le nom chrétien.

112 *Annales de la Propagation de la Foi*, Tome Septieme (1834), pp. 578 -583

Béni soit Dieu; le Père de Notre-Seigneur Jésus-Christ; qui nous donne en tous lieux des sujets de triomphe, et qui manifeste par vous la bonne odeur de la connaissance de son nom, auprès de ceux mêmes de qui vous avez reçu l'Evangile.

Les paroles nous manquent pour vous exprimer tout ce que nous avons ressenti en apprenant les maux que vous souffrez: nos ames se sont trouvées inondées d'amertume, nos yeux se sont remplis de larmes, à la vue de vos églises détruites, de vos maisons de Dieu renversées, de vos vierges dispersées, de vos Prêtres, de vos Missionnaires emprisonnés et mis à mort.

Ah! que ne pouvons-nous franchir l'étendue des mers qui nous sépare, vous visiter au milieu de vos épreuves! peut-être nous fléchirions vos persécuteurs, nous tenterions du moins de racheter votre vie, ou nous vous aiderions à porter vos chaînes, demandant pour vous au Seigneur quelqu'une de ces consolations, que l'Apôtre, dans sa captivité, recevait de la visite des fidèles.

Mais la charité ne connaît point de distances, la foi nous rend présents parmi vous, il nous semble que nous assistons à vos combats; nous partageons vos retraites et vos exils, vos angoisses sont les nôtres; car nous sommes vos frères, membres d'un même corps; n'ayant tous ensemble, sous le même divin Chef, qu'une même vie et une commune espérance. C'est pourquoi chaque jour nous élevons nos yeux vers les saintes montagnes d'où viendra le secours; fléchissant le genou devant notre Père céleste, nous le conjurons d'abréger vos épreuves, de proportionner la tribulation à vos forces, ou de vous faire trouver, dans vos afflictions mêmes, et de nouveaux mérites et une gloire nouvelle.

Toutefois le désir de vous voir glorifier dans votre chair N.S. Jésus-Christ, n'est pas moins vif en nous que la douleur causée par la connaissance de vos maux. Que ne pouvons-nous vous dire tout ce que le sentiment nous inspire à votre égard! Mais lorsque, regardant en vous ce titre de confesseur qui vous honore, nous voulons continuer de vous adresser la parole, nous avons besoin, pour nous rassurer, de nous souvenir que dans les premiers combats de l'Eglise, quand d'intrépides chrétiens défiaient la rage des bourreaux, des fidèles obscurs se glissaient dans la foule, et non contens de prier pour les martyrs, quelquefois de la voix et du geste se hasardaient de les encourager. Timides commes ces chrétiens des premiers âges, et pénétrés aussi du sentiment de nos misères, comme eux nous prions pour nos frères que le Seigneur appelle aux combats de la foi, nous offrons nos aumônes, afin de soulager ses Saints; et puis, malgré notre indignité, nous osons leur dire: "Courage, généreux soldats de Jésus-Christ, vous êtes choisis entre tous pour avoir cet honneur insigne, non-seulement de croire en son nom, mais encore de souffrir pour lui: quel bonheur d'être appelés, comme vous l'êtes, à donner votre vie pour celui qui est mort sur la croix pour vous! Oh! que vos lourdes cangues doivent être allégées par la vue de l'auréole de gloire qui bientôt les remplacera. Vos cachots ne vous semblent-ils pas des palais, quand vous pensez qu'ils sont vraiment pour vous les vestibules de la céleste Jérusalem!

Songez que le nom du divin Maître est glorifié en vous, que vous l'êtes en lui; déjà le bruit de vos triomphes est allé au delà des mers, pour réveiller les coeurs assoupis par l'indifférence, et rendre croyables aux incrédules les merveilles des anciens jours; combattez courageusement jusqu'à la fin; vous aussi vous êtes en spectacle à Dieu, aux Anges et aux hommes.

Déjà vos glorieux martyrs, Gagelin et Pierre Tuy, vous ont montré comment on mourait pour la Foi, et maintenant ils vous représentent auprès du grand Monarque du ciel. Non, ils ne sont point perdus ceux que vous révériez comme vos pères, leurs exemples vous restent; et tandis que vous travaillez à accomplir saintement votre course, eux ils intercèdent pour vous auprès de celui de qui vient tout don parfait et toute grâce excellente. Vos églises ne seront point abandonnées, le sang de ces saints Confesseurs deviendra, comme aux premiers âges, la semence féconde des chrétiens, il vous obtiendra de nouveaux apôtres. Rappelez-vous quels furent leurs dernières paroles et leurs derniers voeux. Pour nous, nous ne pouvons nous souvenir sans une émotion profonde: au jour de leur combat et de leur triomphe, l'un d'eux tournant ses yeux mourants vers ses frères de la Propagation de la Foi, leur promit dans le ciel un éternel souvenir. Non, elle ne sera pas stérile cette sainte bénédiction d'un martyr; elle ranimera notre zèle, elle inspirera à tant de chrétiens qui en sont dignes, par leur foi et leur charité, le désir de joindre leurs offrandes aux nôtres, pour alléger le poids de vos tribulations. Quel honneur pour nous de penser qu'une part si légère de nos biens périssables se transforme, en vos mains, en des richesses incorruptibles! nous vous donnons un or vil et terrestre; et vous, vous nous rendez des martyrs et des protecteurs dans le ciel.

Mais pouvons-nous oublier ceux de nos frères qui sont devenus pour vous un si juste sujet de larmes? faibles, hélas! nous-mêmes, si la conscience de nos misères ne nous a point portés à excuser leur apostasie, du moins elle nous a bien fait sentir leur déchirante position. Combien nous avons regretté de n'avoir pu placer dans leurs mains ce denier avec lequel ils auraient racheté de l'avarice de leurs juges, et la vie de leurs corps, et la vie bien plus précieuse de leurs âmes! Puissions-nous bientôt apprendre que tous ont suivi l'exemple que plusieurs d'entre vous leur ont déjà donné, et que, si la crainte des tourments a pu les rendre infidèles, cédant enfin à la voix de leur conscience, aux exhortations de leurs prêtres, aux prières des saints confesseurs, ils se sont glorieusement relevés, et que leur pénitence a consolé l'Église, plus encore que leur chute ne l'avait d'abord affligée!

Nous vous prions de recevoir ces paroles en témoignage de notre foi commune, en gage de notre charité pour vous. Si nous apprenons qu'après une tempête si horrible vous jouissez enfin du repos, nous bénirons le Dieu des consolations, qui console comme il éprouve, qui guérit comme il frappe: mais s'il entre dans ses desseins impénétrables de prolonger vos tribulations, n'oubliez pas que la tribulation opère la patience, la patience l'épreuve, l'épreuve l'espérance, et que l'espérance n'est jamais confondue. Donnez cette gloire à vos chaines, de les porter jusqu'à la fin en vrais disciples de Jésus-Christ. Que le nom de ce divin Sauveur devienne, par votre résignation, respectable à vos persécuteurs; car c'est de lui que vous avez appris comme nous à bénir ceux qui vous maudissent, à prier pour ceux qui vous persécutent; voilà la guerre des chrétiens: leurs armes sont les larmes et la prière, leurs conquêtes les souffrances, leur victoire c'est la mort ...!

Nous saluons d'une manière particulière ceux d'entre vous qui seraient encore dans l'exil ou dans les prisons; nous baisons avec respect leurs cicatrices et ces lourdes cangues qui sont, autour de leur cou, comme des ornements de leur gloire: nous nous recommandons avec simplicité à leurs prières, leur demandant quelque part à leurs mérites, afin qu'ils obtiennent de Dieu, qu'unis par la foi sur la terre, nous le soyons dans le ciel par le liens de la charité.

Nous vous saluons tous affectueusement dans le Seigneur.

Que la paix de Notre-Seigneur Jésus-Christ et les consolations de sa grâce, que l'esprit de conseil et de force demeurent toujours avec vous.

(Suivent les signatures.)

=================

Và sau đây là **bản dịch lá thư trên của Winston Phan Đào Nguyên**[113]. Những chỗ dùng parallelism cũng sẽ được gạch dưới tương tự như trong nguyên văn tiếng Pháp bên trên:

==

NHỮNG LÁ THƯ TỪ CÁC HỘI ĐỒNG CỦA HỘI TRUYỀN BÁ ĐỨC TIN

Những thành viên của hai Hội Đồng Truyền Bá Đức Tin, đại diện cho tất cả các tín đồ Thiên Chúa Giáo tại Pháp đang tham gia Thánh Vụ này.

Gởi đến các Giám Mục, Phụ Tá Giám Mục, và Trợ Lý Giám Mục (lá thư này được gởi đi ba chuyến đến các Giám Mục của Bắc Kỳ và Nam Kỳ, bởi một chiếc tàu khởi hành từ Havre vào những ngày cuối tháng 3) đến các Linh Mục, Thừa Sai và Tín Đồ của Bắc Kỳ và Nam Kỳ, bị đày hay bị bức hại vì Đức Tin và vì là giáo dân.

Vinh danh Đức Chúa Trời; Cha của Giê-Su Ki-Tô Chúa Chúng Ta; đấng ban cho chúng ta ở khắp nơi những tín đồ của chiến thắng, và qua các bạn làm lan tỏa hương thơm

113 Một lần nữa người viết xin cám ơn ông Phạm Ngọc Bảo đã giúp đỡ rất nhiều cho việc dịch thuật lá thư này. Và một lần nữa, xin nói rõ rằng những sai lầm trong bản dịch là hoàn toàn của người viết.

tri thức về người, lan cho đến cả những người mà từ họ trước kia các bạn đã từng nhận được Phúc Âm.[114]

Chúng tôi không đủ từ ngữ để diễn tả cho các bạn biết cảm giác của chúng tôi khi hay những tai họa mà các bạn phải chịu đựng: linh hồn chúng tôi tràn ngập cay đắng, đôi mắt chúng tôi đầy những giọt lệ, với cảnh tượng những giáo phận của các bạn bị tàn phá, những ngôi nhà thờ Chúa của các bạn bị lật đổ, những nữ tu của các bạn bị phân tán, những linh mục của các bạn, những thừa sai của các bạn đang bị tù đày và tử hình.

Ôi! sao chúng tôi không thể vượt qua khoảng cách của những biển cả ngăn cách chúng ta, thăm viếng các bạn giữa những phiên toà của các bạn! có thể chúng tôi sẽ chế ngự những người bức hại các bạn, chúng tôi ít ra cũng thử chuộc lại sự sống của các bạn, hay chúng tôi sẽ giúp khiêng vác những gông xiềng của các bạn, cầu xin Chúa cho các bạn bất kỳ sự an ủi nào, mà thánh Tông Đồ, trong giam cầm, nhận được từ cuộc viếng thăm của những tín đồ sùng đạo.

Nhưng lòng nhân ái không biết đường xa, lòng tin đem chúng tôi đến cận kề các bạn, dường như là chúng tôi đang chứng kiến cuộc chiến đấu của các bạn; chúng tôi cùng chia sẻ những cuộc tẩu thoát và lưu đày của các bạn, những lo lắng của các bạn cũng là của chúng tôi; vì chúng tôi là anh em của các bạn, là tay chân của cùng một thân thể; tất cả có chung, dưới một Đức Chúa Trời, chỉ một cuộc sống và một niềm hi vọng chung. Đó là tại sao mỗi ngày chúng tôi dương mắt lên nhìn những ngọn núi thiêng nơi mà sự cứu giúp sẽ đến; quì gối xuống trước Cha chúng ta ở trên trời, chúng tôi khẩn thiết kêu gọi người hãy làm bớt đi những thử thách của các bạn, chia đều những khổ đau tùy theo sức mạnh của các bạn, hoặc làm cho các bạn tìm thấy, trong chính những hoạn nạn kia, những phần thưởng mới và một niềm vinh dự mới.

Nhưng lòng mong muốn được thấy các bạn vinh danh trong xác thịt chúa Giê-Su Ki-Tô, ở trong chúng tôi không ít hơn sự đau đớn bị gây ra bởi sự hiểu biết về những tai hoạ của các bạn. Làm sao chúng tôi có thể nói cho các bạn nghe hết được những gì tình cảm này đã dấy lên trong chúng tôi đối với các bạn! Thế nhưng, khi nhìn ở các bạn với danh xưng người nhận (giảng) đạo (confessor) mà các bạn được vinh danh, chúng tôi muốn tiếp tục nói với các bạn, chúng tôi cần, để trấn an mình, nhớ lại rằng, trong những trận chiến đầu tiên của Giáo Hội, khi những tín đồ Thiên Chúa Giáo can đảm coi thường sự cuồng nộ của đao phủ, thì những tín đồ vô danh khác lẫn vào trong đám đông, và không chỉ hài lòng với việc cầu nguyện cho những người tử đạo, mà đôi khi có giọng nói và cử chỉ mạo hiểm để động viên tinh thần họ. Rụt rè như những tín đồ Thiên Chúa Giáo vào thời gian đầu tiên đó, và bị xâm chiếm bởi cảm giác đau khổ của chúng ta, cũng như họ, chúng tôi cầu nguyện cho các đạo hữu mà Đức Chúa Trời kêu gọi trong các cuộc chiến vì Đức Tin, chúng tôi xin cống hiến tài vật (alms) để xoa dịu cho những

---

114 Đây là một câu rất giống như câu trong kinh *Corinthians* (2 Corinthians 2:14).

Vị Thánh của người; và rồi, mặc cho sự hèn mọn của mình, chúng tôi xin cả gan nói với họ rằng: "Can đảm lên, những chiến sĩ rộng lượng của chúa Giê-Su Ki-Tô, các bạn đã được chọn trong tất cả mọi người để có được sự vinh dự đặc biệt này, không chỉ nhân danh người biểu lộ đức tin, mà còn chịu đau đớn vì người: thật là một niềm vui sướng khi được kêu gọi, như các bạn đây, để dâng hiến sự sống của bạn cho người từng chết trên thập tự giá vì chúng ta! Ôi, những gông cùm nặng nề của các bạn chắc hẳn sẽ nhẹ nhàng đi với cảnh tượng của vầng hào quang vinh dự sẽ sớm thay thế chúng. Không phải những ngục tù của các bạn giống như cung điện sao, khi các bạn nghĩ rằng chúng thật ra chỉ là cổng vào cho thiên đường Jerusalem!

Hãy nhớ rằng tên của Chúa Trời được vinh danh trong các bạn, và các bạn trong Người; tiếng vang về những chiến thắng của các bạn đã vượt qua biển cả, đánh thức những trái tim còn uể oải bởi sự thờ ơ, và làm những kỳ tích xưa kia thành khả tín ngay với những người đa nghi; hãy chiến đấu dũng cảm đến cùng; các bạn cũng là một cảnh tượng kỳ diệu với Chúa, Thiên Thần và con người.

Những vị tử đạo vinh quang của các bạn, Gagelin và Pierre Tuy, cho các bạn thấy họ đã chết vì Đức Tin như thế nào, và bây giờ thì họ đại diện cho các bạn trước Đức Chúa Trời. Không, họ không mất đi, những kẻ mà các bạn kính trọng như những người cha, gương của họ vẫn còn đó cho các bạn; và khi các bạn làm tròn nhiệm vụ thiêng liêng của các bạn, họ sẽ can thiệp cho các bạn với Người là nơi mà từ đó ban ra mỗi tặng phẩm hoàn hảo và ơn huệ vượt bực. Những nhà thờ của các bạn sẽ không bị bỏ hoang, máu của những thánh nhận đạo này sẽ trở thành, như trong những thời trước, hạt giống tốt của những tín đồ Thiên Chúa Giáo, nó sẽ cho các bạn những thánh tông đồ mới. Hãy nhớ những lời cuối và những ước vọng cuối của họ là gì. Về phần chúng tôi, chúng tôi không thể nhớ mà không có cảm giác sâu đậm: trong ngày của sự tranh đấu của họ và của sự chiến thắng của họ, một trong bọn họ đã đưa đôi mắt hấp hối về phía những anh em của ông ta ở Hội Truyền Bá Đức Tin, hứa với họ ở thiên đàng một ký ức vĩnh cửu. Không, nó sẽ không là vô ích phúc lành thiêng liêng này của người tử đạo; nó sẽ làm sống lại lòng hăng hái của chúng tôi, nó sẽ thôi thúc rất nhiều tín đồ Thiên Chúa Giáo xứng danh, bởi lòng tin tưởng của họ và lòng nhân ái của họ, sự mong muốn được cống hiến chung với chúng tôi, để làm nhẹ đi gánh nặng của những thử thách của các bạn. Thật là một vinh dự cho chúng tôi khi nghĩ đến việc một phần nhỏ của những món đồ có thể hư hại của chúng tôi lại được hóa thành, trong tay các bạn, những báu vật không thể tiêu hủy! chúng tôi trao cho các bạn thứ vàng đê tiện và hạ giới; còn các bạn, các bạn hoàn lại cho chúng tôi những thánh tử đạo và những đấng bảo hộ ở trên trời.

Nhưng có thể nào chúng tôi quên được những người anh em của các bạn, những người đã trở thành nguyên nhân cho những giọt lệ của các bạn? yếu ớt! chúng tôi cũng vậy, nếu như tâm thức về những khổ đau của chúng tôi đã không dẫn chúng tôi đến việc tha thứ cho sự chối đạo của họ, thì ít ra nó cũng đã làm cho chúng tôi cảm nhận được hoàn cảnh thương tâm của họ. Chúng tôi hối hận biết bao khi không thể đặt trong tay họ đồng tiền này để với nó, họ có thể chuộc lại từ sự tham lam của những quan tòa của họ, sự sống của thể xác của họ, và thứ quí giá hơn nhiều là sự sống của linh hồn của họ! Mong rằng chúng tôi sẽ sớm biết rằng họ đã noi theo tiền lệ mà rất nhiều người trong các bạn đã cho họ, và rằng, nếu nỗi sợ hãi vì tra tấn có thể đã làm cho họ phản bội, thì sau cùng khi nghe theo tiếng gọi của lương tâm, theo sự hô hào của các giáo chức, những lời khấn nguyện của các người nhận đạo, họ vươn lên một cách huy hoàng, và sự ăn năn của họ an ủi Giáo Hội, thậm chí nhiều hơn là khi sự gục ngã của họ làm cho nó đau buồn!

Chúng tôi xin các bạn hãy nhận những lời này như một chứng nhận cho niềm tin chung của chúng ta, như một biểu tượng cho lòng nhân ái của chúng tôi cho các bạn. Nếu chúng tôi biết rằng sau một cơn bão tố ghê gớm các bạn sau cùng cũng được ngơi nghỉ, chúng tôi sẽ tạ ơn Chúa của những sự an ủi, người an ủi như người thử thách, người chữa lành như người trừng phạt: nhưng nếu người đi theo những ý nguyện không lường được của người để kéo dài sự đau khổ của các bạn, thì đừng quên rằng đau khổ dẫn đến kiên nhẫn, kiên nhẫn, thử thách, thử thách, hi vọng, và hi vọng thì không bao giờ bất lực. Hãy đem sự vinh quang này vào gông xiềng của các bạn, hãy mang chúng đến cùng như những tông đồ thực thụ của chúa Giê-Su Ki-Tô. Hãy để tên của Đấng Cứu Thế này, bởi sự nhẫn nhục của các bạn, trở thành đáng kính với những kẻ bức hại các bạn; vì đây là trận chiến của người Thiên Chúa Giáo: những vũ khí của họ là những giọt nước mắt và những lời cầu nguyện, những sự chinh phục của họ là những sự chịu đựng nhiều đau khổ của họ, chiến thắng của họ là cái chết …!

Chúng tôi xin chào một cách đặc biệt với những người trong các bạn hiện vẫn đang bị đày hoặc đang ở tù; chúng tôi kính trọng hôn lên những vết thẹo và những gông cùm nặng nề quanh cổ họ như những đồ trang sức cho niềm vinh dự của họ: chúng tôi đề nghị nhau một cách đơn giản đến cùng họ cầu nguyện, xin họ ban cho nơi nào đó trong những thành tích của họ, để Thượng Đế vì họ mà ban phép cho chúng tôi, từng đoàn tụ cùng nhau trên trái đất quanh một lòng tin, lại được đoàn tụ cùng nhau trên cõi trời quanh một lòng nhân ái.

Chúng tôi chào thân mến tất cả các bạn nhân danh Chúa

Cầu xin sự bình yên của Giê-Su Ki-Tô chúa chúng ta và những sự an ủi từ ơn huệ của Người, và tinh thần khôn ngoan và sức mạnh, luôn ở cùng các bạn.

(Những chữ ký theo sau)

=================

Như đã nói trên, sau khi đọc lá thư này của Hội Truyền Bá Đức Tin, người viết nhận thấy ngay rằng cách hành văn của nó và lá thư Petrus Key rất giống nhau, với cách dùng nghệ thuật parallelism rất điêu luyện và dày đặc trong thư.

Như bạn đọc có thể nhận xét, parallelism là một cách hành văn đặc biệt, không phải ai cũng biết dùng, và không phải ai cũng có thể dùng một cách thiện nghệ và áp đảo như trong cả hai lá thư Petrus Key và lá thư của Hội Truyền Bá Đức Tin.

Do đó, với cùng một cách hành văn rất đặc biệt như vậy, có một khả năng rất lớn rằng tác giả của cả hai lá thư chính là một người.

Và người có khả năng là tác giả nhiều nhất, cũng chính là người đã sáng lập ra Hội Truyền Bá Đức Tin, bà Pauline Jaricot.

Chương XVII.

Có Phải Bà Pauline Jaricot - Người Sáng Lập Hội Truyền Bá Đức Tin - Là Tác Giả Lá Thư Petrus Key?

Bà Pauline Marie Jaricot (1799-1862) sinh ra trong một gia đình giàu có ở Lyon. Ngoài việc thành lập Hội Truyền Bá Đức Tin, bà cũng là người sáng lập ra phong trào ***Chuỗi Mân Côi Sống***[115]. Và có lẽ quan trọng hơn cả, bà là một người yêu viết lách, và là một người viết văn tài tình. Bà suốt đời làm việc thiện nhưng chết trong nghèo túng, vì bị lường gạt trong một công trình tạo việc làm cho người nghèo. Sau khi chết, bà được toà thánh Vatican phong làm Á Thánh, hay còn gọi là Chân Phước (Venerable).

Và như đã giới thiệu về Hội Truyền Bá Đức Tin ở chương trên, bà Jaricot chính là **người có một mối quan hệ mật thiết với *Hội Truyền Giáo Hải Ngoại Paris* và những giáo dân Việt Nam** ngay từ khi còn rất nhỏ tuổi, qua người anh ruột là Philéas Jaricot. Bà đã tổ chức gây quỹ để gởi tiền cho các giáo sĩ ngay khi còn là một thiếu nữ. Sau đó, phương thức gây quỹ đơn giản mà hiệu quả của bà đã được Hội Truyền Bá Đức Tin do bà sáng lập áp dụng để nuôi sống công việc truyền giáo tại Việt Nam. Và những quyển Kỷ Yếu Đức Tin của Hội này cũng chính là những công cụ tuyên truyền cũng như gây quỹ cực kỳ hữu hiệu cho Hội Truyền Giáo Hải Ngoại.

Như vậy, có thể thấy rằng bà Pauline Jaricot đã hội đủ tất cả các điều kiện để là tác giả lá thư Petrus Key.

A. Cách Hành Văn Với Parallelism Của Bà Pauline Jaricot

Tuy vậy, để tìm hiểu xem có phải bà Pauline Jaricot là tác giả lá thư Petrus Key hay không, người viết đã tìm đọc các bài viết của bà để tìm kiếm nghệ thuật hành văn parallelism trong văn chương của bà.

Và người viết đã không thất vọng, vì trong những áng văn của bà Jaricot mà người viết tìm

115 https://www.google.com/search?rlz=1C5CHFA_enUS758US759&ei=PeN7WuCMC-G4jAPixrtY&q=M%C3%A2n+c%C3%B4i+Jaricot&oq=M%C3%A2n+c%C3%B4i+Jaricot&gs_l=psy-ab.3...11313.12864.0.15696.5.5.0.0.0.0.103.410.4j1.5.0....0...1c.1j4.64.psy-ab..0.0.0....0.-FhYLZTvdF4

được, cách hành văn với parallelism xuất hiện dày đặc trong các câu văn, y như mật độ trong lá thư Petrus Key.

Sau đây là những câu điển hình với nghệ thuật hành văn này trong những đoản văn của bà Jaricot:[116]

==============================

> " … sacrifice qui s'offre *des milliers de fois par jour* et *dans des milliers d'endroits différents* *dans les cités*, *dans les campagnes*, *dans les camps des armées*, *dans les hospices des malheureux*, *dans les prisons de la justice humaine*, *sur terre et sur mer*, *dans toutes les contrées de l'univers*, partout où il y a des hommes qui veulent en profiter." (Le Prêtre et le Tabernacle, pp. 348-349).
>
> " …… *sự hy sinh dâng hiến hàng ngàn lần mỗi ngày và hàng ngàn nơi khác nhau trong những thành phố, trong những chốn đồng quê, trong những trại lính của quân đội, trong những bệnh viện cho kẻ không may, trong những nhà giam của luật pháp con người, trên đất liền và trên biển, trong khắp mọi nơi chốn trong vũ trụ này, bất cứ nơi nào có con người còn muốn được hưởng nó.*" (*Người Linh Mục và Hòm Bia Thánh*, trang 348-349).
>
> "*Repentez-vous de me connaître si tard*; *offrez vous en sacrifice d'expiation à ma justice*; *jetez-vous dans le sein de ma miséricorde*, je n'exige rien de plus après la confession de vos infidélités.
>
> *Pour gage de ma parfaite réconciliation avec vous, je vous donne mon corps, pour imprimer dans le vôtre le principe de la résurrection glorieuse; mon sang, pour vous marquer du sceau des élus; mon âme, pour accompagner la vôtre jusqu'aux pieds du tribunal éternel; ma divinité*, …" (Jésus Caché, p. 355)
>
> "*Hãy ăn năn vì đã biết ta quá muộn, hãy dâng hiến một chuộc lỗi cho sự chính đáng của ta, hãy quăng người vào sự che chở của lòng khoan dung của ta*, ta không đòi hỏi gì thêm ngoài sự thú nhận về những sự bội tín của các người.
>
> *Để thế chấp cho sự hoà giải toàn diện giữa ta và các người, ta cho các người thân xác của ta, để in vào các người nguyên lý của sự phục sinh huy hoàng; máu của ta, để ghi vào các người con dấu của sự lựa chọn; hồn của ta, để đi cùng các người đến bước chân của sự phán xét sau cùng, sự thiêng liêng của ta* …" (Chúa Giê-Su Ẩn, trang 355)
>
> "Aussi rien ne rebute ce Dieu généreux pour habiter avec nous: *ni la poussière* dans laquelle son tabernacle est comme enseveli, *ni les lambeaux* qui couvrent ses autels, *ni la malpropreté et la négligence* qui règnent dans tout ce qui sert au saint sacrifice, *ni la solitude* et *le délaissement* où il est réduit dans une multitude d›églises de campagne." (Le Tabernacle dans les Campagnes, p. 373)

---

116 Tấc cả những câu văn của bà Pauline Jaricot trích đăng trên đây được lấy từ tập sách *La Fondatrice de la Propagation de la Foi et du Rosaire-Vivant*, Pauline-Marie Jaricot, Société Générale de Librairie Catholique, pp. 341-414. Tất cả những câu dịch ra tiếng Việt là của người viết bài này, Winston Phan Đào Nguyên. Bạn đọc có thể đọc cuốn sách nói trên tại đây: http://gallica.bnf.fr/ark:/12148/bpt6k6497057m/f7.image

"Nên không có gì ngăn cản vị Chúa khoan hồng này sống với chúng ta: *không phải thứ bụi bặm* mà hòm bia thánh của người chìm ngập trong đó, *không phải những manh vải vụn* che phủ những bàn thờ của người, *không phải sự thiếu tinh khiết và bất cẩn* ngự trị trong toàn thể sự cúng tế, *không phải sự cô đơn và bị bỏ bê* ở những nhà thờ chốn thôn quê." (Hòm Bia Thánh ở Những Chốn Thôn Quê, trang 373).

"*Les simples fidèles se reposent sur leurs pasteurs*, *les pasteurs sur les chefs du royaume*, les *chefs du royaume sur leur roi*, *les rois sur la force de leurs armées*, et personne ne veut se dévouer soi-même pour votre gloire." (Amour de Jésus-Christ, p. 397).

"*Những tín đồ bình dân trông cậy vào những giáo chức của họ*, *những giáo chức vào những lãnh đạo của vương quốc*, *những lãnh đạo của vương quốc vào những ông vua*, *những ông vua vào sức mạnh của những quân đội của họ*, và rồi không ai dâng hiến cuộc đời cho sự vinh quang của ngài." (Tình yêu của Chúa Giê-Su, trang 397).

... Considérez donc ce que vous êtes, ce que sont les impies, ce que sont les chrétiens, ce qu'est l'Eglise, ce qu'est la société, ce que nous allons tous devenir, si Jésus-Christ ne se montre pas. Reconnaissez vos torts envers le Sauveur, de qui vous avez tout reçu, à qui vous n›avez rien donné, de qui vous avez tout à attendre, à qui vous ne demandez presque rien.

Cessez, *cessez* de vous *appuyer sur des bras de chair*, d'*espérer dans les hommes*, *quels qu'ils soient*, *quelle que soit leur puissance*, *quels que soient leurs talents*, pour ne plus espérer que dans le Dieu *qui a sauvé le monde* et *qui seul peut le sauver encore*... (Le Salut, pp. 407-408).

... Nên hãy xét xem *các ông là gì*, *những kẻ không tín ngưỡng là gì*, *những tín đồ Ki-Tô là gì*, *giáo hội là gì*, *xã hội là gì*, *chúng ta sẽ trở thành gì*, nếu chúa Giê-su Ki-tô không xuất hiện? Hãy nhìn nhận những sai lầm của các ông với Đấng Cứu Thế, *từ Người các ông đã nhận được tất cả*, *đến Người các ông đã chẳng trao lại gì*, *từ Người các ông phải chờ đợi tất cả*, *đến Người các ông gần như chẳng hỏi chi*.

Hãy ngưng, *hãy ngưng nương tựa vào những cánh tay bằng thịt*, *hi vọng vào những con người*, *bất kể họ là ai*, *bất kể quyền lực của họ thế nào*, *bất kể tài năng của họ ra sao*, để chỉ hi vọng vào Chúa *người đã cứu thế* và là *người duy nhất có thể cứu thế thêm lần nữa*... (Lời Chào, trang 407-408).

=====================

Do đó, qua những đoản văn trên, các bạn đọc có thể thấy rằng cách hành văn chuyên dùng parallelism của bà Pauline Jaricot rất giống cách hành văn trong một lá thư của *Hội Truyền Bá Đức Tin* do chính bà sáng lập đã được dẫn ra ở trên.

Và quan trọng hơn nữa, **cách hành văn của bà Pauline Jaricot rất giống với cách hành văn của tác giả lá thư Petrus Key. Cả hai đều dùng rất nhiều, hay phải nói rằng, một cách áp đảo, nghệ thuật *parallelism*,** cho văn chương của họ.

Theo nhận xét của người viết bài này, có thể nói rằng khó mà kiếm được một người nào ưa chuộng nghệ thuật hành văn với parallelism này một cách thái quá như bà Pauline Jaricot. Và từ một điểm chung cực kỳ đặc biệt này của lá thư Petrus Key và văn chương của bà Pauline Jaricot, người viết không thể không đặt câu hỏi rằng có phải chăng bà Pauline Jaricot chính là tác giả lá thư Petrus Key?

B. Nét Chữ Của Bà Pauline Jaricot

Nhưng đó là cách hành văn, còn **nét chữ viết** thì thế nào? Người viết bài này đã tốn rất nhiều công phu để tìm ra được chữ viết thực thụ của bà Pauline Jaricot, nhằm mục đích so sánh với nét chữ viết tay của lá thư Petrus Key.

Sau nhiều tháng trời, cuối cùng người viết đã tìm được một lá thư của bà Jaricot viết vào năm 1833. Và khi so sánh nét chữ trong lá thư này với lá thư Petrus Key, người viết nhận thấy rằng **có nhiều điểm rất giống nhau, tuy cũng cần ghi nhận rằng có nhiều điểm khác nhau**.

Nhưng vì hai lá thư có thời gian cách nhau là 26 năm, sự cách biệt khá xa về thời gian đó có thể giải thích những chỗ khác nhau trong nét chữ của hai lá thư.

Và đây là lá thư năm 1833 của bà Pauline Jaricot:

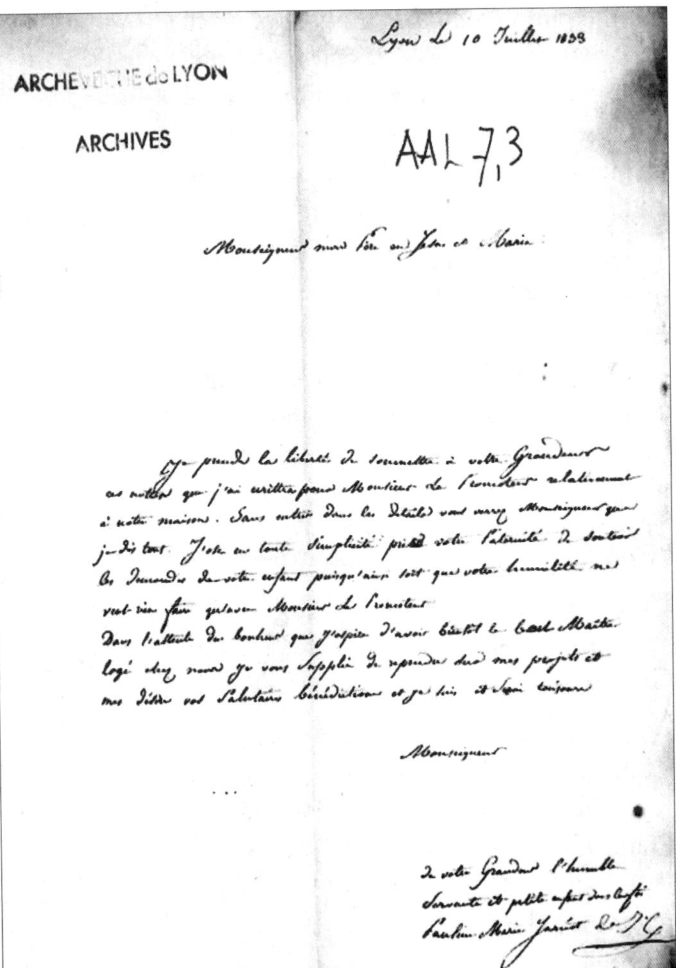

ARCHEVÊCHÉ de LYON

ARCHIVES

AAL 7,3

Lyon le 10 Juillet 1833

Monseigneur mon Père en Jésus et Marie

Je prends la liberté de soumettre à votre Grandeur ces notes que j'ai écrites pour Monsieur le [illegible] relativement à notre maison. Sans entrer dans les détails vous saurez Monseigneur que je dis tout. J'ose en toute simplicité prier votre paternité de [illegible] les demandes de votre enfant puisqu'ainsi [illegible] que votre humilité ne veut rien faire qu'avec Monsieur le [illegible]

Dans l'attente du bonheur que j'espère d'avoir bientôt le bon Maître logé chez nous je vous supplie de répandre sur mes projets et mes désirs vos salutaires bénédictions et je suis et serai toujours

Monseigneur

de votre Grandeur l'humble servante et petite enfant dans le Christ

Pauline Marie Jaricot [illegible]

Nhằm so sánh hai nét chữ trong hai lá thư, dưới đây là nét chữ trong lá thư Petrus Key (trên) và nét chữ trong lá thư năm 1833 của bà Pauline Jaricot (dưới):

Và dưới đây là những chữ viết rất giống nhau giữa hai lá thư Petrus Key và lá thư năm 1833 của bà Pauline Jaricot. Cột bên trái là nét chữ của bà Jaricot,và cột bên phải là nét chữ trong lá thư Petrus Key.

Do đó, sau khi biết rằng bà Pauline Jaricot có một mối quan hệ mật thiết với các giáo sĩ và giáo dân ở Việt Nam từ việc gây quỹ cho đến việc thành lập ra Hội Truyền Bá Đức Tin, sau khi so sánh **cách hành văn đặc biệt với nghệ thuật parallelism** cũng như **nét chữ viết** của bà Pauline Jaricot và lá thư Petrus Key, người viết bài này đã đi đến kết luận rằng **bà Pauline Jaricot chính là người có khả năng là tác giả lá thư Petrus Key nhiều nhất.**

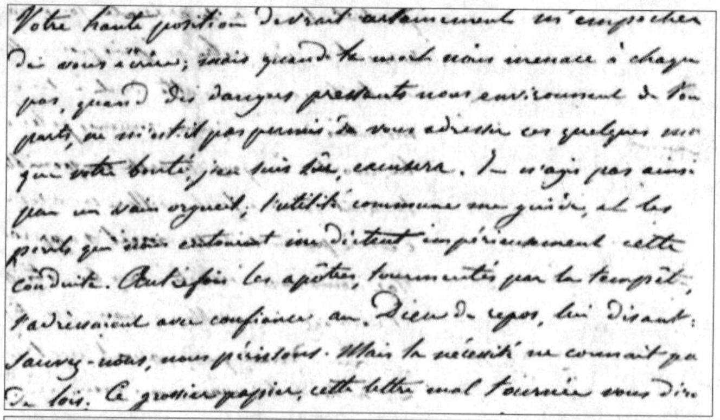

Như đã giải thích ở trên, là người sáng lập ra Hội Truyền Bá Đức Tin, một cơ quan tuyên truyền cho Hội Truyền Giáo Hải Ngoại Paris, tổ chức truyền giáo lớn nhất tại Việt Nam, bà Pauline Jaricot chắc chắn phải rất nóng ruột trước việc các giáo hữu của bà đang bị triều đình nhà Nguyễn bức hại gắt gao, sau khi quân Pháp chiếm thành Gia Định vào tháng 2 năm 1859. Bà và các giáo sĩ khác thuộc Hội Truyền Giáo Hải Ngoại có thể càng nóng lòng thêm, vì sau đó quân Pháp vẫn giữ thế phòng thủ ở Sài Gòn - trong khi các giáo hữu người Việt của bà ở ngay những vùng lân cận tại Sài Gòn, ngoài khu kiểm soát của Pháp, đang bị giết hại và giam cầm bởi cuộc bắt đạo với qui mô chưa từng có của nhà Nguyễn.

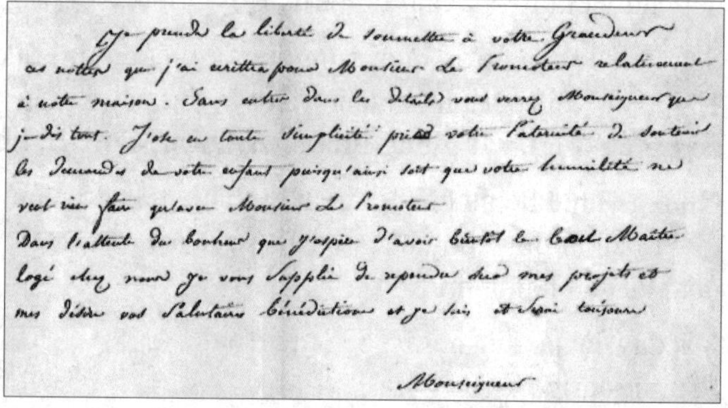

Và trong khoảng thời gian đó, một thanh niên người Nam Kỳ, cựu chủng sinh trường Penang thuộc Hội Truyền Giáo Hải Ngoại Paris, đã viết một lá thư gởi cho các bạn học ở Penang để thông báo tình hình tại Việt Nam. Trong thư, thanh niên người Nam Kỳ đó ký tên thật là Trương Vĩnh Ký, kèm theo một ký hiệu khá đặc biệt nhưng dễ đọc hơn với người Pháp, là "Pet. Kéy". Lá thư đó (lá thư Penang) đã được chuyển về Hội Truyền Giáo Hải Ngoại ở Pháp, và được lưu trữ đến tận ngày nay.

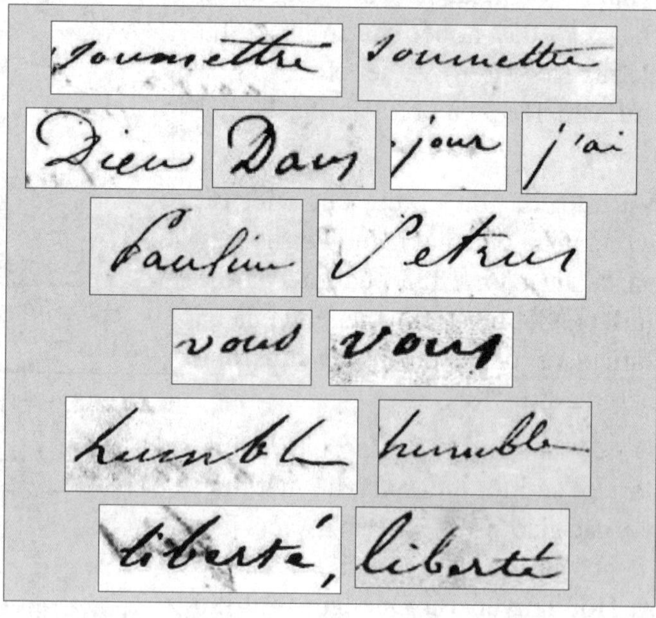

Cùng lúc với lá thư Penang của Petrus Ký, nhiều lá thư khác của các giáo sĩ Pháp ở Việt Nam cũng đã được gởi về Hội Truyền Bá Đức Tin để được đăng trong Kỷ Yếu Đức Tin, như đã được làm trong nhiều năm trước đó.

Bà Pauline Jaricot, người sáng lập ra Hội Truyền Bá Đức Tin, là một người có biệt tài về văn chương, nhất là lối văn thuyết phục. Bà có lối hành văn rất đặc biệt là dùng nghệ thuật parallelism một cách áp đảo và dày đặc trong các văn kiện của bà. Có thể vì nhận thấy đây là một cơ hội để thuyết phục các sĩ quan Pháp hãy động lòng trắc ẩn mà tiến đánh các vùng do quân Nguyễn chiếm đóng để giải cứu các giáo dân người Việt, bà Jaricot đã viết một lá thư đến cho họ, và dùng tên của người thanh niên Nam Kỳ vừa viết lá thư Penang. Có lẽ trong sự suy nghĩ của bà, lá thư mang tên người bản xứ này sẽ có tính thuyết phục hơn là một lá thư do chính bà hay Hội Truyền Bá Đức Tin, ký tên.

Pauline Marie Jaricot

Và do đó mà ta có lá thư Petrus Key. Và vì vậy, lá thư này đã diễn tả rất nhiều về việc bắt đạo, nhưng phần lớn là nói chung chung. Lá thư rất văn hoa điêu luyện, nhưng lại bỏ qua nhiều chi tiết sơ đẳng trong nghệ thuật viết thư. Lá thư cho thấy tác giả của nó không biết nhiều về xứ Nam Kỳ, và không biết chữ quốc ngữ. Lá thư dùng toàn những hình ảnh rất Tây Phương chứ không có gì là Việt Nam. Và sau cùng, lá thư viết sai cả cái tên mà nó muốn mượn: từ "Pet. Kéy" trở thành "Petrus Key".

Và đó là sự suy đoán của người viết bài này trong việc đi tìm tác giả lá thư Petrus Key, dựa trên những tài liệu mà người viết có được hiện thời.

Tóm Tắt Phần 3

Phần 3 của bài viết này, với tựa đề "Tác Giả Lá Thư Petrus Key", gồm từ chương XII đến chương XVII, là phần người viết trình bày quá trình đi tìm tác giả thật sự của lá thư Petrus Key.

Trong Chương XII, người viết cho thấy lá thư Petrus Key là một lá thư mạo danh Petrus Ký, nhưng không phải là một lá thư giả mạo. Tác giả lá thư Petrus Key đã cố tình làm cho lá thư Petrus Key giống như lá thư Penang, vì giữa hai lá thư Petrus Key và Penang có quá nhiều điểm tương tự để có thể cho rằng đó là một trùng hợp ngẫu nhiên. Và điểm đặc biệt nhất liên kết hai lá thư chính là cái tên lạ lùng Petrus Key và cái ký hiệu Pet. Kéy. Ngoài ra, những sự thiếu sót sơ đẳng trong lá thư Petrus Key càng cho thấy tác giả lá thư đã cố tình làm ra như vậy, để tạo cho lá thư cái vẻ là đã được viết bởi chính một người Nam Kỳ là Petrus Ký.

Trong Chương XIII, người viết xem xét lý do tại sao có sự ra đời của lá thư Petrus Key. Và đó là vì cuộc đàn áp bắt đạo ở Gia Định với qui mô chưa từng có của nhà Nguyễn vào năm 1859, đã làm cho tác giả lá thư Petrus Key phải nóng lòng kêu cứu với quân Pháp hãy giải phóng cho các giáo dân này. Cuộc đàn áp nói trên đã được ghi lại trong sử nhà Nguyễn, và có thể được phối kiểm với chính nội dung lá thư Petrus Key, qua những chi tiết trong thư.

Trong Chương XIV, người viết dùng phương pháp loại trừ để giải thích tại sao những người được lợi trực tiếp từ lá thư này là những giáo dân Việt và những giáo sĩ Pháp ở Việt Nam lại không phải là tác giả lá thư Petrus Key. Vì tuy có thể có ý muốn kêu gọi quân Pháp, những giáo dân Việt lại không có đủ khả năng tiếng Pháp để viết lá thư Petrus Key. Và tuy có ý muốn và có cả khả năng tiếng Pháp để viết thư, những giáo sĩ người Pháp lại không thể phạm những lỗi lầm ấu trĩ về Nam Kỳ như trong lá thư Petrus Key.

Trong chương XV, người viết từ đó suy ra chỉ còn một nhóm người duy nhất có thể là tác giả lá thư Petrus Key, và đó là những giáo sĩ và giáo dân người Pháp có quan hệ với việc truyền giáo ở Việt Nam. Những người này thuộc về hai tổ chức tôn giáo của Pháp, nhưng lại dưới quyền Bộ Truyền Giáo của Vatican. Đó là Hội Truyền Giáo Hải Ngoại Paris, tổ chức đào tạo giáo sĩ cho Việt Nam, và Hội Truyền Bá Đức Tin, cơ quan gây quỹ và tuyên truyền cho việc truyền giáo.

Trong chương XVI, người viết thu ngắn lại danh sách những ai có thể là tác giả lá thư Petrus Key bằng cách xem xét đến kỹ thuật hành văn đặc thù của lá thư Petrus Key: parallelism. Và người viết đã tìm ra một lá thư của Hội Truyền Bá Đức Tin với cách dùng parallelism dày đặc y như lá thư Petrus Key. Điều này cho thấy những thành viên của Hội Truyền Bá Đức Tin chính là những người có khả năng là tác giả lá thư Petrus Key hơn cả.

Sau cùng, trong chương XVII, cũng chính cách hành văn với parallelism đã dẫn người viết đến một nhân vật có khả năng là tác giả lá thư Petrus Key nhiều nhất: đó là bà Pauline Jaricot, người sáng lập ra Hội Truyền Bá Đức Tin. Và đó là vì cách hành văn trong những đoản văn của bà Jaricot dùng toàn parallelism, giống y như trong lá thư Petrus Key. Thêm nữa, nét chữ trong một lá thư viết tay năm 1833 của bà Jaricot cho thấy có nhiều chỗ rất giống với nét chữ trong lá thư Petrus Key. Vì những lý do trên, người viết đã đi đến kết luận sau cùng: người có khả năng là tác giả lá thư Petrus Key nhiều nhất, cũng chính là người phụ nữ Pháp đã sáng lập ra Hội Truyền Bá Đức Tin, bà Pauline Jaricot.

Kết Luận

Petrus Trương Vĩnh Ký, một chủng sinh người Nam Kỳ tại Đại Chủng Viện Penang, một trường đào tạo linh mục bản xứ được lập ra và trực thuộc Hội Truyền Giáo Hải Ngoại Paris, trở về quê nhà tại Cái Nhum, Nam Kỳ vào cuối năm 1858, sau sáu năm học tập tại nơi đó.

Và đây cũng là thời gian liên quân Pháp - Tây Ban Nha tấn công Đà Nẵng, làm cho triều đình nhà Nguyễn gia tăng việc bắt đạo ở Nam Kỳ. Đầu tháng 12 năm 1858, quan quân nhà Nguyễn lùng bắt các cố đạo Pháp và các linh mục, thầy giảng người Việt tại Nam Kỳ. Petrus Ký và linh mục Borelle, người cai quản giáo dân các tỉnh miền Tây Nam Kỳ, may mắn thoát được cuộc lùng bắt này tại Cái Nhum.

Sau đó, Petrus Ký phải chạy lên Sài Gòn để nương tựa với Giám Mục Lefèbvre, người lãnh đạo tất cả các giáo dân ở Nam Kỳ. Bằng đường sông, Petrus Ký đã dùng ghe thuyền để lên Sài Gòn, và đã đi ngang qua các giáo xứ Ba Giồng ở Mỹ Tho và Chợ Quán ở Sài Gòn.

Ngày 4 tháng 2 năm 1859, Petrus Ký đã tới được một nơi an toàn ở khu vực Sài Gòn và viết một lá thư dài 13 trang bằng chữ Latin cho các bạn học tại Penang để thông báo về tình hình bắt đạo tại Nam Kỳ. Trong thư, Petrus Ký ký đầy đủ tên họ, và còn kèm theo một ký hiệu đặc biệt là "Pet. Kéy". Lá thư này (lá thư Penang), không biết từ lúc nào, đã có mặt tại văn khố Hội Truyền Giáo Hải Ngoại Paris, cho đến ngày hôm nay.

Ngày 18 tháng 2 năm 1859, quân Pháp tấn công và chiếm thành Gia Định. Sau đó, ngày 8 tháng 3, họ đốt thành Gia Định và rút đại quân về Đà Nẵng, chỉ để lại một lực lượng nhỏ trấn thủ Sài Gòn do Jean Bernard Jauréguiberry chỉ huy. Ông này trấn thủ tại Sài Gòn từ khoảng tháng 4 năm 1859 đến tháng 4 năm 1860.

Hơn một trăm năm sau, vào năm 1996, nhà văn Nguyên Vũ tức sử gia Vũ Ngự Chiêu tìm được "lá thư Petrus Key" trong những thùng hồ sơ thuộc về Jauréguiberry tại Văn Khố Bộ Hải Quân Pháp. Đây là một lá thư viết tay không có ngày tháng, gởi cho "Grand Chef" và các sĩ quan Hải Quân Pháp, và nhân danh một người đại diện cho các giáo dân An Nam kêu gọi quân Pháp hãy tiến đánh quân Nguyễn để giải phóng các giáo dân. Lá thư được ký với cái tên khá kỳ lạ là "Petrus Key".

Với lá thư kỳ lạ này, ông Nguyên Vũ tức sử gia Vũ Ngự Chiêu đã tuyên bố rằng tác giả lá thư chính là Petrus Trương Vĩnh Ký. Từ đó (1996-7) cho đến hơn hai mươi năm sau, lá thư này thường được đem ra để kết tội Petrus Ký là đã kêu gọi quân Pháp tấn công Việt Nam.

Nhưng mặc dù tuyên bố như vậy, ông Nguyên Vũ chưa bao giờ chứng minh được tác giả lá thư là Petrus Ký. Cũng như ông chưa bao giờ thật tình "công bố" nguyên văn lá thư, hoặc bản sao, hay ảnh chụp của lá thư. Mà ông chỉ trưng bày ra một hình chụp gồm vài dòng của lá thư, cái mà ông gọi là "phóng ảnh" của "phần nào" lá thư. Và một thời gian rất lâu sau khi tuyên bố là đã khám phá ra lá thư Petrus Key, ông Nguyên Vũ mới cho đăng một bản dịch của lá thư, nhưng với đầy dẫy những sai lầm trong đó.

Bên cạnh những sai lạc trong việc dịch thuật lá thư Petrus Key, ông Nguyên Vũ còn thêm thắt, thêu dệt thêm những chi tiết chung quanh lá thư, để tạo cho người đọc một ác cảm với tác giả lá thư mà ông khẳng định nhưng chưa bao giờ chứng minh được là Petrus Ký. Nhưng ông đã khá thành công, vì cho đến ngày hôm nay, đã có rất nhiều người tin tưởng rằng chính Petrus Ký đã viết lá thư này, kể cả những người vốn ủng hộ ông Petrus Ký.

Nhằm tìm hiểu xem tác giả lá thư Petrus Key có phải là Petrus Ký hay không, cũng như để tìm hiểu xem ai là tác giả lá thư, người viết bài này đã nghiên cứu bản chính lá thư Petrus Key. Và chỉ cần đọc kỹ lá thư Petrus Key qua nguyên văn bằng tiếng Pháp, những lỗi lầm, những điểm vô lý trong chính nội dung lá thư cho thấy rõ rằng tác giả của nó không thể là một người Nam Kỳ như Petrus Ký.

Tuy vậy, để chắc chắn hơn nữa, người viết đã so sánh nội dung cũng như hình thức lá thư Petrus Key với một lá thư viết tay của chính Petrus Ký vào thời gian đó, lá thư Penang.

Và sau khi so sánh hai lá thư thì người viết đã đi tới một kết luận chắc chắn mà không có chút nghi ngờ nào nữa, là Petrus Ký nhất quyết KHÔNG PHẢI là tác giả lá thư Petrus Key. Bởi bên cạnh những nét chữ và chữ ký hoàn toàn khác nhau, những điều miêu tả về cuộc hành trình trốn thoát cuộc lùng bắt của nhà Nguyễn trái ngược nhau, những tư tưởng và quan điểm của Petrus Ký về cuộc xâm lược của quân Pháp với chiêu bài giải phóng giáo dân cũng hoàn toàn khác hẳn, nếu không nói là đối nghịch, với lá thư Petrus Key. Những điều này cho thấy tác giả của hai lá thư là hai người khác nhau. Và người viết lá thư Penang mới chính là Petrus Ký.

Nhưng người viết cũng nhận thấy rằng giữa hai lá thư, Penang và Petrus Key, có một sự quan hệ mật thiết, nhất là với cái tên đặc biệt Petrus Key. Từ đó, người viết đã dùng phương pháp loại trừ, để đi đến kết luận rằng tác giả lá thư Petrus Key chính là một, hay những người Pháp thuộc về Hội Truyền Giáo Hải Ngoại Paris hoặc Hội Truyền Bá Đức Tin ở Pháp, là hai tổ chức Thiên Chúa Giáo có mối liên quan sâu đậm với các giáo dân Việt.

Sau cùng, người viết nhận thấy rằng lá thư Petrus Key là một lá thư với cách hành văn đặc biệt có một không hai qua nghệ thuật parallelism dầy đặc trong thư. Từ đó, người viết tìm thấy một người cũng có cách hành văn bằng parallelism giống y như vậy. Và người đó chẳng phải ai xa lạ mà chính là người đã sáng lập ra Hội Truyền Bá Đức Tin ở Pháp, bà Pauline Jaricot.

Sở dĩ có sự mạo danh Petrus Ký cho lá thư Petrus Key như vậy, là vì trước đó Petrus Ký đã từng viết lá thư Penang và có kèm theo ký hiệu "Pet. Kéy", ký hiệu mà sau này đã được sửa ra thành Petrus Key trong lá thư Petrus Key. Lá thư Penang này đã được gởi về Pháp và chắc chắn đã được Hội Truyền Bá Đức Tin của bà Jaricot xem qua. Từ đó, có thể một thành viên của hội này, mà người có khả năng đứng đầu là bà Jaricot, đã viết ra lá thư Petrus Key để khẩn cầu quân Pháp hãy mau tấn công nhà Nguyễn để giải thoát cho các giáo dân Việt đang bị giam cầm. Lá thư Petrus Key, do đó, có lối hành văn đặc thù của bà Jaricot, - lối hành văn với nghệ thuật parallelism một cách áp đảo. Và với lối hành văn đặc biệt này, bà Jaricot chính là người có khả năng là tác giả lá thư Petrus Key nhiều nhất.

Ông Petrus Ký có lẽ là một nhà bác học đúng nghĩa nhất của Việt Nam. Việc ông là một kỳ tài thông thạo nhiều thứ tiếng, hiểu biết nhiều vấn đề, tiên phong trong những lãnh vực mới lạ, là điều nhiều người biết đến về con người này. Ông cũng được biết đến như là một vị thầy của cả người Việt lẫn người Pháp.

Thế nhưng ít ai biết được cái nhân phẩm cao quí của ông, trừ khi họ đọc và đọc kỹ những gì ông viết. Từ con người này toát ra một vẻ điềm đạm, an nhiên, một sự thăng bằng và tự tin, nhưng đồng thời cũng là một sự khiêm tốn tuyệt vời. Tài cao như vậy, học rộng như vậy, nhưng suốt đời ông chỉ nhận mình là một người thầy mà thôi. Và ông cũng chỉ tự nhận là ông cố gắng làm cho xong vai tuồng người thầy đó trong cuộc đời của ông mà thôi.

Chính cái nhân phẩm này, chứ không phải sự thông thái, bác học của ông Petrus Ký, đã làm cho người Việt, đặc biệt là người Nam Kỳ, hết lòng yêu mến ông Petrus Ký.

Chính cái nhân phẩm này đã làm cho những người thoạt đầu đả kích ông, dần dần trở thành những người yêu mến ông nhất. Một trường hợp điển hình là trường hợp của Giáo Sư Nguyễn Văn Trung. Giáo sư Trung là một người Bắc di cư vào Nam năm 1954, và là một nhà khoa bảng và mô phạm nổi tiếng ở miền Nam Việt Nam. Ông là một trí thức Thiên Chúa Giáo cấp tiến tốt nghiệp tiến sĩ tại Âu Châu và giảng dạy lâu năm tại Đại Học Văn Khoa Sài Gòn. Ông là tác giả rất nhiều cuốn sách giá trị và đã hướng dẫn cho nhiều thế hệ sinh viên tại miền Nam.

Chính giáo sư Trung là một trong những người, nếu không phải là người lãnh đạo, phong trào đả kích ông Petrus Ký tại miền Nam trước 1975. Trong cuốn *"Chữ Văn Quốc Ngữ Thời Kỳ Đầu Pháp Thuộc"*, giáo sư Trung đã lên tiếng phê phán Petrus Ký nặng nề vì "tội" lãnh lương Pháp để làm văn hóa Việt.[117]

Chẳng những vậy, giáo sư Trung còn là người đề tựa, và có lẽ là người hướng dẫn cho tác phẩm *"Cuốn Sổ Bình Sanh Của Trương Vĩnh Ký"* của Nguyễn Sinh Duy và Phạm Long Điền, một cuốn sách lên án Petrus Ký đã làm tay sai trong "quỷ đạo" Pháp.

Thế nhưng, ngay trong lúc đả kích Petrus Ký nặng nề nhất, giáo sư Trung cũng vẫn phải nhìn nhận cái tư cách đáng quí của Petrus Ký.

Và chính từ đó, giáo sư Trung, một người Bắc di cư, đã thắc mắc và muốn tìm hiểu tại sao người Nam Kỳ lại yêu mến ông Petrus Ký như vậy.

Từ đó, giáo sư Trung bắt đầu nghiên cứu về Petrus Ký, bắt đầu tìm hiểu thêm về con người này, sau khi đã nặng lời lên án ông ta. Và kết quả là giáo sư Trung trở thành một người hiểu biết về Petrus Ký nhất và yêu mến ông nhất, không thua gì những người Nam Kỳ chính hiệu. Giáo sư Trung đã dành ra trọn một cuốn sách để viết về Petrus Ký. Đó là cuốn *"Trương Vĩnh Ký, Nhà Văn Hóa"*. Và sau đó, trong một tác phẩm khá đồ sộ về miền Nam với tựa đề *"Hồ Sơ Lục Châu Học"*, giáo sư Trung cũng đã dành cả một chương trong cuốn sách và những lời ưu ái nhất cho Petrus Ký.

Khác với giáo sư Trung, người viết bài này trước năm 1975 là một cậu bé ở Sài Gòn. Thi đậu và học được một năm ở trường trung học Petrus Trương Vĩnh Ký, nhưng người viết không bao giờ coi ông Petrus Ký là thần tượng. Lý do thi vào trường Petrus Ký chỉ vì đó là trường trung học công lập giỏi nhất và gần nhà nhất. Và sau năm 1975 thì trường Petrus Ký bị đổi tên thành trường Lê Hồng Phong. Học được thêm vài năm, người viết qua Mỹ . Và trong ba mươi mấy năm không hề có ấn tượng gì nhiều, cả tốt lẫn xấu, về nhân vật Petrus Ký.

Thế nhưng khoảng một hai năm trước đây, sau khi cuốn sách "Petrus Ký, Nỗi Oan Thế Kỷ" của Nguyễn Đình Đầu bị cấm ở Việt Nam, thì người viết mới bắt đầu nghiên cứu về Petrus Ký. Với những tài liệu ngày xưa hiếm hoi nhưng nay dễ dàng tìm được trên mạng, người viết đã có cơ hội đọc được rất nhiều những tác phẩm của Petrus Ký cũng như những tác phẩm về Petrus Ký. Và người viết cũng đã viết một bài về câu "Sic Vos Non Vobis" của Petrus Ký, một câu nói đã bị người đời sau hiểu lầm từ bao nhiêu năm nay.

Rồi như đã nói trong phần nhập đề của bài viết này, người viết đã bị chất vấn về lá thư Petrus Key, cũng như được đọc những ý kiến trên mạng, đặc biệt là từ Việt Nam, về lá thư này. Nhận thấy đây là một đề tài rất thú vị, người viết đã tìm hiểu thêm về lá thư Petrus Key và nhân vật Petrus Ký trong suốt mấy tháng qua. Kết quả là bài viết mà các bạn đang đọc.

117 Nguyễn Văn Trung, *Chữ Văn Quốc Ngữ Thời Kỳ Đầu Pháp Thuộc*, NXB Nam Sơn, Sài Gòn, 1974, pp. 113-116

Để kết thúc bài viết khá dài này, người viết chỉ xin yêu cầu các bạn đọc, nhất là các bạn đọc trẻ, một điều: đừng tin những lời xưng tụng ông Petrus Ký lên tận mây xanh, cũng như đừng tin những lời hằn học kết tội ông ta. Hãy bình tĩnh tự suy xét, và nếu có thời giờ, hãy đọc thật kỹ những gì ông Petrus Ký viết. Từ đó, bạn hãy tự rút ra một kết luận cho chính mình về nhân vật lịch sử đặc biệt có một không hai này của Việt Nam.

Giáo sư Nguyễn Văn Trung đã làm như vậy, và đã dũng cảm nhìn nhận những sai lầm ban đầu của mình về Petrus Ký. Theo thiển ý của người viết, đó chính là việc làm của một người "trí thức lương thiện" đúng nghĩa.

Winston Phan Đào Nguyên

Trường Trung Học Petrus ký , Sài Gòn, trước năm 1975,

PHẦN III

THƯ TỊCH TRƯƠNG VĨNH KÝ

--BIBLIOGRAPHY--

PHẠM LỆ-HƯƠNG
& BAN THƯ-VIỆN VIỆN VIỆT-HỌC BIÊN SOẠN

Lời Giới Thiệu
Thư Tịch Trương Vĩnh Ký

Ban Biên Tập

Nhân tổ chức *Triển Lãm Và Hội Thảo Về Petrus Trương Vĩnh Ký*, cả nhóm bạn bè của anh em trong ban tổ chức mỗi người một tay cùng nhau tìm kiếm tài liệu về vị bác học ngôn ngữ này. Người thì đọc lại các sách đã in viết về Petrus Ký, người thì lặn lội trong cõi bao la Internet để "lôi ra" hay "đem xuống" nào là các sách do Petrus Ký xuất bản từ giữa thế kỷ 19, nào là thư từ của cụ trao đổi với bạn bè và giới chức Pháp, nào là nội dung các tờ báo chữ quốc ngữ mà cụ đã làm… Quá phong phú, quá nhiều thứ, khiến ban tổ chức cuộc triển lãm và hội thảo có lúc lo ngại rằng giữa số tài liệu mênh mông, phức tạp và tản mát này, liệu mình và mọi người có đủ sức khai thác một cách có ích lợi nhất hay không?

Nhưng giữa sự bối rối ấy, có một người vẫn giữ thái độ rất bình tĩnh, và biết mình nên làm gì để các bạn mình và rộng ra là tất cả mọi người có thể an tâm trong việc nghiên cứu. Người ấy là chuyên gia thư viện Phạm Lệ Hương, khi đứng trước đề tài Trương Vĩnh Ký quá phong phú, đã nghĩ ngay đến việc CẦN LÀM MỘT THƯ TỊCH cho nhà bác học này.

Chúng tôi đã có dịp chứng kiến một việc làm có thể gọi là phi thường của người bạn có nghề quản thủ thư viện, một công việc rất nặng nề khó nhọc mà nếu không có khả năng chuyên môn cao và một tấm lòng rất thiết tha với văn hóa Việt Nam thì không thể nào làm nổi.

Trả lời sự tìm hiểu của bạn bè về quá trình thực hiện công trình này, chị Phạm Lệ Hương, hiện đang trông coi Thư viện của Viện Việt Học tại Nam California, cho biết:

"Để thực hiện công việc này, người Quản thủ thư viện cần phải tìm tòi trong các thư mục trực tuyến (Online library catalogs) của các thư viện lớn trên thế giới có thể đã tàng trữ những tài liệu cổ xưa của Trương Vĩnh Ký, đồng thời tìm các "thư tịch cổ" chẳng hạn như bộ sách 4 tập *Bibliotheca Indosinica* của Henri Cordier in năm 1912 tại Paris, tái bản năm 1967 tại New York, v.v… May mắn thay những tài liệu kể trên cũng đã được Google làm scan và được cung cấp miễn phí trên Internet."

"Mục đích chính của việc thiết lập Thư tịch Trương Vĩnh Ký là

- gom góp các tài liệu của Trương Vĩnh Ký, cũng như các tài liệu viết về Trương Vĩnh Ký
- sau đó ghi ra những nơi tàng trữ các tài liệu này đã có rải rác khắp các thư viện trên thế giới, ngõ hầu giúp đỡ các độc giả tìm kiếm dễ dàng hơn".

Về cách sử dụng Thư tịch, tác giả cho biết:

"Nếu tìm thấy tài liệu và có được phép hạ tải (download) từ các websites này thì độc giả chỉ cần nhấn vào các đường kết nối (link) đó để lấy tài liệu về mà nghiên cứu. Nếu không được phép hạ tải thì độc giả cũng có thể nhờ thư viện nơi mình cư ngụ mượn tài liệu từ thư viện nào có nó, qua hệ thống "mượn tài liệu liên thư viện" (Inter-Library Loan)."

Chúng tôi thiết nghĩ Thư Tịch này là một công cụ rất hữu hiệu phục vụ tất cả mọi người trong việc tìm kiếm tài liệu về Trương Vĩnh Ký, cho dù phần lớn tài liệu của nhà bác học đã xuất bản cách đây hơn 100 năm.

Ban Biên tập Kỷ Yếu Trương Vĩnh Ký trân trọng cám ơn tác giả của công trình lớn lao rất ích lợi này và nhiệt tình giới thiệu đến quý độc giả.

Ban Biên Tập

Chuyên gia thư viện Phạm Lệ Hương

Ban Thư-Viện, Viện Việt-Học, Westminster, California kính báo:

Bằng cứ trên Thư tịch về học giả Petrus Trương Vĩnh Ký có tại trang nhà của các hậu duệ của học giả: http://gilbert.tvt.free.fr/ddpk/index.html [http://gilbert.tvt.free.fr/ddpk/bibliographie.html] chúng tôi đã bổ túc danh sách này qua việc tìm kiếm trong các thư mục trực tuyến của các thư viện lớn trên thế giới như Thư viện Quốc Gia Pháp (Bibliothèque nationale de France), Hệ thống Worldcat của OCLC (Online Computer Library Center), TV Quốc gia Việt Nam, TV Viện Thông Tin Khoa Học Xã Hội Việt Nam, Hà Nội,TV Khoa Học Tổng hợp Tp Hồ Chí Minh, v.v... và cho vào những đường kết nối với tài liệu trực tuyến tìm thấy trên mạng Internet ngõ hầu **tập trung vào một nơi những tài liệu do Petrus Ký viết bằng chữ quốc ngữ cho đến giờ đã hơn 150 năm, ngõ hầu giúp cho các nhà nghiên cứu về học giả Trương Vĩnh Ký có thể tìm kiếm dễ dàng.**

Những tài liệu nào được ghi từ website của hậu duệ tác giả mà chúng tôi chưa kiểm chứng được nguồn gốc nhà xuất bản, in năm nào thì chúng tôi để nguyên dạng như có trong bản gốc do gia đình học giả họ Trương thiết lập.

Ngoài Thư tịch kể trên, chúng tôi cũng tham khảo bộ thư tịch Bibliotheca Indonisica, vol. 1-4: *Dictionnaire bibliographique des ouvrages relatifs à la péninsule indochinoise* của Henri Cordier. New York: Burt Franklin, 1967, *Tiểu luận cao học Thư viện học* của bà Christine Nguyễn, là cháu cố của học giả Trương Vĩnh Ký (Nguyen Christine. *Petrus J.B Trương Vĩnh Ký (1837-1898) and the Dissemination of Quoc Ngu: an annotated bibliography of works by and about a Vietnamese Scholar*. New York: Queens College. City University of New York, 1995.), Luận án Cao Học Sử của bà Anne Medeline. *Pétrus J.B. Trương Vĩnh Ký (1837-1898), un letter Cochinchinois entre deux cultures*. Paris: Université Paris 7, Denis Diderot, 1995, v.v.

Về những dẫn mục (entries) có trong thư tịch này, chúng tôi căn cứ vào những nhan đề ghi trên trang nhan đề của sách (title page), nếu nhan đề bằng tiếng Pháp ghi trước nhan đề bằng tiếng Việt, chúng tôi ghi nhan đề tiếng Pháp trước, sau đó đến nhan đề tiếng Việt và cũng làm tham chiếu ngược/xuôi (cross-reference) để độc giả tìm dễ dàng hơn. Chúng tôi dùng sách của Joseph Gibaldi. *MLA Handbook for Writers of Research Papers*. 5th ed. NY.: The Modern Language Association of America, 1999, để thiết lập thư tịch này.

Chúng tôi xin trân trọng cám ơn bà Christine Nguyễn, các hậu duệ của học giả Trương Vĩnh Ký, GS. Nguyễn Văn Sâm, GS. Đoàn Khoách, GS. Trần Huy Bích, Ô. Phạm Phú Minh, Ô. Nguyễn Vũ, Ô. Lê Thành Tôn, Ô. Nguyễn Vy Khanh, Ô. Trần Hữu Phúc Tiến, Ô. Bùi Xuân Đức, Bà Trần Kim Cúc, Bà Nguyễn Thị Nga, Bà Nguyễn Thu Hà, Ô. Đỗ Hữu Chí, GS. Nguyễn Q. Thắng, GS. Lương Văn Hy, Luật sư Winston Phan Đào Nguyên, Bà Nguyễn Bích Thu, Bác sĩ Tiêu Minh Thu, Linh Mục Nguyễn Công Đoan, S.J., đã cung cấp, giúp đỡ tìm tòi, và dịch thuật, nhuận sắc những tài liệu viết bằng Pháp ngữ hay Latin ngữ sang tiếng Việt, cùng những vị có bài viết trên Internet mà chúng tôi không thể liên lạc được để xin phép và dùng những tài liệu quý giá này. Không có sự giúp đỡ tận tình của các quý vị thì chúng tôi không thể hoàn thành công việc khó khăn này.

Nếu quý độc giả có tài liệu muốn đóng góp để chia sẻ với chúng tôi,
xin liên lạc tại e-mail: info@viethoc.com,
xin cám ơn quý vị.
[PLH-hiệu đính ngày 5-6-2019]

***

Based on the bibliography compiled by the descendants of Petrus Truong Vinh Ky http://gilbert.tvt.free.fr/ddpk/index.html - ttp://gilbert.tvt.free.fr/ddpk/bibliographie.html, we re-compiled and revised the bibliography by checking the Online Catalogs of the world's major national libraries such as the Library of Congress (LC), the Bibliothèque natio¬nale de France (BNF), the Worldcat of OCLC (Online Computer Library Center), the Na¬tional Library of Vietnam (NLV), The General Sciences Library of Ho chi Minh cityand more. This was done in order to have more material using the new Romanized Vietnamese "quốc ngữ" and its links. This can make it possible to preserve his work and make it easy for all readers to access.

For the work excerpted from his descendants' list, we could not verify the publishers and the date of publications; therefore, we left it the way it was written by his descendants from the original bibliography.

Besides the above bibliography written by Petrus Ky's descendants, we also use the set *Bibliotheca Indonisica, vol. 1-4: Dictionnaire bibliographique des ouvrages relatifs à la péninsule indochinoise.* Henri Cordier. New York: Burt Franklin, 1967, the master thesis of library science written by Christine Nguyen who is Petrus Ky's great granddaughter (Nguyen Christine. *Petrus J.B Trương Vĩnh Ký (1837-1898) and the Dissemi¬nation of Quoc Ngu: an annotated bibliography of works by and about a Vietnamese Scholar*. New York: Queens College. City University of New York, 1995.), also a master thesis in history of Anne Medeline. *Pétrus J.B. Trương Vĩnh Ký (1837-1898), un letter Cochinchinois entre deux cultures*. Paris: Université Paris 7, Denis Diderot, 1995, etc.

About the entries in this bibliography, we entered the first one that appeared on the title page. So the title in the French language appears before the Vietnamese one. However, we made the cross-reference for the title in order to make it easy for readers. We use Joseph Gibaldi. *MLA Handbook for Writers of Research Papers*. 5th ed. NY.: The Modern Language Association of America, 1999, to do this bibliography.

We greatly appreciate the assistance of Mrs. Christine Nguyen, the Trương Vĩnh Ký's descendants, Prof. Nguyễn Văn Sâm, Prof. Đoàn Khoách, Dr. Trần Huy Bích, Mr. Phạm Phú Minh, Mr. Nguyễn Vũ, Mr. Lê Thành Tôn, Mr. Nguyễn Vy Khanh, Mr. Trần Hữu Phúc Tiến, Mr. Bùi Xuân Đức, Mrs. Trần Kim Cúc, Mrs. Nguyễn Thị Nga. Mrs. Nguyễn Thu Hà, Mr. Đỗ Hữu Chí, Prof. Nguyễn Q. Thắng, Prof. Lương Văn Hy, Mr. Winston Phan Đào Nguyên, Esq., Bà Nguyễn Bích Thu, Dr.Tiêu Minh Thu, Father Nguyễn Công Đoan, S.J., who donated material or helped us to translate and revise Petrus Ky's works from French or Latin into Vietnamese, and authors of the posted articles on the Internet; whom we could not contact to get their permission. They gave us their precious time and effort to collect and use their material. Without their assistance, our work could not have been accomplished.

If the readers have more material to share with us,
please contact The Institute of Vietnamese Studies Library,
Westminster, California, USA
- (http://viethoc.com - E-mail: info@viethoc.com).
We will greatly appreciate it.
[PLH-revised June-05-2019]

DANH SÁCH CÁC THƯ VIỆN
có tài liệu của Trương Vĩnh Ký

--o0o--

- **BNF:** Bibliothèque nationale de France = Thư viện quốc gia Pháp (http://bnr.fr)
- **Cornell:** Thư viện Đại học Cornell, N.Y. (https://catalog.library.cornell.edu)
- **EROMM:** European Register of Microform and Digital Masters, Gottingen, Germany
- **Dòng dõi Petrus Ký:** (http://gilbert.tvt.free.fr/ddpk/bibliographie.html)
- **The European Library** (http://www.theeuropeanlibrary.org/tel4/)
- **Gallica digital collection**, Bibliothèque nationale de France (http://gallica.bnf.fr)
- **HathiTrustLibrary:** HathiTrust Digital Library (https://www.hathitrust.org)
- **Indonisica1** = Bibliotheca Indonisica, vol. 1: Dictionnaire bibliographique des ouvrages relatifs à la péninsule indochinoise / par Henri Cordier. New York: Burt Franklin, 1967. (https://ia801601.us.archive.org/4/items/bibliothecaindos01cord/bibliothecaindos01cord.pdf)
- **Indonisica2-3** = Bibliotheca Indonisica, vol. 2-3. Dictionnaire bibliographique des ouvra¬ges relatifs à la péninsule indochinoise / par Henri Cordier. New York: Burt Franklin, 1967. (https://archive.org/details/bibliothecaindos02cord/page/n5)
- **Indosinica4** = Bibliotheca Indonisica, vol. 4: Dictionnaire bibliographique des ouvrages relatifs à la péninsule indochinoise / par Henri Cordier. New York: Burt Franklin, 1967 (Originally published in Paris by Publications de l'Ecole Francaise d'Extreme Orient, 1967.) (http://aefek.free.fr/iso_album/indosinica4.pdf)
- **LC:** Library of Congress (http://catalog.loc.gov)
- **OCLC:** Online Computer Library Center: (http://WorldCat.org)
- **TV KHXH:** Thư viện Viện Thông Tin Khoa Học Xã Hội Việt Nam, Hà Nội (http://opac.issi.vass.gov.vn)
- **TV KHTHSg:** Thư Viện Khoa học tổng hợp, Tp Hồ Chí Minh (http://thuvientphcm.gov.vn/index.php?lang=vi)
- **TVQGVN:** Thư viện Quốc gia Việt Nam (http://nlv.gov.vn/#)
- **TV VVH:** Thư viện Viện Việt-Học (http://viethoc.com)
- **XNIndex#:** Tổng mục lục tạp chí Xưa & Nay, 1993-2008 (http://suhoctre.com/tong-muc-luc-tap-chi-xua-va-nay-1993-2008/)

PHẦN I. THƯ TỊCH TÀI LIỆU CỦA TRƯƠNG VĨNH KÝ

***

*Abrégé de grammaire annamite.*3e ed. "Xem / see" Sách mẹo Annam, 1924.

Abrégé de grammaire annamite. Saigon: Impr. Impériale, 1867. [Indonisica4 = http: //aefek.free.fr/iso_album/indosinica4.pdf (tr.2297)]

Alphabet français pour les annamites [none including BNF]

Alphabet quốc-ngữ, 2è édition, 1876 [none including BNF]

Alphabet quốc-ngữ en 12 tableaux avec des exercises de lecture par P. J. B. Truong Vinh Ky. 4è édition, Revue et corrigée. Saigon: Imp. Rey et Curiol, 1887. (22 p.) [Indosinica4 = http: //aefek.free.fr/iso_album/indosinica4.pdf (tr.2302)]

Alphabet quốc-ngữ en 13 tableaux avec des exercises de lecture par P. J. B. Truong Vinh Ky. 5è édition, Revue et corrigée. Saigon: Imp. Nouvelle, 1895. [Indosinica4 = http: //aefek.free.fr/iso_album/indosinica4.pdf] (tr.2302)]

Apologie de Trương-Lương "Xem / see" *Trương Lưu Hầu phú*

Bài hịch con quạ = Proscription des corbeaux[chép ra chữ Quốc Ngữ dẫn giải cắt nghĩa P.J.B. Trương Vĩnh Ký]. Saigon: Guilland et Martinon, 1883. (7p.) [Bibliothèque Mazarine. BNF] [tài liệu của GS Nguyễn Văn Sâm]

Bất cượng chớ cượng làm chi = Fais ce que doit, advienne que pourra. Saigon: C. Guilland et Martinon, **1882**. (8 p) - (http: //gilbert.tvt.free.fr/ddpk/fais.html) hay(https: //archive.org/details/BatCuong/page/n0)]

Bất cượng chớ cượng làm chi = Fais ce que doit, advienne que pourra. 2è ed. Saigon: C. Guilland et Martinon, **1885**. (8p.) [Indonisica4 = http: //aefek.free.fr/iso_album/indosinica4.pdf, (tr. 2131)]

Bi Nhu Quận Công phương tích lục / do Hoa Xuyên Hầu Nguyễn Gia Cát sọan, Trương Vĩnh Ký khảo lược. [S.l.: Sn, 1897.] Ghi trong Đoàn Khoách. "*Di Cảo Trương Vĩnh Ký." Cước chú số 12,* tr. 370. Ghi những công tích của Bi Nhu (tức Pigneau de Béhaine) trong việc giúp Nguyễn Ánh chống Tây Sơn, trong việc đưa Hoàng tử Cảnh sang Pháp năm 1783, đạo Dụ tặng Bi Nhu tước Quận công, bài văn bia ở mộ chí tại Gia Định năm 1800. (TV Viện NC Hán Nôm, Hà Nội)

Biên tích Đức Thầy Vêrô Pinho Quân-công phò-tá Nguyễn- Ánh là Đức Cao-hoàng phục-quốc... / Jean Baptiste Petrus Trương Vĩnh Ký et Jean-Marie Dépierre. Saigon: 1897. (48 tr.) [OCLC-BNF][Nói về Giám mục Pierre Pigneau de Behaine (Bá Đa Lộc) phò tá Nguyễn Ánh phục quốc.]

*La**Bru*** "Xem / see" *Thơ dạy làm dâu*

"*Bút tích cụ Trương Vĩnh Ký sưu tập tục ngữ ca dao và văn thơ Việt Nam*". Sài Gòn: [knxb,k.năm xb] [76 tr.] [Nội dung: Tên hoa; Thằng Dạn; Đánh nẻ; Nói ngược; Hát đưa con;Chú Hùng; Tư tình; Ông Đùm bà Đẻ; Lấy dao chọc gái; …(số định danh hay số hiệu sách: **929.8 B522)**] [TVKHXH Nam bộ].

Caprice de la fortune "Xem / see" *Thạnh suy bỉ thời phú.*

Catalogue des ouvrages publiés jusqu'à ce jour, [Title page only] (http: //gilbert.tvt.free.fr/ddpk/wa_files/catalogue.jpg) [Nguyễn Văn Trung's Trương Vĩnh Ký, nhà văn hóa. Tp HCM: NXB Hội Nhà Văn, 1993, tr.107-131]

Catalogue des ouvrages publiés jusqu'à ce jour, à l'usage des écoles de la Cochinchine / par P.J.B. Trương-Vĩnh-Ký. Saigon: Guilland et Martinon, 1884. [Indonisica4 = http: //aefek.free.fr/iso_album/indonisica4.pdf(tr.2387)]

Chansons pour l'instruction des enfants "Xem /see" *Huấn mông ca khúc.*

"Chuyến đi Bắc Kỳ năm Ất hợi." [kỳ 1] *Xưa &Nay*, số 56 (10-1998), tr. 26- [XNIndex#1959]

"Chuyến đi Bắc Kỳ năm Ất hợi." [kỳ 2] *Xưa &Nay*, số 57 (11-1998), tr. 26- [XNIndex#2046]

Chuyến đi Bắc-kỳ năm Ất-hợi."Xem / see" **Voyage au Tonkin en 1876**; [traduit en français par Nicolas Trương-Vĩnh-Tống, p. 36-76).

Chuyện đời xưa: lựa nhón lấy những chuyện hay và có ích. In ra lần đầu. Saigon: Bản in nhà nước, **1866.** [Indosinicia 4 =http: //aefek.free.fr/iso_album/indosinica4.pdf (tr.2330)]

Chuyện đời xưa: lựa nhón lấy những chuyện hay và có ích. In ra lần thứ hai. Saigon: Bản in nhà nước, **1873.** [Indosinicia 4 = http: //aefek.free.fr/iso_album/indosinica4.pdf -tr.2330)]

Chuyện đời xưa: lựa nhón lấy những chuyện hay và có ích = Contes Annamites. 3[e]édition. Saigon: Guilland et Martinon, **1883.**[Saigon: Bản in nhà nước, 1873. [Indosinicia 4 =http: //aefek.free.fr/iso_album/indosinica4.pdf(tr.2330)]

Chuyện đời xưa: lựa nhón lấy những chuyện hay và có ích. Nouv. éd. Imprimerie de Quinhon, Annam,, **1914** [TV KHTHSg]

Chuyện đời xưa = Contes plaisants annamites [P.J.B Trương Vĩnh Ký; traduction française par Abel des Michels]. Paris: Ernest Leroux, 1888. [Text in Vietnamese, French and Chinese] (http: //gallica.bnf.fr/ark: /12148/bpt6k692060)

Chuyện đời xưa. [Trương Vĩnh Ký, bản ghi chú của Nguyễn Khai Trí], Saigon: Khai Trí, 1962. web Tủ sách tiếng Việt = https: //tusachtiengviet.com/a680/chuyen-doi-xua]

Chuyện đời xưa của Trương Vĩnh Ký, người giữ lửa cho tiếng miền Nam. Nguyễn Văn Sâm [chú giải]. California: Ananda Viet Foundation, 2017. (172 p.) [tác giả tặng sách cho TV Viện Việt Học]

Chuyện khôi hài = Passe-temps. Paris: C. Guilland et Martinon, 1882. (http: //gilbert.tvt.free.fr/ddpk/passe.html)

Cờ bạc, nha phiến: bằng tiếng thường và văn thơ = Des jeux hasard et de l'opium en prose et en vers. Saigon: Impr. de la mission, **1885**. (82 p.) [Indonisica4, http: //aefek.free.fr/iso_album/indosinica4.pdf (tr.2411)]

Cờ bạc nha phiến: bằng tiếng thường và văn thơ = Des jeux de hasard et de l'opium: en prose et en vers. 3è éd. - Saigon: Impr. de la mission, **1898**. (78 p.) [Indonisica4 = http: //aefek.free.fr/iso_album/indosinica4.pdf(tr.2411]

Cờ bạc nha phiến: bằng tiếng thường và văn thơ = Des jeux de hasard et de l'opium: en prose et en vers. 3ème éd. - Saigon: Impr. de la mission, **1909**. – 66 p. [TV KHTHSg]

Cổ Gia Định phong cảnh vịnh = Saigon d'autrefois: P.J.B, Trương Vĩnh Ký chép ra chữ quốc ngữ và dẫn giải. Saigon: C. Guilland et Martinon,1882. (16 p.) (http: //gilbert.tvt.free.fr/ddpk/autrfois.html)

Comprenant l'histoire des dynasties de Lê et de Nguyễn (cinquième et sixième dynasties de la 3e époque historique), 1428-1875. Saigon: Impr. du gouvernement, 1877 [OCLC-EROMM, Germany]

Conseils d'une mère à sa fille = Thơ mẹ dạy con. [P.J.B, Trương Vĩnh Ký]; traduits par A. Chéon. *Bulletin de la Société des Etudes Indochinoises de Saigon*, 1888, 1er semestre, tr. 18-35: [BNF-Gallica: https: //gallica.bnf.fr/ark: /12148/bpt6k98874h/f2.image]

*Les **Convenances** et les civilités annamites* "Xem / see" ***Phép lịch sự An Nam.***

Correspondance échangée par S. M. l'empereur Đồng Khánh avec Pétrus J. B. Trương Vĩnh Ký, érudit Cochinchinois = Ngự-Tứ Tự-Văn Diễn-Thuật. Lettre de S. M. l' Empereur Đồng-Khánh à Pétrus J.-B. Trương-Vĩnh-Ký (1886)/ Hommage de la Société des Etudes Indochinoises à Sa Majesté Empereur Bảo Đại. [Texte imprimé: textes traduits par M. Nicolas Trương-Vĩnh-Tống et mis en vers français par M. Raphaël Barquissau.] Thuận An?: 1887. (40 p.) [Cornell-HathiTrust Library – KS, WI – Internet Achive = (https: //archive.org/details/NguTuTuVanDienThuat)]

[Correspondance inédite en latin de Petrus Trương Vĩnh-Ký 'à tous mes frères du Collège de Pulau-Penang' – 4 Févier 1859] = Tài liệu trích từ TV Mission Etrangère, Rue du Bac, Paris -- Archives en Latin de Petrus Trương Vĩnh Ký, (23 tr.) (dịch sang tiếng Pháp 14 tr., ghi ngày 4-tháng 2-1859) do bà Christine Nguyễn, cháu cố của học giả Petrus Trương Vĩnh Ký cung cấp. Bản dịch tiếng Pháp (tr.14-23) do Antoine Lauras, dịch, ghi ngày 23-4-1995. Bản dịch tiếng Việt của BS Tiêu Minh Thu. Bản dịch thứ 2 của Winston Phan Đào Nguyên do L.M. Nguyễn Công Đoan, S.J. hiệu đính.]

Cours d'annamite aux élèves européens – explication du Lục Vân Tiên, 1866. [Jean Bouchot. *Petrus J.B. Truong-Vinh-Ky, un savant et un Patriote Cochinchinois.* Saigon, Nguyễn Văn Của, 1927. (p. 104) (Bibliographie des œuvres de Petrus Ky, p. 98-106)]

Cours d'annamite parlé vulgaire = Nam thoại học lệ [chữ Hán]. Saigon: Impr. Nouvelle, 1894. [trích Nguyễn Đình Đầu. *Petrus Ký, Nỗi oan thế kỷ*. Hà Nội: Nhã Nam, NXB Tri Thức, 2017, tr. 55-58.]

Cours d'annamite parlé vulgaire. Saigon: impr. Đức-lưu-phương, 1929. (OCLC- Cornell, Mahattanville College, NY)

Cours de cambodgiens. 1890 [none including BNF]

Cours de caractères chinoise. [s.l.]: Collège des stagiaires, 1875. [Web Sách xưa = http: //sachxua.net/forum/index.php?topic=1883.0]

Cours de Ciampois. 1891 [none including BNF]

Cours de géographie générale de l'Indochine (Bài giảng địa lý tổng quát Đông Dương) [none including BNF]

Cours de langue annamite par P.J.B. Truong-Vinh-Ky, autographié, [Sl., n.d. (1875?)] volume de 199 feuillets. [web: Indonisica4 = http: //aefek.free.fr/iso_album/indonisica4.pdf (tr.2302)]

Cours de langue annamite aux européens, exercices, thèmes et versions.1886 [none including BNF]

Cours de langue birmane. 1891 1886 [none including BNF]

Cours de langue indoustane. 1891 1886 [none including BNF]

Cours de langue laotienne. 1891 1886 [none including BNF]

Cours de langue malaise. 1891 1886 [none including BNF]

Cours de langue mandarine ou de caractères chinois / par M. Petrus Ký. Sài Gòn: College des Stagiaires, [n.d. [http: //aefek.free.fr/iso_album/indonisica4.pdf (tr.2302)- (1875) -- web Sách xưa http: //sachxua.net/forum/index.php?topic=1883.)]

Cours de langue tamoule. 1891 [none including BNF]

Cours de littérature annamite. 1891 [none including BNF]

Cours de littérature chinoise. 1891 [none including BNF]

*Cours de siamois.*1889 [none including BNF]

Cours d'histoire annamite à l'usage des écoles de la Basse-Indochine. 1re ed. Vol.1. Saigon: Impr. du gouvernement, 1875; and 1877. (2 volumes in 1[Indonisica4-(http: //www.han-nom.org/LinhTinh/Cours_d_histoire_annamite.pdf) hay (http: //aejjrsite.free.fr/goodmorning/gm150/gm150_CoursHistoireAnnamitePetrusKy.pdf) [Retyped]

Cours pratique de caractères chinois. Saigon: Collège des Stagiaires, 1875. [OCLC - Cornell]

Cours pratique de langue annamite. Saigon: Imprimerie Impériale, 1868. [http: //aefek.free.fr/iso_album/indosinica4.pdf(tr.2302)] [(http: //gilbert.tvt.free.fr/ddpk/wa_files/cours_20pratique.pdf) hay(http: //dbooks.bodleian.ox.ac.uk/books/PDFs/N11764873.pdf) hay(https: //archive.org/details/CoursPratiqueDeLangueAnnamite)]

Cours pratique de langue annamite. Saigon: Collège des Stagiaires, 1874. [http: //aefek.free.fr/iso_album/indosinica4.pdf(tr.2302)] [tài liệu (giảng văn) Petrus Ký viết tay, (tài liệu của GS Nguyễn Văn Sâm tặng TV Viện Việt Học bản PDF)]

«Croyance sur l'âme et la mort.» *Philosophie positive*, 2ème serie, t. XXVI (janv.-fevr., 1881, pg.128-135. [trích từ Christine Nguyen's thesis, 1995] [https: //gallica.bnf.fr/ark:

/12148/bpt6k77897h/f3.image.r=philosophie%20positive%201881%20croyance%20ame%20 mort]

Đại-học = Grande étude: texte en caractères, avec transcription en quoc-ngu . traduction en bon annamite et analyse raisonnée en langue. Saigon: Impr. de l'Union Nguyễn-Văn-Của, 1925. [OCLC, Yale]

Đại học "Xem / see" *Tứ thơ – Quatre livres classiques en caractères chinois et en annamite*. No. 1: Đại Học Grande Étude

Đại Nam cuốc sử kí diễn ca [Lê Ngô Cát; Phạm Đình Toái Phạm; Petrus J B Trương Vĩnh Ký]. Sài Gòn: Bản in nhà nước, 1875. [Univ. Leiden, The Nertherlands – BNF – Univ. Catholics de L'Ouest – EROMM, Germany – Sưu tập riêng của GS Nguyễn Q.Thắng, ĐH. KHXH & Nhân Văn, Tp HCM, Việt Nam, tặng TV Viện Việt-Học]

Đại Nam tam thập nhứt tỉnh địa đồ. 1889. [*trích Inventaire des livres et manuscrits de JB, Petrus Trương-Vĩnh-Ký* trong sách *Petit Dict. français-annamite*. Reprinted 1937 - pp-10-12,] [none available]

Đại Nam Việt quấc triều "Xem / see" *Sử ký: Đại Nam Việt quấc triều*

Défauts & qualités des filles et des femmes "Xem / see" *Huấn nữ ca*

«Dengue (La)» [Bệnh cúm par Truong-Vinh-Ky,] traduction de A. Chéon. *Bull. Soc. Et. Indo-Chinois [Bulletin de la Société des Etudes Indochinoises]*, 1888, 1ere semestre, pp. 10-11. [BNF Gallica = [https: //gallica.bnf.fr/ark: /12148/bpt6k98874h/f2.imagehttps: //gallica.bnf.fr/ark: /12148/bpt6k98874h/f1.item.r=Bulletin%20de%20la%20Soci%C3%A9t%C3%A9%20des%2 0Etudes%20Indochinoises] hay [Indonisica = http: //aefek.free.fr/iso_album/indonisica4.pdf (tr.2359)]

Devoirs des filles et des femmes "Xem / see" *Nữ tắc*

Des jeux de hasard et de l'opium: en prose et en vers "Xem / see" *Cờ bạc nha phiến*

Dictionnaire français-annamite = Tự vị tiếng Pha Lang Sa giải nghĩa ra tiếng An Nam. Saigon: Imprimerie de Gouvernement, 1878. [trích Nguyễn Đình Đầu. *Petrus Ký, Nỗi oan thế kỷ*. Hà Nội: Nhã Nam, NXB Tri Thức, 2017, tr. 55-58]

Dictionnaire français-annamite, 1877, 1878? "Xem thêm / see also" ***Petit Dictionnaire français-annamite*** (NXB Sài Gòn 1937) [http: //sachviet.edu.vn/threads/dvd-ebook-tu-dien-tra-cuu-cach-su-dung-tu-vung.12433/]

Dingue *(La) [sic] Dengue* "Xem / see" *Mắc cúm từ*. 1884.

«Discours prononcé à l'ouverture du cours de langue annamite et de caractères chinois au collège de Saigon» 1874. [web Sách xưa - OCLC-Cornell]

Dispute de mérite entre les 6 animaux domestiques.1887 "Xem / see" *Lục súc tranh công*.

Dư đồ thuyết lược = Précis de géographie. Saigon: Mission,1887. (116 p.) [Tv KHTHSg - https: //archive.org/details/DuDoThuyetLuoc]

Ecole domestique ou un père et à ses enfants "Xem / see" *Gia huấn ca*

«Ecriture en Annam». *Bulletin de la Société des Etudes Indochinoises de Saigon*, 1888, 1er semestre, tr. 5-9. (https: //gallica.bnf.fr/ark: /12148/bpt6k98874h/f2.image) [Bản dịch Việt ngữ «Chữ viết ở An Nam» - in trong sách: Nguyễn Đình Đầu. *Petrus Ký, Nỗi oan thế kỷ*. Hà Nội: Nhã Nam, NXB Tri Thức, 2017, tr. 210-213]

Évènement de la vie "Xem / See" *Kiếp phong trần.* 1882

Excercices du cours de P. Trương Vĩnh-Ký, chargé du Cours de caractères chinois, commencé le 3 mars 1887 au Collège des Interprètes, in-4, autographié, 265 + 21 p., développement du texte. [Indonisica 2-3, p. 1711]

Fais ce que doit, advienne que pourra "Xem / see" *Bất cượng chớ cượng làm chi*

«Les **fourmis** rouges et les fourmis noires.» *Bulletin du Comité Agricole et Industriel de la Cochinchine*, tome I, 1ere et 2ème serie, no. 4, 1866, pg. 51-52. [BNF = [trích từ Christine Nguyen's thesis, 1995] [Bản dịch Việt ngữ « Kiến vàng và kiến hôi» - in trong sách: Nguyễn Đình Đầu. *Petrus Ký, Nỗi oan thế kỷ*. Hà Nội: Nhã Nam, NXB Tri Thức, 2017, tr. 214-215.]

«Le **Gélidium**: lettre sur le « rau câu.» *Bulletin du Comité Agricole et Industriel de la Cochinchine*, tome I, 1ere et 2eme serie, no.5, 1876, pg.271-272. [BNF] [trích từ Christine Nguyen's thesis, 1995] [Bản dịch Việt ngữ « Rau câu» - in trong sách: Nguyễn Đình Đầu. *Petrus Ký, Nỗi oan thế kỷ*. Hà Nội: Nhã Nam, NXB Tri Thức, 2017, tr. 226-227.]

Généalogie de la famille P. Trương Vĩnh Ký. 1891. (http: //gilbert.tvt.free.fr/ddpk/genealogie.html)

Gia Định Báo «Xem» **Phần III. Thư tịch Tài liệu về Gia Định Báo và Thông Loại Khóa Trình.**

Gia Định phong cảnh vịnh "Xem / see" *Cổ Gia Định phong cảnh vịnh*

Gia Định phong cảnh vịnh "Xem / see" *Kim Gia Định phong cảnh vịnh*

Gia Định thất thủ vịnh [P.J. B, Trương Vĩnh Ký chép ra chữ quốc ngữ và dẫn giải].Saigon: Guilland et Martinon,1882. (https: //ia601301.us.archive.org/15/items/CoGiaDinhPhongCanhVinh/Gia%20Dinh%20that%20thu%20vinh%20-%20P.J.B.%20Truong-Vinh-Ky%20(1882).pdf)

Gia Huấn Ca = École domestique. Un père à ses enfants [P.J.B. Trương Vĩnh Ký chép ra chữ quốc ngữ và dẫn giải]. Saigon: C. Guilland et Martinon, 1883. (44 p.) [Indonisica2-3 = https: //archive.org/details/bibliothecaindos02cord/page/n5), p.2131] [TVKHXH - Bib. Inter-universitaire des Langue Orientales - Société de Géographie]

«Giặc đến nhà đàn bà phải đánh.» Thơ. [do P.J.B Trương Vĩnh Ký chép ra chữ quốc ngữ.] [trích *Văn Đàn Bửu Giám* / Trần Trung Viên sưu tập. Hà Nội: NXB văn Học, 2004, tr. 618-619]

«Graines et bois de teinture.» *Bulletin du Comité Agricole et Industriel de la Cochinchine*, tome I, 1ere et 2eme serie,no. 4, 1875, pg. 227-228. [BNF] [trích từ Christine Nguyen's thesis, 1995] [Bản dịch Việt ngữ «Hạt và gỗ để nhuộm» - in trong sách: Nguyễn Đình Đầu. *Petrus Ký, Nỗi oan thế kỷ*. Hà Nội: Nhã Nam, NXB Tri Thức, 2017, tr. 216-217]

Grammaire de la langue annamite. Saigon, G. Guilland et Martinon, 1883. (304p) [http: //aefek.free.fr/iso_album/indosinica4.pdf (tr.2298) HathiTrust =http: //catalog.hathitrust.org/Record/011820063]

*Grammaire de la langue chinoise.*1891 [none including BNF]

Grammaire française "Xem / see" *Mẹo luật dạy tiếng Pha-lang-sa*, 1872

Grand dictionnaire annamite-français. 1889 [none including BNF]

Guide de conversation birman-français. 1891.[none including BNF]

Guide de conversation cambodgien-français. 1891.[none including BNF]

*Guide de conversation ciampois-français.*1891.[none including BNF]

*Guide de conversation indoustan-français.*1891.[none including BNF]

Guide de conversation laotien-français. 1891.[none including BNF]

*Guide de conversation malais-français.*1891.[none including BNF]

*Guide de conversation siamois-français.*1891.[none including BNF]

*Guide de conversation tamoul-français.*1891.[none including BNF]

Guide de la conversation annamite = Sách tập nói chuyện tiếng Annam và tiếng Phangsa. Saigon: C. Guilland et Martinon, **1882.** [http: //aefek.free.fr/iso_album/indosinica4.pdf(tr.2294)]

*Guide de la conversation annamite = Sách tập nói chuyện tiếng Annam và tiếng Phangsa.***In lần thứ 2**. Saigon: C. Guilland et Martinon,**1885.**[Indonisica4= http: //aefek.free.fr/iso_album/indosinica4.pdf (tr.2295);OCLC, Leiden Univ, Netherlands, Cornell/Microform – HathiTrust/US access only, Birmingham Univ. England, University of London, School of Oriental and African Studies] hay [https: //archive.org/details/SachTapNoiChuyenTiengAnnamVaTiengLangsa]

Hàn nho phong vị phú "Xem / see" *Học trò khó phú*

Học trò khó phú = Un lettré pauvre [P.J.B. Trương Vĩnh Ký chép ra chữ quốc ngữ và dẫn giải]. Saigon: C. Guilland et Martinon, 1883. (https: //archive.org/details/HocTroKhoPhu)

Học trò khó phú "Xem thêm / see also" *Phú bần truyện diễn ca*

Huấn mông ca khúc: sách dạy trẻ nhỏ học chữ nhu = Chansons pour l'instruction des enfants. Âm ra chữ quốc ngữ, giải nghĩa tiếng Annam, tiếng Phangsa. Saigon: Impr. de la Mission, 1884. (47 p.) [Indonisica 4, tr. 2406; web Sách xưa = http: //sachxua.net/forum/index.php?topic=1883.0] [BNF - Bib. Inter-universitaire des Langue Orientales - Société de Géographie – Ohio Univ.]

Huấn nữ ca = Défauts & qualités des filles et des femmes [của Đặng Huình Trung làm; P. J. B. Trương Vĩnh Ký chép ra chữ quốc ngữ và dẫn giải]. Saigon: C. Guilland et Martinon, 1882. (36 p.) (http: //gilbert.tvt.free.fr/ddpk/wa_files/defauts.pdf)

«Institution et mœurs annamite.» *Philosophie positive*, 2ème serie, t. XXIII (nov.-dec., 1879, pg. 401-413 [https: //gallica.bnf.fr/ark: /12148/bpt6k77894g/f3.image]; (continued) t. XXIV (jan-fevr., 1880); pg. 117-127; (continued) (mars-avril, 1880), pg.256-272 https: //gallica.bnf.fr/ark: /12148/bpt6k77895t/f3.image] t. XXV (juil.-Aout, 1880), pg.103-117 = [https: //gallica.bnf.fr/ark: /12148/bpt6k778965/f3.image] [BNF=Gallica] [trích từ Christine Nguyen's thesis, 1995] – [dịch ra Việt ngữ «Phong tục tập quán của người An Nam » trong sách Nguyễn Đình Đầu. *Petrus Ký, Nỗi oan thế kỷ.* Hà Nội: Nhã Nam, NXB Tri Thức, 2017, tr. 197-205]

*L'**Invariable** milieu, transcrit en caractères latin et traduit en annamite vulgaire* par M. Petrus K ý. Saigon; College de Stagiaires, 1875. (autographié, 205 p.) "Xem thêm / see also": Trung dong … [Indonisica 2-3, p.2129]

*«**Inventaire** des livres et manuscrits de J.B. Petrus Trương-Vĩnh-Ký.»* [trích trang 10-12 sách *Petit dictionnaire français-annamite* / par J.B.P. Trương Vĩnh Ký; re-édité par J. Nguyễn Hữu Nhiêu. Saigon: Imp. Ardan, 1937]

Jeux et opium "Xem / see" *Cờ bạc nha phiến.* 1885 "Xem thêm / see also" Phong hóa điều hành: cờ bạc nha phiến = Morales en actions.

«Le **Journal** de Petrus Ky (1837-1898)" [translated by Paul Schneider in *Question coloniale et écriture*: Actes du colloque organisé par RIASEM, Nice, Mai 5, 1944; Les Carnets de l'exotisme, no. 14, 2e semester (1944); les Etudes Asémistes no. 1, p.115-118.

Khải Mông Trình Dẫn (啟蒙呈引). Tài liệu chữ Hán-Nôm của Trương Vĩnh Ký, có tại Thư Viện Viện Nghiên Cứu Hán Nôm, Hà Nội, Việt Nam, trong hồ sơ Di Sản Hán Nôm số 1817, baogồm: *Lại Trị Tân Biên*(吏治新編覆咨公文), *Phúc Tư Công văn* (覆咨公文), *Văn Hành Lược Thuật*(文衡略述),*Khải Mông Trình Dẫn*(啟蒙呈引), *Sĩ Viện Gia Thảo* (士院家草) [Theo GS Đoàn Khoách: sách này in năm 1891, là sách dạy trẻ học chữ Hán, gồm cách đọc và cách làm văn.]

Kiếp phong trần = Évènements de la vie / P.J.B Trương Vĩnh Ký.1882 [web: Dòng Việt – Nam Kỳ Lục Tỉnh = http: //www.namkyluctinh.com/eBooks/Tap%20Chi/Dong%20Viet/Dong%20Viet%20so%2019.pdf; Web: Truyen.com và kilopad.com = http: //lmvn.com/truyen/?func=viewpost&id=dNXJBJKlzasMiuzOWbKonzVxIGpVZa3n hay http: //kilopad.com/Tieu-thuyet-truyen-ngan-c197/doc-sach-truc-tuyen-kiep-phong-tran-b9183/chuong-1-t169094 -- [trích Nguyễn Đình Đầu. Petrus Ký, Nỗi oan thế kỷ. Hà Nội: Nhã Nam, NXB Tri Thức, 2017, tr. 55-58]

Kim Gia Định phong cảnh vịnh = Saigon d'aujourd'hui. Saigon: Guilland et Martinon, 1882. (11 p.) (http: //gilbert.tvt.free.fr/ddpk)

Kim Vân Kiều «Xem/see» Poème Kim-Vân-Kiều Truyện

Ký ức lịch sử Sài Gòn và vùng phụ cận "Xem / see" Souvenir historique de Saigon et de ses environs.

Lại Trị Tân Biên (吏治新編覆咨公文).Tài liệu chữ Hán-Nôm của Trương Vĩnh Ký, có tại Thư Viện Viện Hán Nôm, Hà Nội, Việt Nam, trong hồ sơ Di Sản Hán Nôm số 1817, bao gồm: ***Lại Trị Tân Biên*** **(吏治新編覆咨公文),** ***Phúc Tư Công văn*** **(覆咨公文),** ***Văn Hành Lược Thuật*** **(文衡略述),** ***Khải Mông Trình Dẫn*** 啟蒙呈引,và***Sĩ Viện Gia Thảo*** **(士院家草)** [Theo GS Đoàn Khoách, sách này in năm 1889, là những quy tắc và lề lối làm việc quy định cho giới quan lại trong khi giải quyết các vấn đề nội trị, cùng một số nội văn kiện hành chính như tấu, sớ, dụ, từ, trát, cáo thị, v.v..]

Lettre de S. M. l'Empereur Đồng-Khánh à Petrus J.-B. Trương-Vĩnh-Ký"Xem / see"*Correspondance échangée par S. M. l'empereur Đồng Khánh avec Pétrus J. B. Trương Vĩnh Ký, érudit cochinchinois = Ngự-Tứ Tự-Văn Diễn-Thuật.* «Lettre de Petrus Ky sur les bambous et rotains de Cochinchine.» *Bulletin du Comité Agricole et Industriel de la Cochinchine*, tome I, 1ère et 2ème serie, no.2, 1873, pg. 106-109. [BNF] [trích từ Christine Nguyen's thesis, 1995] [Bản dịch Việt ngữ «Các loại tre và mây ở Nam Kỳ» - in trong sách: Nguyễn Đình Đầu. *Petrus Ký, Nỗi oan thế kỷ*. Hà Nội: Nhã Nam, NXB Tri Thức, 2017, tr. 218-221.]

Lettré pauvre (Un) «Xem / see» Học trò khó phú."

Lettres de Truong-vinh-Ky sur la naturalisation, Saigon 12 Octobre 1881" *L'Avenir du Tonkin,* No. 1077: p. 3 (12 Octobre 1898.) [trích từ Christine Nguyen's thesis, 1995, p.93, citation 70: trong bài này Petrus Ký giải thích cho Ông [Jules] Blasncsubé, Député de la Cochinchine, Ông Romanel de Caillaud rõ lý do tại sao ông không muốn nhập quốc tịch Pháp"] [OCLC (microfilm): Cornell…]

"Lettres relatives de la question de la naturalisation» Saigon: [s.n.], 1881. (28 tr.) với ghi chú nhan đề của Thư viện Viện Thông Tin Khoa Học Xã Hội, Hà Nội [TVKHXH = ký hiệu kho OCTO 011541] [Đây là những lá thư viết tay và có chữ ký của tác giả Trương Vĩnh Ký, gửi cho: 1- Ông Blancsubé đề ngày 12 Octobre 1881 như bức thư được báo L'Avenir du Tonkin, số 1077, tr.3 (12 Octobre 1898) đăng tải. 2. Thư gửi cho Romanet du Caillaud. 3.Lá thư đề tháng 8, 1888 không thấy tên người nhận, chỉ có"Mon cher ami", 4. Lá thư gửi cho 山西 (Sơn Tây). 5. Lá thư viết bằng chữ Latin gửi cho Ông Chavanne.]

Livres élémentaires de 3000 caractères usuels. 1887 "Xem / see" Tam tự kinh

Lục súc = Les six animaux domestiques. Saigon: Impr. de la mission, 1887. (https: //archive.org/details/LucSuc)

Lục súc tranh công = Dispute de mérite entre les six animaux domestiques. Saigon: Impr. de la mission, 1887, (43 tr.) [trích Christine Nguyen's thesis, 1995.] [TVKHXH – BNF – Société de Géographie]

Lục súc tranh công"Xem / see" *Querelle des six animaux sur leurs mérites respectifs*, traduction française avec préface et commentaires, par P. Midan, des "Lục súc tranh công", poème transcrit du sino-annamite en quốc-ngữ et annoté par Petrus Trương Vĩnh-Ký. "Xem thêm / See also" Dispute de mérite entre les 6 animauxdomestiques 1889.

Lục Vân Tiên truyện = Poèmes populaires annamites[**v.1**] / transcrits en quốc ngữ, précédés d'un résumé analytique du sujet de chacun par P. J. B. Trương Vĩnh Ký. Saigon: Imprimerie Aug. Bock, **1889**. ***[Vol. 1, Lục Vân Tiên; vol. 2, Phan Trần truyện; vol. 3, Kim, Vân, Kiều***

***truyện**.]* [BNF - also: Saigon: Tân Việt, 1956 (Arizona State Univ., Tempe) – *Poèmes populaires annamites*. Saigon: Claude & Cie, 1897]

Lục Vân Tiên truyện. In lần thứ 4, coi lại sửa chữa thêm chú giải chỗ khó và truyện tích nữa = *Poèmes populaires annamites* [v.1] / transcrits en quốc ngữ, précédés d'un résumé analytique du sujet de chacun. 4e edition revue, corrigée et augmentée de notes explicatives et historiques par P. J. B. Trương Vĩnh Ký. Saigon: Claude & Cie Imp. éditeurs, **1897**. [Indonisica4 = http: //aefek.free.fr/iso_album/indonisica4.pdf (tr.2357)]

Maître et élève sur la grammaire française. 1883 "Xem / see" *Thầy trò về luật mẹo tiếng Phalangsa.*

Mắc bệnh cúm từ = La dingue [sic] / P.J.B. Trương Vĩnh Ký dịch ra chữ quốc ngữ có chú giải. Saigon: Impprimerie de la Mission, 1885. [3 p.] [OCLC = BNF, EROMM]Mắc cúm từ"Xem / see" = Vers sur la dengueMạnh thượng tập chí. (797 p.) [trích từ sách của Jean Bouchot. Petrus J.B. Truong-Vinh-Ky, un savant et un patriote cochinchinois. Saigon, Nguyễn Văn Của, 1927. (p. 100) (Bibliographie des œuvres de Petrus Ky, p. 98-106)][None including BNF]

Manuel des écoles primaires ou simple notion sur les sciences à l'usages des jeunes élèves des écoles de l'administration de la Basse-cochinchine. 1ere volume: ***1. Syllabaire quốc ngữ. 2. Histoire Annam. 3. Histoire chinoise***. Saigon: Imprimerie du gouvernement, **1876**. (https: //ia801303.us.archive.org/5/items/ManuelDescolesPrimairesOuSimplesNotnsSurLesSciences/ Manuel%20des%20%C3%A9coles%20primaires,%20ou%20simples%20notions%20sur%20les%20sciences%20-%20P.-J.-B.%20Truong-Vinh-Ky%20(1876).pdf)

Manuel des écoles primaires ou simple notion sur les sciences à l' usages des jeunnes élèves des écoles de l'administraion de la Basse-cochinchine. 1ère volume: 1. Syllabaire quốc ngữ. 2. Histoire Annam. 3. Histoire chinoise. Saigon: Imprimerie du gouvernement, **1877**. (http: //gallica.bnf.fr/ark: /12148/bpt6k54603724/f1.planchecontact.r=cochinchine.langPT)

Mẹo luật dạy học tiếng Pha-lang-sa: tóm lại vắn tắt để dạy học trò mới nhập trường. In ra lần thứ 2. Saigon: Bản in nhà nước, **1869**. (55 p,) [http: //aefek.free.fr/iso_album/indosinica4.pdf(tr.2298)]

Mẹo luật dạy học tiếng Pha-lang-sa: tóm lại vắn tắt để dạy học trò mới nhập trường cứ hối động các quan coi lại. Paris: Challamel aine, **1872**. (56p.) [http: //aefek.free.fr/iso_album/indosinica4.pdf (tr.2298)(http: //gilbert.tvt.free.fr/ddpk/wa_files/meo_20luat.pdf)]

Minh Tâm Bửu Giám – Le précieux miroir du cœur. Livre II. Texte en caractères, traduit et annoté en Annamite par P.J.B. Trương-Vĩnh-Ký. Saigon: Imp. Rey, Curiol, 1891-1893 (2 v.) [Indonisica4 = http: //aefek.free.fr/iso_album/indosinica4.pdf (tr.2330)] [web: Nhat.book.com - 2 vols. -no date of publication. https: //nhatbook.com/?s=minh+t%C3%A2m+b%E1%BB%ADu+gi%C3%A1m]

Minh Tâm Bửu Giám = Le précieux miroir du cœur. Livre II. Texte en caractères, traduit et annoté en Annamite par P.J.B. Trương-Vĩnh-Ký. Saigon: Imp. De l'Union Nguyễn-Văn-Của, 1924. [Web: Tủ sách tiếng Việt = vol. 2 only: http: //www.tusachtiengviet.com/images/file/E_BnapVM0wgQAKtb/minh-tam-buu-giam.pdf]

Miscellanées ou lectures instructives pour les élèves des écoles primaires = "Xem / see" Thông Loại Khóa Trình [Phần III. Báo chí]

Modèles de pièces officielles et administratives, 1891. [none including BNF]

Morale en actions = *Phong hóa điều hành* = In lần thứ ba. Saigon: Imprimerie de la mission à Tân Định, **1881**. (90 p) [Indonisica 2-3, tr.1898)

Morale en actions = *Phong hóa điều hành: cờ bạc nha phiến* / In lần thứ bốn. Saigon: Imprimerie de la mission à Tân Định, **1898**. (85 p.) (http: //gallica.bnf.fr/ark: /12148/bpt6k5679813j)

Ngư Tiều Trường Điệu = *Pêcheur et Bûcheron*. [Nguyên tác bằng chữ Nôm, khuyết danh, do P.J.B Trương Vĩnh Ký chép ra chữ Quốc ngữ dẫn giải, và cắt nghĩa chỗ mắt]. Saigon: Impr. de la Mission, 1885. [TVKHXH - BNF] – [Web: Sách Xưa – web Thivien.net = http: //www.thivien.net/Tr%C6%B0%C6%A1ng-V%C4%A9nh-K%C3%BD/Ng%C6%B0-ti%E1%BB%81u-tr%C6%B0%E1%BB%9Dng-%C4%91i%E1%BB%87u/poem-Lgke2ZZEuHBZ31dI0jH98w [trích Văn Đàn Bửu Giám / Trần Trung Viên sưu tập. Hà Nội: NXB Văn Học, 2004, tr. 618-619.]

Ngự-Tứ Tự-Văn Diễn-Thuật. Lettre de S. M. l' Empereur Đồng-Khánh à Petrus J.-B. Trương-Vĩnh-Ký"Xem / see" *Correspondance échangé par S. M. l'empereur Đồng Khánh avec Petrus J. B. Trương Vĩnh Ký, érudit cochinchinois*.

Nhật ký, công văn, phúc từ năm Kỷ Tỵ (1869). [không nơi, năm xb] [TVKHXH] [«Xem / see» *Phúc tư công văn*=覆咨公文.]

«Note sur les Diverses espèces de bâteaux annamites.» *Bulletin du Comité Agricole et Industriel de la Cochinchine*, tome I, 1ere et 2eme serie, no. 4, 1875, pg. 222-226, [BNF=Gallica] [trích từ Christine Nguyen's thesis, 1995] [bản dịch sang tiếng Việt in trong sách: Nguyễn Đình Đầu. *Petrus Ký, Nỗi oan thế kỷ*. Hanoi: Nhã Nam, NXB Tri Thức, 2017, tr. 222-225]

«Notice sur le Royaume de Khmer ou de Kambodje.» *Bulletin de la Société de Géographie*, juillet-dec., 1863, pg.326-332. [trích từ Christine Nguyen's thesis, 1995] [BNF=Gallica] [bản dịch sang tiếng Việt in trong sách: Nguyễn Đình Đầu. *Petrus Ký, Nỗi oan thế kỷ*. Hà Nội: Nhã Nam, NXB Tri Thức, 2017, tr. 206-209.]

Nữ tắc = *Devoirs des filles et des femmes*. Saigon: C. Guilland et Martinon, 1882.(27 p.) [Indonisica4 = http: //aefek.free.fr/iso_album/indosinica4.pdf, (p.2729)]

Nữ tắc = *Devoirs des filles et des femmes* [P.J.B, Trương Vĩnh Ký chép ra chữ quốc ngữ và dẫn giải]. Saigon: F.Schneider, 1911. (25 p.) (http: //gilbert.tvt.free.fr/ddpk/devoirs.html)

«Oraison funèbre Cochinchinoise: prononcé par le genéral Nguyễn Phước dans un repas anniversaire fait en l'honneur des soldats tués dans une expédition qu'il dirigeait en personne.» *Revue Orientale et Américaine*, t. I, no. 55; reprintedParis: Challamel, éd., 1865, pg. 157-161. [trích từ Christine Nguyen's thesis, 1995] [BNF]

Passe-temps "Xem / see" *Chuyện khôi hài*

Petit cours de géographie de la Basse-Cochinchine. Saigon: Impr. Du gouvernement, **1875** (51p) (http: //gallica.bnf.fr/ark: /12148/bpt6k58365329)

Petit cours de géographie de la Basse-Cochinchine "Xem thêm / See also"*Tiểu giáo trình địa lý Xứ Nam Kỳ*

Petit dictionnaire français-annamite. [Saigon: impr de la Mission à Tân Định, **1884**]. (https: //ia902606.us.archive.org/12/items/bub_gb_2kg0AQAAMAAJ/bub_gb_2kg0AQAAMAAJ.pdf)

Petit dictionnaire français-annamite. Nouvelle édition ornée du portrait de l'auteur. Illustré de 1250 de gravures extraites du Petit Larousse illustré. Saigon: F.H. Schneider, **1911**. [http: //aefek.free.fr/iso_album/indosinica4.pdf]

Petit dictionnaire français-annamite / par J.B.P. Trương Vĩnh Ký; re-édité par J. Nguyễn Hữu Nhiêu. Saigon: Imp. Ardan**, 1937**) [eDVD http: //sachviet.edu.vn/threads/dvd-ebook-tu-dien-tra-cuu-cach-su-dung-tu-vung.12433/] [Publications List of P.Ky-p. 10-12]

Phan Trần truyện =Poèmes populaires annamites [v.2] / transcrit en quốc ngữ, précédés d'un résumé analytique du sujet de chacun par P. J. B. Trương Vĩnh Ký. Saigon: Imprimerie Aug. Bock, **1889**. [Vol. 1, Lục Vân Tiên; **vol. 2, Phan Trần truyện**; vol. 3, Kim, Vân, Kiêù truyện.] [BNF – also pub.: Saigon: Tân Việt, 1956 (AZ State Univ. Tempe) – *Poèmes populaires annamites*. Saigon: Claude & Cie, 1897.

Phép đánh vần tiếng Langsa. Saigon: Guilland et Martinon, 1885. [TV KHXH]

Phép lịch sự Annam = Les Convenances et les civilités annamites. Saigon: G. Guilland et Martinon, 1883. [TVKHXH - OCLC: Cornell, Univ. Hawaii, Manoa; BNF; Bibliothèque inter-universitaire de la Sorbonne, Université de Poitiers - Bib.Inter-universitaire des Langues Orientales - Société de Géographie.] [https: //books.google.com/books/about/Ph%C3%A9p_lich_du_Annam_Les_convenances_et_l.html?id=qnriZwEACAAJ]

Phép văn thi Annam. 1886 [none including BNF]

Phong hóa điều hành «Xem / see» *Morale en actions = Phong hóa điều hành: cờ bạc nha phiến* / In lần thứ bốn. Saigon: Imprimerie de la mission à Tân Định, **1898**. (85 p.) (http: //gallica.bnf.fr/ark: /12148/bpt6k5679813j)

Phú bần truyện diễn ca = Riche et pauvre. Saigon: C. Guilland et Martinon, 1885 (24p.) [Jean Bouchot. *Petrus J.B. Truong-Vinh-Ky, un savant et un patriote cochinchinois.* Saigon, Nguyễn Văn Của, 1927. (p. 103) (Bibliographie des œuvres de Petrus Ky, p. 98-106)]

Phú bần truyện diễn ca «Xem thêm / see also» *Học trò phó phú*

Phúc tư công văn =覆咨公文. Tài liệu chữ Hán-Nôm của Trương Vĩnh Ký, có tại Thư Viện Hán Nôm, Hà Nội, Việt Nam, trong hồ sơ Di Sản Hán Nôm số 1817 có nhan đề Lại Trị Tân Biên (吏治新編覆咨公文) bao gồm: ***Lại Trị Tân Biên*** (吏治新編覆咨公文)*,* ***Phúc Tư Công văn*** **(**覆咨公文**)** và***Văn Hành Lược Thuật*** **(**文衡略述**),** ***Khải Mông Trình Dẫn*** 啟蒙呈引**,** ***Sĩ***

Viện Gia Thảo (士院家草) [Theo GS Đoàn Khoách thì tài liệu này có tên: *Kỷ Tị Niên Chính Nguyệt Phúc Tư Công Văn Nhật Ký*, sách viết. Trương Vĩnh Ký soạn năm 1868 và 1869 gồm năm bài biểu với nội dung như vấn đề phiên dịch chữ Pháp và chữ Việt, xin đặt nội quy nhà trường, xin cấp học bổng cho bốn học sinh…]

Poème Kim-Vân-Kiều truyện / transcrit pour la première fois en quốc ngữ avec les notes explicatives, et précédé d'un résumé succinct du sujet en prose par P.J.B. Trương Vĩnh Ký. Saigon: bản in nhà nước, **1875**. [http: //www.han-nom.org/VanBanHanNom/POEME%20KIM%20VAN%20KIEU_Petrus%20Ky.pdf]

Poème Kim-Vân-Kiều truyện / transcrit pour la première fois en quốc ngữ avec les notes explicatives, et précédé d'un résumé succinct du sujet an prose par P.J.B,Trương Vĩnh Ký, revu, corrigé et augmenté, 2e edition. Saigon: Claude et Cie,**1898**. [Indonisica4 = http: //aefek.free.fr/iso_album/indosinica4.pdf]

Poème Kim-Vân-Kiều truyện / transcrit pour la première fois en quốc ngữ avec les notes explicatives, et précédé d'un résumé succinct du sujet en prose par P.J.B, Trương Vĩnh Ký, revu, corrigé, augmenté et illustré; illustrations de Nguyễn Hữu Nhiêu. 3e ed. Saigon: F. H. Schneider, 1911. [(https: //ia801307.us.archive.org/21/items/PoemeKimVanKieuTruyen1911/227362511-Poeme-Kim-Van-Kieu-1911.pdf) [hình minh họa đặc trưng Nam Kỳ, TK 19]

Poèmes populaires n°1 1889. "Xem / see" *Lục Vân Tiên truyện* = Poèmes populaires annamites [v.1]

Poèmes populaires n°2 1889. «Xem / see» *Phan Trần truyện*: Poèmes populaires annamites [v.2]

Poèmes populaires n°3 1889 «Xem / see» *Poème Kim-Vân-Kiều truyện*: Poèmes populaires annamites, 1875; 1889; 1911.

Précis de géographie "Xem / see" *Dư đồ thuyết lược*

Programme général des écoles annamites. 1891. [none including BNF]

Proscription des corbeaux "Xem / see" *Bài hịch con quạ*

*Les **Quatre** livres classiques en caractères chinois et annamites.* 1889 = "Xem / see" *Tứ thơ*.

Quelques contes populaires annamites, traduits pour la première fois et explication d'un vers du roman chinois par Abel des Michels [excerpt from Chuyện đời xưa written by Trương Vĩnh Ký]. [S.l., 1886?] – Cornell – Online: Hathitrust.org = https: //babel.hathitrust.org/cgi/pt?id=coo.31924023260601;view=1up;seq=7

Querelle des six animaux sur leurs mérites respectifs, traduction française avec préface et commentaires, par P. Midan, des **"Lục súc tranh công",** poème transcrit du sino-annamite en quốc-ngữ et annoté par Petrus Trương Vĩnh Ký. Saigon: Impr. De l'Union Nguyen-Van-Cua, 1933. (p. 11-36). [BNF ed. 1887]

Répertoire pour les nouveaux étudiants "Xem / see" *Sơ học vấn tân quốc ngữ diễn ca*

Résumé sommaire de la chronologie, de l'histoire et de productions de l'Annam. 1887

Retraite et apothéose de Trương-Lương "Xem / see" *Trương Lương tùng xích tòng tử du phú*

Sách dạy chữ quốc ngữ [LV Đặng list]

Sách dạy chữ nho [LV Đặng list]

Sách mẹo Annam = Abrégé de grammaire annamite. [P.J.B Trương Vĩnh Ký, revue

et corrigée]. 3e ed. Saigon: Imprimerie de I'Union, 1924. [http: //gilbert.tvt.free.fr/ddpk/wa_files/abrege.pdf]

Sách tập nói chuyện tiếng annam và tiếng phangsa "Xem / see" *Guide de la conversation annamite*

Saigon d'aujourd'hui "Xem / see" *Kim Gia Định phong cảnh vịnh*

Saigon d'autrefois "Xem / see" *Cổ Gia Định phong cảnh vịnh*

Sáu tháng biện lý quấc sự ở Huế = "Xem / see" *Trương Vĩnh Ký Hàn Uyển Lục* (Sáu tháng biện lý quấc sự ở Huế = Six mois de vie politique avec Paul Bert à Huế)

Sĩ viện gia thảo, 1891? [Viện Nghiên Cứu Hán Nôm (Hà Nội, Việt Nam) ="Trương Vĩnh Ký trong quá trình tái cấu trúc xã hội ở Việt Nam nửa sau thế kỷ XIX [Bài viết của Cao Tự Thanh có cước chú (footnote) số 12 ghi: «Sĩ viện gia thảo» là thủ bút của Petrus Ký, hiện tàng trữ tại Viện NC Hán Nôm, Hanoi (50 tr.) web Trục NhậtPhi: https: //trucnhatphi.wordpress.com/2008/12/01/tr%C6%B0%C6%A1ng-vinh-ky-trong-qua-trinh-tai-c%E1%BA%A5u-truc-xa-h%E1%BB%99i-%E1%BB%9F-vi%E1%BB%87t-nam-n%E1%BB%ADa-sau-th%E1%BA%BF-k%E1%BB%B7-xix/] - **Tài liệu chữ Hán-Nôm của Trương Vĩnh Ký**, có tại Thư Viện Viện Hán Nôm, Hà Nội, Việt Nam, trong hồ sơ Di Sản Hán Nôm số 1817, bao gồm: **Lại Trị Tân Biên, Phúc Tư Công văn (覆咨公文), Văn Hành Lược Thuật (文衡略述), *Khải Mông Trình Dẫn*** 啟蒙呈引,**Sĩ Viện Gia Thảo (**士院家草**)** [Theo GS Đoàn Khoách: sách này in năm 1889, gồm thơ văn của tác giả, bài ca về địa lý Việt Nam, thơ họa đáp với bạn, thơ xã giao với Tổng Đốc Hà Ninh, với Kinh Lược xứ Bắc Kỳ, khải gởi cho các bạn nhà văn nói việc dịch sách để làm bộ Thông Loại Khóa Trình, thơ Nôm đề tập Như Tây Nhật Trình.]

*Les **Six** animaux domestiques* "Xem / see" *Lục súc*

Six mois de vie politique avec Paul Bert à Huế "Xem / see" *Trương Vĩnh Ký Hàn Uyển Lục* (*Sáu tháng biện lý quấc sự ở Huế = Six mois de vie politique avec Paul Bert à Huế*)

Sơ học vấn tân quốc ngữ diễn ca = Répertoire pour les nouveaux étudiants. [P. J. B. Trương Vĩnh Ký chép ra chữ quốc ngữ và dẫn giải]. Saigon: C. Guilland et Martinon, 1884. [Web: Internet Archive = (https: //ia801607.us.archive.org/21/items/SoHocVanTanQuocNguDienCa/repertoire.pdf) (36 p.) http: //aefek.free.fr/iso_album/indosinica4.pdf (tr.2302)]

Sơ học vấn thân = Tam tự kinh: Hiếu kinh / P J B Truong Vinh Ky. Saigon: n.pub.,1884 = Les nouveaux étudiants -- Huân-Mông nhứt tự khúc -- Huân-Mông nhứt tự khúc quyển hạ -- Le livre de la Piété Filliale -- Cours gradué langue Chinoise Écrite. [LC Microfiche] [https: //catalog.loc.gov/vwebv/holdingsInfo?searchId=21666&recCount=25&recPointer=0&bibId=15521359]

Souvenir historique de Saigon et de ses environs: conférence faites aux Collège des Interprètes. Saigon: Impr. Coloniale, 1885. (30 p.) (http: //gallica.bnf.fr/ark: /12148/bpt6k57906148) -- 2nd website: (http: //gilbert.tvt.free.fr/ddpk/souvenir.html)] [dịch ra Việt ngữ: «Việc xây dựng thành cũ Sàigon» trong *Ký ức lịch sử Sài Gòn và vùng phụ cận* – trong sách Nguyễn Đình Đầu. *Petrus Ký, Nỗi oan thế kỷ*. Hà Nội: NXB Tri Thức, 2017, tr.171-189.]

Souvenir historique de Saigon et de ses environs: conférence faite au Collège des Interprètes par M. P. Trương Vĩnh Ký. *Excursions et Reconnaissances*, No. 3, mai et juin, 1885, p. 5-32. [Indosinica 2-3, p.704]

Sử ký Đại Nam Việt quấc triều. In lần 2. Saigon: Imprimerie de la Mission, **1885.**[OCLC – Massachussets, Hathi Trust Library] [https: //sites.google.com/site/sachsuvietnam/su-ky-dai-nam-1903]

Sử ký Đại Nam Việt quốc triều. In lần 2. Saigon: Imprimerie de la Mission, **1903**. [OCLC – Massachussets, Hathi Trust Library] (https: //catalog.hathitrust.org/Record/100369256)

Tam thiên tự giải âm tự học toát yếu – Livres élémentaires de 3000 caractères usuels, avec traduction en annamite vulgaire, transcrit en Quốc ngữ et traduit en francaise par P.J.B. Trương Vĩnh Ký. Saigon: Rey et Curiol, 1887, (71 p.) http: //aefek.free.fr/iso_album/indosinica4.pdf (tr.2302) [trích Nguyễn Đình Đầu. Petrus Ký, Nỗi oan thế kỷ. Hà Nội: Nhã Nam, NXB Tri Thức, 2017, tr. 55-58] [Musée Natl. Arts Asiatiques-Guimet - Bib. Interuniversitaire des Langue Orientales - Univ.Southern California]

Tam tự kinh quốc ngữ diễn ca = Le Tam tu kinh. [Vương Bá Hậu; P. J. B. Trương Vĩnh Ký, éditeur scientifique]. Saigon: no pub., 1884 [OCLC - BNF]

Tam tự kinh quốc ngữ diễn ca. [transcrit et traduit en prose et en vers annamites [par] P.J.B. Trương Vĩnh Ký].Sài Gòn: Impr. C. Guilland et Martinon, 1884.(47 p.) [BNF - Bib. Interuniversitaire des . Langue Orientales – Soc. Géographie]

Thạnh suy bỉ thời phú = Caprice de la fortune. Saigon: Guilland et Martinon, 1883 [OCLC - web Sách xưa = http: //sachxua.net/forum/t/truong-vinh-ky-1883/; BNF - https: //books.google.com/books/about/Th%E1%BA%A1nh_suy_b%E1%BB%89_th%E1%BB%9Bi_ph%C3%BA.html?id=oK-1jwEACAAJ] [TVKHXH – BNF – Ecole française d'Extrême-Orient - Bib. Interuniversitaire des Langue Orientales – Société Géographie]

Thầy trò về luật mẹo léo lắt tiếng Phalangsa = Maître et élève sur la grammaire de langue française, 2e édition. In lần thứ 2. Saigon: C. Guilland et Martinon, 1883.(23p) -- http: //www.sudoc.fr/105695661] – [Indonisica 4 http: //aefek.free.fr/iso_album/indosinica4.pdf(tr.2298)] [TVKHXH – Bib. nteruniversitaire des Langue Orientales – Société de Géographie]

Thơ dạy làm dâu = La bru [P.J.B, Trương Vĩnh Ký chép ra chữ quốc ngữ và dẫn giải]. Saigon: C. Guilland et Martinon,1882. (13 p.) [Indonisica4 = p. 2129 http: //gilbert.tvt.free.fr/ddpk/wa_files/la_20bru.pdf]

Thơ mẹ dạy con = Conseils d'une mère à sa fille "Xem / see" *Conseils d'une mère à sa fille*

Thông Loại Khóa Trình «Xem» **Phần III.Tài liệu về Gia Định Báo và Thông Loại Khóa Trình**

Tiểu giáo trình địa lý Xứ Nam Kỳ = Petit cours géographie de la Basse-Cochinchin. / Trương Vĩnh Ký, Nguyễn Đình Đầu, dịch. Ấn bản 1885; in lần thứ ba. Tp. Hồ Chí Minh: NXB Trẻ, 1997. (101 tr.)

Trung-Dong = Juste et invariable milieu: texte en caractères, avec transcription en Quốc-Ngữ [Zisi; P J B Vĩnh Ký Trương]. Saigon: Rey & Curiol, 1889.[Cornell, Yale] https: //www.scribd.com/document/350940737/1889-T%E1%BB%A9-Th%C6%B0-Trung-Dung-Tr%C6%B0%C6%A1ng-V%C4%A9nh-K%C3%BD

Trung Dong «Xem / see» ***Tứ thơ*** **= No. 2: *Trung Dong*** = Quatre livres classiques en caractères chinois et en annamite. = Juste et invariable milieu

Trương Lương tùng xích tòng tử du phú = Retraite apothéose de Truong Luong. Saigon: Guilland et Martinon, 1881. https: //archive.org/details/TruongLuongTungXichTongTuDuPhu

Trương-Lưu-Hầu phú = 張留候賦= *Apologie de Trương-Lương* / P. J. B. Trương-Vĩnh-Ký (S.: C. Guilland et Martinon, 1882 - 17 p.) (https: //archive.org/details/TruongLuongHauPhu)

Trương Vĩnh Ký, Hàn Uyển Lục (Sáu tháng biện lý quấc sự ở Huế = Six mois de vie politique avec Paul Bert à Huế) (nguyên chữ Pháp lược dịch trong sách của Đặng Thúc Liêng. *Trương Vĩnh Ký hành trạng*. NXB Xưa-Nay, 1927, tr. 13-24). [bản tiếng Pháp có trong sách của Jean Bouchot. *Petrus J.B. Trương Vĩnh Ký (1837-1898)*. Sài Gòn: Nguyễn Văn Của, 1927, Chương IV. La Mission du Tonkin (tr. 51-), thư của Paul Bert bắt đầu từ trang 52-78] [Xem Phần II]

Tự học toát yếu: livre élémentaire de 3000 caractères usuels, avec traduction en annamite vulgaire, transcrit en quốc ngữ et traduit en français. Saigon: Bản In Nhà Hàng Rey et Curiol, 1887 [i.e. 1888] [(71 p.) – SIU, USC]

Tứ thơ= Quatre livres classiques en caractères chinois et en annamite. **No. 1: *Đại Học*** = Grande Étude, texte et en caractères avec transcription en quốc ngữ par Truong-Vinh-KySaigon: Impr. Rey & Curiol, 1889.(71 p.)[http: //thuongmaitruongxua.vn/sach/thoi-ky-18xx/doc-sach/tu-thu-dai-hoc-1889.html]

*Tứ thơ = Quatre livres classiques en caractères chinois et en annamite.***No. 2: *Trung Dong*** = Juste et invariable milieu, texte et en caractères avec transcription en quốc ngữ … Saigon: Impr. Rey & Curiol, 1889. (137 p.) http: //thuongmaitruongxua.vn/sach/thoi-ky-18xx/doc-sach/tu-thu-trung-dung-1889.html -- hay https: //www.scribd.com/document/350940737/1889-T%E1%BB%A9-Th%C6%B0-Trung-Dung-Tr%C6%B0%C6%A1ng-V%C4%A9nh-K%C3%BD]

Tục ngữ ca dao và văn thơ Việt Nam "Xem / see" *"Bút tích cụ Trương Vĩnh Ký sưu tập tục ngữ ca dao và văn thơ Việt Nam..."*

Un lettré pauvre "Xem / see" *Học trò khó phú*

Une mère à sa fille "Xem / see" *Thơ mẹ dạy con*.1882

Ước lược truyện tích nước Annam. Saigon: Rey et Curiol,1887. (31 p.) (https: //ia801305.us.archive.org/4/items/UocLuocTruyenTichNuocAnnam/tvk.pdf)

Văn hành lược thuật = 文衡略述. Tài liệu chữ Hán-Nôm của Trương Vĩnh Ký, có tại Thư Viện Viện Hán Nôm, Hà Nội, Việt Nam, trong hồ sơ Di Sản Hán Nôm số 1817 có nhan đề Lại Trị Tân Biên (吏治新編覆咨公文) bao gồm: **Lại Trị Tân Biên, Phúc Tư Công văn (**覆咨公文**) và Văn Hành Lược Thuật (**文衡略述**),** ***Khải Mông Trình Dẫn***啟蒙呈引**, Sĩ Viện Gia Thảo (**士院家草**)** [Theo GS Đoàn Khoách: sách này in năm 1889, là cách làm chiếu, biểu, kinh nghĩa, thơ phú cùng một số bài mẫu.]

Văn tế thầy thuốc. [n.d., n.pub.] (118 TR.) (TVKHXH)

Vers sur la dengue =Mắc cúm từ ,traduit par A. Chéon. *Bulletin de la Sociéte des Etudes Indochinoises de Saigon,* 1888, 1er semestre, tr.10-17 [BNF – Gallica = https: //gallica.bnf.fr/ark: /12148/bpt6k98874h/f2.image]

Vocabulaire annamite-français: mots usuels, noms techniques, scientifiques et termes administratifs. Saigon: Rey & Curiion, 1867-1899. (191 p.) [TV KHTHSg; http: //aefek.free.fr/iso_album/indosinica4.pdf (tr.2289)]

Vocabulaire du cours d'annamite. 1890 [none including BNF]

Vocabulaire du cours de caractères chinois. 1890 [none including BNF]

Vocabulaire et exercices pratique du cours de langue Siamoise. Saigon, 1890. [Notulen van de algemeene en directie-vergaderingen, Volume 28, p. XXIV]

Vocabulaire français-birman. 1891 [none including BNF]

Vocabulaire français-cambodgien.1891 [none including BNF]

Vocabulaire français-ciampois. 1891 [none including BNF]

Vocabulaire français-indoustan. 1891 [none including BNF]

Vocabulaire français-laotien. 1891 [none including BNF]

Vocabulaire français-malais.1891 [none including BNF]

Vocabulaire français-siamois 1891 [none including BNF]

Vocabulaire français-tamoul. 1891 [none including BNF]

Voyage au Tonkin en 1876 = Chuyến đi Bắc-kỳ năm ất-hợi 1876. Texte annamite de Petrus J. B. Truong Vinh Ky. Saigon: C. Guilland et Martinon, **1881** (32p.) [Indonisica2-3 = https: //archive.org/details/bibliothecaindos02cord/page/n5]

Voyage au Tonkin en 1876 = Chuyến đi Bắc-kỳ năm ất-hợi par P. J. B. Trương Vĩnh Ký; traduit en français par Nicolas Trương-Vĩnh-Tống. N.d. (p. 36-76). [in Vietnamese and French - http: //gilbert.tvt.free.fr/ddpk/voyage.html]

Voyage au Tonkin en 1876 = Chuyến đi Bắc-kỳ năm ất-hợi 1876.Texte annamite de Petrus J. B. Truong Vinh Ky. Réedition: *Bulletin de la Sociétés des Études Indochinoises*, (Nouvelle series, t.IV, No.5),**1929**.(Vietnamese text only) (http: //www.han-nom.org/LinhTinh/ChuyenDiBacKyNamAtHoi.pdf)

Voyage to Tonkin in the year At Hoi (1876) by P.J.B. Trương Vĩnh Ký; translated and edited by P. J. Honey. London: School of Oriental and African Studies, 1882. (125p.) [BNF, OCLC: University of Arizona, Tucson, Cornell, LC,] ["Trương Vĩnh Ký và chuyến đi Bắc Kỳ năm Ất-Hợi qua con mắt một nhà nghiên cứu nước ngoài" / [introduction translated by Trần Hải Yến (http: //www.talawas.org/talaDB/showFile.php?res=12946&rb=0302)

***

Những tài liệu của Petrus Ký chưa xuất bản, xin xem bài dưới đây:

Đoàn, Khoách. "Trương Vĩnh Ký di cảo" hay, "Tài liệu, thủ bút còn lại của Trương Vĩnh Ký." *Dòng Việt*, số 7 (mùa Đông năm 1999), tr.349-370. [đính kèm dưới đây trích từ web Nam Ky Luc Tinh: http: //www.namkyluctinh.com/eBooks/Tap%20Chi/Dong%20Viet/Dong%20Viet%20so%207.pdf.

Chúng tôi xin trích nguyên bài viết để quý vị độc giả biết rõ hơn về tài liệu này. Ban Thư-Viện Viện Việt-Học trân trọng cám ơn GS Đoàn Khoách. [PLH]

TRƯƠNG VĨNH KÝ DI-CẢO

hay Tài-Liệu Thủ-Bút còn lại của Trương Vĩnh Ký.

Đoàn Khoách

Trương Vĩnh Ký hay J. B. P. Trương Vĩnh Ký hoặc Petrus Ký là một nhà bác học Việt Nam sống vào nửa sau thế kỷ thứ XIX. Thân thế và sự nghiệp của Trương Vĩnh Ký từ trước đến nay đã được nhiều sử sách báo chí nói đến (1). Riêng sự nghiệp trước tác của Trương Vĩnh Ký cũng đã được văn học sử ghi nhận như một đóng góp lớn trong lịch sử phổ biến chữ Quốc ngữ ở Việt Nam (2). Sự nghiệp đó của họ Trương có thể tóm lại trong ba phần: Báo chí, tác phẩm in, và tài liệu thủ bút. Hai phần đầu, trước nay ít nhiều đã có người đề cập, nên ở đây chỉ xin trình bày sơ lược, phần thứ ba mới là trọng tâm của bài viết.

A. BÁO CHÍ VÀ TÁC PHẨM IN :

1.- Báo chí : Trương Vĩnh Ký đã chủ trương 2 tờ báo Quốc ngữ trong khoảng từ năm 1869 đến năm 1889. Đó là *Gia Định Báo* và *Thông Loại Khóa Trình.*

a/ Gia Định Báo : là tờ báo đầu tiên bằng chữ Quốc ngữ, do nhà cầm quyền thực dân Pháp chủ trương, nhằm phổ biến những nghị định và thông cáo của Phủ Thống soái Nam Kỳ.

Báo được phát không đến các viên chức tổng lý biết đọc chữ Quốc ngữ. Ban đầu, tờ báo được giao cho Ernest Potteau quản lý, Paulus Huỳnh Tịnh Của đảm trách việc dịch các nghị định, thông báo từ chữ Pháp ra chữ Quốc ngữ. Mỗi số 4 trang khổ nhỏ, xuất bản định kỳ vào ngày 15 giữa tháng. Ước tính số 1 ra ngày 15- 4 - 1865. Đến tháng 9- 1869, Trương Vĩnh Ký được Thống soái Nam kỳ là Đô đốc G. Ohier bổ nhiệm thay thế Ernest Potteau làm Giám đốc tờ *Gia Định Báo*, còn Paulus Của là cộng sự viên của họ Trương làm Chủ bút. Ban đầu tờ báo chỉ gồm 2 phần : phần dành cho Nghị định, Công văn và phần Tạp trở đăng những tin tức trong nước. Khi họ Trương điều khiển, tờ *Gia Định báo* thay đổi từ hình thức đến nội dung :

Về hình thức, báo xuất bản một tháng 2 kỳ, rồi 4 kỳ, mỗi số 12 đến 16 trang khổ nhỏ.

Về nội dung, báo chia làm hai phần :

- Phần công vụ 4 trang đăng các nghị định, thông báo của Phủ Thống soái.
- Phần tạp vụ 12 trang, rất đa dạng. Ngoài phần những tin tức trong nước, báo đăng những bài nghiên cứu về lịch sử, thơ phú, chuyện cổ tích,... Các tài liệu về văn hóa Việt nam như vậy trở thành quan trọng hơn. Đến năm 1872, khi Trương Vĩnh Ký không còn làm chủ nhiệm nữa, tờ Gia Định Báo trở lại thuần túy là một tờ công báo xuất bản mỗi tháng 2 kỳ 93).

b/ Thông Loại Khóa trình - Miscellanées : là tờ nguyệt san " học báo" do Trương Vĩnh Ký hoàn toàn chủ trương, xuất bản năm 1888. Theo Thuần Phong trong *Đồng Nai Văn Tập* thì " hai tập đầu ra trong vòng tiền bán niên, không đề ngày tháng, còn mỗi tập sau mỗi tháng ra một tập, từ tháng 7-1888 liên tục đến tháng 10-1889. trong hai năm, tạp chí ra được 18 số (...) với mục đích "thường bả nhất tâm hành chánh đạo" và với phương châm "cho vui "và' có ích' để khiến người đọc đón nhận việc học lễ học văn ..." (4). *Thông Loại Khóa trình* chỉ đề cập văn hóa Đông phương mà đề tài thường chú trọng phần lễ nghi, phong hóa, lịch sử, văn chương, kiến thức phổ thông v. v... Trong phần văn chương và lịch sử, họ Trương thường trích dịch, phiên âm và giới thiệu thơ văn Việt nam xuất hiện trong thời gian trước đó và cả thơ văn chống Pháp trong thời gian gần đó nữa, như " Hịch Đánh Pháp" của Mạc Như Đông, "*Ai Khiến Thằng Tây*" của Bùi Hữu Nghĩa, mà bản chữ Nôm hiện chưa tìm thấy. Những cộng tác viên của tờ báo gồm: Thế Tải Trương Minh Ký, Nguyễn Khắc Huế, Trần Hữu Hạnh, Đặng Đức Tuấn, Nguyễn Biển Doan, Phan Tuấn, Nguyễn Xuân Quờn, Lê Ngọc Chất, Léon Trương Vĩnh Viết... *Thông Loại Khóa Trình* là một tờ báo do tư nhân chủ trương, nên đến cuối năm 1889 vì sức tiêu thụ báo kém, không đủ tiền trả nợ nhà in, Trương Vĩnh Ký đã tự cho đình bản (5).

2.- Tác phẩm in : Những tác phẩm của Trương Vĩnh Ký đã được ấn hành, số liệt kê lẫn cách phân loại, từ trước đến nay thấy vẫn chưa đồng nhất. Jean Bouchot cho biết số tác phẩm của Trương Vĩnh Ký đã được in ra là 75 đầu sách; nhưng theo bản kê trong quyển *Petit dictionnaire Francais Annamite* của Petrus Ký, do ông J. Nguyễn Hữu Nhiều cho tái bản ở Sài Gòn năm 1937, thì số tác phẩm in của Trương Vĩnh Ký gồm 117 sách và tài liệu (6). Long Điền trong Tạp chí Tri tân số 44 tháng 4-1944 cho hay Trương Vĩnh Ký đã kể lại 118 tác phẩm lớn nhỏ cả Việt lẫn Pháp ; Nguyễn Huệ Chi trong *Tự Điển Văn Học* cũng ghi theo con số 118 này và thêm " không kể những công trình còn dở dang" (7). Đó là chưa kể Phạm Long Điền trong *Cuốn sổ bình sinh* của Trương Vĩnh Ký còn cho số sách của họ Trương có đến 121 tác phẩm ; trong khi các tác giả *Địa Chí Văn Hóa Thành Phố Hồ Chí Minh* lại cho hay đã căn cứ theo bảng " *Catalogue des ouvrages publiés et édités jusqu' à ce jour par P. J. B. Trương Vĩnh Ký*, do chính Trương Vĩnh ký làm ra năm 1892, thì Trương Vĩnh Ký đã viết in 119 công trình lớn nhỏ bằng chữ Pháp, chữ Hán và chữ Quốc ngữ và định từ 1892 trở đi sẽ viết thêm 22 tác phẩm nữa...' (8). Số tác phẩm trên đây, theo thực tế mà nói, hiện nay e không có chỗ nào có được đầy đủ, kể cả các thư viện trong nước lẫn các thư viện ở nước ngoài. Rất mong những ai có đủ điều kiện, có lòng đối với văn hóa Việt Nam, hay bỏ chút công sức để điều tra, sưu tầm và thực hiện một bảng thư mục phân tích chu đáo về Trương Vĩnh Ký, tương tự như tập *Les Chapitres bibliographiques de Lê Quí Đôn et de Phan Huy Chú* của Trần Văn Giáp hay tập *Bibliographie Annamite* của E. Gaspardone. Hiện thời chúng ta hãy tạm phân loại một số tác phẩm in của Trương Vinh Ký còn tìm thấy được, hoặc theo cách của tác giả *Danh Nhân Nước Nhà, Việt Nam Văn Học Sử Giản Ước Tân Biên*, hoặc *Từ Điển Văn Học*.

B. TÀI LIỆU THỦ BÚT :

Gọi " *Trương Vĩnh Ký Di Cảo hay Tài liệu thủ bút còn lại của Trương Vĩnh Ký*", người viết không có tham vọng trình bày toàn bộ mảng tài liệu này. Chúng ta đều biết rằng trong suốt ba mươi lăm năm sinh hoạt miệt mài với bút mực, liên hệ với khá nhiều kẻ tai mắt danh tiếng đó đây, họ Trương chắc hẳn đã để lại nhiều tài liệu thủ bút ở trong nước cũng như ở nước ngoài. Qua nhiều đổi thay của thời đại, những tài liệu đó mà phần lớn do con cháu họ Trương cất giữ (9), đến nay chắc hẳn đã phân tán ra nhiều nơi, nhiều mảng, ở văn khố, thư viện có, mà ở tư gia e cũng có. Tìm cho đủ, biết cho hết, là một việc làm không dễ. Với bài viết khiêm tốn này, người viết chỉ xin giới hạn số tài liệu nói trên hiện có ở hai thư viện tại Việt nam mà người viết đã có dịp tìm hiểu qua vào mùa hè năm 1980. Tài liệu này có hai mảng, một ở Thư viện Khoa học Xã hội Trung ương Hà Nội và một nữa ở Thư viện Khoa học Xã hội tại Thành phố Hồ Chí Minh.

1.Ở Thư viện Khoa học Xã hội tại Thành phố Hồ Chí Minh (trước đây là Thư viện, Viện Khảo cổ Sài Gòn) : Mảng tài liệu này thường gọi là " Hồ sơ Trương Vĩnh Ký" gồm hai hộp, có 46 xấp tài liệu. Số tài liệu này do hậu duệ Trương Vĩnh Ký là Trương Vĩnh Tống gởi biếu Viện Khảo cổ Sài Gòn năm 1958. Sau đây là bảng lược kê số tài liệu trong hai hộp đó :

Hộp số	Tập số	Số lượng tài liệu	Số trang bià	Số trang ruột	Năm lưu hành	Bị chú
I	1	1		5	1875-1896	
	2	33	40	64	-	
	3	2		179	1886	
	4	8		10	tài liệu	gia đình
	5	4	4	274	1886	
	6	1		49	1885	
	7	54	58	4	1872-1894	
II	1	1		37		Thủ bút
	2	1		8		-
	3	4		38		-
	4	5		52	1892	-
	5	1	1	3	1883	-
	6	3		17		-
	7	1		20		-
	8	1		13		-
	9	5		32		-
	10	4		85		-
	11	1		1		-
	12	1		5		-
	13	1		38		-
	14	1	2	8	1891	-
	15	1		39		-
	16	1		4		-
	17	1		12		-

	18	1		5		
	19	1		3		-
	20	1		2		-
	21	1		5		-
	22	1		5		-
	23	1		30		-
	24	1		29		-
	25	1		8		-
	26	1		1		-
	27	1		8		-
	28	1		19	tài liệu	gia đình
	29	2			2 số	Tạp chí
	30	1		1	tài liệu	gia đình
	31	1		1		thủ bút
	32	3		4		-
	33	2		2		-
	34	2		3		-
	35	5		31		thư
	36	1		4		thủ bút
	37	1		23		
	38	1		3		
	39	1		60		
2 hộp	46 tập	167 tài liệu	105 trang bìa	1244 trang ruột		

Trừ tập 4 hộp I và các tập 28, 29, 30 hộp II (có dấu *) gồm những tài liệu của gia đình trước và sau khi Trương Vĩnh Ký mất, còn lại là những tập sách, những bài nghiên cứu, bút ký, đều là thủ bút của họ Trương viết từ 1872 đến 1892, gồm 42 tập, 155 tài liệu, 1214 trang viết tay.

Trong số tài liệu của Trương Vĩnh Ký ở Thành phố Hồ Chí Minh, riêng phần thơ văn có hai tập số 23 và số 24 ở hộp II. Đấy là hai tập ghi chép phần thơ văn dân gian và thơ văn bác học mà họ Trương đã thu lục được. Tập 23 gồm trêm 100 đầu bài ca dao, đồng dao, lý,... nhiều câu có quan hệ đến lịch sử, và một bài phú; tập 24 gồm 82 đầu bài thơ thất ngôn bát cú, tứ tuyệt và 2 bài hịch.

Một số thơ văn trong hai tập này, Trương Vĩnh Ký đã cho in trong Thông Loại Khóa Trình và Giáo Trình Văn Học Việt Nam của ông

2. Ở Thư viện Khoa học Xã hội Trung ương Hà Nội : Mảng tài liệu này, một số các học giả trước đây như Ngạc Xuyên, như Hoàng Xuân Hãn, thường gọi là " Trương Vĩnh Ký Di Chỉ" nhưng phiếu thư viện lại để "Tuyển Tập của Trương Vĩnh Ký", ký hiệu VĐ.35/I đến VĐ.35/VIII. Tài liệu viết bằng mực đen, chữ xiên, trên giấy học trò cỡ 19 x 28 cm. " Tuyển Tập" được đóng bằng bìa cứng, nhưng nhiều tờ nét chữ ở hai mặt trùng nhau, nhòe, rất khó đọc hoặc không đọc được. Về số lượng tờ và đầu bài trong 8 tập đó như sau :

Tập số	Số ký hiệu	Số tờ	Số đầu bài	Bị chú
1	VĐ.35/I	282	10	
2	VĐ.35/II	335	11	
3	VĐ.35/III	226	16	
4	VĐ.35/IV	222	43	
5	VĐ.35/V	117	11	
6	VĐ.35/VI	210	42	
7	VĐ.35/VII	173	07	
8	VĐ.35/VIII	260	36	
Tổng cộng	8 tập	1825 tờ	176 đầu bài	

Số tài liệu ở Thư viện Khoa học Xã hội Trung ương tương đối đồng nhất. Đó là những tác phẩm dài hoặc ngắn, của chính Trương Vĩnh Ký sáng tác hay biên soạn, phiên dịch trong đó một số đã thấy in ra, còn phần lớn xem như phần chuẩn bị để xuất bản.

Tập I .- gồm 10 đầu bài văn xuôi về phong tục, địa lý, lịch sử và cuối tập có ghi hai trang bìa vừa chữ Hán vừa chữ Quốc ngữ của hai tác phẩm hoặc đã hoặc sắp cho in :

1. *Hiệt lị phú* (Đào-trí-phú đi buôn đời Minh Mạng), P. J. B. Trương Vĩnh Ký chép ra chữ Quốc ngữ diễn tích cùng chú giải;
2. *Chinh phụ ngâm*, P. J. B. Trương Vĩnh Ký chép ra chữ Quốc ngữ và chú giải.

Còn các tập khác, hầu hết đều là văn vần hoặc văn tứ lục, nhiều tác phẩm hiện nay rất khó kiếm.

Sau đây là những đầu bài trong bảy tập kế tiếp.

Tập II .- gồm 11 đầu bài :

-*Lời tựa sách Thi kinh* (tờ 1- 135),

-*Thượng Dụ huấn điều diễn âm*, Minh Mạng thứ 15 tháng 5 ngày 15, Trương Vĩnh Ký chép ra chữ Quốc ngữ cùng chú giải (tờ 137-159),

-*Thơ dạy làm dâu*, Trương Vĩnh Ký chép ra chữ Quốc ngữ và chú giải,

-*Con hiếu thảo*, Saigon, Imp. Guillaud et Martinon, 1882 (tờ 175-198)

-*Các đường Lục tỉnh* (tờ 199 - 216),

-*Bình Lãng xã mục lục phú*, Trương Vĩnh Ký chép ra chữ Quốc ngữ, dẫn tích và giải nghĩa (tờ 217 - 227),

-*Hịch văn thân Bình Định* (tờ 228 - 233),

-*Trung nghĩa ca*, Thừa Thiên Đông sơn thi xã Đoàn Hữu Trưng nạn trung tác (tờ 235 - 253)

-*Thầy pháp chữa nha phiến* (tờ 254 - 261),

-*Bài hát, Bài vè* (tơ 262 - 278),

-*Dã sử quốc âm toát yếu*, Nguyễn Lan làm (tờ 279 - 335).

Tập III .- gồm 16 đầu bài ;

-*Huỳnh Tú truyện* (tờ 1 - 65),

-*Tứ linh truyện*, Pòeme transcrit en quốc ngữ pour la première fois et précédé d' un résumé succint du sujet en prose par p. J. B. Trương Vĩnh Ký, Saigon, Bản in nhà nước (tờ 66 - 100),

-*Tần cung oán*, P. J. B. Trương Vĩnh Ký chép ra chữ Quốc ngữ, dẫn giải, cắt nghĩa (tờ 102 - 124),

-*Thơ con cá* (tờ 125 - 129),

-*Làm nghề xơ dừa*, 145 câu thơ lục-bát (tờ 130 - 136),

-*Nguyễn Tiểu Phú Nguyễn Hầu Vãn* (chưa xong) (tờ 137 - 140),

-*Lụt năm Mậu dần*, Tự Đức thứ 31 chưa xong (tờ 141 - 144),

-*Bài hịch Quản Định, Hịch thế biến, Thơ khách đến nhà, Thơ năm mới, Hoành sơn vãn* (tờ 145 - 156),

-*Thơ con cò* (tờ 157 - 161),

-*Thơ thằng Ngộ* (tờ 162 - 183),

-*Tịch cư ninh thể phú* (chỉ còn bìa, không có bài),

-*Gia Cát Võ hầu phú* (tờ 187 - 196),

-*Khổng Tử mộng Chu Công phú* (tờ 197 - 203),

-*Quách lệnh công phú* (tờ 204 - 211),

-*Xuân tình tương vọng, Ngũ canh phú* (tờ 212 - 221),

-*Nhị liệt phú* (tờ 222 – 226).

Tập IV .- gồm 43 đầu bài văn tế, một phần là những bài văn con tế cha mẹ, cha mẹ tế con, vợ tế chồng, chồng tế vợ, v. v...., phần còn lại gồm một bài ký, mấy bài văn tế có liên quan ít nhiều đến lịch sử, như :

-*Kính thế điều* (tờ 46 - 53),
-*Hoài Nam ký* (tờ 54 - 83),
-*Vua Gia Long tế đức thầy Phê-rô* (tờ 21 - 27 và tờ 90 - 98),
-*Văn tế Phò mã Tánh và Lễ bộ Chu* (có phần chú thích (tờ 28 - 400,
-*Tế tướng sĩ văn* (chỉ còn 2 tờ 42 - 44),
-*Văn tế ngãi sĩ Cần giuộc của Đồ Chiểu* (tờ 86 - 87),
-*Văn Tiền quân tế đức Thượng sư* (tờ 92 - 95),
-*Đông cung điếu tế Đức Cha* P. (tờ 95 - 97),
-*Văn tế đức Thượng sư* (của bộ Hộ) (tờ 98 - 103),
-*Văn tế các linh* (tờ 116 - 118),
-*Văn tế Thánh mẫu* (tờ 118 - 120),
-*Hội sĩ báo tiên nhân* (tờ 121 - 123),
-*Văn tế các ông tử đạo* (tờ 123 - 125),
-*Vợ Ba Vành tế chồng* (tờ 125 - 127),
-*Văn tế chệc, con đi tế chệc ngụy* (tờ 84 - 85 và 141 - 154),
-*Văn tế cụ Đông, văn tế cụ Thông* (tờ 196 - 202),
-*Văn tế thầy thuốc, con tế cha làm thầy thuốc* (tờ 202 - 215),
-*Văn tế á phiện* (tờ 155 - 167 và 218 - 2220.

Tập V .- gồm 11 đầu bài văn tế :

-*Văn tế thầy thuốc*, P. J. B. Trương Vĩnh Ký chép ra quốc ngữ và chú giải (tờ 1 - 24),
-*Văn quan tế vợ* (tờ 25 - 47),
-*Hiệp trấn quan tế vong thân văn* (tờ 48 - 51),
-*Văn vợ tế chồng, Văn chồng tế vợ* (3 bài), *Văn con tế mẹ* (tờ 52- 81)
-*Văn tế sống người tình* (82 - 92),
-*Văn tế cụ Thông* (93 - 101),
-*Văn tế cụ Đông* (tờ 102 - 109),
-*Văn công chúa tế chồng là Phò mã Nguyễn Huỳnh Toán* (tờ 110-117),

Tập VI .- gồm 42 đầu bài, có nhiều thể văn khác nhau như thi, phú, vãn, vè hịch văn tế, kinh nghĩa, liệt kê như sau :

-*Văn Tôn Cát tế Bạch Viên* (tờ 2-6),

-*Hoài Nam khúc hay là Nam thiên để tử hịch* (tờ 7-13),
-*Liệt nữ tòng phu phú và Hiếu sĩ tử nông phú* (tờ 14-22),
-*Nở tham ruộng mẫu ao liền, kinh nghĩa* (tờ 23-27),
-*Lạc nghiệp cách tịch phú* (tờ 28-30), *Hoài cổ vịnh* (tờ 31-40),
-*Vè người làng Tân Kiểng, Đồng nhi nữ, Bà góa, Thằng ghen, Con Cút, Con gái, Bài tới, Sải Vải* (tờ 41-48),
-*Hàn vương tôn phú* (tờ 49-62),
-*Lưu Huyền gởi thơ cho Quan Công, Quan Công gởi thơ lại cho Lưu Huyền* (tờ 64-73),
-*Tô Võ gởi thơ nhạn đem về nhà Hán, Thơ Tô Võ xứ Hung Nô* (tờ 74-78),
-*Thẻ chiêu để* (lời rao) (tờ 79-82),
-*Thơ ông* Bố Huỳnh gởi cho vợ xin phép kiếm hầu, thơ vợ ghen đòi vô gởi lại (tờ 82-85),
-*Hịch con chuột* (tờ 86-90), *Tờ để nha phiến* (tờ 91-95), *Lư Khê vãn* (96-103),
-*Qua đèo Ngang, Dựa song vãn, Thơ nhớ anh em bạn, Vương mẫu gởi Vương Lăng* (tờ 105-113),
-*Tửu sắc tài khí vãn, bần sĩ thán thân* (tờ 114-140),
-*Con gái đời tân trào, Xuân tình tưởng vọng, Bần sĩ thán thân phú* (tờ 141-156),
-*Tất xuất, Than thân, Than thân bèo, cây bắp, Trước ỷ* (tờ 157-160)
-*Con gái than thân, Gái gởi cho trai, Tứ thú* (tờ 161-),
-*Phú Lưu Bình* (tờ 164-177),
-*Thơ tỏ tình, Thơ dứt tình, Thơ ông Bố Huỳnh, Thơ ông Án gởi vợ* (tờ 178-204),
-*Khí phụ từ thơ* (tờ 205-207) *Tư phụ tác ngũ canh vãn* (tờ 208),
-*Tứ thì thơ* (tờ 209-210), *Ngâm thán phú* (tờ 211-212).

Tập VII .- gồm 7 đầu bài theo tác thể thơ, phú, vãn, liệt kê như sau :
-*Đi tu nhà phước vãn* (tờ 3-9),
-*Đặng Đức Tuấn, Tự tích Đạo nước Nam vãn* (tờ 10-12),
-*Thơ đức Thầy tử vì Đạo* (tờ 13-59), *Đông Sơn tam hữu* (tờ 60-77),*Thơ lái Gẫm tử Đạo* (tờ 78-80),
-*Tự tích việc Đạo nước Nam vãn và lời khai về Đạo và về giặc Tây* (tờ 81-123),

-*Thân hào sát tả bình Tây truyện của Đặng Đức Tuấn, phú và thơ lục bát* (tờ 125-171)
-*Phú tục* (tờ 172-173)

Tập VIII .- gồm 36 đầu bài, vừa như một công trình biên soạn về ca trù, lý, hò, vừa như một tuyển tập về các thể loại đó, liệt kê như sau :

-*Ca trù thể cách* (tờ 1-38),
-*Xướng khúc tập thi*, (gồm 16 bài thất ngôn bát cú và sau mỗi bài lại có 8 câu lục bát) (tờ 39-77)
-*Bài hát nhà trò* (tờ 78-93),
-*Thi trống tân điều* (tờ 94), Ca điều (tờ 9 -96),
-*Năm bài Lưu Thần Nguyễn Triệu của Ngô Bảo Quang* (tờ 97-102)
-*Xướng trống cách* (tờ 103)
-*Hát, lý, hò Annam* (tờ 104-95)
-*Hát nhà trò, (gồm các bài Tứ thì khúc vịnh và 12 tháng từ tháng Giêng đến tháng Chạp* (tờ 197-260).

Bảng tài liệu thủ bút vừa sơ lược trình bày trên đây thật ra, như trên đã nói, chỉ mới là một phần khiêm tốn trong toàn bộ công trình bút mực của Trương Vĩnh Ký. Tuy nhiên những tài liệu đó không phải là không đóng góp phần tích cực cho nền văn hóa, văn học Việt Nam.

Một phần di sản tinh thần của tổ tiên chúng ta trước đây được truyền lại cho con cháu bằng chữ Hán và chữ Nôm là loại chữ tương đối khó học và khó phổ biến. Do đó một số không ít tài liệu bằng chữ Quốc ngữ trong " *Trương Vĩnh Ký Di Cảo*" sẽ rất bổ ích cho những ai muốn sưu tập thơ văn cận đại nước nhà. Hơn nữa, một số tác phẩm trong đó có thể thuộc loại " tuyệt bản", thuộc loại hiếm quý má từ trước đến nay chưa thấy ai đề cập toàn bộ hay một phần. Ví dụ " *Lư Khê Vãn*" của khuyết danh trong tập V Đ. 35 / VI mà chúng tôi sẽ giới thiệu dưới đây, hay " *Ai khiến thằng Tây*" của Bùi Hữu Nghĩa trong tập 24 hộp II mà trước đây người viết đã từng giới thiệu (10).

2.- Nhờ sự hiểu biết sâu rộng về ngôn ngữ và về phương pháp của Trương Vĩnh Ký mà mảng tài liệu này cũng như mảng tài liệu đã được ấn hành, có độ tín dụng khả thủ trong công tác hiệu chính văn bản cần thiết đối với một số sử liệu hoặc thi văn của ông cha chúng ta ngày trước. Ví dụ trường hợp Anh tông Hiếu Nghĩa hoàng đế, trong *Cours d' Histoire Annamite à l' usage des Ecoles de la Basse Cochinchine* của P. J . B. Trương Vĩnh Ký có tên húy là Nguyễn Phước Thới (Phước Thới là ghi âm kỵ húy của Phúc Thái, đúng tên húy của chúa Nghĩa), chứ không phải gọi nhầm là Nguyễn Phúc Trăn như nhiều cuốn sử khác (11).

3.- Ngoài phần biên khảo và thơ văn sáng tác, trong phần sưu tầm, phiên dịch, Trương Vĩnh Ký có lẽ ít chú ý đến nguồn gốc bằng chữ Hán, Nôm hoặc truyền khẩu các tài liệu mình đã phiên dịch ra chữ Quốc ngữ. Tưởng đó cũng là chỗ thiệt thòi cho công tác văn bản của một số tác phẩm mà hiện nay buộc phải xem bản Quốc ngữ do họ Trương phiên dịch như là bản gốc. Kể ra trong " *Trương Vĩnh Ký Di Cảo*" tập VI, bên cạnh bài "*tửu sắc tài khí văn*" bằng chữ Quốc ngữ, cũng thấy kèm thêm bản chữ Nôm viết rất rõ trên giấy bản khổ hẹp (thường gọi là giấy tiểu). Nhưng có thể nói đây là một hiện tượng không bình thường lắm trong toàn bộ di cảo của họ Trương ở hai thư viện nói trên tại Việt Nam. Đành rằng những bản gốc Hán Nôm mà họ Trương dùng để phiên dịch ra chữ Quốc ngữ hiện nay rất khó kiếm, nhưng trong thư viện Viện Hán Nôm ở Hà Nội, người ta vẫn tìm thấy rải rác năm ba tác phẩm Hán Nôm của Trương Vĩnh Ký, khi đứng riêng, khi nằm chung trong tác phẩm của tác giả khác (12).

Để góp phần một cách cụ thể, người viết xin trình bày một tài liệu rút từ tờ 96 đến tờ 103 tập VI của *Tuyển Tập Trương Vĩnh Ký* nói trên, bài *Lư Khê Văn*.

C . LƯ KHÊ VĂN :

Trước khi sao lục toàn văn Lư Khê Văn, người viết xin sơ lược đôi nét lịch sử về địa danh Lư Khê và một số thi văn ca tụng Lư Khê.

Lư Khê là tên chữ của Rạch Vược, là một trong những thắng cảnh ở đất Hà Tiên. Trịnh Hoài Đức trong *Gia Định Thành Thông Chí* ghi : "*... Lư Khê phía nam thông với biển cả, phía tây có điếu đình là di tích của Mạc Quận công khi rảnh đến ngồi câu. Khe rộng hai trượng rưỡi, sâu năm thước, dài năm dặm rưỡi, giòng khe quanh co chảy ra Đông Hồ. Bờ phía đông có dân cư thôn Tiên Thuận ở đấy. trên khe thường có người dắt bạn chèo thuyền nương dưới bóng cây. Rượu chè nghiên ngửa, hừng đông mới tỉnh giấc Tô công; canh gỏi tươi ngon,* *thu hứng động niềm Trương tử. Người bản xứ và khách du phương cũng đều có thú vui chơi ấy ...*" (13)

Nhiều sử liệu cho biết, vào năm Bính thìn (1736) Tổng binh Tông Đức hầu là Mạc Thiên Tích sáng lập hội tao đàn, kiến tạo Chiêu anh các. Họ Mạc chiêu mộ văn sĩ, yêu chuộng từ chương, khởi xướng mệnh đề mười thắng cảnh của đất Hà Tiên cho các văn nhân Bắc quốc (chỉ Trung quốc) và Thuận Quảng (chỉ các xứ Đàng Trong của chúa Nguyễn) cùng nhau họa vận. Mười thắng cảnh đó là :

01. *Kim dữ lan đào* (hòn đảo vàng ngăn chặn sóng to gió cả ở cửa biển Hà Tiên),
02. *Bình san điệp thúy* (núi dựng như bức bình phong, lớp lớp một màu xanh cánh trả),
03. *Tiêu tự thần chung* (tiếng chuông buổi sáng sớm trong cảnh chùa tịch mịch).
04. *Giang thành dạ cổ* (tiếng trống cầm canh ban đêm trong thành bảo đồn thú bên bờ sông),
05. *Thạch động thôn vân* (động đá nuốt mây),
06. *Châu nham lạc lộ* (đám cò trắng đáp xuống nghỉ cánh trên ngọn núi như châu ngọc),
07. *Đông hồ ấn nguyệt* (trăng in xuống mặt hồ phía đông thành Hà Tiên),
08. *Nam phố trừng ba* (bãi biển phía nam Hà Tiên lặng sóng),
09. *Lộc trĩ thôn cư* (thôn trại điền trang ở Mũi Nai),
10. *Lư Khê ngư bạc* (thuyền ngư đổ bến ở Rạch Vược).

Có ba mươi mốt vị trong *Chiêu anh các* họa thơ cộng với mười bài nguyên xướng cửa họ Mạc, thành 320 bài góp lại thành tập lấp tên *Hà Tiên Thập Vịnh*, có tự có bạt, khắc bản ấn hành tại Hà Tiên vào mùa hè năm Định tị (1737). Khoảng năm 1755, Nguyễn Cư Trinh vào Nam giao thiệp với họ Mạc ở Hà Tiên, họa thêm mười bài nữa. Nhờ đó mà ngày nay chúng ta có tất cả 330 bài *Hà Tiên Thập Vịnh* bằng chữ Hán. Riêng Mạc Thiên Tích còn sáng tác một tập thơ Nôm trường thiên lấy tên là *Hà Tiên Thập Cảnh Khúc Vịnh*, dài hơn 400 câu vừa lục bát gián thất, vừa Đường luật bát cú, liên hành, mà bài thứ mười "*Lư Khê ngư bạc*" có bốn mươi hai câu gồm đủ cả hai thể. Đặc biệt họ Mạc rất mến chuộng thưởng thức thắng cảnh Lư Khê, có dựng ở đó một ngôi điếu đình, mượn thú ngồi câu để di dưỡng tính tình, tiêu dao tuế nguyệt. Do đó đã làm nên 32 bài thơ Đường luật gọi là "*Lư Khê nhàn điếu tam thập nhị thủ*" và một bài phú dài hơn trăm câu gọi là "*Lư khê nhàn điếu phú*" đều bằng chữ Hán. Thi phú này góp lại thành tập, khắc bản ấn hành riêng, lấy tên là *Minh Bột Di Ngư* (14).

Xem thế mới thấy Lư Khê là một thắng cảnh đặc biệt của Hà Tiên lúc bấy giờ. Ngoài thơ văn Hán Nôm của vị chủ súy Chiêu anh các, chắc hẳn còn nhiều áng thơ văn Nôm khác nữa viết về Lư Khê mà người sau chưa sưu tầm được. Bài Lư Khê Văn của Khuyết danh do Trương Vĩnh Ký sưu tập được cách đây hơn một trăm năm mà người viết xin sao lục sau đây phải chăng là một tài liệu trong số đó?

Lư Khê Văn là một áng văn đặc biệt ca ngợi thắng cảnh và sinh hoạt vui tươi phồn thịnh của cư dân vùng đó. Bài văn gồm 186 câu thơ lục bát, một bài thơ thất ngôn bát cú luật Đường, một bài ca gồm 8 câu ba chữ và sáu chữ, một bài sài thường đoản cú gồm 12 câu từ bốn chữ đến tám chữ, và một bài vịnh gồm 12 câu theo thể ngũ ngôn. Đây là một tài liệu văn học hiếm hoi mà sách báo từ đầu thế kỷ đến nay chưa thấy nhắc đến. Ngay trong Văn học Hà Tiên, một tác phẩm biên khảo công phu của Đông Hồ, tác giả cũng chưa một lần nhắc đến Lư Khê văn. Thành thử Lư Khê Văn do Trương Vĩnh Ký ghi lại bằng chữ Quốc ngữ trong phần di chỉ thủ bút sao lục dưới đây đã trở thành một tư liệu gốc. Do đó lần này người viết chỉ xin cố gắng sao lục tài liệu một cách trung thực, còn chuyện tìm hiểu sâu rộng hơn về áng văn này, xin hẹn sẽ thực hiện trong một dịp khác.

Lư Khê Văn (15).

Nước an chánh giảng thời bình,
Phăn phăn áo nhẹ thanh thanh đai mềm.
Mừng thay trăm họ gối êm,
Trong hiên trun bút ngoài rèm treo gương.
Thừa nhàn cát rộng tòa nghiên,
Vui cùng muôn thức ngàn thơm qua thì.
Nửa vuông phong cảnh thanh thay,
Chim hay ca múa cá hay vẫy vùng
Thung dung mừng đặng thung dung,
Đã tình chơi vịnh lại lòng buông khơi.
Thuyền sen một chiếc xa vời,

Gió trăng bảng lảng nước trời minh mang.
Chèo lang khoan nhặt tiếng xang,
Kìa nơi Kim dự nọ đàng Lư Khê.
Đẹp lòng mặt thích ngỏa nguê,
Sóng sao tượng bạc bốn bề giữa thu.
Non sâu nước thấp cạn sâu,
Bải giành bửa lưới gành hầu thả phao.
Chợt nhìn ấy thứ thanh tao,
Đờn thung phiến gió cờ lau phất trần.
Ngàn năm một giải như ngần,
Dòng tuông lai láng khúc lần quanh co.
Ngữa nghiên cây cỏ lô xô,
Mĩa Đào nguyên động in đồ Võ lăng.
Ai rằng phải phải chăng chăng,
Kiển này thú (*) ta rằng cũng tiên.
Lộng khơi rầu mặc con thuyền,
Nơi Tô xích bích học khiên ngân hà.
Điếu đồng nhẹ gõ ba hoa,
Dương xuân Bách tuyết ngân nga xui lòng.
Đua vui mặc thích thanh nồng,
Rượu say đơn quế trà trong bạch hào.
Tuy chăng dấu cũ nguồn cao,
Lân la phải thú tiêu dao đẹp tình.
So le nọ bãi kìa gành,
Sạch trong là nước lung linh ấy trời.
Trên cao dưới thấp vẽ vời,
Kiển tiên chưa hẳn kiển đời hơn chăng?
Lần lần thôi lại phăn phăn,
Nổi xuôi chiếc lá khoang xang con chèo.
Xiết bao bóng sát mây đèo,
Bờ lâm châm thấy đá cheo leo chồng.
Giành thay khí tượng nẻo không,
Bao nhiêu đoạn tưởng đến cùng tự nhiên.
Người Xiêm kẻ Việt tương truyền,
Đá bùn Rạch Vượt là nơi kiển này.
Ngan thuyền mặt bắc trông đài,
Chạnh câu ngân hớn ngụ bày một thơ.

Có thơ rằng :

Trộm nhàn chờ khách học người xưa,
Thăm thẳm Lư Khê thú thú ưa.
Nhấp nhán đuốc chài con sóng lượng,
So le người mái chèo đưa.
Quyến tờ tuyết sạch trăng lai láng,
Lam rộn mây tuôn gió lẳng lơ.
Nhặt đội khoang giành đầu ngửa cúi,
Cao sâu đầy dẫy tấm lòng thơ.
Nước trời một thức lẻo trong,
Lưng ngao đồ xộ lượng rồng quanh co.
Bút duy khôn vẽ nên đồ,
Biển sông giao sóng nhỏ to tợ kìm.
Trên ngàn cuối vịnh ngóng trông,
Lâm dâm lửa đóm, lem nhem đuốc chài.
Cỏ, hoa, cây, đá chen bày,
Non dừng mặt biển, cầu kề miệng sông.
Vẻ viên cảnh thú ưa nồng,
Có đầm nghỉ cá, có đồng thả trâu.
Nhìn khi thế giái một bầu,
Bóng in đáy nước, sương đầu ngọn cây.
Nhìn khi lượng sóng trôi mây,
Mặt biển chân trời ai biết đâu chăng?
Nhìn khi lửa nhán sơn trang,
Kìa lâm canh chưởng, nọ làng tang ma.
Nhìn khi khúc lố xóm nhà,
Một hai cái cộ năm ba con thuyền.
Như vầy rất hảo ưa nhìn,
Gót tiên chưa hảm bạn tiên đã đành.
Dùng dằng thôi lại linh đinh,
Dẫu cơn nhấn nhủ dẫu tình lân la.
Lạ thay khi nước ròng xa,
Chèo quanh lượng bích ngời lòa pha lê.
Thanh thay khi gió đầu bê,
Nhẹ đưa mùi cỏ hương kề be hoa.
Xinh thay khi bóng diềm dà,

Ve làng dằng dỏi vượn già kêu reo.
Ưa thay khi nguyệt rạng cheo,
Cá chừng rượu ngọc, chim kêu chén đào.
Vui thay khi hứng mĩ miều,
Bao nhiêu ấy thú, bao nhiêu vô cùng.
Mừng thay khi kiển hư không,
Sạch trong chẳng bợn mảy lòng chút nao.
Ngược xuôi dầu mặc nghêu ngao,
Nhắm ngoài dòng thẳng, nhìn vào hốc sâu.
Kìa con hạc trắng về đâu,
Bay ngang trên rạng nhóm thâu chín trời.
Này đường le cộc đua bơi,
Vô công sao hãy đêm ngày lao xao.
Nhẹ tăm ngao vượt trùng trào,
Giữa thu ai mượn trông sao đêm lành.
Hạnh vì toại sở ba sanh,
Vật vô tình cũng hữu tình như ta.
Hội lành chớ để trông qua,
Bình trà tiên, chúc khúc ca tiên rằng :

Có ca rằng :

Mây trôi nổi
Nước rửa trăng
Cá vải sóng
Chim ven rừng
Đẹp mắt - nhóm thâu đòi kiển
*Ưa lòng thong thả ghe đường (nhiều) **
Đêm lành đã giốc bề trương
Ngân hớn thấu cùng chăng nổi.
Chặp ca vừa thuở khoan xang,
Lá rung khẻ rót đảnh đương tiếng đầy.
Vui vầy riêng khá một đầy,
Người xưa rằng có như vầy riêng vui.
Người nào non quyến nước chơi,
Ôm kìm sông tấn tìm người tri âm.
Người nào trăng gió nga ngâm,

Ngũ hồ dấu tích tăm vầy thuyền.
người nào dưới nguyệt thu thiên,
Huỳnh hà bè nổi trót trên ngân hà.
Người nào biển sĩ lân la,
Nửa vòng phong nguyệt yên ba một lần.
Người nào câu gảnh sông tần,
Trăng lờ bóng nước, tuyết ngần đêm đông.
Người nào cửa dưới lánh công,
Kim than con uốn, rượu nồng vợ khuyên.
Người nào Hồ Việt cùng thuyền,
Lam kiều ngẫu nhĩ gặp tiên cung trời.
Người nào hòe nguyệt một tời,
Bóng hoa theo nước thấu nơi nguồn đào.
Người nào trở khách nghêu ngao,
Trống không thuyền nhẹ chở đầy trăng thanh.
Kiển nầy vả lại sinh thành,
Dầu trên Lâm Lộc cũng dành thú tiên.
Trong trần chỉ có thiên nhiên,
Chẳng non Bồng đảo cũng miền Thiên thai.
Dẫu lòng đon vắng hỏi dài,
Mặc tình vui đục, mặc tài vui trong.
Hội thuyền ắt đặng nên công,
Cá chim bay liệng thung dung một mình.
Tìm tiên mùi đạo cũng xinh,
Thanh nhàn dưỡng tánh sỏi sành tai ngơ.
Giành khi xóm bạn đầu cơ,
Vẩy đồng rót cúc bồ cờ liên câu.
Nơi thời thằng mục thả trâu,
Quản bao lĩnh lảng gió thu dật dờ.
Lão nông đổ có cày bừa,
Nghề vui non Lịch, thú ưa nội Sần.
Nơi thời tiều thể ca ngâm,
Ngoài rừng thấp thoản, trong ngàn ngả nguê.
Lão ngư dung dưỡng nên nghề,
Rộng thời bủa lưới, hẹp thời thả câu.
Kiển nầy noi trước kề sau,
Thú nào thú chẳng mầu thú vui.

Có sài rằng :

Thuyền sen trôi nổi
Chèo quế nhẹ đưa
Cao thấp núi sông dành rạnh
Đam chiêu phong kiển vẽ vời
Tư bề bản lản đường tờ
Tuyết dồi phấn trắng mấy lần quanh co
Tợ đai ngân ngọc đúc gương dồi
Kìa chăng trời nọ ấy mây
Cuối vịnh một tối đêm lạnh
Bên lầu nửa khúc sương bay
Thúc tình ngao ngán ai đâu hỡi
Trăng tỏ lòng này chẳng tỏ vơi.
Gõ be cùng khách vui vầy,
Chóng sương có chén, dừng mây có vừng.
Nổi trôi phiếm rảy lần lần,
Năm phần thu sắc, mười phần phong tao.
khách rằng kiển lúc vẻ mầu,
Chẳng hay khối tạo đời nào để đây?
Đáp rằng khách khéo lần vây,
Bôn đào tượng bởi đất dày trời cao.
Khách rằng muốn tỏ tơ hào,
Trăm năm ngày trước người nào đến chưa?
Đáp rằng cõi lạ mờ mờ,
Kẻ dời vật bơ vơ khôn tường.
Khách rằng trong truyện dở dang,
Chẳng hay thú lịch thú vang chi mầu?
Đáp rằng mặc thủa lòng cầu,
Lâm tuyền cũng lịch sang giàu cũng xinh.
Khách rằng lời chửa ướm tình,
Thanh nhàn khuất tất lợi danh nhọc nhằn?
Đáp rằng như lẽ người hiền,
Lấy đâu đinh đậu cho an dạ nầy.
Khách rằng lời khéo trọng vay,
Rạng ra tối ẩn xưa nay chóc mòng.
Đáp rằng (*) khéo ngửa dung,
Nào ơn thủy thổ, nào công sanh thành.

Sao cho bốn bể thơm danh,
Cỏ hoa mếm đức sói kình nép oai.
Sao cho Thổ Võ rộng dài,
Ngàn năm mạch nước muôn đời thề non.
Như vầy đích phải tôi con,
Mất cũng như còn ngửa cúi mới đương.
Khách nghe ốt lảng đã tường,
Tấm lòng dường thể mở đường cao minh.
Những màn bàn bạc sự tình,
Nước xem bóng thỏ chinh chinh non đoài.
Nhìn khi khúc lố rộng dài,
Rảnh rang trước mắt trào đầy dường gương.
Trông trời ngao ngán một phương,
Điểm sao lờ lạt hơi sương lạnh lùng.
Đam chiêu vật sắc khôn cùng,
Kiển lần đòi khúc chèo ngang lại chèo.
Nghinh đương cá nhảy chim kêu,
Càng nhen đoạn hứng càng khêu tấm lòng.
Sự đời nhiều nỗi oan dung,
Non tây bóng bạc biển đông nước về.
Thoát xui còn tưởng công ghê,
Lấp trong dạ hứng ngợi đề khôn nên.
Khách rằng sẵn bút gần nghiêng,
Dám xin vui ác chép biên vịnh rằng.

Có vịnh rằng :

Dòng lạnh nước minh mang,
Canh chầy trong thoảng mảng,
Thôi thoàn hởi ngược xuôi,
Noi dạ càng lai láng.
Rượu cúc chén khuyên mời,
*Ca xang chèo đổng đảnh (doucement)**
Sương trời tiếng lá rung,
Chim kêu ngàn non vịnh.
Cám cảnh nghĩ thêm buồn,
(. . . . .*
**. . . . .*
**. . . . .)*

* Chữ trong dấu ngoặc do Trương Vĩnh Ký ghi chú.

Chép từ Tuyển tập của Trương Vĩnh Ký, Tập VI ký hiệu VĐ.35/ VI, tờ 96 - 103, Hè 1980.

Chú thích.-

(1) Về thân thế và sự nghiệp Petrus Ký, xin xem;

- Jean Bouchot, *Petrus Trương Vĩnh Ký, érudit cochinchinois*, Saigon, 1926.
- Đào Văn Hội, *Danh Nhân Nước Nhà*, Sài Gòn, 1951, trang 126 - 137.
- Nguyên Hương, *"Petrus Trương Vĩnh Ký (1837 - 1898)"*, Văn Hóa Tập san, T.XIV, Q,12, Sài Gòn, tháng 12 năm 1965.
- Hồ Hữu Tường, "*Hiện tượng Trương Vĩnh Ký hay hóa trình từ người trí thức đến kẻ sĩ phu*", Bách Khoa, số 414, Sài Gòn, 1974.
- Phạm Long Điền, "*Trương Vĩnh Ký trong quỹ đạo xâm lăng văn hóa của thực dân Pháp*", Bách Khoa, số 417, Sài Gòn, 1974.
- Nguyễn Sinh Duy và Phạm Long Điền, *Cuốn sổ bình sinh của Trương Vĩnh Ký*, Sài Gòn, Nam Sơn, 1974.
- Nguyễn Thanh Liêm, *Trường Trung học Petrus Ký và nền giáo dục Phổ Thông Việt Nam*, San José, California, U.S.A., 1991.
- Cửu-Long Lê-Trọng-Văn, *Pétrus Trương Vĩnh Ký tuyển Tập*, San Diego, California, U.S.A., 1996.
- Hội Ái Hữu Petrus Ký, *Đặc San PETRUS KÝ 1998*, Số đặc biệt kỷ niệm giỗ một trăm năm nhà bác học Petrus Ký (1-9-1898 / 1-9-1998), California U.S.A., 1998, trang 107- 113.
- Cao Thế Dung, "*Trương Vĩnh Ký, Thân thế và Hành trang*", Dân Chúa số 257 - 258, tháng 8 & 9- 98, Gretna. Louisiana, U.S.A.

(2) Về sự nghiệp trước tác của Petrus Ký, xin xem :

- Dương Quảng Hàm, *Việt Nam Văn Học Sử Yếu*, Nha Học-chính Đông-pháp, Hà Nội, 1943, trang 395.
- Nghiêm Toản, *Việt Nam học sử trích yếu, tập II*, Vĩnh Bảo, Saigon, 1949, trang 85- 86.
- Vũ Ngọc Phan, *Nhà Văn Hiện Đại*, Quyển Nhất, Vĩnh Thịnh, HàNội, 1951, trang 21- 27,
- Thanh Lãng, *Biểu Nhất Lãm Văn Học Cận Đại*, tập I, Tự Do, Sài Gòn, 1958, trang 66- 74.
- Phạm Thế Ngũ, *Việt Nam Văn Học Sử Gián Ước Tân Biên*,tập III, Quốc Học Tùng Thư, Sài Gòn, 1965, trang 67- 80.

- Trần-Trung Viên - Hư Chu, *Văn Đàn Bảo Giám*, cuốn IV, Mạc Lâm, Sài Gòn, 1968, trang 221.

(3) Xin xem :

- Huỳnh Văn Tòng, *Lịch sử báo chí Việt Nam*, Trí Đăng, Sài Gòn, 1973, trang 51- 56.
- Duy Vân, *Gia Định Báo*, Nguồn Việt, Úc châu, 1986.
- Minh Hiền, "*Sĩ Tải Trương Vĩnh Ký*", trong Đặc San PETRUS KÝ 1998 đã dẫn, trang 16- 17.

(4) Thuần phong, "*Nhơn châu ký 100 năm báo chí: Tạp chí đầu tiên*", Đồng Nai Văn Tập, tập 3, Sài Gòn, tháng 1- 1966, trang 43- 55.

(5) Minh Hiền, trong *Đặc San PETRUS KÝ 1998* đã dẫn, trang 20- 22.

(6) Hội Ái Hữu Petrus Ký, *Đặc san 1998*, trang 110.

(7) Nhiều tác giả, *Từ Điển Văn học*, tập II, Nxb. Khoa học Xã hội, Hà Nội, 1984, trang 464- 465.

(8) Nhiều tác giả, *Địa Chí Văn Hóa Thành Phố Hồ Chí Minh*, tập II, Nxb. Tp. HCM., 1988, trang 231- 233.

(9) Theo thư của ông Charles Trương Vĩnh Tống là cháu nội của Trương Vĩnh Ký ở Pháp gửi cho Hội Ái Hữu Petrus Ký ở Cali ngày 10- 9- 1998 (Thư có in lại trong Đặc san Petrus Ký 1998, trang 8-9, thì hiện ông đang giữ một mớ sách vở và tài liệu của tổ phụ. Về thủ bản của Trương Vĩnh Ký, ông cho biết có hai quyển luận văn cử nhơn của cô Anne Madelin và cô Christine Nguyễn viết về Trương Vĩnh Ký, đã dùng tài liệu ông còn giữ tài liệu tìm trong các thư viện ở Pháp.

(10) Đoàn Khoách, "*Ai khiến thằng Tây, một bài thơ ít người biết*", Văn Học số 66, tháng 8- 1991, Tustin, California, U.S.A.

(11) Đoàn Khoách, "*Thử tìm hiểu tên Chúa Nguyễn đời thứ năm*", Dòng Việt số 3, Mùa thu năm 1996, Huntington Beach, California, U.S.A. Bài viết cho thấy các cuốn sử sau đây thay vì ghi tên húy của chúa Nghĩa là Nguyễn Phúc Thái, lại ghi là Nguyễn Phúc Trăn: *Việt Nam Sử Lược* của Trần Trọng Kim, *Việt Sử Khảo Lược* của Tôn Thất Dương Kỵ, *Việt Sử Toàn Thư* của Phạm Văn Sơn, *Việt Sử Xứ Đàng Trong* của Phan Khoang, các bản biên dịch và chú giải *Việt Sử Thông Giám Cương Mục* và *Đại Nam Thực Lục* của Viện Sử học Hà Nội.

(12) Viện Nghiên cứu Hán Nôm và Học viện Viễn Đông Bác Cổ Pháp, *Di Sản Hán Nôm Việt Nam Thư Mục Đề Yếu* I, II, III,Nxb. Khoa học Xã hội, Hà Nội, 1993. Trọng bộ Thư Mục này thấy có những tác phẩm bằng chữ Hán Nôm của Trương Vĩnh Ký hoặc thư lục tác phẩm của Trương Vĩnh Ký như sau:

- *Kỷ Tị Niên Chính Nguyệt Phúc Tư Công Văn Nhật Ký*, sách viết. Trương Vĩnh Ký soạn năm 1868 và 1869 gồm 5 bài biểu với nội dung như vấn đề phiên dịch chữ Pháp và chữ Việt, xin đặt nội qui nhà trường, xin cấp học bổng cho bốn học sinh...

- *Lại Trí Tân Biên*, sách in, Trương Vĩnh Ký biên soạn, gồm:
- 1. *Lại Trị Tân Biên* in năm 1889, là những qui tắc và lề lối làm việc qui định cho giới quan lại trong khi giải quyết các vấn đề nội trị, cùng một số nội văn kiện hành chính như tấu, sớ, dụ, từ, trát, cáo thị,...
- 2. *Văn Hành Lược Thuật* in năm 1889, là cách làm chiếu, biểu, kinh nghĩa, thơ phú, cùng một số bài mẫu.
- 3. *Khải Mông Trình Dẫn* in năn 1891, là cách dạy trẻ học chữ Hán, gồm cách học và cách làm văn.
- 4 *Sĩ Viện Gia Thảo* in năm 1889, gồm thơ văn của tác giả, bài ca về địa lý Việt Nam, thơ họa đáp với bạn, thơ xã giao với Tổng đốc Hà Ninh, với Kinh lược xứ Bắc Kỳ, khải gởi cho các bạn nhà văn nói việc dịch sách để làm bộ *Thông Loại Khóa Trình*, thơ Nôm đề tập *Như Tây Nhật Trình*.
- *Bi Nhu Quận Công Phương Tích Lục*, sách in năm 1897, Đốc học Hoa Xuyên Hầu Nguyễn Gia Cát soạn, Trương Vĩnh Ký khảo lược, ghi những công tích của Bi Nhu (tức Pigneau de Béhaine) trong việc giúp Nguyễn Ánh chống Tây sơn, trong việc đưa Hoàng tử Cảnh sang Pháp năm 1783, đạo Dụ tặng Bi Nhu tước Quận Công, bài văn bia ở mộ chí tại Gia định soạn năm 1800.
- *Việt Nam Dư Địa Chí*, sách viết, sách địa lý Việt nam bằng chữ Hán Nôm, nói về địa thế, núi sông, ao đầm, cửa bể; các tỉnh, phủ, huyện, xã; phong tục và tiếng nói của 45 dân tộc ít người. Trong sách nyà có bài " *Nam Kỳ Lục Tỉnh Tứ Sát hại ca*" bằng chữ Nôm của trương Vĩnh Ký.

(13) Trịnh Hoài Đức, *Gia Định Thành Thông Chí*, bản dịch của Tu Trai Nguyễn Tạo, Tập Thượng, trang 113, Phủ Quốc Vụ Khanh đặc trách Văn Hóa xuất bản, Sài Gòn, 1972.

(14) Muốn biết rõ thêm chi tiết về sử liệu và văn liệu Chiêu anh các ở Hà Tiên, xin xem *Văn Học Miền Nam, Văn Học Hà Tiên* của Đông Hồ, Quỳnh Lâm xuất bản, Gia Định, 1970.

(15) Tài liệu trong Di Cảo cho thấy Lư Khê Văn là một tập chép đầu tay. Trương Vĩnh Ký tuy có ghi chú một đôi chữ trong ngoặc đơn nhưng là để cho riêng mình rõ nghĩa, chứ chưa phải là việc dụng công cần thiết cho một bản văn sắp đem ấn thành như họ Trương vẫn thường làm. Do đó lần sao lục này, người viết xin cố giữ nguyên trạng bản gốc. Ngoài ra, nếu có chữ nào, câu nào trong bản gốc bị nhòe, lấm, không đọc được, người viết cũng xin ghi lại bằng dấu hoa thị (*) thay cho chữ để giữ nguyên trạng.

San Diego, tháng XI- 1998

PHẦN II. THƯ TỊCH TÀI LIỆU VIẾT VỀ TRƯƠNG VĨNH KÝ

***

Âu Vĩnh Hiền. "Petrus Trương Vĩnh Ký, người đầu tiên phát huy nền văn học chữ quốc ngữ Việt Nam." [web: Hoa Xương Rồng = http: //hoaxuongrong.org/tai-lieu/petrus-truong-vinh-ky-nguoi-dau-tien-phat-huy-nen-van-hoc-chu-quoc-ngu-vn_a739]

Ban Tuyên Gíao Tỉnh Bến Tre. "Trương Vĩnh Ký – con người của đất cù lao và sự nghiệp vănhóa." *Xưa &Nay*, số 98 (8-2001), tr. 20- [XNIndex#3653]

Bách Khoa, số 217 ngày 15-1-1966: Kỷ niệm 100 năm báo chí Việt Nam. [nói về Gia Định Báo, v.v…] [web: Nam Kỳ Lục Tỉnh: https: //sites.google.com/site/namkyluctinhorg/tap-chi/bach-khoa **hay** http: //www.namkyluctinh.com/eBooks/Tap%20Chi/Bach%20Khoa/BachKhoa-217.pdf]

Bằng Giang. *Sương mù trên tác phẩm Trương Vĩnh Ký*. Hà Nội: NXB Trẻ, 1993. [phân tích trong sách của Nguyễn Đình Đầu. *Petrus Ky, Nỗi oan thế kỷ*. Hà Nội: Nhã Nam, Tri Thức, 2016, tr. 570-571. (OCLC: Hardvard, Unv.Arizona,Tempe, UC Berkeley, BNF)]

Bằng Giang. "Trương Vĩnh Ký "Cuốn sổ bình sanh." *Xưa &Nay*, số 70-B (12-1999), tr. VIII- [XNIndex#2752]

Barquissau, Raphaël. *Correspondence inédite en latin de Petrus Trương–vĩnh-Ký*. Saigon, Publication de la Société des Etudes Indochinoises, 1934. [BNF]

Barthélemy, Pierre de. «A visit to Petrus-Ky,» from "Indo-chine 1894-1895: Cambodge, Cochinchine, Laos, Siam Mémorial." Posted by Tim Doling Historic Vietnam, website = http: //www.historicvietnam.com/tim-doling/

Bernard, Hervé. "Henri Rieunier et la conquête de la Cochinchine" [http://nguyentl.free.fr/Public/HerveBernard/HENRI_RIEUNIER_ET_LA_CONQUETE_DE_LA_COCHINCHINE_(1858-1863).pdf[Viết về Petrus Ký trang 36-]

Bouchot, Jean. *Petrus J.B. Truong-Vinh-Ky (1837-1898), un savant et un Patriote Cochinchinois*. Saigon, Nguyễn Văn Của, 1927. [TVKHTHSg, Australian National Library]

Bouchot, Jean. *Petrus J.B. érudit cochinchinois, 1837-1898*. Saigon C. Ardin, 1925. [LC, BNF]

Bùi, Kha. "Trương Vĩnh Ký phản bội tổ quốc sao gọi là nỗi oan thế kỷ?" [web: Sách hiếm = http: //sachhiem.net/BUIKHA/BuiKha32.php]

Bùi, Thụy Đào Nguyên. "Giới thiệu Cổ Gia Định phong cảnh vịnh." [Web: Chim Việt Cành Nam = http: //chimviet.free.fr/40/btds088_cogiadinhphongcanhGT.htm

Bùi, Vĩnh Phúc. "Đọc Kiều của Trương Vĩnh Ký, nghĩ về ngôn ngữ Việt và một vài khía cạnh biến đổi ngữ âm, ngữ nghĩa trong tiếng Việt." [Web = Diễn Đàn Thế Kỷ =
Kỳ 1: https: //www.diendantheky.net/2018/12/bui-vinh-phuc-oc-kieu-cua-truong-vinh.html và
Kỳ 2: https: //www.diendantheky.net/2018/12/bui-vinh-phuc-oc-kieu-cua-truong-vinh_16.html
-- cũng xuất bản trong: *Kỷ yếu Triển lãm và Hội thảo về Petrus Trương Vĩnh Ký*. Westminster: Ban Tổ Chức Hội Thảo Tưởng Niệm Petrus Trương Vĩnh Ký, 2019, tr. 46]

Cao, Thế Dung. "Trương Vĩnh Ký trở về với con đường văn hóa, văn học." [Web: Hội Ái Hữu Petrus Ký Âu Châu = http: //www.petrusky.de/index.php/35-pk-startseite/pk-ongpetrustvk/54-truong-vinh-ky-tr-v-v-i-con-du-ng-van-hoa-van-h-c

Cao Tự Thanh. "Trương Vĩnh Ký trong quá trình tái cấu trúc xã hội ở Việt Nam nửa sau thế kỷ XIX [web Trục Nhật Phi: https: //trucnhatphi.wordpress.com/2008/12/01/tr%C6%B0%C6%A1ng-vinh-ky-trong-qua-trinh-tai-c%E1%BA%A5u-truc-xa-h%E1%BB%99i-%E1%BB%9F-vi%E1%BB%87t-nam-n%E1%BB%ADa-sau-th%E1%BA%BF- k%E1%BB%B7-xix / hay = Web Nhatbook.com = https: //nhatbook.com/2018/08/22/truong-vinh-ky-trong-qua-trinh-tai-cau-truc-xa-hoi-o-viet- nam-nua-sau-the-ky-xix/ook]

Cao Xuân Hạo. "Trương Vĩnh Ký trong lịch sử ngữ học Việt Nam." [trích trong: Nguyễn Đình Đầu.*Petrus Ký, Nỗi oan thế kỷ.* Hà Nội: Nhã Nam, Tri Thức, 2016, tr. 584-589.]

Cao Xuân Hạo. "Tiếng Việt, những công lao bị quên lãng." [web: Tượng đài Petrus Ký hải ngoại: https: //petruskymonument.wordpress.com/2017/03/25/tieng-viet-nhung-cong-lao-bi-quen-lang-cao-xuan-hao/]

Cát Linh (RFA). "Petrus Ký, nỗi oan thế kỷ hay lịch sử bị chối bỏ." [web RFA = https: //www.rfa.org/vietnamese/in_depth/book-about-19th-century-catholicprominent-scholar-banned-cl-01062017130839.html]

Chavanne, Alexis. Raphaël Barquissau. *Correspondence inédite en latin de Petrus Trương–vĩnh-Ký. [Lettres du Dr. Alexis Chavanne.]* Saigon, Publication de la Société des Etudes Indochinoises, 1934. [BNF]

Chính Đạo. *Hồ Chí Minh: Con người & huyền thoại, tập 1: 1898-1925, tái bản có bổ sung.* Houston, TX: Văn Hóa, 1997.["phóng ảnh không đầy đủ về lá thư Petrus Key: trang 68".]

Chu, Quang Trứ, Nguyễn Thanh Hằng, Hồ Hữu Phước. "Bình luận về Trương Vĩnh Ký." *Tạp chí Nghiên Cứu Lịch Sử*, số 62 (5-1964), tr. 27-29.]

Comité de l'érection du monument Pétrus Ky. «Xem / See» «*Erection d'Une Statue à Petrus Ky*– Saigon (1927)»: Procès-verbal de réunion.» [web – Entreprises-colonials.fr = http: //www.entreprises-coloniales.fr/inde-indochine/Statue_Petrus-Ky-1927.pdf]

Cordier, Henri. «Alphonse Milne-Edwards, Adrien René Franchet, Louis Gaillard,Nicholas J.Hannen, V.P. Vasiliev, Petrus Truong vinh Ky."*T'oung Pao*, Jan, 1, 1900, vol.1, p.256. [Indosinica 2-3 p. 1862]

Cordier, Henri. «Petrus Trương- Vĩnh- Ký - Nécrologie» / par Henri Cordier. *Toung Pao.*2e S érie, I, no.3, Juillet, 1900, p. 261-268. (*Note: avec Bibliographie, mort Sept. 1898. [Indosinica 2-3 p. 1862]

Cortambert, Richard. "Impressions d'un Japonais en France: suivies des impressions des Annamites en Europe: L'interprète Petrus Truong-Vinh-Ky" receuillies par Richard Cortambert. Paris: Achille Faure, 1864.[p. 179-205.]
https://books.google.com/books?id=XElQAAAAcAAJ&pg=PA208&lpg=PA208&dq=Impressions+des+Annamites+en+Europe:l%E2%80%99interpr%C3%A8te+P%C3%A9trus+Truong VinhKy&source=bl&ots=mdhxh9ada1&sig=tFZIH5Gy5ZjifpkUkgvGkOthquc&hl=en&sa=X

&ved=2ahUKEwiUj7vlk8jdAhWhjlQKHfw3D6AQ6AEwAXoECAkQAQ#v=onepage&q=Impressions%20des%20Annamites%20en%20Europe%3A%20l%E2%80%99interpr%C3%A8te%20P%C3%A9trus%20Truong-VinhKy&f=false]

Cortambert, Richard(ghi lại, 1864). (Nguyễn Vy Khanh dịch) *"Cảm tưởng của người Việt Nam ở Âu Châu: Nhà thông ngôn Petrus Trương Vĩnh Ký»* «Impressions des Annamites en Europe: l'interprète Pétrus Truong-Vinh-Ky»). [web: Tượng đài Petrus Ký hải ngoại = Petrus Ky Monument Overseas = https: //petruskymonument.wordpress.com/2017/03/29/cam-tuong-cua-nguoi-viet-%E2%80%90-nam-o-au-chau-nha-thong%E2%80%90ngon-petrus-truong-vinh-kyimpressions-de/] [bản Việt ngữ], --[bản Pháp ngữ] =có nhan đề "Impressions d'un Japonais en France: suivies des impressions des Annamites ..." by Richard Cortambert]

D. "Truong-vinh-Ky, dit Petrus Ky, savant et patriote" *Indochine illustrée*, v.188 (1944), p. 4-7. [TV Viện Việt Học]

Diệu Hoa. "Trương Vĩnh Ký với tệ nạn cờ bạc và nha phiến." *Xưa &Nay*, số 24 (2-1996), tr. 19- [XNIndex#527]

Doling, Tim. Historic Vietnam. [website có bài về Petrus Ký bằng tiếng Anh với nhiều hình ảnh màu đẹp:
* Petrus Ky / by Barthélamy, (tr. 3-26] http: //www.historicvietnam.com/a-visit-to-petrus-ky/
* Petrus Ky: historical memories of Saigon and its environs, 1885 (pt.1) = http://www.historicvietnam.com/historic-memories-1/
* Petrus Ky: (pt.2): http: //www.historicvietnam.com/historic-memories-2/
* Petrus Ky (pt.3): http: //www.historicvietnam.com/historic-memories-3/
* Old Saigon Building of the week – Petrus Ky mauseleum = http: //www.historicvietnam.com/petrus-ky-mauseleum]

Dương, Thu Hằng. Trương Vĩnh Ký và bước khởi đầu đời sống văn chương Việt Nam hiện đại. Hà Nội:NXB Đại Học Quốc Gia Hà Nội, 2013.

"Đánh giá một nhân vật lịch sử" [Trương Vĩnh Ký]. [tác giả Vô Danh.] *Tạp chí Nghiên Cứu Lịch Sử,* số 23 (2-1961) tr.5-7.

Đặng, Châu Long. "Petrus Trương Vĩnh Ký Non morietur in aeternum: Kỷ niệm 118 năm ngày mất Học giả Jean-Baptiste Petrus Trương Vĩnh Ký." [Web Sáng tạo = https: //sangtao.org/2016/09/19/petrus-truong-vinh-ky-non-morietur-in-aeternum/]

Đặng, Huy Vận & Hoàng, Văn Lân. "Nhìn nhận Trương Vĩnh Ký thế nào cho đúng." *Tạp chí Nghiên Cứu Lịch Sử*, số 61 (1964), tr. 16-30.

Đặng, Thúc Liêng. *Trương Vĩnh Ký, hành trạng.* Saigon: Xưa Nay, 1927. [Web TV Quốc Gia VN - VietMessenger = http://vietmessenger.com/books/?title=truong%20vinh%20ky%20hanh%20trang] - Tài liệu của GS. Nguyễn Văn Sâm, tặng bản PDF cho TV Viện Việt Học]

Đinh, Xuân Lâm. "Báo cáo đề dẫn tọa đàm Trương Vĩnh Ký để đi tới một đánh giá thỏa đáng về Trương Vĩnh Ký." *Xưa &Nay*, số 98 (8-2001), tr. 17-[XNIndex#3652]

Đinh, Xuân Lâm. “Để đi tới một đánh giá thỏa đáng về Trương Vĩnh Ký.” [trích trong: Nguyễn Đình Đầu. *Petrus Ký, Nỗi oan thế kỷ*. Nhã Nam, Tri Thức, 2016, tr. 577-583]

Đỗ, Lai Thúy. “Trương Vĩnh Ký: người mở đầu cho cuộc trò chuyện Đông Tây” [web Nam Kỳ Lục Tỉnh: https: //sites.google.com/site/namkyluctinhorg/tac-gia-tac-pham/a-b-c-d/dho-lai-thuy/truong-vinh-ky-nguoi-mo-dau-cho-cuoc-tro-chuyen-dong-tay]

Đỗ, Quang Vinh. “Petrus Trương Vĩnh Ký (1837-1898) a great cultural name, the first erudite philologist of the Vietnamese literature of ‘Quốc ngữ’.” [http://doquangvinhvenguon.com/uploads/3/4/8/2/34828795/petrus_ky_in_english_newest.pdf

Đỗ, Quang Vinh. “Vinh danh Trương Vĩnh Ký (1837-1898) một nhà văn hóa lớn, một nhà bác ngữ học.” http: //doquangvinhvenguon.com/uploads/3/4/8/2/34828795/petrus_ky_updatevietnewest.pdf

Đoàn, Khoách. "Trương Vĩnh Ký Di Cảo, hay, Tài liệu, thủ bút còn lại của Trương Vĩnh Ký" *Dòng Việt*, số 7 (mùa Đông năm 1999), tr.349-370. [web Nam Kỳ Lục Tỉnh: http://www.namkyluctinh.com/eBooks/Tap%20Chi/Dong%20Viet/Dong%20Viet%20so%207.pdfXem tr.27-48

Đoàn, Lê Giang, “Petrus Ký-Nỗi Oan Thế Kỷ, Một Quyển Sách Nên Đọc, Nhưng Vẫn Còn Xa So Với Kỳ Vọng Của Độc Giả”, January 6, 2017” https: //anhbasam.wordpress.com/2017/01/07/11-252-petrus-ky-noi-oan-the-ky-mot-quyen-sach-nen-doc-nhung-van-con-xa-so-voi-ky-vong-cua-doc-gia/

Đoàn, Lê Giang, “Ứng xử thời cuộc của Trương Vĩnh Ký có hoàn toàn đúng đắn không?”, January 7, 2017[https://www.facebook.com/permalink.php?story_fbid=396625684013342&id=100009977416332]

«Erection d’Une Statue à Pétrus Ky – Saigon (1927): Procès-verbal de réunion.» / Comité de l'érection du monument Pétrus Ky. [web – Entreprises-colonials.fr = http: //www.entreprises-coloniales.fr/inde-indochine/Statue_Petrus-Ky-1927.pdf]

Gia Định Báo, tờ báo Việt ngữ đầu tiên / Nhiều tác giả. Hanoi: NXB Văn Hóa & Văn Nghệ, 2018.

H. H. “Giới thiệu về Trương Vĩnh Ký.” *Tạp chí Nghiên Cứu Lịch Sử*, số 56 (1963), tr. 13-23.

Hồ, Hữu Tường. “Hiện Tượng Trương Vĩnh Ký, hay là, Hóa trình từ người trí thức đến kẻ sĩ phu” *Bách Khoa*, số 414 (N*), 1974, tr. 15-22. [web Nam Kỳ Lục Tỉnh = http: //www.namkyluctinh.com/eBooks/Tap%20Chi/Bach%20Khoa/BachKhoa-414.pdf -- [trích trong sách của Nguyễn Đình Đầu. *Petrus Ky, nỗi oan thế kỷ.* Hanoi: Nhã Nam, Tri Thức, 2016, tr. 530-534. (OCLC: Hardvard, Univ. Arizona,Tempe, UC Berkeley, BNF)]

Hồ, Song. “Bàn thêm về Trương Vĩnh Ký.” *Tạp chí Nghiên Cứu Lịch Sử*, số 61 (1964), tr.31-34.

Hoài Anh. “Trương Vĩnh Ký với văn học quốc ngữ.” *Xưa &Nay*, số 92 (5-2001), tr. 20-[XNIndex#3540]

Hoàng, Lại Giang. *Trương Vĩnh Ký, Bi Kịch Muôn Đời.* Hà Nội: Nhà Xuất Bản Văn Hóa Và Thông Tin, 2001. [phân tích trong sách của Nguyễn Đình Đầu. *Petrus Ky, nỗi oan thế kỷ.* Hà Nội:

Nhã Nam, Tri Thức, 2016, tr. 572. (OCLC: Hardvard, Univ. Arizona, Tempe, UCBerkeley, BNF)] [TV Viện Việt-Học]

Hoàng, Thụy Văn. "Hội thảo tưởng niện nhà bác ngữ học Trương Vĩnh Ký (1837-1898)." – [Blogpost Hoàng Thụy Văn - *Tường thuật đầy đủ cũng như ghi âm những bài tham luận, ảnh triển lãm của Hội thảo này diễn ra tại Hội trường Nhật báo Người Việt, Westminster, CA*. - https: //hoangthuyv.blogspot.com/search?q=tr%C6%B0%C6%A1ng+v%C4%A9nh+k%C3%BD

Hoàng, Văn Lân & Đặng Huy Vận. "Nhìn nhận Trương Vĩnh Ký thế nào cho đúng." *Tạp chí Nghiên Cứu Lịch Sử*, số 61 (1964), tr. 16-30.

Honey,Patrick James. "Trương Vĩnh Ký và Chuyến đi Bắc-kỳ năm Ất-hợi (1876) qua con mắt một nhà nghiên cứu nước ngoài" - Trần Hải Yến dịch [Web Talawas = http: //www.talawas.org/talaDB/showFile.php?res=12946&rb=0302]

Hồng Lê Thọ. "Kỷ niệm lần giỗ thứ 110 (01/09/2008) của Trương Vĩnh Ký." [web VietSciences 1-9-2008 =http: //vietsciences.free.fr/vietnam/danhnhan/tacgia/truongvinhky-hlt.htm]

Huyền Mặc Đạo Nhân. *Trương Công thiệt lục*. Saigon: Truong Vinh Tong, 1927. (BNF)

Huyền Mặc Đạo Nhân. "Danh nhơn Nam Kỳ: Cụ Trương Vĩnh Ký." *Đồng Nai*, số 23-24 (15e janvier-1er février, 1933), p. 21-26. *[Bài báo này có in hình Trương Vĩnh Ký mặc triều phục (tr.23), và bài «Thơ tuyệt mạng» của TVKý (tr.24)* [TV KHTHSg. TV VVH.]

Huỳnh, Ái Tông. "Trương Vĩnh Ký (1837-1898)" [web = VietSciences = http: //vietsciences.free.fr/vietnam/danhnhan/tacgia/truongvinhky.htm

Huỳnh, Văn Tòng. *Lich sử báo chí Việt Nam: từ khởi thủy đến 1945*. Tp. Hồ Chí Minh: NXB Tp. Hồ Chí Minh, 2000. [nói về Gia Định báo, tr. 58-69.]

Khổng, Xuân Thu. *Trương Vĩnh Ký: 1837-1898*. Saigon: Tân Việt, 1954 [Web: Tủ sách tiếng Việt = https: //tusachtiengviet.com/images/file/ncFPoLy70wgQAP1h/truong-vinh-ky.pdf]

Lê, Nguyên. "Gia Định Báo: tờ báo Việt ngữ đầu tiên" [Web: *Văn hóa Nghệ An]* http: //vanhoanghean.com.vn/chuyen-muc-goc-nhin-van-hoa/nhung-goc-nhin-van-hoa/gia-dinh-bao-to-bao-viet-ngu-dau-tien]

Lê, Thanh. *Trương Vĩnh Ký, biên khảo*. Hà Nội: Tân Dân, 1943. (Phổ thông chuyên san) (Phổ Thông bán nguyệt san, năm 8, số 3, lớp mới, 9-1943. [web Tủ sách tiếng Việt = https: //tusachtiengviet.com/images/file/cND1se4m1QgQAA4F/truong-vinh-ky.pdf]

Lê, Thành Ý. *Petrus Trương Vĩnh Ký, nhà ái quốc và học giả An Nam*. Saigon: Nhà in Ngô Tử Hạ, 1927.

Lê, Thiếu Nhơn. "Bản dịch Truyện Kiều của Trương Vĩnh Ký." [Web: Lê Thiếu Nhơn = http: //www.lethieunhon.vn/2018/08/ban-dich-kieu-cua-truong-vinh-ky.html]

Lê, Văn Đặng. "Trương Vĩnh Ký, thân thế và sự nghiệp." [web han-nom.org = https: //www.hannom.org/eBooks/Petrus%20Ky%20Con%20nguoi%20va%20Su%20nghiep-Nov%202012.pdf;] hay [http: //www.han-nom.org/LinhTinh/Petrus%20Ky%20Con%20nguoi%20va%20Su%20nghiep-Nov%202012.pdf]

Lê, Văn Đoàn. "Tiểu luận về Gia định Báo". [Web: http: //tuubatsau.blogspot.com/2013/10/tieu-luan-ve-gia-inh-bao.html]

Lưu, Hữu Phước. *Chant du Lycée Pétrus Trương Vĩnh Ký*. Musique de Lưu Hữu Phước, paroles de M. Le Jeannic. [lyrics are written in French. No place and date of publication. (from Archives of Charles Trương Vĩnh Tống (Truong Vinh Ký's descendants)] [trích từ Anne Madelin's thesis, không có số trang, sau tr. 104] [tài liệu do bà Christine Nguyễn tặng TV VVH]

Madelin, Anne. *Petrus J.B. Trương Vĩnh Ký (1837-1898): un lettré cochinchinois entre deux cultures.* Paris: Université de Paris Diderot, 1995. [Luận văn Cao học ngành Sử học (Maitrise d'histoire) [tài liệu do bà Christine Nguyễn tặng TV VVH]

Mai, Hạnh. "Tìm hiểu thực chất vấn đề Trương Vĩnh Ký trong lịch sử Việt Nam."*Tạp chí Nghiên Cứu Lịch Sử,* số 58 -1964 , tr. 15-28. [trích trong sách của Nguyễn Đình Đầu. *Petrus Ký, nỗi oan thế kỷ.* Hà Nội: Nhã Nam, Tri Thức, 2016, tr. 443-465. (OCLC: Hardvard, Unv. Arizona, Tempe, UC Berkeley, BNF)]

Mai, Thanh Truyết. "Petrus Trương Vĩnh Ký, nhà văn hóa dân tộc." (Bài nói chuyện ngày 22-10-2017 tại San Jose, CA). [web Tượng đài Petrus Ký hải ngoại = Petrus Ky Monument Overseas = https: //petruskymonument.wordpress.com/2017/10/23/petrus-truong-vinh-ky-nha-van-hoa-dan-toc-mai-thanh-truyet/

Mẫn Quốc."Trương Vĩnh Ký, một nhà bác học trứ danh đã ngang nhiên đóng vai trò đặc vụ tình báo, làm tay sai đắc lực cho giặc Pháp."*Tạp chí Nghiên Cứu Lịch Sử,* số 60-1964. tr.3945. [trích trong: Nguyễn Đình Đầu. *Petrus Ký, Nỗi oan thế kỷ.* Hà Nội: Nhã Nam, TriThức, 2016, tr. trang 489-500.]

Mạnh Kim. "Người ta vẫn còn "sợ" những vĩ nhân thật sự như cụ Trương Vĩnh Ký?" [Web: Anh Ba Sàm. = https: //anhbasam.wordpress.com/2017/01/05/11-229-nguoi-ta-van-con-so-nhung-vi-nhan-that-su-nhu-cu-truong-vinh-ky/]

Mạnh Tùng. "Ngôi trường thời Pháp mang tên học giả Trương Vĩnh Ký." [Web = Người đô thị = https: //nguoidothi.net.vn/ngoi-truong-thoi-phap-mang-ten-hoc-gia-truong-vinh-ky-9692.html]

Nam Kỳ Nhựt Trình, số 46 ngày 8-9-1898. "Trương Sĩ Tải Tiên Du" – Bài viết về đám tang Trương Vĩnh Ký đăng trên báo *Nam Kỳ Nhựt Trình,* số 46 ngày 8-9-1898,được chép lại và xuất bản trong sách *Hiện Tượng Trương Vĩnh Ký* / chủ biên: Trần Văn Đạt, Lê Thành Lân, Phạm Hồng Đảnh. Liên Hội Ái Hữu Petrus Trương Vĩnh Ký Nam-Bắc California và nhóm Petrus Ký.org, 2005, (tr. 232-237) [web: Huy Lữ Trần Văn Đạt = https: //www.tranvandat.com/home/--1/pk-%E1%BB%A5c-l%E1%BB%A5c-gi%E1%BB%9Bi-thi%E1%BB%87u/] – được đăng lại trên Diễn Đàn Thế Kỷ với tựa đề: "Báo Nam Kỳ Nhựt Trình, số ngày 8-9-1898 tường thuật tang lễ học giả Trương Vĩnh Ký: Trương Sĩ Tải Tiên Du." [https: //www.diendantheky.net/2018/11/bao-nam-ky-nhut-trinh-so-46-ngay-8-9.html]

Ngọc Lễ. "Petrus Ký thăng trầm trong dòng lịch sử." [Web VOA = https: //www.voatiengviet.com/a/p%C3%A9trus-k%C3%BD-th%C4%83ng-tr%E1%BA%A7m-trong-d%C3%B2ng-l%E1%BB%8Bch-s%E1%BB%AD/4692045.html]

Nguyên Nguyên. "Thử nhận xét về "Tâm Bút" phê phán Petrus Ký" [Web Petrus Ky Australia = https: //petruskyaus.net/thu-nhan-xet-ve-tam-but-phe-phan-petrus-ky/]

Nguyên Vũ. "Góp phần nghiên cứu về Trương Vĩnh Ký." [Web Hồn Việt: http: //honvietquochoc.com.vn/bai-viet/4908-gop-phan-nghien-cuu-ve-truong-vinh-ky.aspx]

Nguyên Vũ. *Ngàn Năm Soi Mặt: Góp Phần Nghiên Cứu Về Trương Vĩnh Ký (1837-1898).*Houston, Tx.: Văn Hóa, 2002, 2010. [tr.157-269] http: //nhandanvietnam.org/view.php?storyid=872

Nguyên Vũ. *Paris, Xuân 1996*. Houston, Tx.: Nhà Xuất Bản Văn Hóa, 1997. [TVVVH]

Nguyễn, Anh."Vài ý kiến về Trương Vĩnh Ký." *Tạp chí Nghiên cứu Lịch sử*, số 57(12-1963), tr.17-27; 38.

Nguyễn, Christine. *Petrus J. B. Truong Vinh Ky (1837-1898) and the Dissemination of Quoc Ngu: an Annotated bibliography of works by and about a Vietnamese scholar.* New York: Queens College, City University of NY, 1995. [Luận văn cao học ngành Thư viện học (Master of Library Science] (BNF, tác giả gửi tặng TV VVH))

Nguyễn, Duy Oanh. *Tỉnh Bến Tre trong lịch sử Việt Nam: từ 1757-1945*. Saigon: Phủ Quốc Vụ Khanh đặc trách Văn hóa, 1971. (436 tr.) [tr. 305-312 nói về Trương Vĩnh Ký web Tủ sách tiếng Việt = https: //tusachtiengviet.com/a309/tinh-ben-tre-trong-lich-su-viet-nam]

Nguyễn, Đắc Xuân. *Nam Bộ Với Triều Nguyễn Và Huế Xưa ["Xuất Và Xử Trong CuộcĐời Chính Trị Của Trương Vĩnh Ký"*]. Huế: Hồng Đức, 2015. [https: //www.scribd.com/document/337156787/Nam-B%E1%BB%99-V%E1%BB%9Bi-Tri%E1%BB%81u-Nguy%E1%BB%85n-Va-Hu%E1%BA%BF-X%C6%B0a-Nguy%E1%BB%85n-%C4%90%E1%BA%AFc-Xuan]

Nguyễn, Đình Đầu. *Petrus Ký,nỗi oan thế kỷ.* Hà Nội: Nhã Nam, Tri Thức, 2016. [OCLC: Hardvard, Unv.Arizona,Tempe, UC Berkeley, BNF] - [Sách mới phát hành đã bị thu hồi và cấm lưu hành tại Việt Nam – Xem web BBC = https: //www.bbc.com/vietnamese/vietnam-38561438] [BNF, LC, UC Berkeley, Harvard Univ, Arizona State Univ., Tempe…]

Nguyễn Đình Đầu. "Trương Vĩnh Ký niên biểu." [trích sách của Nguyễn Đình Đầu.*Petrus Ky, nỗi oan thế kỷ.* Hà Nội: Nhã Nam, Tri Thức, 2016, tr. 41-49. [OCLC: Harvard, Univ. Arizona, Tempe, UC Berkeley, BNF)]

Nguyễn, Hải Lộc.*Tìm hiểu Gia Định báo.* Sài Gòn: Viện Đại Học Vạn Hạnh, Phân khoa Văn học và Khoa học Nhân văn, Ban Cử nhân báo chí, 1972. [Luận văn Cao Học Ban Báo Chí] [TV KHTHSg]

Nguyễn, Huệ Chi (biên soạn.) "Trương Vĩnh Ký" [tiểu sử] trích trong Đỗ Đức Hiếu (chủ biên) *Từ điển Văn học*(bộ mới), Hà Nội: NXB Thế giới, 2004. [tr.1865-1866]

Nguyễn, Khắc Đạm."*Cần nhận rõ chân tướng Trương Vĩnh Ký để đánh giá cho đúng.*" *Tạp chí Nghiên cứu Lịch sử*, số 59 (2-1964), tr. 33-42, 46. [trích trong sách của Nguyễn Đình Đầu. *Petrus Ky, Nỗi oan thế kỷ.* Hà Nội: Nhã Nam, Tri Thức, 2016, tr. 466-482. (OCLC: Harvard, Unv.Arizona,Tempe, UC Berkeley, BNF)]

Nguyễn, Khắc Xuyên. "Về tượng đài kỷ niệm Petrus Ký." *Xưa &Nay*, số 121 (3- 2002), tr. 25- [XNIndex#3967]Nguyễn, Phan Quang. "Một số tư liệu về Trương Vĩnh Ký với những tác phẩm của ông." *Tạp chí Nghiên cứu Lịch sử*, số 3 (328) (2003), tr.82-86.

Nguyễn, Quang Duy. "Trương Vĩnh Ký, nhà giáo dục yêu nước." [Web BBC tiếng Việt = https: //www.bbc.com/vietnamese/forum-46455314

Nguyễn, Sinh Duy. "Thương xác cùng nhà học giả Hồ Hữu Tường về hiện tượng Trương Vĩnh Ký." *Bách Khoa*, số 416 (P*), 1974, tr. 15-25. [Web: Nam Kỳ Lục Tỉnh = http: //www.namkyluctinh.com/eBooks/Tap%20Chi/Bach%20Khoa/BachKhoa-416.pdf -[trích trong sách của Nguyễn Đình Đầu. Petrus Ky, Nỗi oan thế kỷ. Hà Nội: Nhã Nam, Tri Thức, 2016, tr. 535-544. (OCLC: Harvard, Unv.Arizona,Tempe, UC Berkeley, BNF)]

Nguyễn, Sinh Duy, Phạm Long Điền. *Cuốn sổ bình sanh*. Saigon: Nam Sơn, 1975. [TVKHTHSg]Nguyễn, Sinh Duy. *Cuốn sổ bình sanh*. Hà Nội: Văn Học, 2004. [Cornell, OCLC]Nguyễn, Sinh Duy. "Thảo luận về Trương Vĩnh Ký." Xưa &Nay, số 8 (11-1994), tr. 20- [XNIndex#176]

Nguyễn, Sinh Duy. "Về sự nghiệp văn hóa của Trương Vĩnh Ký." *Xưa & Nay*, số 4 (7-1994), tr.18- [XNIndex#91]

Nguyễn,Tấn Đắc. "Đọc tờ Thông Loại Khóa Trình của Petrus Ký." Trích trong: *Văn hóa, văn học từ một góc nhìn*. Tp Hồ Chí Minh: Khoa Học Xã Hội, 2002, tr.89-96.

Nguyễn, Tấn Đắc. "Thông Loại Khóa Trình của Trương Vĩnh Ký." *Xưa & Nay*, số 68-B (10-1999), tr. 26- [XNIndex#2632]

Nguyễn, Thanh Liêm. "Petrus Ký: người con của đất Vĩnh Long, nhà văn hóa giáo dục lớn của người dân Việt." [Web Nam Kỳ Lục Tỉnh = https: //sites.google.com/site/namkyluctinhorg/tac-gia-tac-pham/n/nguyen-thanh-liem/petrus-ky-nguoi-con-cua-dat-vinh-long-nha-van-hoa-giao-duc-lon-cua-nguoi-dan-viet]

Nguyễn, Văn Sâm. "Bài "Hịch con quạ": Phải chăng Trương Vĩnh Ký nói chuyện đánh Tây?" [web nam Kỳ Lục Tỉnh = https: //sites.google.com/site/nkltnguyenvansam/tuyen-tap/van-hoc---bien-khao/bai-hich-con-qua-phai-chang-truong-vinh-ky-noi-chuyen-danh-tay]

Nguyễn, Văn Sâm. "Chuyện Đời Xưa, thể hiện sự giữ lửa của tiếng nói Miền Nam Kỳ Lục Tỉnh." [web nam Kỳ Lục Tỉnh = https: //sites.google.com/site/nkltnguyenvansam/tuyen-tap/van-hoc---bien-khao/chuyen-dhoi-xua-the-hien-su-giu-lua-cua-tieng-noi-mien-nam-ky-luc-tinh]

Nguyễn, Văn Sâm. "Giới thiệu bản văn lục bát xưa nhất nói về Sài Gòn: Kim Gia Định Phong Cảnh Vịnh." [web: Nam Kỳ Lục Tịnh = http: //www.namkyluctinh.com/a-tgtpham/nvsam/nvsam-giadinh[tvky].pdf]

Nguyễn, Văn Sâm. "Một bài hịch liên quan đến hai nhà văn Yêu Nước: Nguyễn Đình Chiểu và Trương Vĩnh Ký." [web Nam Kỳ Lục Tỉnh = https: //sites.google.com/site/nkltnguyenvansam/tuyen-tap/van-hoc---bien-khao/mot-bai-hich-lien-quan-den-hai-nha-van-yeu-nuoc-nguyen-dhinh-chieu-va-truong-vinh-ky]

Nguyễn, Văn Sâm. “Trương Vĩnh Ký, người giữ lửa cho tiếng nói Nam Kỳ.”[web Việt báoOnline= https: //vietbao.com/a269774/truong-vinh-ky-nguoi-giu-lua-cho-tieng-noi-nam-ky]

Nguyễn, Văn Sâm. “Trương Vĩnh Ký, người yêu nước.” [trong: *Kỷ yếu Triển lãm và Hội thảo về Petrus Trương Vĩnh Ký*. Westminster: Ban Tổ Chức Hội Thảo Tưởng niệm Petrus Trương Vĩnh Ký, 2019, tr. 28]

Nguyễn, Văn Sâm. "*Trương Vĩnh Ký (1837-1898): “Con Người Đặc Biệt Của Thời Người Pháp Mới Tiến Chiếm Việt Nam.*” [trong: *Kỷ yếu Triển Lãm và Hội thảo Petrus Trương Vĩnh Ký*. Westminster: Ban Tổ Chức Hội Thảo Tưởng Niệm Petrus Trương Vĩnh Ký, 2019, tr. 24]

Nguyễn, Văn Thành. *Đặc điểm từ vựng và ngữ pháp trong các tác phẩm của Trương Vĩnh Ký.* Tp Hồ Chí Minh: Đại Học Khoa Học Xã Hội & Nhân văn, 2009. Luận văn Thạc sĩ Khoa học Ngữ văn. (170 tr.) -- [Thư viện ĐH Khoa Học Xã Hội & Nhân Văn, Tp HCM]

Nguyễn, Văn Thành. *Quan niệm của Trương Vĩnh Ký về từ loại tiếngViệt qua khảo sát (Grammaire de lalangue annamite – 1883*. Tp Hồ Chí Minh: Đại học Khoa Học Xã Hội & Nhân văn, 2017. [Luận ánTiến sĩ ngữ văn. (180 tr.)] – [Thư viện ĐH Khoa Học Xã Hội & Nhân Văn, Tp HCM]

Nguyễn, Văn Thịnh. “Trương Vĩnh Ký, oan nỗi gì?” – Web: Tuần báo Văn Nghệ số 439 = http: //tuanbaovannghetphcm.vn/truong-vinh-ky-oan-noi-gi/

Nguyễn, Văn Tố.”Petrus Ký (1837-1898)”. *Bulletin de l’enseignement mutuel du Tonkin*, t. XVII,no. 1-2, janvier-juin, 1937, tr. 25-67. [BNF - Gallica = https: //gallica.bnf.fr/ark: /12148/bpt6k5658229g/f1.image [bản dịch Việt ngữ của nhà văn Nguyên Ngọc (theo tác giả Nguyễn Vy Khanh. *Trương Vĩnh Ký, tinh hoa nước Việt*. Toronto: Nguyễn Pub., 2018, tr.225, do tác giả Nguyễn Vy Khanh cung cấp bản word.doc.) – web Quỹ Phan Châu Trinh =http:/www.quyphanchautrinh.org,ngoi-den-tinh-hoa-van-hoa/Chitiet/713/danh-nhan-van-hoa-truong-vinh-ky] [cũng được in trong sách: Nguyễn Đình Đầu. *Petrus Ký, Nỗi oan thế kỷ.* Nhã Nam, Tri Thức, 2016, tr. 371-410].

Nguyễn, VănTrấn. *Trương Vĩnh Ký, con người và sự thật*: biên khảo. Tp Hồ Chí Minh: Ban Khoa Học Xã Hội Thành Ủy, 1993. [LC, Harvard, UC Berkeley,TV KHTHSg] [phân tích trong sách của Nguyễn Đình Đầu. *Petrus Ky, Nỗi oan thế kỷ.* Hà Nội: Nhã Nam, Tri Thức, 2016, tr. 567] (OCLC: Harvard, Univ.Arizona, Tempe, UC Berkeley, BNF)].

Nguyễn, Văn Trung. *Chữ, văn quốc ngữ: thời kỳ đầu Pháp thuộc*. Los Alamitos: Xuân Thu, 1989 [reprinted] [Cornell].

Nguyễn, Văn Trung. Hồ Sơ Lục Châu Học. Tp. Hồ Chí Minh: NXB Trẻ, 2015 [Web =Nguyễn Văn Trung = http: //nguyenvantrung.free.fr/lucchauhoc/]

Nguyễn, Văn Trung. “Miền Bắc dưới mắt Trương Vĩnh Ký.” [web Nghiên cứu lịch sử = https: //nghiencuulichsu.com/2018/02/06/mien-bac-duoi-mat-truong-vinh-ky/]

Nguyễn, Văn Trung. *Trương Vĩnh Ký, nhà văn hóa*. Hà Nội: Văn Hóa, 1993. [LC, Cornell, Yale, Harvard, TV Viện Việt-Học] [phân tích trong sách của Nguyễn Đình Đầu. *Petrus Ky, nỗi oan thế kỷ*. Hà Nội: Nhã Nam, Tri Thức, 2016, tr. 568-569. (OCLC: Harvard, Unv.Arizona,Tempe, UC Berkeley, BNF)].

Nguyễn, Văn Xuân. "Trương Vĩnh Ký dưới con mắt thế kỷ XXI." *Xưa &Nay*, số 96 (7-2001), tr. 28- [XNIndex#3615].

Nguyễn, Vĩnh Thượng. "Trương Vĩnh Ký: Nhà văn hóa lỗi lạc" [Web Nam Kỳ Lục Tỉnh = https: //sites.google.com/site/namkyluctinhorg/tac-gia-tac-pham/n/nguyen-vinh-thuong/truong-vinh-ky-nha-van-hoa-loi-lac]

Nguyễn, Vy Khanh."Trương Vĩnh Ký sống đạo người Việt." [Web: Nam Kỳ Lục Tỉnh = https: //sites.google.com/site/nguyenvykhanhca/tuyen-tap/truong-vinh-ky-song-dao-nguoi-viet]

Nguyễn, Vy Khanh. *Trương Vĩnh Ký: tinh-hoa nước Việt*. Toronto: Nguyen Publishing, 2018. [Libray & Archives, Canada, TV VVH] [Web Nam Kỳ Lục Tỉnh giới thiệu sách mới. (https: //sites.google.com/site/nguyenvykhanhca/tuyen-tap/truong-vinh-ky-tinh-hoa-nuoc-viet-cua-nguyen-vy-khanh) [tác giả gửi tặng TV Viện Việt Học]]

Nguyễn, Vy Khanh. "Trương Vĩnh Ký và chuyến Âu du, 1863-1864." [web Nam Kỳ Lục Tỉnh = https: //sites.google.com/site/nguyenvykhanhca/tuyen-tap/truong-vinh-ky-va-chuyen-au-du-1863-1864]

Nguyễn, Vy Khanh. "Trương Vĩnh Ký và một số vấn đề văn bản, lối nhìn…" [web Nam Kỳ Lục Tỉnh = http: //www.namkyluctinh.com/a-tgtpham/nvkhanh/nvkhanh-truongvinhky[1].htm]

Nguyễn, Vy Khanh. "Về một số báo chí Nam kỳ thời đầu văn-học chữ quốc-ngữ." [(nóivề Gia Định Báo) trên Web Nam Kỳ Lục Tỉnh] = https: //sites.google.com/site/nguyenvykhanhca/tuyen-tap/ve-mot-so-bao-chi-nam-ky-thoi-dau-van-hoc-chu-quoc-ngu]

"Nhà bác học Trương Vĩnh Ký (1837-1898": **Tranh minh họa (cartoons) cuộc đời và sự nghiệp của học giả Trương Vĩnh Ký, tác giả vô danh** – Đây là tài liệu trong văn khố của gia đình Charles Trương Vĩnh Tống, hậu duệ của Trương Vĩnh Ký - được liệt kê trong tiểu luận Cao học về ngành Thư viện học của cháu cố Cụ Trương Vĩnh Ký, bà Christine Nguyễn. *Petrus J. B. Truong Vinh Ky (1837-1898) and the Dissemination of Quoc Ngu: an Annotated bibliography of works by and about a Vietnamese scholar*. New York: Queens College, City University of NY, 1995, trang 106. [Bà Christine Nguyễn gửi tặng bản phóng ảnh cho TV VVH].

Nhị Linh. "Trương Vĩnh Ký, một ví dụ." [Web Nhị Linh = http: //nhilinhblog.blogspot.com/2017/01/truong-vinh-ky-mot-vi-du.html

Osborne, Milton E. "Truong Vinh Ky and Phan Thanh Gian: The problem of a nationalist interpretation of 19th century Vietnamese history." *The Journal of Asian Studies*, 1 Nov.1970, vol. 30 (1), pp. 81-83.

Petrus Trương Vĩnh Ký, nhìn từ những khía cạnh & nhận thức khác nhau (7 tác giả.) GardenGrove, CA: Giao Điểm, 2002.

Phạm Long Điền & Nguyễn, Sinh Duy. *Cuốn sổ bình sanh*. Saigon: Nam Sơn, 1975.[Cornell, OCLC, TVKHTHSg]

Phạm, Long Điền. "Những khám phá mới về Gia Định Báo." (Kỳ 1) *Bách Khoa*, số 413 (M*), tr.33-37. [web Viện Việt Học và Nam Kỳ Lục Tỉnh =

http:/www.namkyluctinh.com/eBooks/Tap%20Chi/Bach%20Khoa/BachKhoa-413.pdf[trích trong sách của Nguyễn Đình Đầu. *Petrus Ky, Nỗi oan thếkỷ.* Hà Nội: Nhã Nam, Tri Thức, 2016, tr. 545-553. (OCLC: Harvard, Unv.Arizona,Tempe, UC Berkeley, BNF)].

Phạm, Long Điền. "Những khám phá mới về Gia Định Báo." (Kỳ 2) Bách Khoa, số 414 (N*), tr. 23-30. [web Viện Việt Học và Nam Kỳ Lục Tỉnh = http: //www.namkyluctinh.com/eBooks/Tap%20Chi/Bach%20Khoa/BachKhoa-414.pdf [trích trong sách của Nguyễn Đình Đầu. *Petrus Ky, Nỗi oan thế kỷ*. Hà Nội: Nhã Nam, Tri Thức, 2016, tr. 553-562. (OCLC: Harvard, Unv. AZ Tempe, UC Berkeley,BNF)].

Phạm, Long Điền. "Trương Vĩnh Ký trong quỹ đạo xâm lăng văn hóa của thực dân Pháp." Phần 1. *Bách Khoa*, số 417 (Q*) , tr, 45-53. [web Viện Việt Học và Nam Kỳ Lục Tỉnh = http: //www.namkyluctinh.com/eBooks/Tap%20Chi/Bach%20Khoa/BachKhoa-417.pdf]

Phạm, Long Điền. "Trương Vĩnh Ký trong quỹ đạo xâm lăng văn hóa của thực dân Pháp." Phần 2. *Bách Khoa*, số 418 (R*) , tr, 32-41. [web Viện Việt Học và Nam Kỳ Lục Tỉnh = http: //www.namkyluctinh.com/eBooks/Tap%20Chi/Bach%20Khoa/BachKhoa-418.pdf]

Phạm, Phú Minh. "Trương Vĩnh Ký từ chối vào quốc tịch Pháp." [Web Diễn Đàn Thế Kỷ = https: //www.diendantheky.net/2019/03/pham-phu-minh-truong-vinh-ky-tu-choi.html]

Phạm Phú Minh. "Người mở đường cho văn chương quốc ngữ." [Trong: *Kỷ yếu Triển lãm và Hội thảo về Petrus Trương Vĩnh Ký*. Westminster: Westminster: Ban Tổ Chức Hội Thảo Tưởng Niệm Petrus Trương Vĩnh Ký, 2019, tr. 105.]

Phạm Phú Minh. "Trương Vĩnh Ký và chữ quốc ngữ." Giai phẩm Xuân Kỷ Hợi, Người Việt, 2019, tr.116-119.

Phan, Đào Nguyên Winston. "Minh oan cho Petrus Trương Vĩnh Ký về câu "ở với họ mà không theo họ." [web: Viet Studies = http: //www.viet-studies.net/PhanDaoNguyen_PetrusKy.htmvà Nghiên cứu lịch sử = https: //nghiencuulichsu.com/2017/04/13/minh-hoa-cho-petrus-truong-vinh-ky-ve-cau-o-voi-ho-ma-khong-theo-ho/ 1/]

Phan, Đào Nguyên Winston. "Nhân việc dựng tượng Petrus Ký ở San José, California nghĩ về một bài thơ cũ." [Web Nghiên cứu Lịch Sử = https: //nghiencuulichsu.com/tag/winston-phan-dao-nguyen/

Phan, Đào Nguyên Winston. "Những sai lầm thường gặp về Petrus Ký." [Web Nghiên cứu lịch sử - https: //nghiencuulichsu.com/2019/01/11/nhung-sai-lam-thuong-gap-ve-petrus-truong-vinh-ky/ -- cũng được xuất bản trong Ký yếu Triển lãm và Hội Thảo về Petrus Trương Vĩnh Ký. Westminster: Ban Tổ Chức Hội Thảo Tưởng Niệm Petrus Trương Vĩnh Ký, 2019, tr. 88.]

Phan, Đào Nguyên Winston. "Petrus Key và Petrus Ký Chuyện một lá thư mạo danh Trương Vĩnh Ký vào thế kỷ 19." [Web = VietStudies = http: //viet-studies.com/PhanDaoNguyen_ThuMaoDanhPetrusKy.pdf]

Phan, Thứ Lang. " 'Ở với họ mà không theo họ' – châm ngôn và bi kịch cuộc đời Trương Vĩnh Ký." *Xưa &Nay*, số 46-B (12-1997), tr. 25- [XNIndex#1437]

Phan, Thượng Hải. "Chuyện khôi hài cổ điển từ Petrus Ký." [web: Diễn Đàn Thế Kỷ = https: //www.diendantheky.net/2018/11/phan-thuong-hai-chuyen-khoi-hai-co-ien.html]

Phan, Thượng Hải, "Trương Vĩnh Ký và Trương Minh Ký."[web Phan Thương Hải = http://www.phanthuonghai.com/Documents/tho%20va%20su/8%20phap%20thuoc%20the%20ky%2019/11%20truong%20vinh%20ky%20va%20truong%20minh%20ky.pdf]

Phong Lê. "Chữ viết và yêu cầu xây dựng một nền quốc văn mới ở Việt Nam vào nửa đầu thế kỷ XX." *Tạp Chí Nghiên Cứu Hán Nôm* số 5 – 2004. [http: //hannom.org.vn/web/tchn/data/0405.htm]

Phúc Tiến. "Gặp hậu duệ Petrus Ky." *Tuổi trẻ Online* (https: //tuoitre.vn/gap-hau-due-petrus-ky-20190125124344501.htm)

Phúc Tiến. "Gặp người nặng nợ với sử Việt." [Web: Người đô thị = https: //nguoidothi.net.vn/gap-nguoi-nang-no-voi-su-viet-12139.html]

Phúc Tiến. "Không quên người yêu nước thương dân." [Web: Người đô thị = https: //nguoidothi.net.vn/khong-quen-nguoi-yeu-nuoc-thuong-dan-15218.html]

Phương Nghi. "Nhà văn Phương Nghi phỏng vấn ông Phạm Phú Minh, đại diện Ban Tổ Chức cuộc Triển Lãm và Hội Thảo về Trương Vĩnh Ký." [Web Diễn Đàn Thế Kỷ= https: //www.diendantheky.net/2018/12/nha-van-phuong-nghi-phong-van-ong-pham.html]

Phương Nghi. "Nhớ một người ở Cái Mơn." [Trong: *Kỷ yếu Triển lãm và Hội Thảo về Petrus Trương Vĩnh Ký*. Westminster: Ban Tổ Chức Hội Thảo Tưởng Niệm Petrus Trương Vĩnh Ký, 2019, tr. 167]

Phương Nghi. "Triển lãm hội thảo về Trương Vĩnh Ký: Phỏng vấn Phạm Phú Minh." Người-Việt Online ngày 3-12-2018 (https: //www.nguoi-viet.com/little-saigon/hoi-thao-ve-truong-vinh-ky-pho%CC%89ng-van-nha-bao-pha%CC%A3m-phu-minh/)

Reunier, Henri. Photos et lettre de Petrus Ky. [web: http: //nguyentl.free.fr/Public/Herve-Bernard/Photos-et-lettres-de-Petrus-Ky.pdf]

Schneider, Paul. "Le Journal de Petrus Ky (1837-1898.) / traduit par Paul Schneider " Trích từ sách: *Question et colonial écriture*: Actes du Colloque organizé par RIASEM, Nice, Mai 5, 1994; les carnets de l'exsortisme, no. 14, 2ème semestre (1994); Les études aséministes, no. 1: 115-118. [Trích từ ghi chú 71 của Christine Nguyen's thesis, 1995]

Tạ, Đức Tú. "Từ Văn hành tiểu dẫn bàn về quan điểm soạn sách của Trương Vĩnh Ký." [Web: Khoa Văn Học, ĐH Khoa Học Xã Hội và Nhân Văn, ĐH Quốc Gia, Tp HCM = http: //khoavanhoc-ngonngu.edu.vn/hoi-thao/nghien-cuu-han-nom/351-t-vn-hanh-tiu-dn-ban-v-quan-im-son-sach-ca-trng-vnh-ky.html]

Tạ, Ngoc Tần. "Trương Vĩnh Ký Với Thuở Ban Đầu Làm Báo". Xưa & Nay, số 490, tháng 12-2017, tr.45-51. [Web Nam Kỳ Lục Tỉnh = https: //sites.google.com/site/namkyluctinhorg/tac-gia-tac-pham/s-t-u-v/ta-ngoc-tan/truong-vinh-ky-voi-thuo-dau-lam-bao]

Tầm Dương. "Trương Vĩnh Ký trong quá trình tái cấu trúc xã hội ở Việt Nam nửa sau thế kỷ XIX." [Facebook = https: //www.facebook.com/494634687283438/posts/tr%C6%B0%C6%A1ng-v%C4%A9nh-k%C3%BD-trong-qu%C3%A1-tr%C3%ACnh-t%C3%A1i-c%E1%BA%A5utr%C3%BAc-x%C3%A3-h%E1%BB%99i-%E1%BB%9F-vi%E1%BB%87t-nam-n%E1%BB%ADa-sau-th%E1%BA%BF-k%E1%BB%B7-xix/919872394759663/

"Tang lễ học giả Trương Vĩnh Ký: Trương Sĩ tải Tiên Du." – [Báo Nam Kỳ Nhựt Trình ngày 1-Sept-1898 tường thuật – Diễn Đàn Thế Kỷ đăng lại = https: //www.diendantheky.net/2018/11/bao-nam-ky-nhut-trinh-so-46-ngay-8-9.html]

Thanh Lãng. "Trương Vĩnh Ký và 'cách nói tiếng An Nam ròng'" [trích trong sách của Nguyễn Đình Đầu. *Petrus Ky, Nỗi oan thế kỷ*. Hà Nội: Nhã Nam, Tri Thức, 2016, tr. 524-529. (OCLC: Harvard, Unv. AZ, Tempe, UC Berkeley, BNF)].

Thế kỷ XXI nhìn về Trương Vĩnh Ký. (Nhiều tác giả). Tp Hồ Chí Minh: Xưa & Nay, NXB Trẻ, 2002.

Tiên Đàm. "Hà Nội ngày nay không như Hà Nội dưới mắt học giả Trương Vĩnh Ký." *Xưa &Nay*, số 79-B (9-2000), tr. 34- [XNIndex#3182].

Tô, Minh Trung. "Trương Vĩnh Ký, tên tay sai đắc lực của chủ nghĩa thực dân Pháp trong lịch sử nước ta." *Tạp chí nghiên cứu lịch sử*, số 59 (1964), tr.43-46. [trích trong sách của Nguyễn Đình Đầu. *Petrus Ky, Nỗi oan thế kỷ*. Hà Nội: Nhã Nam, Tri Thức, 2016, tr. 483-488. (OCLC: Hardvard, Unv. AZ, Tempe, UC Berkeley, BNF)]

Trần Hải Yến (dịch giả) "Xem / See" Honey,Patrick James. "Trương Vĩnh Ký và Chuyến đi Bắc-kỳ năm Ất-hợi (1876) qua con mắt một nhà nghiên cứu nước ngoài."

Trần, Huy Liệu. *Nhận định về Trương Vĩnh Ký*. *Tạp chí Nghiên Cứu Lịch Sử,* số 63 (6-1964), tr. 29-31. [trích trong sách của Nguyễn Đình Đầu. *Petrus Ky, Nỗi oan thế kỷ*. Hà Nội: Nhã Nam, Tri Thức, 2016, tr. 501-505. (OCLC: Harvard, Unv. Arizona, Tempe, UC Berkeley, BNF)].

Trần, Kevin. "Sưu tầm và tản mạn thêm của Kevin Trần về bài "Minh Oan Cho Petrus Trương Vĩnh Ký Về Câu Ở Với Họ Mà Không Theo Họ".
http: //giaodiemonline.com/2017/04/minhoanTVK.htm ["Xem thêm / See also" Phan Đào Nguyên Winston. "Minh Oan cho Trương Vĩnh Ký…" -- và "Petrus Key và Petrus Ký: Chuyện một lá thư mạo danh Trương Vĩnh Ký vào thế kỷ 19."]

Trần, Nhật Vy. "Kiếp phong trần: tiểu thuyết quốc ngữ đầu tiên ở Việt Nam?" [Web Nam Kỳ Lục Tỉnh = https: //sites.google.com/site/namkyluctinhorg/tac-gia-tac-pham/s-t-u-v/tran-nhat-vy/kiep-phong-tran-tieu-thuyet-quoc-ngu-dau-tien-o-viet-nam -- hay –*Tuổi trẻ Online* = http: //tuoitre.vn/tin/van-hoa-giai-tri/20161025/kiep-phong-tran-tieu-thuyet-quoc-ngu-dau-tien-o-viet-nam/1194613.html

Trần Nhật Vy. "Kiều của Trương Vĩnh Ký – Kiều phương Nam." [web: Leminhquoc.vn = http: //leminhquoc.vn/the-loai-khac/tac-pham-cua-ban-be/4503-tran-nhat-vy-kieu-cua-truong-vinh-ky-kieu-phuong-nam.html].

Trần, Nhật Vy. "Thông Loại Khóa Trình, tờ báo của nhiều cái đầu tiên." [trích *Báo quốc ngữ ở Saigon cuối thế kỷ 19* / Trần Nhật Vy. Tp HCM: NXB Trẻ, 2015, tr. 93-134.

Trần, Nhật Vy. "Trương Vĩnh Ký - [Web Hạt giống tâm hồn = ***Kỳ 1:*** Cái chết của Trương Vĩnh Ký = https: //hatgiongtamhon.vn/truong-vinh-ky-ky-1-cai-chet-cua-truong-vinh-ky-88402.html

*Kỳ 2: Tiên phong phổ biến chữ quốc ngữ = https: //hatgiongtamhon.vn/truong-vinh-ky-ky-2-tien-phong-pho-bien-chu-quoc-ngu-88403.html

*Kỳ 3: Viết sách giáo khoa = https: //hatgiongtamhon.vn/truong-vinh-ky-ky-3-viet-sach-giao-khoa-88423.html

*Kỳ 4: Nhà báo Trương Vĩnh Ký = https: //hatgiongtamhon.vn/truong-vinh-ky-ky-4-nha-bao-truong-vinh-ky-88435.html

*Kỳ 5: Bi kịch muôn đời = https: //hatgiongtamhon.vn/truong-vinh-ky-ky-5-bi-kich-mot-cuoc-doi-88450.html]

Trần, Nhật Vy. "Trương Vĩnh Ký, thầy dạy chữ quốc ngữ đầu tiên." [web: Giáo phận Hà Tĩnh = http: //giaophanhatinh.com/truong-vinh-ky-thay-day-chu-quoc-ngu-dau-tien-5734]

Trần, Nhật Vy. "Về thuở Ban Đầu Làm Báo Của Trương Vĩnh Ký". *Xưa & Nay*, số 493, tháng 3-2018, tr. 57-59. [Web Nam Kỳ Lục Tỉnh = https: //sites.google.com/site/namkyluctinhorg/tac-gia-tac-pham/s-t-u-v/tran-nhat-vy/ve-thuo-ban-dau-lam-bao-cua-truong-vinh-ky]

Trần, Thái Bình. "Trương Vĩnh Ký với giáo dục đạo đức." *Xưa &Nay*, số 49-B (3-1998), tr. 26- [XNIndex#1617.]

Trần, Thạnh. "Hành trình nhận thức về một nhân vật lịch sử: Petrus Trương Vĩnh Ký." [Web Hội Ái Hữu Petrus Trương Vĩnh Ký Úc Châu: thtps: //petruskyaus.net/hanh-trinh-nhan-thuc-ve-mot-nhan-vat-lich-su-pky-tran-thanh/]

Trần, Thạnh. "Kỷ Niệm 180 Năm Ngày Sinh Trương Vĩnh Ký: Thử tìm hiểu cái nhìn mới từ Việt Nam."[Web Hội Ái Hữu Petrus Trương Vĩnh Ký Úc Châu = https: //petruskyaus.net/ky-niem-180-nam-ngay-sinh-truong-vinh-ky-tran-thanh/]

Trần, Thanh Ái. "Tìm hiểu danh hiệu 'Thế giới thập bát văn hào' của Trương Vĩnh Ký." Xưa & Nay, số 488, tháng 10-2017, tr. 27-32 [Xem thêm: Web Researchgate.net = https: //www.researchgate.net/publication/333016024_Tim_hieu_danh_hieu_The_gioi_Thap_bat_Van_hao_cua_Truong_Vinh_Ky và Web Nghiên Cứu Lịch Sử = https: //nghiencuulichsu.com/tag/tran-thanh-ai/]

Trần, Thị Nim. *Núi cao mây phủ: tiểu thuyết danh nhân Việt Nam*. Tp Hồ Chí Minh: Văn Nghệ [tái bản], 2007 (349 tr.) [Cornell, LC, Harvard..] [tiểu thuyết lịch sử nói về học giả Trương Vĩnh Ký.]

Trần, Thị Nim. "Trương Vĩnh Ký, bậc hiền tài, nhà bác học nước ta từ xưa tới naychưa mấy ai vượt qua được." (Trao đổi cùng ông Nguyễn Sinh Duy). *Xưa & Nay*, số 7 (8) (10-1994), tr. 16- [XNIndex# 153].

Trần, Thị Tú Nhi. "Du ký quốc ngữ với vai trò tiếp biến nền quốc văn giai đoạn giao thời." [Web *Diễn Đàn Thế Kỷ* = https: //www.diendantheky.net/2018/04/tran-thi-tu-nhi-du-ky-quoc-ngu-voi-vai.html#more]

Trần, Văn Chi. "Gia Định báo." [trong: Kỷ yếu Triển lãm và Hội thảo về Petrus Trương Vĩnh Ký. Ban Tổ Chức Hội Thảo Tưởng Niệm Petrus Trương Vĩnh Ký, 2019, tr. 36.]

Trần, Văn Chi. pt.1. "Tại Nam Kỳ, báo chữ Pháp trước Gia Định Báo."[web *Vietbao Online* = https: //vietbao.com/a287812/tai-nam-ky-bao-chu-phap-truoc-gia-dinhbao]

Trần, Văn Chi. pt.2. "Trương Vĩnh Ký và Gia Định Báo." [web *Vietbao Online* = https: //vietbao.com/a287813/truong-vinh-ky-va-gia-dinh-bao]

Trần, Văn Đạt, Lê Thành Lân, Phạm Hồng Đảnh (chủ biên). *Hiện tượng Petrus Ky* –Tuyển tập – 2005. Liên Hội Ái Hữu Trương Vĩnh Ký Nam Bắc California, và Nhóm PetrusKy.org [web = Trần Văn Đạt: https: //www.tranvandat.com/home/--1/pk-m%E1%BB%A5cl%E1%BB%A5c-gi%E1%BB%9Bi-thi%E1%BB%87u/]

Trần, Văn Rạng. "Truyện đất Nam Kỳ của Trương Vĩnh Ký." *Xưa &Nay*, số 65-B(7-1999), tr.21- [XNIndex#2546]

Trần, Vĩnh An. "Trương Vĩnh Ký và Gia Định Báo, tờ báo đầu tiên bằng chữ quốc ngữ ở miền Nam." [Web: TTV = Đài truyền hình tp. Hồ Chí Minh = http: //www.htv.com.vn/truong-vinh-ky-va-gia-dinh-bao-to-bao-dau-tien-bang-chu-quoc-ngu-o-mien-nam]

Trần, Xuân Tiến. "Trương Vĩnh Ký và Gia Định Báo." [Web *Văn Hóa Học*. Trường ĐH. Khoa Học Xã Hội và Nhân Văn, ĐH Quốc Gia, Tp HCM] =http: //www.vanhoahoc.vn/nghien-cuu/van-hoa-viet-nam/van-hoa-nam-bo/2396-tran-xuan-tien truong-vinh-ky-va-gia-dinh-bao.html]

"Triển lãm và hội thảo về Trương Vĩnh Ký ở Nam California." [Web: VOA tiếng Việt 4-12-2018 = https: //www.voatiengviet.com/a/tri%E1%BB%83n-l%C3%A3m-v%C3%A0-h%E1%BB%99i-th%E1%BA%A3o-v%E1%BB%81-tr%C6%B0%C6%A1ng-v%C4%A9nh-k%C3%BD-%E1%BB%9F-nam-california/4684878.html

Trương, Bá Cần (Linh mục). "Cuốn sổ bình sanh của Trương Vĩnh Ký" [trích trong sách của Nguyễn Đình Đầu. *Petrus Ky, Nỗi oan thế kỷ*. Hà Nội: Nhã Nam, Tri Thức, 2016, tr.590-609. (OCLC: Harvard, Unv. Arizona, Tempe, UC Berkeley, BNF)].

Trương, Hà. "Nói về tượng Trương Vĩnh Ký." *Xưa &Nay*, số 262 (6- 2006), tr. 11-12. [XNIndex#5724]

Trương,Liễu. "Trương Vĩnh Ký, nhà văn hóa tiên phong." [web Tượng đài Petrus Ký hải ngoại / Petrus Ky Monument Overseas =https://petruskymonument.wordpress.com/2017/03/25/truong-vinh-ky-nha-van-hoa-tien-phong-lieu-truong/ hay http: //giaoxuvnparis.org/bai-viet/208-truong-vinh-ky-nha-van-hoa-tien-phong.html]

Trương, Quý Hoàng Phương. "Vài tài liệu về ông Petrus Ký và chủng viện Penang." Web: Hội Ái Hữu Petrus Trương Vĩnh Ký Úc Châu – [**có phóng ảnh 1 trang Danh sách học viên của Chủng Viện Penang, số 261: Ky Petrus (1852-1858)**] (https: //petruskyaus.net/ong-petrus-ky-va-chung-vien-penang/)

"Trương Sĩ Tải Tiên Du" – "Xem / see" *Nam Kỳ NhựtTrình,* số 46 ngày 8-9-1898.

"Trương Vĩnh Ký" [tiểu sử do Nguyễn Huệ Chi biên soạn] trích*Từ điển Văn học* (bộ mới) / Đỗ Đức Hiếu (chủ biên). Hà Nội: XB Thế giới, 2004. [tr.1865-1866].

Tượng đài Petrus Ký Hải Ngoại "Nhà Bác Học Thế Giới Trương Vĩnh Ký Học Ngoại Ngữ Siêu Phàm." [web Tượng đài Petrus Ký Hải Ngoại = https: //petruskymonument.wordpress.com/2017/03/21/nha-bac-hoc-the-gioi-truonvinh-ky-hoc-ngoai-ngu-sieu-pham/].

Vieillard, Pierre. "Histoire: Un grand patriote: Petrus Ky." [pt.I]*France Asie, revue mensuelle deculture Franco-Asiatique*, vol. I, (12 février 1947), p. 78-87. [bản dịch sang tiếngViệt Vieillard, Pierre. "Trương Vĩnh Ký, một người yêu nước" trong sách của Nguyễn Đình Đầu. *Petrus Ky, Nỗi oan thế kỷ*. Hà Nội: Nhã Nam, Tri Thức, 2016, tr. 509-523.(OCLC: Hardvard, Unv. Arizona, Tempe, UC Berkeley, BNF)]

Vieillard, Pierre. "Histoire: Un grand patriote: Petrus Ky." [pt.II]*France Asie, revue mensuelle deculture Franco-Asiatique*, vol. II, no. 12 (15 mars 1947), p. 215-221. [bản dịch sang tiếng Việt Vieillard, Pierre. "Trương Vĩnh Ký, một người yêu nước" trong sách của Nguyễn Đình Đầu. *Petrus Ky, Nỗi oan thế kỷ*. Hà Nội: Nhã Nam, Tri Thức, 2016, tr. 509-523. (OCLC: Hardvard, Unv. Arizona, Tempe, UC Berkeley, BNF)]. [Tv Viện Việt-Học] [http: //virtual-saigon.net/References/Bibliography?ID=4085]

Viên Đài, Nguyễn Đồng. "P.J.B. Trương Vĩnh Ký, người đã mở đầu một kỷ nguyên văn học Việt Nam mới." *Bách khoa,* số 40, ngày1-9-1958, tr. 43-57. [có thủ bút và chữ ký của Petrus Ký, tr. 54.[web Nam Kỳ Lục Tỉnh, Viện Việt Học = http: //www.namkyluctinh.com/eBooks/Tap%20Chi/Bach%20Khoa/BachKhoa-040.pdf]

Võ, Văn Kiệt. "Cần một kết luận khoa học cho nhân vật Trương Vĩnh Ký." [trích trong: Nguyễn Đình Đầu. *Petrus Ký, Nỗi oan thế kỷ*. Hà Nội: Nhã Nam, Tri Thức, 2016, tr.575-576.]

Võ, Văn Kiệt. "Tôi hy vọng… tìm được một tiếng nói chung" (Thơ của đồng chí Võ Văn Kiệt gửi cuộc tọa đàm Trương Vĩnh Ký với văn hóa.) *Xưa &Nay*, số 97 (8- 2001), tr. 13- [XNIndex#3624].

Võ, Văn Kiệt. *Thế kỷ XXI nhìn về Trương Vĩnh Ký*. Hà Nội: NXB Trẻ; Tạp Chí Xưa &Nay, 2002. (269 tr.).

Vũ Ngọc Phan. *Nhà văn hiện đại*: phê bình văn học. California: Đại Nam [tái bản], 1980? Quyển I, tr. 39-45. [trích **tiểu sử Trương Vĩnh Ký**] [web: Tủ sách tiếng Việt https: //tusachtiengviet.com/a791/nha-van-hien-dai]

Vũ, Ngự Chiêu. *Các Vua Cuối Nhà Nguyễn 1883-1945*. Houston, Tx.: Văn Hóa, 1999. [2 v.] [Web *Hợp Lưu* = https: //hopluu.net/a3059/cac-vua-cuoi-nha-nguyen-1884-1945-phan-i-ganh-nang-di-san-1802-1883].

Vũ, Ngự Chiêu. "Góp Phần Nghiên Cứu Về Trương Vĩnh Ký (1837-1898)" [Web Nhân Dân Việt Nam = http: //nhandanvietnam.org/view.php?storyid=872

Vũ, Ngự Chiêu, "Vài Tài Liệu Mới Về Petrus Key (Trương Vĩnh Ký) (1837-1898)", *Hợp Lưu*, 17/2/ 2011 [web: hợp Lưu = https: //hopluu.net/a183/vai-tai-lieu-moi-ve-petrus-key-truong-vinh-ky-1837-1898] ["Xem thêm / See also" Phan, Đào Nguyên Winston. "Minh Oan cho Trương Vĩnh Ký…" -- và "Petrus Key và Petrus Ký Chuyện một lá thư mạo danh Trương Vĩnh Ký vào thế kỷ 19."]

Vương, Hồng Sển. "Tự vị tiếng Việt miền Nam" – cái nhìn của Vương tiên sinh về chế độ mới." [Web Nam Kỳ Lục Tỉnh = (trang 587- **nói về tượng Petrus Ký**) https: //sites.google.com/site/namkyluctinhorg/tac-gia-tac-pham/w-x-y-z/zdung-hoang/-tu-vi-tieng-viet-mien-nam-cai-nhin-cua-vuong-tien-sinh-ve-che-do-moihay = http: //dannews.info/2015/05/01/tu-vi-tieng-viet-mien-nam-cai-nhin-cua-vuong-tien-sinh-ve-che-do-moi/]

Winston Phan Đào Nguyên "Xem / See" Phan, Đào Nguyên Winston.

Woodside, A.B. "Voyage to Tonking in the year Ất-Hợi (1876), by P.J.B. Truong Vĩnh Ký*Bulletin of the School of Oriental and African Studies*, 1984, vol. 47(2), pp. 398-399. [Book review (Điểm sách)]

Xưa & Nay. "Một chỗ đứng cho một học giả lớn." *Xưa&Nay* số 24 (2-1996), tr. 21 (X&NIndex#528)

PHẦN III. THƯ TỊCH TÀI LIỆU VỀ GIA ĐỊNH BÁO VÀ THÔNG LOẠI KHÓA TRÌNH

***

Gia Định Báo = Jia ding pao. Saigon: Gia Định Báo, weekly, begins with no. 1- (April 15-1865) – ceased (1909) [web UCLA: record ID4048696 https://catalog.library.ucla.edu/vwebv/search?searchCode1=GKEY&searchType=2&searchArg1=ucoclc12731026].

Gia Định Báo. Saigon: 1865-1898. [web **TVQGVN** = http: //baochi.nlv.gov.vn/baochi/cgi-bin/baochi?a=cl&cl=CL1&sp=WHjH&e=-------vi-20--1--img-txIN------; **TV KHTH,SG -- web BNF =**https: //catalogue.bnf.fr/ark: /12148/cb327823433 - OCLC = Microfilm có tại UCLA, UC Berkeley, Washinton State University Library, v.v. - "Xem thêm": **Danh mục các thư viện tàng trữ Gia Định Báo ghi ở cuối phần này.]**

Thông Loại Khóa Trình =Miscellanées ou Lectures instructives pour les élèves des écoles primaires communales & cantonales / P.J.B. Trương Vĩnh Ký. Saigon: Rey & Curiol,1889. [web Internet Archive https: //archive.org/details/ThongLoaiKhoaTrinh1888/page/n19 -- Web Thuong mai truong xua: http: //thuongmaitruongxua.vn/sach/thoi-ky-18xx/doc-sach/thong-loai-khoa-trinh-1888.html - web Sách xưa = http: //sachxua.net/forum/index.php?topic=1883.0]

CÁC BÀI VIẾT VỀ GIA ĐỊNH BÁO VÀ THÔNG LOẠI KHÓA TRÌNH (trích từ Phần II)

Cao, Tự Thanh. “Văn nghiệp của Trương Vĩnh Ký trong quá trình tái cấu trúc xã hội ở Việt Nam nửa sau thế kỷ XIX.” [Web = Gió-O = http: //www.gio.com/CaoTuThanh/CaoTuThanhTruongVinhKy.html -- web nhatbook.com = https: //nhatbook.com/2018/08/22/truong-vinh-ky-trong-qua-trinh-tai-cau-truc-xa-hoi-o-viet-nam-nua-sau-the-ky-xix/

Danh mục các thư viện tàng trữ Gia Định Báo. Westminster, CA: Ban Thư-Viện, Viện Việt-Học, 2018. [ghi ở cuối phần này - Thư viện VVH]

Đặng, Châu Long. “Petrus Trương Vĩnh Ký Non morietur in aeternum: Kỷ niệm 118 năm ngày mất Học giả Jean-Baptiste Petrus Trương Vĩnh Ký.” [Web Sáng tạo: sangtao.org] https: //sangtao.org/2016/09/19/petrus-truong-vinh-ky-non-morietur-in-aeternum/]

Đoàn, Khoách. "Trương Vĩnh Ký Di Cảo, hay, Tài liệu, thủ bút còn lại của Trương Vĩnh Ký". Dòng Việt, số 7 (mùa Đông năm 1999), tr.349-370. [web Nam Ky Luc Tinh = http: //www.namkyluctinh.com/eBooks/Tap%20Chi/Dong%20Viet/Dong%20Viet%20so%207.pdf

Hồ, Hữu Tường. “Hiện Tượng Trương Vĩnh Ký, hay là, Hóa trình từ người trí thức đến kẻ sĩ phu.” Bách Khoa, so 414 (N*), 1974, tr. 15-22. [web Nam Kỳ Lục Tỉnh = http: //www.namkyluctinh.com/eBooks/Tap%20Chi/Bach%20Khoa/BachKhoa-414.pdf -- [trích trong sách của Nguyễn Đình Đầu. Petrus Ky, Nỗi oan thế kỷ. Hà Nội: Nhã Nam, Tri Thức, 2016, tr. 530-534. (OCLC: Harvard, Univ. AZ, Tempe, UC Berkeley, BNF)].

Huỳnh, Văn Tòng. Lich sử báo chí Việt Nam: từ khởi thủy đến 1945. Tp. Hồ Chí Minh: NXB Tp. Hồ Chí Minh, 2000. [nói về Gia Định báo, tr. 58-69.]

Lê, Nguyên. “Gia Định Báo: tờ báo Việt ngữ đầu tiên [Web: Văn hóa Nghệ An = http: //vanhoanghean.com.vn/chuyen-muc-goc-nhin-van-hoa/nhung-goc-nhin-van-hoa/gia-dinh-bao-to-bao-viet-ngu-dau-tien].

Lê, Văn Đặng. “Trương Vĩnh Ký, thân thế và sự nghiệp.” [web han-nom.org = https: //www.hannom.org/eBooks/Petrus%20Ky%20Con%20nguoi%20va%20Su%20nghiep-Nov%202012.pdf – viết về Gia Định Báo và Thông Loại Khóa Trình]

Lê, Văn Đoàn. “Tiểu luận về Gia định Báo”. [Web: http: //tuubatsau.blogspot.com/2013/10/tieu-luan-ve-gia-inh-bao.html]

Mạnh Kim. “Người ta vẫn còn “sợ” những vĩ nhân thật sự như cụ Trương Vĩnh Ký?” [Web: Anh Ba Sàm.] https: //anhbasam.wordpress.com/2017/01/05/11-229-nguoi-ta-van-con-so-nhung-vi-nhan-that-su-nhu-cu-truong-vinh-ky/

Nguyễn, Hải Lộc. Tìm hiểu Gia Định báo. Saigon: Viện Đại Học Vạn Hạnh, Phân khoa Văn học và Khoa học Nhân văn, Ban Cử nhân báo chí, 1972. [Luận văn Cao Học Ban Báo Chí] [TV KHTH, tp HCM].

Nguyễn, Sinh Duy. "Thương xác cùng nhà học giả Hồ Hữu Tường về hiện tượng Trương Vĩnh Ký." Bách Khoa, số 416 (P*), 1974, tr. 15-25. [Web: Nam Kỳ Lục Tỉnh = http: //www.namkyluctinh.com/eBooks/Tap%20Chi/Bach%20Khoa/BachKhoa-416.pdf -[trích trong sách của Nguyễn Đình Đầu. Petrus Ky, Nỗi oan thế kỷ. Hà Nội: Nhã Nam, Tri Thức, 2016, tr. 535-544. (OCLC: Harvard, Unv.AZ,Tempe, UC Berkeley, BNF)].

Nguyễn, Vy Khanh. Trương Vĩnh Ký: tinh-hoa nước Việt. Toronto: Nguyen Publishing, 2018. [Libray & Archives, Canada, TV VVH] [Web Nam Kỳ Lục Tỉnh giới thiệu sách mới = (https: //sites.google.com/site/nguyenvykhanhca/tuyen-tap/truong-vinh-ky-tinh-hoa-nuoc-viet-cua-nguyen-vy-khanh)] [Sự nghiệp báo chí: tr.256-271].

Nguyễn, Vy Khanh. "Về một số báo chí Nam kỳ thời đầu văn-học chữ quốc-ngữ." [(nói về Gia Định Báo) trên Web Nam Kỳ Lục Tỉnh] = https: //sites.google.com/site/nguyenvykhanhca/tuyen-tap/ve-mot-so-bao-chi-nam-ky-thoi-dau-van-hoc-chu-quoc-ngu]

Phạm, Long Điền. "Những khám phá mới về Gia Định Báo." (Kỳ 1) Bách Khoa, số 413

(M*), tr.33-37. [web Viện Việt Học và Nam Kỳ Lục Tỉnh = http: //www.namkyluctinh.com/eBooks/Tap%20Chi/Bach%20Khoa/BachKhoa-413.pdf[trích trong sách của Nguyễn Đình Đầu. Petrus Ky, Nỗi oan thế kỷ. Hà Nội: Nhã Nam, Tri Thức, 2016, tr. 545-553. (OCLC: Harvard, Unv.AZ, Tempe, UC Berkeley, BNF)].

Phạm, Long Điền. "Những khám phá mới về Gia Định Báo." (Kỳ 2) Bách Khoa, số 414 (N*), tr. 23-30. [web Viện Việt Học và Nam Kỳ Lục Tỉnh = http: //www.namkyluctinh.com/eBooks/Tap%20Chi/Bach%20Khoa/BachKhoa-414.pdf [trích trong sách của Nguyễn Đình Đầu. Petrus Ky, Nỗi oan thế kỷ. Hà Nội: Nhã Nam, Tri Thức, 2016, tr. 553-562. (OCLC: Harvard, Unv. AZ, Tempe, UC Berkeley, BNF)].

Phạm, Long Điền. "Trương Vĩnh Ký trong quỹ đạo xâm lăng văn hóa của thực dân Pháp." Phần 1. Bách Khoa, số 417 (Q*) , tr, 45-53. [web Viện Việt Học và Nam Kỳ Lục Tỉnh = http: //www.namkyluctinh.com/eBooks/Tap%20Chi/Bach%20Khoa/BachKhoa-417.pdf]

Phạm, Long Điền. "Trương Vĩnh Ký trong quỹ đạo xâm lăng văn hóa của thực dân Pháp." Phần 2. Bách Khoa, số 418 (R*) , tr, 32-41. [web Viện Việt Học và Nam Kỳ Lục Tỉnh http: //www.namkyluctinh.com/eBooks/Tap%20Chi/Bach%20Khoa/BachKhoa-418.pdf]

Tạ, Ngọc Tần. "Trương Vĩnh Ký Với Thuở Ban Đầu Làm Báo". Xưa & Nay, số 490, tháng 12-2017, tr.45-51. [Web Nam Kỳ Lục Tỉnh = https: //sites.google.com/site/namkyluctinhorg/tac-gia-tac-pham/s-t-u-v/ta-ngoc-tan/truong-vinh-ky-voi-thuo-dau-lam-bao].

Trần, Nhật Vy."Thông Loại Khóa Trình, tờ báo của nhiều cái đầu tiên." [trích Báo quốcngữ ở Saigon cuối thế kỷ 19 / Trần Nhật Vy. Tp HCM: NXB Trẻ, 2015, tr. 93-134.]

Trần, Nhật Vy."Về Thuở Ban Đầu Làm Báo Của Trương Vĩnh Ký". Xưa & Nay, số 493, tháng 3-2018, tr. 57-59. [Web Nam Kỳ Lục Tỉnh = https: //sites.google.com/site/namkyluctinhorg/tac-gia-tac-pham/s-t-u-v/tran-nhat-vy/ve-thuo-ban-dau-lam-bao-cua-truong-vinh-ky].

Trần, Văn Chi. " Gia Định báo." [trong: Kỷ yếu Triển lãm và Hội thảo về Petrus Trương Vĩnh Ký. Westminster: Ban Tổ Chức Hội Thảo Tưởng Niệm Petrus Trương Vĩnh Ký, 2019, tr. 36.]

Trần, Văn Chi. pt.1. "Tại Nam Kỳ, báo chữ Pháp trước Gia Định Báo." [web Việt Báo Online = https: //vietbao.com/a287812/tai-nam-ky-bao-chu-phap-truoc-gia-dinhbao]

Trần, Văn Chi. pt.2. "Trương Vĩnh Ký và Gia Định Báo." [web Việt Báo Online = https: //vietbao.com/a287813/truong-vinh-ky-va-gia-dinh-bao]

Trần, Xuân Tiến. "Trương Vĩnh Ký và Gia Định Báo". Văn Hóa Học. Trường ĐH. KHXH và Nhân Văn, ĐH Quốc Gia, Tp HCM [web: http: //www.vanhoahoc.vn/nghien-cuu/van-hoa-viet-nam/van-hoa-nam-bo/2396-tran-xuan-tien-truong-vinh-ky-va-gia-dinh-bao.html].

Viên Đài, Nguyễn Đồng. "P.J.B. Trương Vĩnh Ký, người đã mở đầu một kỷ nguyên văn học Việt Nam mới." Bách khoa, số 40, ngày1-9-1958, tr. 43-57. [có thủ bút và chữ ký của Petrus Ký, tr. 54.[web Nam Kỳ Lục Tỉnh, Viện Việt Học = http: //www.namkyluctinh.com/eBooks/Tap%20Chi/Bach%20Khoa/BachKhoa-040.pdf].

DANH MỤC
THƯ VIỆN CÓ GIA ĐỊNH BÁO

***

THƯ VIỆN QUỐC GIA VIỆT NAM

(Nguồn: http://baochi.nlv.gov.vn/baochi/cgi-bin/baochi?a=cl&cl=CL1&sp=WHjH&ai =1&e=-------vi-20--1--img-txIN------)

Có sẵn trong thư viện: 3 Tháng Sáu 1890 - 29 Tháng Mười Hai 1896 (66 số)
Liệt kê các ngày xuất bản ấn phẩm

- Gia Định báo 3 Tháng Sáu 1890
- Gia Định báo 10 Tháng Sáu 1890
- Gia Định báo 17 Tháng Sáu 1890
- Gia Định báo 24 Tháng Sáu 1890
- Gia Định báo 1 Tháng Bảy 1890
- Gia Định báo 29 Tháng Bảy 1890
- Gia Định báo 5 Tháng Tám 1890
- Gia Định báo 12 Tháng Tám 1890
- Gia Định báo 19 Tháng Tám 1890
- Gia Định báo 26 Tháng Tám 1890
- Gia Định báo 2 Tháng Chín 1890
- Gia Định báo 9 Tháng Chín 1890
- Gia Định báo 16 Tháng Chín 1890
- Gia Định báo 23 Tháng Chín 1890
- Gia Định báo 30 Tháng Chín 1890
- Gia Định báo 7 Tháng Mười 1890
- Gia Định báo 21 Tháng Mười 1890
- Gia Định báo 28 Tháng Mười 1890
- Gia Định báo 4 Tháng Mười Một 1890
- Gia Định báo 11 Tháng Mười Một 1890
- Gia Định báo 18 Tháng Mười Một 1890
- Gia Định báo 25 Tháng Mười Một 1890
- Gia Định báo 2 Tháng Mười Hai 1890
- Gia Định báo 16 Tháng Mười Hai 1890
- Gia Định báo 23 Tháng Mười Hai 1890
- Gia Định báo 30 Tháng Mười Hai 1890
- Gia Định báo 7 Tháng Một 1896
- Gia Định báo 14 Tháng Một 1896

- Gia Định báo 21 Tháng Một 1896
- Gia Định báo 28 Tháng Một 1896
- Gia Định báo 18 Tháng Hai 1896
- Gia Định báo 25 Tháng Hai 1896
- Gia Định báo 3 Tháng Ba 1896
- Gia Định báo 10 Tháng Ba 1896
- Gia Định báo 17 Tháng Ba 1896
- Gia Định báo 24 Tháng Ba 1896
- Gia Định báo 31 Tháng Ba 1896
- Gia Định báo 7 Tháng Tư 1896
- Gia Định báo 21 Tháng Tư 1896
- Gia Định báo 28 Tháng Tư 1896
- Gia Định báo 5 Tháng Năm 1896
- Gia Định báo 19 Tháng Năm 1896
- Gia Định báo 26 Tháng Năm 1896
- Gia Định báo 2 Tháng Sáu 1896
- Gia Định báo 23 Tháng Sáu 1896
- Gia Định báo 30 Tháng Sáu 1896
- Gia Định báo 7 Tháng Bảy 1896
- Gia Định báo 14 Tháng Bảy 1896
- Gia Định báo 21 Tháng Bảy 1896
- Gia Định báo 28 Tháng Bảy 1896
- Gia Định báo 11 Tháng Tám 1896
- Gia Định báo 8 Tháng Chín 1896
- Gia Định báo 15 Tháng Chín 1896
- Gia Định báo 22 Tháng Chín 1896
- Gia Định báo 29 Tháng Chín 1896
- Gia Định báo 13 Tháng Mười 1896
- Gia Định báo 20 Tháng Mười 1896
- Gia Định báo 27 Tháng Mười 1896
- Gia Định báo 3 Tháng Mười Một 1896
- Gia Định báo 10 Tháng Mười Một 1896
- Gia Định báo 24 Tháng Mười Một 1896
- Gia Định báo 1 Tháng Mười Hai 1896
- Gia Định báo 8 Tháng Mười Hai 1896
- Gia Định báo 15 Tháng Mười Hai 1896
- Gia Định báo 22 Tháng Mười Hai 1896
- Gia Định báo 29 Tháng Mười Hai 1896

GIA ĐỊNH BÁO

CÓ TẠI THƯ VIỆN KHOA HỌC TỔNG HỢP, Tp HCM.

(Nguồn: Phòng Thông Tin Tư Liệu, TV KHTH, Tp HCM)

- 1880: Tháng 6-12: Số 13-38
- 1882: Tháng 1-12: Số 1-48
- 1883: Tháng 1-12: Số 1-45
- 1884: Tháng 1-12: Số 1-52
- 1885: Tháng 1-12: Số 1-52
- 1886: Tháng 1-12: Số 1-52
- 1887: Tháng 1-12: Số 1-52
- 1888: Tháng 1-12: Số 1-52
- 1889: Tháng 1-12: Số 1-52
- 1890: Tháng 1-12: Số 1-52
- 1891: Tháng 1-12: Số 1-52
- 1892: Tháng 1-12: Số 1-52
- 1893: Tháng 1-12: Số 1-52
- 1894: Tháng 1-12: Số 1-52
- 1895: Tháng 1-12: Số 1-52
- 1896: Tháng 1-12: Số 1-52
- 1897: Tháng 1-12: Số 1-52

GIA ĐỊNH BÁO

CÓ TẠI TV ĐH MỸ:

(OCLC: https://www.worldcat.org/title/gia-dinh-bao/oclc/472410261&referer=brief_results)

Gia Định Báo = Jia ding bao

- **Cornell University - Kroch Library Asia**

Film 1541 Text
Library has: reels 1-2
reel 1=1865-1900
reel 2=1901-1909
Notes: Shelved in Olin Library
Notes: Microfilm. Paris, Association pour la conservation et la reproduction photographique de la presse. reels. 35mm.

- **Southern Illinois University, Carbondale**

Location: Microfilm, 3rd Floor
Call number: Shelved by title
Library has (summary): 1865-10-9

- **University of California, Los Angeles**

Resource type: microfilm reel
Holding information location: SRLF
Library has: 1865-1909

GIA DINH BAO
嘉定報

GIA ĐỊNH BÁO

GIA ĐỊNH BÁO

CÓ TẠI THƯ VIỆN QUỐC GIA PHÁP
(https://catalogue.bnf.fr/ark:/12148/cb327823433)
JO-3057 < 1866-1871, 1874, 1881-1906, fragm. >
support : livre
RéserverAcheter une reproduction
En savoir plus
Tolbiac – Rez-dejardin – magasin
MICR D-976

Đại gia đình Trương Vĩnh Ký.

126. SAIGON — Entrée principale du Lycée Pétrus-Ky

Bưu thiếp 126. SAIGON - Chú thích dưới ảnh: Lối vào trường Trung Học Lycée Pétrus-Ky (thời Pháp thuộc).

Liên lạc với nhà xuất bản
(714) 235-2437
phamxuandai@yahoo.com